அபிநவ சந்திரசூட்

பம்பாய் உயர்நீதி மன்றத்தில் வழக்கறிஞராகப் பணிபுரிகிறார். *ஹார்வர்டு* சட்டப் புலத்திலிருந்து எல்எல்.எம். பட்டம் பெற்றார். அங்கு அவர் *டானா* (ஓர் அடிப்படை நிறுவனம்) அறிஞராக இருந்ததுடன் *ஸ்டான்ஃபோர்டு* சட்டப் புலத்தில் *ஜேஎஸ்எம், ஜேஎஸ்டி* திட்டங்களிலும் ஃப்ராங்க்லின் குடும்ப அறிஞராக இருந்தார். உலகளாவிய சட்ட அமைப்பான *ஜிப்ஸன், டன் அண்ட் கிரட்சர்* என்பதில் இணை–வழக்கறிஞராகப் பணியாற்றியிருக்கிறார். இந்தியாவின் முன்னணிச் சட்ட நிறுவனமான *AZB மற்றும் துணைவர்* அமைப்பில் சட்டக்குழு உறுப்பினராக இருந்துள்ளார்.

க. பூரணச்சந்திரன்

தமிழ்ப் பேராசிரியராகப் பல ஆண்டுகள் திருச்சியில் பணியாற்றி ஓய்வுபெற்றவர். மார்க்சியத்தில் ஈடுபாடு கொண்டவர். சிற்றிதழ்கள் பலவற்றிலும் தொடர்ந்து எழுதிவருபவர். இலக்கிய விமர்சகர். மொழிபெயர்ப்பாளர். அமைப்பியம், பின்நவீனத்துவம் போன்ற இலக்கிய கலாசார இயக்கங்களில் ஈடுபாடு உள்ளவராயினும் எச்சரிக்கையோடு அவற்றை ஏற்றுப் பயன்படுத்த வேண்டும் என்ற அக்கறை உள்ளவர். 2016ஆம் ஆண்டிற்கான சாகித்திய அகாதமி மொழிபெயர்ப்பு விருது 'பொறுப்புமிக்க மனிதர்கள்' நூலினை மொழிபெயர்த்தமைக்காக இவருக்கு வழங்கப்பட்டுள்ளது.

வாய்ஜாலக் குடியரசு

சுதந்திரப் பேச்சும் இந்திய அரசியலமைப்பும்

அபிநவ சந்திரசூட்

தமிழில்

க. பூரணச்சந்திரன்

எதிர் வெளியீடு

வாய்ஜாலக் குடியரசு
சுதந்திரப் பேச்சும் இந்திய அரசியலமைப்பும்
அபிநவ சந்திரசூட்

தமிழில்: க. பூரணச்சந்திரன்

முதல் பதிப்பு: ஜனவரி 2022
எதிர் வெளியீடு,
96, நியூ ஸ்கீம் ரோடு, பொள்ளாச்சி – 642 002
தொலைபேசி: 04259 226012, 99425 11302

விலை: ரூ.475

Republic of Rhetoric
Free Speech and the Constitution of India
Abhinav Chandrachud

Translated by G. Poornachandran
First Edition: January 2022

Published by
Ethir Veliyeedu, 96, New Scheme Road, Pollachi– 642 002.
email: ethirveliyedu@gmail.com
www.ethirveliyedu.in

ISBN: 978-93-90811-31-1
Cover Design: Santhosh Narayanan
Printed at Jothy Enterprises, Chennai.

English edition published by Penguin Random House india.
copyright © Abhinav Chandrachud

All rights reserved. No part of this book may be reprinted or reproduced or utilised in any form or by any electronic, mechanical or other means, now known or hereafter invented, including Photocopying and recording, or in any information storage or retrieval system, without permission in writing from the Publisher.

மிக இருண்ட இரவில்
மிகுந்த ஒளி வீசும் நட்சத்திரமான
ராதாவுக்கு

உள்ளடக்கம்

1. ஆங்கில இசைக்குழுவின் இசைக்கேற்ப ஆடுவோர் 09
2. அரசாங்கங்களின் காயம்பட்ட அகம்பாவம் 34
3. "ஒரு நல்ல புத்தகத்தை அழிப்பவன், பகுத்தறிவையே கொல்கிறான்" ... 64
4. அரசியல் சட்டக் குழுவில் முன்ஷியின் புரட்சி 77
5. பிரசாதும் முகர்ஜியும் ஒரு சட்டத்திருத்தத்தைத் தொடங்குகிறார்கள் 97
6. திமுகவுக்கு எதிரான திருத்தம் 129
7. போலிகளும் தற்பெருமைக்காரர்களும் 141
8. பார்ப்பவன் கண்ணிலுள்ளது ஆபாசம் 194
9. நீதிபதிகளுக்குப் புகழ்மின்னொளி 203
10. நீதிபதி போஸ் நுண்ணறிவற்றவர் என்கிறார் நேரு 254
11. மனித இனத்தின்மீது பாரபட்சம் 265
12. ஆதரவற்ற பெண்மணிக்கு எதிராக நிந்தனை சேர்ந்த நையாண்டி 284
13. கும்பல்மிக்க அரங்கத்தில் 'நெருப்பு' என்று கூச்சலிடல் 292
14. ஒரு நாட்டின் மிக கம்பீரமான அடையாளம் 323
15. பத்திரிகைத் துறையைக் கவரும் முறைகள் 336

நன்றிகள் 350
குறிப்பு 352

இயல் 1
ஆங்கில இசைக்குழுவின் இசைக்கேற்ப ஆடுவோர்

இந்தியா 1947 ஆகஸ்டு 15 அன்று சுதந்திரமடைந்தது. அது இரண்டாம் உலகப் போரில் ஜப்பான் சரணடைந்த இரண்டாம் ஆண்டு நிறைவு நாள்.[1] இருப்பினும் அந்த வரலாற்றுச் சிறப்பான நாளில் இந்தியா தனது காலனி அடிமைச் சங்கிலிகளிலிருந்து முற்றிலுமாக விடுபடவில்லை. 1947 ஆகஸ்டுக்கும் 1950 ஜனவரிக்கும் இடையில் இந்தியா ஒரு பிரிட்டிஷ் ஆட்சிப்பகுதியாகவே இருந்தது. அதாவது, ஆஸ்திரேலியாவையும் கனடாவையும் போலவே அது பிரிட்டிஷ் அரசரையே தனது அரசராகவும் இறையாண்மைத் தலைவராகவும் கொண்டிருந்தது. வெறும் அடிமைநாட்டு அந்தஸ்து அல்ல இந்திய சுதந்திர இயக்கத்தின் இலக்கு. அதன் முழக்கம் பூரண சுயராஜ்யம் (முழு விடுதலை பெற்ற தன்னாட்சி) என்பதுதான். இந்த ஈராண்டுகளில், இந்திய நிறுவனங்கள் தங்கள் அதிகாரத்தை பிரிட்டிஷ் பாராளுமன்றத்தில் நிறைவேற்றப்பட்ட 1947இன் இந்தியச் சுதந்திரச் சட்டத்தின் வாயிலாகத்தான் பெற்றன. 1949 வரை இந்தியாவின் ஃபெடரல் (கூட்டாட்சி) நீதிமன்றத்தில் தீர்ப்பு அளிக்கப் பட்டவர்கள் லண்டனிலிருந்த ப்ரிவி கவுன்சிலில் மேல் முறையீடு செய்யலாம்.[2] 1950 ஜனவரி 26 அன்று இந்திய அரசியலமைப்பு அமலுக்கு வந்த பிறகுதான்[3] இந்தியா முழுமையாகச் சுதந்திரம் அடைந்தது.

இதனால்தான் அம்பேத்கர், அரசியலமைப்பு மன்றத்தில் புகழ்பெற்ற தமது கடைசி உரையில் "இந்தியா 1950 ஜனவரி 26 அன்று சுதந்திர நாடாகும்" என்றார்.[4] இந்த நாளில்தான்

பிரிட்டிஷ் அரசருக்கோ பாராளுமன்றத்திற்கோ கீழ்ப்படாத ஒரு குடியரசு நாடாக இந்தியா ஆயிற்று. இந்த நாளன்றுதான் 1947இன் இந்தியச் சுதந்திரச் சட்டத்தையும், 1935இன் இந்திய அரசாங்கச் சட்டத்தையும்[5] இந்திய அரசியலமைப்பு நீக்கிவிட்டு, இந்தியா, தனது அதிகாரத்தையும் சட்டமுறைமையையும் லண்டனிலிருந்து பெறவில்லை என்பதற்கான ஆற்றல்மிக்க அடையாளத்தை உருவாக்கியது.

பரந்த பார்வையில், அரசியலமைப்பில் இரண்டு இலக்குகள்--ஒன்றையொன்று முந்தப் போட்டியிடுபவை--இருந்தன. "சமூகம் தொடர்ச்சியும் மாற்றமும் என்ற இரண்டு உந்துதல்களை எதிர்கொள்ள வேண்டும், வெற்றி பெறுவதற்கு அவற்றைச் சமநிலையில் வைத்திருக்க வேண்டும்" என்று பிரதமர் நேரு நம்பினார்.[6] அவ்வாறே இந்திய அரசியலமைப்பும் தொடர்ச்சிக்கும் மாற்றத்துக்கும் இடையில் நேரு கூறிய மாதிரியான சமநிலையை ஏற்படுத்த முனைந்தது. கிரான்வில் ஆஸ்டின் என்பாரின் சொற்களில், "இந்த அரசியலமைப்பு தேசிய ஒருமையையும் திடத்தன்மையையும் பாதுகாக்கின்ற அதே நேரத்தில் ஒரு 'சமூகப் புரட்சி'யைக் கொண்டுவரவும் முனைந்தது."[7]

ஒரு புறம், நாம் இதுவரை பார்த்த எதுமாதிரியும் இல்லாமல், அரசியலமைப்பு மாற்றத்தையும் எதிர்பாராத சமூக-அரசியல் மாற்றத்தையும் இந்தியாவில் கொண்டுவர முனைந்தது. உதாரணமாக, முறைப்படி தீண்டாமை அரசமைப்பினால் ஒழிக்கப்பட்டது.[8] ஒருவரது மதம், சாதி, பால் என்ற வேற்றுமையின்றிப் பொது இடங்கள் அனைவருக்கும் உரியவையாகத் திறக்கப்பட்டன.[9] காலனிய ஆட்சியில் இந்தியர்களுக்கு சர், ராவ் பகதூர், கான் பகதூர், திவான் பகதூர் போன்ற பட்டங்கள் (சர் ஜாம்ஷெட்ஜீ கங்கா அல்லது திவான் பகதூர் ஜி. எஸ். ராவ்-என்பதுபோல) அளிக்கப்பட்டு வந்தன. 1950இன் அரசியலமைப்புடன் இவை யாவும் முடிவுக்கு வந்தன. இன்றுவரை, நமது அரசியலமைப்பு, சர் டான் பிராட்மன் போல் அன்றி, 'சர்' பட்டத்தினை சச்சின் டெண்டூல்கர் பெற இயலாது என்றே கூறி வருகிறது.[10] அரசியலமைப்பு, இந்தியச் சமூகத்தில் வரலாற்று ரீதியாக விளிம்புநிலையில் தள்ளப்பட்டவர்களுக்கு இட ஒதுக்கீடு என்ற நேர்முகச் செயல்பாட்டுக்கான திட்டத்தை

ஏற்றுக் கொண்டுள்ளது. அதனால்தான் பல்கலைக் கழகங்களிலும் அரசாங்கப் பணிகளிலும் பிற்பட்ட மக்களுக்கும் இனத்தவர்க்கும் தொடர்ந்து இட ஒதுக்கீடு அளிக்கப்பட்டு வருவதைக் காண்கிறோம். பிரிட்டிஷ்காரர்களின் கீழ், மாகாணங்களும், அரசர்களால் ஆளப்படும் பிரதேசங்களும் சேர்ந்த தாறுமாறான கலவையாக இந்தியா இருந்தது. மாகாணங்கள் நேரடியாக பிரிட்டிஷ்காரர்களின் ஆட்சியில் இருந்தவை. அரசாட்சிகள், பிரிட்டிஷ் இறையாண்மையை ஏற்றுக் கொண்ட உள்நாட்டு அரசர்களால் ஆளப்பட்ட பிரதேசங்கள். பிறகு, அரசியலமைப்பு ஏறத்தாழ 500க்கும் மேற்பட்ட அப்படிப்பட்ட அரசாட்சிகளை இந்தியப் பிரதேசத்துக்குள் B பகுதி, C பகுதி மாநிலங்கள் என இணைத்தது.[11] இதைவிட முக்கியமாக, வயது முதிர்ச்சி பெற்ற ஒவ்வொரு இந்தியக் குடிமகனுக்கும், சொத்துரிமை கல்வி என்ற அடிப்படைகள் இன்றி, மைய, மாநில அரசுகளைத் தேர்ந்தெடுக்க வாக்களிக்கலாம் என்ற உரிமை அரசமைப்பினால் அளிக்கப்பட்டது.[12] ஆகவே அரசமைப்பின் பெரும்பகுதி புதுமையையும் தனித்தன்மையையும் கொண்டிருந்தது.

சுதந்திரத்திற்குப் பிறகு, இந்தியாவில் ஒரு தீவிர சட்டமன்ற மாற்றம் ஏற்பட்டது. பிரிட்டிஷ் ஆட்சி, அக்காலத்தில் இந்திய அரசர்கள், நிலக் கிழார்கள், உயர்சாதியினர் (இவர்கள்தான் இந்திய ஆட்சிப் பணி முதலிய காலனிய நிறுவனங்களில் இடம் பெற்றிருந்தவர்கள்) ஆகியோருடைய துணையுடன் தன் அதிகாரத்தை நிலைநாட்டி வந்தது. சுதந்திர இந்தியாவில் இந்த மூன்று குழுவினரும் அதிகாரம் இழந்தனர். நிலச் சீர்திருத்தம் என்ற முற்போக்கான திட்டத்தின்கீழ் நிலக்கிழார்கள் தங்கள் நிலத்தின் பெரும்பகுதியை நிலவுரிமையற்ற விவசாயிகளுக்குத் தரவேண்டி வந்தது. அரசர்கள் ஆளும் அதிகாரத்தையும் பிறகு அவர்களுக்கு வழங்கப்பட்டு வந்த மானியத்தையும் இழந்தனர். சாதி அடிப்படையிலான இட ஒதுக்கீட்டினால், பல மாநிலங்களில், உயர் சாதியினர் கல்வி நிறுவனங்கள் போன்றவற்றில் ஏறத்தாழ 50 சதவீத இடங்களில் மட்டுமே போட்டியிட முடிந்தது. ஆகவே, சுதந்திரம், உண்மையில் கடந்தகாலத்திலிருந்து ஒரு பெரிய முக்கியமான இடைவெளியை உள்ளடக்கியிருந்தது.

அதே சமயம், அரசியலமைப்பு இருப்பதை அப்படியே பாதுகாத்துத் தக்க வைக்கின்ற மற்றொரு இலக்கைக் கொண்டிருந்தது. அதாவது சுதந்திரத்திற்குப் பிறகு இந்தியாவாக பிரிட்டிஷ் இந்தியாவின் அரசியல் நிலப்படம் அப்படியே மாற்றப்பட வேண்டும் என்பதுதான் அது. பிரிவினை தொடர்பான கலகங்கள் தொடர்ந்து நடந்து வந்த ஒரு காலப்பகுதியில் அரசியலமைப்பு நிலைத்தன்மையை நிறுத்துவதற்கு முயற்சி செய்தது. அரசமைப்பின் முக்கியமான சில பகுதிகள்-உதாரணமாக சட்ட அதிகாரங்களை மையத்திற்கும் மாநிலங்களுக்கும் பகிர்ந்தளித்தல்[13], அவசரநிலையைப் பிரகடனம் செய்யும் அதிகாரம்[14] போன்றவை 1935இன் இந்திய அரசாங்கச் சட்டத்தினால் உந்துதல் பெற்றவை. அரசியலமைப்பு மன்றத்தில், "இந்த அரசியலமைப்பு 1935இன் இந்திய அரசாங்கச் சட்டத்தின் நகல் போலவே உள்ளது" என்ற கருத்தில் கொஞ்சம் உண்மை இருக்கிறது என்று எம். அனந்தசயனம் ஐயங்கார் ஒப்புக் கொண்டார்.[15] உயர்நீதி மன்றங்கள் போன்ற பிரிட்டிஷ் காலத்திய நிறுவனங்கள் அப்படியே ஏற்றுக் கொள்ளப் பட்டன. காலனிய ஆதிக்கத்திற்கு விசுவாசமாகப் பணியாற்றிய பழைய நீதிபதிகள் எவரும் 1947 ஆகஸ்டு 15 அன்று பணி நீக்கம் செய்யப்படவில்லை. அப்படியே பணியில் தொடர்ந்தார்கள். மேலும் அவர்களில் பலர் இந்தியாவின் சட்டத் தொழிலில் பரவலாக மதிக்கப்படலானார்கள்.[16] 'காலனியத் தொடர்ச்சி'[17] என்று அறிஞர்கள் கூறுவது போல, அரசமைப்பில் ஏற்கெனவே இருக்கும் நிலைமைகளை அப்படியே காப்பாற்றுவதற்கான விஷயங்கள் அதிகம் இருந்தன. இது பற்றி கே. அனுமந்தையா குறிப்பிட்ட கூற்று புகழ்பெற்ற ஒன்று: "நாம் வீணை அல்லது சித்தாரின் இசையைக் கேட்க விரும்பினோம், ஆனால் இங்கு கேட்பது ஆங்கில இசைக்குழுவின் இசைதான்."[18]

அரசியலமைப்பு, தன் இதயப் பகுதியாக, அடிப்படை உரிமைகள் பற்றிய ஒரு இயலைக் கொண்டிருந்தது. இவற்றுள் ஒன்று, இந்தியாவின் குடிநபர் ஒவ்வொருவருக்கும் பேச்சுரிமை, வெளிப்பாட்டுரிமை ஆகியவை உண்டு என்று உத்திரவாதம் அளிக்கும் 19(1)(a) பிரிவு. இவ்வுரிமைகள் 19(2) பிரிவினால் கட்டுப்படுத்தப்படுகின்றன. இந்த முக்கியமான அடிப்படை உரிமை, அரசியலமைப்பின் புதுமாற்றப் பகுதிக்கு உரியது, பழமையை நிலைநிறுத்தும் பகுதிக்கு உரியதல்ல என்று

நாம் ஊகிக்கலாம். மேற்கத்தியத் தனிமனித மதிப்புகளால்[19] தூண்டப்பட்ட அரசியல் உரிமைகள்-வாழ்வதற்கான உரிமை, தனிப்பட்ட சுதந்திரம்-சமத்துவம் ஆகியவற்றுக்கான உரிமை ஆகியவை முறைப்படியாக ஓர் அரசியல் சாசன ஆவணத்தில் ஏற்றுக் கொள்ளப்பட்ட முதல் முறை இதுதான் என்று கூறமுடியும். அடிப்படை உரிமைகள் பற்றிய இயல், பெருமளவு அமெரிக்க ஐக்கிய நாட்டு அரசியலமைப்பின் உரிமைகள் மசோதாவைப் போன்று, அல்லது நமது அரசிலயலமைப்பு அமல் படுத்தப்பட்டதற்கு சற்றேறக்குறைய ஓராண்டுக்கு முன்னால்தான் ஐ.நா. சபையில் ஏற்றுக் கொள்ளப்பட்ட மனித உரிமைகளின் உலகளாவிய பிரகடனத்தைப் போன்று இருந்தது.

ஆனால் அதன் வரலாற்றையும் பரிணாமத்தையும் நெருக்கமான நோக்கில் காணும்போது அரசியலமைப்புச் சட்டத்தின் அமலாக்கம் இந்தியாவில் இருந்த பேச்சுரிமையில் எவ்வித மாற்றத்தையும் ஏற்படுத்தவில்லை என்பதை வெளிப் படுத்துகிறது. பிரிட்டிஷ் இந்தியாவில் சுதந்திரப் பேச்சுரிமைக்கு எவ்வித முறையான சட்டமும் இல்லை என்றாலும், அச்சமயத்தில் இந்தியர்கள் பொதுவான ஒரு சட்ட உரிமையின் வாயிலாகச் சுதந்திரமாகப் பேசும் இயல்பைக் கொண்டிருந்தார்கள். பரந்த பார்வையில், இந்தியாவின் சுதந்திரத்திற்கு முன்னால், சுதந்திரமான பேச்சுக்கு நான்கு விதிவிலக்குகள் இருந்தன. அவை தேசவிரோதப் பேச்சு (sedition), ஆபாசப் பேச்சு (obscenity), நீதிமன்ற அவமதிப்பு (contempt of court), அவதூறு (defamation) ஆகியவை. அரசியலமைப்பு ஏற்கப்பட்ட பிறகும் இவை நான்கும் தொடர்ந்து பேச்சுரிமைக்கு விதிவிலக்குகளாகவே தொடர்ந்தன. உண்மையில் மாறாமலே இருந்தன.[20]

★★★

இந்தியாவில் தேசவிரோதப் பேச்சு என்பது இங்கிலாந்தில் இருந்ததற்கு மாறாக இருந்தது. (காலனிய இந்தியாவில் தேசவிரோதம் என்பது இங்கிலாந்து அரசருக்கு எதிரான இராஜத் துரோகம் என்று கருதப்பட்டது. எனவே இரண்டும் வெவ்வேறு அல்ல.) இங்கிலாந்தில், 1832 முதலாக அரசாங்கத்துக்கு எதிராக வன்முறையையோ கலகத்தையோ

தூண்டிவிடுவதைத்தான் இராஜத்துரோகம் என்பது குறித்தது. அது மோசமான நடத்தை, அல்லது ஒரு சிறிய குற்றம். அதற்குச் சில ஆண்டுகள் சிறைத்தண்டனை விதிக்கப் படலாம். நடத்தைக் கேடு (misdemeanour) என்பது இங்கிலாந்தில் பிணை (ஜாமீன்) அளிக்கப்படக்கூடிய தவறுதான். தேசவிரோதக் குற்றம் சாட்டப்பட்ட ஒருவர் தனது உரிமை காரணமாகவே ஜாமீன் பெறமுடியும். தேசவிரோதக் குற்றச்சாட்டுகள் மிக அபூர்வமாகவே அங்கு கொண்டு வரப்பட்டன. அப்படிக் குற்றம் சாட்டப்பட்டவர்களைத் தண்டிப்பதும் கடினம். ஏனெனில் அக்குற்றவாளிகள் ஜூரிகள் (மக்கள்-நடுவர்கள்) முன்னால் கொண்டு வரப்படுவர். அந்த ஜூரிகள் தங்கள் சொந்த நாட்டு மக்கள்மேல் பரிவு கொண்டவர்களாகவே இருந்தனர்.[21]

இதற்கு மாறாக, பிரிட்டிஷ் இந்தியாவில் இராஜத்துரோகப் பேச்சு இந்தியக் குற்றவியல் சட்டத்தின் 124-அ பிரிவாக ஆக்கப்பட்டது. இது அரசாங்கத்துக்கு எதிராக வெறுப்பையோ, விசுவாசமின்மையையோ, தீய உணர்வுகளையோ உண்டாக்குதல் என்ற பரந்த அடிப்படையில் வரையறுக்கப் பட்டது. இதற்கு தண்டனை நாடுகடத்தப்பட்டுச் (அந்தமானில், பர்மாவில்...) சிறையில் வைப்பதாகும். இக் குற்றத்துக்கு ஜாமீன் கிடையாது. இந்தியச் சுதந்திரப் போராட்டத் தலைவர்களுக்கு எதிராக இடைவிடாமல் இராஜத்துரோகக் குற்றங்கள் சாட்டப்பட்டன. சிறப்பு வெள்ளை நடுவர்கள் பெரும்பான்மையினர் இராஜதுரோகக் குற்றம் சாட்டப்பட்டவர்களை விசாரித்தனர். உதாரணமாக, 1908இல், முக்கிய தேசியத் தலைவரான பாலகங்காதர திலகர், பம்பாய் உயர்நீதி மன்றத்தில் இராஜதுரோகக் குற்றம் சாட்டப்பட்டு விசாரிக்கப் பட்டார். ஜூரிகளில் ஏழுபேர் வெள்ளையர்கள், இரண்டு பேர் பார்சிகள். ஆகவே அவர் குற்றவாளி என்று 7-2 பெரும்பான்மையில் தீர்ப்பளிக்கப் பட்டதில் ஆச்சரியமில்லை. ஆங்கிலேயர்களைப் போலவே தங்கள் சொந்த நாட்டின் ஜூரிகளால் திலகர் விசாரிக்கப் பட்டிருந்தால் அவர் குற்றவாளி அல்ல என்று தீர்ப்புவழங்கப் பட்டிருப்பார் என்பதில் ஐயமில்லை.

ஆகவே அரசியலமைப்புச் சட்டக் குழுவினரால் தேசவிரோதக் குற்றம் பற்றி மிக அதிகமாக விவாதிக்கப் பட்டது. இந்திய தேசபக்தர்களுக்கு எதிராக நீண்டகாலமாகப் பயன்படுத்தப்பட்டு

வந்த இராஜத்துரோகம் என்ற பிரிவை நீக்கிவிட வேண்டும் என்று அக்குழு உறுப்பினர்கள் தீவிரமாக இருந்தனர். ஆனால் 1951இல் அரசியல் சட்டத்தில் கொண்டுவரப் பட்ட முதல் திருத்தத்தில் அரசியலமைப்புக் குழு தேசவிரோதம் என்பதைக் கட்டுப்படுத்த எவ்வித முயற்சியும் எடுக்கவில்லை.[22] இன்றுவரை, தேசவிரோதம் என்பது இந்தியக் குற்றச் சட்டத்தின் பகுதியாகவே உள்ளது. தேசத்துக்கு எதிராகப் பேசுபவர்கள் என்று கருதப்படுபவர்களுக்கு எதிராக திரும்பத் திரும்ப இக்குற்றம் எழுப்பப் படுகிறது. 2016இன் இரண்டு சம்பவங்கள் நினைவுக்கு வருகின்றன. ஜவஹர்லால் நேரு பல்கலைக் கழக மாணவர் சங்கத் தலைவர் கன்னையா குமார் தில்லியில் அப் பல்கலைக்கழக வளாகத்துக்குள் இந்தியாவுக்கு எதிரான தேசவிரோத முழக்கங்கள் எழுப்பக் காரணமாக இருந்தார் என்று குற்றம் சாட்டப்பட்டது. காஷ்மீரில் நடந்த மனித உரிமை மீறல் சம்பவங்களின்போது இந்தியாவுக்கு எதிரான முழக்கங்கள் எழுப்பப்பட்டன என்று மனித உரிமைகள் பற்றி பெங்களூரில் ஆம்னஸ்டி இண்டர்நேஷனல் அமைப்பு ஏற்பாடு செய்த ஒரு நிகழ்விலும் அந்த அமைப்பு குற்றம் சாட்டப் பட்டது.[23] குடியரசின் தொடக்க ஆண்டுகளில் தேசதுரோகம் என்பது அரசியலமைப்புக்கு எதிரானதல்ல என்று நீதிமன்றங்கள் அறிவித்தன. இதற்கு எதிரான திருத்தத்தை அரசியல்சாசன முதல் திருத்தத்திலேயே கொண்டுவந்தவர் பிரதமர் நேரு. மக்கள் சுதந்திரப் பேச்சுரிமையை கொலை, மதக் கலகங்கள் போன்ற வன்முறைசார் குற்றங்களின் தண்டனையிலிருந்து தப்புவதற்குப் பயன்படுத்துவார்கள் என்று நேரு பயப்பட்டார். தேசவிரோதப் பேச்சு இன்றும் இந்தியாவில் ஒரு ஜாமீன் அற்ற குற்றமாக உள்ளது என்பதுடன், வாழ்நாள் சிறைத் தண்டனை வழங்கப்படக்கூடிய மிகப் பெரிய குற்றமாகவும் உள்ளது. இங்கிலாந்தில் 1832க்குப் பிறகு தேசவிரோதம் என்பது வன்முறைக்கும் கலகத்துக்கும் தூண்டுவது என்பதை அர்த்தப்படுத்தியது. அதையே இங்கும் அது அர்த்தப்படுத்துகிறது என்றாலும், இந்த நிலை அரசியலமைப்பினால் உருவாக்கப் பட்ட ஒரு விளைவுதான். இந்தியா சுதந்திரம் அடைவதற்கு முன்பும்கூட கூட்டாட்சித் தலைமை நீதிபதி மாரிஸ் க்வையர் ஆங்கிலநாட்டில் தேசவிரோதம் என்பது பயன்பட்டது போலவே

இந்தியாவிலும் பயன்படுத்தினார். ஆனால் லண்டன் பிரிவி கவுன்சில் அதைப் புறக்கணித்து விட்டது.[24]

குறிப்பிடத்தக்க ஒன்று, தேசவிரோதம் என்பது 1970களில்தான் முதல் முறையாக, இந்தியா சுதந்திரம் அடைந்து சில தசாப்தங்களுக்குப் பிறகுதான், அறியப்படக் கூடிய குற்றம் ஆகியது. அறியப்படக்கூடிய குற்றம் என்பதில், ஒரு குற்றவியல் நடுவரின் பிடியாணை (அரெஸ்ட் வாரண்ட்) இன்றியே ஒரு காவல்துறை அதிகாரி குற்றம் சாட்டப்பட்டவரைக் கைதுசெய்து புலன்விசாரணை செய்யலாம். அதாவது, பிரிட்டிஷ் ஆட்சிக்காலத்தில், இராஜத்துரோகக் குற்றம் சாட்டப்பட்ட ஒருவரைப் பிடியாணை இன்றிக் காவல்துறையினரால் கைதுசெய்ய முடியாது. ஆனால் அதற்குமாறாக, இன்று, தேசவிரோதக் குற்றம் சாட்டப்பட்ட ஒருவரைப் பிடியாணை இன்றியே காவல்துறையினர் கைதுசெய்ய முடியும். இந்த மாற்றம், இந்தியாவில் அவசரநிலை அறிவிக்கப்படுவதற்குச் சில ஆண்டுகள் முன்னால்தான் 1970களில் இந்திரா காந்தி அரசாங்கத்தினால் கொண்டுவரப்பட்டது.[25]

★★★

சுதந்திரமான பேச்சுக்கு அரசியலமைப்பினால் ஏற்றுக்கொள்ளப்பட்ட பிற விதிவிலக்குகளான ஆபாசப் பேச்சு (obscenity), நீதிமன்ற அவமதிப்பு (contempt of court), அவதூறு (defamation, நற்பெயர் கெடுத்தல்) ஆகியவை அதிகமாக எந்த விவாதத்தையும் அரசியலமைப்பு மன்றத்தில் ஏற்படுத்தவில்லை. அரசியலமைப்பின் அரங்கேற்றம் சுதந்திரப் பேச்சுக்கான இந்த விதிவிலக்குகளின் எல்லைகளைக் கட்டுப்படுத்தவோ வெட்டிக் குறைக்கவோ இல்லை. பிரிட்டிஷ் இந்தியாவில் ஒன்று ஆபாசமானதா இல்லையா என்பதை நிர்ணயிப்பதற்கு ஹிக்லின் சோதனை பயன்படுத்தப்பட்டது. தலைமை நீதிபதி காக்பர்ன் என்பவரால் ஆர்.வி. ஹிக்லின் (இது ஒரு பத்திரிகையாக இருக்கலாம்) என்பதில் உருவாக்கப்பட்ட இந்தச் சோதனை, நீதிமன்றங்களை நூல்களின் தனித்தனிப் பகுதிகளை ஆங்காங்கு எடுத்து அதற்கு ஏதேனும் இலக்கிய மதிப்போ, ஆபாசமற்ற தகுதியோ இருக்கிறதா என்று முடிவு செய்ய உதவியது. ஒரு கருத்துரையாளரின் சொற்களில், ஹிக்லின் சோதனையில்

நானூறு பக்கப் புத்தகத்தில் ஏதேனும் நான்கு வார்த்தைகள் அதை ஆபாசமானது என்று முடிவு செய்யப் போதுமானது. இந்தச் சோதனை நீதிமன்றங்களை ஒரு படைப்பினை மிகவும் கீழ்த்தனமான ஒரு வயதுவந்தவரின் நோக்கிலிருந்து, அல்லது மிகவும் முதிர்ச்சியடையாத ஒரு பதின் வயதினனின் நோக்கிலிருந்து மதிப்பிட உதவிசெய்தது. பொதுச் சட்டத்தில் பிற சட்டபூர்வச் சோதனைகளின் தரத்திலிருந்து இது முற்றிலும் வேறுபட்டதாக இருந்தது. பிற சோதனைகள் ஒரு நிலைமையை ஒரு நியாயமான நபரின் பார்வையிலிருந்து மதிப்பிடுபவையாக இருந்தன. அரசியல் சட்டம் அமலுக்கு வந்து பல தசாப்தங்கள் சென்ற பின்னும் ஹிக்லின் சோதனையே தொடர்ந்து சுதந்திர இந்தியாவில் ஒரு விஷயம் ஆபாசமானதா இல்லையா என்பதைக் கணிக்கப் பயன்பட்டு வந்தது. ஹிக்லின் சோதனை இந்திய நீதிமன்றங்களில் மாற்றியமைக்கப்பட்ட போதும், அந்த மாற்றியமைத்தல் செயல்முறை 1950இல் அரசியலமைப்பின் அமலாக்கத்தில் தொடங்கவில்லை, மாறாக, காலனிய இந்தியாவில் தொடங்கியது.

வேடிக்கை என்னவெனில், சுதந்திரப் பேச்சுக்கு அரசியல் அமைப்பு அளித்த உரிமையின் இதயத்தையே நொறுக்குகின்ற சில முன்கட்டுப்பாடுகள், சில சூழ்நிலைகளில் இந்தியாவில் சட்டபூர்வமானது என ஏற்கப்படுகின்றன. நூல் வெளியீடு நிகழ்வதற்கு முன்னரே அதன்மீது சுமத்தப்படும் ஒருவிதத் தணிக்கை முறைதான் முன்கட்டுப்பாடு என்பது. உதாரணமாக, அரசாங்கத்திடம் முதலில் அனுமதி பெறாமல் எந்த எழுத்தையும் பத்திரிகைகளில் பிரசுரிக்கலாகாது என்று அரசாங்கம் கூறினால், இந்தவிதத் தணிக்கை முறை முன்கட்டுப்பாடு ஆகிறது. 1823இல் ராஜா ராம்மோகன் ராய் கல்கத்தாவின் உச்சநீதி மன்றத்திடம் பத்திரிகைகள் மீது முன்கட்டுப்பாடு விதிக்கலாகாது என்று ஒரு நினைவுக்குறிப்பு அளித்தார். இதற்கு முன்னாலேயே, புகழ்பெற்ற ஒரு விஷயம் 1644இல் எழுதப்பட்ட தமது பிரசுரமான ஆரியோபெஜிடிகா என்பதில் இங்கிலாந்தில் பத்திரிகைகள் மீது முன்கட்டுப்பாடுகளை மீண்டும் அறிமுகப்படுத்தும் பாராளுமன்றத்தின் முடிவினை எதிர்த்துக் கிளர்ச்சி செய்தார். அதனால் 1694இல் அவை நீக்கப்பட்டன. 1950இல் அரசியல் சட்டம் அமல்படுத்தப் பட்ட பிறகும்,

1950களில் உச்சநீதி மன்றம் முன்கட்டுப்பாடுகள் அரசியல்சட்ட ரீதியானவை என்றே கூறிவந்தது.[26]

இப்போதெல்லாம் நடைமுறையில் இந்தியப் பத்திரிகைகள் மீது முன்கட்டுப்பாடுகள் விதிக்கப்படுவதில்லை என்றாலும் (சிலசமயங்களில் பத்திரிகைகள் மீது நீதிமன்றங்கள் வாய்ப்பூட்டு ஆணைகளைப் பிறப்பிக்கின்றன என்றாலும்) இந்தியாவின் திரைப்பட மற்றும் பொழுதுபோக்குத் தொழிலின்மீது அவை சுமத்தப் பட்டே வருகின்றன. வயதுவந்தவர்களும்கூட எந்தக் காட்சிகள் பார்க்கத் தகுதியுடையவை, தகுதியற்றவை என்ற முடிவினை இந்தியாவில் தணிக்கைக் குழுதான் எடுக்கிறது. ஆனால் ஆண்டுகள் செல்லுகையில், தணிக்கைக்குழு சில மூர்க்கமான முடிவுகளை எடுத்துள்ளது. உதாரணமாக 1970இல் பாலிவுட்டில் எடுக்கப்பட்ட ஒரு முன்னுதாரண அடையாளப் படமான ஷோலேயின் இறுதிமுடிவை மாற்றுவதற்கு அதுதான் காரணமாக அமைந்தது. முதலில் எடுக்கப்பட்ட வடிவத்தில், படத்தின் இறுதியில் முக்கியக் கதாபாத்திரங்களில் ஒருவரான டாகுர் பல்தேவ் சிங் (சஞ்சீவ் குமார் இந்தப் பாத்திரத்தில் நடித்தார்) ஒரு முன்னாள் காவல்துறை அதிகாரி. அவர் வில்லன் கப்பார் சிங்கை (அம்ஜத் கானைக்) கொல்வதாக இருந்தது. ஆனால் தணிக்கைக் குழு, அந்தச் சமயத்தில் இந்தியாவில் அவசர நிலை பிறப்பிக்கப் பட்டிருந்ததால், அந்த அமைதியின்மையின் பின்னணியில், ஒரு போலீஸ் அதிகாரி சட்டத்தைத் தன் கைகளில் (இந்தப் படத்தில் அவர் கால்களில்) எடுத்துக் கொள்வதாகக் காட்டத் தணிக்கைத் துறை விரும்பாததால், முதன்மைப் பாத்திரங்கள் இறுதியில் கப்பார் சிங்கைக் காவல்துறையிடம் ஒப்படைத்துவிடுகின்றனர் என்று முடிக்கப்பட்டது.[27] மிக அண்மையில், பஹ்லஜ் நிஹலானி தலைமையிலான தணிக்கைக்குழு, ஜேம்ஸ் பாண்ட் படமான ஸ்பெக்டர் என்பதில், டேனியல் கிரெய்க்-மோனிகா பெல்லூக்கி முத்தமிடும் காட்சியை வெட்டிவிட்டது.[28] மேலும் பஞ்சாபில் போதைமருந்துப் பரவலைக் காட்டிய உட்தா பஞ்சாப் என்ற பாலிவுட் படத்திற்கு, வயதுவந்தவர்களும் பார்க்கலாகாது என்று அனுமதி மறுத்துவிட்டது. அதில் கெட்ட வார்த்தைகள் பேசப்படுமிடங்களையும், போதை மருந்துகள் தோலில் செலுத்தப்படும் அண்மைக் காட்சிகளையும் நீக்கினால்தான் அனுமதி என்று சொல்லப் பட்டது.[29] உரிமைகள் மசோதாவின்

ஒரு பகுதியாகப் பேச்சுச் சுதந்திரம் அனுமதிக்கப்பட்ட அரசியல் அமைப்புசார்ந்த ஆட்சியில் இப்படிப்பட்ட முன் கட்டுப்பாடுகள் வெறுப்புக்குரிய விஷயங்களாக இருக்கவேண்டும்.

காலனியக் காலத்தில், லிட்டன் பிரபு கொண்டுவந்த அச்சுறுத்தலான, 1878இன் பிரதேசமொழிச் சட்டம், இந்திய மொழிச் செய்தித்தாள்கள் மிக அதிகமான பணத்துக்கான பத்திரம் ஒன்றை அரசாங்கத்துக்கு அளிக்கவேண்டும். அவை ஆட்சேபகரமான எதையும் பிரசுரித்தால் அந்தப் பத்திரம் (பணம்) அரசாங்கத்தினால் கைப்பற்றப்படும். இந்தச் சட்டம் 1882இல் நீக்கப்பட்டது. அடுத்துவந்த காலனியக் காலச் சட்டவிதிகள் பத்திரமாக அல்லது பிணையாக அளிக்க வேண்டிய பணத்திற்கு ஓர் உச்சவரம்பினை விதித்தன. உதாரணமாக, 1910இன் இந்தியப் பத்திரிகைச் சட்டம், ஒரு பத்திரிகை அளிக்கவேண்டிய பிணைத்தொகையாக ரூ.2000க்குமேல் கேட்கலாகாது என்று விதித்தது. பிறகு 1931இல் வந்த இந்தியப் பத்திரிகை (அவசரக்கால அதிகாரங்கள்) சட்டம் பிணைத்தொகை ரூ.1000க்கு மேல் இருக்கலாகாது என்றது. ஆனால், சுதந்திர இந்தியாவில், அரசியலமைப்புச் சட்டம் ஒருபுறம் இருப்பினும், 1951இல் நேரு கொண்டுவந்த பத்திரிகை (ஆட்சேபகரமான விஷயம்) சட்டமும், இந்திரா காந்தியின் அவசரநிலைக்காலத்தில் 1976இல் கொண்டுவரப்பட்ட ஆட்சேபகரமான விஷயங்களைப் பிரசுரித்தல் தடுப்புச் சட்டமும் லிட்டனின் பிரதேச மொழிகள் சட்டத்தையே பிரதிபலித்தன. ஏனெனில் அவை முன்போலவே பிணைத்தொகைக்கான உச்சவரம்பு எதுவாக இருந்தாலும் அரசாங்கம் பத்திரிகையிடம் பிணைப் பத்திரத்தைப் பெறலாம் என்று ஆக்கப் பட்டது. ஆகவே அரசியலமைப்பின் கீழ் பேச்சுக்கான சுதந்திரமும் அடிப்படை உரிமையும் இருந்தாலும் பத்திரிகை மீது விதிக்கப்பட்ட கட்டுப்பாடுகள் காலனிய இந்தியாவில் பத்திரிகைகள்மீது விதிக்கப்பட்ட கட்டுப்பாடுகளை ஒத்திருந்தன.

★★★

பிரிட்டிஷ் இந்தியாவில் ஒரு நபரின் பேச்சு அல்லது வெளிப்பாடு முதன்மையாக இரண்டு விதிகளின் கீழ்தான் நீதிமன்ற அவமதிப்பு என்பதாகக் கருதப்பட முடியும். இவற்றுள் முதலாவது, நீதிமன்றத்தின் கௌரவக் குலைப்பு.

இந்த விதிப்படி, ஒரு நீதிபதியை ஊழல் செய்தவர் என்றோ ஒருதலைச் சார்பானவர் என்றோ ஒருவர் குற்றம் சாட்டினால், நீதிமன்றத்தின் கௌரவத்தைக் குலைத்ததாகக் கூறி அவரை தண்டிக்கலாம். இரண்டாவது விசாரணை நிலை விதி (*sub judice rule*) எனப்பட்டது. இதன்படி, நீதிமன்றங்களில் விசாரணையில் இருக்கின்ற ஒரு வழக்கைப் பற்றிச் செய்தித்தாள்கள் கருத்துரைப்பது அந்த வழக்கின் பகுதியாக உள்ள நடுவர்களையோ, சாட்சிகளையோ, ஏன் நீதிபதிகளை யோகூட பாதிப்படையச் செய்யலாம் என்பதனால் அவ்வாறு கருத்துரைப்பதற்கு அனுமதியில்லை. அரசியலமைப்புச் சட்டம் கொண்டுவரப்பட்ட போதும்கூட, இந்த இரு விதிகளும் இன்றுவரை சுதந்திர இந்தியாவில் தொடரவே செய்கின்றன. நீதிமன்றத்தின் கௌரவக் குலைப்பு என்பது இங்கிலாந்தில் நீக்கப்பட்டுவிட்ட போதும், இந்திய அரசியல் அமைப்பில் அடிப்படை உரிமையாகப் பேச்சுச் சுதந்திரம் அளிக்கப்பட்ட போதும், இந்தச் சட்டத்தில் இந்தியாவில் எவ்வித மாறுபாடும் இல்லை. உதாரணமாக, இந்தியாவில் ஒரு நீதிபதியின் அதிகாரத்தைக் கீழ்ப்படுத்துமாறு அச்சில் வரும் செய்திகளை அறியாமையில் மூழ்கிக் கிடக்கும் இந்தியர்கள் நம்பிவிடுவார்கள், ஆனால் அதேவிதமான செய்திகளை ஆங்கிலேயர்கள் படித்தால் நம்பிக்கை கொள்ள மாட்டார்கள் என்பது காலனிய எண்ணம். சுதந்திர இந்தியாவின் உச்சநீதி மன்றம் இந்தக் காலனிய எண்ணத்தை அப்படியே ஏற்றுக்கொண்டுள்ளது. இந்தச் சூழலில், பழங்காலச் சேகரிப்புப் பொருண்மையிலிருந்து 1959இல் நடந்த ஒரு நிகழ்ச்சியைப் பற்றித் தேடிஎடுத்துக் காணலாம். அதில் அன்றைய பிரதமர் நேரு, ஒரு பத்திரிகையாளர் கூட்டத்தில் நீதிபதி விவியன் போஸ் அறிவு குறைந்தவர் என்று கூறியதனால் நீதிமன்ற அவமதிப்புக் குற்றத்திற்கு ஆட்பட்டார். இதேபோல விசாரணை நிலை விதி அடிப்படையில் நீதிமன்ற அவமதிப்பு என்பதும் காலனிய ஆட்சியில் இருந்தது போலவே பெருமளவு மாற்றமின்றி இன்றும் தொடர்கிறது. இந்தவிதியில் செய்யப்பட்ட மாற்றங்கள், 1950இல் அரசியலமைப்புச் சட்டத்தின் வருகையினால் ஏற்பட்டவை அல்ல, மாறாக 1971இன் நீதிமன்ற அவமதிப்புச் சட்டம் அமலுக்கு வந்ததால் நிகழ்ந்தவை.

★★★

1860இல் இந்தியக் குற்றச்சட்டம் அமலுக்கு வந்தபோது அது அவதூறு என்பதை ஒரு தண்டிக்கப்படத்தக்க குற்றமாக ஆக்கியது. 150 ஆண்டுகளுக்கு மேல் ஆன பின்பும், அரசியலமைப்பு அமலாக்கமும் இந்தச்சட்டத்தின் அமைப்பில் மாற்றம் எதையும் ஏற்படுத்தவில்லை. இதற்குக் காரணங்கள் பின்வருமாறு:

முதலாவது, இங்கிலாந்தில் அவதூறு என்பது எழுத்து வடிவத்தில் வெளிவந்தால்தான் அது தண்டனைக்குத் தகுந்ததாகும். வெறும் வாய்ப்பேச்சளவில் அமைந்தால் அது தண்டிக்கப்படத் தக்கதல்ல. ஆனால் இந்தியாவில் அப்படியல்ல. இன்றுவரை, இந்தியாவில் பேச்சில் அவதூறு காணப்பட்டாலும் அது தண்டிக்கத்தக்க குற்றமாக அமையும்.

இரண்டாவது, இந்தியக் குற்றச் சட்டத்தை வடிவமைத்த குழுவின் தலைவர் தாமஸ் பேபிங்டன் மெக்காலே 1837 அளவிலேயே பிரிட்டிஷ் இந்தியாவில் குற்றம்சார் அவதூறுக்கு உண்மை என்பது முழுமையான தற்காப்பாக இருக்க வேண்டும் என்று மொழிந்தார். அதாவது, குற்றம்சார் அவதூறினைச் செய்ததாகக் குற்றம் சாட்டப்பட்ட நபர், தனது தற்காப்புக்காக, தான் பேசிய அல்லது எழுதிய வார்த்தைகள் உண்மையானவை என்று நிரூபிக்க வாதி இயல வேண்டும். அந்தச் சமயத்தில் இங்கிலாந்திலிருந்த சட்டம் குற்றம்சார் அவதூறுக்கு உண்மையை ஒரு தற்காப்பாகக் கொள்ளவில்லை. எனவே அந்தச் சட்டத்தைவிட, மெக்காலேயின் நோக்கு முற்போக்கானதாக இருந்தது. ஆனால் இன்றும்கூட, அரசியலமைப்புச் சட்டம் அமலாக்கப்பட்டும் கூட, இந்தியக் குற்றச் சட்டத்தில் அவதூறுக்கு உண்மை ஒரு முழுமையான தற்காப்பாகக் கொள்ளப்படவில்லை. குற்றம் சாட்டப்பட்ட நபர் தன்னால்அவதூறாகச் சொல்லப்பட்ட வார்த்தைகள் பொது நன்மைக்கு உதவுபவை என்று நிரூபித்தால்தான் அது தற்காப்பாக அமையும்.

மூன்றாவதாக, ஆங்கிலப் பொதுச் சட்டத்தின்கீழ், சாட்சிகளும் வழக்கறிஞர்களும் தாங்கள் நீதிமன்றங்களில் உரைக்கும் கூற்றுகளுக்கு முழுமையான முன்னுரிமை என்பது இருப்பதால் மகிழ்ந்திருந்தனர். உதாரணமாக, ஒரு சாட்சி தனது சாட்சியத்தை

நீதிமன்றத்தில் அளிக்கும்போது அவர் இழிப்புரையாக ஒன்றைக் கூறினால், அது உடனடியான ஒரு செயலை உண்டாக்கும் விஷமத்தின் காரணமாகக் கூறப்பட்டதாக இருந்தாலும் கூட, அவரை அவதூறு கூறியதற்காகத் தண்டிக்க முடியாது. அதேபோல, தனது வாடிக்கையாளருக்காக வாதாடும் ஒரு வழக்கறிஞர் அவதூறான கூற்றுகளைக் கூறினாலும், குற்றம்சார் இகழுரைக்கென அவரைத் தண்டிக்க முடியாது. இது ஒரு பொதுநன்மைக்கான விதிமுறையாக இருந்ததால், சாட்சிகளும் வழக்கறிஞர்களும் நீதிமன்றத்தில் தங்களுக்கெதிராக அவதூறு வழக்குகள் கொண்டுவரப்படாமல் சுதந்திரமாகப் பேசமுடியும் என்பதால், அவர்களுக்கு இத்தகைய முழு உரிமை கிடைத்தது. ஆனால் இந்தியாவில் இப்படிப்பட்ட கூற்றுகளைப் பேசினால் இன்றும்கூட சாட்சிகளுக்கும் வழக்கறிஞர்களுக்கும் முழுமையான முன்னுரிமை என்பது கிடையாது. அவர்களுக்குப் பகுதிப்-பாதுகாப்புதான் உண்டு. அதாவது உடனே ஒரு விளைவை ஏற்படுத்துகின்ற விஷமம் தங்கள் கூற்றுகளில் கிடையாது என்பதை அவர்கள் காட்டவேண்டும்.

நான்காவதாக, இங்கிலாந்தில் ஒரு நபர் பேசியவை அமைதியைக் குலைப்பவை அல்லது பின்னால், அவரது வார்த்தைகள் அற்பமானவை அல்ல, போதிய அளவு தீவிரத் தன்மை கொண்டவை என்றால் ஒழிய, அவர் குற்றம்சார் அவதூறினைச் செய்ததாகக் கருதப்படுவதில்லை. ஆனால் இந்தியாவில் அப்படிப்பட்ட வரையறைகள் எவையும் குற்றம்சார் அவதூறு என்பதற்கு அளிக்கப்படவில்லை.

ஐந்தாவதாக, 2009 முதலாக, இங்கிலாந்தில் அவதூறு என்பது இங்கிலாந்தில் ஒரு குற்றமாக இல்லாமல் போய்விட்டது. ஆனால் இந்தியாவிலோ, உச்சநீதிமன்றம் இந்தியக் குற்றச் சட்டத்தின்கீழ் குற்றம்சார் அவதூறு என்பதை அரசியலமைப்புச் சட்டம் சரியானதாகக் கருதுகிறதா என்று அண்மையில் ஒரு வழக்கை எதிர் கொண்டுள்ளது.

இறுதியாக, இந்திய உச்சநீதிமன்றம், நீதிபதிகள் அன்றிப் பிற பொது அலுவலர்களுக்கு எதிராகக் கூறப்படும் கூற்றுகளுக்கு அமெரிக்க ஐக்கிய நாட்டில், சல்லிவனுக்கு எதிராக நியூயார்க் டைம்ஸ் வழக்கில் ஏற்றுக்கொள்ளப்பட்ட தர நிர்ணயத்தை

தனக்கென ஏற்றுக் கொண்டுள்ளது.[30] இந்தச் சோதனையின் கீழ், ஒரு அரசாங்க அலுவலருக்கு எதிராக ஒரு போலியான அவதூறினைக் கூறும் எவருக்கும் ஒரு தனித்த உரிமை உண்டு-அவரது கூற்றுகள் விஷமத்துடன் கூறப் பட்டிருந்தால் ஒழிய, அதாவது உண்மையைப் பற்றிய அக்கறை கிஞ்சித்தும் இன்றிப் பேசப்பட்டிருந்தாலொழிய அவரை அவதூறு செய்த குற்றத்தில் தண்டிக்க முடியாது. ஆனால் நீதிபதிகள் மீதான கூற்றுகளுக்கு நீதிமன்ற அவமதிப்பு விஷயத்தில் உச்சநீதிமன்றம் இந்தச் சோதனையை ஏற்க மறுத்துவிட்டது.

★★★

பிரிட்டிஷ் காலத்தில் இல்லாத சில கட்டுப்பாடுகளையும் இந்திய அரசியல் சட்டம் ஏற்றுக் கொள்கிறது. உதாரணமாக, பிரிட்டிஷ் இந்தியாவில், முஸ்லிம் லீக் கட்சிக்குத் தேர்தல் நடைமுறையை அடிப்படையாக வைத்துத் தன் கொள்கைகளை--அதாவது இந்தியா பிரிக்கப்பட வேண்டும், பிரிக்கப்படும் பகுதிகள் இந்தியப் பகுதியிலிருந்து எடுக்கப்பட வேண்டும் என்று அமைதியாகப் பரப்புகின்ற உரிமை இருந்தது. இதற்கு முரணாக, 1960களில் கொண்டுவரப்பட்ட அரசியல் சட்டத்தின் பதினாறாவது திருத்தம், தெற்கிலுள்ள திமுக முஸ்லிம் லீகினைப் போல அமைதியாகத் தேர்தல் பிரச்சாரத்தை முன்வைத்து இந்தியாவிலிருந்து பிரிவினையைக் கேட்கக்கூடாது என்று கூறியது. அதேபோல, நடைமுறையில், காஷ்மீரிகளுக்கும் இந்தியாவிலிருந்து பிரிந்து செல்கின்ற உரிமை அல்லது 'ஆஜாதி'க்கான உரிமை கிடையாது.[31]

அதேபோல, இந்திய அரசியல் சட்டத்தை உருவாக்கியவர்கள், இந்தியக் குடிமக்களுக்கு மட்டுமே பேச்சுச் சுதந்திரத்தையும் வெளிப்பாட்டுச் சுதந்திரத்தையும் அளிக்க வேண்டும் என்று முடிவு செய்தனர். இதற்கு மாறாக, பிரிட்டிஷ் இந்தியாவில், இந்தியர்கள் அல்லாதவர்களும் பேச்சுச் சுதந்திரம் பெரும்பாலும் பெற்றிருந்தார்கள் என்ற நிலை இருந்தது. குறிப்பாக, அன்னீ பெசண்ட், பி.ஜி. ஹார்னிமன் போன்ற பிரித்தானியர்கள் இந்திய சுதந்திரப் போராட்டத்தில் இந்திய தேசத்திற்காகப் போராட முடிந்தது. இது பிரிட்டனின் முதுகில் குத்திய முள்ளாகவே இருந்தது. அதனால் பம்பாய் உயர்நீதிமன்றத்தின்

தலைமை நீதிபதி நார்மன் மெக்லியாட், அவர்களை (பெசண்ட் போன்றவர்களை) வெகுகாலத்திற்கு முன்னாலேயே ஒரு கப்பலில் ஏற்றி வீட்டுக்கு அனுப்பி வைத்திருக்க வேண்டும் என்று கூறினார்.[32] பாம்பே கிரானிகில் பத்திரிகையின் ஆசிரியரான ஹார்னிமன், இங்கிலாந்திற்கு 1919இல் நாடுகடத்தப் பட்டார்.[33] இந்தியச் சுதந்திரப் போராட்டத்திற்கு ஹார்னிமனின் பங்களிப்பை அங்கீகரித்து மும்பையின் அடையாளமும் வரலாற்றுச் சிறப்புமான எல்ஃபின்ஸ்டன் சர்க்கில் (சதுக்கம்) (முன்னதாக பாம்பே கிரீன் எனப்பட்டது) இந்தியா சுதந்திரம் அடைந்த போது ஹார்னிமன் சர்க்கில் எனப் பெயர் மாற்றப்பட்டது.[34] அந்த சர்க்கிலில் உள்ள ஞாபகார்த்தப் பொறிப்பு இன்று இப்படி உள்ளது: "இந்தியாவின் பத்திரிகைச் சுதந்திரத்திற்காக வாழ்ந்து பாடுபட்ட பெஞ்சமின் கை ஹார்னிமன் (1873-1948) நினைவுக்கு அர்ப்பணிக்கப்படுகிறது".[35] ஆனால் இன்று ஹார்னிமனின் பேரன் பேத்திகள் எவரேனும் அயர்லாந்தில் இருந்தால், அவர்களுக்கு இந்திய அரசியல் சட்டத்தின்கீழ் பேச்சுரிமை கிடையாது என்பதுதான் வேடிக்கை. அயல்நாட்டினர் மீதுள்ள ஆழமான அவநம்பிக்கைதான் இதற்குக் காரணம். இன்றும் கூட இந்தியா பத்திரிகைக் குழுமங்களில் அயல்நாட்டு முதலீட்டை 26 சதவீதம் வரை மட்டுமே, அதுவும் அரசாங்கத்தின் முன்அனுமதி பெற்றிருந்தால் தான் அனுமதிக்கிறது. அதேபோல, ஒரு அயல்நாட்டுச் செய்தி ஊடகம், இந்தியப் பார்வையாளர்களுக்கென எந்த விளம்பரங்களையும் கொண்டிராமல் இருந்தால், இந்தியப் பார்வையாளருக்கெனக் குறிப்பாக வடிவமைப்புச் செய்யப் படாமல் இருந்தால்தான் இந்தியாவில் இணைப்பிறக்கம் செய்யப்பட முடியும்.[36]

ஆர்வந்தரும் செய்தி என்னவெனில், 1950இன் முதல் சட்டத் திருத்தத்தில், ஒரு நபர் தனது பேச்சினால் அயல்நாட்டு அரசுகளோடு நட்புறவினுக்குத் தீங்கு செய்யமுடியாது என்றால், அவருக்குச் சுதந்திரப் பேச்சுரிமை வழங்கப்பட்டது.[37] இதற்குக் காரணம், இந்து மகாசபையின் தலைவராக இருந்த ஸியாமா பிரசாத் முகர்ஜி போன்ற தலைவர்கள், பாகிஸ்தானுடன் இந்தியா போரிட்டு அதை வலுக்கட்டாயமாக இந்தியாவுடன் இணைக்க வேண்டும் என்று கூறிவந்ததுதான்.

சுருக்கமாகச் சொன்னால், இந்தப் புத்தகம், (1) இந்திய அரசியல் சட்டத்தின் அமலாக்கம் இங்குப் பேச்சுரிமையில் எவ்விதக் குறிப்பிடத்தக்க மாற்றத்தையும் ஏற்படுத்தவில்லை, (2) பிரிவுகள் 19(1) (அ) மற்றும் 19(2) என்பவை, அரசியல் சட்டத்தின் பழமைநிலைநாட்டும் பகுதிக்கு உரியனவே அன்றி சீர்திருத்தப் பகுதிக்கு உரியன அல்ல. (3) அரசியல் சட்டத்தின் அமலாக்கம் இந்தியாவில் பேச்சுரிமைக்கு ஒரு பேச்சளவிலான மாற்றத்தைக் கொண்டுவந்ததே ஒழிய, உண்மையான மாற்றத்தைக் கொண்டுவரவில்லை, (4) இந்தியாவில் முன்னோடியான அறிஞர்கள் யாரும் பேச்சுச் சுதந்திரத்திற்கான உரிமை பற்றி இதற்கு முன்பு இந்த வாதத்தைத் தெளிவாக முன்வைக்கவில்லை என்ற கருத்துகளை முன்வைக்கிறது.[38]

★★★

இந்தப் புத்தகம் இந்தியாவில், ஆபாசம் பற்றி சுதந்திரப் பேச்சுக்கான சட்டத்தின் இன்றைய நிலையை விமரிசிக்கவும் செய்கிறது. அது மிகவும் பிரச்சினைக்கான களமாக உள்ளது. பாலியல் ரீதியாக எழுச்சி கொள்ளச் செய்யும் எதுவும் ஆபாசம் எனக் கருதப்படுகிறது. ஆனால் பாலியர் ரீதியாக எழுச்சி கொள்ளச் செய்வது எது என்பது தனிமனித உணர்வுக்கானதும் அகவயமானதும் ஆகும். 2013 மார்ச் மாதம், எஃப்டிவி எனப்படும் தொலைக்காட்சி அலைவரிசையில் இரவு 11.30க்கு ஒளிபரப்பப் பட்ட 'லிஞ்ஜரீ' (lingerie) என்ற நிகழ்ச்சி பெண்களை அவர்கள் பிருஷ்டம் முழுவதும் வெளிப்படுமாறு காட்டியது என்பதால் பத்து நாட்களுக்குத் தடை செய்யப் பட்டது.[39] அரசாங்கம் அந்நிகழ்ச்சி ஆபாசமானது, அருவருப்பானது என்று கூறியது. இதேபோல, 2009இல் பாலிவுட்டில் புகழ்பெற்ற ஜோடியான அக்ஷய் குமார் -ட்விங்கிள் கன்னா ஆகியோர் நடித்த விளம்பரத்தை ஆபாசமானது என்று குற்றவியல் நடவடிக்கை எடுக்குமாறு உத்தரவிட்டது. காரணம், அதில் ட்விங்கில் கன்னா அக்ஷய் குமார் அணிந்திருந்த ஜீன்ஸ் கால்சட்டையின் பொத்தான்களில் மேலிருப்பதை அவிழ்க்கிறார். அது பெரும்பாலும் லெவியின் 'அன்பட்டன்டு' என்ற ஜீன்ஸ் வகையின் விளம்பரத்திற்காகச் செய்யப்பட்ட செயல்.[40] இம்மாதிரி நிகழ்ச்சிகள் பாலியல் ரீதியாக எழுச்சி கொள்ளச் செய்பவையா, ஆபாசமா என்பதை நோக்கி நியாயமாக வியப்படையலாம்.

அமெரிக்க உச்சநீதிமன்றத்தின் நீதிபதிகள் நீதிமன்றக் கட்டடத்தின் அடித்தளத்தில் தங்கள் வழக்குகளுக்கான ஆபாசப் படங்களின் சிறப்புத் திரையிடல்களைக் காண்பதற்கும், அவை உண்மையில் ஆபாசமானவையா அல்லவா என்று நிர்ணயிப்பதற்கும் ஒன்றுகூடுவது வழக்கம். நீதிபதி ஹார்லன் தமது வாழ்க்கையின் இறுதிப்பகுதியில் ஏறத்தாழக் குருடாகிவிட்டவர். அவர் தமது சட்ட எழுத்தர்களில் ஒருவரை இந்தப் படங்களைப் பார்க்க அழைத்துவருவார். அவர் அடிக்கு அடி (சிலேடை அல்ல) அந்தப் படத்தில் என்ன நடக்கிறது என்பதை வருணிக்க வேண்டும். நீதிபதி ஹார்லன் அப்போது "கடவுளே, எவ்வளவு அசாதாரணமானது"[41] என்று வியப்படைவாராம். அவர்தான் கலிஃபோர்னியாவுக்கு எதிராக கோஹன் என்ற வழக்கில் புகழ்பெற்ற தொடரான "ஒருவருக்கு ஆபாசம், மற்றவருக்குக் கவிதை" என்பதை எழுதியவர்.[42] இதேபோல, அமெரிக்க உச்சநீதி மன்றத்தின் நீதிபதி டக்ளஸ் என்பவரும் இந்தச் சோதனையை வெறுத்ததாகவும், "ஒரு விஷயம் ஆபாசமானதா என்பதை முடிவு செய்ய அது பாலியல் எழுச்சி தருவதாக இருக்க வேண்டும், ஆனால் எனக்கு வயதாக ஆக எனக்குப் பாலியல் எழுச்சி கொள்வது கடினமாக இருக்கிறது" என்று கூறியதாகவும் சொல்லப்படுகிறது.[43] மேலும், ஆபாசம் பற்றிய இந்தியச் சட்டம் பாலியல்ரீதியாக எழுச்சி தரும் விஷயத்தைப் பற்றிக் குழப்பமும் தடுமாற்றமும் அடைவதற்கு காரணமே இல்லை. அதற்கு பதிலாக அது தான் புறக்கணித்துள்ள, மேலும் அக்கறை காட்ட வேண்டிய, ஆபாசப்படங்களில் சம்பந்தப்பட்ட பெண்களின் நலம் போன்றவற்றை அடிப்படையாகக் கொண்ட ஆட்சேபணைகளில் கவனத்தைச் செலுத்தவேண்டும்.

நவீன கொள்கையான நீதிமன்றத்தை இழிவுபடுத்துதல் என்பது, நீதித்துறையினருக்கு மக்களிடையில் ஒரு நல்ல பிம்பத்தை உருவாக்கிப் பாதுகாப்பதற்கு அத்துறையினால் உருவாக்கப் பட்டதாகும். நீதிமன்றத்தை இழிவுபடுத்தும் பேச்சுகளை இந்திய நீதிமன்றங்கள் தண்டிக்கும் அதிகாரம், நீதிமன்றங்களையோ நீதிபதிகளையோ அல்ல, பொதுமக்களைப் பாதுகாப்பதற்காகவே உள்ளது என்பது நீதிமன்றங்கள் சார்பாக முன்வைக்கப்படும் முதன்மை நியாயங்களில் ஒன்று. நீதிமன்றங்கள்மீது மக்களின் நம்பிக்கையைப் பாதுகாக்கவே அவற்றை இழிவுபடுத்தும்

அவமரியாதைக்காரர்களைத் தண்டிக்கும் அதிகாரம் உள்ளது என்று உச்ச நீதிமன்றம் மீண்டும் மீண்டும் கூறிவந்துள்ளது. ஆனால், இது பலவீனமானதொரு வாதம் ஆகும். நீதித்துறையை விமரிசனப்படுத்துவதை அடக்குவது நீதிமன்றங்கள் மீது பொது நம்பிக்கையை உருவாக்கும் வழியல்ல. நீதிமன்றம் என்ன செய்கிறது என்பதைப் பொறுத்து நீதிமன்றத்தைப் பற்றிய ஒருவரது விசுவாசமோ நம்பிக்கையோ அமையுமே தவிர, வெளிப்படையாக மக்கள் அதைப் பற்றி என்ன கூறுகிறார்கள் என்பதனால் உருவாகாது. மையநீரோட்டப் பத்திரிகையோ, தொலைக்காட்சிச் சேனலோ இந்தியாவில் ஏதோ சில நீதிபதிகள் ஊழல் செய்பவர்கள் என்று கூறாது என்றாலும்[44] இந்தியாவின் எல்லா அரசு அதிகாரிகளையும் போலவே சில நீதிபதிகளும் ஊழலில் மிக்கவர்களாக இருக்கலாம் என்ற பொதுமக்கள் கண்ணோட்டம் தவிர்க்கவியலாததாக (நியாயம் அற்றது என்றாலும் கூட) இருக்கிறது என்று கூறலாம். நீதிமன்ற இழிப்புரையாளர்களை அவர்கள் செயலுக்காக தண்டிக்கின்ற உச்சநீதிமன்றத்தின் மற்றும் உயர்நீதிமன்றங்களின் அதிகாரம் வீடுகளின் ஒவ்வொரு வரவேற்பறைக்குள்ளும் உணவுமேசை உரையாடல்களுக்குள்ளும் புகுந்து நீதிபதிகளின் நேர்மையை (அடிப்படையற்றவை ஆனாலும்) நிலைநாட்டிக் கொண்டிருக்க முடியாது. நீதிமன்றங்கள் நேர்மையாகப் பணி செய்கின்றன என்ற பிம்பத்தைப் பாதுகாக்க அவற்றை இழிவுபடுத்தலை தண்டிக்கும் விதிமுறை நல்லது என்று கருதுவது தறுதலைப் போக்குள்ளது.

நீதிமன்றங்களை இழிவுபடுத்துவது பற்றிய குற்றங்களை தண்டிப்பதற்கு இன்று இந்திய நீதிமன்றங்கள் கையாளும் அதிகாரங்களும் மிக விரிவானவை. நீதிபதிகளைப் பற்றிய இழிவுரைகள், மன்றத்துக்கு வெளியில் செய்யப்பட்டாலும், நீதிமன்றத்தின் தினசரி நடவடிக்கைகளைப் பாதிக்காதவையாக இருந்தாலும், நீதியவை மீதுள்ள பொதுமக்களின் நம்பிக்கையை அவை பாதிக்கக் கூடும் என்ற விவாதத்திற்குரிய கோட்பாட்டின் அடிப்படையில் தண்டிக்கப்படக் கூடியவையாக உள்ளன. இது வெகுதொலைவு அதிகாரத்தை மிகையாகப் பயன்படுத்துவது என்று நான் நினைக்கிறேன். நீதிபதி டக்ளஸ் கூறியது போல, "நீதிபதிகள் மனத்திண்மை கொண்டவர்களாக இருக்க வேண்டும், கடினமான சூழலிலும் உயிர்தரிக்கக் கூடியவர்களாக

இருக்க வேண்டும்". இங்கிலாந்தின் கடந்தகாலத் தலைமை நீதிபதி ஒருவர் 1974ஐ ஒட்டிக் குறிப்பிட்டார்: "நீதிபதிகளின் முதுகுகள் கடந்தகாலத்தில் எவ்வளவு பரந்ததாக இருக்கும் என்று கருதப்பட்டனவோ, அதைவிட மேலும் அதிகஅளவு பரந்ததாக இன்று இருக்கவேண்டும்".[45] முன்னாள் உச்சநீதிமன்ற நடுவர், அளவுமீறிச் செல்லக்கூடியவரும் இணக்கமற்றவருமான நீதிபதி கட்ஜுமீது அவமதிப்பு நோட்டீஸ் அனுப்பியும், அமர்விலிருந்த உயர்நீதி மன்ற நடுவர் நீதிபதி சி. எஸ். கர்ணனுக்கு நீதிமன்ற அவமதிப்புக்காக ஆறுமாதம் சிறைத் தண்டனை அளித்தும் அண்மையில் உச்சநீதிமன்றம் ஒரு பெரிய வரலாறு படைத்தது.

இறுதியில் பார்க்கும்போது, இந்தியாவின் அரசியல் சட்டமல்ல, அதன் கலாச்சார நடைமுறைகள்தான் சுதந்திரப் பேச்சின் எல்லைகளைத் தீர்மானிக்கின்றன. தேசிய கௌரவத்தைப் புண்படுத்துதல் இங்கு சகித்துக் கொள்ளப் படுவதில்லை. மத உணர்வுகளோ மிகமிக எளிதாகப் புண்படக்கூடும். இடையில், இந்திய தேசியக் கொடியே எவ்விதம் பறக்கவிடப்பட வேண்டும் என்பதை மிகச் சிக்கலான விதிகள் நிர்ணயிக்கின்றன. உதாரணமாக, தேசியக் கொடி பற்றிய விதித்தொகுதியின் படி, தலைமை நீதிபதி இறந்தால் அரைக்கம்பத்தில் பறக்கவிடப்பட வேண்டும். ஆனால் உச்சநீதிமன்ற நீதிபதி இறந்தால் அவ்வாறு செய்யத் தேவையில்லை. வேடிக்கையான செய்தி, அரசியல்சட்டப் பிரிவு 19(1) (அ)-வைக் கொடியின்மீது பொறித்தல் சட்டத்துக்குப் புறம்பானது என்று விதிகள் உள்ளன. 2016இல் உச்சநீதி மன்றம் ஒரு விசித்திரமான, இடைக்கால ஆணை பிறப்பித்தது. அதன்படி, திரைப்படங்களைத் திரையிடுவதற்கு முன்பாக எல்லா அரங்குகளும் தேசியகீதத்தை ஒலிபரப்ப வேண்டும். அது ஒலிக்கும்போது பார்வையாளர் அனைவரும் எழுந்து நிற்க வேண்டும். அதே ஆண்டு, கால்பந்து விளையாட்டின் சான் பிரான்சிஸ்கோ 49ஆம் ஆண்டினர் குழுவின் ரிசர்வ் குவார்ட்டர்பேக் ஆன காலின் கேபர்னிக் 'பிளாக் லைவ்ஸ் மேட்டர்' (கருப்பினத்தவர் உயிரும் முக்கியம்) என்ற இயக்கத்தின் ஒரு பகுதியாக, ஆப்பிரிக்க அமெரிக்கர்களுக்கு எதிராகக் காவல் துறையினரின் விலங்குத்தனத் தாக்குதலைக் கண்டிக்கும் வகையில், கால்பந்து விளையாட்டுக்கு முன்னர் அமெரிக்க தேசிய கீதம் ஒலித்தபோது, எழுந்துநிற்க மறுத்து பெரும் பரபரப்பை ஏற்படுத்தினார்.

மற்ற விளையாட்டு வீரர்களும் அவரது உதாரணத்தைப் பின்பற்றினர். நமது உச்சநீதிமன்றத்தின் ஆணை இந்தியர்களுக்கு அவ்விதம் கிளர்ச்சி செய்யக்கூடிய வாய்ப்பை மறுக்கிறது. அமெரிக்க உச்சநீதி மன்றத்தின் நீதிபதி ராபர்ட் எச். ஜேக்சன், "கருத்துத்தளத்தில் கட்டாயப்படுத்தி ஒருமைப் படுத்துவது, கல்லறையின் ஒருமிப்பாகத்தான் அமையும்" என்று கூறியதைப் புறக்கணிக்கிறது.

அரசாங்கப் பணியாளர்களுக்கு சுதந்திரப் பேச்சுக்கான உரிமை மிக வரையறைப் பட்டது. சில உயர்நீதிமன்றங்களில், ஒரு வழக்கறிஞர் நீதிபதியாகப் பதவி உயர்வு பெறும்போது, அவர் தமது முகநூல் கணக்கை அழித்துவிட வேண்டும், ஏனெனில் நீதிபதிகள் சமூக ஊடகங்களில் ஈடுபடக்கூடாது என்று அதிகாரபூர்வமற்ற வகையில் எதிர்பார்க்கப்படுகிறது.

இந்தியாவில் பேச்சு, வெளிப்பாட்டுச் சுதந்திரத்தின்மீது அதிர்ச்சியுறும் விளைவை ஏற்படுத்துகின்ற, அமைப்பை ஊடுருவியிருக்கின்ற பிரச்சினைகள் மேலும் பல உள்ளன.

இவற்றுள் முதலாவது, இந்தியாவில் சுதந்திரப் பேச்சுக்கான சட்டம் என்பது அடிப்படையில் ஒரு குற்றச் சட்டம். இங்கு குற்ற வழக்கில் ஈடுபடுவதென்பது மிகவும் வெறுப்புத் தரும் அனுபவமாகும். இராஜத்துரோகம் அல்லது தேசவிரோதப் பேச்சு என்பது கைதுசெய்வதற்குரிய, ஜாமீன் அற்ற குற்றமாகும். அதாவது, ஒரு நபர் உங்களுக்கு எதிராக போலீஸில் தேசவிரோதப் பேச்சுக் குற்றத்தை நீங்கள் இழைத்திருக்கிறீர்கள் என்று புகார் அளித்தால்[46], ஒரு குற்ற நடுவரின் பிடியாணை இன்றி உங்களைப் போலீஸ் கைதுசெய்யும் அதிகாரம் இருக்கிறது, நீங்கள் பிணையில் விடுவிக்கப்பட வேண்டும் என்றால் நீதிமன்றம் செல்லவேண்டும் என்பது இதற்கு அர்த்தம்.[47] இந்தச் சமயத்தில் நீதிமன்றம் அதன் விருப்பம்போல, உங்களுக்குப் பிணை அளிக்கலாம், அளிக்காமலும் போகலாம். ஏனெனில் ஜாமீன் என்பது உரிமை அல்ல. போலீஸ் உங்களை வெள்ளிக்கிழமை மாலை கைது செய்யலாம், பெரும்பாலும் இதற்கு அர்த்தம் நீங்கள் திங்கட்கிழமைதான் பிணையில் வெளிவர முடியும். கைது செய்யப்பட்டு, சில இரவுகளை போலீஸ் காவலில் கழிப்பது என்பது தேசத்துரோகம்

என்பதிருக்கட்டும், வெகுதொலைவாக தேசத்துக்கு எதிரானது என்பதை மட்டும் அல்ல, வேறு எதைச் சொல்வதற்கும் நம்பமுடியாத ஊக்கம் கெடுக்கக்கூடிய அனுபவமாகும். இதற்கு மாறாக, ஆபாசமும் அவதூறும் பிணைவழங்கக்கூடிய குற்றங்களாகும். அதாவது போலீஸ் உங்களைக் கைது செய்தால், ஒரு நீதிமன்றத்துக்குச் செல்லாமலே உங்களைப் பிணையில் விடுவிக்கலாம். இருப்பினும் இந்தியாவில் ஒரு குற்றவழக்கினை முடிப்பதற்கு நெடுங்காலம் ஆகும். இந்தியாவில் ஆபாசம் அல்லது அவதூறு என்னும் குற்றங்களால் சாட்டப்படுவது நீண்டகால நோயுடன் வாழ்வது போலத் தான். விரைவில் அதிலிருந்து விடுபட முடியாது. அதனோடு வாழப் பழகிக் கொள்ள வேண்டும். மேலும் அடிக்கடி கீழ்க் கோர்ட்டுக்கு நாள்முழுதுமான விசாரணைகளுக்குச் செல்லவேண்டும். இப்படிப் பல பத்தாண்டுகள் அல்ல, பல ஆண்டுகள் நடக்க வேண்டியிருக்கும். 2008 டிசம்பரில், அரசியல்வாதியான சசி தாரூர், கொச்சியில் ஒரு நிகழ்ச்சியில், தேசிய கீதம் பாடும்போது குறுக்கிட்டு, பார்வையாளர்களிடம், தேசிய கீதத்தை அமெரிக்கர்கள் பாடுவதுபோல மார்பில் கையை வைத்துக் கொண்டு பாடுங்கள் என்று கூறினார். தேசிய கீதத்தை அவமதித்துவிட்டார் என்று அவர்மீது ஒரு குற்ற வழக்கு தொடுக்கப்பட்டது. ஐந்து ஆண்டுகள் கழித்து, 2013இல்தான் ஒரு கூடுதல் தலைமைக் குற்றவியல் நடுவர் தாரூரை விடுதலை செய்தார்.[48]

அடுத்ததாக, அரசியல் சட்டத்தின்கீழ் சுதந்திரப் பேச்சுக்கான உரிமை என்பது அரசாங்கத்துக்கோ அதன் வழிவகைகளுக்கோ முகமைகளுக்கோ எதிராகத்தான் கிடைக்க வேண்டும்.[49] இது ஒரு மேற்கத்திய, தாராளவாதக் கருத்து. அதாவது அரசாங்கம்தான் ஒரு பிரம்மாண்டமான அசுரத்தனமான அமைப்பு, அது தனிமனிதர்களின் சுதந்திரத்திற்கு எதிராக இருக்கிறது, அதனிடமிருந்து தனிமனிதன் தன்னைக் காத்துக்கொள்ள வேண்டும் என்பது கருத்து. ஆனால் இன்று நவீன இந்தியாவில், சுதந்திரப் பேச்சு போன்ற உரிமைகள் தனிப்பட்ட அமைப்புகளாலும் அழிக்கப்படலாம். அதாவது, "இன்னாரைத் தேர்ந்தெடுங்கள்" என்று நீங்கள் ஒரு பிரசுரத்தினை வைக்கக்கூடாது என்று அரசாங்கம் கூறினால், நீங்கள் உங்கள் பேச்சுச் சுதந்திரத்தைப் பயன்படுத்தி அரசாங்கத்தின் முடிவைக்

கேள்விக்குட்படுத்தலாம். ஆனால், அப்படிச் சொல்லும் ஒரு பிரசுரத்தினை நீங்கள் வைக்கக்கூடாது என்று உங்கள் முதலாளி அல்லது நிறுவனத்தலைவர் கூறும் போது உங்களால் சுதந்திரப் பேச்சுக்கான அடிப்படை உரிமையைப் பயன்படுத்த இயலாது. ஏனென்றால் அப்படிப்பட்ட உரிமைகள் அரசாங்கத்துக்கும் அதன் முகமைகளுக்கும் எதிராக மட்டுமே பயன்படுத்த இயலுபவை. தனிப்பட்ட, அரசு அல்லாத செயல்படுவோர் வாயிலாகவே இந்தியா மாதிரி ஒரு நாட்டில் சுதந்திரப் பேச்சுக்கு அச்சுறுத்தல்கள் பெரும்பாலும் வருவதால், இது மிகவும் சிக்கலானது. இந்து தேவியர்களை நிர்வாணமாக வரைந்ததனால்[50] மனம் புண்பட்ட சட்டத்தைக் கையிலெடுக்கும் தான்தோன்றிக் குழுக்கள் அவருக்கு அளித்த மரண அச்சுறுத் தல்கள் காரணமாக இந்தியாவின் மிகப் புகழ்பெற்ற ஓவியர் எம்.எஃப். ஹுசேன், தில்லி உயர்நீதிமன்றத்தின் தீர்ப்பு அவருக்கு எதிராக அளிக்கப்பட்ட கைதுசெய்வதற்கான ஆணைகளையும் பிடியாணைகளையும் விலக்கிவிட்ட பிறகும் தமது கடைசிக் காலத்தைத் தாமே நாடுகடத்திக் கொண்ட நிலையில் கழித்தார்.[51] மகாராஷ்டிராவில் பாலிவுட் திரைப்பட இயக்குநர், கரண் ஜோஹரின் திரைப்படங்கள் மீண்டும் மீண்டும் வலதுசாரி இந்து அரசியல் கட்சியினரின் தாக்குதல்களுக்கு இலக்காகி வருகின்றன. ஜோஹரின் ஒரு திரைப்படத்தில் மும்பை, பம்பாய் என்று குறிப்பிடப்பட்டதன் காரணமாகவும், மற்றொன்றில் ஒரு பாகிஸ்தான் நடிகர் நடித்ததன் காரணமாகவும் இந்தக் கட்சியினர் அவரது படங்கள் திரையிடப்படும் திரைப்பட அரங்குகளைக் காழ்ப்புணர்ச்சியுடன் தாக்கினர். 2017 பிப்ரவரியில் தில்லியின் ராம்ஜாஸ் கல்லூரி தேசத்திற்கு எதிரான பார்வைகளைக் கொண்டிருந்ததாகக் கருதப்பட்டவர்களை எதிர்ப்புக் கலாச்சாரங்கள் (கல்ச்சர்ஸ் ஆஃப் புரொடெஸ்ட்) என்ற தங்கள் கருத்தரங்கத்திற்கு அழைத்திருந்தது. மாணவர்கள் நடத்தும் அரசியல் கட்சியாகிய ஏபிவிபி (அகில இந்திய வித்யார்த்தி பரிஷத்)[52]யின் உறுப்பினர்கள் அந்த நிகழ்ச்சிக்கு எதிர்ப்புத் தெரிவித்து வன்முறையில் ஈடுபட்டதால் அந்நிகழ்ச்சி கைவிடப்பட்டது. தான்தோன்றிக் காழ்ப்புணர்ச்சிக் குழுக்களுக்கு எதிராக சுதந்திரப் பேச்சுக்கான அடிப்படை உரிமை என்பது அர்த்தமற்றது.

★★★

சரி, இதனால் எல்லாம் இந்தியாவில் நமக்குப் பேச்சுச் சுதந்திரத்திற்கும் வெளிப்பாட்டுச் சுதந்திரத்திற்கும் உரிமையே இல்லை என்று சொல்ல வரவில்லை. பல ஆண்டுகளாக, உச்சநீதிமன்றத்தின் நீதிபதிகள் பேச்சுச் சுதந்திர உரிமைக்கான பல வழக்குகளைப் போற்றத்தக்க முறையில் கையாண்டிருக்கிறார்கள். 1980களில் கேரளத்தில் ஜெஹோவாவின் சாட்சிகள் என்ற மதக் குழுவைச் சேர்ந்த பிள்ளைகள் மூன்று பேர், தேசிய கீதம் பாடப்படும்போது மரியாதையுடன் எழுந்து நின்றாலும், தேசிய கீதத்தைப் பாட மறுத்துவிட்டார்கள். அதனால் பள்ளியிலிருந்து வெளியேற்றப் பட்டார்கள். நீதிபதி ஓ. சின்னப்ப ரெட்டி அப்பிள்ளைகளைப் பள்ளியில் சேர்த்துக் கொள்ளுமாறு கட்டளையிட்டார். “நம் பாரம்பரியம் சகிப்புத் தன்மையைப் போதிக்கிறது; நமது அரசியல் சட்டமும் சகிப்புத் தன்மையை போதிக்கிறது; நாம் அதை நீர்க்கச் செய்ய வேண்டாம்” என்று அவர் கூறினார். ராஜ்கபூரின் சத்யம் சிவம் சுந்தரம் படத்திற்கு எதிராக ஆபாச வழக்கு ஒன்று போடப்பட்டபோது, நீதிபதி வி.ஆர். கிருஷ்ணய்யர், “உலகத்தின் மிக உயர்ந்த ஓவியங்கள், சிற்பங்கள், பாடல்கள், நடனங்கள், இந்தியாவின் ஒளிமிக்க பாரம்பரியமான கோனாரக்குகளும் கஜுராஹோவும், மிக உயர்ந்த காவியங்களின் காமச்சுவையுள்ள பகுதிகள் ஆகியவை ஒழுக்கம் பேணுபவர்கள், தங்களைத் தாங்களே உயர்ந்தவர்களாகக் கருதிக் கொள்ளும் அறநெறியாளர்கள் போன்றோரின் சட்டத்தினால் மூச்சடைத்துக் கொல்லப்படும்” என்று குறிப்பிட்டார். புக்கர் பரிசினைப் பெற்ற நாவலாசிரியரான அருந்ததி ராய் நீதிமன்ற அவமதிப்புக்காக உச்சநீதிமன்றத்தினால் வழக்குப் போடப்பட வேண்டும் என்றபோது, நீதிபதி எஸ். பி. பரூச்சா “அவரது கருத்துகளைப் புறக்கணிக்கும் அளவுக்கு நீதிமன்றத்தின் தோள்கள் பரந்துள்ளன” என்றார்.[53] மேலும் அண்மையில், இந்திய ஒன்றியத்துக்கு எதிராக ஸ்ரேயா சிங்கல் வழக்கில்[54], தொல்லை தரக்கூடிய, (ஒருவர் மனரீதியாக ஏற்றுக்கொள்ள) வசதியற்ற, புண்படுத்துகின்ற பதிவுகளை முகநூலில் வெளியிடுபவர்களைக் குற்றச் சட்ட வாயிலாகத் தண்டிக்க வேண்டும் என்னும் 2000ஆம் ஆண்டின் தகவல் தொழில்நுட்பச் சட்டத்தின் 66-அ பிரிவினை நீதிபதி நாரிமன் செல்லாததாக்கினார். “எவ்வளவுதான் மக்களின் விருப்பத்திற்கு ஒவ்வாததாக இருந்தாலும், ஒரு குறிப்பிட்ட விஷயத்தை வெறுமனே விவாதிப்பதையோ அல்லது பரிந்துரை

செய்வதையோ கூட, சட்டத்தினால் தடைசெய்ய முடியாது" என்றார் அவர். "அப்படிப்பட்ட விவாதமோ, பரிந்துரையோ, வன்முறையைத் தூண்டும் நிலைக்குச் செல்லும்போதுதான் பிரிவு 19(2) நுழைகிறது."

இதுபோல இந்தியாவிலுள்ள உயர்நீதிமன்றங்கள் பேச்சுச் சுதந்திரத்திற்கு ஆதரவாக நின்ற உதாரணங்கள் பல உண்டு. உதாரணமாக, 2014இல், 'ஆல் இந்தியா பக்சோத்' (ஏஐபி) என்ற நகைச்சுவைக் குழுவினர் மும்பையில் இரண்டு பாலிவுட் பிரபலங்கள் பங்கேற்கும் தடையற்ற கேலி நகைச்சுவை நிகழ்ச்சியை நடத்தினர். எந்தக் கேலி நிகழ்ச்சியிலும் போலவே, அவர்களின் நகைச்சுவையாளர்கள் மிக மோசமான மொழியையும் தங்கள் வழக்கமான நகைச்சுவை நடப்பில் பயன்படுத்தினர். அந்த நிகழ்ச்சி யூ-ட்யூபில் ஏற்றம் செய்யப்பட்டபோது, ஆபாசப் பேச்சுகள் இடம்பெற்றுள்ளன என்ற புகார்கள் காவல்துறையில் பதிவுசெய்யப் பட்டன. நிகழ்ச்சியை நடத்திய கலைஞர்கள்மீது மட்டுமன்றி, பார்வையாளர்களாக அமர்ந்து அவற்றைச் சிரித்து ரசித்தும் பாராட்டியும் இருந்த சில பிரபலங்கள் மீதும் புகார் செய்யப்பட்டது. குற்றம் சாட்டப்பட்டவர்கள்மீது கைது போன்ற எவ்வித ஒடுக்குகின்ற நடைமுறைகளையும் எடுக்கக்கூடாது என்று காவல்துறைக்கு பம்பாய் உயர்நீதிமன்றம் ஆணையிட்டது.[55] இதுபோல 2015இல் வங்காளத்தில் முதலமைச்சரை வசைக்குட்படுத்திய ஒரு கேலிச்சித்திரத்தை அம்பிகேஷ் மஹாபாத்ரா என்ற வேதியியல் பேராசிரியர் சுற்றுக்கு விட்டார். அவரைக் காவல் துறை கைது செய்தது. கல்கத்தா உயர்நீதிமன்றம் அவரை விடுவித்து நஷ்டஈடு வழங்கியது.[56] இப்படிப்பட்ட உதாரணங்கள் பல உள்ளன, ஆகையால் இந்தியர்கள் பேச்சுச் சுதந்திரத்தை அனுபவிக்காதவர்கள் என்று கூற நிச்சயமாக முடியாது. ஆனால் இன்று சுதந்திர வெளிப்பாட்டு உரிமைக்கு அளிக்கப்படும் விதிவிலக்குகளை நோக்கும்போது, 1950இன் அரசியல் சட்டம் முன்பிருந்த நிலையிலிருந்து சுதந்திரமாகப் பேசுகின்ற உரிமையில் பெரிய மாற்றம் எதையும் கொண்டுவரவில்லை என்ற கருத்தை இந்த நூல் முன்வைக்கிறது.

★★★

இயல் 2
அரசாங்கங்களின் அடிபட்ட அகம்பாவம்

இந்த இயல் அரசியலமைப்புச் சட்ட அமுலாக்கத்திற்கு முன்னர் பிரிட்டிஷ் இந்தியாவில் கையாளப்பட்டுவந்த தேசவிரோதம் (இந்தியாவில் தேசவிரோதம் என்பது இங்கிலாந்தில் இராஜத்துரோகம் எனப்பட்டது) பற்றிய சட்டத்தை ஆராய்கிறது.[1] பிரிட்டிஷ் இந்தியாவின் சட்டம் இந்திய மொழிகளிலிருந்த அதாவது உள்நாட்டு மொழிகளிலிருந்த பத்திரிகைகளில் வெளிவரும் எதிர்க்கருத்துகளை ஒழிக்கவும், வேற்றுமை பாராட்டி அடக்கவும் வடிவமைக்கப்பட்டது என்பதை நாம் காணலாம். அரசாங்கத்திற்கு எதிராக வெறுமனே வெறுப்பினை எழுப்புவதே ஒரு தண்டனைக்குரிய குற்றம் என்று தேசவிரோதச் சட்டம் இங்கு கூறியது. ஆனால் இதே காலத்தில் இங்கிலாந்தில் கலகங்கள், வன்முறைகளை தீவிரமாகத் தூண்டும் வெளிப்பாடுகள் மட்டுமே தண்டனைக்குரியவை என்று இந்தச் சட்டம் கூறியது. இங்கிலாந்தில், இராஜத்துரோகம் என்பது ஒரு தவறான நடத்தை அல்லது சிறு குற்றம்தான்.[2] அதற்கு இரண்டாண்டுகள் சிறைத் தண்டனை விதிக்கப்படலாம். ஆனால் பிரிட்டிஷ் இந்தியாவில் தேசவிரோதக் குற்றம் சாட்டப்பட்ட ஒருவர் வாழ்நாள் சிறைக்கென அந்தமானுக்கு அனுப்பப் படலாம். இங்கிலாந்தின் வரலாற்றில் தவறான நடத்தைகள் என்பவை நாம் இப்போது ஜாமீன் வழங்கப் படக்கூடிய குற்றம் என்று கூறுவதை ஒத்தவை. (அதாவது, விசாரணைக்கு முன்பே ஜாமீனில் விடுவிக்கப்படும் உரிமை குற்றம் சாட்டப்பட்டவருக்கு உண்டு).[3] ஆனால் இந்தியக் குற்றவியல் சட்டத்தின்கீழ் தேசவிரோதம், ஜாமீனில் வெளியே

எடுக்கப்பட முடியாத குற்றமாக்கப்பட்டது. அதனால் அக்குற்றம் சாட்டப்பட்ட ஒருவரின் சுதந்திரமும் குற்றவியல் நடுவரின் விருப்புரிமைக்கு உட்பட்டதாகியது. இங்கிலாந்தில் ஜூரிகளின் (நடுவர்களின்) ஒரேமாதிரிக் கருத்து இருந்தால் மட்டுமே தேசவிரோதக் குற்றம் சாட்டப்பட முடியும். ஆனால் பிரிட்டிஷ் இந்தியாவில் ஜூரிகளின் தீர்ப்புகள் ஒரேமாதிரியாக இருக்க வேண்டிய அவசியமில்லை. ஒரு முக்கிய தேசியத் தலைவரான பால கங்காதர திலகர் திரும்பத்திரும்ப ஒத்த கருத்தற்ற ஜூரிகளால் தேசவிரோதக் குற்றம் சாட்டப்பட்டு தண்டிக்கப்பட்டார். ஆனால் இங்கிலாந்தில் இது குற்றம் சாட்டப்படப் போதிய ஒன்றாக இருந்திருக்க இயலாது. இந்தியாவில் பெரும்பாலும் வெள்ளையர்களே ஜூரிகளாக இருந்த சிறப்பு அவைகளில் தேசவிரோதக் குற்றங்கள் விசாரிக்கப் பட்டன. அதனால் அவர்களுக்குச் சம தகுதியுடைய, சமகால இந்திய ஜூரிகள் விசாரிக்கும் உரிமை குற்றம் சாட்டப்பட்டவர்களுக்கு மறுக்கப்பட்டது. பிரதேச மொழி பத்திரிகைகளைப் படிப்பவர்கள் அறிவற்றவர்கள், அறியாமையில் ஊறியவர்கள், எனவே அவர்கள் தேசவிரோத எழுத்துகளால் உடனடியாகக் கவரப்படுபவர்கள் என்று காலனிய நீதிமன்றங்கள் நம்பின. வருத்தத்திற்குரிய விஷயம் என்னவெனில், சுதந்திர இந்தியாவிலும் இந்த முறைமைகள் மாறவில்லை. 1950இன் அரசியலமைப்புச் சட்டம் நிறைவேற்றப் பட்டாலும், தேசவிரோதச் சட்டத்தில் எந்தவித மாற்றமும் ஏற்படவில்லை.

ஆங்கிலச் சட்டம்: நேரடித் தூண்டுதல்

1860இல் இந்திய தண்டனைச் சட்டம் அமலாக்கப்பட்டது. அந்தச் சமயத்தில் சட்ட நூல்களில் இராஜத்துரோகம் பற்றிய சட்டத்திற்கும், செயல்முறையில் இருந்த சட்டத்திற்கும் கூர்மையான வேறுபாடு இருந்தது. இராஜத்துரோக உள்நோக்கத்துடன் ஒருவர் ஏதேனும் பேசினாலோ,[4] பிரசுரித்தாலோ[5] அவர் குற்றம் செய்தவராகக் கருதப்படுவார். "அதாவது அரசருக்கோ அரசாங்கத்துக்கோ எதிராக வெறுப்பையோ அவமதிப்பையோ தூண்டும் வகையில், அல்லது விசுவாசமின்மையையோ" அந்த உள்நோக்கம்

கொண்டிருக்க வேண்டும். அல்லது "சட்டபூர்வமான வழிகளில் அன்றி வேறு வழிகளில் கடுமையான சண்டையைத் திருச்சபை அல்லது அரசின் ஏதாவது ஒரு விஷயத்தில் கொண்டிருக்க வேண்டும்" அல்லது "மேன்மைமிகு அரசியாரின் குடிமக்களிடையே அதிருப்தியையோ அமைதிக்கு பங்கத்தையோ எழுப்பியிருக்க வேண்டும்" அல்லது "அப்படிப்பட்ட குடிமக்களின் வெவ்வேறு வகுப்பினரிடையே அவநம்பிக்கையையோ வெறுப்பையோ மேம்படுத்தும் விதமாகக் கூட அமையலாம்".[6] அதாவது இந்திய தண்டனைச் சட்டத்தைக் கொண்டுவரும்போது ஆங்கிலச் சட்டத்திலிருந்த இராஜத்துரோகம் பற்றிய அதிகாரபூர்வ வரையறை நம்பமுடியாத அளவுக்குப் பரந்து விரிந்ததாக இருந்தது. இராஜத்துரோக வார்த்தைகள் ஆட்சி எதிர்ப்பையோ, கலகத்தையோ பொதுமக்களிடையே குழப்பத்தையோ உருவாக்க வேண்டும் என்ற அவசியம் இல்லை. அல்லது மேற்கண்டவற்றுடன் காரண அடிப்படையிலான உடனடித் தொடர்பைக் கொண்டிருக்கவும் தேவையில்லை. இந்த வரையறைக்குள் வெறுப்புப் பேச்சு என்பதும் அடங்கியது.

ஆனால் நடைமுறையில், இங்கிலாந்தில் இராஜத்துரோகச் சட்டம் மிக அதிக அளவில் நீர்த்துப் போயிருந்தது.[7] 1832இல் இருந்து,[8] இங்கிலாந்தின் இராஜத் துரோகக் குற்றத்தில் அரசுக்கு எதிராக நேரடியாகக் குற்றங்களைச் செய்யத் தூண்டும் தூண்டுதல்களே தண்டனைக்குரியவையாகக் கருதப்பட்டன. சர் ஜேம்ஸ் ஃபிட்ஸ்ஜேம்ஸ் ஸ்டீஃபன், இந்திய அரசுப் பிரதிநிதி மன்றத்தின் சட்ட உறுப்பினராக இருந்தவர். இந்தியாவில் இராஜத்துரோகக் குற்றத்தை அறிமுகப் படுத்தியவர். இங்கிலாந்தில் அரசியல் விஷயங்களைப் பற்றிய சுதந்திரமான விவாதம் பற்றிய பொதுமக்கள் உணர்வில் மாற்றம் காணப்படுகிறது, அரசியல் அவதூறுகளை முக்கியமற்றவை என்று சொல்லும்படியாக மாற்றிவிட்டது என்று அவர் கூறினார். "1832இல் இருந்து, இங்கிலாந்தில் இராஜத்துரோகக் குற்றத்திற்கான சாட்டுதல்கள் மிக அபூர்வமாகி, இல்லாமல் போய்விட்டன" என்றும் கூறினார்.[9] சுருக்கமாகச் சொன்னால் 1860இல் இந்தியாவில் தண்டனைச் சட்டம் கொண்டுவரப்பட்ட போது, இங்கிலாந்தின் சட்டப் புத்தகங்களில் இராஜத்துரோகம் பற்றிய வரையறை மிகப் பரந்ததாகவும் வலிமையானதாகவும்

இருந்தபோதும், செயல்பாட்டில் அந்தச் சட்டம் இங்கிலாந்தில் மிக அரிதாகக் கையாளப்படுவதாகவே இருந்தது.

இங்கிலாந்தில் இராஜத்துரோகம் என்பது ஒரு நடத்தைக் கேடு அல்லது மிகச் சிறிய குற்றமாகக் கருதப்பட்டது.[10] தண்டிக்கப் பட்டால், அதற்குப் பெரும்பாலும் இரண்டுவருட சிறைத்தண்டனை மட்டுமே அளிக்கப்பட்டது.[11] அதற்கு மாறாக, கொடுங்குற்றம் அல்லது சதிசெய்தல் என்பவை கடும் தண்டனைக்குரிய கடுமையான குற்றங்களாகக் கருதப்பட்டன. நடத்தைக் கேடுகள் என்பன நாம் இப்போது அறியொணாக் குற்றங்கள் என்று சொல்பவற்றில் அடங்கும். அதாவது இவற்றில் நடத்தைக் கேடுள்ள ஒருவரை ஒரு குற்ற நடுவரின் ஆணை அல்லது நேர்ப்படுத்தல் இன்றி ஒரு காவல் அதிகாரி கைதுசெய்யவோ விசாரிக்கவோ முடியாது.[12] இவை ஜாமீனில் விடுவிக்கப்படக் கூடியவை. அதாவது, விசாரணைக்கு முன் சிறையிலிருந்து அவருக்கு எவரேனும் பிணை அளித்தால் அவர் வெளிவரும் உரிமை உண்டு. இந்த ஜாமீனுக்கு ஒரு குற்றவியல் நீதிமன்றத்தின் அனுமதி தேவையில்லை.[13] இராஜத்துரோகம் உள்ளிட்ட எல்லாக் குற்ற வழக்குகளிலும், இங்கிலாந்தில் விசாரிப்பதற்கு 12 நடுவர்கள் (ஜூரிகள்) நியமிக்கப் படுவார்கள். அவர்கள் ஒருமித்த கருத்தினைத் தெரிவிக்க வேண்டும். ஒருமித்த கருத்தைத் தெரிவிக்க வேண்டும் என்ற விதி மிக முக்கியமானது என்ற ஸ்டீஃபன் கருதினார். இந்த விதியை நீக்க வேண்டுமானால், ஜூரிகள் நியமன முறையையே ஒழிக்க வேண்டும் என்னும் அளவுக்கு அதற்கு முக்கியத்துவம் அளித்தார்.[14]

மெக்காலேயின் 1873 வரைவு

இந்திய தண்டனைச் சட்டம் நான்கு உறுப்பினர்களைக் கொண்ட ஒரு சட்ட ஆணையத்தினால் வரைவு செய்யப்பட்டது.[15] இவர்களில் செல்வாக்கு மிக்க ஆள் தாமஸ் பேபிங்டன் மெக்காலே என்பவன். அவன் 1835இல் அதிமேதாவித் தனத்தோடு “இந்தியா அரேபியா ஆகிய நாடுகளின் மொத்த இலக்கியத்தை விட ஒரு அலமாரி அளவு நல்ல ஐரோப்பிய நூலகமே தகுதிபடைத்தது” என்று எழுதியவன்.[16] இரண்டு ஆண்டுகள் கழித்து[17] மெக்காலே இந்திய தண்டனைச் சட்டத்தைத்

தொகுத்தான். அதன் 113ஆம் பிரிவு, எவரும் அரசாங்கத்துக்கு விசுவாசமின்மை உணர்ச்சிகளைத் தூண்டுவது குற்றம் என்றும், ஆனால் அரசாங்கத்துக்குப் பணிவான, மரியாதையுள்ள, விமரிசனக் கருத்துரைகளைச் சொல்வது எவ்வித தண்டனைக்கும் உரியதல்ல என்றும் கூறுகிறது.[18]

இங்கிலாந்தில் நடைமுறையிலிருந்த உண்மையான இராஜத்துரோகச் சட்டத்திலிருந்து மெக்காலேயின் 113ஆம் பிரிவின் வரைவு வேறுபட்டது. உதாரணமாக ஒழுங்கின்மையை நேரடியாகத் தூண்டுகின்ற பேருக்கு மட்டுமே இராஜத் துரோகத் தண்டனைகளை அது விதிக்கவில்லை. குற்றச்சாட்டுகள் மிக அபூர்வமாக இருக்கும் என்றும் அது சொல்லவில்லை. இராஜத்துரோகக் குற்ற அவதூறு இங்கிலாந்தில் ஒரு நடத்தைக் கேடு என்று மட்டுமே இங்கிலாந்தில் கருதப்பட்டாலும் இந்தியாவில் அதற்கு பிரம்மாண்ட உச்சபட்ச தண்டனையாக ஆயுள் முழுவதும் நாடு கடத்தல் விதிக்கப்பட்டது.[19] ஆனால் இராஜத்துரோக அவதூறுக்கான முறையான, பரந்துபட்ட, ஆங்கிலச் சட்டம் அந்தப் பிரிவுக்குள் ஒட்டுமொத்தமாகக் கொண்டுவரப்படவில்லை. அதாவது மெக்காலே இராஜத்துரோகம் என்ற குற்றம் அரசாங்கம் பற்றிய வெறுப்பையோ அவமதிப்பையோ விளைவிப்பது என்று மட்டும் கூறவில்லை. இந்திய தண்டனைச் சட்டக் குறிப்பில் மெக்காலே பின்வருமாறு எழுதினான்:

> ஒரு மாகாணத்தின் ஆளுநரின் பொது நிர்வாகத்தின்மீது நன்னம்பிக்கையோடு செய்யப்படும் எந்தத் தாக்குதலும் நற்பெயரை இழிவுபடுத்துவதாக இருக்க முடியாது. ஆனால் அதன் ஆசிரியர் அரசாங்கத்துக்கு எதிராக மக்களைப் பற்றவைக்க அந்தச் செய்தியை வடிவமைத்திருந்தால் அவருக்கு 113ஆம் பிரிவின் கீழ் தண்டனை வழங்கப்படும்.[20]

மெக்காலேயின் இந்திய தண்டனைச் சட்ட வரைவு பிரிட்டிஷ் இந்தியாவில் சட்டமாகச் சில தசாப்தங்கள் பிடித்தது. அவனது வரைவு 1837இல் செய்யப்பட்டது. ஆனால் இந்திய தண்டனைச் சட்டம் 1860இல் கொண்டுவரப்பட்டது. இடையில் 1846இல் இந்தியச் சட்ட ஆணையம் இந்திய தண்டனைச் சட்டத்தின்மீது தனது இரண்டாவது அறிக்கையை ஆலோசனையிலிருந்த

தலைமை ஆளுநருக்கு அளித்தது. அதில் இராஜத்துரோகத்தைப் பற்றிய பிரிவுக்குச் சட்ட ஆணையத்தின் பல உறுப்பினர்கள் மறுப்புக் குறிப்புகளைப் பதிவு செய்திருந்தனர். உதாரணமாக, ஒரு உறுப்பினர்[21], இராஜத்துரோகம் என்பதன் வரையறை தெளிவற்றதாக உள்ளது என்றும், அந்தக் குற்றம் நாடுகடத்தும் ஆயுள் தண்டனைக்கும் அளவற்ற தண்டத் தொகைக்கும் உரியது என்பதாலும், அரசாங்கத்துக்கு எதிரான மிகச் சிறிய பழிப்புரையும் மிகப் பெரிய அளவு கடுமையாக தண்டிக்கப்படும் என்பதாலும் அதைப் பற்றி அக்கறை கொண்டிருப்பதாகக் குறிப்பிட்டார். மற்றொருவர்[22] கொள்கை ரீதியாக, எல்லா அரசாங்கங்களும் வெறும் சொற்களுக்காக, அவை அரசின் நலன்களைப் பாதிக்கின்ற விதமாக இருந்தாலொழிய, தண்டிக்கக் கூடாது என்று தெரிவித்தார். அவரைப் பொறுத்தவரை, இந்தியாவுக்காக முன்வைக்கப்பட்ட இராஜத்துரோகச் சட்டம், பொதுமக்கள் பத்திரிகைத் துறை மீதான நேரடித் தாக்குதல் ஆகும். இதேபோல, மற்றொரு உறுப்பினர்[23] 113ஆம் பிரிவைத் தற்காப்புச் செய்தல் முற்றிலும் இயலாது என்றார்.

ஆனால் சட்ட ஆணையத்தின் பெரும்பான்மை உறுப்பினர்கள் மெக்காலேயின் இராஜத்துரோகச் சட்ட வரைவினை ஆதரித்தனர். அவர்கள் எழுத்து மூலமாகவும், பேச்சு மூலமாகவும் சொல்லப்படும் சொற்கள் அனைத்தையும் இராஜத்துரோகம் என்ற வரையறைக்குள் கொண்டுவர வேண்டும் என்று கருத்துத் தெரிவித்தனர். பேச்சுத் தொடர்பில் சொல்லப்படுபவை குறுகிய வாழ்வுள்ளவை என்றாலும், மிக எளிதாகவும், மிகவும் திடீரென்றும், எனவே அபாயகரமாகவும் ஒரு பிரபலமான தலைப்பின்மீது ஆற்றப்படுகின்ற பற்றிக் கொள்ளும் தன்மை வாய்ந்த திறமை மிக்க சொற்பொழிவினால் தூண்டப்படும் என்றனர். அதுவும் ஒரு திறன்மிக்க பேச்சாளரால் மக்கள் கூட்டத்தில் ஆற்றப்பட்டால், எழுத்து அல்லது அச்சு மூலமான தாள்கள் சுற்று ஏற்படுத்துவதைவிட அதிக விளைவை உண்டாக்கும். "வெறும் நோக்கமின்றிப் பேசப்படும் தெளிவற்ற பேச்சுகள் இராஜத்துரோகக் குற்றத்தின்கீழ் தவறாகக் கருதப்படக் கூடாது. எது தண்டிக்க வேண்டியது என்றால்:

அரசாங்கத்தின் சட்டபூர்வமான அதிகாரத்துக்குக் கீழ்ப்படிவதற்குப் பொருந்தாத மனநிலையை ஏற்படுத்தும் அளவுக்கு, அதிக அளவு மக்களுக்கு உணர்ச்சி ஏற்படுத்தும் வகையில் விசுவாசமின்மையைத் தூண்டக்கூடிய அறிவுரை, நெறிப்படுத்துதல், செயலுக்குத் தூண்டுதல் கொண்ட பேச்சாக இருந்தால்... அப்படிப்பட்ட உணர்ச்சி வேகத்தை ஏற்படுத்தக்கூடிய சூழலில் பேசப்பட்டால், அல்லது பேச்சாளர் அந்தச் சூழலில் அப்படிப்பட்ட உணர்ச்சி வேகத்தைத் தனது பேச்சு ஏற்படுத்தும் என்று அவருக்குத் தெரிந்திருந்தால் தண்டிக்க வேண்டும்.[24]

ஸ்டீஃபன் 1870இல் கொண்டுவந்த திருத்தம்

ஏதோ காரணத்தினால் இந்திய தண்டனைச் சட்டத்தின் 1860ஆம் ஆண்டின் இறுதி வடிவத்திற்குள் மெக்காலேயின் 1837 முன்வரைவின் 113ஆம் பிரிவு சேர்க்கப்படவில்லை. 113ஆம் பிரிவு இந்திய தண்டனைச் சட்டத்தில் எப்படியோ சேர்க்கப்படாமல் விட்டுவிடப்பட்டது, இறுதிவரைவை உருவாக்கும்போது யாரோ தவறு செய்துவிட்டார்கள் என்பதுதான் அதன் அதிகாரபூர்வ விளக்கம். பத்தாண்டுகள் கழித்து, 1870இல்[25], அரசப்பிரதிநிதியின் செயலாற்று மன்றத்தின் சட்ட உறுப்பினர், சர் ஜேம்ஸ் ஃபிட்ஸ்ஜேம்ஸ் ஸ்டீஃபன் இந்திய தண்டனைச் சட்டத்திற்குள் மெக்காலேயின் 113ஆம் பிரிவை உள்நுழைக்க ஒரு மசோதாவைக் கொண்டு வந்தார்.[26] காரணங்காட்ட இயலாத ஒரு தவற்றினால் இந்திய தண்டனைச் சட்டத்தில் இராஜத்துரோகம் விட்டுவிடப்பட்டது என்று அவர் கூறினார். 1860 இந்திய தண்டனைச் சட்டத்தில் 113ஆம் பிரிவு, அக்காலத்தில் இங்கிலாந்தில் இருந்த இராஜத்துரோகச் சட்டத்திற்குப் பொருந்தாமல் இருந்ததால் அது விட்டுவிடப் பட்டிருக்கலாம். சட்ட உறுப்பினர் பார்ன்ஸ் பீகாக் என்பவர் தொடர்ந்து மெக்காலேயின் பிரிவு 113க்கான வரைவினை மறுதிருத்தம் செய்து ஆங்கில இராஜத்துரோகச் சட்டத்திற்கு ஒத்ததாக ஆக்கினார் என்பதால் இது பெறப்படுகிறது. பிறரை அரசுக்கு எதிராக வன்முறைச் செயல்கள் செய்யவோ எதிர்ப்புக்கோ தூண்டினால் ஒழிய அது இராஜத்துரோகம் ஆகாது என்று அவரது திருத்தம் கூறியது. ஆனால் பிரிவு

113க்கு பீகாக் செய்த முன்வரைவு சட்டமாகவே இல்லை. இந்திய அரசாங்கத்தின் சட்டபூர்வ அதிகாரத்தைத் தடுக்கின்ற அல்லது அதற்குக் கீழ்ப்படியாமல் இருக்கும் அளவுக்கு விசுவாசமின்மையை மற்றவர்களுக்கு ஏற்படுத்துமாறோ, அல்லது அமைதியைத் தகர்த்து சட்டத்தை மீறச் செய்யுமாறோ இருந்தால் மட்டுமே அப்பேச்சினைக் குற்றப்படுத்த வேண்டும் என்பது அவர் வரைவு.[27]

1860 இந்திய தண்டனைச் சட்டத்தின் வரைவை உருவாக்கியவர்கள் இது போன்றதொரு குற்றச் சட்டத்தை இங்கிலாந்தில் வரைவதற்கு முன்மாதிரியாக அமைந்துவிடுமோ என்ற அக்கறையினால்தான் பிரிவு 113ஐ விட்டுவிட்டார்கள் என்று தோன்றுகிறது.[28] ஏனெனில், இங்கிலாந்தில் அதற்கெனத் தனிக் குற்றச் சட்டம் இல்லை.[29]

தலைமை அரசப் பிரதிநிதியின் மன்றத்தில் இந்த மசோதாவை அறிமுகப்படுத்தும் போது, மெக்காலே வரைவின் 113ஆம் பிரிவு அரசாங்கச் செயல்பாடுகளின் எந்த விமரிசனத்தையும், எவ்வளவு கடுமையாகவும், வெறுப்புடனும் இருப்பினும், அல்லது எவ்வளவு கபடமாகவும், நியாயமற்றதாகவும், தவறான தகவல்களைக் கொண்டதாகவும் இருந்தாலும், அது குற்றம் என்று சொல்லவில்லை என்று ஸ்டீஃபன் கூறினார். கேட்போரிடம் நேரடியாகவோ மறைமுகமாகவோ ஒருவரின் பேச்சு பலத்தைப் பிரயோகிக்குமாறு தூண்டினாலோ ஆலோசனை அளித்தாலோ தான் அது குற்றமாகிறது என்றார். எனினும் சிலசமயங்களில், தன்னளவில் எவ்வளவுதான் சாந்தமானதாக இருந்தாலும், ஓர் உணர்ச்சிவயப்பட்ட கும்பலிடம் பேசும்போது, அப்பேச்சு அதிகாரத்துக்கு வன்முறைசார்ந்த எதிர்ப்பினை உருவாக்கக் கூடும் என்றும், இராஜத்துரோகம் என்பதன் அர்த்தத்தைப் புரிந்துகொள்ளும்போது இதையும் கருத்தில் கொள்ள வேண்டும் என்றும் ஸ்டீஃபன் தெரிவித்தார்.

1870 நவம்பரில், மன்றத்தில் விவாதத்திற்காக இந்த மசோதா ஏற்கப்பட்டது.[30] அரசப்பிரதிநிதியின் மன்றத்தில், இராஜத்துரோகம் என்பதன் வரையறை, அந்த விஷயத்திலான ஆங்கிலச் சட்டத்தினை உள்ளடக்கியும், மேம்படுத்தியும்,

சுருக்கியும் இருப்பதாகப் போலியான விதத்தில் வாதிட்டார். ஆங்கிலச் சட்டத்தின் வரலாறு பற்றிய தனது புத்தகத்தில் 1832 முதலாக இராஜத்துரோகம் பற்றிய ஆங்கிலச் சட்டம் மிக அபூர்வமாகவே, அதுவும் ஒழுங்கின்மைமையை நேரடியாகத் தூண்டும் எழுத்துகளுக்கு மட்டுமே பயன்படுத்தப்பட்டது என்று எழுதியதை கபடமாக எடுத்துரைக்காமல் விட்டுவிட்டார். மாறாக, இராஜத்துரோகச் சட்டம் நியாயமாக இந்தியாவில் பயன்படுத்தப்படும் என்று நம்பிக்கை தெரிவிப்பதாக மட்டுமே அரசப்பிரதிநிதியின் மன்றத்தில் அவர் கூறினார். தற்காலத்தில் தினசரிப் பேச்சிலேயே அவதூறுகள் தொடர்ந்து இடம் பெறுகின்றன என்றும், உதாரணமாக கல்கத்தாவின் உணவுமேசை உரையாடல்களிலேயே அவை உள்ளன என்றும், அப்படியிருந்தும் இந்தியக் குற்றச்சட்டத்தின் பிரிவு 499இன் கீழுள்ள அவதூறு பற்றிய குற்றச் சட்டம் நியாயமாகவே பயன்படுத்தப்படுவதாகவும் தெரிவித்தார். அதுபோலவே, இந்தியாவில் இராஜத்துரோகம் பற்றிய சட்டமும் நியாயமாகப் பயன்படுத்தப்படும் என்றார்.

மசோதா பற்றி முடிவான தொகுப்புரை வழங்கும் நிலையில், அந்தச் சமயத்தில் இந்தியக் குற்றச் சட்டத்தில் இராஜத்துரோகம் புகுத்தப்படுவதன் காரணம் பிரிட்டிஷ் இந்தியாவில் ஒரு வஹாபிச் சதித்திட்டம் பற்றிய அச்சம் இருந்துவருவதால் தான் என்பதற்கான குறிப்புகளை அளித்தார். தனது பேச்சில், இந்தியாவிலுள்ள கிறித்துவர்களுக்கு எதிராக ஒருவர் புனிதப்போரை அல்லது ஜிஹாதை நடத்த வேண்டும் என்று பிரச்சாரம் செய்து வருவதாகவும் குறிப்பிட்டார். இந்திய அரசாங்கத்துக்கு எதிராகப் போரிடுவது ஒரு புனிதமான மதக் கடமை என்று பல வாரங்களாக, மாதங்களாக, ஆண்டுகளாக, கிராமத்துக்குக் கிராமம் சென்று பிரச்சாரம் செய்து வருவதை அந்த மனிதர் பழக்கமாக வைத்திருந்தார். இதே போன்ற நடவடிக்கைகளில் ஈடுபடுகின்ற எட்டுப் பேர், பட்னாவில் இருப்பதாக ஸ்டீஃபன் கூறினார். "இப்போதைக்கு முகமதியச் சமுதாயத்தின்மீது அரசாங்கத்திற்குச் சந்தேகம் எதுவும் இல்லை, அதற்கு அவ்வளவாகத் தெரியவராத ஒரு சிறு பிரிவினரின் தடாலடித்தனமான கருத்துகளையும், பரந்த முகமதிய மக்கள் தொகையின் உணர்ச்சிகளையும் வேறுபடுத்திப் பார்க்க அதற்குத் தெரியும் என்றும் தெளிவுபடுத்த வேண்டியது அவசியம்

என்றும் ஸ்டீஃபன் கூறினார். இது வெறுமனே போனால் போகிறது என்று விடக்கூடிய குறிப்பல்ல. 1898இல் தலைமை ஆளுநரின் மன்றத்தில் ஆற்றிய உரையில் கல்கத்தாவின் துணைநிலை ஆளுநர், "1870இன் நிலைமைகள் நினைவிலுள்ள, ஸ்டீபனின் பேச்சுகளை கவனமாகப் படித்த எவருக்கும், அந்தச் சமயத்தில் அரசாங்கத்தின் மனத்தில் இருந்தது, வஹாபிச் சதியும் அரசாங்கத்திற்கு எதிராக அவர்கள் செய்த வெளிப்படையாக ஜிஹாத் அல்லது மதப்போர் பற்றிய பிரச்சாரமும்தான் என்பது தெரியும்" என்று பேசினார்.[31] சுருக்கமாகச் சொன்னால், இந்தியாவில் பிரிட்டிஷ் காலனிய ஆட்சிக்கு எதிராக முஸ்லிம்களின் மதக்கலகம் ஏற்பட்டு விடக்கூடும் என்ற பயம்தான் இந்தியக் குற்றச் சட்டத்தில் இறுதியாக இராஜத்துரோகச் சட்டம் சேர்க்கப்படக் காரணமாக இருந்தது.

மெக்காலே வரைந்த 113 பிரிவு இந்தியக் குற்றச் சட்டத்தில் 124-அ பிரிவாகச் சேர்க்கப்பட்டது. தொடக்கத்திலிருந்தே, ஒரு தனிப்பட்ட புகாரின் பேரில் இராஜத் துரோகக் குற்றம் என்பதை விசாரணைக்குக் கொண்டுவர முடியாது என்பதும், அரசாங்கத்தின் குற்றப்பத்திரிகை அதற்குத் தேவை என்பதும்,[32] இன்றுவரை தொடர்ந்து வருகின்ற ஒரு ஏற்பாடு என்பது ஆர்வமூட்டுகின்ற ஒரு விஷயம்.[33] இன்று பிடியாணை இன்றிக் கைதுசெய்ய முடியாத ஒரு விஷயமாக அது ஆக்கப் பட்டாலும் அது ஜாமீன் அற்றதாகவும் மாற்றப்பட்டுவிட்டது. ஆனால் நாம் முன்னே கண்டதுபோல, இங்கிலாந்தில் நடத்தைக் கேடுகள் என்பன வரலாற்று ரீதியாக ஜாமீன் அளிக்கப்படக்கூடியவை.

வங்கபாஷியும் கேசரியும்

குற்றவியல் சட்டத்தின் 124-அ பிரிவு இரண்டு பத்தாண்டுகள் உறங்கிக் கிடந்தது. இந்தியாவில் பதியப்பட்ட முதல் இராஜத்துரோக வழக்கு, 1891 ஆகஸ்டில் கல்கத்தா உயர்நீதி மன்றத்தில் தீர்ப்புச் சொல்லப்பட்ட யோகேந்திர சந்தர் போஸுக்கு எதிராக இங்கிலாந்துப் பேரரசி என்னும் வழக்கு.[34] வங்கபாஷி என்னும் வாராந்திர இந்தியச் செய்தித்தாளில் சில கட்டுரைகள் வெளிவந்தமைக்காக அதன் உரிமையாளர், ஆசிரியர், மேலாளர், அச்சாளர் கைதுசெய்யப் பட்டனர்.

அச்சமயத்தில் சூடாக விவாதிக்கப்பட்டுவந்த வயது ஒப்புதல் பற்றிய மசோதாவை வலுவாக இந்தப் பத்திரிகை எதிர்த்தது.³⁵ இந்தியப் பெண்கள் பாலியல் உறவுக்குக் கீழ்ப்படுத்தப்படும் ஒப்புதல் வயதைப் பத்திலிருந்து பன்னிரண்டாக உயர்த்துவதற்கு அந்த மசோதா முயற்சி செய்தது.³⁶ பிரிட்டிஷ் இந்தியாவில் மிகக் கடுமையாக விவாதிக்கப்பட்ட நகர்வு இது. கடுமையான விவாதம் உருவாகுவதற்குக் காரணம், சநாதன இந்துக்கள் இதைத் தங்கள் மத நடவடிக்கைகளில் அயல்நாட்டவர்கள் குறுக்கிடுவதாகக் கருதினர். வங்கபாஷி இதைக் கடுமையான சொற்களில் விமரிசனம் செய்தது. அது எழுதியது:

ஆங்கில ஆட்சியாளன்தான் நமக்குத் தலைவனாகவும் எஜமானனாகவும் இருக்கிறான். அதனால் நமது மதத்திலும் வழக்காறுகளிலும் விலங்குத்தனமான வலிமையுடன் அவனால் குறுக்கிட முடியும். இந்துக்கள் அதை எதிர்க்கத் திறனற்று இருக்கிறார்கள்...³⁷

இந்த வழக்கு தலைமை நீதிபதி டபிள்யூ. கோமர் பெதிராம் முன்னர் விசாரணைக்கு வந்தது. ஜூரிகளுக்குக் கடமையை ஒப்புவிக்கும்போது, பெதிராம் விசுவாசமின்மை என்பதற்கான அர்த்தத்தை விளக்கினார். அதற்கு நேயமின்மைக்கு எதிரான உணர்வு, அதாவது விருப்பமின்மை அல்லது வெறுப்பு என்று அர்த்தம்.³⁸ பெதிராமைப் பொறுத்தவரை, கேட்போர் மனங்களில் அரசாங்கத்தின் சட்டபூர்வ அதிகாரத்திற்குக் கீழ்ப்படியாமை, அல்லது அதிகாரத்தைக் கேள்விகேட்பது, எதிர்ப்பது போன்ற மனப்பான்மையை உருவாக்கும் நோக்கத்துடன் ஒரு பேச்சாளர் தேர்ந்தெடுத்த சொற்களைப் பயன்படுத்தும்போது இராஜத்துரோகம் உருவாகிறது. ஜூரிகளால் ஒருமித்த தீர்ப்பை உருவாக்க முடியவில்லை. ஒருமித்த தீர்ப்பு உருவாகாத நிலையில் அதை இராஜத்துரோகம் என பெதிராம் ஏற்றுக் கொள்ளவில்லை. ஜூரிகள் விலக்கப்பட்டு, இந்த வழக்கு மேலும் அடுத்தடுத்த விசாரணைகளுக்கு ஒத்தி வைக்கப்பட்டது. இங்கிலாந்தில் பன்னிரண்டு ஜூரிகள் நியமிக்கப்பட்ட நிலையில், பிரிட்டிஷ் இந்தியாவில் குற்ற நடவடிக்கை இயலில் ஒன்பது ஜூரிகள் மட்டுமே நியமிக்கப்பட்டனர், அவர்கள் ஒருமித்த கருத்துக் கொள்ளத் தேவையில்லை என்றபோதும் இவ்வாறு நடந்தது. குற்றம் சாட்டப்பட்டவரை ஜாமீனில்

விடுவித்தனர்.[39] பின்னர் இந்த வழக்கு கைவிடப்பட்டதாகத் தோன்றுகிறது.

காலனிய ஆட்சிக்கு எதிராக முஸ்லிம் பிரச்சாரகர்கள் ஜிஹாத் அல்லது புனிதப் போரை நடத்துவார்கள் என்ற பயத்தினால்தான் பிரிவு 124-அ புகுத்தப்பட்டது என்ற போதிலும், இந்தப் பிரிவின்கீழ் முதன்முதலில் குற்றம்சாட்டப்பட்டவர் ஒரு முஸ்லிம் அல்ல, மாறாக, புகழ்பெற்ற இந்து தேசியத் தலைவர் பால கங்காதர திலகர். *பேரரசிக்கு எதிராக பால கங்காதர திலகர்* என்பது இந்த வழக்கு.[40] பூனாவிலிருந்து வெளிவந்த மராட்டி வாராந்திரப் பத்திரிகையான *கேசரி*யின் வெளியீட்டாளராகவும், உரிமையாளராகவும், ஆசிரியராகவும் திலகர் இருந்தார். சிவாஜியின் சொற்கள் என்ற தலைப்பில் அதில் ஒரு கட்டுரை வெளிவந்தது. இந்தியாவின் நிலவும் நிலைமை பற்றி இந்து மன்னர் சிவாஜி பதினேழாம் நூற்றாண்டில் கூறியதாகச் சொல்லப்படும் கூற்றுகளை இந்தக் கட்டுரை மீண்டும் எடுத்துரைத்தது. கட்டுரையில் சிவாஜி சொர்க்கத்தில் இருப்பதாகவும் அவர் பேசுவதாகவும் சொல்லப்பட்டது. அவர் கூறுகிறார்:

> நான் சுயராஜ்யத்தை நிறுவி நாட்டை விடுவித்தேன்... ஆனால், என்ன இது? ஒரு கோட்டை இடிந்து விழுவதை நான் காண்கிறேன்... ஐயோ! ஐயோ! எனது கண்களால் என் நாட்டின் அழிவை இப்போது பார்க்கிறேன்... என்ன பேரழிவு இது! அயல்நாட்டவர்கள் லக்ஷ்மி தேவியைத் தண்டனை அளிப்பதற்குக் கையைப் பிடித்து இழுத்துச் செல்கிறார்களே.

இந்த வழக்கு பிரசுரிக்கப்பட்ட சட்ட அறிக்கையில் "சுயராஜ்யம் என்பது நேர்ப் பொருளில் ஒருவரது சொந்த அரசாங்கம், பிறப்புரிமை ஆட்சி என்று பொருள்படும்" என அடிக்குறிப்பு தரப்பட்டிருந்தது. இந்தக் கட்டுரையில் ஒழுங்கின்மையை உருவாக்கும் நேரடியான தூண்டுதல் எதுவும் இல்லை. 1832க்குப் பிந்திய இங்கிலாந்தின் இராஜத்துரோகச் சட்டப்படி இராஜத்துரோகத்திற்கான சோதனையில் அது தோற்றிருக்கும்.

பம்பாய் உயர்நீதிமன்றத்தைச் சேர்ந்த ஆர்தர் ஸ்ட்ரேச்சி ஜூரிகளுக்கு ஒரு முரண்பட்ட பொறுப்பினை ஒப்படைத்தார்.[41]

இராஜத்துரோகம் பற்றி ஸ்ட்ரேச்சியின் வரையறை மிகப் பரந்துபட்டதாக இருந்தது. விசுவாசமின்மை என்பது நேசம் இல்லாமை (இது வெளிப்படையாகவே ஒரு தவறு) என்று கூறினார்.[42] மேலும் அது "அரசாங்கத்தின்மீது வெறுப்பு, பகைமை, விருப்பமின்மை, எதிர்ப்பு, ஏளனம், மற்றும் மனக்கசப்பின் எந்தவடிவமும் ஆகும்." அரசாங்கத்தின் மீதான எந்தத் தீய உணர்வும் விசுவாசமின்மை ஆகும். மேலும் தண்டனை பற்றிய கேள்வி வராதபோது, விசுவாசமின்மையின் அளவோ தீவிரமோ பற்றி முழுமையாகக் கவலையில்லை என்றார் அவர். அன்றியும் ஆங்கில இராஜத் துரோக அவதூறு பற்றி இதில் தொடர்புபடுத்தக்கூடாது என்றார். ஓர் எழுச்சியை அல்லது கலகத்தை, அல்லது எந்தவிதமான பெரிய அல்லது சிறிய மெய்யான தொல்லையையும் ஏற்படுத்த ஒரு மனிதர் இருக்கவேண்டும் என்ற அவசியம் இல்லை. அதேபோல ஒரு பேச்சாளரால் மெய்யான அமளியும் திடீர்க் கிளர்ச்சியும் உண்மையாக ஏற்பட்டதா என்ற கவலையும் இல்லை. அரசாங்கத்தின் அதிகாரத்திற்கு எதிராக எவ்விதக் கலகம், கிளர்ச்சி, அல்லது வலுவான எதிர்ப்பு எதையும் எழுப்புவதற்கு அல்லது எழுப்புகின்ற உள்நோக்கத்தில் அந்தப் பேச்சாளர் பேசாவிட்டாலும், அவரை இராஜத்துரோகக் குற்றத்தில் கைதுசெய்யலாம்.[43]

ஸ்ட்ரேச்சி, அரசாங்கத்தை எந்த அளவு குறைகூறினாலும் 124-அ பிரிவின்கீழ் குற்றம் சாட்ட முடியாது என்ற ஜூரிகளுக்கு அறிவுறுத்தினார். ஆனால், நடவடிக்கைகள் மீதன்றி, அரசாங்கத்தின்மீது, அதன் இருப்பின்மீது, அதன் அடிப்படைப் பண்புகள்மீது, அதன் உள்நோக்கங்கள் மீது, அல்லது மக்கள்மீது அதன் உணர்வுகள் மீது தாக்குதல் என்றால் குறைகூறுபவர்மீது நடவடிக்கை எடுக்க முடியும்.[44] அரசாங்கம் மேற்கொள்ளும் நடவடிக்கைகள்மீது ஒரு நபர் விமரிசனம் செய்வது சரியானது. ஆனால் இதற்கு மேலும் சென்று, தனது கேட்போர் அல்லது வாசகரிடம் வெறுப்பை அல்லது எதிர்ப்பைத் தூண்டும் வண்ணமாக அதை மக்கள் அனுபவிக்கின்ற எல்லாவிதத் தீமைகளுக்கும் துரதிருஷ்டங்களுக்கும் காரணமாக்கினால், அல்லது அதன் அயல்நாட்டுத் தோற்றம், பண்பு ஆகியவற்றின் மீது எதிர்ப்பாகக் குறை கூறினால், அல்லது அதற்குக் கீழ்த்தர உள்நோக்கங்கள் இருப்பதாகக் கூறினால், அல்லது மக்களின்

நலத்தில் வெறுப்போ அக்கறையின்மையோ இருப்பதாகக் குற்றம் சாட்டினால், அந்த நபர் குற்றவாளி ஆகிறார்.[45] மேலும் அரசாங்கத்தின் எல்லா நடவடிக்கைகளையும் குறைகூறுவது அனுமதிக்க இயலாதது. அரசியல் அல்லது மதரீதியான மூடத்தனத்துடன் சேர்ந்து அரசாங்கத்தின் செயல்பாடுகளைக் கடுமையான, கசப்பான வார்த்தைகளில் குறை கூறினால், வாசகர்கள் தங்கள் வெறுப்புணர்ச்சியை அரசாங்கத்தின் செயல்பாடுகளுக்கு அப்பாலும் கொண்டுசெல்லும் வகையில் பொதுமக்களின் பேருணர்ச்சி தூண்டப்படும் நிலையில் தனது கருத்துரைகளை அறிவறியாத மக்களுக்கு போதித்தால், அந்த நபரின் எழுத்துகளை முழுமையாகப் படித்தால் மேற்கண்டதுதான் அவரது நோக்கம் என்றால், அப்போது அது இராஜத்துரோகம் ஆகிறது.[46] கட்டுரைகளை ஜூரிகளும் ஒவ்வொரு பகுதிக்கும் உரிய அழுத்தம் தந்து முழுமையாக வாசிக்க வேண்டும், பின்னணியைக் காணல் இன்றித் தனித்த பகுதிகளுக்கோ தற்செயலான வெளிப்பாடுகளுக்கோ மட்டும் கவனம் தரலாகாது என்று எச்சரிக்கப் பட்டனர்.[47]

அந்தக் கட்டுரைகள் எந்த வகுப்பு நபர்களிடையே சுற்றுக்குச் சென்றன என்பதும் கருதப்பட வேண்டியது. லண்டன் வரவேற்பறை ஒன்றிலோ, பம்பாயின் படகுப் பந்தய அமைப்பிலோ உள்ளவர்கள்மீது இந்தக் கட்டுரைகளின் தாக்கம் என்னவாக இருக்கும் என்று உங்களை நீங்கள் கேட்டுக் கொள்வது சோம்பேறித்தனமானதும் அபத்தமானதும் ஆகும். ஆங்கிலேயர்களை, பார்சிகளை, பண்பட்ட, தத்துவ மனப் பாங்குடைய இந்துக்களைப் பற்றிக்கூட ஜூரிகள் கவலைப்படலாகாது, ஆனால் கேசரியின் வாசகர்கள் இந்துக்கள், மராட்டியர்கள், தக்கணத்திலும் கொங்கணத்திலும் வாழ்பவர்கள் என்பதை மனத்தில் கொள்ள வேண்டும்.[48]

திலகர் மராட்டியில் எழுதியதால் அவரது வாசகர்கள் அறியாமையும் நுண்ணறிவின்மையும் கொண்டவர்கள் என்று ஆங்கிலேயர் கொண்டனர். இராஜத்துரோக வழக்குகளில் இது திரும்பத் திரும்ப வரும் கருத்தாகும். இங்கிலாந்தில் 1898இல் *லா குவார்ட்டர்லி ரிவ்யூ* என்ற பத்திரிகையில், இந்துக்கள், கிராமப் பள்ளியின் ஆசிரியரைச் சுற்றி அமர்ந்து அவர் செய்தியில் வாசிப்பவைகளைக் கேட்கும் வழக்கம் உள்ளவர்கள் போல்

தோன்றுகிறது என்பதால் திலகரின் பத்திரிகை அச்சடிக்கப்பட்ட பிரதிகளைவிட அவரது செல்வாக்கு மிகப் பரவலாக இருக்கக் கூடும் என்று ஒரு கருத்துரையாளர் தெரிவித்தார்.[49]

சுருக்கமாகச் சொன்னால், திலகரைக் கைதுசெய் என்று ஜூரிகளுக்கு நேரடியாக ஸ்ட்ரேச்சி சொல்லவில்லை, அவ்வளவுதான். மற்றபடி அவரைக் கைதுசெய்யப் போதுமான ஷரத்துகள் உள்ளதாக அந்த அறிவுரைப்பு அமைந்திருந்தது. ஆகவே திலகர் குற்றவாளி என்று ஜூரிகள் அறிவித்ததில் ஆச்சரியப்பட ஒன்றுமில்லை. பதினெட்டுமாதக் கடுங்காவல் தண்டனை அவருக்கு விதிக்கப்பட்டது, ஆனால் அவர் ஓராண்டிற்குப் பிறகு விடுவிக்கப்பட்டார்.[50] ஜூரிகளுக்கு ஸ்ட்ரேச்சி அளித்த கருத்துரை பின்னர் மேல் முறையீட்டின்போது பிரிவி கவுன்சிலில் உறுதிப்படுத்தப் பட்டது.[51]

முக்கியமாக, ஆங்கில நாட்டில் குற்றம் சாட்டப் போதுமான அளவில் இல்லாத தீர்ப்பாக, 6-3 என்ற எண்ணிக்கையில், கருத்தொருமை இல்லாத ஒரு முடிவை ஜூரிகள் அளித்தனர். ஜூரிகளிலும் ஆறு பேர் வெள்ளையர்கள், பெரும்பான்மை. மூன்று பேர் இந்தியர்கள்.[52] குற்றவியல் செயல்முறை விதித்தொகுப்பு (சிபிசி)[53] இந்தியர்களுக்குப் பெரும்பான்மை இந்திய ஜூரிகளைக் கொண்ட அவையில் விசாரிக்கப்படுவதற்கு உரிமை அளித்தது.[54] ஆனால் அரசாங்கமோ விசாரணை நீதிபதியோ நிர்ணயிக்கின்ற சில வழக்குகள், சிறப்பு ஜூரிகள் அவையால் விசாரிக்கப்படும்.[55] அப்படிப்பட்ட நோக்கத்திற்கெனச் சிறப்பு ஜூரர்கள் தங்கள் சொத்தளவு, பண்பு, கல்வி ஆகியவற்றின் அடிப்படையில் தேர்ந்தெடுக்கப்பட்டுப் பெயர்ப் பட்டியலில் வைக்கப் பட்டனர்.[56] இந்தச் சிறப்பு ஜூரிகளில் பெரும்பான் மையாக இந்தியர்கள் அல்லாதவர்கள் இடம் பெற்றனர். இந்திய ஜூரிகள் பெரும்பான்மையினராக இருந்தால், இராஜத்துரோகம் போன்ற அரசியல் குற்றங்களைக் கைதிகள்மீது நிறுவி அவர்களுக்கு தண்டனை தருவது காலனிய அரசாங்கத்துக்கு மிகக் கடினமாக இருந்திருக்கும்.[57]

திலகருடைய வழக்கு அக்காலத்தில் மிகப்பெரும் அளவில் மக்களை ஈர்த்தது. அதனால் இந்தியப் பத்திரிகையாளர்கள் மிகப்பெரிய எண்ணிக்கையில் நீதி மன்றத்தில்

நடைமுறைகளைப் பார்க்கக் கூடியிருந்தனர். எல்லாரும் உட்காரப் போதுமான எண்ணிக்கையில் நாற்காலிகள் அங்கு இல்லை. அரசரின் எழுத்தரிடம் இந்த விஷயத்தைக் கொண்டுசென்றபோது, அவர்கள் எல்லாரும் கைதிக்கூண்டில், குற்றவாளிகளைப் போல திலகருக்கு அருகில் அமர வேண்டும் என்று அந்த அதிகாரி கூறினாராம்.[58]

பேரரசிக்கு எதிராக ராம்சந்திர நாராயண் என்ற வழக்கில்[59] மீண்டும் பம்பாய் உயர்நீதி மன்றத்தில் இராஜத்துரோகச் சட்டம் கையாளுகைக்கு வந்தது. சதாராவில் அச்சடிக்கப்பட்ட பிரதோத் என்ற பத்திரிகையின் ஆசிரியரும் உரிமையாளரும் குற்றம் சாட்டப்பட்டவர்கள். சுதந்திரம் அடைய ஆயத்தங்கள் என்ற கட்டுரை அதில் வந்திருந்தது. அது கனடா மற்றும் கனடா நாட்டவர்களைப் பற்றிப் பின்வருமாறு பேசியது:

அவர்கள் பிரிட்டிஷ்காரர்களுக்குக் கீழ்ப்பட்டிருந்த போதும், அவர்கள் இந்திய மக்களைப் போலப் பெண்மை (பேடித்தன்மை) உடையவர்களாக இல்லை. ஆங்கிலேயரின் பணப்பையை நிரப்புவதற்காகக் கடின உழைப்பினைச் செய்யுமாறு அவர்கள் விதி அமையவில்லை. இங்கிலாந்துக்கு ஒரு பைசாவும் அவர்கள் தரத் தயாராக இல்லை... இந்தியாவைப் போன்ற ஒரு பரந்த, தங்கமான நாட்டை அவர்களிடம் இழந்ததால் நம்மைப் பார்த்து எல்லா நாடுகளும் சிரிக்கும்போது, நாம் அவமானப்படாத அளவுக்குக் காய்ப்பேறியும் வெட்கமின்றியும் இருக்கிறோம்.

சட்டத்தால் நிறுவப்பட்ட அரசாங்கத்தின்மீது வெறுப்பையும் அரசியல் அதிருப்தியையும் மக்களைத் தங்கள் விசுவாசத்திலிருந்து அந்நியப்படுத்தலையும் விளைவிப்பது இராஜத்துரோகம் எனப்பட்டது.[60] மீண்டும் இங்கிலாந்தின் இராஜத் துரோகச் சட்டத்தை ஒருபுறம் ஒதுக்கிவைத்துவிட்டுப் பார்க்கும்போது, ஒருவர் அரசாங்கத்துக்குக் கீழ்ப்படியும், ஆதரவு நல்கும் விருப்பத்தையும் உசிதத்தையும் வலியுறுத்தினாலும்கூட, விசுவாசமின்மையைத் தூண்டும்போது அவர் இராஜத் துரோகம் செய்தவராகிறார் என்று கூறப்பட்டது.[61] மேற்கூறிய பிரதோத் கட்டுரையைப் படிக்கும்போது, ஓர் அந்நிய

அரசாங்கங்களின் காயம்பட்ட அகம்பாவம் | 49

இறைமைக்கு விசுவாசம் அளிப்பதில் அதன் வாசகர்களுக்குப் பொறுமையின்மையைத் தூண்டுகின்ற, இங்கிலாந்தைச் சார்ந்திருப்பதை உதறுகின்ற விருப்பத்தைத் தூண்டுகின்ற நோக்கம் இருப்பதாக நீதிமன்றம் கருதியது.[62]

கல்கத்தா, பம்பாய் உயர்நீதி மன்றங்கள் மட்டுமல்ல, அலகாபாத் உயர்நீதிமன்றத்துக்கும் பேரரசிக்கு எதிராக அம்பா பிரசாத் என்ற வழக்கில் இராஜத்துரோகச் சட்டத்தைக் கையாளும் வாய்ப்பு கிடைத்தது.[63] குற்றம் சாட்டப்பட்ட அம்பா பிரசாத் என்பவர், ஜமீ-உல்-உலாம் என்ற செய்தித்தாளின் சொந்தக்காரரும், ஆசிரியரும் வெளியீட்டாளரும் ஆவார். அந்தச் செய்தித்தாளில் 'ஆஜாதி பந்த் ஹோனே ஸே காபில் நமூனா' என்ற கட்டுரை வந்திருந்தது. பிரிட்டிஷ் இந்தியாவில் சட்டத்தினால் நிறுவப்பட்ட அரசாங்கத்தின்மீது வெறுப்பு, விருப்பின்மை, தீய எண்ணம், பகைமை, விரோதம் ஆகியவற்றைத் தூண்டும் முயற்சி செய்யும் எதுவும் இராஜத்துரோகம் என்று கொள்ளப்பட்டது. நேயமின்மையும் விசுவாசமின்மையும் ஒன்றேயாகக் கொள்ளப்பட்டன.[64]

சுருக்கமாக, கல்கத்தா, பம்பாய், அலகாபாத் உயர்நீதிமன்றங்கள் மெக்காலே சற்றே செய்யத் தவற விட்டதை நன்றாகச் செய்தன. 1832க்கு முந்தி இருந்த முறைசார்ந்த, பரந்த ஆங்கில இராஜத்துரோகச் சட்டத்தை ஒட்டுமொத்தமாக இந்தியக் குற்றச் சட்டத்தில் புகுத்திவிட்டன.

1898 திருத்தம்

1898இல் இந்தியக் குற்றச் சட்டம் திருத்தப்பட்டது. 124-அ பிரிவு முற்றிலும் நீக்கப்பட்டு, ஒரு புதிய பிரிவு சேர்க்கப்பட்டது.[65] கல்கத்தா, பம்பாய், அலகாபாத் உயர்நீதிமன்றங்கள் ஏற்றுக்கொண்ட இராஜத்துரோகம் பற்றிய விளக்கத்தைச் சேர்த்துக் கொள்ளவேண்டும் என்று அந்தத் திருத்தம் கோரியது. அரசாங்கத்துக்கு எதிராக வெறுப்பு, அவமதிப்பு, பகைமை ஆகிய உணர்வுகளை மேம்படுத்துவது இராஜத்துரோகம் என்று மெக்காலேயின் வரைவு கூறவில்லை. அதிருப்தி என்ற தெளிவற்ற சொல்லையே அது பயன்படுத்தியிருந்தது. இந்த வார்த்தைக்கு கல்கத்தா, பம்பாய், அலகாபாத் நீதிமன்றங்கள்தான்

இப்படி விளக்கம் அளித்திருந்தன. அதில் 1832க்கு முந்தியிருந்த இராஜத்துரோக அவதூறு பற்றிய ஆங்கிலச் சட்டத்தை இந்தியக் குற்றச் சட்டத்தில் புகுத்தி அவ்வாறு செய்தன. இப்போதோ, 1898 திருத்தம் இந்த விளக்கத்தைச் சேர்ப்பதற்கு அனுமதி கோரியது.

தலைமை ஆளுநரின் மன்றத்துக்கு இந்த மசோதாவை அறிமுகப் படுத்தும்போது, மெக்காலே வரைந்தளித்த பிரிவு தெளிவான வரைவுக்கு ஒரு முன்மாதிரி அல்ல என்று சட்ட உறுப்பினர் சாமர்ஸ் தெரிவித்தார். இராஜத்துரோகக் குற்றம் மேலும் தெளிவான, இருபொருள்படாத சொற்களில் வெளிப்படுத்தப்பட வேண்டும் என்றார். மேலும் இந்தப் பிரிவுக்குக் கல்கத்தா, பம்பாய், அலகாபாத் உயர்நீதிமன்றங்கள் சரியாக விளக்கமளித்திருந்தன என்றாலும், ஆங்கிலச் சட்டத்தின்படி (அதாவது, இங்கிலாந்தின் புத்தகங்களில் உள்ள முறையான இராஜத்துரோகச் சட்டம்-இவை 1832க்கு முற்பட்டு நடைமுறையில் இருந்த ஆங்கிலச் சட்டத்தையே பிரதிபலித்தன.) அவற்றின் முடிவுகள் பிரிட்டிஷ் இந்தியாவின் பிற உயர்நீதிமன்றங்களைக் கட்டுப்படுத்துவன அல்ல என்றார்.[66]

சிறப்புக் குழுவின் பார்வைக்கு மசோதா அனுப்பப்பட்டபோது சில உறுப்பினர்கள் திருத்தத்துக்கு எதிராக மறுப்புகளைத் தெரிவித்தார்கள். தனது மறுப்புக் குறிப்பில், 1891இல் காங்கிரஸ் தலைவராக இருந்த பி. அனந்தாசார்லு[67] "வெறுப்பு, அவமதிப்பு, பகைமை போன்ற சொற்கள் தெளிவற்றவையாகவும், தவறாக வழிநடத்துபவையாகவும், இருண்மை உடையவையாகவும் உள்ளன, அவை எல்லாவிதப் பொதுமக்கள் கேள்விகளின் வெளிப்படையான விவாதங்களையும் மெய்யாகவே மூச்சடைக்கச் செய்வதில் முடியும்" என்றார். நாடுகடத்தல் தண்டனை இந்தப் பிரிவிலிருந்து நீக்கப்பட வேண்டும் என்றும் தெரிவித்தார். இங்கிலாந்தில் இருக்கும் சட்டத்தின் தற்போதைய நிலைமையைத் திருத்தப்பட்ட பிரிவு, துல்லியமாகப் பிரதிபலிக்கிறதா என்றும் ஆசார்லு சந்தேகம் தெரிவித்தார். இதேபோல் மற்றொரு மறுப்புக் குறிப்பில், தார்பங்கா அரசரான லக்ஷ்மீஸ்வர் சிங்,[68] வெறுப்பு, அவமதிப்பு என்ற சொற்கள் மிகையானவை என்று எழுதினார். இந்தப் பிரிவு மிகவும் பரந்துபட்டதாக இருப்பதாகவும், அதனால் எந்த ஒரு பத்திரிகையாளரும் அல்லது பேச்சாளரும் அற்பமான

எரிச்சலுணர்ச்சிகளை மட்டுமே வெளிக்காட்டும் அளவிலான அஜாக்கிரதையான சொல்லைப் பயன்படுத்துகின்ற தவறினைச் செய்தால் அவரைத் தண்டிக்க இதனைப் பயன்படுத்த முடியும் என்றும் தெரிவித்தார்.

சிறப்புக் குழுவின் பார்வைக்குப் போன பிறகு, இந்தியக் குற்றச்சட்டத் திருத்த மசோதா 1898 பிப்ரவரியில் தலைமை ஆளுநரின் மன்றத்தில் மிகவும் விரிவாக விவாதிக்கப் பட்டது.[69] இந்த மசோதாவைச் சட்ட உறுப்பினர் சாமர்ஸ் ஆதரித்தார். அவரது வார்த்தைகள் "அரங்கத்தில் வெறுப்பு நெருப்பை உமிழ்தல்" சோதனையை நினைவூட்டின. இந்தச் சோதனையைப் பிறகு அமெரிக்க உச்சநீதிமன்றத்தின் நீதிபதி ஆலிவர் வெண்டன் ஹோம்ஸ் பயன்படுத்தினார்.

> மைதானத்தில் நான் சுருட்டுப் பிடிக்கும்போது அது எனக்கு இன்பம் தருகிறது. அது வேறு யாரையும் துன்புறுத்துவதில்லை. ஆனால் கோட்டையில் வெடிமருந்து கிடங்கில் புகைபிடித்தால், நான் பலபேரின் வாழ்க்கையை ஆபத்துக்குள்ளாக்குகிறேன். தண்டனைக் கேற்ற குற்றம் புரிந்தவனாகிறேன். மொழி என்பது இங்கிலாந்தில் சகித்துக் கொள்ளக்கூடிய பிரச்சினையாக இருக்கலாம். ஆனால் இந்தியாவில் அது சகித்துக் கொள்ளக்கூடிய அளவு பாதுகாப்பானதன்று. ஏனெனில் அது வெறும் சுருட்டுப் புகையாக தீங்கற்றுப் போகக்கூடியதல்ல, வெடிக்கும் செயலாக மாறக் கூடிய ஒன்று.

இந்த விஷயம் பற்றிய ஆங்கிலச் சட்டத்தைப் புறக்கணித்துவிட்டு, சாமர்ஸ், போராட்டத்துக்கான வேண்டுகோள் என்பது இராஜத் துரோகக் குற்றத்தை உருவாக்கத் தேவையானதல்ல என்று கூறினார். எழுத்துவழி இராஜத் துரோகத்தை விட வாய்மொழி இராஜத்துரோகம் என்பது மிக மோசமானது, ஏனெனில் அது அறியாமை உடையவர்கள்மீது, அதனால் அபாயகரமான வகுப்பினர்மீது செயல்படுகிறது, சாமர்ஸ், இராஜத்துரோக இழித்துரைகள் பற்றிய ஆங்கிலச் சட்டத்தை இந்தியாவுக்கு அப்படியே பயன்படுத்த முடியாது என்றார். ஏனென்றால்,

இந்தியாவுக்குச் சட்டமியற்றும்போது இந்தியாவின் நிலைமைகளைக் கணக்கில் கொள்ளவேண்டும். தங்கள் பொறுப்பின் கீழ் இந்தியாவின் அமைதியையும் நல்ல நிர்வாகத்தையும் ஏற்றுப் பொறுப்பின் சுமையின்கீழ்ப் பேசுபவர்கள் அறிவுரையை நம்பி நாம் நடக்க வேண்டும்.

மன்றத்தில் நடந்த விவாதத்தின்போது சார்லு என்பார் (இவர் சிறப்புக் குழுவில் மறுப்புக் குறிப்பு ஒன்றை எழுதியவர்) மைதானத்தில் புகைப்பது பற்றிய சாமர்ஸின் கதைக்கு வலுவான எதிர் வினையைக் கொடுத்தார்.[70] பிரிட்டிஷ் இந்தியா முழுவதும் வெடிமருந்துக் கிடங்கு என்ற சாமர்ஸின் கருத்தை எதிர்த்தார்.

முதலில், சாமர்ஸுக்கு யாரும் துப்பாக்கிமருந்து கிடங்கில் கூட புகைபிடிக்கக் கூடாது என்று கூறும் உரிமை எப்படி வந்தது? புகை பிடிப்பவர் அதற்கான பொறுப்பையும் தானே ஏற்றுக் கொள்கிறார். அது அவரது பார்வை. புகைத்துமுடிந்த சுருட்டின் இறுதிப்பகுதியை எச்சரிக்கையின்றி அவர் கிடங்கில் எறிய மாட்டார், அதன் தீப்பொறிகள் வெளிவருவதைக் கட்டுப்படுத்துவார் என்றால் அதில் தவறென்ன? அவர் ஏன் தன் உரிமையைக் கைவிட வேண்டும்? இரண்டாவது விஷயம், சாமர்ஸின் வெடிமருந்துக் கிடங்கு எவ்வளவு பெரிதாக இருக்கும் என்று கருத்தில் நோக்குங்கள். அவருடைய சிந்தனையின்படி, முழு நாடும் வெடிமருந்துக் கிடங்குதான். அறியாமை கொண்டவர்கள், கேட்டதை எல்லாம் நம்புபவர்கள், உணர்ச்சிப் பதிவுகளை ஏற்பவர்கள் என்று அவர் கூறும் மக்கள்தான் வெடிமருந்து. அப்படியானால், அவர் புகைபிடிக்கும் மைதானம் எது? உண்மையில் அவர் தன் பிரதிநிதித்துவத்தை அனுப்பக்கூடிய இடம் எதுவும் நாட்டில் இல்லவே இல்லை.

வன்முறைக்கு நேரடித் தூண்டுதல் குறித்த ஆங்கிலச் சட்டச் சோதனையை இந்தியாவில் ஏற்றுக்கொள்வது சாத்தியமில்லை என்று லெப்டினண்ட் கவர்னர் கூறினார். வேலை கிடைக்காத படித்தவர்கள் அமைதியின்றி, கீழ்ப்படிதல் இன்றி, சிலசமயம் தொல்லை கொடுக்கும் இளைஞர்கள் ஆகிவிடுகிறார்கள் என்றும், அவர்கள்தான் இராஜத்துரோக எழுத்தில்

ஈடுபடுகிறார்கள் என்றும் அவர் கூறினார். ஷேக்ஸ்பியரின் சூறாவளி நாடகத்தில் காலிபன் பற்றிய பேச்சை அது எதிரொலிக்கிறது: "நாம் அவர்களுக்கு மொழியைக் கற்றுக் கொடுத்தோம், அதன் இலாபம் என்னவென்றால், அவர்கள் நம்மை வசைபாடத் தெரிந்துகொண்டார்கள்."

1898 பிப்ரவரி 18 அன்று மசோதாவை நிறைவேற்றவேண்டி வாக்கெடுப்பு நடத்தப்பட்டது. மசோதா சட்டம் ஆயிற்று.[71] சுருங்கச் சொன்னால், இந்தத் திருத்தத்தின் வாயிலாக முறையாக 1832க்கு முந்தியிருந்த ஆங்கில இராஜத் துரோக அவதூறுகள் சட்டம் ஒட்டுமொத்தமாக இந்தியக் குற்றச் சட்டத்திற்குள் புகுத்தப்பட்டது. மெக்காலேயின் வரைவு வெறுமனே நேயமின்மை (அதிருப்தி) என்ற சொல்லையே பயன்படுத்தியிருந்த போதிலும், இந்தியாவில் இப்போது இராஜத்துரோகச் சட்டத்தை வரையறுக்க வெறுப்பு, அவமதிப்பு, விசுவாசமின்மை, பகைமை ஆகிய சொற்கள் பயன்படுத்தப்படலாயின. பிரிவு 124-அ-வின் கீழ் இராஜத்துரோகம் என்பது இப்போது அரசாங்கத்தின்மீது வெறுப்பு அல்லது இகழ்ச்சியை ஏற்படுத்துதல், அதிருப்தியைத் தூண்டுதல் (விசுவாசமின்மையும், பகைமை சார்ந்த எல்லா உணர்வுகளும்) என ஆக்கப்பட்டது. சமகால ஆங்கிலச் சட்டத்தைப் போலன்றி, அன்றைய பிரிட்டிஷ் இந்தியாவில் இராஜத்துரோகக் குற்றம் சாட்டப்படுவதற்கு சந்தேகமின்றி, நேரடியாக வன்முறைக்குத் தூண்டுவது என்பது தேவையில்லாமல் போயிற்று. மேலும், இங்கிலாந்தில் இராஜத்துரோக அவதூறு சட்டத்தின்கீழ் மிக அபூர்வமாகவே குற்றச்சாட்டுகள் வருவதைப் போன்று இங்கும் இந்தப் பிரிவின்கீழ் குற்றச்சாட்டுகள் வரும் என்று சுட்டிக்காட்டுவதற்குச் சட்டரீதியான மொழியும் பயன்படுத்தப் படவில்லை.

காலனிய இந்தியாவில் ஸ்ட்ரேச்சியின் சோதனைகள் பின்பற்றப்படுகின்றன

அடுத்து வந்த தசாப்தங்களில் இராஜத்துரோகம் என்பதன் வரையறை அதே போன்றுதான் இருந்தது. நீதிபதி ஸ்ட்ரேச்சி விதித்த சோதனை மிகப் பரவலாகக் கையாளப்பட்டது.

உயர்நீதிமன்றங்களில் இராஜத்துரோகத்துக்குப் பின்வரும் முக்கியப் பண்புகள் ஏற்றப்பட்டன.

1. **ஊகிக்கப்படும் உள்நோக்கம்:** ஒருவரது உள்நோக்கம் இராஜத்துரோகமாக இருந்தாலே அவர் அக்குற்றத்தைச் செய்தவராகிறார். அந்தப் பிரிவின் சொற்கள் உள்நோக்கத்தைப் பற்றி எதுவும் பேசவில்லை என்றாலும் இப்படிக் கொள்ளப் பட்டது. ஆனால், ஒரு நபர் கருதிய உள்நோக்கம், பெருமளவு சட்டத்தின் யூகம் தான். அவர் பயன்படுத்திய சொற்களை வாசித்து, அதிலிருந்து "கொள்ளப்படுகின்ற" ஒன்றுதான். அது உண்மை அல்ல. ஒரு நபர், "தான் பயன்படுத்திய வார்த்தைகளின் இயற்கையான பயனைத்தான் உள்நோக்கமாகக் கொண்டுள்ளார்" என்று கொள்ளப் பட்டது.[72] ஓர் ஆசிரியரின் உள்நோக்கம் அவரது சொற்களைக் கொண்டுதான் திரட்டப்படும். அவரது உண்மையான உள்நோக்கம் பற்றிய கவலையில்லை. அந்தப் பேச்சு பேசப்பட்ட சூழ்நிலைகளும் உள்நோக்கத்தை அறிய ஏற்றவையாகக் கருதப்பட்டன.[73]

2. **தீய உணர்ச்சிகள்:** அரசாங்கத்துக்கு எதிராகக் கெட்ட உணர்ச்சிகளை எழுப்புவதுதான் இராஜத்துரோகத்தின் நோக்கம். அரசாங்கத்துக்கு எதிராக வசை மொழிகளைப் பயன்படுத்துகின்ற,[74] அரசாங்கத்துக்கு நேர்மையற்ற, ஒழுக்கத்துக்கு எதிரான மனப்பாங்குகள் உள்ளன என்று சொல்லுகின்ற,[75] அரசாங்க அலுவலர்களை ஊழல் செய்தவர்கள் என்று சித்திரிக்கின்ற,[76] மக்களின் நலனுக்கு எதிராகவும் அல்லது அதைப் பற்றிய கவலையின்றியும் அரசாங்கம் இருப்பதாகக் கூறுகின்ற,[77] ஒருதலைப் பட்சமாகவோ, ஒரு சார்பாகவோ இருப்பதாகக் கூறுகின்ற[78] ஒருவர் இராஜத்துரோகம் செய்தவர் ஆகிறார். இராஜத்துரோகத்துக்கு அந்த நபர் நேரடியாக அரசாங்கத்தைப் பற்றிப் பேசவோ எழுதவோ கூடத் தேவையில்லை, அதைப் பற்றிய மறைமுகமான சுட்டுகளைக் கொண்டிருந்தாலும் (உதாரணமாக, "இந்துக் கடவுளரால் அழிக்கப்படும் அயல்நாட்டுப் பேய்கள்" என்பது போல) அது இராஜத்துரோகம்தான்.[79] அந்தப் பேச்சாளர் அதே பேச்சில்/எழுத்தில் அரசாங்கத்துக்குத் தனது விசுவாசத்தை எடுத்துரைத்திருந்தாலும் அதேநிலை தான்.[80] பிரிட்டிஷ்

இந்தியாவில் சட்டத்தினால் உருவாக்கப்பட்ட அரசாங்கம் என்ற தொடர், அரசாங்கத்தை மட்டும் அல்ல, அரசாங்க முகமைகளான குடிமக்கள் சேவை,[81] காவல்துறை,[82] அல்லது இந்தியாவிலுள்ள ஆங்கிலேயர்[83] போன்றவற்றையும் குறித்தது. ஒரு வழக்கில் ஒரு நபர், ஜாலியன் வாலா பாக் படுகொலையை நிகழ்த்திய இழிபுகழ் பெற்ற ஜெனரல் டையரை, "இந்தியர்கள் இரத்தத்தைக் கொண்டு ஹோலி (பண்டிகை) கொண்டாடியவன்" என்று குறிப்பிட்டார். அதுவும் அரசாங்கத்துக்கு எதிராக விசுவாசமின்மையைத் தூண்டும் இராஜத்துரோகமாகவே கொள்ளப் பட்டது.[84]

3. **தூண்டுதல் அவசியமில்லை:** இராஜத்துரோக அவதூறுகள் சட்டத்தைப் போலன்றி இங்கே ஒரு நபர் இராஜத்துரோகத்தைச் செய்வதற்கு கிளர்ச்சி, கலகம், பொது ஒழுங்கின்மை ஆகியவற்றைத் தூண்ட வேண்டும் என்ற அவசியம் இல்லை.[85] ஆயினும், ஒரு பேச்சு வன்முறையைத் தூண்டவில்லை என்றால், அது வெறுமனே தண்டனையைக் குறைப்பதற்கு ஏதுவாகக் கொள்ளப்படும்.[86]

4. **தாக்கத்தைப் பற்றிய கவலையில்லை:** குறிப்பிட்ட பேச்சு அல்லது எழுத்தின் உண்மையான தாக்கம் என்ன என்பது பற்றிய கவலையும் இல்லை. தனது பேச்சினால் எவரும் அரசாங்கத்துக்கு எதிராகத் தீய எண்ணங்களைக் கொள்ள வில்லை என்று நிரூபிக்கும் சாட்சியத்தைக் காட்டினாலும் குற்றத்திலிருந்து தப்ப முடியாது.[87]

5. **வாசிப்பவர் தகுதி:** குறிப்பிட்ட எழுத்தினை எந்த வகுப்பைச் சேர்ந்த வாசகர்கள் படிக்கிறார்கள் என்ற கேள்வி பொருத்தமானது.[88] பிரிட்டிஷ் இந்தியாவின் நீதிமன்றங்கள், இந்திய மொழிச் செய்தித்தாள்களைப் படிப்போர் பெரும்பாலும் இராஜத்துரோக எழுத்துகளால் பாதிக்கப்படக்கூடிய நுண்ணறிவற்ற, ஏமாறக்கூடிய மக்கள் என்று நியாயமின்றிக் கருதின. ஒரு வழக்கில், பம்பாய் உயர்நீதி மன்றத்தின் நீதிபதி பேட்டி என்பவர், "இந்திய மொழி செய்தித்தாள்களில் வெளியாகும் கட்டுரைகளைப் படிப்பவர்கள் எப்போதுமே பகுத்தறிவுள்ள மனிதர்களால் படிக்கப்படுவதில்லை" என்று கூறினார்.[89] பால கங்காதர

திலகர் மராட்டியில் எழுதிவந்ததால், அவர் அரசியல் அறியாமை கொண்ட ஒரு வகுப்பினருக்காகவே எழுதி வந்ததாக பம்பாய் உயர்நீதிமன்றம் தொடர்ந்து கருதி வந்தது.[90]

6. **முழுமையான பேச்சு/எழுத்து:** முழுப் படைப்பையும் படிப்பது தேவை. அங்கொன்றும் இங்கொன்றுமாகப் பகுதிகளையோ வரிகளையோ படிக்கலாகாது.[91] மற்றொரு இராஜத்துரோகக் குற்றத்திலிருந்து திலகரை விடுவித்த பம்பாய் உயர் நீதிமன்றத்தின் நீதிபதி ஷா, ஒரு நியாயமான, சுதந்திரமான, தாராளமான சிந்தனையுடன் பேச்சுகளை முழுமையாகப் படிக்கவேண்டும் என்று குறிப்பிட்டார். குறிப்பிட்ட பகுதியை மதிப்பிடும்போது, அதில் எங்கோ ஒரு ஆட்சேபணைக்குரிய வாக்கியத்தால், கடுமையான வார்த்தையால் தடைப்படக்கூடும். ஆனால் "படைப்பு சுதந்திர மனப்பான்மையினூடாகக் கணிக்கப்பட வேண்டுமே அன்றி, குறுகிய விமரிசனக் கண்ணோட்டத்தில் பார்க்கப்படக்கூடாது."[92] ஷா, ஓர் ஆங்கில வழக்கின் தீர்ப்பிலிருந்துதான் மேற்கோள் காட்டினார்.[93]

7. **உண்மை பற்றிய கவலையில்லை:** இராஜத்துரோகக் குற்றம் சாட்டப்பட்ட நபர் தான் கூறியது உண்மைதான் என்று வாதிடுவது தற்காப்பு ஆகாது.[94] கல்கத்தா உயர்நீதிமன்றத்தின் நீதிபதி முகர்ஜி, ஒரு வழக்கில், ஓர் அயர்லாந்து நீதிபதியை மேற்கோள் காட்டி, "உண்மை அதிகமாக இருக்கிறதென்றால், அவதூறும் அதிகமாக இருக்கிறதென்று பொருள்" என்றார்.[95]

8. **பேசியதற்குச் சாட்சியம்:** (எழுத்தில் வெளியான கட்டுரை என்பதற்கு மாறாக), ஓர் உரையினைப் பேசியதற்காக ஒருவரை இராஜத் துரோகக் குற்றம் சாட்டலாம். அந்தப் பேச்சு நிகழ்த்தப்பட்டபோது அங்கிருந்த போலீஸ் அலுவலர்கள் எடுத்த குறிப்புகள் ஆதாரமாகக் கொள்ளப்படும்.[96]

1908இல் பம்பாய் உயர்நீதி மன்றத்தினால், திலகர் மீண்டும் இராஜத்துரோகக் குற்றத்திற்கு உரியவர் என்று சாட்டப்பட்டார். 1898 வழக்கைப் போல இது நீதி முறைமையில் முக்கியமான வழக்கு அல்ல என்றாலும், அரசியல்ரீதியாக முக்கியமானது.[97] தமது மராட்டிச் செய்தித்தாளான கேசரியில் இரண்டு கட்டுரைகளை எழுதியமைக்காக அந்த வழக்கு. மறுபடியும்,

ஜூரிகள் 9 பேரில் 7க்கு 2 என்ற[98] முறையில் உடைந்த தீர்ப்பை வழங்கினர். இது இங்கிலாந்தில் திலகரைக் குற்றம் சாட்டப் போதியதாக இருந்திருக்காது. விசாரணையை நடத்திய இந்திய நீதிபதி டி. டி. தாவர், திலகரிடம் கடுமையாகச் சில விஷயங்களைப் பேசி விட்டு, ஆறாண்டுகள் பர்மாவுக்கு அவரை நாடுகடத்தினார். பிரிட்டிஷ் இந்தியச் சட்டத்தில், இந்தியர்கள் மட்டுமே நாடுகடத்தப்பட முடியும். ஐரோப்பியர்களுக்கும் அமெரிக்கர்களுக்கும் சிறைத் தண்டனை மட்டுமே உண்டு.[99]

1922இல் அகமதாபாத் மாவட்ட மற்றும் கீழமை நீதிமன்றத்தில் இராஜத்துரோகக் குற்றத்தை காந்தி தாமே ஒப்புக் கொண்டார். ஆறாண்டு சிறைத் தண்டனை அவருக்குக் கிடைத்தது. ஆனால் நீதிபதி புரூம்ஃபீல்டினால் அவர் மிகுந்த மரியாதையுடன் நடத்தப்பட்டார்.[100] “நான் இந்த நீதிமன்றத்தில் எதையும் மறைக்கும் விருப்பமில்லை. இன்றிருக்கும் அரசாங்க ஒழுங்கமைவின்மீது விசுவாசமின்மையைப் பிரச்சாரம் செய்வது எனக்குள் ஒரு பேருணர்வாக மாறிவிட்டது” என்றார். மேலும் அவர் கூறினார்:

> இந்தியக் குற்றச் சட்டத்தில் குடிமக்களின் சுதந்திரத்தை ஒடுக்குவதற்காக வடிவமைக்கப்பட்ட பிரிவு 124-அ, அதன் அரசியல் பிரிவுகளில் தலைமை வாய்ந்தது. அரசாங்க விசுவாசத்தைச் சட்டத்தினால் நெய்யவோ, கட்டுப்படுத்தவோ முடியாது. ஒருவர் அல்லது ஒழுங்கமைவு மீது ஒருவருக்கு விசுவாசம் இல்லை என்றால், வன்முறையை அவர் சிந்திக்காத வரை, மேம்படுத்தாத வரை, தூண்டாத வரை அவருக்குத் தனது விசுவாசமின்மையை முழுமையாக வெளிப்படுத்தும் வாய்ப்பு அளிக்கப்பட வேண்டும். ஆனால் திரு. பேங்கரும் நானும் குற்றம் சாட்டப்பட்டிருக்கும் பிரிவின்படி, விசுவாசமின்மையை வெறுமனே மேம்படுத்துவதே குற்றம் ஆகிறது. இதன்கீழ் விசாரிக்கப்பட்ட சில வழக்குகளை நான் படித்திருக்கிறேன். இந்தியாவில் வெகுவாக நேசிக்கப்படும் தேசபக்தர்கள் சிலர் அதன்கீழ் தண்டனை பெற்றிருப்பதையும் அறிவேன். எனவே அந்தப் பிரிவின்கீழ் தண்டனை பெறுவதை நான் ஒரு தனியுரிமையாகவே கருதுகிறேன்.[101]

தமது செய்தித்தாளான யங் இந்தியாவில் காந்தி திரும்பத் திரும்ப இராஜத் துரோகம் என்பது பற்றி எழுதினார். 1929இல் பிரசுரிக்கப்பட்ட ஒரு கட்டுரையில் இந்தியக் குற்றச் சட்டத்தின் பிரிவு 124-அ-வை டாமோகிள்ஸின் வாளுக்கு ஒப்பிட்டு, அதை நீக்கவேண்டும் என்று வற்புறுத்தினார். அவர் எழுதினார்:

> இன்று ஏற்படுத்தப் பட்டிருக்கும் முறையில், இந்த அரசாங்கத்தின்மீது எந்த இந்தியனுக்கும் மெய்யாகவே நேசம் இருக்குமா என்று எனக்குத் தெரியாது. இந்த அரசாங்கம் சட்டத்தினால் நிறுவப்பட்ட அரசு என்று சொல்வதே சட்டம் என்ற வார்த்தையைக் கற்பழிப்பதாகும். அது (நிர்வாணமான) வாளினால் நிறுவப்பட்டது. மக்கள் எவ்விதமான நிர்ணயிக்கும் தன்மையும் அற்ற தன்னிச்சையான ஆட்சியாளர்களின் விருப்பப்படி நம் தலைகள்மீது இறங்குவதற்காக அந்த வாள் தயாராக தொங்கவிடப்பட்டிருக்கிறது.[102]

1922இல், "இந்தியாவில் இப்போதிருக்கும் அரசாங்க அமைப்புக்கு எதிராக விசுவாசமின்மையை மேம்படுத்துவது, எந்த இந்தியனின் பணியுமாகும். அதுபோல, அதை எனது பணியாகவும் கருதுகிறேன்" என்று நேரு கூறியதாக காந்தி மேற்கோள் காட்டியுள்ளார்.[103]

மஜூம்தாரும் பாலேராவும்

1832இலிருந்து இங்கிலாந்தில் இராஜத்துரோகச் சட்டம் ஒழுங்கின்மையை ஏற்படுத்தும் நேரடித் தூண்டுதல்களையே தண்டிக்கக்கூடியது என வைத்திருந்தது, அங்கு இராஜத்துரோகக் குற்றச்சாட்டுகள் மிகவும் அபூர்வம் என்பதை இதுவரை பார்த்தோம். இதற்கு மாறுபாடாக, இந்தியக் குற்றச் சட்டத்தில் இராஜத்துரோகம் பற்றிய வரையறை நம்பமுடியாத அளவு மிகவும் விரிவானது. எவ்விதக் கிளர்ச்சி, கலகம் அல்லது குழப்பத்தையும் உருவாக்குதல் இன்றி, வெறுமனே வெறுப்பு, பகைமை, விசுவாசமின்மை உணர்ச்சிகளையோ, காலனிய அரசாங்கத்துக்கு எதிராக நேசமின்மையையோ ஒரு நபர் உருவாக்கினாலே அவர் இந்தியக் குற்றச் சட்டத்தின்கீழ் தண்டிக்கப்படலாம். அவர் பயன்படுத்திய வார்த்தைகள்

குழப்பத்தை உருவாக்கும் தன்மையையோ சாத்தியத்தையோ அல்லது அதனுடன் எவ்விதக் காரணரீதியான உடனடித் தொடர்போ கொண்டிராவிட்டாலும் பயனில்லை. இவை எல்லாம் கூட்டாட்சி நீதிமன்றம் இங்கிலாந்தின் 1832க்குப் பிந்திய சோதனையை இந்தியாவிலுள்ள இராஜத்துரோகச் சட்டத்துக்குப் பொருத்திப் பார்க்க முனைந்த போது 1941இல் முதல்முறையாக மாற்றம் பெற்றன.

நிஹரேந்து தத்த மஜூம்தார் என்பவர் வங்காள சட்டசபை உறுப்பினர். 1941இல் டாக்காவில் நடந்த மதக் கலகங்களில் அமைச்சரவையும் வங்காள ஆளுநரும் செயல்படாமல் இருந்தமைக்காக அவர்களை அவர் விமரிசனம் செய்து பேசினார். அப்போது அவர்கள் காவல்துறைப்படைகளை தவறாகப் பயன்படுத்தினார்கள் என்றும் அவர்கள் தாங்களாக முன்வந்து கலகங்களில் பாதிக்கப்பட்டவர்களுக்கு ஈட்டுத்தொகை அளிக்க வேண்டும்என்றும் குறிப்பிட்டார். இவற்றை உறுதிபடக் கூறியபோது மஜூம்தார் மிக அதிக அளவு “வன்முறை கொண்ட மொழியைப் பயன்படுத்தினார்”. அவர் இந்தியப் போர்க்காலத் தற்காப்பு விதிகளின்கீழ் கல்கத்தாவின் மாகாணக் குற்றவியல் கூடுதல் தலைமை நடுவரால் குற்றம் சாட்டப்பட்டு, நீதிமன்றம் முடியும்வரை காவலில் நிற்கவும், ரூ.500 தண்டம் கட்டவும் விதிக்கப்பட்டார். இந்தத் தண்டனையை கல்கத்தாவின் உயர்நீதி மன்றமும் உறுதிப்படுத்தியது. மஜூம்தார் இந்தியக் கூட்டாட்சி நீதிமன்றத்தில் மேல் முறையீடு செய்தார்.[104]

தலைமை நீதிபதி மாரிஸ் க்வையர் தீர்ப்பை எழுதினார். பிரிட்டிஷ் இந்தியாவின் சட்ட வரலாற்றில் 1832க்குப் பிந்திய ஆங்கிலச் சட்டமாகிய நேரடித் தூண்டுதல் என்ற சோதனை இராஜத்துரோகச் சட்டத்திற்குப் பொருத்தப்பட்டது. ஒரு காலத்தில் கடுமையாகத் தோன்றிய பேச்சு மற்றொரு காலத்தில் கேலிக்கிடமாகத் தோன்றலாம், ஆகவே காலத்துக்கேற்ப இராஜத்துரோகம் என்பதன் அர்த்தம் மாறுகிறது என்று க்வையர் கருத்துரைத்தார். இருக்கும் அரசாங்கத்தின் ஒழுங்கமைவை வெறுமனே விமரிசனம் செய்வது, அல்லது வேறொரு அமைப்பு வேண்டும் என்று கூறுவதும் கூட இராஜத்துரோகச் சட்டத்தில் தடைசெய்யப்படவில்லை. இதற்கு ஆர்.வி.

சலிவன்[105] என்பார்மீதான புகழ்பெற்ற இராஜத்துரோகச் சட்டத்திலிருந்து க்வையர் மேற்கோள் காட்டினார். அதில் நீதிபதி ஃபிட்ஸ்ஜெரால்டு, "இராஜத் துரோகம் என்பதன் நோக்கங்கள் அரசாங்கத்துக்கு எதிராக அதிருப்தியையும் கிளர்ச்சியையும் தூண்டுதல், அரசாங்கத்துக்கு எதிராக எதிர்ப்பை எழுப்பி விடுதல், நீதி நிர்வாகத்தை இகழ்ச்சிக்குள்ளாக்குதல் என்றும், இராஜத்துரோகத்துக்குரிய மனப்பான்மை என்பதே மக்களைக் கிளர்சசிக்கும் கலகத்துக்கும் தூண்டுவது" என்றும் குறிப்பிட்டார்.[106] பொதுமக்களிடையே ஒழுங்கின்மையைத் தூண்டுவதாக இருந்தால் ஒழிய, ஒரு நபரை இராஜத்துரோகக் குற்றத்திற்குள் கொண்டுவர முடியாது என்று க்வையர் கருதினார். நீதிபதி க்வையர் கூறினார்: "அரசாங்கத்தின் காயம்பட்ட அகம்பாவத்துக்கு மருந்துபோடுவதற்காக இராஜத்துரோகம் என்பது இல்லை" என்றார் க்வையர். "புகார் அளிக்கப்பட்ட செயல்கள் ஒழுங்கின்மைக்குத் தூண்டுபவையாகவோ, அவற்றின் உள்நோக்கமோ மனப்பாங்கோ அப்படிப்பட்டவை என்று நியாயமான மனிதர்களை நம்பவைப்பதாகவோ இருக்கவேண்டும்."[107] "கேவலமான வசையும்கூட இராஜத்துரோகமாக இருக்க வேண்டியதில்லை. ஏனெனில் அரசியல் பேச்சாளர்கள் வழக்கமாக ஈடுபடுவதே அதில்தான்."[108] மஜூம்தார் வழக்கில் வெற்றி பெற்று விடுவிக்கப்பட்டார்.

கூட்டாட்சி நீதிமன்றத்தின் தீர்ப்பு குறைந்த நாட்களே உயிருடன் இருந்தது. சில ஆண்டுகள் கழித்து பிரிவி கவுன்சிலில் சதாசிவ நாராயண பாலேராவுக்கு எதிரான ஆட்சிப் பேரரசர் வழக்கின் மூலம் மறுக்கப்பட்டது.[109] இந்தியா சுதந்திரமடைவதற்குச் சில மாதங்கள் முன்னர்தான் 1947 பிப்ரவரியில் இந்த வழக்கின் தீர்ப்பு வெளியானது. ஆதிக்கவாதிகள் எவ்விதம் தங்கள் காட்டுமிராண்டித்தனமான கொள்கையால் நாட்டைச் சுடுகாடாக்கி விட்டார்கள் என்று பாலேராவ் என்பவர் ஒரு பிரசுரத்தை வெளியிட்டு விநியோகித்தார். இந்தியப் பாதுகாப்பு விதிகளின் கீழ் இராஜத்துரோகக் குற்றம் சாட்டப்பட்டார் அவர். நிஹரேந்து வழக்கின் அடிப்படையில் குற்றவியல் நடுவர் அவரை விடுவித்தார். மேல்முறையீடு செய்த போது பம்பாய் உயர்நீதி மன்றமும் அந்தத் தீர்ப்பை உறுதிசெய்தது.

ஆனால் மஜூம்தாரின் வழக்கில் க்வையர் பயன்படுத்திய சோதனையை பிரிவி கவுன்சில் ஏற்க மறுத்தது. 1832க்குப் பிந்திய ஆங்கிலச் சட்டச் சோதனை இந்தியாவில் பயன்படுத்த முடியாதது, ஏனெனில் தனியாக இராஜத்துரோகத்திற்கெனச் சட்டவிதி உள்ளது என்றும், இங்கிலாந்தில் அப்படியின்றி பொதுச் சட்டம் தான் அக்குற்றத்தை வரையறுத்தது என்றும் கூறியது.[110] மேலும் இராஜத்துரோகம் நிகழ, ஒழுங்கின்மையை ஏற்படுத்தும் தூண்டுதல் சொற்கள் இருக்கவேண்டும் என்ற அவசியமில்லை என்று பிரிவு 124-அ கூறியது ஏற்கப்பட்டது.[111] வேடிக்கை என்னவெனில் பாலேராவுக்கு பிரிவி கவுன்சில் முன்னால் தனக்கென வாதாடுபவர் எவருமின்றி நிற்க நேரிட்டது. அதிலிருந்து, மஜூம்தாரின் வழக்கில் க்வையர் கூறிய வாதங்களுக்கு ஆதரவாக எந்த வழக்கறிஞரும் வாதங்களை முன்வைக்க முன்வரவில்லை என்பது தெரிகிறது.

★★★

1950இல் சுதந்திர இந்தியாவில் அரசியல் சட்டம் கொண்டுவரப்பட்ட பிறகு, சில விஷயங்கள் நல்லவையாக மாறின. உதாரணமாக, சுதந்திர இந்தியாவில், தேசவிரோதச் சட்டத்தில், அரசாங்கத்துக்கு எதிராகத் தீய உணர்வுகளைத் தூண்டுவது மட்டுமே குற்றம் ஆகாது.[112] க்வையரின் நேரடித் தூண்டுதல் என்ற வரைவு உச்சநீதி மன்றத்தனால் ஏற்றுக் கொள்ளப்பட்டுவிட்டது. ஜூரிகளைக் கொண்டு விசாரணை நடத்தல் அறவே ஒழிக்கப்பட்டது. ஆகவே பன்னிரண்டுக்கு இந்தியர்களுக்கு எதிராக ஒன்பது வெள்ளை ஜூரிகள் இனஅடிப்படையில் இராஜத்துரோகக் குற்றத்திற்கு தண்டனை அளிப்பது என்ற கேள்வியே இப்போது இல்லை. அல்லது ஒருமித்த கருத்தற்ற ஜூரிகளின் தீர்ப்புகளால் இராஜத்துரோக வழக்கு நீட்டிக்கப்படுவது என்ற நிலையும் இல்லை. ஆனால் இப்போது சுதந்திர இந்தியாவில் தேசவிரோதக் குற்றத்துக்கு அதிகபட்சமான தண்டனை ஆயுள் தண்டனை ஆக்கப்பட்டது. அது இன்னமும் நம்பமுடியாத அளவு கடுமையைக் கொண்டதுதான். ஏனெனில் பத்தொன்பதாம் நூற்றாண்டு இங்கிலாந்திலும்கூட, சதிச்செயலுக்குச் சற்றே குறைந்த இராஜத்துரோக அவதூறுகளும் இரண்டாண்டுகள் சிறைத்தண்டனை விதிக்கத்தக்க கெட்ட நடத்தைகளாகவே

நோக்கப்பட்டன. இங்கு தேசவிரோதம் என்பது இன்னமும் ஜாமீனற்ற குற்றம்தான். ஆனால் வரலாற்று ரீதியாக இங்கிலாந்தில் கெட்ட நடத்தைகள் ஜாமீன் பெறத்தக்கவை. மேலும், 2009இல் இங்கிலாந்து பாராளுமன்றம் தேசவிரோதம், தேசவிரோத அவதூறுகள் என்பவற்றைப் பொதுச் சட்டத்திலிருந்து நீக்கிவிட்டது.[113] அமெரிக்க ஐக்கிய நாட்டில் 1798இல் கொண்டுவரப்பட்ட தேசவிரோதக் குற்றச் சட்டம் 1801இலும், 1918இல் கொண்டுவரப்பட்ட சட்டம் 1921இலும் காலாவதி ஆகி விட்டன.[114] ஆனால் இந்தியாவில் மட்டும் இப்போதும் தேசவிரோதம் என்பது தண்டிக்கக் கூடிய குற்றமாக உள்ளது என்பது வியப்படையச் செய்கிறது.

இந்தியாவில் பிரிட்டிஷ் காலனிய ஆட்சிக்காலம் முழுவதும் இராஜத்துரோகம் என்பது பிடியாணையின்றிக் கைதுசெய்வதற்குரிய குற்றம் அல்ல. அதாவது இராஜத்துரோகக் குற்றம் சாட்டப்பட்ட ஒரு நபரை, ஒரு காவல்துறை அலுவலர் குற்றவியல் நடுவரிடமிருந்து பிடியாணை இன்றிக் கைதுசெய்ய முடியாது. ஆனால் 1974இல்,[115] அவசரநிலை இந்தியாவில் பிறப்பிக்கப்படுவதற்கு ஓராண்டு முன்னால், இந்திரா காந்தி அரசாங்கம் முதன்முறையாக தேசவிரோதப் பேச்சினைப் பிடியாணை இன்றியே கைதுசெய்தற்குரிய குற்றம் ஆக்கியது. அதாவது தேசவிரோதம் என்று கருதப்படும் செயலுக்கு, ஒரு காவல்துறை அலுவலர் குற்றவியல் நடுவரின் ஆணை இன்றியே கைது செய்யலாம். அதாவது, 1898இல் பாலகங்காதர திலகர் இராஜத் துரோகத்திற்காகப் பிடியாணை இன்றிக் கைது செய்யப்பட முடியாது என்ற நிலை இருந்தது. ஆனால் 2016இல் கன்னையா குமார் (இவர் திலகருக்குச் சமமல்ல என்றாலும்) எந்த ஆணையும் இன்றிக் கைது செய்யப்பட முடிந்தது. ஓர் ஒடுக்குகின்ற காலனிய ஆட்சி கூட சுதந்திரப் பேச்சின் மீது இந்தப் புதிய கட்டுப்பாட்டினை விதிக்கவில்லை. அதை ஒரு ஜனநாயக ஆட்சிதான் செய்திருக்கிறது.

★★★

இயல் 3

"ஒரு நல்ல புத்தகத்தை அழிப்பவன், பகுத்தறிவையே கொல்கிறான்"

காலனிய இந்தியாவில் பத்திரிகைகள்மீது சுமத்தப்பட்டிருந்த பலவேறு அடக்குமுறைகளை இந்த இயல் ஆராய்கிறது. இவற்றில் முதன்மையானவை, தணிக்கையின் ஒரு நாசகார வடிவமான 'முதல் ஒழுங்குமுறைகள்'. ஆனால் தொடர்ந்து வரும் இயல்களில் 'முதல் ஒழுங்குமுறைகள்' உள்ளிட்டு, இந்தக் கட்டுப்பாடுகளில் பல நேருவின் காலத்திலும் இந்திரா காந்தியின் காலத்திலும் சுதந்திர இந்தியாவிலும்கூட பத்திரிகைகள் மீதும் ஊடகங்கள் மீதும் சுமத்தப் பட்டன என்பதை நாம் காணப்போகிறோம். உதாரணமாக, இந்த ஆட்சிகளின்போது, சுதந்திரத்திற்கு முன்பிருந்த ஆட்சியில் செய்யப்பட்டது போலவே, இந்திய அரசாங்கம் அச்சக உரிமையாளர்கள் பிணை (உறுதிப் பத்திரங்)களைத் தர வேண்டும் என்று வேண்டியது. ஆட்சேபணைக்குரிய செய்தி ஏதேனும் வெளியிடப்பட்டால் அந்தப் பிணை பறிமுதல் செய்யப்படும். ஆக, 1950இல் அரசியல் சட்டம் அமுலாக்கப்பட்டும், இந்தக் காலனியக் கால அடக்குமுறைகள் சுதந்திர, அரசியல் சட்டத்திற்குட்பட்ட இந்தியாவிலும் மறுபடி தோன்றுவதை அது தடுக்க முடியவில்லை.

முன்தடைகள்

பரந்த பார்வையில், முன்-தடை அல்லது முன்-கட்டுப்பாடு என்பது எந்த ஒரு விஷயத்தையும் பிரசுரிப்பதற்கு முன்னால்

பத்திரிகைமீது விதிக்கப்படும் தணிக்கை ஆகும். பிரசுரித்த பிறகு தடை விதிப்பதற்கு பதிலாக பிரசுரிக்கப்படும் முன்னரே அது பத்திரிகைக்குத் தடைவிதிக்கிறது. பிரிட்டிஷ் இந்தியாவில் பத்திரிகைகள் மீது மூன்றுவித முன்-தடைகள் விதிக்கப்பட்டன. ஒன்று, ஒருவர் ஒரு பத்திரிகையையோ, புத்தகத்தையோ, இதுபோன்ற ஒன்றையோ பிரசுரிக்க விரும்பினால், முன்னரே அவர் பிரசுரிக்க இருக்கும் விஷயத்தை அரசாங்கத்திற்குச் சமர்ப்பித்து அனுமதி பெற வேண்டும். (இது தற்கால தணிக்கைக்குழுவிடம் திரைப்படங்கள் அனுமதி கேட்பது போன்றது.) இரண்டு, அச்சுத் தொழிலை நடத்துவதற்கு அரசாங்கத்திடம் உரிமம் பெற வேண்டும். மூன்றாவது, எதையும் அச்சிடுவதற்கு முன்னால், ஒரு பத்திரத்தையோ, பிணைத்தொகையையோ அரசாங்கத்துக்கு அளிக்க வேண்டும்.

முன்அனுமதி

1799இல் வெல்லெஸ்லி தலைமை ஆளுநராக இருந்தபோது[1] முதன்முதலாக அரசாங்கத்தினால் முன்னாலேயே நோக்கப்பட்டு, அனுதிக்கப் பெறாமல் எந்தப் பத்திரிகையும் வெளியிடப் படலாகாது என்ற கட்டுப்பாட்டினை உருவாக்கினார்.[2] வரப்போகின்ற நான்காம் மைசூர்ப்போரின்[3] பின்னணியில் இந்த ஒழுங்குமுறைகள் நடைமுறைப்படுத்தப் பட்டன. (நான்காம் மைசூர்ப்போர், ஃபிரெஞ்சுக்காரர்களுடன் சேர்ந்திருந்த திப்புசுல்தானுக்கும் கிழக்கிந்தியக் கம்பெனிக்கும் இடையில் நடந்தது.) பிரிட்டிஷ் படைகளின் நகர்வுகளைப் பற்றிய செய்தி எதிரிகளுக்கு வெளிப்படாமல் இரகசியமாக வைக்கப்படுவதும், அதிர்ச்சியும் குழப்பமும் ஏற்படாமல் தடுக்கப்படுவதும்தான் இந்த ஒழுங்குமுறைகளின் நோக்கம்.[4] அச்சமயத்தில் சென்னையில் இருந்த வெல்லெஸ்லி, அப்போதிருந்த கல்கத்தா செய்தியிதழ்களான *ஆசியாடிக் மிர்ரர்*, *டெலிகிராஃப்*, *போஸ்ட்* போன்ற பத்திரிகைகள் ஃபிரெஞ்சுக்காரர்களின் பண்பையும் ஆற்றலையும் உருப்பெருக்கிக் காட்டியதுடன், இந்தியச் சூழலில் கிழக்கிந்தியக் கம்பெனியிடம் இருக்கும் அல்லது சாத்தியமான ஒவ்வொரு பலவீனத்தையும் சுட்டிக்காட்டியதைப் பார்த்துக் கலக்கமடைந்தார்.[5] வேடிக்கை என்னவெனில், இந்த ஒழுங்குமுறைகள் போர்முயற்சிக்குத் துணைநிற்கவில்லை.

ஏனெனில் இவை அமல்படுத்தப்படும் முன்னரே திப்புசுல்தான் மறைந்துவிட்டார்.⁶ வெல்லெஸ்லியின் கட்டுப்பாட்டின்படி, ஞாயிற்றுக் கிழமை எந்தப் பத்திரிகையும் வெளியாகக் கூடாது.⁷ இந்த ஏற்பாடுகளை மீறுவதற்கு தண்டனை, கப்பலில் உடனடியாக ஐரோப்பாவுக்குக் கடத்தப்படுவதாகும். அதாவது தவறுசெய்தவர் நாடு கடத்தப்படுவார்.⁸ இந்த ஒழுங்குமுறைகள் 1818இல் தலைமை ஆளுநர் ஹேஸ்டிங்ஸினால் நீக்கப்பட்டன.⁹ ஹேஸ்டிங்ஸ் முன்கட்டுப்பாடுகளை நீக்கி, பொதுவான தடைகளைப் பத்திரிகைகள்மீது சுமத்தினார். அதன்படி உச்சநீதிமன்ற நீதிபதிகள் மீது குற்றம்சொல்லும் குறிப்புகளைப் பத்திரிகைகள் பிரசுரிக்க முடியாது.¹⁰ 1799 ஒழுங்குவிதிகளில் ஒரு ஓட்டை கண்டுபிடிக்கப்பட்டதால் அவை நீக்கப்பட்டன. மார்னிங் போஸ்ட் பத்திரிகையின் ஆசிரியர் இந்தியத்தாய்க்குப் பிறந்தவர். அதனால் அவரை இங்கிலாந்துக்குக் கடத்த முடியாது. எனவே ஒழுங்குமுறை மீறல்களுக்காக அவர்மீதும் அவரைப் போன்றவர்கள்மீதும் எந்த நடவடிக்கையும் எடுக்க இயலாது என்பது கண்டுபிடிக்கப்பட்டது.¹¹

இங்கிலாந்தில் பதினாறாம் நூற்றாண்டுமுதல், அதற்கென்று நியமிக்கப்பட்ட அதிகாரிகளின் ஒப்புதல் பெறாமல் எந்தப் புத்தகமும் அல்லது வேறு விஷயமும் பதிப்பிக்கப் பெறக்கூடாது என்ற தணிக்கை விதிமுறை அரசாங்கத்தினால் சுமத்தப் பட்டிருந்தது.¹² சார்லஸ் அரசன் அரசியல் மற்றும் மத எதிர்ப்பாளர்களை தண்டனைக்குள்ளாக்க பயங்கரமான ஸ்டார் சேம்பர் நீதியவை என்பதை வைத்திருந்தான். அந்த அவையினால் ஏற்படுத்தப்பட்ட விதிமுறை அது. பின்னர் 1640இல் முதலாம் சார்லஸ் நீண்ட பாராளுமன்றம்¹³ என்பதைக் கூட்டினான். அது ஸ்டார் சேம்பர் நீதியவையை நீக்கியது. அதன் காரணமாக கொஞ்ச காலத்துக்கு உரிமம் அற்ற வெளியீடுகள் பெருகின. இதற்கு முற்றுப்புள்ளி வைக்க, நீண்ட பாராளுமன்றம் 1643இல் உரிமம் வழங்கும் முறையைச் சட்டமாக்கியது. அது முன்பிருந்த முன்-அனுமதி பெறும் தணிக்கையை மறுஅறிமுகப்படுத்தியது.¹⁴ அப்போதுதான் புகழ்பெற்ற கவிஞரான மில்டன் 1644இல் அரியோபஜிடிகா என்ற பிரசுரத்தை வெளியிட்டார். மிகக் கடுமையான சொற்களில் எழுதப்பட்ட அக்கட்டுரையில், "புகார்கள் எப்போது சுதந்திரமாகக் கேட்கப்படுகிறதோ, ஆழமாகக்

கவனிக்கப்படுகிறதோ, விரைவாக தீர்க்கப்படுகிறதோ அப்போதுதான் அறிஞர்கள் எதிர்நோக்கம் குடியுரிமைச் சுதந்திரத்தின் எல்லை அடையப்படுகிறது"[15] என்றார் மில்டன். மேலும் தொடர்ந்து கூறினார்: "ஒரு மனிதனைக் கொல்பவன் பகுத்தறிவு கொண்ட ஒரே ஒரு பிராணியைத்தான் கொல்கிறான், ஆனால் ஒரு நல்ல புத்தகத்தை அழிப்பவனோ பகுத்தறிவையே கொல்பவனாகிறான்".[16] ஆனால் இங்கிலாந்தில் இவ்விதமான தணிக்கைமுறை, 1694இல், மில்டன் *அரியோபஜிடிகா* எழுதிய சில பத்தாண்டுகளுக்குப் பின்னர் நீக்கப்பட்டது என்று தெரிகிறது.[17]

இரண்டாம் உலகப்போரின்போது, இந்தியாவின் பாதுகாப்பு விதிகள்[18] இதேபோன்ற வடிவத்திலான தணிக்கை முறையைக் கொண்டிருந்தன. ஒரு குறித்த விஷயத்தை அல்லது விஷயங்களின் தொகுதியைப் பிரசுரிப்பதற்கும் முன்பாக ஒரு குறித்த அரசாங்க அதிகாரியின் நுண்ணாய்வுக்கு அவற்றை எந்த ஒரு அச்சாளரும், வெளியீட்டாளரும், அல்லது ஆசிரியரும் சமர்ப்பிக்க வேண்டும் என்று விதி 41 ஒன்றிய அரசுக்கும் மாகாண அரசுகளுக்கும் அதிகாரம் அளித்தது. எந்த ஒரு குறித்த விஷயத்தையோ அல்லது ஒட்டுமொத்த விஷயங்களின் தொகுதியையோ பிரசுரிக்கத் தடை விதிக்கவும் அந்த விதி அரசாங்கத்துக்கு அதிகாரம் அளித்தது.

உரிமம் வழங்குதல்

இரண்டாவதாக, 1823க்கும் 1835க்கும் இடையில், அதற்குப் பிறகு சிலச்சில காலங்களிலும், காலனிய அரசாங்கம் பத்திரிகைகளுக்கு உரிமம் வழங்குகின்ற ஒழுங்கினைச் சுமத்தியது. இந்தக் கட்டுப்பாட்டின்கீழ், பத்திரிகையைத் தொடங்க விரும்பும் ஒருவன் அரசாங்கத்திடமிருந்து அதற்கு உரிமம் பெறவேண்டும். தான் விரும்பாத செய்திகளை வெளியிடுவார் என்று தோன்றும் எவருக்கும் அரசாங்கம் உரிமம் வழங்க மறுக்கலாம். விமரிசனம் செய்யும் செய்திகளைத் தாங்கி வரும் பத்திரிகையாளர்கள் மீது குற்றம் சுமத்தி அரசாங்கம் உரிமத்தைத் திரும்பப் பெறவும் முடியும். தலைமை ஆளுநர் ஜான் ஆடம்-இனால் இப்படிப்பட்ட முதலாவது சட்டவிதி கல்கத்தாவில் கொண்டுவரப்பட்டது.[19] ஆனால் வேடிக்கை,

இந்தச் சட்டம் தன்னை ஏற்றுக் கொள்ளவோ புறக்கணிக்கவோ கல்கத்தாவின் உச்சநீதிமன்றத்துக்கு அதிகாரம் வழங்கியது.[20] அதாவது, நாம் சட்டத்தின் நீதிமன்ற மறுபார்வை என்று இன்றைக்குச் சொல்கின்ற அதிகாரத்தைச் சட்டமன்றமே நீதித்துறைக்கு அளித்தது.[21] இதனால்தான் இந்தியச் சமூக சீர்திருத்த வாதிகளில் முக்கியமான ஒருவராகிய ராஜா ராம்மோகன் ராய், தமது பாரசீக மொழிப் பத்திரிகையான மீரத்-உல்-அக்பர் என்பதுடன் மேலும் ஐந்து பத்திரிகைகளையும் இணைத்து, 1823இல் கல்கத்தா உச்சநீதிமன்றத்தில், இந்தச் சட்டம் உச்சநீதிமன்றத்தினால் தள்ளுபடி செய்யப்பட வேண்டும் என்று ஒரு நினைவுக்குறிப்பினை அனுப்ப முடிந்தது.[22] இந்த நினைவுக்குறிப்பை ஒரு வரலாற்றாளர், இந்திய வரலாற்றின் அரியோபஜிடிகா என்று கூறினார்.[23] இதில் ராயும் பிறரும் "அந்தச் சமயத்தில் நிகழ்ந்துகொண்டிருந்த அறிவின் பரவலையும் அதன் விளைவான மனத்தின் மேம்பாட்டையும் ஜான் ஆடத்தினுடைய உரிமம் வழங்கும் முறை தடுத்துவிடும் என்றும், இந்தியர்கள் இங்கிலாந்தின் இறைமை மிக்க அரசருடன் வெளிப்படையாகவும் நேர்மையாகவும் தொடர்பு கொள்வதை இல்லாமற் செய்துவிடும் என்றும், அவரது ஆட்சி எல்லைக்குட்பட்ட இந்தத் தொலைதூரப் பகுதியின் விசுவாசமான குடிமக்கள் தாங்கள் வாழும் உண்மையான நிலைமையையும் உள்நாட்டு அரசாங்கத்தினால் அவர்கள் நடத்தப்படும் விதத்தையும் தெரிவிப்பதையும் தடுத்துவிடும் வாதிட்டனர். மேலும், அறியாமை மிக்க மக்கள், வாய்ப்புக் கிடைக்கும்போது, தங்கள் ஆட்சயாளர்களுக்கு எதிராகக் கலகம் செய்துள்ளனர் என்றும் அரசாங்கத்தை எச்சரித்தார்.[24] ஆனால் 1823இன் சட்டம் வணிக உரையாடலுக்கு அரசியல் உரையாடலைவிட உயர்ந்த இடம் அளித்தது. அதன்படி, கலந்தாலோசனையில் உள்ள தலைமை ஆளுநரிடம் உரிமம் பெறாமல் எவரும் பொதுச் செய்திகளோ, அறிவோ, அரசாங்கத்தின் செயல்முறைகள், சட்டங்கள், நடவடிக்கைகள் மீதான கண்டனங்களையோ, வேறு எந்த அரசியல் நிகழ்வுகளோ, இடைத்தொடர்புகளையோ வெளியிடமுடியாது. ஆனால் இந்தத் தடை, முழு அளவில் வணிக சம்பந்தமான பொருட்களை அனுப்பும் அறிவு, விற்பனை பற்றிய

விளம்பரங்கள், சரக்குகளின் சமகால விலைகள், பரிமாற்ற வீதங்கள், பிற அறிவுப்பரிமாற்றங்களுக்குப் பொருந்தாது.

பிரிட்டிஷ் இந்தியாவில் உரிமம் வழங்கும் கட்டுப்பாட்டுமுறை 1835இல் தலைமை ஆளுநர் மெட்காஃபின் கீழ் பெரும்பாலும் முடிவுக்கு வந்தது. அவரது 1835 சட்டம்,[25] உரிமம் வழங்கும் முறைக்கு பதிலாக, பதிவுசெய்வதற்கான ஓர் எளிய முறையைக் கொண்டுவந்தது. அது சற்றே மாற்றப்பட்ட வடிவத்தில் இன்றுவரை தொடர்கிறது.

அதற்குப் பிறகு, கலகத்தின் (இது இந்தியாவின் முதல்சுதந்திரப் போர் என்றும் சொல்லப்படுகிறது) விளைவாகக் காலனிய அரசாங்கம் ஒரு தற்காலிகச் சட்டத்தைக் கொண்டுவந்தது.[26] இதன்படி கலந்தாலோசனையிலுள்ள தலைமை ஆளுநர் அல்லது தனக்குரிய மாகாணத்தின் நிர்வாகத்திலுள்ள அரசாங்கத்திட மிருந்து முன்னதாக உரிமம் பெறாமல் ஓர் அச்சகத்தை எவரும் வைத்திருக்கலாகாது எனப்பட்டது.

1876இன் நாடக நிகழ்த்துகைச் சட்டமும்[27] ஒரு வகை உரிம முறையைப் புகுத்தியது. எந்த வட்டாரப் பகுதியிலும், அரசாங்கத்தின் உரிமம் இன்றி, நாடகமோ, மௌனநாடகமோ, பிற கூத்துகளோ நிகழ்த்தலாகாது என்று அறிவிக்கப் பிரதேச ஆட்சியாளர்களுக்கு அது உரிமையளித்தது. இந்தியாவின் சில பகுதிகளில் இன்றுவரை இந்த நாடக நிகழ்த்துகைச் சட்டம் பயன்பாட்டில் இருக்கிறது.

மகாத்மா காந்தியின் ஒத்துழையாமைப் போராட்டத்தின்போது 1931இல் மீண்டும் ஒரு உரிமமுறை வருகைதந்தது. தற்காலிகமாகக் கொஞ்சகாலத்துக்கு மட்டுமே அமலில் இருக்கும் என்று சொல்லப்பட்ட, இந்தியப் பத்திரிகை (அவசரகால அதிகாரங்கள்) சட்டத்தின்கீழ் ஒரு குற்றநடுவரின் ஒப்புதல் சான்றிதழ் இன்றி, எவரும் ஒரு செய்தித்'தாளைப்' பிரசுரிக்கலாகாது. ஒரு செய்தித்தாள் என்பது ஒரு சிறுபிரசுரத்திற்குச் சமம் எனக் கொள்ளலாம். அது காலந்தோறும் முறையாக வரும் பத்திரிகை அல்ல. ஆனால் சமகால நடப்புகள் பற்றிய தகவல்களைக் கொண்டிருக்கும் ஒரே ஒருமுறை வெளியாகும் பிரசுரம்.[28]

பிணை / ஜாமீன் பத்திரம்

மூன்றாவதாக, பிரிட்டிஷ் இந்தியாவில சில குறிப்பிட்ட நாசகரமான சட்டவிதிகள் இருந்தன. அவற்றின்கீழ் அரசாங்கம் ஒருவரை அச்சகம் வைக்கும் முன்பே அதிகப் பணத்துக்கான பிணைப் பத்திரமோ, ஜாமீனோ அளிக்குமாறு கட்டாயப் படுத்தலாம். அதனால், காலனிய அரசாங்கத்தின் அரசியல் எதிரிகள் ஒரு செய்தித்தாளைத் தொடங்குவதே கடினம் ஆகியது. அரசாங்கத்துக்கு எதிரான ஏதாவது ஒன்றைப் பத்திரிகை பிரசுரித்தால் அந்தப் பணம் பறிமுதல் செய்யப்படும். நம்பமுடியாத அளவு மக்களால் வெறுக்கப்பட்ட ஒரு அரசப்பிரதிநிதியான லிட்டன் பிரபுவினால் அமலாக்கப்பட்ட ஒடுக்குமுறைச் சட்டமான 1878இன் IX சட்டத்துடன் இந்தக் கட்டுப்பாடுகளின் சேகரம் தொடங்கியது.[29] இந்தச் சட்டத்துக்கு ஒரு சுருக்கமான பெயரோ தலைப்போ இல்லை என்பது வேடிக்கையானது.[30] அதன் நீண்ட தலைப்பு, "கீழை மொழிகளின் வெளியீடுகளை மேலும் சிறப்பாகக் கட்டுப்படுத்துவதற்கான சட்டம்" என்பது. அது பின்னர் 'வட்டார மொழிகள் பத்திரிகைச் சட்டம்' என்று அழைக்கப்பட்டது. இந்தியர்களால் வாய்ப்பூட்டுச் சட்டம் அல்லது கருப்புச் சட்டம் என மோசமான பெயர்களால் பலவகையாக அழைக்கப்பட்டது.[31] இந்தச் சட்டம் இந்திய மொழிகளில் வெளியான பத்திரிகைகளை மட்டுமே தாக்குதலுக்கு உட்படுத்தியது.[32] அதன் முகவுரைப்பகுதி அது எவ்வளவு இனவாதப் பண்பு பெற்றது என்பதைச் சுட்டிக்காட்டியது. கீழை மொழிகளில் வெளியிடப்பட்ட சில பிரசுரங்கள் இராஜத்துரோகத்திலோ வசைப் பேச்சிலோ ஈடுபடுகின்றன எனவும், அவை மிகப் பெரிய எண்ணிக்கையிலான அறியாமையில் மூழ்கிய, அறிவற்ற நபர்களுக்கிடையில் பரப்பப்படுவதால் கட்டுப்படுத்த வேண்டியவை எனவும், அவற்றின் விளைவாக மக்கள் முன்பு தாங்கள் வைத்திராத ஒரு செல்வாக்கிற்கு ஆட்படுவார்கள் என்றும் அது கூறியது. அதாவது, இந்திய மொழிச் செய்தித்தாள் களைப் படிப்பவர்கள் அறியாமையில் மூழ்கியவர்கள், அறிவற்றவர்கள், ஆனால் அதற்கு எதிராக ஆங்கிலச் செய்தித்தாள்களைப் படிப்பவர்கள்தான் தகவல்திறன் பெற்றவர்கள், அறிவுள்ளவர்கள் என்று அந்தச் சட்டம் நம்பியது.

அதனால், எந்த ஒரு அச்சாளரும் அல்லது வெளியீட்டாளரும் இராஜத்துரோகமான எதையும் பிரசுரிக்கலாகாது, வசைப்பேச்சிலோ, அச்சுறுத்தலிலோ, மிரட்டிப் பணம் பறித்தலிலோ ஈடுபடக்கூடாது என்பதற்காக அவர்கள் ஒரு பிணைப்பத்திரம் அளிக்க வேண்டும் என்று கேட்டுவாங்க எந்த ஒரு குற்ற நடுவருக்கும் அல்லது போலீஸ் ஆணையருக்கும் அனுமதி அளித்தது.[33] இந்தச் சட்டத்தில் பத்திரத் தொகை எவ்வளவு எனக் குறிப்பிடாததால், வட்டார அரசாங்கத்தின் விருப்பப்படி பத்திரிகையைத் தடைசெய்யும் விதமாக மிகப்பெரிய தொகைக்குக்கூட பத்திரம் கேட்கப்படலாம். பத்திரிகை தடைசெய்யப்பட்ட விஷயத்தை அச்சிட்டால், அந்தப் பணம் பறிமுதல் செய்யப்படும்.[34] தொல்லைக்குள்ளான நபர் எந்த நீதிமன்றத்திலும் முறையீடு செய்ய இயலாது. மாறாக, அரசாங்கத்தின் மிக உயர்ந்த நிர்வாகத்தலமான தலைமை ஆளுநர் மன்றத்திற்குத்தான் முறையிட முடியும்.[35] அரசப்பிரதிநிதி ரிப்பன் பிரபுவின் பரிவுமிக்க ஆட்சியில், 1882இல் இந்த வட்டாரமொழிப் பத்திரிகைச் சட்டம் கைவிடப்பட்டது.[36]

அதற்குப் பிறகு, 1910இன் இந்தியப் பத்திரிகைச் சட்டம்[37] நன்னடைத்தைக்கென ஒரு பிணைப்பத்திரம் அளிக்கும் முறையை மீண்டும் புகுத்தியது. ஆனால், இந்தச் சட்டம் இந்திய மொழிப் பத்திரிகைகளுக்கு மட்டுமல்ல, ஆங்கிலப் பத்திரிகைகளுக்கும் பொருந்தியது. பிணைத்தொகையின் அளவு இப்போது ரூ.500க்கும் ரூ.2000க்கும் இடையில் இருக்கவேண்டும் எனக் குறிக்கப்பட்டது. மேலும் இத் தொகையைக் குற்ற நடுவர் சிறப்புக் காரணங்களுக்காகத் தள்ளுபடி செய்யலாம்.[38] சில குறித்த வரையறுக்கப்பட்ட விஷயங்களை-வன்முறைசார்ந்த குற்றங்களுக்குத் தூண்டுவது, இராஜத்துரோகம், வசைப்பேச்சு, மிரட்டுதல் போன்றவை[39] பற்றிய தகவல்களைச் செய்தித்தாள் வெளியிட்டால் அந்தப் பிணைப்பணம் பறிமுதல் செய்யப்படும். இப்போது உயர்நீதிமன்றத்துக்கு முறையீடு செய்யவும் முடியும்.[40] இந்தச் சட்டம் 1922இல் நீக்கப்பட்டது.[41]

அதற்குப் பிறகு, 1931இன் இந்தியப் பத்திரிகை (அவசரநிலை அதிகாரங்கள்)ச் சட்டம் மீண்டும் பிணைத்தொகை வாங்கும் முறையை, ஒரு நீர்த்த அளவில் கொண்டுவந்தது. இப்போது பிணைத்தொகை ரூ.1000க்கு மேற்படலாகாது எனப்பட்டது.

மேலும் தடைசெய்யப்பட்ட பேச்சுவகைகளை வெளியிடாத நிலையில், பிணைத் தொகை பறிமுதல் செய்யப்படாவிட்டால், அது மூன்று மாதங்களுக்குள் திரும்பத் தரப்பட வேண்டும்.[42]

அச்சகங்களைப் பறிமுதல் செய்தல்

அரசாங்கத்தின் பார்வையில் தவறான விஷயங்களைக் கொண்ட எந்த பத்திரிகை அல்லது புத்தகத்தையும் வெளியிட்டால், அச்சகம் முழுவதும் அதனால் கைப்பற்றப் படுகின்ற அதிகாரம் பிரிட்டிஷ் இந்தியாவில் பல சட்டவிதிகளால் அரசாங்கத்துக்குத் தரப்பட்டிருந்தது. இந்த அதிகாரம் பிரதேச மொழிகள் சட்டத்தினால் அளிக்கப்பட்டவை என்பதில் வியப்பில்லை.[43] 1908இன் பத்திரிகைகள் (குற்றத்துக்குத் தூண்டுதல்) சட்டத்திற்குள் மற்றும் ஒரு ஏற்பாடும் செய்யப்பட்டிருந்தது. இந்தச் சட்டத்தின்கீழ், ஓர் அரசாங்கம் குற்றநடுவரிடம் பத்திரிகையை விசாரணை செய்யுமாறு கொண்டுவரலாம். அந்தப் பத்திரிகை அவரால் வன்முறைக்குத் தூண்டும் விஷயங்களைக் கொண்டிருப்பதாகக் காணப்பட்டால், அவர் முழு அச்சகத்தையும் பறிமுதல் செய்யுமாறு ஆணையிடலாம்.[44] ஆனால் இந்த ஆணையினால் தொல்லைக்குள்ளாகிய நபர், இயன்றால் உயர்நீதி மன்றத்துக்கு மேல்முறையீடு செய்யலாம்.[45] இந்தச் சட்டமும் 1922இல் கைவிடப் பட்டது.[46]

அவமதிக்கும் விஷயங்களைத் தடைசெய்தல் / கைப்பற்றுதல்

காலனியக் காலத்தில் அரசாங்கத்துக்குச் சட்டவிதிகள் பல, செய்தித்தாள்களையும் புத்தகங்களையும் தடைசெய்யும் அதிகாரத்தையும், குற்றச்சார்பான பிரதிகள் அனைத்தையும் தடைசெய்ய அல்லது கைப்பற்றுகின்ற அதிகாரத்தையும் வழங்கின. அதேபோல, தன் ஆணையினால், அரசாங்கம் எந்த ஒரு புத்தகம், செய்தித்தாள், அல்லது இதுபோன்ற பிறவற்றின் சுற்றைத் தடைசெய்யவும் முடியும்.[47] அப்படிப்பட்ட கடுமையானதொரு சட்டவிதிதான் 1876இன் நாடக நிகழ்த்துகைச் சட்டம். அதன் வெளிப்படையான நோக்கமே மானக்கேடான, அவதூறான, தேசத்துரோகமான, அல்லது ஆபாசமான உள்நாட்டு நாடகங்களைத் தடைசெய்வதாகும். கல்கத்தாவில் அண்மையில் நடந்த இழிசொற்களைக் கொண்ட வங்காளி நாடகம் ஒன்றின்

நிகழ்த்துகையினால்தான் இந்தச் சடடம் இயற்றப்பட்டது என்று அதன் நோக்கங்கள், காரணங்கள் பற்றிய கூற்று கூறியது. இதில் சொல்லப்பட்ட நாடகம் ஒருவேளை கிரீஷ் சந்திர கோஷ் நடத்திய *'சாய்-கா-தர்ப்பண்'* (தேநீரின் பிரதிபலிப்பு) என்பதாக இருக்கலாம்.[48] மானக்கேடான, அவதூறான, இராஜத்துரோக, ஆபாசமான விஷயத்தைக் கொண்டதாக அரசாங்கம் கருதிய எந்த நாடகத்தையும், ஊமைநாடகத்தையும், பிற நிகழ்த்தல்களையும் தடை செய்ய அதற்கு அதிகாரம் உண்டு என்று அந்தச் சட்டம் கூறியது.[49] காலனியக் காலத்தில் சட்டவிதிகள் பல, அவதூறான செய்தித்தாள் பதிப்புகளையும் புத்தகங்களையும் பறிமுதல் செய்யவும் கைப்பற்றவுமான அதிகாரத்தை அரசாங்கத்துக்கு வழங்கின.[50] இன்றுவரை இந்தச் சட்டவிதிகள் தொடர்ந்து அமலில் உள்ளன. சில வகையான தடைசெய்யப்பட்ட உள்ளடக்கங்களைக் கொண்ட புத்தகங்களை அல்லது பிற பதிப்புகளைத் தடைசெய்யவும் கைப்பற்றவும் அரசாங்கத்துக்கு அதிகாரம் அளிக்கும் புதிய சட்டவிதிகள் 1973இன் குற்றச்செயல் முறைகள் விதித் தொகுப்பில் சேர்க்கப்பட்டுள்ளன.

சிறப்புச் செயல்முறை

இரண்டு உலகப் போர்களின் போதும் காலனிய அரசாங்கம் இராஜத்துரோகம், வசைப் பேச்சு போன்ற பத்திரிகைத் தொடர்பான குற்றம் சாட்டப்பட்டவர்களை மிகவும் எளிதாக்கும்படியான சட்டங்களை அமல்படுத்தியது.

1915இன் இந்தியப் பாதுகாப்பு (குற்றச் சட்டத் திருத்த)ச் சட்டம் முதல் உலகப் போரின்போது ஆக்கப்பட்டது. ஆலோசனையில் இருக்கும் தலைமை ஆளுநருக்கு மிகப் பெரிய அளவிலான விதிகளை உருவாக்கும் அதிகாரங்கள் அளிக்கப்பட்டன. "பொதுமக்கள் பாதுகாப்பையும் பிரிட்டிஷ் இந்தியாவின் தற்காப்பையும் நிறைவேற்றவும், தவறான அறிக்கைகளும், அயல் நாடுகளுடன் மாண்புமிகு பேரரசரின் உறவுகளில் பட்சபாதத்தை அல்லது அபாயத்தை அல்லது நேயமின்மையை ஏற்படுத்துகின்ற வகையிலான அறிக்கைகளும் பரவுதலைத் தடுக்கவும், அல்லது பேரரசரின் குடிமக்களின் வெவ்வேறு பிரிவினருக்கிடையில் பகைமையும் வெறுப்பும் பரவாமல் செய்யவுமான நோக்கங்களுக்காக" இவ்வதிகாரங்கள்

அளிக்கப்பட்டன.[51] இம்மாதிரி விதி உருவாக்கும் அதிகாரங்கள், முக்கியச் சட்டவிதியின் கீழ் குற்றமோ தண்டனையோ குறிக்கப்படாமல் இருந்தபோதிலும் புதிய குற்றங்களை உருவாக்கவும், அவற்றுக்கு தண்டனைகளை விதிக்கவும் பயன்படுத்தப் பட்டன. இந்தச் சட்டத்தின்கீழ் வழக்குகளைத் தேட சிறப்பு ஆணையர்கள் பதவியில் அமர்த்தப்பட்டனர்.[52] அவர்கள் முடிவுக்குமேல் முறையீடு எதுவும் செய்ய முடியாது.[53] சாட்சிய விதிகளும்கூட இப்படிப்பட்ட வழக்குகளில் தளர்த்தப்பட்டன.[54]

இதேபோல், இரண்டாம் உலகப் போரின்போது 1939இன் இந்தியப் பாதுகாப்புச் சட்டம் அமலாக்கப்பட்டது. முன்போலவே, குறிப்பாக, செய்திகள், தகவல்கள் வெளியீடுக்காக மிகப் பரந்த விதியுருவாக்கும் அதிகாரங்கள் மத்திய அரசாங்கத்துக்கு அளிக்கப்பட்டன.[55] குறித்த சில குற்றங்களை விசாரணை செய்வதற்குச் சிறப்புத் தீர்ப்பாயங்கள் உருவாக்கப்பட்டன.[56] சாட்சியம் பற்றிய வீதிகள் தளர்த்தப் பட்டன.[57] இந்தியப் பாதுகாப்பு விதிகளின் கீழ், ஒரு நபர் எவ்விதப் பாரபட்சமான செயலைச் செய்தாலும் அது குற்றமாக்கப்பட்டது.[58] அதற்கு தண்டனை உச்சபட்சமாக ஐந்தாண்டுகள் சிறைத்தண்டனை, அபராதம் கட்டுதல் அல்லது இரண்டும் விதிக்கப்பட்டது.[59] ஒருதலைச்சார்பான அல்லது பாரபட்சமான செயலைச் செய்தல் என்பதின்கீழ் இராஜத்துரோகம் இடம்பெற்றது.[60]

அநாமதேயம் இன்மை

பத்திரிகை அச்சிடுவோரும் வெளியீட்டாளர்களும் தங்கள் வெளியீடுகளை அரசாங்கத்தில் வெறுமனே பதிவு செய்தால் போதுமானது என்ற மிகவும் தயாளத்தன்மை கொண்ட ஒழுங்குமுறை வடிவம் காலனியக் காலத்தில் பத்திரிகைகள்மீது சுமத்தப்பட்டது. அநாமதேயமான பருவ இதழ்கள் வெளியிடு வதைத் தடை செய்ய வேண்டும் என்பதுதான் இந்த ஒழுங்குமுறையின் கீழுள்ள தத்துவம். பத்திரிகை வெளிப்படும் இடம், அச்சிடுபவரின் பெயர், வெளியீட்டாளர் பெயர், இதழாசிரியர் பெயர் ஆகியவை தெரிந்திருக்க வேண்டும். அப்போதுதான் தனிமனிதரோ (உதாரணமாக, நற்பெயர்க்

கேட்டுக்கு இலக்கானவர்) அல்லது வேறு அமைப்போ அந்தச் செய்தித்தாளுக்கு எதிராக ஏதாவது நடவடிக்கை எடுக்க வேண்டும் என்றால் பத்திரிகையின் இடம், அதன் அலுவலர்கள் அரசாங்கத்துக்குத் தெரிந்தால்தான் முடியும்.

அதனால், 1799இல் வெல்லெஸ்லியின் ஒழுங்குமுறைகள், ஒவ்வொரு செய்தித்தாளையும் அச்சிடுபவர் பத்திரிகையின் கீழே தனது பெயரை அச்சிட வேண்டும் என்றும், ஆசிரியர், உடைமையாளர் இருவரும் அரசாங்கத்துக்குத் தங்கள் இருப்பிட முகவரியைத் தெரிவிக்க வேண்டும் என்றும் கூறியது.[61] பம்பாய் மாகாணத்தில் 1825இல் கொண்டுவரப்பட்ட ஒழுங்குமுறை ஒன்று,[62] குறித்த வடிவத்தில் ஒரு பிரமாணப் பத்திரத்தை அரசாங்கத்தின் தலைமைச் செயலருக்கு ஒருவர் அளிக்காமல் அவர் பத்திரிகை, சஞ்சிகை, சிறுபிரசுரம் ஆகியவற்றை அச்சிடவோ வெளியிடவோ கூடாது என்று கூறியது.[63] அந்தப் பத்திரத்தில் பத்திரிகையின் அச்சாளர், வெளியீட்டாளர் ஆகியோர் பற்றிய குறித்த விவரம்-அதாவது அவர்களின் இருப்பிட முகவரி இருக்க வேண்டும்.[64] மேலும் பத்திரிகையில் அச்சாளர், வெளியீட்டாளர் பெயர்கள் நன்கு தெரியும் வகையில் இருக்க வேண்டும்.[65] அதனால் பத்திரிகையில் வெளிவந்த ஏதாவதொரு விஷயத்தினால் துன்பமடையும் ஒருவர் எவர்மீது சட்டப்படியான நடவடிக்கை எடுப்பது என்பதை அறிந்துகொள்ள முடியும். அச்சாகும் பத்திரிகையின் படி ஒன்றும் அரசாங்கத்திற்கு அதன் பதிவுகளுக்காக அச்சாளராலோ, வெளியீட்டாளராலோ அளிக்கப்பட வேண்டும்.[66] அச்சகம் வைத்திருப்பவர் அரசாங்கத்துக்கு ஒரு அறிவிப்பு அனுப்பவேண்டும். அதன்படி அரசாங்கம் அதற்கு ஒரு சான்றிதழ் அளிக்கும்.[67]

இன்று வரை இருக்கின்ற ஓர் ஒழுங்கமைவை மெட்காஃபின் 1835 சட்டம் இருப்பில் கொண்டுவைத்தது. இதன்படி, ஒரு பருவ இதழின் அச்சாளரும் வெளியீட்டாளரும் தங்கள் படைப்பின் தலைப்பு, அதை வெளியிடும் இடம் ஆகியவற்றை ஓர் அறிக்கை மூலமாகக் குற்றவியல் நடுவர் முன் ஆஜராகித் தர வேண்டும்.[68] ஒவ்வொரு செய்தியிதழிலும் அச்சாளர் பெயர், வெளியீட்டாளர் பெயர், வெளியாகும் இடம் பற்றிய தகவல்களைத் தெளிவாக வெளியிட வேண்டும்.[69] அதேபோல அச்சகத்தின் உரிமையாளர்களும் ஒரு குற்றவியல் நடுவர் முன்

ஆஜராகி அந்த அச்சகம் இருக்குமிடத்தைப் பற்றிய விவரத்தைக் கொண்ட ஓர் அறிவிக்கையைத் தரவேண்டும்.⁷⁰

மெட்காஃபின் சட்டம் மிகச் சிறிதளவே 1867இன் பத்திரிகைகள் மற்றும் புத்தகங்கள் பதிவுச் சட்டத்தில் மாற்றப்பட்டது. அந்தச் சட்டம் இன்றுவரை அமுலில் இருக்கிறது.⁷¹ இது பத்திரிகைகளுக்கு மட்டுமல்ல, புத்தகங்களுக்கும் உரியது. பிரிட்டிஷ் இந்தியாவில் அச்சிடப்பட்ட ஒவ்வொரு புத்தகமும் பத்திரிகையும் தன்மீது தெளிவாக அச்சாளர்/வெளியீட்டாளர் பெயரையும் அச்சிடும்/வெளியிடும் இடத்தையும் கொண்டிருக்க வேண்டும்.⁷² அச்சாளர், ஒரு குற்றவியல் நடுவர் முன்பு அச்சகத்தின் முகவரி பற்றிய தகவல்களைக் கொண்ட பிரகடனத்தையும் அளிக்க வேண்டும். ஒரு பருவ இதழை அச்சிட விரும்பும் ஒருவர், ஒரு குற்றவியல் நடுவர் முன்பு சென்று அந்த இதழின் பெயரையும் அச்சிடும் இடத்தையும் கொண்ட பிரகடனம் ஒன்றை அளிக்க வேண்டும்.⁷³ பிரிட்டிஷ் இந்தியாவில் அச்சிடப்பட்ட ஒவ்வொரு புத்தகத்திற்கும் மூன்று படிகள் அரசாங்கத்துக்கு அதன் பதிவேடுகளில் ஏற்றவேண்டித் தரப்பட வேண்டும்.⁷⁴

★★★

இயல் 4
அரசியல் சட்டக்குழுவில் முன்ஷியின் புரட்சி

பேச்சு மற்றும் வெளிப்பாட்டுச் சுதந்திரத்திற்கான உரிமை பற்றிய மூன்று பரந்துபட்ட விஷயங்கள் பற்றி இந்திய அரசியலமைப்பினை உருவாக்கியவர்கள் முதன்மையாக அக்கறை கொண்டிருந்தார்கள்: முதலாவதாக, இந்த உரிமை யாருக்கு அளிக்கப்பட வேண்டும்? குடிமக்களுக்கு மட்டுமா, அல்லது குடிமக்கள் அல்லாதவர்களுக்குமா? இரண்டாவதாக, குறிப்பாகப் பத்திரிகைச் சுதந்திரத்திற்கான உரிமை ஏற்கப்பட வேண்டுமா? மூன்றாவதாக, மிக முக்கியமாக, அதற்கு விதிக்கவேண்டிய கட்டுப்பாடுகள் எவை? இந்த மூன்றாவது கேள்வி பற்றி அரசியலமைப்புக் குழுவில் மிக நீண்ட நேரம் விவாதம் நடத்தப்பட்டது. இந்தியச் சுதந்திர இயக்கத்தின் உறுப்பினர்களை அடக்கவும், அவர்கள்மீது குற்றம் சாட்டவும், சிறைப்படுத்தவும் காலனிய அரசாங்கம் பயன்படுத்திய இராஜத்துரோகச் சட்டங்களுக்குப் பேச்சுரிமை இசைந்துபோக வேண்டுமா என்றும் இந்தியாவில் அப்போது நிகழ்ந்துகொண்டிருந்த பெரிய அளவிலான பிரிவினை சம்பந்தமான கலகங்களின் பின்னணியில், வெவ்வேறு மதச் சமுதாயங்களின் உறுப்பினர்களுக்கிடையில் வசைப் பேச்சு மனஇறுக்கங்களை உண்டாக்காமல் இருப்பதற்குப் பேச்சுரிமை கீழ்ப்படுத்தப்பட வேண்டுமா என்றும் அரசியல் சட்ட வல்லுநர்கள் தங்களையே கேட்டுக் கொண்டார்கள்.

★ ★ ★

அரசியல்சட்ட வரைவு மன்றம் ஒரு முழுநிறைவான அமைப்பு. அதற்குள் அரசியல் சட்டத்தை வரைவு செய்வதற்கு உதவி செய்யவெனச் சிறு குழுக்கள் நிறுவப்பட்டிருந்தன.[1] இவற்றுக்குள் அடிப்படை உரிமைகள் பற்றிய ஆலோசனைக் குழுவும் இருந்தது. ("ஆலோசனைக் குழு").[2] இதில் ஏறத்தாழ ஐம்பது உறுப்பினர்கள் இருந்தார்கள். அவர்களுள் டாக்டர் பி. ஆர். அம்பேத்கர், வல்லபாய் பட்டேல், கே. எம். முன்ஷி, மற்றும் பலர் இருந்தனர். இந்த ஆலோசனைக் குழு, அடிப்படை உரிமைகள் பற்றி விவாதிக்கத் தனக்குள் மற்றொரு சிறு துணைக்குழுவை அமைத்தது. ("உட்குழு"). ஏறத்தாழப் பத்துப்பேர் இதில் உறுப்பினர்கள்.[3] கூடுதலாக, ஏறத்தாழ ஏழு உறுப்பினர்களைக் கொண்ட ஒரு வரைவுக்குழுவும் இருந்தது. அது அடிப்படை உரிமைகள் உள்ளிட்ட அரசியல் சட்டத்தின் ஒட்டு மொத்தமான வரைவுக்குப் பொறுப்பானது. இவற்றில் சில குழுக்களில் உறுப்பினர்கள் சிலபேர் பொதுவாக இருப்பார்கள். உதாரணமாக, மேற்சொன்ன மூன்று குழுக்களிலும் அம்பேத்கரும் முன்ஷியும் உறுப்பினர்கள். பேச்சுரிமைக்கான விவாதங்கள் உட்குழு, ஆலோசனைக் குழு, வரைவுக் குழு மூன்றிலும், பிறகு அரசியல்சட்ட மன்றத்தின் முழுமையான அமர்வுகளிலும் தனித்தனியே நடைபெற்றன.

பேச்சுரிமையைப் பற்றி அக்கறை கொண்ட மூன்று அரசியல் சட்ட வரைவுகள் காலனியக் காலத்திலேயே இந்தியாவுக்கெனத் தயாரிக்கப்பட்டன. இவற்றில் முதலாவது 1895இன் இந்திய அரசியல் சட்ட மசோதா. ஒருவேளை இது பால கங்காதர திலகரின் வழிகாட்டுதலின்கீழ் தயாரிக்கப்பட்டிருக்கலாம்.[4] இரண்டாவது, 1925இன் இந்தியக் காமன்வெல்த் மசோதா என்பது 255 இந்தியச் சட்டமன்ற உறுப்பினர்களின் தேசிய அவையினால் தயாரிக்கப்பட்டது.[5] மூன்றாவது, 1928இன் நேரு அறிக்கை. இது மோதிலால் நேருவின் தலைமையில் ஒரு குழுவினால் தயாரிக்கப்பட்டது.[6] 1947 மார்ச் 24 அன்று உட்குழுவின் இரண்டாவது கூட்டத்தில் அடிப்படை உரிமைகளின் நான்கு வரைவுகளேனும் (இவை உட்குழுவின் உறுப்பினர்கள் தயாரித்தவை) சுற்றுக்கு விடப்பட்டிருந்தன. இவற்றிலும் பேச்சுரிமை பற்றிய பிரஸ்தாபம் இருந்தது. இவை பேராசிரியர் கே.டி. ஷா,[7] கே.எம். முன்ஷி,[8] ஹர்நாம் சிங்,[9] மற்றும் டாக்டர் பி. ஆர். அம்பேத்கர்[10] ஆகியோரால் தயாரிக்கப்பட்டவை.

பத்திரிகைகள்

காலனியக் காலத்தில் தயாரிக்கப்பட்ட அரசியல் சட்டத்தின் இந்த மூன்று வரைவுகளில் எதிலும் தனியாக பத்திரிகைச் சுதந்திரம் பற்றிய பேச்சு இல்லை. உட்குழுவின் இரண்டாவது அமர்வின் சமயத்தில் சுற்றில் இருந்த வரைவுகளுக்குள், முன்ஷி, அம்பேத்கர், ஹர்நாம் சிங் ஆகியோர் தயாரித்தவற்றுள் பத்திரிகைகளுக்குத் தனி உரிமைகள் பற்றி இருந்தன. கே. டி. ஷாவின் வரைவு ஒன்றில்தான் பத்திரிகைக்கெனத் தனிச் சுதந்திரம் அடையாளம் காணப்படவில்லை. ஆனால் 1947 மார்ச் 26 அன்று உட்குழு, பெரும்பான்மை வாக்களிப்பினால் (இது எந்த அளவில் அல்லது வீதத்தில் என்று தெரியவில்லை), "ஏற்கெனவே பேச்சுச் சுதந்திரம், வெளிப்பாட்டுச் சுதந்திரம் ஆகியவற்றின் உரிமை சேர்க்கப்பட்டிருப்பதால்" அரசியல் சட்டத்தில் பத்திரிகைக்கெனத் தனித்த உரிமைகள் எதுவும் அளிக்கத் தேவையில்லை என்று முடிவுசெய்தது.[11]

அரசியல் சட்ட மன்றக் கூட்டத்தில், பத்திரிகைக்கெனத் தனித்த உரிமை எதையும் அடையாளம் காணாத கே.டி. ஷாவின் வரைவு, பத்திரிகையின் உரிமைகளை உறுதிப்படுத்தத் தனித்த ஏற்பாடு செய்யப்பட வேண்டும் என்று கருத்துக் கூறப் பட்டிருந்தது.[12] கூட்டத்தின் உறுப்பினர்களில் மேலும் இருவரும் பத்திரிகைகளுக்கெனத் தனிப்பேச்சுரிமை அளிக்கப்பட வேண்டும் என்று கேட்டனர்.[13]

பத்திரிகையின் உரிமை என்பது பரந்துபட்ட பேச்சுரிமைக்குள் அடங்குகிறது என்று வாதிட்டு, தனித்த பத்திரிகை உரிமை தேவையில்லை என்று அம்பேத்கர் தன் மனத்தை மாற்றிக் கொண்டார்.[14] பின்னர், அரசியல் சட்ட வரைவில் செல்வாக்கு மிக்க மற்றொரு மனிதரான பி.என். ராவ் என்பவரும், சுதந்திரப் பேச்சுரிமை வெளிப்பாட்டுரிமை என்பவற்றில் பத்திரிகைச் சுதந்திரம் அடங்குவதால் அதற்குத் தனித்த இடம் தேவையில்லை என்று கருத்துத் தெரிவித்தார்.[15]

அமெரிக்க அரசியல் சட்டம், தனது முதல் திருத்தத்தில், "... பேச்சின் சுதந்திரத்தையோ, பத்திரிகையின் சுதந்திரத்தையோ குறைக்கும் விதமாகப் பேரவை எவ்விதச் சட்டமும் இயற்றாது"

என்று கூறுகிறது. இந்திய அரசியல் சட்ட வரைவாளர்கள் அமெரிக்க அரசியல் சட்டத்தின் பிற உட்கூறுகளால் தூண்டுதல் பெற்றாலும், ஏனோ இந்திய அரசியல் சட்டத்தில் மட்டும் குறிப்பாகப் பத்திரிகைச் சுதந்திரத்திற்கென மொழியப்பட்ட உரிமை எதையும் சேர்க்கவில்லை. காலனிய இந்தியாவில் இந்தியமொழிப் (அப்போது "நாட்டு மொழிகள்") பத்திரிகைகள், இந்தியர்கள் நடத்திய ஆங்கிலமொழிப் பத்திரிகைகள் இரண்டுமே தேசியப் பிரச்சாரத்தின் கருவிகளாகப் பயன்படுத்தப்பட்டன என்ற நிலையில் இது குறிப்பாகப் புதிராகவும் ஆர்வமூட்டுவதாகவும் இருக்கிறது. திலகர், காந்தி போன்ற தேசியத் தலைவர்கள் பத்திரிகைகள் நடத்தினர், தங்கள் எழுத்துகளுக்காகத் தண்டிக்கவும் பட்டனர். முன் இயல்களில் கண்டதுபோல, காலனிய ஆட்சிக் காலத்தில் பத்திரிகைச் சுதந்திரத்தில் குறுக்கிடுகின்ற பலவித சட்டங்கள் இயற்றப்பட்டன. எனவே அரசியல் சட்ட வரைவாளர்கள், அதில் பத்திரிகைச் சுதந்திரத்திற்குத் தனித்த இடம் உறுதிசெய்யப்பட வேண்டிய தேவையில்லை என்று முடிவுசெய்தது வியப்பாகவே இருக்கிறது.

குடிமக்களுக்கு மட்டும் பேச்சுரிமை

1895இன் இந்திய அரசியல் சட்ட மசோதா குடிமக்களுக்குச் சுதந்திரப் பேச்சுக்கு மட்டும் ஓர் உரிமையை அளித்தபோதிலும், 1925இன் காமன்வெல்த் இந்தியா மசோதா மற்றும் 1928இன் நேரு அறிக்கை ஆகியவை, குடிமக்கள்-அல்லாதோர் ஆகிய இருபிரிவினரையும் உள்ளடக்கிய யாவருக்கும் சுதந்திரப் பேச்சுரிமை அளித்தன. அடிப்படை உரிமைகள் பற்றிய வரைவினைத் தயாரித்த உட்குழுவின் நான்கு உறுப்பினர்களுக்கும், குடிமக்கள் அல்லாதோருக்கும் சுதந்திரப் பேச்சுரிமை கிடைக்க வேண்டும் என்பதில் பரந்த கருத்தொற்றுமை இருந்தது. கே.டி. ஷா, ஹர்நாம் சிங், அம்பேத்கர் ஆகியோர் தயாரித்த வரைவுகள் குடிமக்களுக்கு மட்டுமே பேச்சுரிமை உண்டு என்று வரையறுக்கவில்லை. முன்ஷியின் வரைவில் குடிமக்களுக்கு மட்டுமே பேச்சுரிமை அளிக்கப்பட்டது. ஆனால் அதில் குடிமக்கள் அல்லாதவரும் சுதந்திரமாகப் பத்திரிகை நடத்தலாம் என்ற உரிமை

அளிக்கப்பட்டிருந்தது.[16] ஆனால் 1947 மார்ச் 25 அன்று, உட்குழு 5க்கு 3 என்ற வாக்கினால் பேச்சுரிமை குடிமக்களுக்கு மட்டுமே அளிக்கப்பட வேண்டும் என்ற முடிவு செய்தது.[17] (தீர்மானத்திற்கு எதிராக வாக்களித்த மூன்று உறுப்பினர்கள் யார் என்பது நமக்குத் தெரியவில்லை.) இதற்குப் பிறகு ஏறத்தாழக் கேள்வியின்றி ஏற்கப்பட்ட இந்த முடிவு, குடிமக்கள் அல்லாதார் இந்தியாவின் நலன்களைக் கருத்தில் கொண்டவர்களாக இருக்க இயலாது, அதனால் நம்பி அவர்களுக்குப் பேச்சுரிமை அளிக்க இயலாது என்று உட்குழுவின் உறுப்பினர்கள் நம்பியதால் ஏற்பட்டதாக இருக்கலாம். இதுவும் புதிரான ஒரு முடிவே. ஏனெனில், குறைந்த பட்சம் அன்னீ பெசண்ட், பி.ஜி. ஹார்னிமன் (பம்பாய் கிரானிக்கிலின் ஆசிரியர்) என்ற இரண்டு பிரிட்டிஷ்காரர்களேனும் தேசிய இயக்கத்தில் முக்கியப் பங்கு வகித்தவர்கள். மேலும் இவர்களைப் போன்ற பலர் பல்வேறு அளவுகளில் தேசிய வாதத்தின் நோக்கத்திற்கு ஆதரவாக இருந்தனர். அப்படியிருந்தும், அரசியல் சட்டத்தின் வரைவாளர்கள் பிரிட்டிஷ்காரர்களோ, அல்லது வேறு எந்த அயல்நாட்டினரோ, சுதந்திர இந்தியாவில் பேச்சுரிமையும் வெளிப்பாட்டுரிமையும் பெற வேண்டாம் என்று நினைத்தார்கள். மேலும், குடிமக்களுக்கு மட்டுமே பேச்சுரிமையைக் கட்டுப்படுத்தியதன் வாயிலாக, அரசியல் சட்ட வரைவாளர்கள், உணர்வுபூர்வமாகவோ அன்றியோ குடிமக்களாக முடியாத செயற்கை நபர்களுக்குப் (கம்பெனிகளுக்குப்) பேச்சுரிமையை மறுத்துவிட்டார்கள். ஆனால் குழுமங்களின் பங்குதாரர்கள், இயக்குநர்கள் போன்றவர்கள் குடிகளாக இருப்பதால் அவர்களுக்குப் பேச்சுரிமை உண்டு.

பேச்சுரிமைக்கு விதிவிலக்குகள் பட்டியல்

பேச்சுரிமைக்கு என்ன கட்டுப்பாடுகளை விதிக்க வேண்டும் என்பதை விவாதிப்பதற்கே அரசியல் சட்டமன்றம் மற்றும் அதன் குழுக்களின் நேரம் மிகுதியாக ஒதுக்கப்பட்டது. முன்ஷியின் வரைவு உட்குழுவினால் மாதிரிவரைவாகக் கொள்ளப்பட்டது.[18] அதில் பலவிதச் சுதந்திரங்கள் (உதாரணமாக, பேச்சு, கூட்டம் கூடுதல், ஓரிடம் விட்டு மற்றோரிடம் செல்லுதல்...) அடையாளம் காணப்பட்டுப்

பட்டியலிடப் பட்டிருந்தன. இவை அரசியல் சட்டத்தின் இறுதிவடிவத்தில் சேர்க்கப்பட்டு இன்றுவரை அப்படியே உள்ளன. ஆனால் முன்ஷியின் வரைவில் கருத்தினைச் சுதந்திரமாக வெளிப்படுத்தும் உரிமை ஏற்கப்பட்டிருந்தாலும், ஒன்றியச் சட்டத்தின் எல்லைகளுக்குள், அதன்படி அந்த உரிமையின்மீது பரந்துபட்ட, ஒட்டுமொத்தமான கட்டுப்பாட்டினை விதித்திருந்தது. அதன்படிப் பாராளுமன்றம் தான் தகுதியானது என்று நினைக்கக்கூடிய எந்தக் கட்டுப்பாட்டையும் பேச்சுரிமைமீது சுமத்தலாம்[19] என்ற நிலை உருவாக வழி செய்தது. ஆனால் இதற்கு மாறாக, அம்பேத்கரின் வரைவில் பேச்சுரிமை, பொது ஒழுங்கிற்கும் ஒழுக்கத்திற்கும் மட்டுமே கட்டுப்பட்டதாக இருக்கவேண்டும்[20] என்று குறிப்பிடப்பட்டிருந்தது. இந்தச் சொற்கள் 1928ஆம் ஆண்டின் நேரு வரைவிலிருந்து[21] பெறப்பட்டவை போலத் தோன்றுகின்றன.[22] மேலும் இந்தியாவின் பேச்சுரிமை பற்றிய பகுதி மிகுதியாக அயர்லாந்து அரசியலமைப்பின் பாதிப்புக்கும் உள்ளான ஒன்று.[23] உண்மையில், இந்தியாவில் பேச்சுரிமை பற்றிய பகுதி, உட்குழுவினால் அயர்லாந்து அரசியலமைப்பின் 40(6) பிரிவின் அடிப்படையில் அப்படியே அதைப்பார்த்து மறுவரைவு செய்யப்பட்டது.[24]

அயர்லாந்தின் அரசியலமைப்பைப் பின்பற்றி இந்திய அரசியல்சட்ட வரைவாளர்கள், அரசியல் சட்டத்திலேயே பேச்சுரிமைக்கான விதிவிலக்குகளைப் பட்டியலிட்டு விடுவது என்று தீர்மானித்தார்கள். ஆலோசனைக்குழு தயாரித்த வரைவு பேச்சுரிமைக்குப் பல விதிவிலக்குகளை--பொது ஒழுங்கு, ஒழுக்கம், தேசவிரோதம், ஆபாசம், நிந்தனை, அவதூறு போன்றவற்றைப் பட்டியலிட்டது. பேச்சுரிமைக்கு விதிக்கப்பட்ட பலவேறு விதிவிலக்குகளும், பொதுவாகச் சுதந்திரத்திற்கு விதிக்கப்பட்ட விதிவிலக்குகளும் பாராளுமன்றத்தில் பெரும் ஆதங்கத்தை உருவாக்கின. 1947 ஏப்ரல் 30ஆம் நாளன்று, சர்தார் வல்லபாய் பட்டேல், ஆலோசனைக்குழு வரைந்தளித்தது போல, சுதந்திரப் பேச்சுரிமைக்கான வரைவளிப்பை அறிமுகப்படுத்தியபோது, அவர் தேசவிரோதம், ஆபாசம், நிந்தனை, புரளி மற்றும் அவதூறு போன்ற பலவேறு பட்டியலிடப்பட்ட விதிவிலக்குகள் கொண்ட நிபந்தனை இல்லாமல்தான் அறிமுகப்படுத்தினார்.

ஆனாலும் பட்டியலிடப்பட்ட அந்த விதிவிலக்குகள் சட்டவிதிக்குள் வந்து புகுந்துகொள்ளவே செய்தன.

சுதந்திரமாகப் பேசும் உரிமை உள்ளிட்ட பேச்சுச் சுதந்திரத்தில் குறிப்பிடப்பட்டிருந்த ஒவ்வொரு சுதந்திரத்திற்கும் தடையாக அமைந்த எண்ணற்ற விதிவிலக்குகளைக் கண்டு கூட்டத்தின் உறுப்பினர்கள் பலரும் ஏமாற்றமடைந்தனர். உதாரணத்திற்கு, கே.டி. ஷா, "வலது கை அளித்ததை மூன்று, நான்கு அல்லது ஐந்து இடது கைகள் பிடுங்கிக் கொள்வதுபோல இது அமைந்துள்ளது; எனவே என் கருத்தில், இந்தப் பிரிவு பயனற்றதாக ஆக்கப்படுகிறது" என்று கூறினார்.[25] லக்ஷ்மி நாராயண சாஹு பின்வரும் அர்த்தமுள்ள ஒரு ஒடியாப் பழமொழியைக் கூறினார்: "வாசற்கதவில் முட்டிக்கொள்ளாமல் ஒருவரும் வரமுடியாதவாறு அவ்வளவு குறுகிய வாசலை உடையதாக வீட்டைக் கட்டி என்ன பயன்?"[26]

சுதந்திரத்திற்கு இத்தனை விதிவிலக்குகளும் தேவை என்று கருதிய பிறரும் இருக்கத்தான் செய்தனர். அவர்களில் முதன்மையானவர் டாக்டர் பி.ஆர். அம்பேத்கர்தான். 1948 நவம்பர் 4ஆம் நாள், அரசியல் சட்ட வரைவினை அறிமுகப்படுத்தும்போது, அமெரிக்க அரசியலமைப்பு கூடத் தனது குடிமக்களுக்கு முழுமையான உரிமைகளை அளிக்கவில்லை என்று கூறி, ஓர் உணர்ச்சிமயமான உரையாற்றினார்.[27] தமது பேச்சில் அவர் *நியூயார்க்கிற்கு எதிராக கிட்லோ*[28] என்ற வழக்கில் அமெரிக்க உச்சநீதிமன்றம் அளித்த முடிவைக் குறிப்பிட்டார். அதில் "பேச்சுரிமையும் பத்திரிகைச் சுதந்திரமும்... பொறுப்பின்றிப் பேசவோ, பிரசுரிக்கவோ முழுமை உரிமையை அளிக்கவில்லை. எப்படிப் பார்த்தாலும், மொழியைப் பயன்படுத்தும் சாத்தியமான எல்லாமுறைகளுக்கும் பாதுகாப்பளிக்கும் தடையற்ற, கட்டுப்பாடற்ற உரிமம் வழங்கப்படவில்லை" எனக் குறிப்பிட்டிருந்தது.

மற்றவர்கள் அம்பேத்கரை ஆதரித்தனர்.[29] உதாரணமாக, அல்குராய் சாஸ்திரி என்பவர், "சிறந்த குடியுரிமை என்பது கட்டுப்பாடுகள் என்பதைக் குறிக்கிறது" என்றார்.[30] அவர் ஒரு சமஸ்கிருதப் பழமொழியைக்[31] கூறினார். அதன் அர்த்தம் பின்வருமாறு: "பேச்சில் உண்மையாகவும் இனிமையாகவும்

இரு, ஆனால் கசப்பான உண்மையைப் பேசாதே". எவருக்கும் உண்மையைச் சொல்லச் சுதந்திரம் உண்டு, ஆனால் கசப்பான உண்மையைக் கூற உரிமையில்லை என்று அவர் வாதிட்டார். ஓர் அரசியல் மாணவன் என்ற முறையில் தாம் இதை ஒப்புக் கொள்வதாக டி. டி. கிருஷ்ணமாச்சாரி கூறினார். "முழுமையான உரிமை என்பது இருக்கமுடியாது, எந்த ஒரு உரிமையும் சில விதங்களிலோ சில சூழல்களிலோ குறுக்கப்படத்தான் வேண்டும்..."³²

வசையுரை (வெறுப்புப் பேச்சு/இழிவுரை)

ஆக, பேச்சுரிமைக்குக் குறித்த சில கட்டுப்பாடுகள் சேர்த்துக் கொள்வதைப் பற்றி மன்றத்திற்குள்ளோ, அதன் குழுக்களுக்குள்ளோ எவ்வித விவாதமும் இல்லை என்று ஆயிற்று. உதாரணமாக, பேச்சுரிமை மிக அதிகமான கட்டுப்பாடுகளால் குறுக்கப்படுகிறது என்று மன்றத்தின் பல உறுப்பினர்கள் பொதுவாகப் புகார் செய்தாலும், அவதூறு, புரளி, இழிப்புரை ஆகியவற்றைப் பற்றிய சட்டங்களுக்குப் பேச்சுரிமை கட்டுப்பட்டது என்ற சிந்தனைக்கு மிக வலுவான, குறித்த எதிர்ப்புகள் எதுவும் இல்லை. ஐரிஷ் அரசியல் சட்டத்தினை உதாரணமாக வைத்து, ஆலோசனைக் குழுவில் வைக்கப்பட்ட பேச்சுரிமை பற்றிய சில முந்திய வரைவுகள், (மத)நிந்தனைப் பேச்சுக்குச் சட்டப்பாதுகாப்பு இல்லை என்று கூறின.³³ ஆனால் எவ்வித விவாதமும் இன்றி, இந்தத் தடை விரைவில் நீக்கப்பட்டது. வில்லியம் பிளாக்ஸ்டோன், "சர்வ வல்லமை பொருந்தியவரின் இருப்புக்கோ அல்லது முன்னறிவுக்கோ எதிரான நிந்தனை, நமது மீட்பராகிய கிறித்துவைப் பற்றி இறுமாப்புடன் வெறுப்புரை கூறுவது ஆகியவை பொதுச் சட்டத்தினால் அபராதம், சிறை ஆகிய தண்டனைகளால் தண்டிக்கப்படத்தக்க குற்றங்கள் ஆகும்"³⁴ என்று எச்சரித்திருந்தாலும், இந்தியக் குடிமக்களுக்கு அரசியல் சட்டத்தினால் நிந்தனைச் சொற்களைப் பேசவும் எழுதவும் உரிமை அளிக்கப்பட்டது.³⁵ பேச்சுரிமை எல்லைக்குள் ஆபாசத்தை விலக்குவது பற்றியும் அதிகமான விவாதம் இல்லை. அரசியல் சட்ட மன்றத்தில், ஒழுக்கம் என்பது மிகத் துல்லியமற்ற ஒரு சொல், அதன் உள்ளர்த்தம் அவ்வப்போது

காலத்தில் மாறிக்கொண்டே இருக்கிறது என்ற கருத்துக் கொண்டவர்களில் கே. டி. ஷாவும் ஒருவராக இருந்தார். இங்கிலாந்தில், பெர்னாட் ஷாவின் சில நாடகங்களின் மேடையாக்கத்திற்குத் தடை விதித்த சேம்பர்லேன் பிரபுவின் உதாரணத்தைச் சுட்டிக்காட்டி, ஒழுக்க அடிப்படையில் ஏன் பேச்சுரிமை தடுக்கப்படலாகாது என்று கே.டி. ஷா விவாதித்தார்.[36]

மன்றத்திலும் அதன் குழுக்களிலும் மூன்று கேள்விகள் மீதுதான் முக்கியமாக விவாதம் நடத்தப்பட்டது. இவற்றுள் முதலாவது வசைப்பேச்சு (வெறுப்புப் பேச்சு) தொடர்பானது. அதாவது, அரசியல் சட்டம் வரையப்பட்டுக் கொண்டிருந்த காலத்தில், இந்தியா-பாகிஸ்தான் பிரிவினையினால் இந்து-முஸ்லிம்களுக் கிடையில் பெரிய அளவில் கலகங்கள் நடைபெற்றுக் கொண்டிருந்த காலத்தில், அதன் ஒளியில், வெவ்வேறு மதச் சமுதாயங்களுக்கிடையில், குறிப்பாக இந்து-முஸ்லிம்களுக்கிடையில், வெறுப்பை மேம்படுத்துகின்ற வகையில் பேச்சுரிமை பயன்படுத்தப்படலாகுமா என்ற விஷயம் பற்றியது. பரந்த நிலையில், பேச்சுரிமையிலிருந்து வசைப்பேச்சினை விலக்குவதற்கு மூன்றுவித ஆலோசனைகள் சொல்லப்பட்டன. முதலாவது, பொது(மக்கள்) ஒழுங்கு என்பதன்கீழ் ஒரு பரந்த கட்டுப்பாட்டின்கீழ் பேச்சுரிமை கட்டுப்படுத்தப் படலாம் என்பது. இரண்டாவது, மத வெறுப்பைப் பரப்புவதைத் தடுக்கும் விதத்தில் ஒரு குறிப்பான தடை உருவாக்கப் படலாம் என்பது. மூன்றாவது, அரசாங்கம் அவசரநிலை என்று குறிப்பிட்ட காலத்துக்கு அறிவித்து அச்சமயத்தில் பேச்சுரிமை நிறுத்திவைக்கப் படலாம் என்ற கருத்து.

பொது(மக்கள்) ஒழுங்கு

நேருவின் அறிக்கை, ஐரிஷ் அரசியல் சட்டம் ஆகியவற்றிலிருந்து கடன் வாங்கப்பட்ட அம்பேத்கரின் வரைவு, பேச்சுரிமை மீது பொது ஒழுங்கு என்ற கட்டுப்பாட்டைச் சுமத்தியது என்பதைப் பார்த்தோம். 1947 ஏப்ரல் 4 அன்று சர் அல்லாடி கிருஷ்ணசாமி ஐயர்[37] பி.என். ராவுக்கு ஒரு கடிதம் எழுதினார். அதில் அவர் வெளிப்படையாகவே இந்து-முஸ்லிம் மதக்

கலகங்கள், இறுக்கங்கள் ஆகியவற்றைச் சுட்டிக்காட்டி, "இந்தியாவின் வெவ்வேறு பகுதிகளில் நிகழும் அண்மைக்காலச் சம்பவங்கள், எப்போதையும் விட, இப்போது அரசியல் சட்டத்தினால் பாதுகாக்கப்பட்ட அடிப்படை உரிமைகள் யாவும் பொது ஒழுங்கு, பத்திரத்தன்மை, பாதுகாப்பு என்பவைக்கீழ் வரவேண்டும் என்று எனக்கு மெய்ப்பிக்கின்றன. ஆனால் அப்படிப்பட்ட செய்கை, அரசியல் சட்டம் அளித்துள்ள அடிப்படை உரிமைகளின் பயனைக் குறித்த அளவுக்கு இல்லாமற் செய்துவிடும்" என்றார்.[38] 1946 ஆகஸ்டு 16ஆம் நாள் முதலாகவே வங்காளம், பிஹார், ஐக்கிய மாகாணங்கள், பஞ்சாப் ஆகிய இடங்களில் இந்திய மிகப் பேரளவிலான இந்து-முஸ்லிம் மதக் கலவரங்களைக் கண்டது.[39] 1947 மே அளவில் ஏறத்தாழ 9000 பேர் அளவுக்கு இனக்கலவரங்களில் கொல்லப்பட்டிருந்தார்கள்.[40] பிறகு இந்த எண்ணிக்கை இரண்டு லட்சத்திற்கும் ஆறு லட்சத்திற்கும் இடைப்பட்ட ஒன்று என்று ஆனது.[41] இந்தியாவின் வெவ்வேறு பகுதிகளில் நிகழும் அண்மைக்காலச் சம்பவங்கள் என்று சரி அல்லாடி குறிப்பிட்டது இதுவாகவே இருக்கும். அதன் பிறகு, 1947 ஏப்ரல் 10 அன்று உட்குழுவுக்கு சர் அல்லாடி எழுதிய குறிப்பு, பேச்சுரிமைமீது தேசத்தின் பாதுகாப்புணர்வும் புறப்பாதுகாப்பும் தடைகளாகச் சுமத்தப்படலாம் என்று தெரிவித்தது.[42] பேச்சுரிமை பற்றிய பல வரைவுகள் அதற்குப் பொது ஒழுங்கின் அடிப்படையிலான ஒரு தடை விதிப்பு என்பதைக் கொண்டிருந்தன. ஆனால் வரைவுக் குழுவில் பொது ஒழுங்கு என்ற தொடர் கைவிடப்பட்டது, அதற்குப் பிறகு அது அரசியல் சட்டத்திற்குள் திரும்பி வரவே இல்லை.

குறிப்பாக, 1947 செப்டம்பர்-அக்டோபரில், இந்தியாவின் தலைவர்கள் மதவெறி உணர்ச்சிகளைப் பத்திரிகைகள் தூண்டிவருவதைப் பற்றிய கவலை கொண்டிருந்தார்கள். 1947 செப்டம்பரில், பிரதமர் நேரு, உள்துறை அமைச்சர் பட்டேலுக்கு, தில்லியின் சூழ்நிலை தொடர்ந்து அங்குச் சுற்றுக்கு விடப்படும் செய்திக் குறிப்புத் தாள்களால் விஷமாக்கப்படுகிறது என்று எழுதினார்.[43] ஹிந்து அவுட்லுக் என்ற பத்திரிகையில் பிரசுரிக்கப்பட்ட தீப்பற்றவைக்கும் விதமான கட்டுரை ஒன்றைச் சுட்டித்தான் அவர் எழுதினார். 1947 அக்டோபரில் நேரு மீண்டும் ஒரு முறை பட்டேலுக்குப்

பொறுப்பற்ற பத்திரிகைகளைக் கட்டுப்படுத்துகின்ற தேவை இருக்கிறது என்று எழுதினார். அப்போது தொடங்கப்பட்ட பல செய்தித்தாள்கள், அரசாங்கத்துக்கு எதிராக மட்டுமல்ல, எல்லாவித கண்ணியத்திற்கும் எதிராக வியக்கத்தக்க போரை நடத்தி வருகின்றன என்று அச்சத்துடன் பேசினார்.[44] பட்டேல் 1947 அக்டோபரில், இந்து, அவுட்லுக் போன்ற பத்திரிகைகள் செய்தித்தாளாக இருக்கத்தக்கன அல்ல என்று நேருவுக்கு விடையளித்ததுடன், அதன் உள்ளடக்கங்கள் மேம்படும் அல்லது அது மேலும் தொல்லைகளில் சிக்கி காலப்போக்கில் தன் பிரசுரத்தை நிறுத்த வேண்டிவரும் என்பதற்காக வேண்டி அந்தச் செய்தித்தாளுக்கு எதிராக முன்தணிக்கை ஆணை ஒன்று வெளியிடப்பட்டுள்ளது என்றார்.[45]

அந்த மாதம், பம்பாயில் உள்துறை அமைச்சராக இருந்த மொரார்ஜி தேசாய், சர்தார் பட்டேலுக்கு ஒரு கடிதம் எழுதினார். இந்துஸ்தான் டைம்ஸ், ஸ்டேட்ஸ்மன் போன்ற மத வன்முறைகளைப் பற்றிய ஆட்சேபணைக்குரிய அறிவிக்கைகளை வெளியிட்டு வரும் செய்தித்தாள்கள்கூட, அப்போதுள்ள பம்பாய் செய்தித்தாள்களால் தங்கள் தங்கள் நோக்குநிலைகளைப் பிரச்சாரம் செய்யப் பயன்படவே செய்கின்றன என்றார். பஞ்சாபில் நடக்கும் மதக் கொலைகள் பற்றிய செய்திகள், ஒரு சில அதிகாரபூர்வ அறிக்கைகளுடன் மட்டுமே நிறுத்திக் கொள்ளப்பட வேண்டுமா என்றும் தேசாய் கேட்டார்.[46] இதற்கு பட்டேல், தில்லி, கராச்சி போன்ற வெளிப் பிரதேசங்களிலிருந்து வரும் செய்தித்தாள்களை பம்பாய்க்குள் புக அனுமதிக்க வேண்டாம் என்று ஆலோசனை கூறினார்.[47] அடுத்தமாதம், அரசியல்சட்ட மன்றத்தில் பட்டேல், விரும்பத்தகாத செய்திகள், கருத்துரைகள், மிகைப்படுத்தப்பட்ட போலியான செய்திகள் ஆகியவற்றைத் தடுக்கும நோக்கத்துடன் தில்லியிலிருந்தும் அஜ்மேரிலிருந்தும் வெளிவரும் பத்திரிகைகளுக்கு முன்கட்டுப்பாடுகளைச் சுமத்தும் மசோதா ஒன்றை அறிமுகப்படுத்தினார்.[48] அந்த மசோதாவை அறிமுகப்படுத்திப் பேசும்போது, பட்டேல், அரசாங்கத்தின் தலைவர் மற்றும் உறுப்பினர்கள்மீது நிந்தனைச் சொற்கள் கொண்ட, வசையுரைத் தாக்குதல்கள் (பத்திரிகைகள் வாயிலாக) நடப்பது பற்றியும் குறிப்பிட்டார்.[49]

மத வெறுப்பு

அவச்சொல்லும் அவதூறும் பற்றிய சட்டங்களுக்குத் தொடர்பான கட்டுப்பாட்டை ஏற்பதோடு, கே. டி. ஷாவின் வரைவு, "எந்தக் காலத்திலும் அமலில் உள்ள, பலவிதச் சமுதாயங்களுக்கும் குடிமக்களுக்கும் இடையிலுள்ள நட்புறவு, நல்லுறவுகளைப் பேண வேண்டிய சட்டங்களாலும்" மக்களின் சிந்தனை மற்றும் வெளிப்பாட்டின் சுதந்திரங்களைக் கட்டுப்படுத்தியது.[50] 1947 ஏப்ரல் 14 அன்று சர் அல்லாடி மன்ற உட்குழுவுக்கு எழுதிய கடிதம், பேச்சுரிமையில் வகுப்புவாத துவேஷத்தை அதிகரிப்பதற்கென திட்டமிடப்பட்ட பேச்சு தவிர்க்கப்பட வேண்டும் என்றும், இந்தியக் குற்றச் சட்டத்தின் 153-அ பிரிவில் பேச்சுரிமை குறுக்கிடலாகாது என்றும் கூறியது.[51] 1860இன் இந்தியக் குற்றச்சட்டத்தில் 1898இன் ஒரு திருத்தத்தினால் கொண்டுவரப்பட்ட பிரிவு 153-அ, வெவ்வேறு வகுப்பைச் சேர்ந்த நபர்களுக்கிடையில் பகைமை அல்லது வெறுப்புணர்வை மேம்படுத்துகின்ற, அல்லது மேம்படுத்த முயலுகின்ற செயல்களைக் குற்றமாக்கியது. 1947 ஏப்ரல் 17 அன்று ஜெயராம்தாஸ் தவுலத்ராம் என்பவர் சிறுபான்மையர்க்குரிய உட்குழுவில், பேச்சுரிமையின் எல்லைக்குள் வகுப்பு அல்லது மத வெறுப்பினைப் பரப்புவதைக் கொண்டுவரக்கூடாது என்று வாதிட்டார்.[52] 1947 ஏப்ரல் 21 அன்று கூடிய ஆலோசனைக்குழுக் கூட்டத்தில், வகுப்புவாத அல்லது மத வெறுப்பினை மேம்படுத்துகின்ற விதமான பேச்சு, பேச்சுரிமையிலிருந்து நீக்கப்பட வேண்டும் என்று சர் அல்லாடி கருத்துரைத்தார்.[53] சர் அல்லாடியின் கருத்தை ஏற்ற சி. ராஜகோபாலாச்சாரி, மேலும் கூறினார்: "நமது நாட்டின் அடிப்படைச் சமாதானமும் திட்டப்படியான முன்னேற்றமும் மத அமைதி மற்றும் நல்லிணக்கத்தைச் சார்ந்துள்ளன. மத துவேஷத்தை வளர்க்கும்படியான பேச்சுகளையும் கருத்துகளையும் நாம் தடுக்கவில்லை என்றால் நாம் முன்னேற முடியாது."[54]

ஆயினும், ஸ்யாமா பிரசாத் முகர்ஜி, கே. எம். முன்ஷி, பக்ஷி தேக் சந்த் ஆகியோர் அல்லாடியின் முன்மொழிவை ஏற்கவில்லை. இம்மாதிரி விதிவிலக்கு தவறாகப் பயன்படுத்தப்படும் என்றும், அதிகாரத்திலுள்ள ஒரு கட்சிக்கு எதிராகச் சொல்லப்படும் சிறிய கருத்தும் வகுப்புத் துவேஷம் என்று கருதப்படும் என்றும் கூறினர்.[55] இந்தியக்

குற்றச்சட்டத்தின் பிரிவு 153-அ என்பதே அரசாங்கங்களால் தவறாகப் பயன்படுத்தப்படுகிறது, சிறுபான்மையர் பெரும்பான்மையர்க்கு எதிராகப் பேசும்போது மட்டுமே அது பயன்படுத்தப்படுகிறது, பெரும்பான்மையர்க்கு எதிராக அல்ல என்று பக்‌ஷி தேக் சந்த் கருத்துரைத்தார்.[56] வெறுப்புப் பேச்சின் சார்பாக ஆலோசனைக் குழுவில் கே. எம். முன்ஷி ஆற்றிய உரை, அதற்கான மிக வலுவான காப்புரையாக இருந்தது. ஒரு பேச்சு வன்முறைச் செயலுக்குத் தூண்டுவதாய் இருந்தால் ஒழிய அது கவனியாது விடப்பட வேண்டும். ஏனெனில் அது அமெரிக்க ஐக்கியநாட்டின் அரசியல் சட்டத்தில் சொல்லப்பட்ட 'தெளிவான, தற்போதைய அபாயம்' என்பதனோடு ஒப்புமையைக் கொண்டுள்ளது என்றார். இச்சட்டம் பற்றிப் பின்னர்க் காண்போம்.

முன்ஷியின் பேச்சு குறிப்பாக ஆர்வத்தைத் தூண்டுவதாக இருந்ததற்குக் காரணம் பின்வருமாறு: 1938இல் பம்பாய் மாகாணத்தின் உள்துறை அமைச்சராக முன்ஷி இருந்தபோது, முன்ஷி வன்முறையைத் தூண்டிய செய்தித்தாள்களை எதிர்கொள்ள வேண்டியிருந்தது. அவரது கருத்தின்படியே, அவை பம்பாயை அச்சுறுத்திய மிக மோசமான கலகங்கள். அக்காலத்தில் சில செய்தித்தாள்கள் கலகத்தில் இறந்த மக்களின் எண்ணிக்கையை, உதாரணமாக இத்தனை இந்துக்கள் இறந்து போயினர், அல்லது இத்தனை முஸ்லிம்கள் மாண்டு போயினர் என்றவாறு மதவாரியாக வெளியிட்டு வந்தன. இதைப் படிக்கும் அந்தந்த மதத்தினர் எதிர்தாக்குதலில் ஈடுபடுவது வழக்கம். உதாரணமாக ஒரு கலகத்தில் 50 இந்துக்கள் இறந்து போயினர் என்று செய்தி வெளியிடப்பட்டிருந்தால், பழிவாங்குவதற்காக இந்துக்கள் ஒன்று சேர்ந்து முஸ்லிம்கள் மீது தாக்குதல் நடத்துவார்கள். உள்துறை அமைச்சர் என்ற முறையில், கொலைகளை மதவாரியாக வெளியிடுகின்ற அழிவுதருகின்ற செயலில் செய்தித்தாள்கள் இறங்கலாகாது என்று முன்ஷி எச்சரித்திருந்தார். குற்றச் செயல்முறை விதிகளின்படி மூன்று நான்கு செய்தித்தாள்கள் மீது முன் தணிக்கையையும் சுமத்தியிருந்தார். ஆனால் பம்பாய் உயர்நீதிமன்றத்தின் நீதிபதி ஜான் பியூமாண்ட் அவரது ஆணைகளைச் செல்லாததாக்கிவிட்டார்.[57] ஆகவே இப்போது அரசியல் சட்ட மன்ற உறுப்பினர் என்ற முறையில் முன்ஷி, வன்முறையைத்

தூண்டும்போதுதான் வசைப்பேச்சினைத் தடைசெய்ய வேண்டும் என்று கூறியபோது, அவர் 1938 கலகங்களில் மதவாரியாக மரணங்களை வெளியிட்ட செய்தித்தாள்களின் உதாரணங்களை மனத்தில் கருதியிருக்கலாம்.

எவ்வாறிருப்பினும், முன்ஷி 'அன்றைக்கு வென்றார்'. எனவே பேச்சுரிமைக்குக் கட்டுப்பாடுகள் விதித்த பட்டியலிலிருந்து வசையுரை (வெறுப்புப் பேச்சு) நீக்கப்பட்டது.[58] அம்பேத்கருடைய 'பொது ஒழுங்கோ' சர். அல்லாடியின் 'வகுப்பு துவேஷமோ' இவைபோன்ற திரும்பக்கூறல்களோ எதுவும் பேச்சுரிமையின் விதி விலக்குகளில் தலைகாட்டவில்லை.

அவசரநிலை

1947 ஏப்ரல் 14 அன்று கூடிய உட்குழுக் கூட்டம் ஒன்றில் சர். அல்லாடி, மிகக் கடுமையான அவசரநிலையிலும், நாட்டின் பாதுகாப்பு ஆபத்துக்குள்ளாகும் நிலையிலும் அடிப்படை உரிமைகள்மீது கட்டுப்பாட்டைக் கொண்டுவர வேண்டும் என்று கூறினார்.[59] அதற்குப் பிறகு தயாரிக்கப்பட்ட வரைவுகள் பேச்சுரிமையை "அரசினால் கடுமையான அவசரநிலை என்று அறிவிக்கப்பட்ட நிலையில்" பேச்சுரிமையைக் கட்டுப்படுத்துவது என்ற தொடரைக் கொண்டிருந்தன.[60] ஆனால் அவசரநிலைப் பிரகடனம், அச்சமயத்தில் அடிப்படை உரிமைகளைத் தற்காலிகமாக நிறுத்திவைப்பது[61] என்பதற்கான தனிப்பகுதி அரசியல் சட்டத்தில் அளிக்கப்பட இருப்பதால், அறிவிக்கப்பட்ட அவசரநிலைகளில் பேச்சுரிமையைக் கட்டுப்படுத்துவது பற்றிய விஷயங்கள் பேச்சுரிமை, வெளிப்பாட்டுரிமை பகுதிகளிலிருந்து நீக்கப்பட்டன. அவசரநிலைகளில் பேச்சுரிமையைக் கட்டுப்படுத்துவதென வரைவாளர்கள் கருதினர் என்பது அச்சமயத்தில் இந்தியா எதிர்கொண்டிருந்த பிரிவினைத் தொடர்பான கலகங்கள், இடர்ப்பாடுகளோடும் தொடர்பு கொண்டிருந்தது.

தேசவிரோதம்

பேச்சுரிமை பற்றிய மற்றொரு கேள்வியும் மன்றத்தில் அதிக நேரம் எடுத்துக் கொண்டது. பட்டியலிடப்பட்ட

விதிவிலக்குகளில் தேசவிரோதப் பேச்சு சேர்க்கப்பட வேண்டுமா என்பது அந்தக் கேள்வி. காலனிய இந்தியாவில் இந்திய சுதந்திரப் போராட்டத் தலைவர்கள்மீது குற்றம் சாட்டவும் எதிர்ப்புகளை அடக்கவும் பிரிவு 124-அ பயன்படுத்தப்பட்டது என்பதை நாம் அறிவோம். தனது உரிமைகளுக்கான மசோதாவுடன் இப்போது இந்தியா தனது சொந்த அரசியலமைப்பைப் பெறும் வேளையில் பேச்சுரிமை என்ற அடிப்படை உரிமைக்கான ஒரு தடையாக தேச விரோதம் என்பது தொடர்ந்து பயன்படுத்தப்படுமா என்பதுதான் கேள்வி.[62]

ஐரிஷ் அரசியல் சட்ட அடிப்படையில் இந்தியப் பேச்சுரிமை என்பது முதன்முதலாக வரையப்பெற்றது. அது பட்டியலிட்ட விதிவிலக்குகளில் குறித்த விதிவிலக்காக தேசவிரோதப் பேச்சினைக் குறிப்பிடுகிறது. இந்தியாவிலும் பேச்சுரிமைக்கான முந்தைய வரைவுகளில் தேசவிரோதத்திற்கும் விதிவிலக்கு அளிக்கப்பட்டிருந்தது.

ஆனால் மன்றத்திற்குள், பேச்சுரிமைக்கு ஆதரவான மிக வலுவான பேச்சாளர்களில் ஒருவராகிய கே எம். முன்ஷி பேச்சுரிமைக்கான விதிவிலக்குகளின் பட்டியலிலிருந்து தேசவிரோதம் என்ற சொல்லை நீக்கிவிட வேண்டும் என்று ஒரு திருத்தம் கொண்டு வந்தார். தேசவிரோதப் பேச்சுகளை செய்வதற்கான உரிமை என்ற வகையில் இந்தியக் குடிமக்கள் பேச்சுரிமையைப் பயன்படுத்த உதவலாம் என்பது அவர் நோக்கம். ஆனால் முன்ஷி தேசவிரோதம் என்பதை ஒரு குறுகிய நிலையில் வைத்துப் பொருள் கொள்ள முனைந்தார். முன்ஷியைப் பொறுத்தவரை வன்முறைக்கான அல்லது கலகத்திற்கான தூண்டுதல் மட்டுமே தடைசெய்யப்பட வேண்டியது.[63] ஆர்வமூட்டும் விஷயம், இதற்கு முன்ஷி, நாம் முன் இயல் ஒன்றில் கண்ட இங்கிலாந்துப் பேரரசருக்கு எதிராக *நிஹரேந்து தத்*[64] என்ற கூட்டாட்சி நீதிமன்ற வழக்கிலிருந்து அவர் மேற்கோள் காட்டினார். ஆனால் கூட்டாட்சி நீதிமன்றத்தில் எடுக்கப்பட்ட முடிவு இங்கிலாந்துப் பேரரசருக்கு *எதிராக சதாசிவ் நாராயண் பலேராவ்*[65] வழக்கில் பிரிவி கவுன்சிலால் தள்ளுபடி செய்யப்பட்டது என்ற நோக்கினை அவர் எடுத்துரைக்காமல் விட்டுவிட்டார். பலேராவ் வழக்கில் பிரிவி கவுன்சிலின் மீறுதலுக்கான நோக்கத்தை உணர்வுபூர்வமாகவோ

அல்லாமலோ ஒதுக்கிச் செல்வதுதான் தேசவிரோதம் என்பதை அரசியல் சட்டத்திலிருந்து விலக்கவேண்டும் என்று முன்ஷி கூறியதற்கான காரணமாகக் கொள்ளலாம்.

பேச்சுரிமைக்கான பட்டியலிடப்பட்ட விதிவிலக்குகளில் தேசவிரோதம் என்பதை நீக்கவேண்டும் என்பதற்கு ஆதரவாக மேலும் பல உறுப்பினர்களும் மன்றத்தில் பேசினார்கள்.[66]

மீண்டும் ஒருமுறை முன்ஷியே களத்தை வென்றார். பேச்சுரிமைக்கான விதிவிலக்குகளிலிருந்து தேசவிரோதம் என்ற சொல் நீக்கப்பட்டது. பதிலாக, பேச்சுரிமைக்கு விதிவிலக்காக நாட்டின் பாதுகாப்பை வேரறுக்கும் பேச்சுகளோ அரசைக் கவிழ்க்கும் போக்குடைய பேச்சுகளோ இணைக்கப்பட்டன. 1947-50க்கு இடையில் 500க்கும் மேற்பட்ட அரசர்களால் ஆளப்பட்ட பகுதிகள்-இவை பிரிட்டிஷ்காரரின் கீழ் பிரிட்டிஷ் இந்தியப் பகுதிகளாக ஒன்றிணைக்கப் பட்டவை அல்ல-ஆனால் பிரிட்டிஷ் அரசரின் மேலாண்மையை ஏற்றுக்கொண்ட இந்திய அரசர்களால் ஆளப்பட்டவை-இந்தியப் பகுதிக்குள் இணைக்கப்பட்டன. ஜூனாகட், ஹைதராபாத், யாவற்றுக்கும் மேலாக காஷ்மீர்-ஆகியவை பிரச்சினைக்குரிய பகுதிகளாக இருந்தன.[67] இந்தியாவில் அன்று எதிர்கொள்ளப்பட்டு வந்த இந்தப் பிரச்சினைகளுடன் தொடர்புடையதாகவே ஒருவேளை ‘நாட்டின் பாதுகாப்பை வேரறுக்கும் பேச்சுகள், அரசைக் கவிழ்க்கும் போக்குடைய பேச்சுகள்’ என்பவை இந்திய அரசியலமைப்பை உருவாக்கிக் கொண்டிருந்தவர்களின் பயத்தினால் சேர்க்கப்பட்டருக்கலாம்.

நீதிமன்ற அவமதிப்பு

1935இன் இந்திய அரசாங்கச் சட்டம், கூட்டாட்சி நீதிமன்றமும், பிரிட்டிஷ் இந்தியாவின் உயர்நீதிமன்றங்களும் யாவும் மதிப்புறு நீதிமன்றங்களாக (அல்லது பதிவுசெய்யும் நீதிமன்றங்களாக) இருக்க வேண்டும் என்று விதித்தது.[68] ஆனால் இந்தச் சட்டவிதியில் நீதிமன்ற அவமதிப்புகளைத் தண்டிக்க அவற்றிற்கான அதிகாரம் பற்றி ஒன்றும் குறிப்பிடவில்லை. அதேபோல், இந்திய அரசியலமைப்பு மன்றத்தின் ஆதரவின்கீழ் 1947 அக்டோபரிலும், 1948 பிப்ரவரியிலும்

அளிக்கப்பட்ட வரைவுகளிலும் சுதந்திர இந்தியாவின் உச்சநீதிமன்றத்திலும் உயர்நீதிமன்றங்களிலும், அவை மதிப்புறு நீதிமன்றங்கள் என்று வருணிக்கப்பட்ட போதிலும், நீதிமன்ற அவமதிப்புகளைத் தண்டிக்கும் அதிகாரம் பற்றி எதுவும் சொல்லப்படவில்லை.[69] ஆயினும் 1949[70] மே 27இலும், ஜூன் 6இலும்[71] அரசியல் சட்ட வரைவுக்கு அம்பேத்கர் ஒரு திருத்தம் கொண்டுவந்தார். உச்சநீதிமன்றமும், உயர்நீதிமன்றங்களும் மதிப்புறு நீதிமன்றங்களாக இருப்பதன் விளைவாக, நீதிமன்ற அவமதிப்புகளைத் தண்டிக்கும் அதிகாரம் அவற்றுக்கு உண்டு என்பது அத்திருத்தம். ஒரு மதிப்புறுநீதிமன்றம், தன்னை அவமதிப்பவர்களைத் தானே தண்டிக்கும் அதிகாரம் பெற்றது என்பது அவற்றின் இயல்பினால் பெறப்படுகிறது என்பது வெளிப்படை என்றார். இரு திருத்தங்களும் எவ்வித விவாதமும் இன்றி ஏற்கப்பட்டன.

அதன்பிறகு 1949 அக்டோபர் 17இல் அரசியல் சட்டம் இறுதிசெய்யப்படுவதற்கு ஏறத்தாழ ஒருமாதத்திற்குள் இருக்கும் நிலையில், சட்ட வரைவில் பேச்சுரிமைக்கான ஏற்பாட்டில் டி. டி. கிருஷ்ணமாச்சாரி ஒரு கடைசிநிமிடத் திருத்தத்தைக் கொண்டுவந்தார். அதாவது பேச்சுரிமைக்கான விதிவிலக்குப் பட்டியலில் நீதிமன்ற அவமதிப்பு என்பதும் சேர்க்கப்படவேண்டும் என்றார்.[72] அதாவது பேச்சு அல்லது வேறு வெளிப்பாட்டின் வழியாக நீதிமன்ற அவமதிப்பினைச் செய்யும் ஒரு நபர் பேச்சுரிமை என்ற அடிப்படை உரிமைக்குள் தஞ்சம்புகுவதற்கு அனுமதி அளிக்கலாகாது என்று பொருள். அதாவது நீதிமன்ற விசாரணையில் இருக்கும் விஷயம் பற்றிப் பேசுகின்ற ஒரு நபர், அதன் வாயிலாக நீதிநிர்வாகத்தில் குறுக்கிடும் நிலை ஏற்பட்டால், அவர் பேச்சுரிமை என்பதைத் தனக்கு ஆதரவாகப் பயன்படுத்த முடியாது.

இந்தத் திருத்தத்திற்குக் கொஞ்சம் எதிர்ப்பு இருந்தது.[73] சான்றாக, முன்பெல்லாம், நீதிபதிகள் தாங்கள் தவறே செய்யாதவர்கள் என்பது போலவும், தவறு செய்ய இயலாதவர்கள் என்பது போலவும் தங்கள் அதிகாரத்தைச் செலுத்தினர் என்று ஆர்.கே. சித்வா வாதிட்டார். நீதிபதிகளும் மனிதர்கள்தான், அவர்களுக்கு ஒன்றும் கொம்பு முளைக்கவில்லை என்றும் அதனால் அவர்கள் தவறுசெய்யக் கூடியவர்களே என்றும் வாதிட்டார்.[74] இந்தத்

திருத்தத்திற்கு மிக வலுவான தாக்குதல் ஒன்றை பி. தாஸ் தொடுத்தார். நீதிபதிகள் காலனிய ஆட்சிக்கு விசுவாசிகளாக இருந்தனர் என்றார் அவர். நீதிபதிகளுக்கு பிரிட்டிஷ் ஆட்சியின்கீழ் பயிற்சி அளிக்கப்பட்டதாலும், நீதியை அவர்கள் தவறாகக் கற்பித்து நம்மைக் கீழ்ப்படுத்தி வைத்திருந்ததாலும், அவர்களைப் பற்றி மிக உயர்வாக நினைப்பவன் நானல்ல என்றார். காலனிய ஆட்சியின்போது வருமானமற்ற வக்கீல்கள் காலனிய ஆட்சியின்போது முழுவதுமாக விஷயங்களைக் கட்டுப்படுத்தினர், நீதிமன்ற அவமதிப்பு என்ற சொல்லினால் அந்நிய ஆட்சியை ஆதரித்தனர், பயந்த இதயம் படைத்த வழக்கறிஞர்கள் அவர்களிடம் பயப்பட்டனர் என்றும் கூறினார்.[75] இதைக் கேட்டு மன்றத்தின் தலைவர் உணர்ச்சிவசப்பட்டார். தனிப்பட்ட நீதிபதிகள் கடந்த காலத்தில் தவறுசெய்திருக்கலாம், ஆனால் ஒட்டுமொத்த நீதித்துறை மீதே அபவாதங்களைக் கூறலாகாது என்றார்.[76] நசீருதீன் அகமது போன்ற சிலர் திருத்தத்திற்கு ஆதரவாகப் பேசினர்.[77] திருத்தம் வாக்களிப்புக்கு விடப்பட்டு மன்றத்தினால் ஏற்கப்பட்டது.

'நியாயத் தன்மை'

1949 அக்டோபர் 17 அன்று அரசியல் சட்ட வரைவில் பேச்சுரிமைக்கு அளிக்கப்பட்ட விதிவிலக்குகளுக்கு "நியாயமான" என்ற சொல்லைச் சேர்க்க வேண்டும் என்ற திருத்தத்தைப் பண்டித தாகுர் தாஸ் பார்கவா என்பவர் கொண்டு வந்தார். அதாவது, அபவாதம், அவதூறு, நற்பெயர் கெடுத்தல் போன்றவை குறித்த சட்டங்களால் பேச்சுரிமையை அரசாங்கம் பறிப்பதென்பது ஒரு "நியாயமான" சட்டத்தின் வாயிலாகவே இருக்க வேண்டும் என்று பார்கவா வேண்டினார். முன்னரே, மன்றத்தில் பார்கவா கொண்டுவந்த ஒரு திருத்தத்தின் வாயிலாக, அடிப்படை உரிமைகளில் (மக்கள் கூடுவது, இடம் பெயர்வது) உள்ள பிற உரிமைகளில் அரசாங்கம் குறுக்கிடும்போது அது ஒரு "நியாயமான" சட்டத்தின் வாயிலாகவே செய்யப்பட வேண்டும் என்று ஏற்கப்பட்டது.[78] அவ்வாறே பேச்சுரிமையில் குறுக்கிடும்போதும் "நியாயமான" சட்டங்கள் வாயிலாகவே செய்யப்பட வேண்டும் என்பது பார்கவாவின் கருத்தாக இருந்தது.[79] ஆனால் இந்தத் திருத்தம் மன்றத்தினால் புறக்கணிக்கப்பட்டது.

நசிருதீன் அகமது போன்ற ஒருசிலர் இதை எதிர்த்தனர். ஒரு சட்டம் சட்டமன்றத்தின் வாயிலாக நிறைவேற்றப்படும்போது, அது நியாயமானது என்று (குறைந்தபட்சம் அந்தச் சட்டமன்றம் அவ்வாறு கருதுவதால்) கருதப்படுவதால் மட்டுமே செய்யப்படுகிறது, எனவே நடைமுறையில் நியாயமான என்ற சொல்லை அங்குச் சேர்ப்பது முழுமையாகத் தேவையற்றதும் அர்த்தமற்றதுமாகும் என்று அகமது வாதிட்டார்.[80] அரசியல்சட்ட வரலாற்றாளரான கிரான்வில் ஆஸ்டின், பேச்சுரிமையின் விதிவிலக்குகளுக்கு நியாயமான என்ற அடைமொழியை கவனக்குறைவினால் சேர்க்காமல் விட்டிருக்கலாம் என்று கருதினார். இந்த கவனக்குறைவு, ஓராண்டு கழித்துக் கொண்டுவரப்பட்ட முதல் திருத்தத்தில் சரிசெய்யப்பட்டது.[81] எனினும், பார்கவா திருத்தம் கொண்டுவந்த போதும், நியாயமான என்ற சொல் பேச்சுரிமை விதிவிலக்குகளுக்குச் சேர்க்கப்படாமல் விடப்பட்டது, மன்றத்தின் பிரக்ஞைபூர்வமான சிந்தனையின் விளைவு என்றே தோன்றுகிறது. ஆக, இந்தியாவின் பாராளுமன்றம் எந்தச் சட்டத்தையும், அது அரசியல் சட்டத்தின் பிரிவு 19(2)இல் உள்ள பட்டியலிடப்பட்ட விதிவிலக்குகளில் அடங்கும் போது, அது எவ்வளவு நியாயமற்றதாக இருந்தாலும், அதைக் கொண்டுவரலாம், அது அரசியல் சட்டத்தின் நுட்ப ஆய்விலிருந்து பாதுகாப்பாகத் தப்பித்துவிடும் என்று கோட்பாட்டளவில் ஒப்புக் கொள்வதாக ஆயிற்று.

★ ★ ★

இறுதியில் அரசியல் சட்டத்தின் பிரிவு 19(1)(அ) இந்தியாவின் எல்லாக் குடிமக்களுக்கும் பேச்சுச் சுதந்திரத்தை அளித்தது. எழுத்துவழி அவதூறு, அபவாதம், மானநஷ்டம், நீதிமன்ற அவமதிப்பு, 'தகைமை அல்லது ஒழுக்கத்துக்கு எதிராக பாதிக்கும் எந்த விஷயத்தையும்', அரசின் பாதுகாப்பைக் கீழறுக்கும், அல்லது அரசைக் கவிழ்க்கும் எந்தவிதப் பேச்சையும் கட்டுப்படுத்தக்கூடிய சட்டங்களை உருவாக்கும் இயலுமையை பிரிவு 19(2) அரசுக்கு அளித்தது.[82] வேறு சொற்களில்கூறினால், பேச்சுச் சுதந்திரமும் வெளிப்பாட்டுச் சுதந்திரமும் நான்கு பரந்த விதிவிலக்குகளால் கட்டுப்படுத்தப்பட்டன. மானநஷ்டம், நீதிமன்ற அவமதிப்பு, ஆபாசம், அரசின் இருப்பை அச்சுறுத்தும் வகையிலான பேச்சு.

ஆர்வமூட்டக்கூடிய விஷயம் என்னவெனில், இந்தியாவின் அரசியல் சட்ட உருவாக்கம் பற்றிய தனது செவ்வியல் நூலில், முன்ஷியும் சர். அல்லாடியும்தான் உப-குழுவில் உரிமைகளைக் கட்டுப்படுத்துவதை மிகவும் பலமாக ஆதரித்தவர்கள் என்று கிரான்வில் ஆஸ்டின் குறிப்பிடுகிறார்.[83] ஆனால் முன்ஷியைப் பொறுத்தவரை ஆஸ்டின் கூறுவது தவறு. பேச்சுச் சுதந்திர உரிமைக்கு எவ்விதக் கட்டுப்பாட்டையும் மிக முக்கியமாக எதிர்த்தவர் முன்ஷிதான். அவரது அசலான வரைவில் சுதந்திரப் பேச்சுரிமைக்குப் பரந்த, ஒட்டுமொத்தமான விதிவிலக்குகள் இருந்தன. ஆனால் அவர் தனது நிலையைப் பின்னர் மாற்றிக் கொண்டார். அரசியல் சட்டவரைவுக் குழுவில் தனது பேச்சுகளில் அவர் மிகத் தாராளமான ஒரு பார்வையை மேற்கொண்டார். அதனால் இயக்கத்தில் சுதந்திரப் பேச்சுரிமைக்கு அளிக்கப்பட்ட விதிவிலக்குகளில் தேசவிரோதம், வெறுப்புப் பேச்சு ஆகியவை நீக்கப்பட்டன. சுதந்திரப் பேச்சுக்கான இரு போர்களிலும் முன்ஷி வெற்றி பெற்றார். எனவே பட்டியலிடப்பட்ட விதிவிலக்குகளில் தேசவிரோதப் பேச்சு நீக்கப்பட்டு, ஒரு சிறிய வடிவத்தில் அமைக்கப்பட்டது. வெறுப்புப் பேச்சு பட்டியலிடப்பட்ட விதிவிலக்குகளிலிருந்து முழுவதுமாக நீக்கப்பட்டது. இதற்கு மாறாக, சர். அல்லாடிதான் முழுமையான சுதந்திரப் பேச்சுக்கு முக்கிய எதிரியாக இருந்தார், இயக்கத்தை வெறுப்புப் பேச்சைச் சேர்க்குமாறு கொண்டுசென்றார்.

சுதந்திரப் பேச்சுரிமை அளிப்பு ஐரிஷ்நாட்டு அரசியல் சட்டத்திலிருந்து பெறப்பட்டது என்றாலும், நமது அரசியல் சட்டக் குழுவின் எந்த உறுப்பினரும் சுதந்திரப் பேச்சுக்கு உதாரணமாக ஐரிஷ் நாட்டு உதாரணங்களைப் பற்றி பேசவோ விவாதிக்கவோ இல்லை. மாறாக, அம்பேத்கர் போன்ற குழு உறுப்பினர்கள் தாங்கள் அமெரிக்காவில் படித்ததினாலோ, அல்லது தங்கள் சட்டப் பணியில் எதிர்கொண்ட காரணத்தினாலோ தங்களுக்கு ஒருவேளை அமெரிக்க வழக்குகள் பரிச்சயமானதால் அமெரிக்க ஐக்கிய நாட்டு உதாரணங்களைக் கொண்டுவந்து விவாதித்தனர்.[84]

★★★

இயல் 5
பிரசாதும் முகர்ஜியும்
ஒரு சட்டத்திருத்தத்தைத் தொடங்குகிறார்கள்

1951 ஜூன் மாதம், அரசியலமைப்புச் சட்டம் அமுலுக்கு வந்து பதினேழு மாதங்களுக்குள், அரசியலமைப்புக் குழு (இப்போது ஓரவை கொண்டிருந்த, தற்காலிக இந்தியப் பாராளுமன்றமாக அது செயல்பட்டு வந்தது) 19(2) பிரிவினை சுதந்திரப் பேச்சுக்கான உரிமையைக் கட்டுப்படுத்தும் விதமாக மூன்று பட்டியலிட்ட கட்டுப்பாடுகளைச் சேர்க்கும்படி திருத்தியது.

1951இன் அரசியல்சட்டத்தின் முதல் திருத்தம் கொண்டுவரப்பட்டதற்கு மூன்று காரணங்கள் இருந்தன. (இது இனி முதல் திருத்தம் என்று சுருக்கமாகச் சொல்லப்படும்). முதலில், வெவ்வேறு குழுக்களிடையே பகைமையை அதிகரித்துவந்த வெறுப்புப் பேச்சு அக்காலத்தில் நிலவியது. அந்த வசைப்பேச்சே இந்துக்களுக்கும் முஸ்லிம்களுக்கும் இடையில் பெரிய-அளவிலான மத வன்முறைக்குக் காரணம் என்று அரசாங்கம் நம்பியது. ஆனால் உச்சநீதிமன்றம், மற்றும் பஞ்சாப், பட்னா, மதராஸ் உயர்நீதிமன்றங்களின் தீர்ப்புகள் காரணமாக அரசாங்கம் அந்த வசைகளைக் கட்டுப்படுத்த முடியவில்லை. இரண்டாவதாக, இந்தியாவுக்கும் பாகிஸ்தானுக்கும் இடையில் போரைத் தூண்டும் விதமான பேச்சுகளையும் (குறிப்பாகக் கிழக்கு பாகிஸ்தானில் இந்துக்கள் நடத்தப்பட்ட முறையை அடிப்படையாக

வைத்து) பிரிவினையை இல்லாமல் செய்யுமாறு வேண்டிய பேச்சுகளையும் (இவை நேரு-லியாகத் உடன்படிக்கையின் பின்னணியில் ஸ்யாமா பிரசாத் முகர்ஜியினால் செய்யப்பட்டவை)[1] தடை செய்வது அரசாங்கங்களுக்குக் கடினமாக இருந்தது. மூன்றாவதாக, பட்னா உயர்நீதிமன்றத்தைச் சேர்ந்த நீதிபதி சர்ஜூ பிரசாத் ஒரு வழக்கில் தீர்ப்பளிக்கும்போது இந்தியாவில் பேச்சுச் சுதந்திரம் என்பது தடையின்றி கொலை வன்முறை ஆகிய குற்றங்களைப் பிரச்சாரம் செய்யவும் தூண்டவும் ஆன உரிமையை உள்ளடக்கியுள்ளது என்று கூறியிருந்தார். இந்த அதிர்ச்சி தரும் செய்தியால் பாராளுமன்ற உறுப்பினர்கள் ஆழமான கலக்கம் அடைந்தனர்.[2]

திருத்தத்தை நிறுத்திவைத்த தீர்ப்புகள்

வரலாற்றுக் காரணங்களால், இந்திய அரசியல் சட்டம் 1950[3] ஜனவரி 26 அன்று தான் அமலுக்கு வந்தது. அதற்குப் பிறகு சில மாதங்களுக்குள்ளாகவே,[4] அவை பொது ஒழுங்கைக் குலைக்கின்றன, வெவ்வேறு குழுக்களுக்கிடையே பகைமை அல்லது வெறுப்புணர்வைத் தூண்டுகின்றன, கொலைகளையும் பிறவித வன்முறைகளையும் தூண்டுகின்றன, அல்லது பிறவகையில் தேசத்துரோகச் செயல்களைச் செய்கின்றன என்று பத்திரிகைகள்மீது குற்றம் சாட்டி மாநில அரசாங்கங்கள் அவற்றின்மீது அடக்குமுறைகளைத் தொடங்கின. இம்மாதிரி ஒடுக்குதல்களைச் செய்யும்போது, மாநில அரசுகள் காலனிய ஆட்சியின்போது கையாளப்பட்ட பல சட்டங்களைப் பயன்படுத்தின. குறிப்பாக 1931இன் இந்தியப் பத்திரிகைகள் (அவரசநிலை அதிகாரங்கள்) சட்டம் பயன்படுத்தப்பட்டது. அது 1930களில் காந்தியின் ஒத்துழையாமை இயக்கத்துடன் போரிடுவதற்காகக் கொண்டுவரப்பட்ட ஒன்று.

மாநில அரசாங்கங்கள் தங்கள் மாநிலங்களில் செய்தித்தாள்களின் சுற்றுகளைத் தடை செய்தன. அவற்றின் வெளியீட்டகங்களிலிருந்து வெளியிடப்பட்ட நூல்களைக் கைப்பற்றின. செய்தித்தாள்கள் வெளியிட வேண்டிய விஷயங்களை முன் ஆய்வுக்கு அனுப்பவேண்டிக் கோரின. ஆட்சேபகரமான விஷயங்களை வெளியிடுதல் என்பதன்கீழ் அவற்றின் பாதுகாப்பு டெபாசிட் தொகைகளைப் பறித்துக்

கொண்டன. இவற்றால் தொல்லைக்குள்ளான செய்தித்தாள்களும் அச்சகங்களும் இந்திய உச்சநீதிமன்றத்திலும், பஞ்சாப், பட்னா, சென்னை உயர்நீதிமன்றங்களிலும் வழக்குச் செயல்முறைகளில் ஈடுபட்டன. இந்த நீதிமன்றங்களில் வெளியிடப்பட்ட தொடர்ச்சியான தீர்ப்புகளில், பேச்சுரிமை மீது செய்யப்பட்ட மேற்கண்ட கட்டுப்பாடுகள் யாவும் அரசியல் சட்டத்தின் 19(2) ஆம் பிரிவின் எல்லைக்குள்ளாக வருவன அல்ல என்று அடித்து வீழ்த்தப்பட்டன என்பது பின்நிகழ்ந்த செய்தி.

1950 மே 26 அன்று[5], இந்தியாவில் சுதந்திரப் பேச்சுரிமைக்குத் தொலைநோக்குள்ள பண்புடைய இரண்டு வழக்குகளை உச்சநீதிமன்றத்தின் ஆறு நடுவர்கள் விசாரித்துத் தீர்ப்புரைத்தனர். ஒன்று, *சென்னை மாநிலஅரசுக்கு எதிராக ரமேஷ் தாப்பர்* வழக்கு.[6] மற்றது, *தில்லி அரசுக்கு எதிராக ப்ரிஜ் பூஷண்* வழக்கு.[7] இந்த வழக்குகளில், 'பொது ஒழுங்கு' என்பது பேச்சுரிமைக்கான பட்டியலிடப்பட்ட விதிவிலக்குகளில் வருவதன்று (இந்தச் சொல்லை மோதிலால் நேருவின் அறிக்கையிலிருந்தும் ஐரிஷ் அரசியல் சட்டத்திலிருந்தும் அம்பேத்கர் நமது அரசியல் சட்டத்துக்குள் கொண்டுவர முயன்றார்), ஆகவே பொது ஒழுங்கைப் பாதிக்கும் என்ற அடிப்படையில் பேச்சுரிமையைத் தடுக்கும் சட்டம் எதுவும் அரசியல் சட்டத்துக்கு எதிரானது என்று தீர்ப்பளிக்கப்பட்டது. இந்த முடிவுகளை, விவாதத்தில் மேலும் கொண்டுசென்ற வழக்குகளில், தொடர்ச்சியான தீர்ப்புகளில், பஞ்சாப், பட்னா, மெட்ராஸ் உயர்நீதிமன்றங்களும் பின்தொடர்ந்தன.

அப்போது நன்கறிந்த பொதுவுடைமையாளராக இருந்த ரமேஷ் தாப்பர், பம்பாயிலிருந்து வெளியிடப்பட்ட *கிராஸ் ரோட்ஸ்* என்ற ஆங்கில வாராந்திரப் பத்திரிகையின் ஆசிரியராகவும், வெளியீட்டாளராகவும், அச்சிடுபவராகவும் இருந்தார். *கிராஸ் ரோட்ஸ்*, நேருவை விமரிசனம் செய்யும், குறிப்பாக அவரது வெளிநாட்டுக் கொள்கைகளை விமரிசனம் செய்யும் கட்டுரைகளை வெளியிட்டது. அக்காலத்தில், இப்போது கேரளாவாக உள்ள, சென்னை மாகாணத்தின் மேற்குப் பகுதியில் பொதுவுடைமை இயக்கம் பரவி வந்தது.[8] அங்குள்ள இயக்கத்திற்கு *கிராஸ் ரோட்ஸ்* மேலும் உந்துதலை அளிக்கும் என்று பயந்து, சென்னை அரசாங்கம் 1950 மார்ச் 1ஆம் தேதி,

(அரசியல் சட்டம் அமலுக்கு வந்து ஒருமாதமே ஆன நிலையில்) இம்மாநிலத்துக்குள் அந்தப் பத்திரிகை நுழையவோ, சுற்றுக்கு வரவோ கூடாது என்று தடை விதித்தது. இந்த ஆணை மெட்ராஸ் பொது ஒழுங்குப் பேணுகைச் சட்டத்தின் பிரிவு 9 (1-அ)வின்கீழ் வெளியிடப்பட்டது. இது பொதுமக்கள் பாதுகாப்பைக் காப்பாற்றவும் அல்லது பொது ஒழுங்கைப் பாதுகாக்கவும் சென்னை மாகாணத்தில் செய்தித்தாள்களைச் சுற்றுக்கு விடுதல், விற்றல், விநியோகம் செய்தல் ஆகியவற்றைத் தடைசெய்தது. தாப்பர் உயர்நீதி மன்றம் ஒன்றிற்குச் செல்லாமல் நேரடியாகவே உச்சநீதிமன்றத்தில் ஒரு மனுவை அளித்தார். மாகாணச் சட்டத்தின் பிரிவு 9 (1-அ) அரசியல் சட்டத்துக்கு எதிரானது என்று வாதிட்டார்.

ஆறு நீதிபதிகள் கொண்ட அமர்வில், நடுவர் ஃபசல் அலி மட்டும் எதிர்ப்புத் தெரிவிக்க,[9] பிற ஐவரும் மேற்கண்ட சட்டப்பிரிவை அடித்து வீழ்த்தினர். நீதிமன்றத்துக்காகத் தீர்ப்பைப் பதிவுசெய்து எழுதிய நடுவர் பதஞ்சலி சாஸ்திரி, அரசியல் சட்ட மன்றத்தின் முன் வரைவுகளைச் சார்ந்து, தேசவிரோதம், பொது ஒழுங்கு என்ற சொற்கள் பிரிவு 19(2)இல் விட்டுவிடப்பட்டதை நினைவுகூர்ந்தார். மாறாக, சென்னை மாகாணச் சட்டத்தின் பொது ஒழுங்கு, பொதுப் பாதுகாப்பு என்ற சொற்கள் மிகப் பரந்த உள்ளர்த்தம் கொண்டவையாக இருந்தன.[10] பொது ஒழுங்கை பாதிக்கும் எல்லாப் பேச்சுகளும் அரசின் பாதுகாப்பை வேரறுப்பவையாகவோ அரசாங்கத்தைக் கவிழ்ப்பனவாகவோ இருக்கமுடியாது. யாவற்றுக்கும் மேலாக, அந்த வட்டாரத்தில் ஒரு சலசலப்பை உருவாக்கும் ஒரு பேச்சு கூட, பொது ஒழுங்கை அல்லது பொதுப் பாதுகாப்பைக் கெடுப்பதாக இருக்கலாம். ஆனால் பிரிவு 19(2) அந்தப் பேச்சு அரசாங்கத்தைக் கவிழ்க்கும் தன்மை உடையதாக இருந்தால் மட்டுமே பேச்சுரிமைமீது தடை விதிக்கலாம் என்று கூறுகிறது. ஒரு வட்டாரச் சலசலப்பு- ஒரு மதரீதியான கலகம் போன்றது- அப்படிப்பட்ட போக்கினை உடையதாக இருக்க முடியாது. எனவே சட்டத்தின் பிரிவு 9 (1-அ) அரசியல் சட்டத்துக்கு எதிரானது என்று அறிவிக்கப்பட்டது.[11]

இந்து வலதுசாரிக் குழுக்களில் ஒன்றான ஆர்எஸ்எஸ், தில்லியில் ஆர்கனைசர் என்ற பத்திரிகையை நடத்தியது

(இன்னும் நடத்தி வருகிறது). அதை அச்சிட்டு வெளியிட்டவர் ப்ரிஜ் பூஷண். ஆசிரியர் கே.ஆர். ஹல்கானி. 1950 மார்ச் 2 அன்று, தில்லியின் தலைமை ஆணையர், தில்லிக்கும் அப்போது பொருந்துவதாக இருந்த கிழக்குப் பஞ்சாப் பொதுப் பாதுகாப்புச் சட்டத்தின் பிரிவு 7 (1)(இ)-யின்கீழ் ஆர்கனைசர் மீது முன்தடை விதித்தார். இந்த ஏற்பாட்டின்படி, பொதுப் பாதுகாப்பையும் பொது ஒழுங்கையும் காப்பாற்ற, ஒரு செய்தித்தாள் தன் வெளியீட்டுக்கு முன்பாகச் செய்திகளைத் தனது முன்-ஆய்வுக்கு அளிக்குமாறு ஒரு மாகாண அரசாங்கம் விதிக்கமுடியும். இது நான்காம் மைசூர்ப் போரின்போது அரசப் பிரதிநிதி வெல்லெஸ்லி சுமத்திய முன்கட்டுப்பாடுகளைப் போன்றும், 1939இல் இரண்டாம் உலகப்போரின் போது இந்தியப் பாதுகாப்பு விதிகளின்படி சுமத்தப்பட்ட தடைகளைப் போன்றும் இருந்தது. முன் தடையை விதித்த அரசாணை, "ஆர்கனைசர் பத்திரிகை, பொதுச் சட்டஅமைதியையும் பொது ஒழுங்கையும் அச்சுறுத்தும் விதமான உச்சஅளவில் ஆட்சேபகரமான விஷயங்களை வெளியிட்டு வருகிறது" என்று கூறியது. அதன் அச்சாளரும், வெளியீட்டாளரும், ஆசிரியரும், தான் வெளியிட இருக்கும் பாகிஸ்தான் பற்றிய எல்லா மத விஷயங்களையும் செய்திகளையும் பார்வைகளையும், நிழற்படங்கள், கார்ட்டூன்கள் உள்பட முன்-ஆய்வுக்கு அனுப்ப வேண்டும் என்ற கட்டுப்பாட்டை அரசாங்கம் விதித்தது.

முன்போலவே, நீதிபதிகளின் 5-1 என்ற பெரும்பான்மை தலைமை ஆணையருடைய ஆணையை வீழ்த்தியது. ஆயினும், அரசியல் சட்டத்தின் பிரிவு 19(2)இன் கீழ் பேச்சுரிமைக்கு அளிக்கப்பட்டுள்ள பட்டியலிட்ட விதிவிலக்குகளை மேம்படுத்தும் விதமாக இருக்கிறது என்ற அடிப்படையில் அந்த முன்தடை விதிக்கப்படுமானால், அது செல்லுபடியாகும் என்று நீதிமன்றம் அடிப்படையில் கருதியது.¹² அந்த அமர்வில் ஒரே தனி முஸ்லிம் நீதிபதியாக இருந்த ஃபசல் அலி, மீண்டும் கருத்து வேறுபட்டார். ஒரு சிறிய கலகம் அல்லது சச்சரவைக் குறிக்கவும் கூட பொது ஒழுங்கு என்ற சொல் பரந்த நிலையில் பயன்படுத்தப் படலாம் என்பதை அவர் ஒப்புக் கொண்டார்.¹³ ஆனால் சில சமயங்களில் ஒப்பீட்டளவில் மிகச் சிறிய பரிமாணங்களை உடைய பொது ஒழுங்கின்மைகளும் அரசாங்கத்தின் பாதுகாப்பின்மீது தொலைநோக்கில்

பாதிப்புகளை ஏற்படுத்துவனவாக இருக்கலாம் என்று கூறினார்.[14] அந்தச் சமயத்தில் தில்லி, மிக அபாயகரமாக பாதிக்கப்பட்ட பகுதி என்று அறிவிக்கப்பட்டிருந்ததை அவர் நினைவு கூர்ந்தார். அப்படிப்பட்ட அறிவிப்புக்கு இந்து-முஸ்லிம் கலகங்களே காரணமாக இருந்ததால், இப்படிப்பட்ட ஒரு சட்டம் தேவைப்பட்டது என்றார்.

சுருக்கமாகச் சொன்னால், இந்து-முஸ்லிம் கலகங்களையும் கொலைகளையும் தூண்டுவதற்கென வடிவமைக்கப்பட்ட பேச்சினை அரசாங்கம் கட்டுப்படுத்துகின்ற முறையில் தொலைதூரம் செல்லும் உட்குறிப்புகளை ரமேஷ் தாப்பர், ப்ரிஜ் பூஷண் வழக்குகள் கொண்டிருந்தன. அந்தந்த வட்டார இந்து-முஸ்லிம் கலகம் அல்லது கும்பல் கொலை ஒவ்வொன்றும் இந்திய அரசின் இருப்பினையோ பாதுகாப்பையோ அச்சுறுத்தும் தன்மை வாய்ந்தது அல்ல என்று நீதிமன்றத்தின் தீர்ப்புகளை நாம் வாசிக்க இயலும். இதன் விளைவாக, இப்படிப்பட்ட வட்டாரக் கலகங்களை உருவாக்கும் பேச்சுகளை, அவை ஆழமான முறையில் இடையூறு செய்வனவாக இருந்தாலும், கட்டுப்படுத்துவதற்கு அரசாங்கம் சக்தியற்றுப் போகும்.

உச்சநீதிமன்றத்தின் தீர்ப்புகளை உடனே நாடு முழுவதிலும் உள்ள பல உயர்நீதி-மன்றங்கள் பின்பற்றித் தழுவிக்கொண்டன.[15] உதாரணமாக, பஞ்சாபில், அமர்நாத் பாலி என்பவர் 'இப்போது அதைச் சொல்லமுடியும்' எனத் தலைப்புக்கொண்ட ஒரு புத்தகத்தை எழுதினார். இந்தியாவின் பிரிவினையைத் தொடர்ந்து மேற்கு பஞ்சாபில் நடந்த கலகங்களையும், அங்கு எவ்வாறு முஸ்லிம்கள் இந்துக்களையும் சீக்கியர்களையும் தாக்கினர் என்ற சம்பவங்களையும் அந்தப் புத்தகம் வெளிப்படுத்துவதாக இருந்தது.[16] பிரிவினைக்குட்பட்ட இந்துக்குடும்பங்கள் அநேகமாக நேரு அரசாங்கத்தின்மீது அவநம்பிக்கை கொண்ட ஜனசங்க வாக்காளர்களாகவே உண்மையில் மாறிவிட்டனர்.[17] 1950 ஏப்ரலில் தில்லி தலைமை ஆணையர், இந்தப் புத்தகத்தின் பிரதிகள் எல்லாவற்றையும் கைப்பற்றுமாறு ஆணையிட்டார். 1931இல், காலனிய ஆட்சிக் காலத்தில் இருந்த இந்தியப் பத்திரிகைச் (அவசரநிலைக்கால அதிகாரங்கள்) சட்டத்தின் 4(1)(ஏ) பிரிவின்படி, ஒருவேளை இந்தப் புத்தகத்தைப் படிக்கும் இந்துக்களும் சீக்கியர்களும்

முஸ்லிம்களுக்கு எதிராக பதில்-வன்முறையில் ஈடுபடுவார்கள் என்ற பயத்தில் அந்த ஆணை வெளியிடப்பட்டதாகலாம். இந்தியக் குடிமக்களின் வெவ்வேறு பிரிவினருக்கிடையே பகைமையையோ வெறுப்பையோ மேம்படுத்துவதாகத் தோன்றுகின்ற புத்தகங்களை அரசாங்கம் கைப்பற்றலாம் என்று அந்தப் பிரிவு அனுமதியளித்தது. பாலி தனது வழக்கைப் பஞ்சாப் உயர்நீதிமன்றத்துக்குக் கொண்டுசென்றார். அது, பிரிவு 4(1)(ஏ) அரசியல் சட்டத்துக்கு மாறானது என்று தீர்ப்பளித்தது.

பிஹார் புருலியாவில் பாரதி பிரஸ் என்ற அச்சகத்தை ஷைலா பாலா தேவி என்பவர் வைத்திருந்தார். அந்த அச்சகம் சங்க்ராம் என்று தலைப்பிட்ட வங்க மொழிச் சிறுபிரசுரம் ஒன்றை வெளியிட்டது. அலங்காரச் சொற்றொடர்களால் ஆன உயர்நடை வங்க மொழியில் எழுதப்பட்ட அந்தப் பிரசுரம்[18], அருவமான மொழியில் இந்தியாவில் ஒரு புரட்சி வேண்டும் என்றது. உதாரணமாக, அது கூறியது:

மயானத்தில் வாழ்கின்ற, ஆடுகின்ற இரத்தம் குடிக்கும் காளிதேவி நான்... எனக்குத் தாகமாக இருக்கிறது. எனக்கு இரத்தம் வேண்டும். எனக்குப் புரட்சி வேண்டும். எனக்குப் போராட்டத்தில் நம்பிக்கையுள்ளவர்கள் வேண்டும். கொடுமைகளின் சங்கிலியை உடையுங்கள், உடைத்தெறியுங்கள்.[19]

1949 செப்டம்பரில் (அரசியல் சட்டம் அமலுக்கு வருவதற்கு முன்பு) பிஹார் அரசாங்கம், 1931இன் இந்தியப் பத்திரிகைச் (அவசரநிலைக்கால அதிகாரங்கள்) சட்டத்தின்படி, ஷைலா தேவி ரூ.2000 அரசாங்கத்திடம் ஈட்டுத்தொகையாகக் கட்ட வேண்டும் என்று ஆணையிட்டது. அச்சட்டத்தின் பிரிவு 4(1) (அ), கொலை சார்ந்த வன்முறையை, அல்லது வன்முறையை உள்ளடக்கிய எவ்வித நடவடிக்கை எடுக்கத்தக்க குற்றத்தைத் தூண்டுகின்ற அல்லது ஆதரிக்கின்ற நிலையில் அந்தப் பணத்தைப் பறிமுதல் செய்யலாம் என அரசாங்கத்திற்கு அதிகாரம் அளித்தது. ஷைலா தேவி பட்னா உயர்நீதிமன்றத்தில் வழக்கு போட்டார். அந்நீதிமன்றம், சட்டப் பிரிவு 4(1)(அ) அரசியல் சட்டத்திற்கு மாறானது என்று தீர்ப்பளித்தது.

நீதிபதி சர்ஜூ பிரசாத்,[20] தனது தீர்ப்பின் முடிவுப் பத்திகளில் ஒன்றில், கொலையைப் போதிக்கின்ற, வன்முறையைத் தூண்டுகின்ற ஒரு நபருக்கும் அரசியல் சட்டத்தின் பிரிவு 19(1)ன் கீழ் உரிமை உண்டு என்று கூறினார். "ஒரு நபர் கொலையையோ, பிற தண்டிக்கக்கூடிய குற்றத்தையோ பத்திரிகை வாயிலாகவோ பேச்சு மூலமாகவோ தூண்டினால், தண்டனைக்குரிய வாய்ப்புடன் அவ்விதம் செய்ய அவருக்கு உரிமை உண்டு, ஏனெனில் அவர் தனது பேச்சு-வெளிப்பாட்டு உரிமையைப் பயன்படுத்த உரிமை உண்டு என்று அவர் கோர முடியும்" என்றார்.[21] நீதிபதி சர்ஜூ பிரசாத் அளித்த தீர்ப்பின் இந்த அதிர்ச்சியூட்டும் பகுதி மட்டுமே, அரசியல் சட்டத்தின் முதல் திருத்தத்திற்கு ஏறத்தாழ ஒற்றைக் காரணமாக அமைந்தது.

பஞ்சாபி மொழி பேசும் தனிமாநிலத்தை வேண்டிய, செல்வாக்குமிகுந்த பிரதேச அரசியல் தலைவரான மாஸ்டர் தாரா சிங், 1950 ஜூலை-ஆகஸ்டில் இரண்டு உரைகளை நிகழ்த்தினார்.[22] தேசத்துரோகம், வெறுப்புப் பேச்சு ஆகியவை பற்றிய 123-அ மற்றும் 153-அ பிரிவுகளின்படி, அவர் குற்றவாளியாக நிறுத்தப்பட்டார். இந்த இரு சட்டப்பிரிவுகளுமே மிகப் பரந்துபட்டதாக இருப்பதால், இரண்டும் அரசியல் சட்டத்திற்குப் புறம்பானவை என்று பஞ்சாப் உயர்நீதிமன்றம் தீர்ப்பளித்தது.[23]

நேரு – லியாகத் ஒப்பந்தம்

1949க்கும் 1950க்கும் இடையில், கிழக்கு பாகிஸ்தானில் பெரிய அளவிலான மதக் கலகங்கள் நிகழ்ந்தன. அதனால் பிரம்மாண்டமான அளவில் இந்துக்கள் மேற்கு வங்கத்திற்குக் குடிபெயர்ந்தனர். இக்கலகங்களின் பின்னணியில், இந்தியா-பாகிஸ்தான் ஆகியவற்றின் பிரதமர்கள் நேருவும் லியாகத் அலி கானும் நேரு-லியாகத் ஒப்பந்தம் அல்லது தில்லி ஒப்பந்தம்[24] எனப்பட்ட ஒன்றில் கையெழுத்திட்டனர். இது நன்னம்பிக்கையைக் காட்டுவதற்காக ஏற்பட்ட ஒன்று. இந்தியாவுக்கும் பாகிஸ்தானுக்கும் இடையில் சமாதானத்தை ஏற்படுத்துவதற்கான ஒன்று. இரண்டு நாடுகளும் தங்கள் தங்கள் சிறுபான்மையரைப் பாதுகாப்பாக வைத்திருக்கக் கருதிய ஒன்று. ஒப்பந்தத்தின் பத்தி (சி)(8), இரு நாடுகளுக்கும் இடையில் போரைத் தூண்டும் பிரச்சாரத்தை அவை தடைசெய்ய வேண்டும்

என்று கூறுகிறது.[25] ஆனால் ஒப்பந்தத்தின் இந்த ஷரத்தை இந்தியச் சட்டத்தின்கீழ் செயலாக்க முடியாது என்ற உணர்வு ஏற்பட்டது.

1950 மார்ச்சில்[26] ஒப்பந்தம் கையெழுத்திடப் படுவதற்கு ஏறத்தாழ இரு வாரங்கள் முன்னால் நேரு வல்லபபாய் பட்டேலுக்குக் கடிதம் எழுதினார். ஸ்யாமா பிரசாத் முகர்ஜியின் இந்து மகாசபை, அகண்ட பாரதம் (அகன்ற பாரதம்) பற்றிப் பேசிக் கொண்டிருந்தது. அது மோதலுக்கு நேரடித் தூண்டுதலாகும் என்றும், பாகிஸ்தானுடன் போரை வலியப் பேசுவதாகும் என்றும் நேரு கருதி அவர் பலமான எதிர்ப்புத் தெரிவித்தார். இதைப் பற்றிச் செயல்படுவதற்கு அரசியல் சட்டம் குறுக்கே நிற்கிறது என்று பட்டேல் கூறினார். நேருவுக்கு எழுதிய கடிதத்தில்[27] அவர் கூறினார்:

> நாம் இப்போது அடிப்படை உரிமைகளை- ஒன்றுகூடுவதற்கான உரிமை, சுதந்திரமாகச் செல்வதற்கான உரிமை, சுதந்திர வெளிப்பாட்டுக்கான உரிமை, தனிப்பட்ட சுதந்திரத்திற்கான உரிமை இவற்றுக்கு உத்தரவாதம் அளிக்கின்ற ஒரு அரசியல் சட்டத்தை நாம் எதிர்கொள்ள நேரிட்டுள்ளது. நாம் எடுக்கப்போகும் நடவடிக்கைக்கு இவை தடையாக நிற்கின்றன. அவ்வாறாயின், ஒவ்வொரு நிர்வாகச் செயல்பாட்டுக்கும் சட்ட அனுமதியும் நீதித்துறையின் நியாயமும் தேவை.

1950 ஏப்ரலில், ஒப்பந்தம் கையெழுத்திடப் படுவதற்கு இரு நாட்கள் முன்னால், ஸ்யாமா பிரசாத் முகர்ஜி நேருவின் அமைச்சரவையிலிருந்து இராஜிநாமா செய்தார். நேருவுக்கு எழுதிய விலகல் கடிதத்தில் முகர்ஜி ஒப்பந்தத்திற்குத் தமது ஒப்புதலின்மையைப் பலமாகத் தெரிவித்தார். பாகிஸ்தானைப் பற்றிய நேருவின் கொள்கை கண்டிப்பாகத் தோல்வியடையும் என்றும் காலம் அதை நிரூபிக்கும் என்றும் தெரிவித்தார்.[28] முகர்ஜிக்கு நேரு சிலநாட்கள் கழித்து எழுதிய கடிதத்தில், ஒப்பந்தத்தில் கையெழுத்திடுவதற்கு மாற்று, போர்தான் என்று கூறினார்.[29]

நேரு-லியாகத் ஒப்பந்தத்திற்கு ஏறத்தாழ ஒருமாதம் கழித்து திருவனந்தபுரத்தில் பத்திரிகையாளர்களிடம் பட்டேல் பின்வருமாறு கூறினார்:

நாம் பாகிஸ்தானுடன் ஓர் ஒப்பந்தம் செய்துள்ளோம் என்பது உங்களுக்குத் தெரியும். இந்தச் சூழலைப் பாதிக்கின்ற சிலவகையான கருத்துரைகள் பிரசுரிக்கப் பட அனுமதிக்கலாகாது என்று அதில் ஒரு நிபந்தனை இருக்கிறது. அரசியல் சட்டத்தின்கீழ் நாம் அதைச் செய்ய முடியாது. பத்திரிகைகள் அவ்வாறு செய்வதையும் தடுக்க இயலாது. ஒழுக்கம் அளிக்கும் நிர்ப்பந்தம், பத்திரிகைகளின் நட்புறவுடன் கூடிய ஒத்துழைப்பு ஆகியவற்றினால் மட்டுமே அதனைச் செய்ய முடியும்...[30]

இதற்கிடையில் முகர்ஜி பாகிஸ்தானில் இந்துச் சிறுபான்மையினர் நடத்தப்படும் விதத்தை விமரிசனம் செய்து கடுமையான சொற்பொழிவுகளில் ஈடுபட்டார். 1950 ஏப்ரலில் பாராளுமன்றத்தில் பேசிய ஓர் உரையில், தான் ஏன் நேரு அமைச்சரவையிலிருந்து விலகினார் என்பதை விளக்கும்போது, முகர்ஜி கூறினார்: "பாகிஸ்தானுடன் நமது மனப்போக்கினைப் பற்றி நான் ஒருபோதும் மகிழ்ச்சி கொண்டதில்லை. அது பலவீனமாகவும் நின்றுநின்று செல்வதாகவும், சீரற்றதாகவும் உள்ளது."[31] மே-ஜூன் மாதங்களில், முகர்ஜி கல்கத்தாவில் பேசினார். கிழக்கு பாகிஸ்தானில் தாக்கப்படும் இந்துக்கள் புள்ளிவிவரங்களை அளித்து அங்கே இந்துக்கள் வாழ்வது இயலாததாகிவிட்டது என்று கூறினார்.[32] ஒப்பந்தம் இந்தியா-பாகிஸ்தான் இரு நாடுகளுக்கும் தங்கள் தங்கள் சிறுபான்மையினரைக் காப்பாற்றுவதற்கு உரியதாக இருந்தாலும், இந்தியாவின் முஸ்லிம்கள் பாதுகாப்பாக இருப்பதால், உண்மையில் பாகிஸ்தானில் உள்ள இந்துக்களுக்குத் தான் பாதுகாப்பு தேவைப்படுகிறது என்றார். இந்தியாவின் இன்றைய உச்சநீதிமன்றத்துக்கு முன்னோடியான கூட்டாட்சி நீதிமன்றத்தின் நீதிபதியாக இருந்த ஜபருல்லா கான் அப்போது பாகிஸ்தானின் அயலுறவு அமைச்சராக இருந்தார். அவர் முகர்ஜியின் உரைகள் ஒப்பந்தத்தை மீறின என்று கூறிக் கண்டித்தார். 1950 ஜூனில் கானுக்கு ஒரு தந்தி அனுப்பினார். அரசாங்கம் முகர்ஜியின்மீது

எந்த நடவடிக்கை எடுப்பதற்கும் இந்தியாவின் அரசியலமைப்பு தடையாக இருக்கிறது என்பது அதன் செய்தி. அவர் எழுதினார் :

> "டாக்டர் ஸ்யாமா பிரசாதின் நடவடிக்கைகள் பற்றி....நான் தந்தியனுப்புகிறேன்... பிரதமர் ஏற்கெனவே அரசியலமைப்பு நிலைப்பாடு பற்றிக் கூறிவிட்டார். அந்த நிலைப்பாடு தனிமனிதர்களையும் பத்திரிகைகளையும் ஒருசேர பாதிக்கிறது என்பதன்றி, தவிர்க்கவியலாமல் எங்களையும் கட்டுப்படுத்துகிறது. அந்த நிலைப்பாட்டிற்கேற்ப தனிமனிதர்களும் பத்திரிகைகளும் அந்த ஒப்பந்தத்தின் சொல்லுக்குச் சொல் ஒத்திசைந்து நடப்பதற்கான எல்லாவற்றையும் நாங்கள் உறுதிப்படுத்தி வருகிறோம்."[33]

1950 ஜூனில், நேரு-லியாகத் ஒப்பந்தத்தின் இசைவான நடைமுறைப் படுத்தலுக்குத் தடையாக இருப்பவை இந்து மகாசபைப் பிரச்சாரமும், கல்கத்தா பத்திரிகைகளும் ஸ்யாமா பிரசாத் முகர்ஜியும்தான் என்று நேரு பட்டேலுக்கு எழுதினார்.[34] ரமேஷ் தாப்பர் மற்றும் ப்ரிஜ் பூஷண் வழக்குகளில் உச்சநீதிமன்றத்தின் தீர்ப்புகளால் பட்டேல் மிகவும் மனஅவஸ்தைக்குள்ளானார்.[35] இந்தத் தீர்ப்புகள் முகர்ஜிக்கும், பிற முக்கியமான தீவிரமான நபர்களுக்கும் எதிராக எநத் நடவடிக்கையையும் அரசாங்கம் எடுக்க இயலாமல் செய்துவிட்டன என்று பட்டேல் எண்ணினார்.[36] அரசியலமைப்பு மன்றம் அரசியலமைப்பில் நடைமுறைத் தன்மைகளில் வேர் கொள்ளாத மிகவும் இலட்சியமயமான ஏற்பாடுகளை அளித்துவிட்டது என்று பட்டேல் கருதினார். 1950 ஜூலை 3 அன்று நேருவுக்கு எழுதிய கடிதத்தில் பட்டேல் பின்வருமாறு எழுதினார்:

> பத்திரிகைகள் மீதும், ஸ்யாமா பிரசாத் முகர்ஜி போன்ற மனிதர்கள்மீதும் நடவடிக்கை எடுக்க எவ்வித சட்டபூர்வ அதிகாரங்களும் இல்லை. இந்தோனேசியாவுக்கு நீங்கள் செல்லும் முன்பே க்ராஸ் ரோட்ஸ் மற்றும் ஆர்கனைசர் வழக்குகளில் உச்சநீதிமன்றத் தீர்ப்பைப் பற்றி நான் உங்கள் கவனத்துக்குக் கொண்டுவந்தேன். பத்திரிகைகளைக் கட்டுப்படுத்தவும் ஒழுங்கிற்குட்படுத்தவும் ஆன

நமது குற்றச் சட்டங்களில் பெரும்பாலானவற்றை அது வீழ்த்திவிடுகிறது. தேசவிரோதம் பற்றி அவர்கள் தீர்ப்பில் முன்வைத்துள்ள கருத்துகள் ஸ்யாமா பிரசாத் முகர்ஜியின் பேச்சுகள் பற்றி மட்டுமல்ல, அவற்றில் மேலும் தீவிரமான வகைகளுக்கும் நாம் ஒன்றும் செய்ய இயலாது என்ற சந்தேகத்தை உருவாக்கிவிட்டுள்ளன. சட்டபூர்வமான மற்றும் அரசியலமைப்புச் சார்ந்த இடர்களில், நீங்கள் கூறுவதுபோல, நாம் சிக்கிக் கொள்வதால் இவற்றை எப்படி வெல்லுவது என்று நமக்குத் தெரியவில்லை. இந்த அளிப்புகள் பற்றி வரைவுக் குழுவில் விவாதம் வந்தபோதே நான் எச்சரிக்கைக் குறிப்பினைத் தெரிவித்தேன். ஆனால் மிகைப்படுத்திய நமது இலட்சியவாதம் நம்மை வென்றுவிட்டது. பலவித அரசியலமைப்பு ஏற்பாடுகளைப் பற்றியும் அவற்றிற் கிடையிலான தொடர்புகள் பற்றியும் ஆன நடைமுறை, நிர்வாகப் பயன்பாடுகள் பற்றி நாம் சற்றும் சிந்திக்க நேரம் கொள்ளவில்லை. கூடிய விரைவில் நாம் ஒன்றுகூடி அமர்ந்து அரசியல் சட்டத் திருத்தங்களைப் பற்றி யோசிக்கும் நிலை வந்துவிட்டது என்று நான் தனிப்பட்ட முறையில் உணர்கிறேன்.[37]

பட்னா உயர்நீதிமன்றத்தில் ஷைலா பாலா தேவி வழக்குப் பற்றிய தீர்ப்பு 1950 அக்டோபர் 13 அன்று அளிக்கப்பட்டது. ஆறு நாட்கள் கழித்து, சட்ட அமைச்சர் பி. ஆர். அம்பேத்கருக்கு, பேச்சுரிமை பற்றிய அரசியல் சட்டப்பகுதி திருத்தப்பட வேண்டும் என்று நேரு கடிதம் எழுதினார்.[38]

உண்மையில், இந்தியா-பாகிஸ்தானுக்கிடையில் போரும் மீண்டும் இருநாடுகளின் இணைப்பும் தேவை என்ற அளவுக்குச் செல்கின்ற பேச்சுகள் பலவற்றை முகர்ஜி நிகழ்த்தியவாறு இருந்தார். உதாரணமாக, 1950 ஆகஸ்டில் பாராளுமன்றத்தில், பாகிஸ்தானில் இந்துச் சிறுபான்மையினர் பாதுகாக்கப்படத் தவறிவிட்ட நிலையில், பிரிவினைக்கான முழு அடிப்படையும் தகர்ந்துவிட்டதாகவும், சிறுபான்மையினரைப் பாதுகாப்பதற்காக இந்திய அரசாங்கம் பாகிஸ்தான்மீது போர் தொடுக்கவேண்டும் என்றும் கூறினார்.[39] 1950 செப்டம்பரில், கல்கத்தாவில் முகர்ஜி பேசும்போது, பாகிஸ்தானைத் திருப்திப்படுத்தும் அரசாங்கத்தின்

இப்போதைய கொள்கை நிற்கவேண்டும் என்றும், அதன்மீது பொருளாதாரத் தடைகள் சுமத்தப்பட வேண்டும் அல்லது இராணுவ நடவடிக்கைகள் எடுக்கப்பட வேண்டும் என்றார்.[40] அதேமாதம், ஹூக்ளியில் சின்சுராவில் ஒரு கருத்தரங்கில் அவர் பேசியபோது, கிழக்குப் பாகிஸ்தானிலுள்ள 120 லட்சம் இந்துக்கள் தங்கள் முன்னோர்கள் வாழ்ந்த இடங்களில் வாழ முடியாமல் தவிப்பதாலும், தவிர, பாகிஸ்தானிலிருந்து ஏற்கெனவே 50 முதல் 60 லட்சம் இந்து அகதிகள் வந்து விட்டதாலும் இந்தியாவும் பாகிஸ்தானும் அறிவிக்கப்படாத போர் நிலையில் உள்ளன என்று தெரிவித்தார்.[41] 1950 டிசம்பரில், ஆர்எஸ்எஸ் நிகழ்ச்சி ஒன்றில், இந்தியப் பிரிவினை மில்லியன் கணக்கான மக்களுக்குத் துன்பத்தையும் அவமானத்தையும் கொண்டுவந்திருக்கிறது என்று கூறினார்.[42] அதே மாதம் பாராளுமன்றத்தில் ஆற்றிய உரை ஒன்றில், காஷ்மீரில் பாகிஸ்தானுடன் இந்தியா போரிடும் நிலையில் இருக்கிறது என்றும், பாகிஸ்தானைப் பொறுத்து இந்தியாவின் கொள்கை முழுமையாக பதிலுக்குப் பதில் என்பதாக இருக்கவேண்டும் என்றும், சூழ்நிலை மோசமானால் இந்திய தனது தளவாடங்களை அல்லது இராணுவ பலத்தைச் சார்ந்திருக்க வேண்டும் என்றும் பேசினார்.[43] 1951 மார்ச்சில் மக்களவையில் முகர்ஜி, பாகிஸ்தான் போரை விரும்புகிறது என்று பேசினார். "அவர்கள் இன்னமும் அதை விரும்பினால் அதன் சுவையை அவர்களுக்குக் காட்டுவோம்".[44] 1951 அக்டோபரில், அகில இந்திய பாரதீய ஜனசங்கத்தின் தொடக்கவிழாவின் தலைமையுரையில், அவர் பேசியதாவது:

> பாரதத்தின் பிரிவினை ஒரு சோகமுடிவுக்குரிய முட்டாள்தனம் என்பதை நாம் ஏற்கெனவே அறிந்திருக்கிறோம். அது எந்த நோக்கத்தையும் நிறைவேற்றவில்லை, பொருளாதார, அரசியல், அல்லது மதப் பிரச்சினை எதையும் தீர்ப்பதற்கு அது உதவவில்லை. நாம் ஒன்றுசேர்ந்த பாரதம் என்ற இலட்சியத்தில் நம்பிக்கை வைத்துள்ளோம்...[45]

1951 மே 12ஆம் நாள், தற்காலிகப் பாராளுமன்றத்தில், பிரிவு 19(2) உள்படச் சில பிரிவுகளைத் திருத்துவதற்கு ஒரு மசோதா அறிமுகப் படுத்தப்பட்டது.[46] மசோதாவின்

நோக்கங்களும் காரணங்களும் பற்றிய விளக்க அறிவிப்பில் நேருவே கையெழுத்திட்டிருந்தார். "ஒரு நபர் கொலை, பிற வன்முறைக் குற்றங்கள் ஆகியவற்றைத் தூண்டினாலும் அவரைக் குற்றவாளியாக்க முடியாத அளவு பரந்த பொருளில் சில நீதிமன்றங்களால் கொள்ளப்பட்டுள்ளது" என்று அது கூறியது. இது ஷைலா பாலா தேவி வழக்கில் நீதிபதி சர்ஜூ பிரசாதின் தீர்ப்பை மனத்தில் கொண்டு கூறப்பட்டதாக இருந்தது.

அதற்குப் பிறகு விஷயங்கள் விரைந்து முன்னேறின. மே மாதத்தின் வெப்பம் பயங்கரமாக இருந்தாலும் தமது கட்சியின் தேர்ந்தெடுக்கப்பட்ட உறுப்பினர்கள் யாவரும் கண்டிப்பாகப் பாராளுமன்றத்திற்கு வந்தாக வேண்டும் என்று நேரு ஒரு சுற்றறிக்கை அனுப்பினார்.[47] 1951 மே 16 அன்று, அந்த மசோதாவை ஒரு சிறப்புக் குழுவின் ஆலோசனைக்கு விடுவதற்கு நேரு தீர்மானம் கொண்டுவந்தார். அந்தத் தேர்ந்தெடுப்புக் குழுவில் 21 உறுப்பினர்கள் இருந்தார்கள். கே.டி. ஷா, சர்தார் ஹுகும் சிங், நசிருதீன் அகமது, பி.ஆர். அம்பேத்கர், ஆ.கே. சித்வா ஆகியோர் இருந்தனர். இவர்கள் ஏற்கெனவே அரசியலமைப்பில் பேச்சுரிமைக்கான வரைவை உருவாக்குவதைப் பார்த்தவர்கள், அதில் பங்கெடுத்தவர்கள். நியாயப்படியும், அரசாங்கத்தின் சிறப்புக் கேற்பவும், அரசாங்கத்தினால் சந்தேகத்துடன் நோக்கப்பட்ட சொற்பொழிவுகளை ஆற்றிய ஸ்யாமா பிரசாத் முகர்ஜியும் அந்தக் குழுவில் உறுப்பினராகச் சேர்க்கப்பட்டார். முன்னர் அரசியல் சட்டத்தின் 19(2)ஆம் பிரிவை வரைவதில் எந்தப் பங்கும் ஏற்காத நேருவும் இந்தச் சிறப்புக் குழுவின் உறுப்பினராக இருந்தார். 1951 ஜூன் மாதம் பேச்சுரிமைக்கான திருத்தம் இறுதியாக ஏற்கப்பட்டது. அதற்கு ஆதரவாக 228 உறுப்பினர்கள் வாக்களிக்க, எதிராக 19 பேர் மட்டுமே வாக்களித்தனர்.

இது அதிகாரபூர்வ நடைமுறை இல்லை என்றாலும், அயல்நாடுகளுடன் நட்பான உறவுகள் என்பதற்கான தடை மட்டும், இந்தியா பாகிஸ்தானுடன் போரில் ஈடுபட வேண்டும், பிரிவினையை இல்லாமற் செய்ய வேண்டும் என்ற பேச்சைத் தடை செய்வதற்கான நோக்கத்தில் உந்தப்பட்டதாகத் தெரிகிறது. பாராளுமன்றத்தில் முதல் திருத்தத்தை ஆதரித்துப் பேசிய நேரு கூறினார்: "மிகவும் நுட்பமான சர்வதேசச் சூழலையும்

இறுக்கத்தையும் கொண்டுள்ள இந்தக் குறிப்பிட்ட கணத்தில், ஏதோ ஒன்று பேசப்பட்டால், செய்யப்பட்டால், அது ஒன்றும் விசித்திரமானதாக இருக்க வேண்டிய அவசியமில்லை, ஆனால் ஏதோ ஒன்று மீண்டும் மீண்டும் தொடர்ந்து பேசப்பட்டால், செய்யப்பட்டால், அது அயல்நாடுகளைப் பொறுத்தவரையில் நமது உறவுகளை மிக வேகமாக வீழ்ச்சியடையச் செய்யும்."[48] அவர் குறிப்பிட்டது தெளிவாகவே, பாகிஸ்தானைத்தான். பாராளுமன்றத்தில் மற்றொரு பேச்சில், மேலும் கூறினார்: "ஒரு தனிநபர் போர் விளையக்கூடிய முறையில் ஏதாவது செய்தால், அது மிகவும் கடுமையான பிரச்சினை ஆகும். சுதந்திரத்தின் பெயரால் எந்த ஒரு மாநிலமும் ஒட்டுமொத்தப் போரும் அழிவும் ஏற்படும் முறையில் செயல்களில் ஈடுபட முடியாது."[49] மற்றொரு பேச்சில், "அயல்நாட்டு அரசுகளுடன் நட்புறவு" என்பதற்கான விதிவிலக்கினைப் பின்வரும் முறையில் ஆதரித்தார்:

...நம்மைப் போருக்குத் தூண்டுகின்ற முறையில் ஏதோ ஒன்றை நீங்கள் செய்கிறீர்கள் என்றால், போர் வர வேண்டும் என்று நாம் அமைதியாகக் காத்திருக்க முடியுமா? ...எல்லாச் சுதந்திரங்களுக்கும் முற்றுப்புள்ளி வைக்கும் ஒரு கற்பனையான சுதந்திரத்தின் பெயரால் முழு தேசத்தின் பாதுகாப்பை ஆபத்துக்கு உட்படுத்த முடியாது... இந்த உலகத்தில் மிகநுட்பமான விஷயங்களின் சூழலில் நாம் வாழ்ந்துகொண்டிருக்கிறோம். அதில் சொற்கள், பேசப்பட்டவையோ அல்லது எழுதப்பட்டவையோ, முக்கியமாகின்றன; நல்லதற்கோ கெட்டதற்கோ அவை காரணமாகின்றன. உரிய இடத்தில் அல்லாமல் சொல்லப்படும் ஒரு தீய சொல், அவ்வப்போது நாம் காண்பதுபோல, ஒரு கடுமையான சூழலை உருவாக்கி விடும்.[50]

முதல் திருத்தத்திற்கு எதிராகப் பாராளுமன்றத்தில் பேசிய ஸ்யாமா பிரசாத் முகர்ஜி, பிரிவினை ஒரு தவறு என்றும், என்றைக்காவது பலத்தின் மூலமாகவேனும் அதைச் சரிப்படுத்தியாக வேண்டும் என்றும் குறிப்பிட்டார். அயல்நாடுகளுடன் நட்புறவுக்கான சலுகை என்பது சில பகுதிகளில் இந்தியாவும் பாகிஸ்தானும் ஒன்றிணைய வேண்டும்

என்று கேட்கப்படுவதை வைத்து எழுந்ததா என்பது தமக்குத் தெரியவில்லை என்றும் கூறினார். ஆனால் பிரதமர் இதைப்பற்றி மிகக் கடுமையான பார்வையைக் கொண்டிருக்கிறார் என்பது தமக்குத் தெரியும் என்றும்[51], அப்படிப்பட்ட நோக்கத்திலான கிளர்ச்சியோ இயக்கமோ நாட்டின் நலனுக்கு எதிரானது என்றும் தாம் அதை விரும்பவில்லை என்றும் பலமுறை கூறியுள்ளார் என்றும் முகர்ஜி கூறினார்.[52] முகர்ஜி, குறிப்பிட்ட இந்த அரசியல் சட்டத் திருத்தத்தினைப் பற்றி மூத்த வழக்கறிஞரான நரோத்தம் சிங் பிந்த்ரா என்பவரைக் கலந்தாலோசித்திருந்தார். "தனது எல்லைக்குள்ளிருந்து வெளியேற்றப்பட்ட அகதிகளின் சொத்துகள் குறித்த பாகிஸ்தானின் நடவடிக்கைகள் அல்லது அதுபற்றி இந்திய அரசாங்கத்தின் கொள்கையைப் பற்றி இந்தியர்கள் எந்தக் கருத்தையும் சொல்ல இயலாமல் இந்தத் திருத்தம் முடக்கிவிடும்" என்று முகர்ஜிக்கு பிந்த்ரா தெரிவித்திருந்தார்.[53]

ஆனால் அரசின் அதிகாரபூர்வக் கருத்து என்னவென்றால், அயல்நாடுகளின் தலைவர்களைப் பற்றி வசையுரை கூறுவதைத் தடுக்கவேண்டும் என்பது மட்டுமே அயல் நாடுகளுடன் நட்புறவுக்கான சலுகை என்பதாக இருந்தது.[54] இம்மாதிரித் தடை காலனிய அரசாங்கத்தினாலும் முன்னர் சுமத்தப்பட்டிருந்தது. உதாரணமாக, முதல் உலகப் போரின்போது 1915இல் அது சுமத்தப்பட்டது.[55]

நீதிபதி சர்ஜூ பிரசாதின் தீர்ப்பு

ஷைலா பாலா தேவி வழக்கில் பட்னா உயர்நீதிமன்ற முடிவு, அதிலும் குறிப்பாக நீதிபதி சர்ஜூ பிரசாதின் அதிர்ச்சியளிக்கும் பகுதிதான் பிரிவு 19(2)இல் 'வன்முறைக்குத் தூண்டுவது' என்ற சொற்களைச் சேர்ப்பதற்கு உடனடிக் காரணம் ஆகும். நோக்கங்கள்-காரணங்கள் அறிக்கைக்கும் அப்பால், நீதிபதி பிரசாதின் தீர்ப்பு முதல் திருத்தம் பற்றிய விவாதங்களில் பல பாராளுமன்ற உறுப்பினர்களால் பேசப்பட்டது. இரண்டு தனித்தனி உரைகளில் நேரு பட்னா உயர்நீதிமன்றத் தீர்ப்பைக் குறிப்பிட்டார். "உயர்நீதிமன்றங்களில் ஒன்று கொலை அல்லது அதைப் போன்ற குற்றங்களும்கூட பிரச்சாரம் செய்யப்படலாம் என்று கூறியது அவைக்குத் தெரியும். அப்படி நடந்தால்

அது ஒரு அசாதாரணமான விஷயமாக இருக்கும்"[56] என்றார். திருத்தத்திற்கு ஆதரவான மற்றொரு உரையில், "இந்தத் திருத்தம் ஏன் கொண்டுவரப்பட்டது? இந்தப் பகுதியின்கீழ் கொலையைப் பிரச்சாரம் செய்வதும் கூட அனுமதிக்கப்படுகிறது என்கிற மாதிரியில் பிஹார் உயர்நீதிமன்றம் ஏதோ கூறியது என்று நினைக்கிறேன்" என்று தொடர்ந்தார்.[57] உள்துறை அமைச்சர்[58] சி. ராஜகோபாலாச்சாரியும் மசோதாவை ஆதரித்துப் பேசியபோது பட்னா உயர்நீதிமன்றத் தீர்ப்பைப் பற்றிக் குறிப்பிட்டார்.[59] ஸ்யாமா பிரசாத் முகர்ஜி மசோதாவுக்கு எதிராக வாதித்தபோது, சில உறுப்பினர்கள் "உயர்நீதிமன்றங்களைக் கேளுங்கள்...ஒரு நபர் கொலையையும் பிரச்சாரம் செய்து தண்டனை இன்றித் தப்பிவிடலாம்"[60] என்று குறுக்கிட்டனர்.

வெறுப்புப் பேச்சு (வசையுரை)

அந்தத் திருத்தம் அரசாங்கத்தை வசைப் பேச்சினைச் சமாளிப்பதற்கு இயலுமை அளித்தது என்பதால் பாராளுமன்றத்தில் பல உறுப்பினர்கள் திருத்தத்திற்கு ஆதரவு தெரிவித்தனர். "நான் பத்திரிகைத் துறை பற்றி வெட்கப்படுகிறேன்" என்றார் பண்டித கிருஷ்ண சந்திர சாஸ்திரி. மேலும் கூறினார்: "இந்து-முஸ்லிம் கலகங்களைப் பற்றிய தவறான தகவல்கள் பத்திரிகைகளில் பிரசுரிக்கப் பட்டதால் ஆயிரக்கணக்கான பேர்கள் கொலை செய்யப்பட்டுள்ளனர்"[61] அவரது கூற்றுப்படி, 1947இல் தில்லி தினசரி ஒன்று மதக்கலவரங்களில் ஐம்பது இந்துக்கள் முஸ்லிம்களால் கொலை செய்யப்பட்டனர் என்ற தவறான செய்தி வெளிவந்ததால் மறுநாள் பதில்தாக்குதலில் இந்துக்கள் முப்பது முஸ்லிம்களைக் கொன்றனர். அந்த முப்பது உயிர்களுக்கு யார் பொறுப்பு என்று கேட்டார் சாஸ்திரி.[62]

"உங்களில் எத்தனை பேர் ஞாபகம் வைத்திருக்கிறீர்கள்? அல்லது மறந்துவிட்டீர்களா? மூன்றரை ஆண்டுகளுக்கு முன்பு இதே தில்லி நகரத்தில் 1947 செப்டம்பரில், பஞ்சாபில், மேற்கு பாகிஸ்தானின் முழுப் பரப்பிலும் என்ன நடந்தது?" என்று கேட்டார் நேரு. தொடர்ந்து "சமுதாயத்தைப் பிளவுபடுத்தும் எது நடந்தாலும், சமுதாய ஒற்றுமையின்மையை உருவாக்கும் எது நிகழ்ந்தாலும், அது அரசாங்கத்தின் கையின்

பலத்தினால் சமாளிக்கப்படும்"⁶³ என்றும், "இந்தியாவின் சுதந்திரத்திற்கும் ஒருமைப்பாட்டிற்கும் குறுக்கே எதையும் நான் அனுமதிக்கப் போவதில்லை" என்றும் வலுவாகக் கூறினார்.⁶⁴ 1950 பிப்ரவரியிலும்கூட, "பாகிஸ்தானியர்கள் இந்துக்களைத் தண்டிப்பதால், இந்தியாவிலுள்ள முஸ்லிம்களைப் பதிலுக்குப் பழிவாங்கவேண்டும், துன்பம்தரும் தண்டனைகளை அளிக்க வேண்டும் என்ற தொடர்ந்த குரல் ஒலித்து வருகிறது" என்று நேரு பட்டேலுக்குக் கடிதம் எழுதினார். "இந்தப் பதிலுக்குப் பதில் பழிவாங்கல், துன்பம் தருதல் என்ற கொள்கை இந்தியாவையும் பாகிஸ்தானையும் அழித்துவிடும்."⁶⁵ 'பொது ஒழுங்கு' விதிவிலக்கு, நேரு லியாகத் ஒப்பந்தத்தின் பின்னணிக்கு எதிராக எழுந்த வெறுப்புப் பேச்சை, குறிப்பாக மத வன்முறையைத் தூண்டுகின்ற பேச்சினைக் கட்டுப்படுத்துவதற்காகச் சேர்க்கப்பட்டது.

தவறான செய்தியும் தனிப்பட்ட தாக்குதல்களும்

மாறாக, திருத்தத்துக்கு ஆதரவாகப் பாராளுமன்றத்தில் பேசப்பட்ட பல உரைகள், பொறுப்பான அரசியல் கருத்துரைகளுக்கு பதிலாக தனிப்பட்ட தாக்குதல் வசை பொழியும் செய்தித்தாள்கள், போலியான செய்திகளை வெளியிடும் செய்தித்தாள்கள் போன்ற கீழ்த்தரமான உரைகளில் அரசாங்கம் எரிச்சல் கொண்டிருந்தது என்பதைக் காட்டுகின்றன. ஆபாசங்களும் அநாகரிகமும் போலித்தனங்களும் நிறைந்த பொறுப்பற்ற செய்தித்தாள்கள் இந்தியாவில் வெளியாகின்றன என்பது தமக்கு ஆழ்ந்த கவலையை அளிப்பதாக நேரு குறிப்பிட்டார். அவை இளம் தலைமுறையின் மனங்களில் விஷத்தைப் பரப்பி, அவர்களது மன ஒருமையையும் ஒழுக்கத் தரங்களையும் குலைக்கின்றன. நமது சிப்பாய்களும் கடற்படையினரும் வான்வீரர்களும் இதைத் தினசரி படிக்கிறார்கள் என்றால் என்ன ஆகும் என்று கேட்டார் நேரு.⁶⁶ அவர் சில இந்தி, உருது செய்திப் பகுதிகளைப் படித்து, அவற்றின் வெறுப்பூட்டும், ஆபாசமான, கீழ்த்தரமான உள்ளடக்கத்தைப் பார்த்துத் தான் மிகவும் வெட்கமடைந்ததாகக் கூறினார்.⁶⁷ இம்மாதிரிக் கட்டுரைகளைப் படித்தால், இந்தியாவின் ஏழை கிராமத்தான், நகர்ப்புறத்தான், சிப்பாய் என்ன

நினைப்பார்கள் என்பதைப் பற்றி அவர் கவலைப் பட்டார்.[68] உயர்தரமுள்ள அரசியல் பேச்சு, விமரிசனம் ஆகியவற்றிற்கு அவர் தாம் பெருமதிப்பளித்தாலும், தனிநபர்களின் அந்தரங்க வாழ்க்கையை இழுக்கும் மிகக் கேவலமான விமரிசனம் போன்றவை சுதந்திரப் பேச்சு என்பதிலிருந்து விலக்கப்பட வேண்டும் என்று கூறினார்.[69]

பிற விஷயங்களுக்கிடையில், நேரு-லியாகத் ஒப்பந்தத்திற்குப் பிறகு சர்தார் பட்டேலின்மீது பத்திரிகைகளால் நடத்தப்பட்ட தனிப்பட்ட தாக்குதல்களை நேரு சுட்டிக்காட்டியிருக்கக் கூடும். ஜனசக்தி (பம்பாய் சோஷலிஸ்டுக் கட்சியின் குரல்), ஜனதா போன்ற பத்திரிகைகள், கராச்சிக்கு லியாகத் புறப்பட்டுச் சென்ற உடனே, பட்டேல் காங்கிரஸ் கட்சிக் கூட்டம் ஒன்றை நடத்தினார் (இதில் நேரு பங்கேற்கவில்லை) என்றும் ஒப்பந்தத்திற்குத் தமது எதிர்ப்பைத் தெரிவித்தார் என்றும் செய்தி வெளியிட்டன.[70] இது தவறான செய்தி. இந்தச் செய்திகளைப் பற்றிப் பட்டேல், நச்சுத்தன்மை கொண்ட தவறான பிரச்சாரம்[71] என்றும், மதிப்பைக் குறைக்கும் வகையில் தவறான, விஷமத்தனமான பிரச்சாரம்[72] என்றும், கபடமான பிரச்சாரம்[73] என்றும் குறிப்பிட்டிருந்தார். பத்திரிகைகள் குறிப்பிட்ட அளவு கண்ணியத்தையும் ஒழுக்கத் தரத்தையும் பேணவேண்டும் என்று பட்டேல் கூறினார்.[74] ஜனதா பத்திரிகையின் ஆசிரியருக்கு, அந்தச் செய்தி அடிப்படையற்றது, முழுமையாகத் தவறானது என்று நேரு எழுதினார். ஜனதா சர்தார் பட்டேலுக்கு மிகப் பெரிய அநீதி இழைத்துவிட்டது என்றும், அது இப்படிப் பட்ட செய்தியை வெளியிட்டதற்காக பட்டேலிடம் வெளிப்படையாக மன்னிப்புக் கேட்க வேண்டும் என்றும் கூறினார்.[75]

1950 ஏப்ரலில் நேரு ஓர் அறிக்கை வெளியிட்டார்.[76] அதில் அவர் பத்திரிகைகளுக்கு எதிராகக் கடுமையாகப் பேசினார். அவ்வப்போது பல பத்திரிகைகளில் போலியானதை முன்வைப்பதும், உண்மையைத் திரிப்பதும் நிகழ்வது எனது துரதிருஷ்டம் என்றார். இவற்றில் சில பிரசுரங்களில் அவற்றின் குரல் தாழ்வதையும் ஆபாசமாக இருப்பதையும் கண்டு அதிர்ச்சியடைந்தார். பத்திரிகைகளில் பட்டேலைப் பற்றியும் நேருவின் சகோதரி விஜயலட்சுமி பண்டிட்டைப் பற்றியும் (அச்சமயத்தில் அவர் அமெரிக்கத் தூதராக இருந்தார்) ஏன்,

அவரைப் பற்றியும் கூட பத்திரிகைகள் வெளியிட்ட தவறான செய்திகள் அவருக்கு எரிச்சலளிக்கத் தொடங்கியிருந்தன. பத்திரிகைகளில் வெளிவந்த அர்த்தமற்ற செய்திகள், கெடுநோக்குடைய தவறான செய்திகள் ஆகியவற்றின் கதம்பத்தைக் கண்டு நான் மலைத்துப் போனேன் என்றார் அவர். இவ்வளவையும் நேரு ஜனதா பத்திரிகைக் கட்டுரையின் பின்னணியிலேதான் பேசினார்.

ரஸ்ஸி கே. கராஞ்சியாவின் மதிப்பளிக்காத, உரத்த குரல் டேப்லாய்டு பத்திரிகை *பிளிட்ஸ்*,[77] முதல் திருத்த மசோதாவை ஒரு கருப்பு மசோதா என்றும் அரசியல் சட்டத்தின்மீதான வன்முறை என்றும் குறிப்பிட்டது.[78] மசோதாவின் முதன்மையான இலக்குகளில் ஒன்று அது என்று பிளிட்ஸ் நம்பியது.[79] இது அவ்வளவாக உண்மையாக இருக்காதென்ற போதிலும், மசோதாவுக்கு ஆதரவாக நேரு பேசும்போது குறிப்பிட்ட மோசமான பத்திரிகையின் வகைக்கு ஒரு எடுத்துக்காட்டான இதழ் *பிளிட்ஸ்* என்பது நிச்சயம்.[80]

இந்தியாவின் எழுத்தறிவற்ற ஏழைகள் பேச்சுரிமைக்குத் தயாராகவில்லை

இந்திய ஜனநாயகம் மேற்கத்திய அமெரிக்க, பிரிட்டிஷ் குடியரசுகளைப் போல அவ்வளவு முதிர்ச்சி பெறவில்லை என்றும் அதனால் இந்தியர்களுக்கு மேற்கத்திய ஜனநாயகங்களைப் போலப் பேச்சுரிமை அளிக்கலாகாது என்றும் சிலர் பாராளுமன்றத்தில் திருத்தத்திற்கு ஆதரவாகப் பேசியபோது வாதிட்டனர். இந்தப் பேச்சுகளின் முக்கியக் கருத்து, இந்தியாவில் பெருகியிருக்கின்ற வெகுமக்கள், எழுத்தறிவற்றும் ஏழைகளாகவும் இருப்பதால், உண்மையான செய்தியையும் போலிச் செய்தியையும் பிரித்துப்பார்க்கும் நிலை உடையவர்கள் அல்ல என்பதுதான். சுதந்திர இந்தியாவின் தற்காலிகப் பாராளுமன்ற உறுப்பினர்கள் செய்த இந்த வாதங்கள் யாவும், காலனிய இந்தியாவில், இந்தியமொழிச் செய்தித்தாள்கள் படிப்பவர்களின் அறியாமையைப் பற்றி அக்காலச் சட்டமன்றத்தினரும் நீதிபதிகளும் கொண்டிருந்த கருத்தினை வியப்பளிக்கும் வகையில் ஒத்திருந்தன. ரெவரண்ட் டி சூசா, தூண்டுதலை ஏற்கும் முறையில் இந்தியர்கள்

ஆங்கிலேயர்களிலிருந்து வேறுபட்டவர்கள் என்று வாதிட்டார். தொடர்ந்து, "எளிதில் கிளர்ச்சி கொள்ளாத ஆங்கிலேயரின் பண்பினால் அவர்கள் எளிதில் கோபப்படுவதோ தூண்டுதலுக்கு இரையாவதோ கிடையாது...என்பதை மறக்கலாகாது" என்றார்.[81] பண்டித டாகுர்தாஸ் பார்கவா என்பவர், இந்தியாவின் மக்கள்தொகை அறியாமையும் எழுத்தறிவின்மையும் உடையது, அவர்கள் அச்சில் வருவதை எல்லாம் உடனே உண்மையென்று நம்பிவிடும் தன்மை உடையவர்கள் ஆதலால் அவர்களைத் தவறாக வழிநடத்துவது எளிது என்றார்.[82]

திருத்தத்துக்கு எதிர்ப்பு

அவசரமாக எடுத்த நடவடிக்கை

பேச்சுரிமைக்குக் கொண்டுவரப்பட்ட திருத்தம், மிகக் கடுமையாக பல அடிப்படைகளில் விமரிசனம் செய்யப்பட்டது.[83] இந்த மசோதா அவசரகதியில் பாராளுமன்றத்தில் திணிக்கப் படுகிறது என்று பலரும் வாதிட்டனர். அரசியல் சட்டத்தை வரையப் பல ஆண்டுகள் தேவைப்பட்டது, ஆனால் இந்த மசோதா பாராளுமன்றத்தில் அவசர அவசரமாக ஒரு மாதத்திற்குள்ளாக நுழைக்கப்பட்டது.[84] இந்தத் தற்காலிகப் பாராளுமன்றம், ஐந்தாண்டுகளுக்கு முன்பு, ஒருசில வாக்காளர்களால் மட்டும் மறைமுகமாகத் தேர்ந்தெடுக்கப்பட்ட ஒற்றை அவை ஆதலின், இது அரசியல் சட்டத்தைத் திருத்துவதற்குத் தகுதியற்றது, அடுத்து அண்மையில் வர இருக்கின்ற பொதுத் தேர்தல்கள் வாயிலாக முறையாகத் தேர்ந்தெடுக்கப்பட்ட பாராளுமன்றத்தின் வாயிலாகத்தான் அரசியல் சட்டத் திருத்தம் செய்யப்பட வேண்டும் என்று பலரும் வாதிட்டனர்.[85] மசோதாவில் செய்யப்பட இருக்கும் திருத்தங்கள் பற்றி பொதுமக்களிடம் கருத்துகளைக் கேட்டறிய வேண்டும் என்றனர் சிலர்.[86] அரசியல் சட்டம் வந்த குறுகிய காலத்திற்குள்ளாகவே இந்தத் திருத்தத்துக்கான மசோதா சட்டமாக்கப்படுகிறது என்றனர்.[87]

எந்த அமைப்பு அரசியல் சட்டத்தைக் கொண்டுவந்ததோ அதே அமைப்புதான் திருத்தத்தைச் செய்கிறது என்ற

முறையில் சட்டத்திருத்தத்தை நேரு நியாயப்படுத்தினார். “நாங்கள்தானே இந்த அரசியலமைப்பை வரைந்த அரசியல் சட்ட மன்றம்” என்றார் அவர்.[88] ஆனால் அரசியல் சட்ட மன்றத்தின் உறுப்பினர்கள், அதை அமல்படுத்திய நேரத்திலிருந்து குறிப்பிடத்தக்க அளவு மாறியுள்ளனர் என்ற அடிப்படையில் மேற்கண்ட கோரிக்கையினைச் சிலர் புறக்கணித்தனர். இப்போதிருக்கும் தற்காலிகப் பாராளுமன்றத்தின் உறுப்பினர்களுக்கு அசலாக அரசியல் சட்டத்தை வரைந்தவர்களின் சிந்தனைச் செயல்முறைகளுக்குள் எவ்வித ஆழ்நோக்கும் இருக்க இயலாது என்று அவர்கள் கூறினார்கள்.[89] இந்த வாதத்தில் கொஞ்சம் உண்மை இருக்கவே செய்தது. அரசியல் சட்டக் குழுவில் பேச்சுரிமைக்கான இரண்டு பலமான குரல்களாகத் திகழ்ந்த சர். அல்லாடியும் கே. எம். முன்ஷியும் முதல் திருத்தத்தைப் பற்றிய விவாதங்களில் பங்கேற்கவில்லை. மேலும் அரசியல் சட்டக்குழுவில் கட்சிக் கொறடாக்கள் விலக்கி வைக்கப்பட்டிருந்தனர். ஆனால் இப்போது பாராளுமன்ற நடைமுறைகளின் பகுதியாக அவர்கள் இருந்தனர். அது அரசியல் சட்ட மன்றத்தின் பண்புக்கும் மரபுக்கும் பொருந்தி வரவில்லை.[90] சிறப்புக்குழுவின் உறுப்பினர் ஆக்கமே தவறானது என்றும், பத்திரிகைத் துறையிலும் இருந்த பாராளுமன்றத்தின் உறுப்பினர்கள் இதில் சேர்க்கப்படவில்லை என்றும் கூறினர்.[91]

அரசியல் சட்டம் வரையப்பட பல ஆண்டுகள் ஆனாலும், முதல் திருத்தம் அவசரமாக ஒரு மாதத்தில் கொண்டுவரப்பட்டது என்பது உண்மையாக இருக்கலாம், ஆனால் பேச்சுரிமை பற்றிய இந்தத் திருத்தம் தொடர்பான செயல்முறைகள் பாராளுமன்றத்தில் மையமான இடத்தை எதிர்பாராத அளவுக்குப் பெரிய அளவில் பெற்றன என்பதும் உண்மைதான். முன் எப்போதையும் விட பாராளுமன்றத்தில் மிக விரிவாகச் சுதந்திரப் பேச்சுக்கான அடிப்படை உரிமை பற்றி மிக விரிவாக விவாதிக்கப்பட்டது. உதாரணமாக, இந்த மசோதாவில் சொத்துரிமை பற்றிய திருத்தம் போன்ற பிற திருத்தங்களும் இடம் பெற்றிருந்தாலும் மிக அதிகமான விவாதத்தை உருவாக்கியது பேச்சுரிமை பற்றியதுதான். பிரிவு 19(2) பற்றிப் பாராளுமன்றத்தில் நேருவே ஐந்து சொற்பொழிவுகள் நிகழ்த்தினார். சட்ட அமைச்சர் அம்பேத்கர் இரண்டு உரைகள்

நிகழ்த்தினார். அவையில் பேசிய மிகப் பெரும்பாலான உறுப்பினர்கள் தங்கள் பேச்சின் பெரும்பகுதியைப் பேச்சுரிமை மற்றும் வெளிப்பாட்டுரிமைக்கே ஒதுக்கினர். சுருங்கச் சொன்னால் தற்காலிகப் பாராளுமன்றத்தில் முதல் திருத்தப் பேச்சுரிமைக்கான விவாதம் அரசியல் சட்ட மன்றத்தில் உருவாக்கியதை விட அதிகமான விவாதத்தை உருவாக்கியது.

'நியாயமானது'

அரசியல் சட்டத்தின் பிரிவு 19(2)இல் "நியாயமான" என்ற சொல்லை விட்டுவிட்டது என்பதற்குப் பல மறுப்புகள் எழுந்தன. சில பட்டியலிடப்பட்ட அடிப்படைகளின்படி, பேச்சுரிமை மற்றும் வெளிப்பாட்டுரிமைக்குக் கட்டுப்பாடுகள் விதிக்க அரசாங்கத்துக்குப் பிரிவு 19(2) அனுமதி அளித்தது. இப்போது இடர்நிலையில் இருப்பது என்னவென்றால் அரசு சுமத்தும் அத்தகைய கட்டுப்பாடுகள் நியாயமானதா இல்லையா என்பதுதான். சுதந்திரத்தின் உரிமைக்குப் பிற கட்டுப்பாடுகளில் நியாயமான என்ற சொல்லைச் சேர்ப்பத்தில் அரசியல் சட்ட மன்றத்தில் பண்டித டாகுர்தாஸ் பார்கவா மிக முக்கியமான பங்கு வகித்தார் என்பதை நாம் ஏற்கெனவே கண்டிருக்கிறோம். ஆனால் அவர் எவ்வளவோ முயற்சி செய்தாலும் பிரிவு 19(2) இல் நியாயமான என்ற அடைமொழி சேர்க்கப்படவே இல்லை.

மசோதாவைச் சிறப்புக்குழுவின் பார்வைக்கு வைப்பதற்கு முன்னமே, முதல் திருத்தத்தை வரைய அமைக்கப்பட்ட கேபினட் குழுவில் தொடர்ந்து நியாயமான என்ற சொல்லைப் புறக்கணித்து வருவது நியாயமானதா என்பதில் விவாதம் ஏற்பட்டது.[92] சட்ட அமைச்சர் பி. ஆர். அம்பேத்கரின் கீழிருந்த சட்ட அமைச்சகம், பிரிவு 19(2)க்கு நியாயமான என்ற சொல் இப்போது சேர்க்கப்பட வேண்டும் என்று கேபினட் குழுவுக்கு வலுவாகப் பரிந்துரைத்தது.[93] ஆனால் உள்துறை அமைச்சகம் நியாயமான என்ற சொல்லைச் சேர்க்கக்கூடாது என்று பரிந்துரைத்தது. இதைக் கேபினட் குழு ஏற்றுக் கொண்டது. ஆக, மசோதா சிறப்புக் குழுவின் பார்வைக்கு வருவதற்கு முன்னாலேயே பிரிவு 19(2)க்கு முன்மொழியப்பட்ட திருத்தத்தில் நியாயமான என்ற சொல் சேர்க்கப்படவில்லை.

சிறப்புக் குழுவுக்கு மசோதாவைப் பார்வைக்கு அனுப்பும் தீர்மானம் பற்றிய விவாதத்தில், அரசியல் சட்ட மன்றத்தில் நியாயத்துக்கென வாதாடிய பண்டித தாகுர் தாஸ் பார்கவா, பிரிவு 19(2)இல் நியாயமான என்ற வார்த்தையைச் சேர்க்கவேண்டும் என்பதற்காக மீண்டும் எழுந்து நின்றார். "இந்த நாட்டின் குடிமகனின் சுதந்திரங்கள் பாதுகாக்கப்பட வேண்டும்" என்றார் அவர். "கட்டுப்பாடுகள் என்ற வார்த்தைக்கு முன்னால் நியாயமான என்ற சொல் சேர்க்கப்பட்டால் ஒழிய அரசியல் சட்டம் அந்தச் சுதந்திரங்களை உறுதிப்படுத்தாது" என்றார்.[94]

அம்பேத்கர் இந்த மசோதாவுக்கு ஆதரவளிப்பதற்காக எழுந்து நின்றபோது, ஸ்யாமா பிரசாத் முகர்ஜி அவரைக் குறுக்கிட்டுக் கேட்டார், "இருக்கும் பத்தியில் நியாயமான என்ற சொல்லை ஏன் விட்டுவிட்டீர்கள்?"[95] என்பது ஓர் ஆர்வமூட்டும் விஷயம். ஏனெனில் இது ஒரு முரண். ஏனெனில் அம்பேத்கரும் அவரது அமைச்சர்களும் பிரிவு 19(2)க்கான திருத்தம் அவையில் வைக்கப்படும் முன்னாலேயே நியாயமான என்ற சொல்லைச் சேர்க்கவேண்டும் என்று வாதிட்டிருந்தார்கள். ஏறத்தாழ இது ஒரு நியாயமற்ற விடுபாடு என்று ஒப்புக் கொண்டு அம்பேத்கர் தொடர்ந்தார், "இது விவாதிக்கப்பட வேண்டிய விஷயம்" என்றார்.[96]

மசோதா சிறப்புக் குழுவுக்கு முன் வைக்கப்பட்டபோது, அக்குழு செய்த ஒரே முக்கியமாற்றம் பிரிவு 19(2)க்கு நியாயமான என்ற சொல் சேர்க்கப்பட்டது என்பதுதான்.[97] மிகப் பெரிய விவாதத்துக்குப் பிறகு இந்த முதல் திருத்தத்தில் நியாயமான என்ற வார்த்தையைச் சேர்க்கலாம் என்று அப்போதைய உள்துறை அமைச்சராக இருந்த சி. இராஜகோபாலாச்சாரி தூண்டப்பட்டார் என்பது பொதுவான நம்பிக்கை என்று பாராளுமன்ற உறுப்பினர் ஒருவர் கூறினார்.[98] மறுப்புத் தெரிவித்த எல்லா உறுப்பினர்களும் ஏறத்தாழ இது மிக முக்கியமான ஒரு மாற்றம் என்பதை ஒப்புக் கொண்டனர்.[99] நேரு இந்த மசோதாவை மீண்டும் பாராளுமன்றத்தில் கொண்டுவந்தபோது, "நியாயமான என்ற சொல் திருத்தத்தில் சேர்க்கப்பட்டுவிட்டது, ஆனால் நான் 19(2) பிரிவில் அந்தச் சொல் உள்ளடங்கி யிருக்கிறது என்பதே என் கருத்து" என்றார்.[100] ஆனால் உள்ளுக்குள்ளாக, நேரு நியாயமான என்ற சொல்லைச் சேர்ப்பது,

பேச்சுரிமை வழக்குகள் எல்லாமே "நீதி மன்றங்களுக்குப் பின் தொடர்கின்ற பொருள்மயக்கத்துடன் செல்வதற்கு அழைப்பதாகும்" என்று கருதினார்.[101]

இவ்வாறு, நியாயமான என்ற சொல்லைப் பிரிவு 19(2)இல் சேர்ப்பது ஒரு முக்கியமான சமரசமாயிற்று. முதல் திருத்தம் பேச்சுரிமைக்கு மூன்று தடைகளைச் சேர்த்தது. பொது ஒழுங்கு, அயல் அரசுகளுடன் நட்புறவு, ஒரு குற்றத்துக்குத் தூண்டுவது. ஆயினும், பிரிவு 19(2)இல் நியாயமான என்ற வார்த்தை யைச் சேர்த்ததனால், ஓர் அரசாங்கம் பேச்சுரிமையின்மீது பட்டியலிடப்பட்ட அடிப்படைகள் ஏதாவதொன்றினால் விதிக்கப்பட்ட கட்டுப்பாட்டை நீதிமன்றம் நியாயமானதா இல்லையா என்று நிர்ணயிக்கலாம் என்பது அர்த்தமாயிற்று.

அமெரிக்க அரசியலமைப்புச் சட்டத்தில் முதல் திருத்தம் என்பது பேச்சுரிமையை உருவாக்கியது, ஆனால் இந்திய அரசியலமைப்பு முதல் திருத்தத்தில் அதைக் கட்டுப்படுத்த முனைந்தது என்பது ஒரு குறிப்புமுரண் என்று முன்னரே ஸ்யாமா பிரசாத் முகர்ஜி சுட்டிக்காட்டியிருந்தார்.[102] ஆனால் சிறப்புக்குழு மசோதாவில் செய்த மாற்றத்துக்குப் பிறகு, பண்டித டாகுர்தாஸ் பார்கவா, அமெரிக்க அரசியலமைப்பின் முதல் திருத்தத்தைப் போலவே இந்தியாவும் சுதந்திரங்களை விரிவு படுத்திவிட்டது என்று கூறினார்.[103]

மற்ற எதிர்ப்பு

பிரிவு 19(2)இல் 'பொது ஒழுங்கு' என்ற சொற்களைச் சேர்ப்பதற்குப் பாராளுமன்றத்தின் உறுப்பினர்கள் பலரும் எதிர்ப்புத் தெரிவித்தனர்.[104] ஸ்யாமா பிரசாத் முகர்ஜி, பொது ஒழுங்கினைத் தெளிவான, 'அப்போதைய அபாயச் சோதனைக்கு' உட்படுத்த வேண்டும், அதாவது "மெய்யான தீமை என்பது மிகத் தீவிரமான கடுமை வாய்ந்ததாகவும், அதன் உடனடித்தன்மை மிக அதிகமாகவும்" இருக்க வேண்டும் என்றார்.[105] இப்படிப்பட்ட அல்லது இதுபோன்ற ஒரு தடை இன்றி, பொது ஒழுங்கு விதிவிலக்கு என்பது அரசியல் எதிரிகளைத் தண்டிக்க ஒரு கருவியாகப் பயன்படுத்தப்படலாம் என்று வாதிட்டார்.[106]

"அயல்நாடுகளுடன் நட்பான உறவுகள்" என்ற கட்டுப்பாட்டினை முற்றிலும் நீக்கிவிட வேண்டும் என்று சில உறுப்பினர்கள் வேண்டினர்.[107] பிறர் அதை அரசியல் சட்டத்தின் மரபுக்கேற்பப் படிக்க வேண்டும் என்று கருதினர்.[108] "அயல் நாடுகளுடன் நட்பான உறவுகள்" என்ற தொடர், 1932இன் அயல்நாட்டு உறவுகள் சட்டத்தின் அரசியல் சட்டச் செல்லுபடித்தன்மையைப் பாதுகாக்கச் சேர்க்கப்பட்டது, அது இல்லையெனில், ரமேஷ் தாப்பர், பிரிஜ் பூஷண் தீர்ப்புகளின் வழியில் அரசியல் சட்டத்துக்கு முரணானது என்று அது அறிவிக்கப்படலாம் என்று அம்பேத்கர் ஓர் உரையாற்றினார்.[109] இந்தியாவை அடுத்துள்ள, ஆனால் வெளியிலுள்ள ஒரு அரசின் ஆட்சியாளர், அல்லது அவரது துணைவர், மகன், தலைமை அமைச்சர் போன்றோரை அவதூறுக்கு உட்படுத்தும் தன்மை கொண்ட பிரசுரங்களைப் பறிமுதல் செய்ய அரசாங்கத்துக்கு இந்தச் சட்டம் அதிகாரம் அளித்தது. இப்படிப்பட்ட பிரசுரம் அரசருக்கும் அந்தப் பிற நாட்டின் அரசாங்கத் துக்கும் இடையிலான நட்பான உறவைப் பாதுகாப்பதற்கு எதிராகச் செயல்படலாம். இந்தச் சட்டம், முதன்மையாக பிரிட்டிஷ் இந்தியப் பிரதேசங்களுக்கும், பிற தனியரசுகளுக்கும் இடையில் உள்ள உறவுகளை நிர்வகிப்பதற்குக் கொண்டுவரப்பட்டது. "அயல் நாடுகளுடன் நட்பான உறவுகள்" என்ற தொடர் மிகவும் பரந்ததாக இருப்பதாக உறுப்பினர்கள் பலர் கருதினர். அவை இந்தியாவுக்கு அண்டையிலுள்ள நாடுகளை மட்டும் குறிக்கவில்லை, மேலும் இந்தியாவுடன் அவை நட்புக் கொண்டிருக்க வேண்டும் என்றும் அதில் இல்லை, எனவே இந்தக் கட்டுப்பாடு, பொதுவாக அயல்நாட்டு அரசியல் தலைவர்களை அவதூறுக்குள்ளாக்கும் விஷயங்களை மட்டும் குறிப்பதாக ஆக்கப்படலாம் என்றனர்.[110] உதாரணமாக, ஒரு நாட்டின் எந்த ஒரு தனிக் குடிநபரையும் வெறுமனே விமரிசனம் செய்வதால் அந்த இரு நாடுகளுக்கிடையில் நட்புறவுகள் பாதிக்கப்படுமா என்று சந்தேகத்தைக் கிளப்பினார்.[111]

"குற்றத்துக்குத் தூண்டுவது" என்பதன் கட்டுப்பாட்டின் மீதான விவாதம், இந்தக் கட்டுப்பாடு கொலை மற்றும் வன்முறை சார்ந்த குற்றங்களுக்கு மட்டும் பொருந்துமா அல்லது எல்லாவிதக் குற்றங்களுக்கும் பொருந்துமா என்பது பற்றி எழுந்தது. வன்முறை சார்ந்த குற்றங்களும் பிற குற்றங்களும்

என எல்லாமே பேச்சுரிமை, வெளிப்பாட்டுரிமையின் எல்லைக்கு அப்பாற்பட்டவை என்று மசோதாவில் குறிப்பிடப்பட்டிருந்தது. கொலை, வன்முறை மற்றும் நாசவேலை சார்ந்த குற்றங்களை மட்டும் உட்கொண்டதாக இந்தக் கட்டுப்பாடு ஆக்கப்பட வேண்டும் என்று பாராளுமன்ற உறுப்பினர்கள் பலர் தெரிவித்தனர்.[112] உதாரணமாக, இந்தியாவின் சுதந்திரப் போராட்டம் சத்தியாக்கிரகம் என்ற அடிப்படையில் அமைந்தது, அதாவது சட்டத்துக்கு அஹிம்சையான முறையில் கீழ்ப்படியாமை என்ற அடிப்படை கொண்டது, எனவே இக்கட்டுப்பாடு வன்முறைக் குற்றங்களுக்கு மட்டுமே பொருந்துவதாக இருக்க வேண்டும் என்று ஆசார்ய கிருபளானி வாதிட்டார்.[113] நேரு இதை எதிர்த்தார். தற்போதைய தூண்டுதல் கட்டுப்பாடு என்பது அற்பமான குற்றங்களையும் உட்கொண்டதாக இருக்கிறதென்று அவர் ஒப்புக் கொண்டாலும், இந்தக் கட்டுப்பாடு தவறாகப் பயன்படுத்தலாகாது என்பதைப் பாராளுமன்றம் உறுதிப்படுத்த வேண்டும் என்று கேட்டுக் கொண்டார்.[114] சிலபேர் நேருவுக்கு ஆதரவாகப் பேசினர்.[115] உதாரணமாக, மதுவிலக்குச் சட்டத்துக்கு எதிராக, ஒரு நபர் மதுக்குப்பிகளை தங்கள் கால்சட்டைப்பையில் கொண்டுசெல்லத் தூண்டுவது சரியாக இருக்கமுடியாது என்று சி. ராஜகோபாலாச்சாரி கூறினார்.[116] இதேபோல, சாதி இந்துக்கள், பட்டியல் சாதியினரை வயலுக்குச் செல்லவிடாமலும், தங்கள் எரிபொருள்களைச் சேகரிக்கக் காட்டுக்குள் செல்லவிடாமலும், சமூக விலக்கிற்கு ஆட்படுத்த வேண்டும் என்று அறிவித்தால் ஒப்புக்கொள்ள முடியாது என்று அம்பேத்கர் கூறினார்.[117]

19(2)ஆம் பிரிவுக்கு முன்வைக்கப்பட்ட திருத்தத்திற்கு எதிராக வேறு பிற விமரிசனங்களும் இருந்தன. பட்டியலிடப்பட்ட விதிவிலக்குகளின் கீழ், பேச்சுரிமையைத் தடுக்கும் விதமான சட்டங்களை மாநில அரசுகள் இயற்றக் கூடாது, மத்திய அரசிடம் மட்டுமே அதற்கான அதிகாரம் இருக்க வேண்டும் என்று சிலர் கூறினர்.[118] பேச்சுரிமைக்கு எதிராக மாநிலச் சட்டசபைகள் சட்டம் இயற்றினால், அவை இந்தியக் குடியரசுத் தலைவரின் ஒப்புதலுக்குட்பட வேண்டும் என்றும் கூறப்பட்டது.[119] மத்திய-மாநில சட்டமியற்றும் உரிமைகளின் பரவலுக்கு அரசியல் சட்டம் கூறுவதை இது மீறுவதாகும் என்று அம்பேத்கர் இந்த ஆலோசனையைப் புறக்கணித்தார்.[120]

19(2)இற்கு முன்மொழியப்பட்ட திருத்தத்தை மட்டுமன்றி, மேற்கண்டவாறு உச்சநீதி மன்றமும், பஞ்சாப், பட்னா, மதராஸ் உயர்நீதிமன்றங்களும், அளித்த தீர்ப்புகளை ரத்து செய்ய வேண்டும் என்றும், பின்னோக்கிச் சென்று சட்டங்களைத் திருத்தி, திருத்தப்பட்ட பிரிவு 19(2)இல் அவற்றைச் சேமித்து வைத்துக் கொள்ளவேண்டும் என்றும் இந்த மசோதா வேண்டியது.[121] இப்படிப் பின்னோக்கிச் சென்று நேர்ப்படுத்தல் நியாயமன்று என்று பலர் வாதிட்டனர்.[122] ஆனால், இந்த ஆலோசனையும் பாராளுமன்றத்தினால் ஏற்கப்படவில்லை.

உச்சநீதிமன்றத்தின் செல்வழித் திருத்தம்

பேச்சுரிமையின் மீதான திருத்தத்தைப் பாராளுமன்றம் விவாதித்துக் கொண்டிருந்த வேளையில், உச்சநீதிமன்றம் உண்மையில் பேச்சுரிமையின் வீச்சைக் குறுக்குவதில் ஈடுபட்டுக் கொண்டிருந்த தன்மை மீது பாராளுமன்ற உறுப்பினர்கள் அதிகமாக கவனம் செலுத்தவில்லை. 1951 ஏப்ரல் 6ஆம் நாள் உச்சநீதிமன்றம் தில்லி அரசுக்கு எதிராக ராம்சிங் வழக்கை முடிவுசெய்தது.[123] அத்தீர்ப்பில், இந்துக்களுக்கும் முஸ்லிம்களுக்கும் இடையில் பகைமையை அதிகரிக்கும் விதமாக ஒரு பேச்சை நிகழ்த்துவதிலிருந்து ஒரு நபரை நேரடியாகத் தடுக்க முடியாது என்றாலும், அப்படிப்பட்ட பேச்சுகளைப் பேசமுடியாதவாறு தடுப்புக் காவலில் அவரை வைக்கமுடியும் என்று உயர்நீதிமன்றம் கூறியது. ஆக இப்போது இந்துக்களுக்கும் முஸ்லிம்களுக்கும் இடையில் பகைமையை வளர்க்கும் எந்த நபரும் முன்னரே தடைசெய்யப்பட்டு காவலில் வைக்கப்படுவார் என்பதால் உச்சநீதிமன்றத்தின் தீர்ப்பு வெறுப்புப் பேச்சைத் தடைசெய்யும் விதமாகவே இயல்பாக அமைந்திருக்கும். பொது ஒழுங்கினை அழிக்கும் விளைவை ஏற்படுத்தும் பேச்சைக் கட்டுப்படுத்த தடுப்புக் காவல் பற்றி ஏற்கெனவே இருக்கும் சட்டங்களே போதுமானவை என்று பாராளுமன்றத்தில் ஸ்யாமா பிரசாத் முகர்ஜி வாதிட்டார்.[124] ஆனால் பாராளுமன்றம் இந்த வாதத்தைப் புறக்கணித்து விட்டது. ஒருவேளை தடுப்புக்காவலைவிட பேச்சுரிமை மீதான கட்டுப்பாடுகளே சரியானவை என்று அது நினைத்திருக்கலாம்.

கொஞ்ச காலத்தில், *ஷைலா பாலா தேவி* வழக்கில் நீதிபதி சர்ஜூ பிரசாதின் அளித்த தீர்ப்பு, மேல்முறையீட்டில் உச்சநீதிமன்றத்தினால் 1952 மே 26இல் மறுக்கப்பட்டது. முதல் திருத்தத்தை அமல்படுத்தியதன் வழியில் அது அமைந்திருந்தது. *திருமதி ஷைலா பாலா தேவிக்கு எதிராக பிஹார் அரசின்*[125] வழக்கில் உச்சநீதிமன்றத்தின் தீர்ப்பை எழுதிய நீதிபதி மஹாஜன், நாம் முன்பு நோக்கிய நீதிபதி சர்ஜூ பிரசாதின் சிலிர்க்கவைக்கும் கடுமையான பார்வைகள், *ரமேஷ் தாப்பர்* வழக்கு மற்றும் *ப்ரிஜ் பூஷண்* வழக்குத் தீர்ப்புகளின் துல்லியமான நோக்கினை முழுமையாகப் புரிந்து கொள்ளாத தன்மையைக் காட்டுகின்றன என்று கூறினார். முதல் திருத்தத்திற்கு முன்னரேகூட, கொலை போன்ற வன்முறைசார்ந்த குற்றங்களைச் செய்யத் தூண்டும் பேச்சுகள் அரசியல் சட்டத்தின் பிரிவு 19(2) எல்லைக்குள்தான் வந்தன என்று கருதப்பட்டது.[126]

★★★

இந்திய அரசியல் சட்டத்தில் பேச்சுரிமை பற்றிய பகுதியை அயர்லாந்து (ஐரிஷ்) அரசியல் சட்டத்தை வைத்தே பிரதி செய்தார்கள். ஆனாலும், உச்சநீதிமன்றத்தின் தீர்ப்புகளும் பாராளுமன்ற உறுப்பினர்களின் உரைகள் பலவும் பேச்சுரிமை குறித்த அமெரிக்க ஐக்கிய நாட்டு உச்சநீதிமன்றத்தின் முடிவுகளையே ஆதாரமாகக் கொண்டிருந்தன. அநேகமாக எவருமே எந்த அயர்லாந்து தீர்ப்புகளிலிருந்தும் மேற்கோள் காட்டவில்லை. உதாரணமாக, தமது பேச்சுகள் ஒன்றில் அம்பேத்கர் *மின்னசோட்டாவுக்கு எதிராக நியர்*[127] என்ற வழக்கினை மேற்கோள் காட்டி அதை ஏன் இன்னமும் பின்பற்றக்கூடிய ஒரு நல்ல உதாரணமாகக் கருதக்கூடாது என்று வாதிட்டார். அந்த உரையில் *அமெரிக்க ஐக்கிய நாட்டுக்கு எதிராக ஷெங்க்*[128] வழக்கில் தெளிவான-இன்றைய அபாயச் சோதனை பற்றி நீதிபதி ஆலிவர் வெண்டல் ஹோம்ஸின் தீர்ப்பையும் அம்பேத்கர் குறிப்பிட்டார். பாராளுமன்றத்தில் முதல் திருத்தத்தைக் கொண்டுவந்தபோது பல உறுப்பினர்களும் பேச்சுரிமை பற்றிய அமெரிக்கத் தீர்ப்புகளைக் குறிப்பிட்டனர். தனது உச்சநீதிமன்றத் தீர்ப்புகளை அமெரிக்க நாடே மேற்கோள் காட்டியதை விட, நமது பாராளுமன்றம் தான் அதிகமாகக்

காட்டியிருக்கிறது என்று அப்போது ஓர் உறுப்பினர் கிண்டலாகக் குறிப்பிட்டார்.[129]

பேச்சுரிமையின் அறிஞரான லாரன்ஸ் லயங், அமெரிக்க அரசியல் சட்டத்தின் முதல் திருத்தத்திற்கும் இந்திய அரசியல் சட்டத்தின் முதல் திருத்தத்திற்கும் உள்ள முரணை ஆர்வமூட்டும் விதமாகச் சுட்டிக் காட்டியுள்ளார். முன்னது, அமெரிக்காவில் சுதந்திரமாகப் பேசும் உரிமையை உருவாக்கியது. ஆனால் இந்தியத் திருத்தமோ, இந்தியாவில் மக்களின் பேச்சுரிமையைக் கட்டுப்படுத்தும் விதமாக அமைந்தது.[130] அமெரிக்க அரசியல் சட்டத்தின் முதல் திருத்தம் என்பது உண்மையில் மூன்றாவது திருத்தம்தான். அந்த நாட்டின் மாகாணங்கள் முதல் இரு திருத்தங்களைப் பின்னால் ஏற்கவில்லை என்பதை அறியும்போது ஒருவேளை இந்த முரண்பாட்டின் கடுமை கொஞ்சம் குறையலாம்.[131] ஆகவே அமெரிக்க அரசியல் சட்டத்தின் தந்தையர் பேச்சுரிமையை ஒரு முன்-விரும்பிய உரிமை என்று வாதிடுவது உண்மையில் சாத்தியமில்லை. நாட்டுக்கு அடித்தளமிட்ட அமெரிக்கத் தந்தையரின் பட்டியலில் பேச்சுரிமைத் திருத்தம் என்பது மூன்றாவதாகத்தான் இருந்தது.

நாம் முன்னரே ஓர் இயலில் கண்டதுபோல, சுதந்திர இந்தியாவில் பத்திரிகைகள் மீது சுமத்தப்பட்ட கட்டுப்பாடுகள் காலனிய ஆதிக்கத்தில் பத்திரிகைகள் மீது சுமத்தப்பட்ட கட்டுப்பாடுகள் போன்றே இருந்தன. இவ்விஷயம் ஆண்டுகள் பல கழிந்ததால் அறியப்படாமலே போயிற்று. உதாரணமாக, முதல் திருத்தம் ஏற்கப்பட்ட பிறகு, பாராளுமன்றம் 1951இல் பத்திரிகை (ஆட்சேபணைக்குரிய விஷய)ச் சட்டத்தை இயற்றியது. முன்பு பத்திரிகைகள் மீதிருந்த பிணைப்பத்திர முறையை இந்தச் சட்டம் மறுபடியும் அறிமுகப்படுத்தியது. இந்தச் சட்டம், 1878இல் லிட்டன் பிரபுவின் பயங்கரமான பிரதேசமொழிப் பத்திரிகைச் சட்டத்தைப் போலவே இருந்தது. புதிய சட்டத்தில் ஒரு தகுதியுள்ள அதிகாரி ஒரு குற்றவியல் நடுவரிடம் ஒரு புத்தகமோ பத்திரிகையோ ஆட்சேபணைக்குரிய விஷயத்தைக் கொண்டுள்ளது என்று புகாரளிக்கலாம். ஆட்சேபணைக்குரிய விஷயம்[132] என்பது பரந்த நிலையில் ஏதோ ஒருவிதமான குற்றத்தூண்டுதல்,[133] வெறுப்புப் பேச்சு, அல்லது முழு

அளவில் கண்ணியமற்ற, கீழ்த்தரமான, அல்லது ஆபாசமான பேச்சு அல்லது மிரட்டலை நோக்கமாகக் கொண்டது என வரையறுக்கப்படுகிறது. உண்மையிலேயே புகாருக்காளான அந்தப் புத்தகம் அல்லது செய்தித்தாள் ஆட்சேபணைக்குரிய விஷயத்தைக் கொண்டிருக்கிறது என்று குற்றவியல் நடுவர் கண்டால், அவர் அச்சகத்தை வைத்திருப்பவரிடமிருந்து ஓர் ஈட்டுத் தொகையைக் கேட்கலாம்.[134] இதே போன்ற விஷயத்தை அந்த அச்சகம் தொடர்ந்து வெளியிடுமானால் அந்த ஈட்டுத்தொகை பறிக்கப்படும்.[135] பிரதேச மொழிகள் பத்திரிகைச் சட்டத்தைப் போலன்றி, இப்போது பிணைத்தொகை வழக்கின் சூழ்நிலைகளுக்கேற்ப நிச்சயிக்கப்படலாம், ஆனால் மிகையாக இருக்கலாகாது.[136] இதை எதிர்த்து உயர்நீதிமன்றத்தில் மேல் முறையீடு செய்யப்பட்டது.[137] கடைசியாக 1957இல் இந்தச் சட்டம் நீக்கப்பட்டது.[138]

பிறகு 1970களில் மீண்டும் அந்தக் கொடுமையான தடைச் சட்டம்-ஆட்சேபணைக்குரிய விஷயத்தை வெளியிடுதல் சட்டம், மீண்டும் பாராளுமன்றத்தால் கொண்டுவரப் பட்டது.[139] அப்போது அரசாங்கத்தின் நோக்கம், எதிர்ப்புகள் யாவற்றையும் ஒடுக்கி, பயம்நிறைந்த ஒரு சூழலை உருவாக்கவேண்டும் என்பதாக இருந்தது. பிரதேச மொழிகள் பத்திரிகைச் சட்டத்தைப் போல இதிலும் ஓர் தக்க அதிகாரி தகுதியுள்ளது என்று கருதக்கூடிய தொகையை அச்சிடுபவர் பிணையாக அளித்தாக வேண்டும்.[140] இதிலும் பிணைத்தொகை மிகையாக இருக்கலாகாது, வழக்கின் சூழல்களுக்கேற்ப நிர்ணயிக்கப்படும் எனப்பட்டது. இந்தச் சட்டவிதியின்கீழ், குறிப்பிட்ட ஒரு விஷயம் அல்லது விஷயங்களின் தொகுதியை வெளியிடும் எந்தப் பத்திரிகையின் பிரசுரத்தையும் தடைசெய்யக்கூடிய அதிகாரம் அரசாங்கத்துக்கு அளிக்கப்பட்டது.[141] அதிகாரபூர்வமற்ற (அனுமதியற்ற) செய்தித் தாள்களையும் வெளியீட்டு அச்சகங்களையும் அரசாங்கம் பறிமுதல் செய்யலாம், கைப்பற்றலாம், அல்லது அழித்துவிடலாம்.[142] இந்தச் சட்டத்தை மீறியவர்களுக்குச் சிறைத் தண்டனை வழங்கப்பட்டது. ஆனால் முடிவாக ஒரு மேல்முறையீடு உயர்நீதிமன்றத்தில் செய்யப்பட்டது.[143] இந்தச் சட்டவிதி 1975[144] டிசம்பர் முதலாக அமுலுக்கு வந்தது, 1977இல் நீக்கப்பட்டது.[145]

காலனியக் காலத்தில் பிரதேச மொழிகள் பத்திரிகைச் சட்டத்துக்குப் பின்வந்த சட்டங்களைவிட மேற்கண்ட இரு சட்டங்களும் கடுமையானதாக இருந்தன. உதாரணமாக, 1910இலும் 1931இலும் பிரிட்டிஷ் இந்தியாவில் அரசாங்கத்துக்கு அச்சக உரிமையாளர்கள் ஈட்டுத்தொகை வழங்க வேண்டும் என்ற அதிகாரத்தை அளித்துச் சட்டங்கள் இயற்றப்பட்டன என்பதைக் கண்டோம். ஆனால் பிணையாக வழங்கப்பட வேண்டிய தொகைக்கு ஓர் உச்சவரம்பு இருந்தது. ஆனால் லிட்டனின் பிரதேசமொழிகள் பத்திரிகைச் சட்டத்தைப் போலவே, 1951இல் நேரு கொண்டுவந்த சட்டவிதியும் இந்திரா காந்தி 1976இல் கொண்டுவந்த சட்டவிதியும் அச்சகத்திடமிருந்து அரசாங்கம் பெறவேண்டிய ஈட்டுத்தொகைக்கு எந்த உச்ச வரம்பையும் விதிக்கவில்லை.

இதேபோல, 1962இல் இந்திய-சீனப் போரின்போதும் 1971இல் இந்திய-பாகிஸ்தான் போரின்போதும் கொண்டுவரப்பட்ட இந்தியப் பாதுகாப்புச் சட்டங்களும் பிரிட்டிஷ் இந்தியக் காலத்தில் முதல் இரு உலகப் போர்களின்போது கொண்டுவரப்பட்ட சட்டங்களைப் போலவே கட்டுப்பாடுகளை விதித்தன. சான்றாக, 1971இல் இந்திரா காந்தியின் இந்தியப் பாதுகாப்புச் சட்டங்கள், பத்திரிகைமீது முன்கட்டுப்பாடுகளை விதிக்க வழிசெய்தன. இவை 1799இல் கல்கத்தாவில் கவர்னர் ஜெனரல் வெல்லெஸ்லி நான்காம் மைசூர்ப் போரின்போது கொண்டுவந்த சட்டங்களைப் போலவும், 1939இல் இரண்டாம் உலகப் போரின்போது இந்தியப் பாதுகாப்புச் சட்டங்களில் 41ஆம் விதியின்கீழ் கொண்டுவரப்பட்டவை போலவே இருந்தன.[146]

★★★

இயல் 6
திமுகவுக்கு எதிரான திருத்தம்

1963இல் பிரிவு 19(2) கடைசியாகவும் இறுதியாகவும் திருத்தப்பட்டது. அதில் இறைமை, ஒருமைப்பாடு என்னும் சொற்கள் சேர்க்கப்பட்டன. இது பேச்சுச் சுதந்திரத்தின் உரிமைக்குப் பட்டியலிடப்பட்ட விதிவிலக்குகளில் ஒன்றை அதிகமாகச் சேர்த்தது. அரசியலமைப்பின் பதினாறாவது திருத்த மசோதா 1963, (இதற்குப் பிறகு இதை வெறுமனே மசோதா என்று குறிப்பிடலாம்) 'பிரிவினைக்கு எதிரான மசோதா' என்றே பொதுவாகக் குறிக்கப்பட்டது.[1] இந்தியாவுக்குள்ளிருக்கும் வெவ்வேறு பிரதேசங்களின் அரசியல் தலைவர்கள் தேர்தல் நடைமுறையை இந்திய யூனியனிலிருந்து பிரிந்துபோவதற்கு அமைதியாகப் பிரச்சாரம் செய்வதைத் தடுப்பதற்கென்றே இது உருவாக்கப்பட்டது. கடந்த காலத்தில், பிரிட்டிஷ் இந்தியாவில் தேர்தல் நடைமுறையைப் பிரிவினையைப் பிரச்சாரம் செய்வதற்குப் பயன்படுத்தியிருந்தது. இப்போது மத அடிப்படையில் அல்ல, ஆனால் பிரதேச விசுவாசத்துடன் கூடிய வட்டார அரசியல் கட்சிகள் தங்கள் பகுதிக்கு இந்தியாவிலிருந்து பிரிவினை பெற்றுத் தருகிறோம் என்ற வாக்குறுதியின் பேரில் தேர்தலில் வெற்றி பெற்றுவிடக்கூடும் என்ற பயம் ஏற்பட்டுவிட்டது. இந்த அரசியல்சட்டத் திருத்தத்தின் முக்கிய இலக்கு, மதராஸ் மாநிலத்திலிருந்த திராவிட முன்னேற்றக் கழகம் (சுருக்கமாகத் திமுக) என்ற அரசியல் கட்சிதான். அது தெற்கின் பகுதிகளைப் பிரித்து,[2] திராவிட நாடு[3] அல்லது தமிழ்நாடு என்ற தனி தேசம் வேண்டும் என்று வாதாடி வந்தது. பஞ்சாப்பிலும் நாகாலாந்திலும் பிரிவினைக்கான கோஷங்களும்

இந்தத் திருத்தத்தினைத் தூண்டின. விசித்திரம் என்னவெனில், சீன ஆக்கிரமிப்பினை ஒட்டி நாட்டில் பிரிவினைக்கான கோரிக்கைகள் மறைந்துபோன ஒரு சமயத்தில் இந்தத் திருத்தம் கொண்டுவரப்பட்டது.

★★★

பெரியார் என்று அழைக்கப்பட்ட ஈ.வெ. இராமசாமி நாயக்கரைப் பின்பற்றியவர்களால் 1949இல்[4] உருவாக்கப்பட்ட அரசியல் கட்சி, திமுக.[5] பிரிவினைக்கான கோரிக்கைகளை வெளிப்படுத்துவதற்கு திமுக நாடாளுமன்ற நடைமுறைகளையே பயன்படுத்திக் கொண்டது.[6] 1957இன் மதராஸ் சட்டமன்றத் தேர்தலில் அது சில இடங்களை வென்றது. அக்கட்சியின் மெதுவான வெற்றி அரசாங்கத்தைத் தொல்லைப்படுத்தத் தொடங்கியது.[7]

அரசியல் சட்டத்தின் பதினாறாம் திருத்தத்தைக் கொண்டுவருவதற்குத் தூண்டியது 1962இல் சீனாவுடனான போர் ஏற்பட்டமை அல்ல. போரின்போது, தி.மு.க. பிரிவினைக்கான தனது கோரிக்கையை மீண்டும் முன்வைத்தது. போருக்குப் பலநாள் முன்பாகவே 1961இல், காங்கிரஸ் தனது பாவ்நகர் கூட்டத்தில் சர் சி.பி. ராமஸ்வாமி ஐயர்[8] தலைமையில், தேசிய ஒருமைப்பாட்டினை மேம்படுத்த எடுக்க வேண்டிய நடவடிக்கைகள் குறித்து ஆலோசிக்க ஒரு தேசிய ஒருமைப் பாட்டுக் குழுவினை உருவாக்கியது.[9] 1961இல் முதலமைச்சர்கள் கூட்டம் ஒன்றினைப் பிரதமர் நேரு கூட்டினார். அதில் பிரிவினையைக் கேட்பது தண்டனைக்குரிய குற்றம் ஆக்கப்பட வேண்டும் என்று பரிந்துரைக்கப் பட்டது.[10] 1961 செப்டம்பரில் ஒரு தேசிய ஒருமைப்பாட்டுக் கூட்டம் கூட்டப்பட்டது.[11] இந்தக் குழு 1962 நவம்பர் 5 அன்று நேருவிடம் தனது அறிக்கையைச் சமர்ப்பித்தது.[12] அது ஒரே ஒரு பரிந்துரையை மட்டுமே முன்வைத்தது.[13] அதாவது இந்தியக் குடிமக்கள் பிரிவினை வேண்டுவதைத் தடுக்குமாறு பிரிவு 19 திருத்தப்பட வேண்டும் என்றது. திமுக இந்த நடைமுறைகளில் பங்கேற்க இயலாதவாறு தடுக்கப்பட்டது. குழு அதன் ஆலோசனைகளைக் கேட்கவில்லை.[14]

பாராளுமன்றத்தில் நடந்த விவாதங்கள், இந்த மசோதா திமுக பிரிவினை வேண்டியதற்கான எதிர்வினையாக மட்டுமே

கொண்டுவரப்பட்டது என்பதைத் தெளிவுபடுத்துகின்றன. மசோதாவைக் கொண்டுவந்த சட்ட அமைச்சர் ஏ.கே. சேன், "பிரிவினைக்கான எல்லாச் செயல்முறைகளையும் தடுப்பதே இந்த மசோதாவின் நோக்கம். இந்த நாட்டில் 1940இல் முஸ்லிம் லீக் பிரிவினையைக் கொண்டுவந்தபோது நிகழ்ந்ததை மீண்டும் நாம் எதிர்கொள்ள வேண்டிய தில்லை...அது அரசியல் மேடையில் பிரிவினையைப் பேசி தேர்தல்களில் போட்டியிட்டு ஒரு பெரிய பேரழிவைக் கொண்டுவந்து விட்டது..."[15] என்றார். தான் இந்தியில் பேச வேண்டும் என்று முதலில் நினைத்ததாகவும், ஆனால் பெரும்பாலான சவால் இந்தியைப் புரிந்து கொள்ளாத பகுதிகளிலிருந்து வந்த பிரதிநிதிகளால் ஏற்பட்டுள்ளதால், தான் ஆங்கிலத்தில் பேச முடிவு செய்ததாகவும் கூறினார்.[16] "மசோதாவுக்கு உடனடியான தூண்டுதல் அல்லது உடனடிக்காரணம் என்பது திமுகவின் செயல்பாடுகள்தான்"[17] என்றார் எம்.எஸ். குருபாத ஸ்வாமி.[18] மசோதாவை ஆதரித்துப் பேசிய ஆர்.என். ரெட்டி தெற்கில் தனியாக திராவிடநாட்டுக்கான இயக்கத்தினைக் குறிப்பிட்டார்.[19] இந்த மசோதாவை எதிர்த்த மக்களவைத் திமுக உறுப்பினர் நாஞ்சில் மனோகரன்,[20] திராவிடஸ்தான் வேண்டுமென்று திமுக பிரச்சாரம் செய்ததை ஏற்றுக்கொண்டார்.[21] மசோதாவுக்கு எதிராகப் பேசிய மற்றொருவர் நரசிம்ம ரெட்டி. இந்த மசோதா பத்திரிகைகளில் பிரிவினைக்கு எதிரான மசோதா என்று குறிப்பிடப்பட்ட போதிலும், மெட்ராஸில் அது திமுகவுக்கு எதிரான மசோதா என்றே குறிப்பிடப்படுகிறது என்றார்.[22] இந்த மசோதா, திமுக இயக்கத்தை ஒடுக்குவதையே முதன்மையான நோக்கமாகக் கொண்டது என்ற மக்கள் சிலர் சிந்திக்கிறார்கள் என்றார்.[23] முந்தைய தேர்தல்களில் தனக்குத் தொல்லை கொடுத்ததற்காகத் திமுகவைப் பழிவாங்க வேண்டும் என்பது காங்கிரஸின் நோக்கமாக இருக்கிறது என்று ரெட்டி குறிப்பிட்டார். ராஜ்ய சபையில் நடந்த விவாதம் திமுக உறுப்பினர் சி. என். அண்ணாதுரையை விசாரணைக் கைதியை நடத்துவது போல் தோன்றியதாகச் சொல்லப்பட்டது.[24] இந்த மசோதா, மற்றவர்களை நோக்கியதாகவும் இருக்கலாம் என்று குறிப்பிட்ட அண்ணாதுரை, "ஆனால் பத்திரிகைகளும் அரசியல் பேச்சுகளும் அதன் இலக்கு வெறுக்கத்தக்கதாகக் கருதப்படும் திமுகதான், பிறர் அல்ல என்பதைக் காட்டுகின்றன" என்றார்.[25]

ஆனாலும், மெட்ராஸ் மாநிலத்தில் இந்த மசோதாவுக்குத் திமுக மட்டுமே முதன்மையான இலக்காக இருந்தாலும், இந்தத் திருத்தம் நாட்டின் பிற பகுதிகளிலிருந்தும், குறிப்பாகப் பஞ்சாபிலிருந்தும், நாகாலாந்திலிருந்தும் எழும் பிரிவினைக்கான வேண்டுகோள்களை அடக்குவதாக இருந்தது. மக்களவையின் பல உறுப்பினர்கள், நாகாலாந்திலுள்ள நிலையை இந்த மசோதாவுக்குச் சாத்தியமான நியாயமாகப் பேசினர்.[26] இந்த மசோதா அமல்படுத்தப்படுவதற்குக் காரணம் திமுக மட்டுமே என்ற குற்றச்சாட்டைச் சட்ட அமைச்சர் சேன் புறக்கணித்தார். இந்தியாவிலிருந்து பிரிவினையை வேண்டுகின்ற, அதன் சிதைவை வெளிப்படையாகவே பிரச்சாரம் செய்கின்ற பிறர் இருக்கிறார்கள் என்றார்.[27] ஒரு பரிச்சயமான உதாரணம், கிழக்கு எல்லையிலுள்ள கலக அல்லது வெறுக்கும் நாகர்கள். அவர்கள் நாகாலாந்து என்ற தனிநாட்டுக் கோரிக்கையை இன்னமும் கைவிடவில்லை என்றார் அவர்.[28] பிரிவினைச் சக்திகள் பஞ்சாபிலிருந்து தோன்றி இந்தியாவில் தெற்குவரை பீடித்துவிட்டன என்றார் சேன்.[29] ஆக, மசோதாவுக்கு மெட்ராஸ், நாகாலாந்து, பஞ்சாப் மூன்றுமே காரணம் என்று குறிப்பிட்டார்.

அமைதியாகப் பிரிவினையைக் கேட்பதற்குத் தேர்தல்களைப் பயன்படுத்திக் கொள்ளும் ஒருவரைத் தடுப்பதற்கு அரசியலமைப்பின் பிரிவு 19(2)இல் "அரசின் பாதுகாப்பு" என்றிருக்கும் சொற்கள் போதுமானதாக இல்லை என்பதால் இந்த மசோதா தேவை என்று கருதப்பட்டது. இந்த மசோதா பேச்சுரிமைக்கான விதிவிலக்காக மட்டும் அமையவில்லை. பிற மாறுதல்களுக்கிடையில், அது "மக்கள் கூடுவதற்கும் ஒன்று சேர்வதற்கும் பிரிவுகள் 19(1) (ஆ) மற்றும் (இ) யில் சொல்லப்பட்டுள்ள உரிமைகளில் இந்தியாவின் இறைமையையும் ஒருமைப்பாட்டையும் பட்டியலிடப்பட்ட விதிவிலக்காகச் செய்தது. உச்சநீதி மன்றத்தின் தீர்ப்புகள் அரசின் பாதுகாப்பு என்ற தொடர் ஒரு வரையறைப்பட்ட வெளிப்பாடு என்பதைத் தெளிவாக்கியிருக்கின்றன. ஏதாவது சேர்க்கப்பட்டால் ஒழிய அமைப்புகளையோ அரசியல் செயல்பாடுகளையோ பிரிவின் விதிவிலக்குகளின்கீழ்க் கொண்டுவருவதற்கான சக்தி படைத்ததாக அது இல்லை என்று சட்ட அமைச்சர் சேன் குறிப்பிட்டார்.[30] ஆக, பிரிவினையை முன்வைக்கும் அமைப்புகளைத் தடைசெய்ய அரசு முனைப்போடிருப்பதாகத்

தோன்றியது. பிரிவு 19(2)இல் இருந்த அரசின் பாதுகாப்பு என்ற தொடர் அந்த நோக்கத்திற்குப் போதியதாக இல்லை என்றும் கருதியது.

திருத்த மசோதா ஓர் அடையாளமாகவும் இருந்தது. மக்களவையிலோ, மாநிலங்கள் அவையிலோ, ஒரு மாநிலத்தின் சட்டமன்றத்திலோ ஓர் இடத்தை நிரப்ப வெறுமனே ஏற்கப்படும் வேட்பாளர்கள் கூட ஒரு பிரமாணத்தை ஏற்க வேண்டும் என்ற முறையை முதன்முதலாக அது அறிமுகம் செய்தது. அதாவது சட்டமன்றத்திலோ பாராளுமன்றத்திலோ தேர்தலுக்கு நிற்க விரும்பும் ஒருவரும் இப்போது ஒரு பிரமாணத்தை ஏற்கவேண்டும். தேர்ந்தெடுக்கப்பட்ட உறுப்பினர்கள் ஏற்கும் பிரமாணங்களையும் இந்த மசோதா திருத்தியமைத்தது. அந்த நபர்கள் யாவரும் இப்போது, பிறவற்றுக்கிடையில், இந்தியாவின் இறைமையையும் ஒருமைப்பாட்டையும் ஆதரிப்பதாகச் சத்தியம் செய்ய வேண்டும்.[31] தேர்ந்தெடுக்கப்பட்ட பிரதிநிதிகளிடையில் இது ஒரு நலமான விளைவை ஏற்படுத்தும் என்று சேன் நம்பினார்.[32] வேடிக்கை என்னவெனில், பதினாறாம் திருத்தத்திற்குப் பிறகு, உச்சநீதிமன்ற, உயர்நீதிமன்ற நீதிபதிகளும்கூட இந்தியாவின் இறைமையையும் ஒருமைப்பாட்டையும் உயர்த்திப் பிடிப்பதாக ஒரு சபதம் ஏற்றாக வேண்டும். இதனால் இந்தியாவிலிருந்து பிரிந்துசெல்வதை அமைதியான முறையில் பிரச்சாரம் செய்யும் உரிமையை எந்த ஒருவருக்கும் அந்த நீதிபதிகள் மறுக்கும் வண்ணமாக அவர்களை அந்தப் பிரமாணம் கட்டுப்படுத்தியதாகக் கொள்ளப்பட்டது.[33]

சீனாவுடனான போர் மசோதாவுக்குக் காரணமாக இல்லாமல் இருந்த போதிலும், அதைக் கொண்டுவருவதற்குத் தேவையான சொல்வன்மையை நிச்சயமாக அளித்தது. மேலும் பாதுகாப்பின்மை, மனத்தில் பயநோய் ஆகியவற்றிற்கான பொது உணர்ச்சிநிலையை உருவாக்கி, அதற்கான எதிர்ப்பைக் குறைத்தது. இந்த மசோதா இந்தியா தனது முதல் அவசரநிலையின்கீழ் இருக்கும்போது[34] கொண்டு வரப்பட்டது. குடியுரிமைகளும் குடிமக்கள் சுதந்திரங்களும் அப்போது ஒடுக்கப்பட்டிருந்தன. சீனப்போர் 1962இன் அக்டோபர்-டிசம்பர் மாதங்களில் நடந்து முடிந்து விட்ட போதிலும்,

அவசரநிலை 1962 அக்டோபர் முதலாக 1967 டிசம்பர் வரை நீடித்தது.[35] மாநிலங்கள் அவையில் பொதுவுடைமைக் கட்சி உறுப்பினர் பூபேஷ் குப்தா குறிப்பிட்டார்: "இன்று மசோதாவின் விஷயத்தைப் பற்றி நாம் விவாதித்துக் கொண்டிருக்கும் வேளையில், முரண்பாடு என்னவெனில், பிரிவு 19 செயல்படுதல் இன்றி வைக்கப்பட்டுள்ளது. அதாவது அது இல்லை."[36] மசோதாவுக்கு ஆதரவாக சட்ட அமைச்சர் சேன், இந்தியா லட்சக்கணக்கான வீரர்களின் உயிரைக் கொடுத்து வாங்கிய சுதந்திரம் என்றும், இலட்சக்கணக்கான தியாகிகளின் இரத்தத்தினால் நாம் பெற்ற இந்தச் சுதந்திரக் கொடி என்றும் பேசினார்.[37] மற்றொரு சமயத்தில் சேன், "சுதந்திரத்திற்குப் பிறகு நாம் முதன்முதலாக ஒரு பெரிய அச்சுறுத்தலைச் சந்திக்கின்ற நேரத்தில், நாம் இப்படிப்பட்ட செயல்பாடுகளுடன் போராட வேண்டியிருக்கிறது, இவற்றை எதிர்க்க அதிகாரங்களைக் கேட்க வேண்டியிருக்கிறது"[38] என்று குறிப்பிட்டார். சுரேந்திரநாத் துவிவேதி[39], இந்தியாவில் அதன் எல்லைக்கு அப்பாற்பட்ட விசுவாசங்களைக் கொண்ட கட்சிகள் இருக்கின்றன என்றார்.[40]. இக்குறிப்பு, அன்றைய பொதுவுடைமைக் கட்சியைக் குறித்தது. மற்றொரு உறுப்பினர், அதில் இரண்டு பிரிவுகள் உள்ளன, ஒன்று பீகிங்குக்கும், மற்றொன்று மாஸ்கோவுக்கும் விசுவாசமாக உள்ளன என்றார்.[41]

★★★

தற்காலிகப் பாராளுமன்ற நேரத்தில், அரசியல் சட்ட மன்றத்தில் முன்பு நடைபெற்ற பேச்சுரிமை பற்றிய விவாதங்களிலிருந்து, இப்போது மசோதாவின் 16ஆம் திருத்தத்தை ஒட்டி நடைபெற்ற விவாதங்கள் தொனியில் முற்றிலும் வேறுபட்டவையாக இருந்தன. மசோதாவுக்கு ஆதரவாகப் பேசிய சட்ட அமைச்சர் ஏ. கே. சேனுக்கும், உள்துறை அமைச்சரவையில் சார்பமைச்சராக இருந்த ஆர். எம். ஹஜார்நாவிஸுக்கும் சட்ட அமைச்சர் அம்பேத்கருக்கு இருந்த புலமையோ, பிரதமர் நேருவுக்கிருந்த உயர்ந்த இலட்சியங்களோ இல்லை. இருப்பினும் அச்சமயத்தில் மசோதாவுக்கு ஏறத்தாழ எதிர்ப்பு என்பதே இல்லை. எவரும் சுதந்திரப் பேச்சுக்கான முன்னுரிமையையோ புனிதத்தன்மையையோ அது குலைத்து விட்டது என்று பேசவும் இல்லை. 16ஆம் திருத்தத்தின்போது பேச்சுரிமைக்கு ஆதரவாக

இருந்த முன்ஷி, பார்கவா, முகர்ஜி போன்றோரின் குரல்கள் இப்போது கேட்கவில்லை. வெறும் சொல்ஜாலத்தையும் பொருளை மீறிய சத்தத்தையும் விவாதம் ஏற்றுக்கொண்டு பாராட்டுவதுபோல் தோன்றியது.

முதல் திருத்தத்தைக் கொண்டுவந்த நேருதான் இப்போதும் பிரதமராக இருந்தார். ஆனால் பதினாறாம் திருத்தத்திற்கான பாராளுமன்றக் கூட்டுக் குழுவில் அவர் ஓர் உறுப்பினராகக் கூட இல்லை. இந்த மசோதாவைப் பற்றிய எந்த விவாதத்திலும் அவர் கலந்துகொள்ளவும் இல்லை. முதல் திருத்தத்தை எதிர்த்த எதிரிகளின் தலைவராகிய ஸ்யாமா பிரசாத் முகர்ஜிக்கு முன்னர் சிறப்புக் குழுவில் நியாயமான இடமளிக்கப்பட்டது போல, பதினாறாம் திருத்தத்தின் இயல்பான எதிர்ப்பாளர்களான திமுகவின் முக்கிய உறுப்பினர்கள் எவருக்கும் (குறிப்பாக மக்களவையிலிருந்து மனோகரன் அல்லது செழியன், மாநிலங்கள் அவையிலிருந்து அண்ணாதுரை தேர்ந்தெடுக்கப்பட்டிருக்க வேண்டும்) 1963இன் கூட்டுக்குழுவில் இடமளிக்கப்படவில்லை.[42] முதல் திருத்தத்தின்போது சிறப்புக் குழுவில் இருபத்தொரு உறுப்பினர்கள்தான் இருந்தும், பதினாறு பக்கம் கருத்து மாறுபாட்டினை 16 பக்க அறிக்கையாகத் தெரிவித்தனர். ஆனால் பதினாறாம் திருத்தத்துக்கான குழுவில் 45 உறுப்பினர்கள் இருந்தபோதும் மறுப்பு இரண்டு பக்கஅளவு கூட இல்லை. பிரிவு 19(2)க்கான குறித்த திருத்தத்தை எடுத்துக் கொண்ட போது, அதன்மீது எவ்வித விவாதமும் இல்லை, பாராளுமன்றத்தின் எந்த அவையிலும் அதன் வார்த்தையமைப்பை மாற்றக்கோரி எந்தத் திருத்தமும் கொண்டுவரப்படவில்லை. பிரிவு 19(2)க்கான திருத்தப்பகுதி 1963 மே 2ஆம் நாள் அன்று மக்களவையில் 273-0 என்ற ஒருமித்த வாக்குகளிலும் 1963 மே 9 அன்று மாநிலங்கள் அவையில் 135-1 என் வாக்குகளிலும் (சி. என். அண்ணாதுரை மட்டுமே தீர்மானத்துக்கு எதிராக வாக்களித்தார்) நிறைவேற்றப்பட்டது. அதேபோல, திருத்த மசோதாவும் மக்களவையில் 1963 மே 2 அன்று ஒருமித்த நிலையில் நிறைவேற்றப்பட்டது.[43] மாநிலங்களவையில் 1963 மே 9 அன்று அண்ணாதுரை எதிர்த்ததால் 137-1 என்ற வாக்குகளிலும் நிறைவேற்றப்பட்டது.

ஆகவே மசோதாவுக்கு எவ்வித எதிர்ப்பும் இல்லை. அதற்கு மறுப்புத் தெரிவித்தவர்கள் உண்மையில் பல பொருத்தமான அடிப்படைகளில்தான் செய்தார்கள். அந்த மசோதாவை நிறைவேற்ற வேண்டிய அவசியமில்லை, ஏனெனில் சீன ஆக்கிரமிப்புக்குப் பிறகு நாடு ஒன்றுபட்டு விட்டது, திமுகவும் கூட தனது பிரிவினைக் கோரிக்கைகளைத் தற்காலிகமாகக் கைவிட்டுவிட்டது என்றார்கள் சிலர்.[44] சில பேர், பிரிவினைக்கான கோரிக்கைகள், அவை அமைதியாக நடக்குமானால், அவற்றை அனுமதிக்க வேண்டும் என்றனர்.[45] திமுகவின் சி. என். அண்ணாதுரை, தேச ஒருங்கிணைப்புக் குழு திமுகவின் உறுப்பினர்களைச் சந்திக்கவில்லை என்று வாதிட்டார்.[46] செழியன் ஆற்றலோடு கூறினார்:

எங்களோடு தயவுசெய்து வாதிடுங்கள், மோதுங்கள், உங்கள் கருத்தை ஏற்கச் செய்யுங்கள். நாங்கள் திருத்தமுடியாதவர்கள் என்று நீங்கள் கண்டால், எங்களைத் தனியே விடுங்கள், மக்களிடம் செல்லுங்கள், அவர்களை நம்பச் செய்யுங்கள். நீங்கள் இப்படிச் செய்தால்தான் அது நிஜமான ஜனநாயகம். பிற விஷயங்களில் நீங்கள் ஈடுபட்டால், அதற்குப் பெயர் ஜனநாயகம் அல்ல, வேறு ஏதோ ஒன்று.[47]

அவையின் சில உறுப்பினர்கள் மிக விரிவாக அமெரிக்க அரசியல் சட்டத்தின்கீழ்ப் பேச்சுரிமையைப் பற்றிக் குறிப்பிட்டார்கள். உதாரணமாக, அமெரிக்க உச்சநீதிமன்றத்தில், பார்னெட்டுக்கு எதிராக மேற்கு வர்ஜீனியா இயக்குநர்கள் குழு வழக்கில்[48] நீதிபதி ஜேக்சன் அளித்த தீர்ப்பினை மேற்கோள் காட்டிப் பேசினார் செழியன். இந்த வழக்கில் அமெரிக்க உச்சநீதிமன்றம், "கட்டாயப்படுத்திக் கருத்துகளை ஒருமிக்கச் செய்வது மயானத்தின் ஒருங்கிசைவைத்தான் உண்டாக்கும்"[49] என்றும், "நமது அரசியல் அமைப்பு மாநில நட்சத்திரத் தொகுப்பில் ஏதாவது நிலையான நட்சத்திரம் உண்டு என்றால், உயர் அதிகாரியோ, கீழ் அதிகாரியோ, எவரும் அரசியலில், தேசியம், மதம் அல்லது பிற கருத்துரைப்புக்குரிய விஷயங்கள் எதிலும் எது வைதிகத்தனம் உடையது என்று விதிக்க முடியாது"[50] என்றும் பொன்னெழுத்தில் விளங்கக் கூடிய வரிகளை எழுதியது. அமெரிக்காவுக்கு எதிராக ஆப்ராம்ஸ்[51]

என்ற புகழ்பெற்ற வழக்கில் நீதிபதி ஆலிவர் வெண்டல் ஹோம்ஸ் தந்த மறுப்புரையையும், தாமஸ் ஜெஃபர்சன்[52] பேசிய ஒரு உரையையும் செழியன் மேற்கோள் காட்டினார். பிறர், நாட்டையே இரண்டாகப் பிளக்கக்கூடிய சந்தர்ப்பத்தில்ஓர் உள்நாட்டுப் போர் நிகழ இருந்த சமயத்தில் நிகழ்ந்த அமெரிக்க உதாரணங்களைக் காட்டக்கூடாது என்று வாதிட்டனர்.[53]

அரசியல் சட்டத் திருத்தமோ, வெறும் சட்டமியற்றலோ மட்டுமே இந்தியாவின் எல்லை ஒருங்கிசைவையும் (பாதுகாப்பையும்) இறையாண்மையையும் பாதுகாக்க முடியாது என்றும், குறிப்பாக, வடக்கிற்கும் தெற்கிற்கும் இடையிலுள்ள ஒவ்வாமைகளையும் பிரிவினைக் கோரிக்கைக்கு அடியிலுள்ள பிரச்சினைகளையும் தீர்க்க வேண்டும்[54] என்றும் பல உறுப்பினர்கள் வாதிட்டனர். உதாரணமாக, தெற்கில் பலர் இராமனை விட இராவணனையே வழிபட்டு வருவதால், தசரா சமயத்தில் வடநாட்டினர் இராவணன் உருவ பொம்மைகளை எரிப்பது வடநாட்டவரின் பிறர்-உணர்ச்சி மதிக்காத் தன்மையைக் காட்டுகிறது என்று பி. டி. கோப்ரகடே வாதிட்டார்.[55] தெற்கிலுள்ளவர்கள் திராவிட இனத்தைச் சேர்ந்தவர்கள், அவர்கள் கலாச்சாரம், வடநாட்டவரின் ஆரிய இனக் கலாச்சாரத்திலிருந்து வேறுபட்டது என்று திமுகவினர் பிரச்சாரம் செய்கின்றனர் என்ற விபுதேந்திர மிஸ்ரா கூறினார்.[56] இந்தியாவிலுள்ள ஜாம்ஷெட்பூர் போன்ற நகரங்களில் தனித்தனி இனவாழிடங்கள் உள்ளன என்றும், அவற்றில் வாழும் வெவ்வேறு பகுதிகளைச் சேர்ந்த இந்தியர்கள் ஒன்றாகக் கலப்பதில்லை என்றும் பி.கே.பி. சின்ஹா வாதிட்டார்.[57] இந்தியாவிலுள்ள வெவ்வேறினங்களுக்கிடையே ஐரோப்பாவின் வெவ்வேறு நாடுகளுக்கிடையே உள்ள ஒற்றுமையைவிட மிகக் குறைந்த அளவு ஒற்றுமையே உள்ளது, ஏனெனில் ஐரோப்பா முழுவதிலும் குறைந்தபட்சம் ஒரே உடல் நிறம், ஒரே மதம் என்பதையாவது காண இயலும், ஆனால் இந்தியா, திகைக்க வைக்கின்ற, பெருமளவு மோதுகின்ற மக்கள் பிரிவுகளை, மொழிக் கூட்டங்களை, மதப் பிரிவுகளை, நிறங்களை, தேசிய மக்களை, மக்கள் இனங்களை உடையது, இவை அனைத்தும் ஒரே மாதிரி கோரிக்கைகளை வைக்க முடியாது என்று அஸாமிலிருந்து ஒரு உறுப்பினர் கூறினார்.[58]

திமுகவுக்கு எதிரான திருத்தம் | 137

எனவே அரசியல் சட்டத்தில் ஆங்காங்கு ஒட்டுப்போடும் திருத்தங்களைச் செய்வதைவிட, எல்லாருக்கும் ஒரேமுகமாக அரசியல் சட்டத்தில் செய்ய வேண்டிய விரிவான மாற்றங்களை ஆலோசித்து முன்வைக்க, ஒரு குழு அமைக்கப்பட வேண்டும் என்று சிலர் கேட்டனர்.[59] இந்தியச் சட்ட நிறுவனத்தில் ஒரு மூத்த ஆய்வாளர் வெளியிட்டிருந்த ஒரு கட்டுரையை மேற்கோள் காட்டி,[60] இறைமை, தேச ஒருமைப்பாடு போன்ற சொற்கள் மிகத் தெளிவற்றவையாக உள்ளன, அவை நீதிமன்றங்களில் தவறாக விளக்கப்பட வாய்ப்புள்ளது என்று எச்.என். முகர்ஜி கூறினார்.[61] ஸ்காட்டிஷ் ஹோம்ரூல் கட்சியும் கூட பிரிட்டனின் பொதுமக்கள் மன்ற உறுப்பினர் பதவிக்குப் போட்டியிட அனுமதிக்கப்பட்டது[62] என்ற உதாரணத்தைக் காட்டிய எச்.வி. காமத், குற்றத்தைத் தூண்டுகின்ற பேச்சு மட்டுமே விலக்கப்பட வேண்டும் என்று கூறினார்.

★ ★ ★

இன்று, அரசியல் சட்டத்தின் பிரிவு 19(1)(அ)வின் கீழ் ஒவ்வொரு இந்தியக் குடிமகனுக்கும் பேச்சுரிமையும், வெளிப்பாட்டுச் சுதந்திரமும் அளிக்கப் பட்டுள்ளது. இதற்கு மாறாக, பிரிவு 19(2), பேச்சுரிமை மீது நியாயமான கட்டுப்பாடுகளைச் சுமத்த அரசாங்கத்துக்குச் சட்டம் இயற்ற உதவுகிறது. இந்தியாவின் இறைமையையும் ஒருமைப்பாட்டையும், அயல்நாடுகளுடன் நட்புரீதியான உறவுகளையும், பொது ஒழுங்கையும், பண்புநலத்தையும், ஒழுக்கத்தையும் காக்கும் விதமாகவும்... நீதிமன்ற அவமதிப்பு, அவதூறு, வன்முறைக்குத் தூண்டுதல் ஆகியவற்றைத் தடுக்கும் விதமாகவும் அவ்விதக் கட்டுப்பாடுகள் சுமத்தப்படுகின்றன எனப்படுகிறது.

அமெரிக்க ஐக்கியநாட்டு அரசியல் சட்டப்படி அல்ல, அயர்லாந்து அரசியல் சட்டப்படிதான் சுதந்திரப் பேச்சுமீதான அரசியல் சட்ட உரிமையளிப்பு செய்யப் பட்டது என்றாலும், இதுவரை ஒரு பாராளுமன்ற உறுப்பினர்கூட விவாதங்களில் அயர்லாந்திலிருந்து ஒரு வழக்கையோ முன்னுதாரணத்தையோ எடுத்துக் காட்டவில்லை என்பதைத் திரும்பக் கூறவேண்டியுள்ளது. மாறாகச் சில உறுப்பினர்கள் தொடர்ந்து

அமெரிக்க நாட்டு உச்சநீதிமன்றம் அளித்த தீர்ப்புகளைப் பார்வைக்குக் கொண்டுவந்துள்ளனர்.

ஆறாம் திருத்தத்தைத் தொடர்ந்து, பாராளுமன்றம் சட்டத்துக்குப் புறம்பான செயல்பாடுகள் (தடுப்புச்) சட்டத்தை 1967இல் கொண்டுவந்தது. இந்தச் சட்டம், ஒரு தீர்ப்பாயத்தின் ஒப்புதலுக்குட்பட்டு, ஒரு சங்கத்தை சட்டத்துக்கு எதிரானது என்று அறிவிக்க மைய அரசுக்கு அதிகாரம் அளித்தது.[63] ஒரு சட்டத்துக்குப் புறம்பான செயலைத் தொடங்குவதைச் செய்தல், ஆதரித்தல், உடந்தையாய் இருத்தல், அறிவுரையளித்தல், அல்லது தூண்டுதலை செய்வது குற்றம் என்று இது ஆக்கியது.[64] அதாவது, இந்திய ஆட்சி எல்லையின் ஒரு பகுதியை விட்டுக் கொடுத்தலை, ஒன்றியத்திலிருந்து இந்திய ஆட்சி எல்லையின் ஒரு பகுதி விலகுதலைக் கொண்டுவரக்கூடிய மாதிரி நோக்கத்தைக் கொண்ட எந்தச் செயலும், அல்லது அம்மாதிரிக் கோரிக்கையை ஆதரிக்கக்கூடிய எந்தச் செயலும் குற்றம் ஆகும்.[65] மேலும், இந்தியாவின் இறைமையையும் ஆட்சிஎல்லை அமைப்பையும் மறுக்கும், கேள்வி கேட்கும், சிதைக்கும், அல்லது சிதைக்கும் நோக்கம் உள்ள செயல் எதுவும் சட்டத்துக்கு எதிரான செயல் ஆகும்.

சில ஆண்டுகளுக்கு முன்னால், பிரிட்டனின் புகழ்பெற்ற சஞ்சிகை ஒன்று, தி எகானமிஸ்ட், தனது பக்கங்களில் உள்ள இந்திய நிலப்படங்களைத் தணிக்கை செய்வதாக இந்தியாவைக் குற்றம் சாட்டியது. அது சச்சரவுக்குள்ளான காஷ்மீர் எல்லைகளைச் சித்திரித்தது.[66] இந்தியாவின் எல்லையமைப்புக் கோரிக்கைக்கு மாறாக, அது காஷ்மீரை, இந்தியா-பாகிஸ்தான்-சீனா ஆகியவற்றிற்கிடையில் பிரிக்கப்பட்ட ஒன்றாகக் காட்டியது. சுமாராக தி எகானமிஸ்டின் முப்பதாயிரம் பிரதிகள் இந்தியாவில், காஷ்மீர்ப் படத்தின்மீது ஒரு வெள்ளைத்தாள் ஒட்டி விநியோகிக்கப்பட்டன.[67] இந்தச் செயலுக்குப் பொறுப்பான அதிகாரிகள் சந்தேகமின்றி, இந்தியாவின் இறைமையிலும் ஒருமைப்பாட்டிலும் என்ற பிரிவு 19(2)இன் வார்த்தைகளுக்குள் தஞ்சம் புகுந்தார்கள் என்பதில் சந்தேகமில்லை. ஆனால், சர்வதேச சர்ச்சைக்குள்ளான ஒரு நிலப்பகுதியின் மெய்யான கட்டுப்பாட்டுக் கோட்டை ஒரு நிலப்படத்தில் வெறுமனே காட்டுவது இந்தியாவின்

இறைமையையும் ஒருமைப்பாட்டையும் சிதைப்பதாகுமா? தனது வாசகர்களுக்கு ஒரு மாற்று நிலப்படத்தை அளிப்பதன் வாயிலாக தி எகானமிஸ்ட், முதலில், பதினாறாம் திருத்தத்துக்கு இடம் கொடுத்த தமிழ்நாட்டைத் தனிநாடாகப் பிரிக்கவேண்டும் என்ற திமுகவின் கோரிக்கைகளுக்குச் சமமான ஒரு செயலைச் செய்ததாகுமா? ஆட்சிஎல்லையின் நேர்மையைக் கேள்வி கேட்பதுகூட சட்டத்துக்கு எதிரான செயல்கள் (தடுப்பு) சட்டத்தின்கீழ் தண்டனை பெறக்கூடிய குற்றம் ஆகுமா? இன்னும் அடிப்படையாக, இந்தியாவின் ஆட்சிஎல்லைகளை வெறுமனே கேள்வி கேட்பது கூட, சென்னை, நாகாலாந்து, பஞ்சாப் ஆகியவற்றில் 1950-1960களில் நிகழ்ந்த இயக்கங்களுடன் ஒப்பிடக்கூடிய அளவுள்ளதாகுமா?

★ ★ ★

இயல் 7

போலிகளும் தற்பெருமைக்காரர்களும்

பேச்சு பற்றிய பிரிட்டிஷ் இந்தியாவின் காலனியச் சட்டங்கள் ஒடுக்குபவையாக இருந்தன என்பதை இதுவரை கண்டோம். அவை இந்திய தேசியவாதிகளைக் குறிவைத்தன. இந்திய மொழிப் பத்திரிகைகளை வேறுபடுத்தி நோக்கின. உதாரணமாக, இந்தியக் குற்றச் சட்டத்தின் கீழுள்ள இராஜதுரோகச் சட்டம் என்பது இங்கிலாந்தில் அதற்கு இணையான சட்டத்தைவிட நம்பமுடியாத அளவு வித்தியாசமானதாக உருவாக்கப் பட்டிருந்தது. ஆனால் காலனியக் காலத்தின் பேச்சு மற்றும் வெளிப்பாடு குறித்த எல்லாச் சட்டங்களுமே இந்தியர்களை வேறுபடுத்தி நோக்குபவையாக இருந்தன என்று கூற இயலாது. ஆபாசம் என்று வரும்போது, பிரிட்டிஷ் இந்தியாவையும் இங்கிலாந்தையும் சேர்ந்த, பிரித்தானியன், இந்தியன் யாவருமே ஒரே மாதிரியாகத்தான் நடத்தப்பட்டனர் என்பது வியப்புக்குரியது. ஆங்கில அவதூறு சட்டத்திலிருந்துதான் இராஜத்துரோகம், ஆபாசம் இரண்டையும் குறித்த சட்டங்கள் உருவாயின. ஆயினும், இராஜத்துரோகம் போலன்றி, ஆபாசம் அரசியல் குற்றம் அல்ல. இராஜத்துரோகம், நிலைகுலையச் செய்வது. அது பிரிட்டிஷ் பேரரசின் இருப்பு நியாயத்தைக் கேள்வி கேட்டது, காலனிய ஆட்சியின் அடிப்படைகளைப் பயமுறுத்தியது. ஆனால் ஆபாசம் இதுமாதிரி எதையும் செய்யாதது. ஆபாசம் சம்பந்தமான சட்டங்கள் பொது ஒழுக்கத்துடன் மட்டும் தொடர்புடையனவே அன்றி, அரசு தரித்திருப்பதுடன் தொடர்புடையவை அல்ல. இந்தக் காரணத்தினால், காலனிய நிர்வாகத்தினர் ஆபாசம் தொடர்பான

சட்டப் பிரிவுகளால் அதிகம் தொல்லைப் படவில்லை. பிரிட்டிஷ் இந்தியாவில் ஆபாசத்தை வரையறுத்துக் குற்றப் படுத்திய சட்டப் பிரிவுகள் இங்கிலாந்தில் அந்தச் சட்டத்திலிருந்து சற்றும் மாறுபடவில்லை. பிரிட்டனில் விக்டோரியா காலத்து ஒழுக்க வைதிகத்தின் அடிப்படையில் உருவாக்கப்பட்ட ஹிக்லின் சோதனை என்பதுதான் எது ஆபாசம் என்பதை நிர்ணயிக்கப் பயன்படுத்தப்பட்டது. அதேதான் பிரிட்டிஷ் இந்தியாவிலும் பயன்பட்டது. சுதந்திர இந்தியாவுக்குரிய அரசியலமைப்பு பயன்பாட்டுக்கு வந்தும், இங்கே எது ஆபாசம் என்பதைக் கண்டுபிடிக்க காலனியக் கால ஹிக்லின் சோதனைதான் பயன்படுத்தப்பட்டு வந்தது. மேலும் ஹிக்லின் சோதனையின் திருத்தம் 1950இல் இந்திய அரசியல் சட்டத்தின் அமலாக்கத்துடன் நுழையவில்லை, மாறாக, அதற்கு முன்னரே காலனிய இந்தியாவில் தொடங்கிவிட்டது. ஆகவே இந்தியாவில் ஆபாசம் தொடர்பான சட்டத்தில் உடனடியான மாற்றம் எதையும் 1950 அரசியல் அமைப்புச் சட்டம் ஏற்படுத்தவில்லை.

இங்கிலாந்திலும் பிரிட்டிஷ் இந்தியாவிலும் ஆபாசத்துக்கான சட்டமியற்றல்

முதலில், மதத்தை அவமதித்தாலோ அல்லது அமைதிக்கு ஏதாவது ஒரு விதத்தில் பங்கம் உண்டாக்கினாலோதான் இங்கிலாந்தில் ஒரு படைப்பு ஆபாசம் எனப்பட்டது. அதாவது, தன்னளவில் ஆபாசம் என்பது தீங்கானதாகக் கருதப்படவில்லை, மாறாக மதத்தைப் பற்றிய அதன் மனப்பாங்கு, அல்லது அதனால் அமைதிக்குக் குந்தகம் விளைவிக்கக்கூடிய தன்மை இதனாலேயே அது தீங்கானது எனப்பட்டது.[1] சான்றாக, 1663இல் சர். சார்லஸ் செட்லி ஒரு சாராயக்கடையின் மாடியில் (பால்கனியில்) தன் உடலை வெளிப்படுத்தி, அமைதிக்கு பங்கம் விளைவித்ததற்காகக் குற்றவாளி ஆக்கப்பட்டார்.[2] இந்த எண்ணம் பதினெட்டாம் நூற்றாண்டின் இறுதியில் மாறத் தொடங்கியது. அப்போது ஆபாசம் என்பது தன்னளவிலேயே தீங்கானது என்று கருதப்படலாயிற்று.[3] 1787இல், மூன்றாம் ஜார்ஜ் அரசர், தமது குடிமக்கள், இளம் பருவத்தினருக்கும், கள்ளமில்லாதவர்க்கும் மனங்களில் விஷத்தை ஊற்றுகின்ற அனைத்து ஒழுக்கத்தளர்வான, இழிந்த அச்சாக்கங்களை,

புத்தகங்களை, பிரசுரங்களை எல்லாம் ஒடுக்கவேண்டும், அவற்றை வெளியிடுபவர்களையும் விற்பவர்களையும் தண்டிக்க வேண்டும் என்றும் ஓர் அறிக்கை வெளியிட்டார்.[4] அதற்குப் பிறகு இங்கிலாந்தில் ஆபாசத்தைக் கட்டுப்படுத்தப் பல சட்டவிதிகள் ஏற்பட்டன. உதாரணமாக, 1824இன்[5] ஓடுகாலித்தனச் சட்டம், எந்த ஒரு நபரும் வேண்டுமென்றே, ஒரு தெருவிலோ, சாலையிலோ, பெருஞ்சாலையிலோ, பொது இடத்திலோ, எந்த ஒரு ஆபாசமான அச்சாக்கம், படம் அல்லது வேறு கண்ணியமற்ற வெளிப்படுத்தலையோ செய்தால் அவர் தண்டிக்கத் தக்கவர் என்று கூறியது.[6] அதேபோல 1847இன் நகர்ப்புறக் காவலர் விதிகள் சட்டம் எந்த ஒரு தெருவிலும், எந்த ஒரு நபரும், ஏதாவது இழிந்த, நற்பண்பற்ற, ஆபாசமான புத்தகத்தைப் பொதுவில் விற்பனைக்கோ விநியோகத்துக்கோ வைத்தல் அல்லது பொதுப்பார்வைக்குக் காட்டுவதும்... ஆபாசமான அல்லது இழிவான பாடலை அல்லது நாட்டுப்புறப் பாடலைப் பாடுவதும், அல்லது எவ்வித இழிவான அல்லது ஆபாசமான மொழியைப் பயன்படுத்துவதும் நாற்பது ஷில்லிங் அபராதம் அல்லது பதினான்கு நாள் சிறைத்தண்டனையினால் தண்டிக்கத்தக்க குற்றம் என்று கூறியது.[7]

இங்கிலாந்தில் ஆபாசத்தை கவனிப்பதற்குத் தனிச் சட்ட அமைப்பு ஒன்று இருந்தாலும், பிரிட்டிஷ் காலனிய ஆட்சியாளர்கள் இந்தியாவில் முதலில் அதன்மீது கவனம் செலுத்தவே இல்லை. 1837இல் மெக்காலேயின் தலைமையிலான இந்தியச் சட்ட ஆணையம், தனது இந்தியக் குற்றச் சட்ட வரைவினைத் தயாரித்தது. பெண்களின் மானத்தை அவமதிக்கும் விதமான ஒலி அல்லது சமிக்ஞை எழுப்பும் ஒருவரைச் சட்டப்படி தண்டிக்க வேண்டும்[8] என்பதைத் தவிர ஆபாசம் பற்றி இந்த வரைவில் எந்தப் பிரிவும் சேர்க்கப் படவில்லை.[9] அரசப் பிரதிநிதி மன்றத்தின் முன்னாள் சட்ட உறுப்பினராக இருந்த ஸ்டீபன், ஆங்கிலக் குற்றச் சட்டத்தின் மூன்று பாக அதிகாரபூர்வ ஆய்வுநூலைப் பின்னாளில் எழுதினார். அதில் பொய்ச்சாட்சியம், லஞ்சம், அடிமை வர்த்தகம் போன்ற பலவிதக் குற்றங்களைப் பற்றி எழுதிய இயலிலும் கூட, ஆபாச அவதூறுப் பேச்சுகளைப் பற்றிய சட்டம் பற்றி ஒன்றும் குறிப்பிடவில்லை.

1856 ஜனவரியில், ஆபாசப்புத்தகங்களையும் படங்களையும் விற்பது அல்லது வெளிப்படுத்துவதைத் தடுக்கும் சட்டம் ஒன்றிற்கு இந்தியாவின் கவர்னர் ஜெனரல் ஒப்புதல் அளித்தார்.[10] 1855இல் அந்தச் சட்ட மசோதாவைக் கவர்னர் ஜெனரலின் மன்றத்தில் அறிமுகப்படுத்திய போது, மன்றத்தின்[11] உறுப்பினர் ஒருவர்[12], கல்கத்தாவில் ஆபாசப் புத்தகங்களின் விற்பனை அமோகமாக இருந்தது என்றும், அந்த நகரத்தின் முக்கியமான தெருக்களில் எல்லாம் அப்படிப்பட்ட புத்தகங்கள் பயணிகளின் கைகளில் திணிக்கப்பட்டன என்றும் கூறினார். அவரது கவலை என்னவென்றால், அந்தப் புத்தகங்கள் மிகவும் மலிவாக இருந்ததால், விருப்பமுடைய எவருக்கும் எளிதில் கிடைக்கும் படியாக இருந்தன என்பதுதான். எவராலும் கற்பனை செய்யக் கூடமுடியாத மிக ஆபாசமான படங்கள் பதினொன்றினைக் கொண்ட ஒரு வங்காளி புத்தகத்தின் விலை நான்கு அணாதான். பருவநிலை மற்றும் பிற காரணங்களால் அவர்களின் ஒழுக்க அளவு மிகக் குறைவாக இருக்கிறது, மேலும் இந்தியர்கள் மிகவும் குறைந்த படிப்புப் பெற்றிருப்பதால் அவர்களுக்கு மிக அதிகமான வழிகாட்டல் தேவைப்படுகிறது என்றும் அவர் கூறி, பாதுகாப்பளிக்கும் விதமாக, பிரிட்டிஷ் இந்தியாவில் ஒழுக்கத்திற்கெனச் சட்டமியற்றல் வேண்டப்படுகிறது என்றார். என்றாலும், அந்த மசோதாவின் விதிகளை நியாயப்படுத்தும்போது ஆங்கிலச் சட்டத்தையே குறிப்பிட்டார்.

1847ஆம் ஆண்டின் ஆங்கில நகர்ப்புறக் காவல்துறை விதிகள் சட்டத்தின் பிரிவு 28ஐ ஒரு பகுதி முன்மாதிரியாகக் கொண்டு, எந்த ஒரு கடையிலும், கடைவீதியிலும், பொதுவழிகளிலும், நெடுஞ்சாலைகளிலும், அல்லது பொதுத் தங்குமிடம் எதிலும் எந்த ஒரு நபரும் எந்த ஆபாசமான புத்தகத்தையோ, தாளையோ, அச்சுருவையோ, படத்தையோ, ஓவியத்தையோ, அல்லது எவ்வித வரைவையோ விநியோகம் செய்வதோ, விற்பதோ, விற்பதற்குச் செயல்படுவதோ, அல்லது வேண்டுமென்றே காட்சிப்படுத்துவதோ குற்றமாகும் என்று 1856இன் சட்டம் ஆக்கியது. அதேபோல், பிறருக்குத் தொல்லை தருகின்ற வகையில், எந்த ஒரு ஆபாசமான பாட்டையோ, நாட்டுப்புறப் பாடலையோ, சொற்களையோ பாடுவதோ, சொல்லுவதோ, உச்சரிப்பதோ குற்றம் என்றும் அச்சட்டம் கூறியது.[13] (1824இன் ஆங்கில நாடோடிகள் சட்டத்தில் குறிப்பிட்டுள்ள தண்டனை

போல) மேற்கண்ட குற்றத்திற்கென அதிகபட்சமாக மூன்று மாதச் சிறைத் தண்டனை, அல்லது ரூ.100 அபராதம் அல்லது இரண்டும் விதிக்கப்படலாம். ஆனால் இந்தியச் சூழலின் தனித்தன்மைக் கேற்ப, ஒரு விதிவிலக்கை இந்தச் சட்டம் அளித்தது. அதாவது கோயில்களிலுள்ள ஆபாசமான சிற்ப ஓவியங்களுக்கும், மூர்த்திகளை ஏற்றிச்செல்லும் தேர்களிலுள்ள ஓவியங்களுக்கும் இந்தச் சட்டம் பொருந்தாது.[14] ஆம், இந்தியாவில் கஜுராஹோ கோவிலில் உள்ளது போன்ற காமக்கலைச் சிற்பங்கள் இங்கிலாந்தில் கிடையாது. இந்தியக் குற்றச் சட்டத்தில் இதே விதிவிலக்கு கொண்டுவரப்பட்டபோது, அது அதிக உணர்ச்சியைத் தூண்டும் ஒரு தலைப்பாக ஆயிற்று. இந்தியக் கோயில்களில் உள்ள ஆபாசமான வெளிப்பாடுகள்கூட, இந்து மதத்தைக் கேவலப்படுத்துமாறு இருப்பதால் அவை பொதுப்பார்வையிலிருந்து மூடி மறைக்கப்பட வேண்டும் என்று பண்டித ஷாம்லால் நேரு என்பவர் ஒரு முறை வாதிட்டார்.[15] சிவலிங்கத்தை ஒரு ஆண்குறி சார்ந்த விஷயமாகவோ ஆபாசமானதாகவோ தாம் நினைக்கவில்லை என்று காந்தி கூறினார். அப்படிப்பட்ட விஷயத்தை அவர் ஒரு கிறித்துவப் பணியாளர் நூலிலேயே முதன்முதல் கண்டதாகவும் அவர் தெரிவித்தார்.[16]

1857இல் பிரிட்டன் பாராளுமன்றம் ஆபாசவெளியீடுகள் சட்டம்-1857 என்பதை அமல்படுத்தியது.[17] தலைமை நீதிபதி ஜான் கேம்பெல்லின் முனைப்பினால் இந்தச் சட்டவிதி அமலாக்கப்பட்டது.[18] இந்தச் சட்டம், ஆபாச விஷயங்களைக் கண்டுபிடித்து அழிப்பதற்கு அதிக அதிகாரங்களைக் குற்றநடுவர்களுக்கு அளித்தது.[19] மூன்றாண்டுகள் கழித்து, இந்தியக் குற்றச் சட்டம் இந்தியாவில் அமலாக்கப்பட்டது. அதில் ஆபாசத்தைப் பற்றிப் பிரிவு 292 முக்கிய விதிகள் கொண்டதாக இருந்தது.[20] இராஜத்துரோகம் போலன்றி, இந்தியக் குற்றச் சட்டத்தில் ஆபாசம் பற்றிய பிரிவு இங்கிலாந்திலுள்ள சட்டத்தினை மிகவும் ஒத்ததாக இருந்தது.[21] ஆபாசப் பொருள்களை வாங்குவதோ காண்பதோ குற்றமன்று. ஆபாசம் பற்றிய குற்றம், ஆபாசப் பொருள்களைப் பெரும்பாலும் விற்பது அல்லது காட்சிக்கு வைப்பதைப் பற்றியதாகவே இருந்தது.

ஹிக்லின் சோதனை

நீண்ட காலமாக இங்கிலாந்தின் சட்டப் புத்தகங்களில் ஆபாசம் என்பது குற்றமாக இருந்தாலும் 1868இல்தான் அரசி அதற்கென உருவாக்கிய அமர்வுக் குழுவினரால்[22], ஹிக்லினுக்கு எதிராக ரெஜினா[23] என்னும் வழக்கில் ஆங்கிலச் சட்டத்தின்கீழ் ஆபாசம் என்பதை வரையறுக்க ஒரு அதிகாரபூர்வமான சோதனை அளிக்கப்பட்டது. இந்த வழக்கு 1857இன் ஆபாச வெளியீடுகள் சட்டத்தின்கீழ் எழுந்த ஒன்று. 'ஒப்புக்கொடுத்தவர் வெளிப்படுத்தப் பட்டார்(தோலுரிக்கப்பட்டார்)'[24] என்ற பிரசுரம் ஆபாசமானதா இல்லையா என்பதுதான் இந்த வழக்கிற்குண்டான கேள்வி. இந்தப் பிரசுரம் ரோமன் கத்தோலிக்க மதத்தைச் சாடியது. அதன் சாமியார்கள் ஏற்றுச் செய்து வந்த நடைமுறைகள் பல கேள்விக்குரியவை என்று வெளிப்படுத்த முயன்றது. பின்வருவன போன்ற, ரோமன் கத்தோலிக்கச் சாமியார்களுக்கு அளிக்கப்பட்ட, அறிவுறுத்தல்களின் சாரங்கள் சிலவற்றை முக்கியமாக அது கொண்டிருந்தது: "எவ்விதம் பெண்டிர் தண்டனையின்றி விபசாரத்தில் ஈடுபடலாம்?", "எப்படி அவர்கள் பின்னர் தங்கள் கணவன்மார்களை ஏமாற்றலாம்?", "ஒரு வேலைக்காரர், சட்டப்படி வேசிக்குக் கதவைத் திறக்கலாமா?", "மரணத்தையோ, பேரிழப்பையோ சந்திக்கவேண்டுமே என்ற பயத்தினால் ஒரு வேலைக்காரர் தனது தோள்களையோ, ஏணியையோ தனது எஜமான் விபசாரம் செய்ய இறங்கிவருவதற்குத் தரலாமா?" பிறகு, "ஒப்புக்கோள் தரவரும் பெண்களை மயக்குதல்."[25] இந்தப் பிரசுரம், தன் வாசகர்களுக்குக் காமத்தை எழுப்புவதை நோக்கமாகக் கொண்டதல்ல. அது பொதுவாக ரோமன் கத்தோலிக்க மதத்தைச் சாடுவதற்கென எழுந்தது. ஆனால் அவ்விதம் செய்யும்போது, அந்தப் பிரசுரத்தின் பெரும்பகுதி, பாலியல் சார்ந்த வெளிப்படையான மொழியினைக் கையாண்டிருந்தது.

தலைமை நீதிபதி அலெக்சாண்டர் காக்பர்ன் இந்த வழக்கின் தீர்ப்பை எழுதினார். அவர் அளித்த செம்மைசார் நீதியை இங்குக் காணலாம்:

ஆபாசம் நிரம்பிய விஷயத்தின் போக்கு, ஒழுக்கமற்றவர் கைகளில் அப்படிப்பட்ட ஒழுக்கமற்ற விஷயம்

விழுமானால், அதன் செல்வாக்கிற்கு உட்படுகின்ற தகுதியில் இருக்கும் மனங்களைக் கெடுப்பதும் சீரழிப்பதுமே என்பதுதான் ஆபாசத்திற்கான சோதனை. இந்த நூலைப் பொறுத்தவரை, ஆண்-பெண் இருபால் இளையர் மனங்களில், அல்லது மேலும் வயது சென்றவர்களுக்கும் கூட, மிகவும் அசுத்தமான, ஆசைவயப்பட்ட எண்ணங்களை எழுப்புவது நிச்சயம்.[26]

ஹிக்லின் சோதனை என்பது ஆறு உட்பகுதிகளைக் கொண்டதாக நாம் கருதலாம்.

1. இழிவானது, கெடுக்கக் கூடியது: எடுத்துக் கொண்ட படைப்பு, மிகவும் அசுத்தமான, ஆசைவயப்பட்ட எண்ணங்களை எழுப்புகின்ற இழிவான கெடுக்கக்கூடிய போக்கினைக் கொண்டதாக இருக்க வேண்டும். ஆனால் இது எதைச் சொல்கிறது என்பது தெளிவாக இல்லை. சிறுபொழுதுக்கே நீடிக்கக் கூடியதென்றாலும், வாசகருக்குக் காம எண்ணங்களை ஊட்டி, அந்த விஷயம் அவருக்குப் பாலியல் எழுச்சியைத் தருவது என்று அர்த்தப் படுகிறதா? அல்லது அந்த விஷயம் வாசகரின் ஒழுக்க அமைப்பிலேயே நீடித்த தாக்கத்தை ஏற்படுத்தி, சுருக்கமாகச் சொன்னால், வாசகரை வக்கிரமானவர் ஆக்குவது என்று அர்த்தமா? அல்லது சமூகம் ஒழுக்கக் கேடானவை என்று கருதும் செயல்களில் வாசகர்களை ஊக்கமாக ஈடுபடத் தூண்டுகின்ற விளைவினை உடையது என்பதா? தலைமை நீதிபதி காக்பர்னின் தீர்ப்பினைத் தெளிவு தருமாறு வாசித்தால், இவற்றில் எது என்பது சற்றும் தெளிவாக இல்லை.

2. பகுத்தறிவுள்ள நபர் அல்ல: அந்த விஷயம் எல்லா நபர்களையும் அல்ல, இப்படிப்பட்ட ஒழுக்கக்கேடான செல்வாக்குகளுக்கு ஆட்படுகின்ற மனம் உடையவர்களை இழிவு படுத்தும், கெடுக்கும் தன்மை கொண்டதாக இருக்க வேண்டும். தலைமை நீதிபதி காக்பர்ன் இருபால் சார்ந்த இளையர்களைப் பற்றி மட்டும் அல்ல, வயது முதிர்ந்தவர்களைப் பற்றியும் தான் கவலைப்பட்டார். அதாவது நீதிமன்றம், பகுத்தறிவுள்ள ஒரு மனிதரின் நோக்குநிலையிலிருந்து ஆபாசத்துக்கான சோதனையை அணுக வேண்டும் என்ற அவசியம் இல்லை. மாறாக, முதிர்ச்சியற்ற

மனிதர்களின் நோக்குநிலையிலிருந்துதான் ஒரு விஷயம் ஆபாசமானதா என்பதைப் பார்க்கவேண்டும்.

3. **அனுமானிக்கப்பட்ட உள்நோக்கம்:** இராஜத்துரோக வழக்குகளில் போலவே இங்கும் தவறு செய்தவரின் நோக்கத்தை அவர் பயன்படுத்திய வார்த்தைகளிலிருந்துதான் அனுமானிக்க வேண்டும். அவரது உண்மையான உள்நோக்கம் தேவையற்றது. அதாவது மேற்கூறிய வழக்கில், அந்தப் பிரசுரத்தின் ஆசிரியர் ரோமன் கத்தோலிக்க மதச் சாமியார்களைத்தான் தாக்க நினைத்தார், முதிர்ச்சியற்ற ஆங்கிலேயரின் மனங்களில் காமச் சிந்தனைகளை எழுப்புவது அவரது உண்மையான நோக்கம் அல்ல என்பது ஏற்புடையதல்ல. உண்மையான பொதுநல விஷயம் அல்லது நோக்கம் என்பது தேவையற்றது.

4. **சமகாலப் புத்தகங்கள் பொருத்தமற்றவை:** விஷயம் ஆபாசமானதா இல்லையா என்பதை நிர்ணயிக்க, அந்தக் காலப்பகுதியில் புழக்கத்தில் இருந்த பிற நூல்களைக் காண்பது நீதிமன்றத்திற்கு அனுமதிக்கப்படவில்லை.²⁷ தனது சொந்தத் தரத்தினால் மட்டுமே கேள்விக்குள்ளான நூலின் மதிப்பு நிர்ணயிக்கப்பட வேண்டும்.

5. **சூழ்நிலைகள்/கிடைப்பு:** வெளியீட்டின் சந்தர்ப்பசூழ்நிலைகள்- அதாவது அந்தப் பிரசுரம் எந்த அளவுக்குக் கிடைப்பதாக இருந்தது என்பதும் முக்கியம். விவாதங்களின் போது, தலைமை நீதிபதி காக்பர்ன், விளக்கப்படங்களோடு கூடிய மருத்துவ நூல் ஒன்று ஆபாசமானது என்று கருதப்பட முடியாது, ஏனெனில் அது மருத்துவர்களுக்கான தகவல்களை அளித்தது என்பது மட்டுமின்றி, அதைப் போகிற போக்கில் பையன்களும் பெண்களும் காண்பதற்கு வைக்கவும் முடியாது என்றார்.²⁸ கேள்விக்குள்ளான பிரசுரம், தெரு ஓரங்களில் விற்கப்பட்டது, எல்லா வகுப்பினருக்கும்-இளையர், முதியர் அனைவருக்கும் அது எளிதாகக் கிடைத்தது என்பது அது ஆபாசமானது என்று நிர்ணயிக்கப்படப் போதுமானதாக இருந்தது என்பது காக்பர்னின் கருத்து.²⁹

6. **மொத்தத்தில், படைப்பின் முழுமை காணத்தக்கதல்ல:** புத்தகத்தின் கருப்பொருள் இழிவானது, கெடுக்கக்கூடியது

அல்ல என்றாலும், அதில் ஆபாசப் பகுதிகள் இருந்தால் முழுப் புத்தகமும் ஆபாசமானது என்று கருதுவதற்கு ஹிக்லின் விதி வழிசெய்கிறது. ஹிக்லின் சோதனை நான்கு வார்த்தைகளை நானூறு பக்கங்களாக ஆக்குகிறது என்று கருத்துரையாளர்கள் கூறியுள்ளனர்.[30] ஆம், இழிவிலக்கியங்கள் அல்ல, பொறுப்பான படைப்புகளும் ஹிக்லின் சோதனையின் எல்லைக்குள் இவ்விதமாக வந்துவிடுகின்றன. உதாரணமாக, 1888இல் பிரெஞ்சு எழுத்தாளரான எமிலி ஜோலாவின் மூன்று நாவல்களின் ஆங்கில மொழிபெயர்ப்பை வெளியிட்டதற்காக ஹென்றி விஸ்டெலி குற்றம் சுமத்தப்பட்டார்.[31]

பிரிட்டிஷ் இந்தியாவில் ஹிக்லின்

பிரிட்டிஷ் இந்தியாவில் ஹிக்லின் சோதனை திரும்பத் திரும்ப உயர்நீதிமன்றங்களால் பின்பற்றப்பட்டது. டீனா ஹீத் சொல்வதுபோல, காலனிய அரசாங்கத்துக்கு ஆபாசக் குற்றச்சாட்டுகள் முக்கியமானவை அல்ல என்றாலும்,[32] பெரும்பாலும் அப்படிப்பட்ட குற்றச்சாட்டுகள் இந்தியர்கள் வேண்டுகோள்களின் பேரிலேயே செய்யப்பட்டன என்றாலும், ஹிக்லின் சோதனை பிரிட்டிஷ் இந்தியாவில்[33] நிறுவனமயமாக்கப்பட்டு விட்டது. மேலும் எவ்விதம் வழக்கு செல்லுமாயினும் அது ஒரு மந்திரம் போலப் பயன்படுத்தப்படலாயிற்று.[34]

ஆனாலும், உயர்நீதிமன்றங்களும் ஹிக்லின் சோதனையை விளக்கின, சில சமயங்களில் அர்த்தபூர்வமாக மாற்றிக் கொள்ளவும் செய்தன. காலனியக் காலத்தில் உச்சநீதிமன்றங்கள் அளித்த பல்லவேறு தீர்ப்புகள் ஹிக்லின் சோதனையில் 'இழிவானது, கெடுக்கக்கூடியது' என்ற சொற்கள் எப்படி அர்த்தம் கொள்ளப்பட்டன என்பதைத் தெளிவுபடுத்துகின்றன.

பரசுராம் யஷ்வந்த்துக்கு எதிராக மகாராணி பேரரசியார்[35] என்ற வழக்கில் நான்கு படங்கள் ஆபாசமானவையா என்று நீதிமன்றம் ஆராய்ந்துகொண்டிருந்தது. அவற்றில் மூன்றில் ஒருபகுதி நிர்வாணமாக இருந்த பெண்கள் படங்கள். நான்காவது முழுநிர்வாணமான ஒரு பெண்ணின் படம். அரைகுறை ஆடையுடன் இருந்த இரண்டு படங்கள் ஆபாசமானவை அல்ல என்று நீதிமன்றம் தீர்ப்பளித்தது. ஏனெனில் அவை

போலிகளும் தற்பெருமைக்காரர்களும் | 149

உணர்ச்சியைத் தூண்டக்கூடியவையாக இல்லை.[36] ஆனால் மற்ற இரு படங்கள், சட்டத்தின் குரங்குப் பிடிக்குள் அவை வருகின்றனவா இல்லையா என்று தெளிவாகத் தெரியாத அளவுக்கு வரைந்து வண்ணமிடப் பட்டிருந்தன.[37] குற்றம் சாட்டப்பட்டவர் வாதத்தினாலோ சான்றினாலோ அந்த இரு படங்களின் விளைவுகள் கண்டிப்பாகக் கெடுக்கவோ நெறிபிறழச் செய்யவோ ஆனதாக இருக்க வேண்டியதில்லை என்றோ அந்தப் படங்கள் கலைப் பூர்வமானவை, மரபானவை அல்லது பொதுமக்களின் ஒழுக்கங்களை மாசுபடுத்தக் கூடியதாக இல்லாதவை என்றோ காட்டமுடியும் எனக் கருதினர்.[38]

பேரரசருக்கு எதிராக கெரோடு சந்திர ராய் சௌதுரி[39] வழக்கில் *Theft of Tops* என்ற ஒரியா புத்தகம் ஆபாசமானதா என்று கல்கத்தா உயர்நீதிமன்றம் நிர்ணயித்துக் கொண்டிருந்தது. கிருஷ்ணன் ராதை இவர்களின் வாழ்க்கையில் நடந்த ஒரு கதையை அந்தப் புத்தகம் கூறுவதாக இருந்தது. இந்து மரபில் ஒரு கடவுளான கிருஷ்ணன், மகாவிஷ்ணுவின் அவதாரம் எனக் கருதப்படுபவன். அவன் ராதையின் இடப்புற மார்பினைத் தொட்டு அதைப் பற்றியோ அல்லது அவளைத் தடவுதலைப் பற்றியும் உடலுறவைப் பற்றியுமோ கேட்டுக் கொண்டிருக்கிறான். இங்கு ஹிக்லின் சோதனை பயன்படுத்தப் பட்டாலும், இந்துக்கள் பொதுவாக கிருஷ்ணனையும் ராதையையும் மானிடப் பிறவிகளாகக் கருதுவதில்லை, மனித நடத்தையின் விதிகளை வைத்து அவர்களின் செயல்களை எடை போடுவதில்லை என்று நீதிமன்றம் கூறியது. மனித நடத்தை விதிகளின்படி நடத்தை ஆராயப்பட முடியாத பிறவிகளின் செயல்கள் பற்றியதாக அந்த நூல் பற்றிய கேள்வி இருந்ததால், கிருஷ்ணன்-ராதை போன்றவர்களின் புனித உருவங்கள் அவர்களின் தெய்வத்தன்மை பற்றி நம்புகின்றவர்களின் உள்ளங்களில் ஒழுக்கமற்ற எண்ணங்களைத் தூண்டாது என்பதால் அதை ஆபாசம் என்று கருதமுடியாது என்றும் தீர்ப்பளித்தது.

மந்திரிபிரகதாவுக்கு எதிரான அரசாங்க வழக்கறிஞர்[40] என்ற வழக்கில் தெலுங்கில் ஸ்ரீநாதர் என்பவர் பதினைந்தாம் நூற்றாண்டில் எழுதிய வீதிநாடகம் என்ற சிறுபுத்தகத்தின் தகுதியை நீதிமன்றம் ஆராய வேண்டியிருந்தது. அதன் 27ஆம்

செய்யுள், மன்மதனின் அந்தரங்க இல்லம் என்ற மறைமுக வருணனையைக் கொண்டிருந்தது. அது பெண்ணின் உடலில் ஓர் அந்தரங்கமான, ஆட்சேபகரமான பகுதியைக் குறித்தது. இந்தச் செய்யுளில், வாசகருக்குக் காம ஆசையைத் தூண்டும்படி வேண்டுமென்றே எழுதப்பட்ட பகுதிகள் இருந்தன. இதேபோல் அந்தப் பிரசுரத்தின் 37ஆம் செய்யுளில், ஆடவனின் அடிகளைத் தாங்கமுடியாத பெண்ணின் மார்புகள் என வரும் வருணனைப் பகுதி, வாசகரின் உள்ளங்களில் காமத்தை எழுப்புவதையும் முறையற்ற சிந்தனைகளைத் தூண்டுவதையும் எழுப்புவதற்கெனத் தீர்மானித்து எழுதப் பட்டிருந்தது. ஆகவே வாசகர்களின் மனத்தில் ஒழுக்கக்கேடான ஆசையையும், கள்ளத்தனமான பாலியல் தூண்டுதலையும் தோற்றுவிப்பதாக அந்த ஆட்சேபகரமான செய்யுட்களின் பொதுக்கருத்து இருந்தது என்றும் நீதிமன்றம் கருதியது.

பேரரசருக்கு எதிராக ஜகத் நாராயண் லால்[41] என்ற வழக்கில், ஒரு இந்தி வாரப் பத்திரிகையில் வெளிவந்த *காஷ்மீரி கொக்கோக சாஸ்திரம்* என்ற நூலுக்கான விளம்பரம் ஆபாசமானதா என்று பட்னா உயர்நீதிமன்றம் ஆராய வேண்டியிருந்தது. ஆடவரும் பெண்டிரும் 84 ஆசனங்களைச் செய்யும் நிழற்படங்களை அந்தப் புத்தகம் கொண்டிருந்ததாக விளம்பரம் கூறியது. விளம்பரத்தில் ஆசனம் என்ற சொல்லைப் பயன்படுத்தியதற்கு எதிர்ப்புத் தெரிவிக்கப் பட்டது. அந்தச் சொல் ஆடவனும் பெண்ணும் உடலுறவு கொள்ளும் நிலையில் இருக்கும் நிலை என்பதைக் குறிப்பதாகக் குற்றம்சாட்டும் தரப்பு கூறியது. ஆனால் தற்காப்புத் தரப்பு ஆண்-பெண் யோகிகள் நிஷ்டையில் கொள்ளும் இருப்புநிலை என்பதைக் குறிப்பதாகக் கூறியது. வெறுமனே ஆசனம் என்ற சொல்லைப் பயன்படுத்துவதே ஆண்பெண் உடலுறவு இருப்புநிலையினைக் குறிக்காது என்று நீதிமன்றம் கருதியது. மேலும் ஆசனம் என்பது, ஆடவரும் பெண்டிரும் வெளிப்படையான பாலியல் இருப்புநிலைகளில் இருப்பதை மறைமுகமாகக் குறித்தாலும், விளம்பரத்தில் எதுவும் ஆபாசமானதாக இல்லை என்று கூறியது.

ஹர்நாம் தாஸுக்கு எதிராகப் பேரரசரின் வழக்கில்[42] திருமணமான தம்பதியருக்கு ஆலோசனையை வழங்கிய ஓர் உருது நூல் பற்றிய விவாதத்தினை லாஹூர் உயர்நீதிமன்றம்

எடுத்துக் கொண்டது. அதில் ஒரு பத்தி, பெண்ணை நெருங்கும் ஆடவனின் ஆண்குறி போதிய அளவு விறைப்புத் தன்மை கொள்ளவில்லை என்றால், அவன் மாமிசமும் முட்டையும் சாப்பிட வேண்டும் என்று கூறியது. மற்றொரு பத்தியில் ஆடவர்கள் நான்கு முதல் ஆறு மாதங்கள் வரை பெண்களைப் பற்றி நினைக்கலாகாது என்றும், அச்சமயத்தில் தங்கள் பாலியல் உறுப்புகளுக்கு ஓய்வுதர வேண்டும் என்றும் கூறியது. மற்றொரு பகுதியில், பாலியல் உச்சத்தினை அடைய சராசரியாக ஆடவன் எத்தனை இயக்கங்களை மேற்கொள்கிறான் என்ற உத்தேசக் கணக்கு இருந்தது. குறிப்பாக இவற்றைத்தான் இந்தியக் காமசாஸ்திரப் புத்தகங்கள் கூறும் ஆலோசனைகளாக டியானா ஹீத் என்பவர் கூறுவதாகக் கொள்ளப்பட்டது.[43] உயர்நீதி மன்றம் இந்தப் புத்தகம் ஆபாசமானதல்ல என்று கூறிவிட்டது. சந்தேகமின்றி அந்தப் புத்தகம் திருமணமான தம்பதியருக்கு, குறிப்பாக கணவன்மாருக்குத் தங்கள் பாலியல் வாழ்க்கைப் பகுதியை எப்படி முறைப்படுத்திக் கொள்வது என்று ஆலோசனை கூறும் ஒரு பொறுப்பான நூல்தான் என்று அது கருதியது. இப்படிப் பட்ட புத்தகங்கள், ஒழுங்காக எழுதப்படும்போது, அவை ஒரு பயனுள்ள நோக்கத்திற்கு உதவி செய்கின்றன, அவை எல்லா நாகரிகமடைந்த நாடுகளிலும் பெரிய அளவில் வெளியிடப்பட்டு பரவலாகச் சுற்றுக்கு விடப்படுகின்றன. புரிந்துகொள்ளப் படுவதற்காக, அந்தப் புத்தகங்கள் வெளிப்படையான மொழியிலும் எழுதப்பட வேண்டியிருந்தது. நயமின்றி எழுதுவதும் ஆபாசமும் வேறு வேறு. "இந்தப் புத்தகத்தில் சொல்லப்பட்டுள்ள விஷயங்கள் நாகரிகமுள்ள சமூகத்தில் சாதாரணமாக விவாதிக்கப்படாது என்றாலும், அவை இந்தப் புத்தகத்தில் கட்டுப்பாடான, நிதானமான முறையில் சொல்லப் பட்டுள்ளன."

தலைமை நீதிபதி காக்பர்ன் ஆபாசம் என்பது முதிர்ச்சியற்ற நபர்களின்-இளையவராக இருப்பினும் முதியவராக இருப்பினும்-அவர்களின், அல்லது ஒழுக்கக் கேடான செல்வாக்குகளுக்குத் ...திறந்திருக்கக் கூடிய மனத்தை உடையவர்களின் கண்ணோட்டத்திலிருந்து அவதானிக்கப்பட வேண்டும் என்றார்.[44] ஆகவே சில உயர்நீதிமன்றங்கள் ஹிக்லின் சோதனையின் உள்ளடக்கங்களை ஏற்க மறுத்துவிட்டன. ஆயினும் காலனிய இந்தியாவின் உயர்நீதி மன்றங்களில் முழுமனதாக ஹிக்லின்

சோதனையின் பிற பகுதிகள் ஏற்றுக் கொள்ளப்பட்டன. ஆகவே ஆபாசமானது என்று கருதப்பட்ட புத்தகத்தின் வார்த்தைகளைப் படிப்பதனால் ஏற்படும் விளைவு குறித்து குற்றம் சாட்டப்பட்டவரின் உள்நோக்கத்தை யூகித்துக் கொள்ள வேண்டும் என்ற ஹிக்லின் சோதனையின் விதியையே உயர்நீதி மன்றங்கள் ஏற்றுக் கொண்டன. விசாரிப்புக்கு உட்பட்ட புத்தகத்தின் கிடைப்பினைக் கணக்கில் கொள்ள வேண்டும் என்ற ஹிக்லின் சோதனை கூறும் கருத்தைத் தேவையென நீதிமன்றங்கள் முழுமனதாக ஏற்றுக் கொண்டன.[45] இந்தர்மனுக்கு எதிராக இந்தியாவின் பேரரசி[46] என்ற வழக்கில், உதாரணமாக, அந்தப் புத்தகத்தின் விலை எட்டணாக்கள் மட்டுமே, அதனால் அது பரந்துபட்ட வாசகர்களுக்கு எட்டும் என்பதைப் பொருத்தமான வாதமாக அலகாபாத் நீதிமன்றம் ஏற்றுக் கொண்டது. ஒட்டுமொத்தமாக படைப்பின் கருப்பொருள் (விஷயம்) மட்டுமே அதை ஆபாசமாக மாற்றுவதல்ல என்ற ஹிக்லின் சோதனையின் விதியையும் அந்நீதிமன்றங்கள் ஏற்றுக்கொண்டன.[47]

இங்கிலாந்திலும் அமெரிக்காவிலும் மாற்றமடைந்த ஹிக்லின்

1954 அளவில் நிச்சயிக்கப்பட்ட இரண்டு வழக்குகள் இங்கிலாந்தில் ஹிக்லின் சோதனையை மாற்றின என்று கூறுவது தகும். இவற்றுள் முதலாவது, ரெய்ட்டருக்கு எதிராக ரெஜினா[48] என்ற வழக்கின் தீர்ப்பு. இது உயர்நீதிமன்றத்தில் அரசியின் அமர்வுப் பகுதியில் ஏற்கப்பட்டிருந்தது. விசாரணைக்குட்பட்ட விஷயம், இளையவரோ முதியவரோ எவராயினும், ஒழுக்கக்கேடான செல்வாக்குகளுக்கு உட்படக்கூடிய மனங்களைக் கெடுக்கக்கூடிய இழிவான தன்மை கொண்டதாக இருக்க வேண்டும் என்பது ஹிக்லின் சோதனையின் ஒரு விதி. ஆகவே நியாயமான நபர்களின் நோக்கிலிருந்து அல்ல, முதிர்ச்சியற்றவர்களின் நோக்கிலிருந்துதான் நீதிமன்றம் ஒரு புத்தகத்தின் ஆபாசத் தன்மையை நிர்ணயிக்கவேண்டும் என்று ஹிக்லின் சோதனை எதிர்பார்க்கிறது. ரெய்ட்டரில் இது மாற்றப்பட்டது. சட்டம் இளையர்களைப் பற்றி அக்கறை கொள்வதே ஒழிய வயது வந்தவர்களைப் பற்றி அல்ல என்று தலைமை நீதிபதி கோடார்ட் கருதினார். அவர் கூறியது இதுதான்:

> கீழ்த்தர மனமுடைய வயதுவந்தவர்கள் இருக்கிறார்கள் என்பதில் சந்தேகமில்லை. ஆனால் வயதுவந்தவர்களில் பலபேர் இந்தப் புத்தகங்களைப் படிப்பார்கள் என்று எதிர்பார்க்க முடியாது. இளையர்கள் படிப்பதற்கு வழியுண்டு, இவை ஆயுதப்படைகளிலும் சுற்றுக்கு விடப்படுகின்றன என்று நமக்குச் சொல்லப்படுகிறது. இந்தப் புத்தகங்களை முழுமையாகக் கண்டு, ஜூரிகள்தான் அவை இழிவாகவும் கெடுக்கக்கூடியனவாகவும் உள்ளனவா இல்லையா என்பதை ஆராய வேண்டும்.[49]

மற்றொரு வழக்கு, *மார்ட்டின் செக்கர் அண்ட் வார்பர்க் லிமிடெட்*[50] என்பதற்கும் ரெஜினாவுக்கும் இடையிலானது. அது மேலும் ஒரு படி முன்சென்றது. மத்திய கிரிமினல் நீதியவை அல்லது ஓல்டு பெய்லி என்று சொல்லப்பட்டதில் இந்த விசாரணை நடந்தது. அமெரிக்க நாவலாசிரியர்களில் ஒருவரான ஸ்டான்லி காஃப்மன் என்பவர் *ஃபிலாண்டரர் (பெண்பித்தன்)* என்று ஒரு நாவல் எழுதியிருந்தார்.[51] அது ஆபாசமானதா இல்லையா என்று தீர்மானிக்க வேண்டியிருந்தது. ஹிக்லின் சோதனையை ஏற்றுக் கொண்டபோது நீதிபதி ஸ்டேபில் பலவகைகளில் ஹிக்லின் சோதனையிலிருந்து வேறுபட்ட ஒரு கடமையை ஜூரிகளுக்கு அளித்தார். ஒரு புத்தகம் பாலியல் உறவோடு சம்பந்தப்பட்டது என்பது அதை ஆபாசமானது என ஆக்குவதில்லை என்பதுதான் அவர் அளித்த கடமை. அந்தப் புத்தகம் சமகால நிலையிலிருந்து நோக்கப்பட வேண்டும், பல நூற்றாண்டுகளுக்கு முற்பட்ட நிலையிலிருந்து அல்ல.[52] “நாம் இங்கு இரசனையின் நடுவர்களாக அமர்ந்திருக்கவில்லை” என்று கூறிய ஸ்டேபில், தொடர்ந்தார். “நாம் இங்கு இந்த மாதிரிப் புத்தகம் ஒன்றை நாம் விரும்புவோமா என்று சொல்லவும் இங்கு இல்லை.”[53] கெட்ட நோக்கமுள்ள அல்லது கீழ்த்தரமான என்ற சொற்கள் அதிர்ச்சியையோ, அருவருப்பையோ காட்டவில்லை. வாசகர்களை அதிர்ச்சியடைய வைப்பது அல்லது அருவருப்புக்குள்ளாக்குவது ஒரு தண்டிக்கப் படக்கூடிய குற்றமும் அல்ல.[54] சிறுவர்கள் நோக்கிலிருந்து மட்டுமே ஒரு புத்தகத்தைத் தீர்மானிக்க முடியாது என்றும் ஜூரிகளுக்குச் சொல்லப்பட்டது. நீதிபதி ஸ்டேபிலின் வார்த்தைகள் இவை:

பதினான்கு வயதுப் பள்ளிப் பெண்ணுக்குத் தகுதியான ஒரு நிலையில் உள்ளதை நமது இலக்கியத் தரங்கள் என்று கொள்ள முடியுமா? அல்லது இன்னும் பின்னோக்கிச் சென்று, ஒரு குழந்தையாகப் படிக்கின்ற மழலைப் புத்தகங்களின் தகுதிக்கு நம்மைக் குறைத்துக் கொள்ள வேண்டுமா? இல்லை என்பதுதான் பதில். பல கோணங்களில் இலக்கியத்தின், பேரிலக்கியத்தின் ஒரு தொகுதி, பதின்வயதுடையோர் படிப்பதற்கு ஏற்றதாக இருக்காது. ஆனால் அப்படிப்பட்ட படைப்புகளைப் பொதுமக்களுக்குக் கொண்டு செல்வது ஒரு வெளியீட்டாளரைத் தண்டிக்கக்கூடிய குற்றம் என்று அர்த்தமல்ல.[55]

ஆபாசமான எண்ணங்களை இளம் மனங்களுக்குள் புகுத்தியது புத்தகங்கள் அல்ல, இயற்கைதான் அப்படிச் செய்தது என்றார் ஸ்டேபில். ஆகவே சிறார்கள் சமநிலைப்பட்ட தனிமனித வாழ்க்கையில் ஈடுபடுமாறு பார்த்துக் கொள்வது பெற்றோரின், ஆசிரியர்களின் பொறுப்பாகும்.[56] கேள்விக்குட்பட்ட புத்தகம் வெளிப்படையாகவும் நிச்சயமாகவும் பாலியல் பற்றிய செய்திகளில் முழுகியிருந்தாலும் கூட, அது மட்டுமே அது ஆபாசமானது என்று கருதுவதற்குப் போதியதாகாது. பாலியல் இல்லாவிட்டால் மனித இனம் ஆயிரக்கணக்கான ஆண்டுகளுக்கு முன்பே அற்றுப் போயிருக்கும் அல்லவா?[57] மதம் என்ற அளவுக்கு இல்லாவிட்டாலும் ஒரு வழிபாட்டுக்குரிய நெறிமுறை என்ற அளவுக்கு ரோமும் கிரீஸும் மானிடக் காதலை உயர்த்தியிருந்தன. ஆனால் மத்திய காலத்தின் மதபோதனையில் பாலியல் சார்ந்த கருத்தற்று இருக்குமாறு மக்கள் கட்டாயப்படுத்தப் பட்டார்கள்.[58] விக்டோரியா காலத்து இங்கிலாந்தில் மேசைகளின் கால்கள்கூட போலிகளால் 'உடை அணிவிக்கப்' பட்டிருந்தன.[59] பாலுணர்வினை வெறும் அழுக்கு என்று கருதமுடியுமா என்று ஜூரிகளை நீதிபதி கேட்டார். அதைப் பற்றி எழுதுவது ஒரு இரசனைப் பிழையாக இருக்கலாம்[60] என்றும், ஆனால் அதுவே அது ஆபாசமானது என்று கருதுவதற்குப் போதாது என்றும் கூறினார்.

இழிபொருள் இழிபொருளுக்காகவே என்னும் இழிகலைதான் ஆபாசமானது. ஏனெனில் அது இலக்கியமல்ல. அதற்குச் செய்தி

இல்லை. அதற்கு அகத்தூண்டுதலோ சிந்தனையோ இல்லை.[61] ஜூரிகளுக்கு அந்த நாவலின் கதையைக் கூறிய நீதிபதி, தனது நாவலில் ஆசிரியர் ஒரு நேர்மையான நோக்கத்தையும் நேர்மையான சிந்தனைப் போக்கினையும் கொண்டுவந்துள்ளாரா, அல்லது அந்தக் கதை, புத்தகத்தின் பண்படாநிலையையும் பாலுணர்வையும் நன்கு மறைத்து நல்லது போலத் தோற்றமளிப்பதற்காகச் செய்யப்பட்ட போலித்தோற்றமா என்பதுதான் கேள்வி என்று குறிப்பிட்டார்.[62]

சுருக்கமாகச் சொன்னால், மேலே கண்ட ஹிக்லின் சோதனையின் முதலிரு விதிகள் ரெய்ட்டர் மற்றும் வார்பர்கில் மாற்றப்பட்டன. முதலில், பாலுணர்வைப் பற்றிய, அல்லது அதிலேயே முழுகித் திளைக்கும் ஒரு படைப்புகூட, அந்தக் காரணத்துக்காக மட்டுமே ஆபாசமானது அல்ல. இரண்டாவது, புத்தகத்தில் ஆபாசம் உள்ளதா என்ற கேள்வி இளம் அல்லது முதிர்ச்சியற்ற நபர்களின் நோக்கிலிருந்து நிர்ணயிக்கப்படுவதா என்பது இப்போது சந்தேகத் திற்கிடமானது.

1959இல் இங்கிலாந்தில் ஆபாச வெளியீடுகள் சடடத்தின்படி, ஹிக்லின் சோதனை சட்டமுறைப்படியாகவே மாற்றப்பட்டது.[63] ஒரு புத்தகம் ஆபாசமானதா இல்லையா என்பதை அதை முழுமையாக நோக்கி அதன் விளைவென்ன என்பதைக் கருத்தில் கொண்டுதான் தீர்மானிக்கவேண்டும் என்று இந்தச் சட்டத்தின் பிரிவு 1 கூறியது. முன்னர், ஹிக்லின் சோதனையின்படி, ஒரு புத்தகம் ஒட்டுமொத்தமாகத் தன் கருத்தில் ஆபாசமற்றது என்றாலும், அதன் ஆபாசமான பகுதிகளை அங்கொன்றும் இங்கொன்றுமாக எடுத்துக்காட்டி அதை ஆபாசமானது என்று நிரூபிக்கலாம். இப்போது 1959 சட்டத்தின்படி அது இல்லாமல் ஆக்கப்பட்டது. அதற்கு ஒட்டுமொத்தப் படைப்பின் விளைவு எப்படியிருக்கிறது என்பதைப் பார்க்க வேண்டும். ஆபாசம் என்ற குற்றச்சாட்டுக்கு ஒரு தற்காப்பும் அறிமுகப்படுத்தப்பட்டது. ஒரு கட்டுரையை வெளியிடுவது, அறிவியல், இலக்கியம், கலை, கற்றல் ஆகிவற்றின் அடிப்படையிலோ, அல்லது பொது அக்கறைக்கான பிற விஷயங்களிலோ பொது நன்மைக்காகச் செய்யப்பட்டது என்று ஒருவரால் ருசுப்படுத்த முடியும் என்றால் அவரை ஆபாசம் என்ற குற்றச்சாட்டுக்குள்ளாக்க முடியாது.[64] ஆபாசம் பற்றிய வழக்குகளில் இப்போது

இலக்கியம், அறிவியல் அல்லது நூலின் பிற நற்தகுதிகள் பற்றிய நிபுணர்களின் கருத்துகளையும் சாட்சியமாக அனுமதிக்கலாம் எனப்பட்டது.[65]

அமெரிக்க ஐக்கியநாட்டில், 1913 அளவிலேயே நீதிபதி லேர்ன்ட் ஹேண்ட் என்பவர் (அப்போது அவர் நியூ யார்க்கின் தெற்கு மாவட்டத்தில் ஒரு மாவட்ட நீதிபதியாக இருந்தார்), *கென்னர்லிக்கு எதிராக அமெரிக்கா*[66] என்ற வழக்கில் ஹிக்லின் சோதனையின் சரித்தன்மை பற்றி சந்தேகங்களை எழுப்பினார். இந்த வழக்கில் கேள்வி என்னவெனில், *ஹகார் ரிவெலி* என்ற புத்தகம் ஆபாசமானதா என்பதுதான். அந்தப் புத்தகம் நியூ யார்க்கிலிருந்த ஓர் இளம் பெண்ணின் வாழ்க்கையைக் கூறும் போக்கில் அவளது துணிச்சலான காமத்தீச்செயல்களைப் பற்றிக் கூறுவதாகும். ஹேண்ட், ஹிக்லின் சோதனையை ஏற்கும் நிலையில் இருந்தார். ஆனால் அதில் ஏற்கமுடியாக் கருத்துகளை வெளியிட்டார். ஹிக்லின் சோதனை விக்டோரியாவின் நடுப்பகுதிக்கால ஒழுக்கங்களுடன் பொருந்தி வருவதாயினும், அது தற்காலப் புரிதல் மற்றும் ஒழுக்கத்துக்கு பதிலளிப்பதாக இல்லை என்று கூறினார். ஒரு கலைப்படைப்பைக் கீழான பயன்பாடுகளுக்காகக் கெடுக்கின்றவர்களின் நோக்குநிலையிலிருந்து அதைத் தீர்ப்பிடுவது ஒரு நீதிபதிக்குக் கடினம் அல்லது மோசமான இரசனை உடைய சிலரின் நன்மைக்காக ஒரு குழந்தையின் நூலகப் பண்பளவிற்கு நமது பாலியல் விஷயங்களைக் குறுக்குவது கடினம் என்று அவர் கண்டார்.

அமெரிக்க உச்சநீதிமன்றம் எதிர்கொண்ட ஆபாசம் பற்றிய மிகத் தொடக்ககால வழக்குகளில் ஒன்று, *அமெரிக்க ஐக்கிய நாட்டுக்கு எதிராக ராத்* என்ற வழக்கு.[67] நீதிமன்றத்துக்காகப் பேசும்போது, நீதிபதி பிரென்னன் ‘பாலியலும் ஆபாசமும் ஒன்றல்ல’ என்றும், ‘கலை, இலக்கியம், அறிவியல் படைப்புகளில் பாலியல் உண்டு என்றால் அந்த விஷயத்துக்கு அரசியல் சாசனப்படி பேச்சுரிமையைப் பாதுகாப்பதை மறுப்பதற்குப் போதிய காரணமாகாது’ என்றும் கருத்துத் தெரிவித்தார். வார்பர்கில் ஜூரிகளிடம் நீதிபதி ஸ்டேபில் கூறியது போல, நீதிபதி பிரென்னன், “மனித வாழ்க்கையில் பாலியல் என்பது ஒரு பெரிய பொருள்புலப்படாத இயக்கு

சக்தி" என்றும், "அது காலங்காலமாக மனித இனத்தின் பேரார்வத்தை நிச்சயமாகவே ஈர்த்துவரும் ஒரு விஷயம்"[68] என்றும் கூறினார். நீதிமன்றத்தின்படி, சரியான சோதனை இப்படியாக முன்வைக்கப் பட்டது. 'சமகால சமுதாயத் தரநிலைகளைப் (இவை தேசம் அல்லது அரசு சார்ந்தவை அல்ல) பயன்படுத்துகின்ற ஒரு சராசரி மனிதன் (அவன் மிகவும் காரண-காரிய யோசனை கொண்டவனாக இருக்க வேண்டிய அவசியமில்லை) முழுப்படைப்பையும் நோக்கும் போது அதன் முக்கியக் கருத்து கீழான ஆர்வங்களுக்கு இரை போடுவதாக இருந்தால் (காமச் சிந்தனை அதிர்வுகளை உருவாக்கும் போக்கினதாக அந்த விஷயம் இருந்தால்) கேள்விக்குள்ளான அந்த விஷயம் ஆபாசமானது என்று கருதப்படும்'.

ரீஜெண்ட்ஸுக்கு எதிராக கிங்ஸ்லி இண்டர்நேஷனல் பிக்சர்ஸ்[69] என்ற வழக்கில், உச்சநீதிமன்றம், நியூ யார்க் திரைப்பட உரிமம் அளிக்கும் சட்டம் ஒன்றின் தகுதியை ஆராய்ந்தது. ஒரு திரைப்படம் ஒழுக்கக் கேடானதாக இருந்தால், அதாவது ஒழுக்கச் சீர்கேடான செயலை விரும்பத்தக்கது, ஏற்கக் கூடியது, முறையான நடத்தை சார்ந்தது என்று சித்திரிப்பதாக ஒரு திரைப்படம் இருந்தால் தணிக்கையாளர்கள் அதற்கு உரிமத்தை மறுத்துவிடலாம் என்று அனுமதி அளித்தது அந்தச் சட்டம். டி. எச். லாரன்ஸ் எழுதிய நாவலை அடிப்படையாகக் கொண்டு எடுக்கப்பட்ட லேடி சாட்டர்லீஸ் லவர் என்ற திரைப்படத்திற்கு நியூ யார்க் தணிக்கையாளர்கள் உரிமம் தருவதை மறுத்துவிட்டனர். உச்சநீதி மன்றம் அந்தச் சட்டம் தகுதியற்றது என்று கூறிவிட்டது. அந்தப் படம் சில குறித்த சூழ்நிலைகளில் விபசாரம் என்பது முறையான நடத்தையாகக் கூடும் என்ற கருத்தை அந்தப் படம் முன்வைத்தது என்றும், அப்படிப்பட்ட கருத்தினைப் பரப்புவதற்கான உரிமையை முதல் திருத்தம் உள்ளடக்கியிருக்கிறது என்றும் நீதிபதி ஸ்டீவர்ட் கூறினார்.[70]

ரஞ்சித் உதேசியின் வழக்கில் ஹிக்லின்

1950இல் இந்திய அரசியல் சட்டம் அமலுக்கு வந்தாலும், ஒரு விஷயம் ஆபாசமானதா இல்லையா என்பதை நிர்ணயிக்கப்

பல பத்தாண்டுகளுக்கு ஹிக்லின் சோதனை மட்டும் தொடர்ந்து பயன்படுத்தப்பட்டு வந்தது.

1959இல் பிரதமர் நேருவின் பெரியதொரு தலையீட்டினால் மட்டுமே, விளாதிமிர் நபகோவ் எழுதிய விமரிசனப் புகழ்பெற்ற நாவலான *லோலிடா* இந்தியாவில் தடைசெய்யப்படவில்லை. பம்பாயிலுள்ள ஜெய்கோ வெளியீட்டகம் அந்த நாவலைப் பல பிரதிகள் இந்தியாவிற்குள் இறக்குமதி செய்தது. உள்ளடக்கம் ஒருவேளை ஆபாசமாக இருக்கலாம் என்ற அடிப்படையில் 1959 ஏப்ரலில் பம்பாய்க் கஸ்டம்ஸ் கலெக்டரால் அந்தப் பார்சல் தடுத்து நிறுத்திவைக்கப் பட்டிருந்தது. அதற்கு அடுத்த மாதம், பம்பாய் வாரப் பத்திரிகையான *கரண்ட்* என்பதன் ஆசிரியர் டி. எஃப். காரகா, நிதியமைச்சர் மொரார்ஜி தேசாய்க்கு "ஒரு முதியவர் பதினொரு அல்லது பதின்மூன்று வயதுப் பெண்ணுடன் கொண்டிருந்த பாலியல் தொடர்புகளை அந்த நாவல் மேம்பட்ட ஒன்றாகக் காட்டியது அருவருப்பாக உள்ளது" என்று கூறி ஒரு புகார்க்கடிதம் எழுதினார். தேசாய் தனது கோப்பில் எழுதினார்: "இது ஆபாசம் இல்லை என்றால் வேறு எந்தப் புத்தகத்தை ஆபாசமானது என்று கூற முடியும்? இது பாலியல் பிறழ்வு. உள்துறை அமைச்சரகத்தின் ஆலோசனையைப் பெறவேண்டும்." ஆனால் நேரு குறுக்கிட்டு, அப்புத்தகங்கள் வெளிவர உதவி செய்தார். ஜெய்கோ நேருவுக்கு மிகுதியாக நன்றி கூறியது. அவருக்கு அதன் பதிப்பாளர்கள் *லோலிடா*வின் ஒரு பிரதியை அவர்களின் புகழ்ச்சியுரையுடன் அனுப்பினர்.[71]

1964இல் இந்திய உச்சநீதிமன்றம் ஆபாசம் பற்றிய தனது முதல் வழக்கில் தீர்ப்புரைத்தது. *மகாராஷ்டிர அரசுக்கு எதிராக ரஞ்சித் உதேசி*[72] என்ற வழக்கு. பம்பாயில் ஒரு புத்தகக் கடை வைத்திருந்த நிறுவனத்தில் பங்குதாரராக இருந்தவர் ரஞ்சித் உதேசி. டி.எச். லாரன்ஸ் எழுதிய *லேடி சாட்டர்லீ'ஸ் லவர்* என்ற புத்தகத்தை விற்பனைக்கென்று அவர் வைத்திருந்ததால் இந்தியக் குற்றச் சட்டம் 292ஆம் பிரிவின்கீழ் அவர் குற்றம் சாட்டப்பட்டார். இந்த நாவல் ஓர் இளம் கோமகனின் கதையைச் சொல்கிறது. அவர் போரில் காயம்பட்டு, இடுப்புக்குக் கீழ் உடல் செயலற்றுப் போகிறது. தன் மனைவி கான்ஸ்டன்ஸ் (லேடி சாட்டர்லி)-இன் பாலியல் ஏக்கத்தை உணர்ந்து அவர்

மற்ற ஆடவர்களுடன் தன் மனைவி உடலுறவு வைத்துக் கொள்ள அனுமதிக்கிறார். உச்சநீதி மன்றம் பிறகு கூறியதைப் போல, ஒவ்வொரு பாலியல் எதிர்கொள்ளலும் அந்தப் புத்தகத்தில் மிகுந்த வெளிப்படைத் தன்மையுடனும் அந்தப் பாலியல் உறவு எவ்வளவு தீவிரமாக இருந்ததோ அந்த அளவுக்கு உரைநடையில் அதைப் பற்றிய வருணனை மிக இறுக்கமாக அமைந்திருந்தது.[73] உதேசி குற்றவாளி எனக் கருதப்பட்டு, ரூ. 20 அபராதம் அல்லது ஒருவாரம் சாதாரணச் சிறைத்தண்டனை விதிக்கப்பட்டார்.

அப்போது நீதிபதியாக இருந்த ஹிதாயத்துல்லா, நீதியவையின் தீர்ப்பை எழுதினார். பல பத்தாண்டுகள் முன்னால், 1929இல், கேம்பிரிட்ஜில் மாணவராக இருந்தபோது ஹிதாயத்துல்லா லேடி சாட்டர்லியின் காதலன் நாவலைப் படித்திருந்தார். சட்ட மாணவராகக் கல்விதொடர்பான ஆர்வம் எதனாலும் அவர் அப் புத்தகத்தைப் படிக்கவில்லை. அதன் கிளர்ச்சியடைய வைக்கும் உள்ளடக்கத்தினால் ஈர்க்கப்பட்டுதான் படித்தார். அமெரிக்க நாட்டில் அவர் பின்னர் ஒரு பேச்சில் நேராக ஒப்புக் கொண்டதுபோல, "நான் அப்போது ஒரு இளைஞன், எனது ஆர்வம் வேறுவிதமாக அப்போது இருந்தது... அந்த ஆர்வத்தைச் சட்டம் கணக்கில் கொள்கிறது."[74] உச்சநீதிமன்றத்தில் அந்த வழக்கு மூன்று நாட்களுக்குமேல் நடந்தது. இந்தியாவின் தலைமை வழக்கறிஞர் அவையிலிருந்த நீதிபதிகளுக்கு மூடிஉறையிட்ட ஐந்து சிறுசிப்பங்களை அளித்தார். ஒவ்வொன்றிலும் அப்புத்தகத்தின் ஒரு பிரதி இருந்தது. அதைப் படித்த உச்சநீதிமன்ற நீதிபதி ஹிதாயத்துல்லா, அது ஒன்றும் அவ்வளவு ஈர்க்கக்கூடியதாக இல்லை என்று தெரிவித்தார். ஒரு வேளை நான் முதியவனாகி விட்டிருக்கலாம் என்று வியப்படைந்தார். அல்லது மறுபடியும் படிப்பதால் அந்தப் புத்தகத்தின் ஈர்ப்பு குறைந்திருக்கலாம்.[75] ஆனால் இதுவரை அப்புத்தகத்தைப் படித்திராத அவரது சகாக்களுக்கு அந்தப் புத்தகம் ஓர் இடிபோல இருந்தது. அவர்கள்மீது அதன் தாக்கம் பயங்கரமாக இருந்தது. அவர்கள் மனப்பாங்கு அதற்கு எதிராகத்தான் இருந்தது.[76] அப்புத்தகத்தை ஆபாசம் என்று சொல்வதில் அந்த ஆசிரியரைப் பிடித்திருந்ததன் காரணமாக நீதிபதி ஹிதாயத்துல்லா மட்டுமே தயங்கியதாகச் சொல்கிறார்.[77] ஆனால் இறுதியில் இந்தப் புத்தகத்தை இந்தியாவில்

அறிமுகப்படுத்துவது சரியன்று என்று கண்டேன் என்று அமெரிக்காவில் சட்ட மாணவர்களுக்கு அளித்த உரையொன்றில் அவர் குறிப்பிட்டார்.[78]

ரஞ்சித் உதேசியின் வழக்கில் ஹிதாயத்துல்லா ஹிக்லின் சோதனையின் ஒரு மாற்றிய வடிவத்தைக் கடைப்பிடித்தார்:

முதலாவது, வார்பர்கில் நீதிபதி ஜூரிகளிடம் குற்றம் கண்டு பிடித்தது போல, நீதிபதி ஹிதாயத்துல்லா, கலை-இலக்கியத்தில் பாலியலும் நிர்வாணமும் மட்டும் மேற்கொண்டு வேறெதுவும் இல்லாமல் ஆபாசத்துக்கான சான்றுகள் என்று கருதமுடியாது என்றார். அவ்வுருவங்களைக் காண்பதற்கு முன்னால் "மைக்கலேஞ்சலோவின் தேவதைகளுக்கும் புனிதர்களுக்கும் கால்சட்டை அணிவிக்கத் தேவையில்லை."[79] இதுதான் சோதனை என்றால், பாதி புத்தகக் கடைகளை மூடவேண்டியிருக்கும். வெறும் ஒழுக்க, மத சம்பந்தமான புத்தகங்களை மட்டுமே விற்கவேண்டியிருக்கும். அவரைப் பொறுத்த மட்டில், ரஞ்சித் உதேசியின் வழக்கில் ஹிக்லின் சோதனையில் அவர் ஏற்படுத்திக் கொண்ட முதல் மாற்றம் இதுதான்.[80] பாலியல் மட்டுமே தன்னளவில் இழிவானதாகவும் சீர்கெட்டதாகவும் இருக்கவேண்டிய அவசியமில்லை.

இரண்டாவது, ஹிக்லின் சோதனை நீதிமன்றத்தால் ஒருசில வார்த்தைகள் அல்லது எங்கேனும் ஒரு பகுதியின் முக்கியத்துவத்தைக் குறிப்பதாக எடுத்துக் கொள்ளப்படவில்லை.[81] தமது அகராதியில் முறையற்ற வார்த்தைகளை இட்டதாக டாக்டர் ஜான்சனை ஒரு பெண்மணி குற்றம் சாட்டிய கதையை நீதிமன்றம் கருத்தில் கொண்டது. "அப்படியானால் அம்மா, நீங்கள் அந்த வார்த்தைகளைக் கண்ணில் விளக்கெண்ணெய் விட்டுத் தேடிப் பார்த்திருக்க வேண்டும்" என்றாராம் ஜான்சன்.[82] ஆகவே ஒரு விஷயம் ஆபாசமானதா என்று நோக்குகையில், அந்தப் பெண்மணியைப் போல நீதிமன்றம் ஆபாசமான பகுதிகளைத் தேடிப் பார்க்க வேண்டியதில்லை. முழுப் படைப்பின் பின்னணியில் ஆபாசமான விஷயத்தின் ஒட்டுமொத்தமான நோக்கு மட்டுமே போதுமானது. ஆனால் அதேசமயம் இழிவான விஷயங்களைத் தனியாகவே கவனிக்கலாம். ஆபாசம் அல்லாத பகுதிகளின் கலைப் பண்புகள் அந்த ஆபாசத்தைத் தூக்கிப் பின்னணியில்

வீசக்கூடிய அளவுக்கு மிகுதியாக இருந்தால், அல்லது ஒரு விளைவை உருவாக்க இயலாத வகையில் ஆபாசம் மிகச் சிற்றளவாகவும் முக்கியமற்றும் இருந்தால் அந்தப் படைப்பை ஆபாசம் என்று கருத வேண்டியதில்லை. பின்னர் ஓர் உரையில் ஹிதாயத்துல்லா கூறியதுபோல, "அப்படியும் இந்தச் சோதனையில் தனித்த பகுதிகள் ஒரு வேளை புத்தகத்தின் மதிப்பைக் கீழாக்கும் வகையில் அமைய முடியும்."[83]

மூன்றாவதாக, 1959இன் ஆங்கில இழிநிலை வெளியீடுகள் பிரசுரச் சட்டம் கூறியதுபோல, ஒரு ஆபாச வெளியீடு, பொதுமக்கள் நன்மைக்கு உதவுமெனில் அதை நியாயப்படுத்த முடியும் என்று நீதிபதி ஹிதாயத்துல்லா கூறினார்.[84] முக்கியமான சிந்தனைகள் எவற்றையேனும் அந்தப் படைப்பு பரப்புமானால் அது பொதுமக்கள் நன்மைக்கானது என்றே கருதப்படும். ஒருவேளை ஆபாசம் மிகக் கடுமையானதாக இருந்து பொதுமக்கள் கருத்தையே மாற்றுமளவுக்கு இருந்தாலொழிய[85] சமூக முக்கியத்துவம் கொண்ட சிந்தனைகள் முதல் பார்வையளவிலேயே காப்பாற்றப்படும் என்று நீதிமன்றம் கூறியது.[86] ஆனால் 1959 ஆங்கிலச் சட்டத்துக்கு மாறாக, ஒரு படைப்பு ஆபாசமானதா இல்லையா என்ற கேள்வியைத் தவிர்த்து மேற்செல்லும் அளவுக்கு நிபுணர் சாட்சியத்தையோ, அல்லது எவ்வித வாய்மொழிச் சாட்சியத்தையோ அனுமதிக்க நீதிமன்றம் மறுத்துவிட்டது. அந்த நீதிமன்றம் மட்டுமே அந்தப் படைப்பு இழிவானதா இல்லையா[87] என்பதைத் தீர்மானிக்க வேண்டும் என முடிவு செய்யப் பட்டது.

ஆனாலும், இந்த மூன்று திருத்தங்களுக்கும் அப்பாற்பட்டு, ஹிக்லின் சோதனை ரஞ்சித் உதேசியின் வழக்கில் உச்சநீதிமன்றத்தால் பயன்படுத்தப்பட்டது. உதாரணமாக, சட்டம் தங்களைத் தாங்களே காப்பாற்றிக் கொள்ளக்கூடியவர்களைப் பாதுகாக்கத் தேவையில்லை. ஆனால் காமத்தன்மை கொண்ட எழுத்துகளால் மகிழ்ச்சியும் இரகசியமான பாலியல் இன்பமும் அடையக்கூடிய சபல சித்தமுடைய மனங்களை மட்டுமே அது காப்பாற்ற வேண்டும்.[88] அதாவது பகுத்தறிவுள்ள நியாயமான மனிதனின் நோக்கு நிலையிலிருந்து ஆபாசப் பொருட்கள் மதிப்பிடப்படக் கூடாது. மேலும் ஆபாசத்துக்கு எதிரான சட்டங்களால் இழிகலை மட்டுமே தடை செய்யப்பட்டது

என்று நீதிமன்றம் கருதவில்லை. இழிகலையும் ஆபாசமும் வேறுவேறானவை. முதலாவது, காமத்தைத் தூண்ட முனைகின்ற விஷயங்களைக் கொண்டது. மற்றதோ, காமத்தை எழச்செய்யும் மனப்போக்கு கொண்ட விஷயங்களைக் கொண்டதாக இருக்கலாம் (ஆனால் கட்டாயம் அந்த உள்நோக்கம் இருக்க வேண்டிய அவசியமில்லை) எனப் பட்டது.[89]

1969இல் இந்தியக் குற்றச் சட்டத்தின் 292ஆம் பிரிவு, 1959இன்[90] ஆபாசப் பிரசுரங்கள் சட்டத்தின் வழியில் மீண்டுமொரு முறை மாற்றப்பட்டது. ஹிக்லின் சோதனைக்கு மாறாக, நீதிமன்றங்கள் ஒரு படைப்பை முழுமையாகக் கருத்தில் கொள்ள வேண்டும் என்று அந்தத் திருத்தம் கூறியது. ரஞ்சித் உதேசி வழக்கிலும் ஆளப்பட்ட பொது நன்மைக்கு ஆபாசம் பயன்படலாம் என்ற கருத்தை அது எடுத்துக் கொண்டது. ஆகவே ஆபாசம் என்று குற்றம் சாட்டப்பட்ட பொருளுக்குடையவர், அது பொது நன்மைக்காக, அறிவியல், இலக்கியம், கலை, படிப்பு அல்லது பொது அக்கறைக்கான பிற விஷயங்களுக்காக உருவாக்கப்பட்டது என்று வாதிட்டாக வேண்டும். ஆபாசம் என்பதன் வரையறை யிலிருந்து மத நோக்கங்களுக்கென நன்னம்பிக்கையுடன் ஒதுக்கி வைக்கப்பட்டவை, அல்லது எந்தப் பழங்கால நினைவுச்சின்னத்தின் சிற்பங்கள் போன்றவையும் விதிவிலக்கு அளிக்கப்பட்டன.[91] ஆபாசம் என்பதற்கு தண்டனையையும் அது உச்சபட்சமாக மூன்று மாதச் சிறை என்பதிலிருந்து மாற்றியது. முதல்முறை தண்டிக்கப் படுகிறார் என்றால் இரண்டாண்டுகள் சிறை, இரண்டாம் முறை எனில் ஐந்தாண்டுகள் சிறை என ஆக்கப்பட்டது.

ஹிக்லினும் இந்திய உச்சநீதிமன்றமும்

பாலியல், நிர்வாணம், ஆபாசமான மொழி

ரஞ்சித் உதேசியின் வழக்கில் பயன்படுத்தப்பட்ட மாற்றியமைத்த ஹிக்லின் சோதனை உச்சநீதிமன்றத்தில் சில வழக்குகளில் தொடர்ந்து பயன்பட்டு வந்தது. பல தீர்ப்புகளில், உச்சநீதிமன்றம், நிர்வாணம், உடலுறவு, இழிநடத்தை ஆகியவை ஆபாசத்தைக் கட்டமைக்கப் போதுமானவை அல்ல என்று கூறியது. ஒரு படைப்பு ஒரு சிந்தனையைப் பரப்புமானால், அல்லது சமூகச் செய்தி ஒன்றைக் கூறுமானால், அதில்

பாலுறவு அல்லது நிர்வாணக் காட்சிகள், மனித உடல் பற்றிய வருணனைகள், அல்லது இழிமொழி ஆகியவை இருப்பது மட்டுமே அதை ஆபாசம் என்று கருதப் போதுமானதல்ல. மட்டமான இரசனை என்பது ஆபாசம் அல்ல. ஆனால் கேள்விக்குள்ளாகும் படைப்பு, பார்வையாளர் அல்லது வாசகரைப் பாலியல்ரீதியாகத் தூண்டுமானால், அது நிச்சயமாக ஆபாசம் என்றே கருதப்படும். ஆனால் ஒன்று பாலியல் ரீதியாக எழுச்சி தரக்கூடியதா என்பது மிகவும் அகவயமான ஒன்று என்பதால் இந்தச் சோதனை விசித்திரமானது.

மகாராஷ்டிரா அரசுக்கு எதிராக சந்திரகாந்த் கல்யாண்தாஸ் ககோட்கர்[92] என்ற வழக்கில், மராட்டி மொழி மாதப் பத்திரிகையான *ரம்பா* என்பதன் 1962 தீபாவளி வெளியீட்டில் பிரசுரமான ஷாமா என்ற சிறுகதை ஆபாசமானதா என்ற கேள்வி எழுந்தது. நிசிகாந்த் என்ற கவிஞன், நீலா, வனிதா, ஷாமா என்ற மூன்று பெண்களுடன் கொண்ட பாலியல் தொடர்புகளைப் பற்றிய கதை அது. அதில் நிசிகாந்த், திருமணத்துக்கு முன்னரே நீலாவுடன் உறவு வைத்திருக்கிறான். வனிதா என்பவள், பாலியல் உணர்வு அதிகமுள்ள பெண், அனுபவம் வாய்ந்தவள், ஆண்களைத் தூண்டுவதிலும் ஆலோசனைகளிலும் முன்னெடுப்பவள் எனப்படுகிறாள். அவளும் நிசிகாந்த்தும் பலமுறை உறவு கொள்கிறார்கள், ஆனால் அவள் அவனை ஏமாற்றுவதை அவன் கையும் களவுமாகப் பிடித்துவிடுகிறான். ஒரு திரைப்பட அரங்கில் நிசிகாந்த்தும் நீலாவும் முத்தம் கொடுத்துக் கொள்கிறார்கள். எழுதியவர் முதிர்ச்சியற்றவர், போதுமான அனுபவம் பெற்றவரல்ல என்றாலும் அந்தக் கதை மிக உயர்ந்த இலக்கியத் தன்மை கொண்டதாக உள்ளது என்றும், அதில் ஆபாசமாக ஒன்றுமில்லை என்று நீதிமன்றம் கூறியது.[93] கதையின் ஒரு பகுதி மட்டமான இரசனைக்கென எழுதப்பட்டிருந்தாலும்[94] அது ஆபாசமாக இல்லை என்று கருதியது. ஒரு படைப்பு வாசிக்கப்படுகின்ற சமகாலச் சமூகத்தின் தரத்திலிருந்து ஆபாசம் என்பது அளக்கப்பட வேண்டும் என்று நீதிமன்றம் கூறியது.[95]

அமல் மித்ராவுக்கு எதிராக சமரேஷ் போஸ்[96] என்ற வழக்கில் உச்சநீதிமன்றம், *பிரஜாபதி* என்ற வங்காளி நாவல் ஆபாசமானதா என்று உசாவியது. கதையின் நாயகன் சுகேன். ஜினா, சிகா,

மஞ்சரி என்ற மூன்று பெண்களுடன் அவன் உறவு கொள்வதை வருணிக்கும் தனித்தனியான காட்சிகள் நாவலில் இருந்தன. சுகேனின் அண்ணன் வேலைக்காரியின் மகளுடன் உறவு கொள்ளும் காட்சி ஒன்றும் இருந்தது. நாவல் கீழ்த்தரமான மொழியைப் பயன்படுத்தியது. விசாரணை மன்றத்தில் இவை யாவும் ஆபாசம் என்று கருதப்பட்டன. ஆனால் உச்சநீதி மன்றம் கருத்து மாறுபட்டது. ஓர் ஆசிரியர் தனது படைப்பில் ஏதேனும் இலக்கிய, கலை மதிப்பினை அளிக்கிறாரா என்பதை நீதிமன்றம் காணவேண்டும் எனப்பட்டது.[97] முத்தமிடுதல் பற்றிக் கூறுதல், பெண் உடல் வருணனை, உடலுறவு நடந்தது பற்றிய எண்ணங்களை எழுப்புதல் போன்றவை மட்டுமே தம்மளவில் ஆபாசம் எனப்படப் போதுமானவை அல்ல.[98] நாவல் கொச்சை மொழியையும் பல மரபுக்கெதிரான சொற்களையும் கையாண்டது. அதற்குள் வரும் சம்பவங்கள் அதிர்ச்சி, அருவருப்பு, வெறுப்புணர்வு போன்றவற்றை பண்பட்ட, நாகரிகமான இரசனை உள்ள வாசகர்களிடையில் ஏற்படுத்துவதாக இருந்தன.[99]

ஆனால் இதுவும் ஆபாசம் என்பதை உருவாக்கப் போதுமானதாக இல்லை. நீதிமன்றத்தின் கண்களில் அநாகரிகத் தன்மையும் ஆபாசமும் குழப்பிக் கொள்ளக் கூடியவை அல்ல.

ஆனால் மகாத்மா காந்தி போன்ற முக்கிய வரலாற்று நாயகர்கள் மீது பழிச்சொற்கள் வீசப்பட்டால், அதன் விளைவு இப்படி இருக்காது. மகாராஷ்டிர அரசுக்கு எதிராக தேவிதாஸ் ராமச்சந்திர துளஜாபூர்கர்[100] என்ற வழக்கில் காந்தி மல பேதால (காந்தி என்னைச் சந்தித்தார்) என்ற மராட்டிக் கவிதை ஆபாசமானதா என்று உச்சநீதிமன்றம் வினவத் தொடங்கியது. அந்தக் கவிதை நீதிமன்றத்தின் முடிவுப்படி கடுமையாகத் தணிக்கை செய்யப் பட்டிருந்தாலும், அந்தக் கவிதை மகாத்மா காந்தியை ஆபாசமான சொற்களைப் பேசவோ, சில ஆபாசமான செயல்களைச் செய்ய வைக்கவோ முயன்றது என்பதை ஒருவர் புரிந்துகொள்ள முடிந்தது. காந்தி, ரவீந்திரநாத் தாகூர், அல்லது வல்லபபாய் பட்டேல் போன்ற வரலாற்றில் மதிக்கப்பட்ட ஆளுமைகளின் வாயில் ஆபாசமான வார்த்தைகளை வருவிக்க முடியாது என்று எடுத்துரைத்தது நீதிமன்றம்.[101]

ஓம் பாலுக்கு எதிராக பாபி ஆர்ட் இண்டர்நேஷனல்[102] வழக்கில் உச்சநீதிமன்றம் 'பேண்டிட் குவீன்' என்ற திரைப்படம் ஆபாசமானதா என்று ஆராய்ந்துகொண்டிருந்தது. இந்தத் திரைப்படம் ஒரு உண்மைக் கதையின் அடிப்படையில் அமைந்தது. பூலான் தேவியின் வாழ்க்கைக் கதை. தணிக்கைக் குழு அதற்கு வயதுவந்தோர் மட்டும் காணக்கூடிய 'ஏ' சான்றிதழ் அளித்திருந்தது. தில்லி உயர்நீதிமன்றத்தில் ஓம் பால் சிங் ஹூண் என்பவர் அந்தச் சான்றிதழைச் செல்லுபடி ஆகாமல் செய்ய ஒரு மனு போட்டிருந்தார். அக்கதைத் தலைவி படத்தில் அவமானப்படுத்தப்பட்டு, நிர்வாணம் ஆக்கப்பட்டு, அனைவர் முன்னும் நடக்க வைக்கப்பட்டு ஒரு கிணற்றிலிருந்து நீர் இறைக்கச் செய்யவைக்கப் படுகிறாள். அவளுடைய மார்புகளும் பிறப்புறுப்பும் ஒரு நூறு மனிதர் கூடிய கூட்டத்தின் முன் காட்சிக்குட்படுத்தப்படுகின்றன. இவற்றைத் தவிர மேற்கருத்து எதுவுமற்ற நிலையில் இந்தக் காட்சி ஆபாசமற்றது என்று நீதிமன்றம் கூறியது. திரைப்படப் பார்வையாளர்களைக் கிளர்ச்சியடையச் செய்வது இந்தக் காட்சியின் நோக்கமன்று. அவர்களிடத்தில் அவமதிப்புக்குள்ளாக்கப்பட்ட பெண்ணிடம் அனுதாபத்தையும் அவமதித்தவர்கள்மீது வெறுப்பையும் தூண்டுவதே இதன் நோக்கம்.[103] நிர்வாணத்தன்மை எப்போதுமே கீழான உணர்ச்சிகளைத் தூண்டுவதில்லை என்று நீதிமன்றம் உரைத்தது.[104] அந்தப் படத்தில் கதைத்தலைவி 'கற்பழிக்கப்படும்' காட்சி ஒன்றும் இடம்பெற்றிருந்தது. இதுவும் ஆபாசமில்லை என்று நீதிமன்றம் எடுத்துக்காட்டியது. பாலியல் வன்முறையும் நிர்வாணமும் படத்தில் பாராட்டப் படவில்லை, அவை ஏன் அந்தப் பெண்மணி சட்டத்தைத் தன் கைகளிலே எடுத்துக் கொள்ளத் தலைப்படுகிறாள் என்பதைக் காட்டவே உதவின. அதேபோல வசைச் சொற்களும் ஆபாசமாகக் கொள்ளப்படவில்லை. அவை ஒவ்வொரு நாளும் ஒவ்வொரு நகரத்திலும் கிராமத்திலும் தெருவிலும் கேட்கக் கூடியவையாகவே உள்ளன. அவற்றைத் திரைப்படத்தில் கேட்பதால் மட்டுமே எந்த நபரும் அவற்றைப் பயன்படுத்தத் துணிய மாட்டார் என்றும் நீதிமன்றம் கூறியது.[105] அம்மாதிரிக் காட்சிகள் படத்தின் செய்தியை முன்கொண்டுசெல்ல உதவினவா என்பதுதான் நீதிமன்றத்தின் முன் இருத்தப்பட்ட கேள்வி.[106]

மேற்குவங்க அரசுக்கு எதிராக ஆவீக் சர்க்கார்[107] என்ற வழக்கில் உச்சநீதிமன்றம் ஒரு நிழற்பட ஆய்வு செய்தது. பிம்ப ஆளுமையான ஜெர்மன் டென்னிஸ் விளையாட்டு வீரர் போரிஸ் பெக்கர் அவரது கருநிறக் காதலியும் திரைப்பட நடிகையுமான பார்பாரா ஃபெல்டஸுடன் அரை நிர்வாணத் தோற்றத்தில் உள்ளார் அந்தப் படத்தில். எடுத்தவர் ஃபெல்டஸின் தந்தை. இந்தப் படத்தில் பெக்கரும் ஃபெல்டஸும் காமிராவை நேராகப் பார்க்கும் நிலையில் அரை நிர்வாணமாக உள்ளனர். பெக்கரின் கை ஃபெல்டஸின் மார்புகளை மறைத்திருக்கிறது. இப்படம் ஜெர்மன் பத்திரிகையான ஸ்டெர்ன் என்பதில் வெளியானது. அப்படத்தை ஸ்போர்ட்ஸ் வேர்ல்ட், ஆனந்த பஜார் பத்ரிகா என்பவை திரும்ப வெளியிட்டன. இந்த இரு பத்திரிகைகளும் இந்தியாவில் பரந்த வாசகர் கூட்டத்தைப் பெற்றவை. கல்கத்தா அலிபூர் நீதிபதியின் மன்றத்தில் தொழில்செய்து கொண்டிருந்த வழக்கறிஞர் இந்த நிழற்படத்தைப் பார்த்துவிட்டு இந்தியக் குற்றச் சட்டம் பிரிவு 292இன் கீழ் புகார் அளித்தார். இந்த வழக்கில் உச்சநீதிமன்றத்தால் ஹிக்லின் சோதனை கைவிடப்பட்டு விட்டது. உண்மையில், இந்திய நீதிமன்றங்கள் ஹிக்லின் சோதனையை படிப்படியாகத் தொடர்ந்து மாற்றிக் கொண்டே வந்தன. நீதிமன்றங்கள் முன்னரே மாற்றியதை விட அதிகமாக ஒன்றும் ஆவீக் சர்க்கார் வழக்கில் உச்சநீதிமன்றம் மாற்றிவிடவில்லை.[108]

வெளிப்படையான பாலியல் இச்சையைத் தூண்டுவதாக இருந்தால் ஒழிய, ஒரு பெண்ணின் நிர்வாண/அரைநிர்வாணப் படம் என்பது தன்னளவில் இழிவானது என்று கருதப்பட முடியாது என்று இந்த வழக்கில் கூறப்பட்டது. நிர்வாணம் என்பது பாலியல் இச்சையைத் தூண்டும்படியாக அல்லது காமச் சிந்தனைகளைத் தூண்டுவதாக வடிவமைக்கப் படும்போதுதான் அது ஆபாசமானதாகக் கருதப்படும்.[109] அந்த நிழற்படம் வெளியான பின்னணி, அது வெளிப்படுத்தக் கருதும் செய்தி என்பவை முக்கியமானவை.[110] பெக்கர் இந்த நிழற்படத்தை ஜெர்மனியிலுள்ள இனவேற்றுமைக்கு எதிராகப் பேசுவதற்குப் பயன்படுத்தினார் என்பது குறிப்பாக முக்கியமாகக் கருதப்பட்டது.[111] இந்த நிழற்படம் ஒரு முக்கியமான செய்தியை உரைத்தது- இனவேற்றுமையையும் ஒதுக்கீட்டுக் கொள்கையையும் நீக்கவேண்டும் என்ற செய்தி அது.[112]

கன்னியம்மாளுக்கு எதிராக எஸ். குஷ்பூ[113] என்ற வழக்கில் நன்கறியப்பட்ட ஒரு தென்னிந்திய நடிகை ஒரு நேர்காணலில் கூறிய செய்திகளும் பத்திரிகைகளில் அவை சொல்லப்பட்டதும் ஆபாசமானவையா என்ற கேள்வியை உச்சநீதிமன்றம் ஆராய்ந்தது. ஒன்றாகச் சேர்ந்துவாழும் ஜோடிகளில் திருமணத்திற்கு முந்திய உடலுறவு அதிகரித்து வருகிறது என்றும் இதை ஏற்றுக் கொள்ள வேண்டும் என்றும் அந்த நடிகை சொல்லியிருந்தார். மேலும் பெண்கள் தேவையற்ற கர்ப்பத்திலிருந்தும், பாலியல் நோய்களிலிருந்தும் தங்களைப் பாதுகாத்துக் கொள்ளப் போதிய முன்-எச்சரிக்கைகளை மேற்கொள்ளவேண்டும் என்றும் கூறியிருந்தார். இந்தியா டுடே பத்திரிகைக்குப் பின்வருவனவற்றைக் கூறியதாக வெளியானது:

> ஒரு பெண் ஆண் நண்பனை ஏற்றுக் கொண்டுவிட்டால் அவள் தன் பெற்றோரிடம் சொல்லிவிட்டு அவனுடன் வெளியில் செல்லலாம். தங்கள் மகள் ஒரு பொறுப்பான உறவினை மேற்கொண்டிருந்தால் பெற்றோரும் அதை அனுமதிக்க வேண்டும். திருமணச் சமயத்தில் பெண்கள் கன்னித்தன்மையுடன் இருக்கவேண்டும் என்ற சிந்தனையிலிருந்து நமது சமூகம் விடுபடவேண்டும்.
>
> படித்த ஆண்களில் எவரும் தாங்கள் மணந்துகொள்ளப் போகும் பெண் கன்னித்தன்மையுடன் இருக்கவேண்டும் என்று எதிர்பார்க்க மாட்டார்கள். ஆனால் உடலுறவு கொள்ளும் சமயத்தில் பெண்கள் கர்ப்பத்திலிருந்தும் பாலியல் நோய்களிலிருந்தும் தங்களைக் காப்பாற்றிக் கொள்ளவேண்டும்.

மேலும் தமிழ்நாட்டிலிருந்து வெளிவரும் தினத்தந்தி என்ற பத்திரிகையில் அவர் கூறியதாக வெளியான கீழ்வரும் செய்தியை அவர் மறுத்து விட்டார்.

> எத்தனை ஆண்கள்-பெண்கள் திருமணத்திற்கு முன்னால் உடலுறவில் ஈடுபடாமல் இருக்கிறார்கள்? திருமணத்திற்குப் பிறகு கணவனும் மனைவியும் ஒருவருக்கொருவர் உண்மையாகவும் விசுவாசமாகவும் இருக்கவேண்டுமென்று ஏன் மக்கள் சொல்கிறார்கள்? தவறுகள் செய்யப்படாமல் தடுக்கவே ஒருவர்

மற்றொருவர்மீது நம்பிக்கை வைக்க வேண்டும். ஒரு கணவன் மனைவிக்குத் தெரியாமல், அல்லது மனைவி கணவனுக்குத் தெரியாமல் பிறருடன் தொடர்பு வைத்திருந்தால், அதனால் ஒரு நோய் ஏற்பட்டால், அது இருவரையும் பாதிக்கும். குழந்தைகளையும் அது பாதிக்கும்.

ஒரு பகுத்தறிவுள்ள, மதிநுட்பமுள்ள வாசகரின் மனத்தில் பாலியல் இச்சையைத் தூண்டுமாறான எந்தச் செய்தியையும் குஷ்பூ கூறவில்லை, பாலியல் நிகழ்வையும் வருணிக்கவில்லை என்பதை நீதிமன்றம் ஏற்றுக் கொண்டது.[114] அதாவது ஒரு நபர் பாலியல் ரீதியாகப் பார்வையாளரையோ வாசகரையோ தூண்டுமாறு எதையும் அவர் கூறவில்லை.

குஷ்பூவின் சொற்கள், இன்று இருக்கும் சமூக வழக்காறுகளிலும் மரபுகளிலும் ஒரு உரையாடலைத் தொடங்குவதாக இருக்கக்கூடும் என்று நீதிமன்றம் கூறியது.[115] சமூக மனப்பான்மைகளில் திறந்த உரையாடல் பண்பாட்டை மேம்படுத்துவது அவசியம்.[116] சில பேரைத் திருமணத்திற்கு முந்திய உடலுறவில் ஈடுபடுமாறு தைரியமளிப்பது ஒரு குற்றமல்ல[117] என்றும், முதிர்ச்சி பெற்றவர்கள் விபசாரமல்லாத முறையில் தங்களுக்குள் விருப்பத்துடன் பாலியல் உறவில் ஈடுபடுவது குற்றமாகாது[118] என்றும் கூறியது. ஒரு குற்ற விசாரணையைத் தொடங்குவது என்பது குறித்த அளவில் பலவந்தம் செய்வதை உட்கொண்டுள்ளது என்றும், ஆகவே ஒரு புகாரில் பேச்சுரிமை மீறப்பட்டுள்ளதாகக் குற்றத்தை ஏற்பதற்கு முன்பே முதல் பார்வையிலேயே நடவடிக்கை எடுக்க வேண்டிய தன்மை உண்டா என்பதை ஒரு குற்ற நடுவர் உறுதிப்படுத்த வேண்டும் என்றும் கூறியது.[119] திருமணம் ஒரு முக்கியமான சமூக நிறுவனம் என்றாலும் இந்தியாவில் பல தனிமனிதர்களும், நாட்டுக்குழுக்களும் திருமண அமைப்புக்கு வெளியே பாலியல் உறவுகளை மேற்கொள்வது இயல்பான நிகழ்வு என்று கருதுவதாகவும் நீதிமன்றம் கூறியது.

சமூக ஒழுக்கம் குறித்த எண்ணங்கள் உள்ளார்ந்த நிலையில் அகவயமானவை என்று நீதிமன்றம் கூறியது. ஒழுக்கமும் குற்றத் தன்மையும் ஒன்றாக நீடிப்பவை அல்ல.[120] புகார் கூறியவர்களுக்கு குஷ்பூ கூறிய விஷயங்கள்மீது பிரச்சினை

இருந்தால் அவர்கள் ஊடகங்கள் அல்லது வேறு எந்தப் பொது மேடை வாயிலாகவும் அதற்கு எதிரான தங்கள் சொந்தக் கருத்துகளை வெளிப்படுத்தி எதிர் கொண்டிருக்கலாம்.[121] இந்த இடத்தில், குஷ்பூ பற்றிய உச்சநீதிமன்றத்தின் கருத்து, அமெரிக்க உச்சநீதிமன்றத்தில் கலிஃபோர்னியாவுக்கு எதிராக விட்னி[122] என்ற வழக்கில் நீதிபதி பிராண்டீஸ் கூறிய தீர்ப்பை நினைவுபடுத்துகிறது. "பொய்புரட்டுக்கு எதிரான மருந்து என்பது மேலும் உரையாடலே ஒழிய வலுக்கட்டாயமாக வாயை மூடவைப்பது அல்ல" என்று அவர் கூறினார்.

முன்கட்டுப்பாடுகளும் திரைப்படத் தணிக்கையும்

திரைப்படத் தணிக்கையின் சூழலில், அதன்மீது சுமத்தப்படும் முன் கட்டுப்பாடுகள் செல்லுபடியாகத் தக்கவை என்று உச்சநீதிமன்றம் கூறியுள்ளது. முன் கட்டுப்பாடுகள் என்பவை காலனியக் காலத்தில் அச்சு ஊடகங்களுக்கு எதிராகச் சுமத்தப்பட்டிருந்த தணிக்கையின் ஒரு வகை என்பதை நாம் முன்னரே கண்டோம். முக்கியமாக, நடைமுறையில், முன் கட்டுப்பாடுகள் இப்போதெல்லாம் எழுத்து அச்சு ஊடகங்களின்மீது அல்லது புத்தகங்கள்மீது சுமத்தப்படுவதில்லை. (விதிவிலக்கு - விசாரணையின் போது என்ற விதியின்கீழ். இதைப் பின்னர் காண்போம்). இந்தியப் பத்திரிகை மன்றம் என்ற அமைப்பை 1978இல் பத்திரிகை மன்றச் சட்டம் என்பது நிறுவியது. ஆனால் இந்த அமைப்புக்கு மிக மென்மையான அதிகாரங்களே அளிக்கப்பட்டுள்ளன. ஒரு செய்தித்தாள் அல்லது செய்தி முகமை மீதான விசாரணை ஒன்றை நடத்திய பிறகு, இந்த மன்றம் அதைக் கண்டனம் செய்யவோ கடிந்துரைக்கவோ அல்லது அதன் நடத்தையை ஒப்புக்கொள்ளாமல் இருக்கவோ மட்டுமே அதற்கு அதிகாரம் உண்டு.[123] அந்தச் செய்தித்தாளுக்கு எதிராக நடத்தப்பட்ட விசாரணை பற்றிய செய்திகளை வெளியிடவேண்டும் என்று அந்தச் செய்தித்தாளை மன்றம் கட்டாயப்படுத்தமுடியும்.[124] இந்த நடவடிக்கைகளுக்கு ஏதேனும் பயனுள்ளது என்றால் அது கௌரவ நிமித்தமான விளைவுகள் தான். விசாரணையின்போது, மன்றம், பத்திரிகையாளரைத் தனது தகவல் மூலங்களை வெளியிடுமாறு வற்புறுத்த முடியாது.[125]

1948 மே மாதத்தில் மேற்கு வங்கத்தின் ஆளுநரான சி.இராஜகோபாலாச்சாரி, உள்துறை அமைச்சரான பட்டேலுக்கு ஒரு கடிதம் எழுதினார். அது 1930இன் சிட்டகாங்[126] ஆயுதசாலைச் சோதனையைப் பற்றி எடுக்கப்பட்ட வன்முறையான படம். அதில் ஆயுதமேந்திய இந்தியப் புரட்சியாளர்கள் சிட்டகாங்கிலுள்ள காவலர்களின் ஆயுதசாலைகளைத் தாக்கிக் கைப்பற்றிக் கொண்டார்கள் என்று காட்டப்படுகிறது. ராஜாஜி அந்தப் படம் அரைகுறையாகப் படித்தவர்களுக்குக் குற்றத்தைக் கவர்ச்சிப்படுத்திக் காட்டுவதாக அமையக்கூடும், குறிப்பாக, அதைச் சுற்றி தேசபக்தி முயற்சியின் ஒளிவட்டம் இருப்பதாகக் காட்டப்படுகிறது என்பதால் அதைத் தணிக்கை செய்ய வேண்டும் என்றார்.[127] அந்தச் சமயத்தில் ஒன்றிய அரசுக்கு திரைப்படங்களின் உருவாக்கத்தில் எவ்விதக் கட்டுப்பாடும் இல்லை, அது மாநில அரசுகளால் நிர்வகிக்கப்படுகிறது என்று பதிலளித்தார் பட்டேல்.[128]

மத்தியத் தணிக்கை ஒன்றை அறிமுகப்படுத்துவதை மத்திய அரசாங்கம் சிந்தித்துக் கொண்டிருப்பதாக பட்டேல் கூறினார்.[129] இடையில், திரைப்படம் தயாரான பின்னும் அதன் வெளியீட்டை அனுமதிக்கச் சாத்தியமில்லை என்று ஒரு குறிப்பை வெளியிடுமாறு ராஜாஜியை அவர் கேட்டுக் கொண்டார். இந்தப் பின்னணியில்தான் 1952இன் சினிமேடோகிராஃப் சட்டம் கொண்டுவரப்பட்டது. அது முன்கட்டுப்பாட்டு விதிகள் கொண்ட ஒரு அமைப்பைக் கொண்டது. பொதுமக்கள் பார்ப்பதற்காக அது திரைப்படச் சான்றிதழுக்கான ஒரு குழு என்பதை அமைத்தது. (இது இனிமேல் தணிக்கைக் குழு அல்லது சென்ஸார் போர்டு எனக் கூறப்படும்.) தணிக்கைக் குழுவின் சான்றிதழ் இன்றி எந்த நபரும் தனது படத்தினைப் பொதுமக்களுக்குக் காட்டமுடியாது. ஒரு திரைப்பட வெளியீட்டை முற்றிலுமாக மறுக்கவோ, தடையற்று மக்கள் பார்க்குமாறு வெளியிடவோ,[130] வயதுவந்தோர் மட்டும் காணுமாறு தடைவிதிக்கவோ,[131] அல்லது எந்தத் தொழிலிலும் உள்ளவர் மட்டும் காணுமாறு வெளியிடவோ,[132] அல்லது தான் நினைக்கும் விதமாகப் படத்தைத் தயாரித்தவர் படத்தை வெட்டவோ மாற்றங்களைச் செய்யுமாறு கூறவோ,[133] அதற்கு அதிகாரம் உண்டு. 19(2) பிரிவில் பேச்சுரிமைக்கு விதிக்கப்பட்டுள்ள கட்டுப்பாடுகளை

மீறினால் அந்தப் படத்திற்குச் சான்றிதழ் அளிக்க மறுக்கவும் தணிக்கைக் குழுவுக்கு அதிகாரம் உண்டு.[134] தணிக்கைக்குழுவுக்கு விதிமுறைகளை அளிக்கவும் சான்றிதழ் எப்படி அளிக்கவேண்டும் என்ற கொள்கைகளை விதிக்கவும் ஒன்றிய அரசுக்கு அதிகாரம் உள்ளது.[135] தணிக்கைக் குழு அளித்த சான்றிதழை நிறுத்திவைக்கவும் அதனால் முடியும்.[136] தணிக்கைக் குழுவின் முடிவுகளுக்கு எதிரான முறையீடுகள் இதற்கென்று தனியாக அமைக்கப்பட்ட ஒரு மேல்முறையீட்டு மன்றத்தில் அளிக்கப்பட வேண்டும்.[137]

இந்திய ஒன்றியத்திற்கு எதிராக கே.ஏ. அப்பாஸ்[138] வழக்கில் சினிமேடோகிராஃபிக் சட்டத்தின்படி முன்பு அமைக்கப்பட்ட முன்கட்டுப்பாட்டு விதிஅமைப்பின் செல்லுபடித் தன்மையை நிர்ணயிக்க உச்சநீதிமன்றம் முனைந்தது. கே.ஏ. அப்பாஸ், நான்கு நகரங்களின் கதை (1968) என்ற ஆவணப்படத்தை எடுத்தார். இந்தப் படம், நான்கு நகரங்களில், கல்கத்தா, பம்பாய், சென்னை மற்றும் தில்லியில் உள்ள பணக்காரர்களின் வாழ்க்கையின் ஆடம்பரத்தையும் ஏழைமக்களின் அழுக்கையும் ஏழ்மையையும் முரண்படுத்திக் காட்டியது. அது பம்பாயின் சிவப்பு விளக்குப் பகுதியின் மங்கலாக்கப்பட்ட காட்சி ஒன்றையும் காட்டியது. அதில் பாலியல் தொழிலாளர்கள் மிகக்குறைந்த ஆடைகளுடன் இருப்பதையும் காட்டியது. அந்த முழுக் காட்சியும் ஒரு நிமிடத்திற்குக் குறைவான நேரமே. பிறகு ஒரு காட்சி பாலியல் தொழிலாளர் தன் பெரும்பாலான சம்பாத்தியத்தைத் தன் “மாமா”க்காரனுடன் பகிர்ந்துகொள்வதையும் அவளது இருப்பிடம் ஒரு கூண்டு போன்றிருப்பதையும் காட்டியது. மனுதாரருக்குத் தணிக்கைக்குழு ஒரு ஏ- சான்றிதழ் அளித்துப் படத்தை வயதுவந்தோர் மட்டுமே பார்க்கலாம் என்பதாகக் கூறியது. சிவப்பு விளக்குப் பகுதிக் காட்சியில் சில வெட்டுகளைச் செய்தால் அதைப் பொது மக்கள் காண்பதற்கான யு சான்றிதழ் அளிப்பதாக அரசாங்கம் கூறியது. சினிமேடோகிராஃபிக் சட்டத்தின் முன்கட்டுப்பாட்டு விதிஅமைப்பையும்,[139] அதனுடன் மத்திய அரசாங்கம் விதித்த விதிகளையும் கே.ஏ. அப்பாஸ் எதிர்த்தார். நீதிமன்றத்தின் தீர்ப்பைத் தலைமை நீதிபதி ஹிதாயத்துல்லா எழுதினார். அந்தத் திரைப்படம் நீதிமன்றத்தின் நீதிபதிகளுக்காகவும், வழக்கறிஞர்களுக்காகவும்

தனியாக திரையிடப்பட்டதாகவும், அதில் ஆபாசம் எதுவும் இல்லை என்றும் அவர் உண்மையாகவே ஒப்புக் கொண்டார்.[140] ஆனாலும் சினிமேடோ கிராஃப் சட்டத்தின் முன்கட்டுப்பாட்டு விதியமைப்பு தப்பித்துவிட்டது.[141] திரைப்படங்களின் சூழலில் முன்கட்டுப்பாட்டு விதிகள் சிறப்பாகப் பொருந்துமாறு உள்ளன. ஏனெனில் அவற்றுக்கு ஓர் உடனடி பாதிப்புத் தன்மை உள்ளது. தங்கள் பல்துறைக் கையாளுகை காரணமாகவும், யதார்த்தக்கொள்கை (உண்மையில் பெரும்பாலும் மீநடப்பியல் தான்), காட்சி-கேள்விப் புலன்களின் ஒருங்கிணைப்புக் காரணமாகவும் திரைப்படங்கள் வேறெந்தக் கலைப்படைப்பினை விடவும் உணர்ச்சிகளை எழுப்ப வல்லன வாக உள்ளன என்பதால் இவ்விதம் நிகழ்கிறது என்று நீதிமன்றம் கருதியது.[142] இதில் ஆச்சரியம் எதுவுமில்லை. இதற்கு முன்னரும் கூட, அரசியல் சட்டத்தின் முதல் திருத்தம் கொண்டுவருவதற்கு முன்னரும், கொள்கையளவில் முன்கட்டுப் பாட்டு விதிகள் ஏற்றுக்கொள்ளவே பட்டன. இதை *ப்ரிஜ் பூஷண் வழக்கில்* முன்னரே பார்த்தோம்.[143]

அரசுக்கு எதிராக ராஜ்கபூர் வழக்கில்[144] தணிக்கைக் குழு ஒரு திரைப்படத்திற்குச் (இந்த வழக்கில் *சத்யம், சிவம், சுந்தரம்* திரைப்படம்-1978) சான்றளித்துவிட்டதால் மட்டுமே அதைத் தயாரித்தவர்கள் ஆபாசம் என்ற குற்றச் சாட்டிலிருந்து தப்பித்துவிட முடியாது என்று உச்சநீதிமன்றம் கூறியது. ஆனால் இந்தச் சட்டவிதி சினிமேடோகிராஃப் சட்டத்தில் பின்னர் கொண்டுவரப்பட்ட ஒரு திருத்தம் (1983 ஜூன் முதல்) மூலமாக இல்லாமற் செய்யப்பட்டது. அதன்படி திரைப்படத் தணிக்கைக் குழு சான்றிதழ் அளித்துவிட்ட பிறகு, ஒரு விநியோகஸ்தர், அரங்கக்காரர் அல்லது படத்தில் உரிமையுள்ள எந்த நபரும் ஆபாசத்திற்காகக் குற்றம் சாட்டப்பட முடியாது. ஆக, சினிமேடோகிராஃபிக் சட்டத்தினால் வகையான இடத்தில் வைக்கப்பட்ட முன்கட்டுப்பாடுகள் விதியமைப்பு, படவெளியீட்டுக்காரர்களை ஆபாசம் என்பதிலிருந்து தப்புவிக்கின்ற ஒரு வேடிக்கையான பணியைச் செய்கிறது. தணிக்கைக் குழுவின் அதிகாரம் சுதந்திரப் பேச்சுரிமைக்கு எதிராக இருக்க வேண்டிய அவசியமில்லை.

ஐக்கிய அரசில் (இங்கிலாந்தில்) 1984 வீடியோ பதிவுச் சட்டத்தின்கீழ் சட்ட அதிகாரத்துடன் இயங்கும் திரைப்பட வகைப்பாட்டின் பிரிட்டிஷ் தணிக்கைக் குழு ஒரு படத்துக்குச் சான்றிதழ் அளிப்பதை மறுக்க முடியும். '*பயங்கரவாதிகள், கொலைகாரர்கள் மற்றும் பிற பித்தர்கள்*' என்ற ஆவணப்படத்திற்கு அது சான்றிதழ் அளிக்க மறுத்துவிட்டது. அதில் ஒரு குழுவினரால் சுடப்பட்ட ஒரு மனிதனின் முகம் பிய்த்தெறியப்படுகிறது. ஆனாலும் அவன் மூச்சுத் திணறிக் கொண்டு வாழ்வதாகப் பின்னர் வருகிறது.[145] அது மனிதப் *பூரான்-2* என்ற படத்தில் 32 வெட்டுகள் செய்யப்பட்ட பின்னரே சான்றிதழ் வழங்கியது. அது வெட்டிய காட்சிகளில் ஒருவன் உப்புத்தாளால் தன் குறியைச் சுற்றிச் சுய இன்பம் காண்பதாக ஒரு காட்சி இடம் பெற்றிருந்தது ஒன்றாகும்.[146] இதேபோல, *வில்சனுக்கு எதிராக ஜோசப் பர்ஸ்டைன்*[147] வழக்கில் ஆபாசப் படங்கள் காட்டுவதைத் தடுக்க தெளிவாக வரையறுக்கப்பட்ட சட்டவிதிகளின்படி திரைப்படங்களுக்கு முன்கட்டுப்பாடுகளை மாகாண அரசுகள் தணிக்கை விதிகளை விதிக்கலாம் என்ற சாத்தியத்தை மறுக்கலாகாது என்று உச்சநீதிமன்றம் கூறியுள்ளது.[148] அமெரிக்காவில் திரைப்படத் தணிக்கை பெரும்பாலும் சுயகட்டுப் பாட்டினால் செய்யப்படுகிறது. அதற்கு உதவுவது அமெரிக்காவின் சலனப்படச் சங்கம். அது வகைப்படுத்தும் மற்றும் மதிப்பிடும் நிர்வாகம் என்ற முறையின் மதிப்பீட்டின் வாயிலாக அதைச் செய்கிறது.[149] இந்த அமைப்பில் ஒரு திரைப்படத்தை தணிக்கைக்குச் சமர்ப்பிக்கவேண்டும் என்ற கட்டாயம் இல்லை. ஆனால் இந்த அமைப்பினால் மதிப்பிடப்படாதவை, அல்லது என்சி-17 (வயது வந்தோர்க்கு மட்டும்) என்ற மதிப்பீட்டை வாங்கியவை, வருமானத்தை ஈட்டுவது மிகக் குறைவாகவே உள்ளது.[150] ஆனால் இந்தியத் தணிக்கைக் குழுவின் பிரச்சினை என்னவென்றால், அது மிகவும் கேள்விகேட்பதற்குரிய முடிவுகளைச் செய்துள்ளது, ஒழுக்கரீதியாகச் சநாதனமாகச் செயல்படுகிறது என்பதுதான். இதற்குச் சான்றுகள் இந்த நூலின் ஆரம்ப இயலிலேயே நோக்கப்பட்டன.

திரைப்படங்களின் களத்தில் மட்டுமே முன்கட்டுப்பாடுகள் உள்ளன என்பதல்ல, நாடகம் மற்றும் பிற பொதுநிகழ்த்தல்களிலும் அவை பயன்படுத்தப்பட்டன. மகாராஷ்டிர அரசில்,

உதாரணமாக, 1951 பம்பாய் போலீஸ் சட்டப்படி பிறருக்கிடையே போலீஸ் கமிஷனருக்கும் மேளாக்கள், தமாஷாக்கள் உள்ளிட்ட பொது மகிழ்ச்சிக்கான நிகழ்த்தல்களுக்கு-இசை, நடனம், போலிசெய்தல், நாடகம் நிகழ்த்தல் இன்ன பிற செயல்பாடுகளின்மீதும் முன்கட்டுப்பாடுகளைத் திணிக்க விதிவகுக்கும் உரிமை உண்டு.[151] ஒரு நாடக நிகழ்ச்சிக்கு உரிமம் தர மறுக்கின்ற அளவுக்கு நம்பவியலாத பரந்த அதிகாரங்கள் அந்த உரிமம் வழங்கும் குழுவுக்கு உண்டு. உதாரணமாக, ஒரு நிகழ்ச்சி வரம்புமீறிய, நிந்தனைச் சொற்கள் கொண்ட, ஆளுமைகள்மீது அவதூறான குறிப்புகளைக் கொண்ட, எந்த ஒரு தேசம் அல்லது மதத்தைப் பின்பற்றுவோர் மீது காயப்படுத்தும் தன்மை கொண்ட, வெறுமனே இராஜத்துரோக விஷயம் அன்றி, அரசியல் அமைதியின்மையைத் தோற்றுவிக்கக் கூடிய, ஒன்றாக இருந்தால் அதன் உரிமம் மறுக்கப்படலாம்.[152] பேச்சில் அதிக அளவிலான பல்வேறுபண்புகள் கொண்ட அரங்க நிகழ்வுகள் தடைசெய்யப்பட்டன. மொழியின் கீழ்த்தரத் தன்மை அல்லது தகுதியின்மை, அல்லது உடை, நடன அசைவு, அல்லது சமிக்ஞையின் மேன்மைக்குறைவு, தடைசெய்யப்பட்ட ஒன்றாகும்.[153] ஆனால் இந்தியாவில் ஹிக்லின் சோதனை மாற்றப்பட்டிருப்பதை முதலிலேயே கண்டோம். படைப்பை முழுமையாகப் பார்க்கவேண்டுமே அன்றி சில இடங்களில் வரும் கீழ்த்தரப் பேச்சை ஆபாசம் என்று கருதக்கூடாது. இந்த முன்னேற்பாடுகளின் அரசியல் செல்லுபடித் தன்மை இப்போது பம்பாய் உயர்நீதி மன்றத்தில் புகழ்பெற்ற நடிகரான அமோல் பாலேகரின் மனுவின் வாயிலாகக் கேள்விக்குள்ளாக்கப் பட்டுள்ளது.[154]

பெரும்பாலும் முன்கட்டுப்பாடுகள் தொலைக் காட்சிக்குக் கிடையாது.[155] வேறு சொற்களில் கூறினால், *பெருவெடிப்புக் கொள்கையையோ நண்பர்கள்* என்ற நிகழ்வையோ இந்தியத் தொலைக்காட்சியில் காட்ட அமெரிக்கத் தொலைக்காட்சிக்கு ஒரு தணிக்கையின் முன் ஒப்புதல் தேவையில்லை. ஆயினும் இம்மாதிரி உள்ளடக்கங்களை இந்தியத் தொலைக்காட்சியில் காட்டும் இந்தியக் குழுமங்கள் பார்ப்போருக்குத் தகுதியானவையாக அவை இருக்க வேண்டுமென்று தணிக்கை செய்துவிடுகின்றன.[156] தொலைக்காட்சித் தயாரிப்பாளர்கள் ஒரு

நிகழ்ச்சி விதித்தொகுதியைப் பின்பற்றியாக வேண்டும். இந்த விதித் தொகுதி மிகவும் கடுமையானது. அரசியலமைப்பின் விதிகள் 19(1)(அ) மற்றும் 19(2) ஐ அடிப்படையில் மீறுவதாகும். உதாரணமாக நன்னடத்தைக்கு எதிரான நிகழ்ச்சி எதையும் இந்தியத் தொலைக்காட்சியில் நடத்தமுடியாது என்பது மட்டுமல்ல, அது நல்ல இரசனை என்பதற்கு எதிராகவும் இருக்கக்கூடாது. இச்சொல், மறைமுகக் குறிப்புகள் அரை உண்மைகள் போன்றவற்றைக் கொண்டுள்ளது என்பதோடு இந்தியாவின் குடியரசுத் தலைவரின் நேர்மைமீது அபவாதத்தைச் சுமத்துவதாகவும் உள்ளது. அதிலுள்ள எந்தத் தனிமனிதரையும் விமரிசனம் செய்வதாக இருக்கக்கூடாது என்ற தொடர், மூடநம்பிக்கைகளுக்கும் குருட்டு நம்பிக்கைகளுக்கும் ஆதரவாக உள்ளதோடு, பெண்களையும் சிறார்களையும் இழிவுபடுத்துகிறது வேறு எந்த இன, மொழி, வட்டாரம் சார்ந்தவர்களையும் தற்பெருமை கொண்டவர்கள் அல்லது போலிகள் என்றெல்லாம் சித்திரப்படுத்துகிறது.[157] எல்லா நிகழ்ச்சிகளும் தடையற்ற பொதுமக்கள் பார்வைக்குத் தகுதியானதாக இருக்க வேண்டும்.[158] அப்படியானால், வயது முதிர்ந்தவர்கள் உட்பட எல்லாருமே ஒரு குழந்தைகள் நிகழ்ச்சியைக் காணத் தயாராக இருக்கவேண்டும். இதனால், பொதுமக்கள் பார்வைக்குத் தடையற்றதாக இல்லாத நிகழ்ச்சிகளும் சிலசமயங்களில் ஒளிபரப்பப் படலாம், அது பெற்றோர்கள் வீட்டில் இருந்து தங்கள் சிறார்களை மேற்பார்வைக்கு உட்படுத்தும் நேரமாக இருக்கவேண்டும் என்றாகிறது. இப்படிப்பட்ட நிகழ்ச்சிகள் சிலசமயங்களில் காமத்தைத் தூண்டக்கூடிய பிரிவுகளாக்கும் என்று சுட்டப்படுகின்றன.[159] இந்த நிகழ்ச்சிவிதித் திட்டத்தை மீறக்கூடிய ஒரு ஊடகக் குழுமம் மிகக் கடுமையான விளைவுகளைச் சந்திக்க வேண்டி வரலாம். அதன் கருவிகள் அரசாங்கத்தால் கைப்பற்றப்படலாம்.[160] அதன் அதிகாரிகள் குற்றம் செய்தவர்களாகச் சாட்டப்படலாம்.[161] அந்த உள்ளடக்கமே ஒளிபரப்புச் செயய முடியாமல் தடுக்கப்படலாம்.[162] 2016 நவம்பரில் *NDTV* சேனல் பத்தான் கோட் பயங்கரவாதிகளின் தாக்குதல் பற்றிச் செய்தி வெளியிட்டது. ஆனால் பயங்கரவாதத்துக்கு எதிரான செயல்முறைகளும் நடந்தவாறே இருந்தன. இதனை ஒளிபரப்பியதற்காக அந்த சேனல் ஒருநாள் முழுவதும் எந்த உள்ளடக்கத்தையும் ஒளிபரப்பக்கூடாது என்று இந்திய அரசாங்கத்தின் செய்தி ஒளிபரப்புத்துறை தடை

செய்தது.[163] அதுபோலவே 2013 மார்ச்சில் எஃப்டிவி சேனல், இரவு 10 மணிக்குப் பிறகு சில நிர்வாணக் காட்சிகளைக் காட்டியதற்காக பத்துநாட்கள் தடைசெய்யப் பட்டது.[164] குறிப்பாக *எஃப்டிவி லிங்கரீ* என்ற நிகழ்ச்சியை நடத்தியதால் அரசாங்கம் தொல்லைக்குள்ளாகியது. அந்த நிகழ்ச்சியில் லிங்கரீ அணிந்த பெண்களின் பின்புறங்கள் ஆடையின்றிக் காட்டப்பட்டன என்பது குற்றச்சாட்டு.

ஆயினும் சில முன்கட்டுப்பாடுகள் தொலைக்காட்சி நிகழ்ச்சிகள் மீதும் சுமத்தப்படுகின்றன. மிக முக்கியமாக, தொலைக்காட்சி செய்தி அலைவரிசைகள், நவீன பத்திரிகையின் பிரதிநிதிகள்-உள்ளடக்கத்தைத் தேர்வுசெய்யவும், வெளியிடவும் அரசாங்கத்தின் அனுமதியைப் பெற வேண்டும். இது காலனிய ஆதிக்க இந்தியாவிலும் காணப்பட்ட முன்கட்டுப்பாடுகள் கொண்ட உரிமவிதியமைப்பை ஒட்டியதாக இருக்கிறது. தடையற்ற பொதுமக்கள் பார்வைக்குத் தகுதியானது என்று தணிக்கைக் குழுவினால் சான்றிதழ் பெறாத எந்த திரைப்படப் பகுதியும், திரைப் பாடலும், விளம்பரமும் அல்லது டிரெயிலரும் ஒளிபரப்பப் பட இயலாது. இதில் விசித்திரமானது, இந்தியாவிலோ வெளிநாட்டிலோ தயாரிக்கப்பட்ட எந்தப் பாடல் காட்சியும் தணிக்கைக்குழுவினால் தடையற்ற பார்வைக்குரியது என்ற சான்றிதழ் பெறாமல் ஒளிபரப்பப்பட முடியாது என்பதுதான்.[165]

சினிமார்ட் ஃபவுண்டேஷனுக்கு எதிராக இந்திய ஒன்றியம் என்ற வழக்கில்[166] தொடர்புள்ளவர் ஆவணப்படத் தயாரிப்பாளரான தபன் போஸ். வெகுமக்கள் கொலைக்கு அப்பால் என்ற ஆவணப்படத்தை அவர் போபால் விஷவாயுக்கசிவு பேரழிவு பற்றி எடுத்தார். 1987இன் கதையல்லாத் திரைப்படப் பிரிவில் மிகச் சிறந்த படமாக இந்திய அரசாங்கத்தின் தங்கத்தாமரைப் பரிசினை அது பெற்றது. விருது வழங்கும் நிகழ்ச்சியில் தகவல் ஒளிபரப்புத் துறை அமைச்சர் அந்த ஆவணப்படம் தூர்தர்ஷனில் காட்டப்படும் என்று கூறியதாகத் தோன்றுகிறது. அக்காலத்தில் இருந்த ஒரே சேனல் தூர்தர்ஷன் மட்டும்தான். போஸ், தூர்தர்ஷனை அந்த ஆவணப் படத்தை ஒளிபரப்புமாறு கேட்டபோது அவர்கள் மறுத்துவிட்டனர். தூர்தர்ஷனின் கருத்துப்படி, அந்தப் படத்தின் உள்ளடக்கம் காலத்துக்கு

ஒவ்வாதது, பொருத்தமற்றது, திரைப்படமே சமநிலையும் கட்டுப்பாடும் அற்றது என்பதோடு, அத்துன்ப நிகழ்வில் பாதிக்கப்பட்டவர்களின் இழப்பீடு சம்பந்தமான வழக்குகள் நீதிமன்றத்தில் நிலுவையிலிருந்தன, அதனால் அந்தப்படம் ஒரு சூடான அரசியல் பிரச்சினை பற்றியது என்பதாலும் அது ஒளிபரப்பப்பட தகுதியற்றது.

திரைப்படங்களின் மீது முன்கட்டுப்பாடுகளையும் தணிக்கையையும் சுமத்துவது நியாயமானது என்று உச்சநீதிமன்றம் கூறியது. பிற எந்த ஊடகத்தையும் போல் அன்றி, திரைப்படம் என்பது ஒரு ஆற்றல்மிக்க தொடர்புச் சாதனம், பார்வையாளர்கள் மனத்தில் ஆழமான தாக்கத்தை உருவாக்கும் இயலுமை கொண்டது. ஆகவே அது தருகின்ற செய்தி சமூகத்துக்கோ, ஏன் சமூகத்தின் ஒரு பகுதியினருக்கோ தீங்கிழப்பதாக அமைந்துவிடக்கூடாது என்பதை உறுதிப்படுத்துவது அவசியம் என்றது.[167]

ஆயினும் அரசாங்கம் அந்த முன்கட்டுப்பாட்டுக்கான நியாயத்தைக் காட்ட அரசாங்கம் ஒரு பெருஞ்சுமையை ஏற்கவேண்டும் என்றும் கூறியது.[168] தூர்தர்ஷன் அந்தத் திரைப்படத்தை மக்கள் பார்ப்பது ஏற்றதல்ல என்பதற்குத் தான் முன்வைத்த காரணங்களில் எந்த ஒன்றையும் காட்டுமாறு தூர்தர்ஷன் அளித்த விஷயங்கள் (உதாரணமாக, சமநிலையும் கட்டுப்பாடும் அற்றது அந்தப்படம்) எதுவும் பொருந்தவில்லை என்று நீதிமன்றம் கூறியது.[169] அந்தப் படம் தங்கத் தாமரை விருது பெற்றது என்பதை நீதிமன்றம் குறிப்பிட்டது. அதற்குத் தணிக்கைக் குழுவினால் யு சான்றிதழ் அளிக்கப்பட்டிருந்தது (அதாவது தடையின்றிப் பொதுமக்கள் அனைவரும் காணக்கூடிய படம் அது). போபால் விஷவாயு துர்ச் சம்பவத்தின் நிகழ்ச்சிகளை மிகத் துல்லியமாக அந்தப் படம் சித்திரித்தது என்பதைத் தூர்தர்ஷனே ஒப்புக் கொண்டிருந்தது. அந்தப் படம் வெறுமனே அரசாங்கத்தைக் குறை கூறுவதாக நினைப்பதோ, அல்லது பலியானவர்களின் இழப்பீடுகள் இன்னும் தரப்படாமல் இருப்பதோ அந்தப் படம் ஒளிபரப்பப்பட ஏதுவானதல்ல என்று கூறமுடியாது என்று நீதிமன்றம் கூறியது.

வானொலி நிலையங்கள் அதிகாரபூர்வமாக அனுமதி அளிக்கப்படாத அரசியல் செய்திக்கதைகளை வெளியிடுவது

முற்றிலுமாகத் தடைசெய்யப்பட்டுள்ளது என்பது விசித்திரம்.[170] அனைத்திந்திய வானொலி பின்பற்றும் அதே நிகழ்ச்சி மற்றும் விளம்பர விதிச்சட்டகத்தைத்தான் எல்லா வானொலிகளும் பின்பற்ற வேண்டும்.[171] உதாரணமாகப் பிறவிதிகளுக்கிடையில், அவை ஆபாசமான எதையும் ஒலிபரப்பக்கூடாது. குடியரசுத் தலைவரின் மற்றும் நீதித்துறையின் நேர்மை பற்றிய தாக்குதல் எதையும் அனுமதிக்கக்கூடாது, எந்த நபரையும் பெயர்சுட்டி விமரிசனம் செய்யக்கூடாது.[172] இணைய ஒளிபரப்புகள்மீது இப்போது எவ்வித முன்கட்டுப்பாடுகளும் சுமத்தப்படுவதில்லை.[173]

வளரிளம் பருவத்தினர், மனப்பிறழ்வினர், மீ–உணர்வாளர்

ஆவீக் சக்காரின் வழக்கில் முறையாக ஹிக்லின் சோதனையைக் கைவிடுவதற்கு முன்னரே ஆபாசம் என்பது வளரிளம்பருவச் சிறார்கள், அல்லது பிறழ்வு மனப்பான்மையர், மீ-உணர்வாளர்கள் ஆகியோரால் நிர்ணயிக்கப்படக் கூடாதது என்பதை உச்சநீதி மன்றம் திரும்பத் திரும்ப வலியுறுத்தியுள்ளது. ஆனால் கீழே நாம் நோக்கப்போகும் சோதனைகள் அனைத்தும் நம்பமுடியாத அளவுக்கு அகவயமானவை. ஏனெனில், பிறழ்வு மனப்பான்மையன் யார்? மீ-உணர்வாளன் யார்? இதை நிச்சயம் செய்துகொள்வதில் நீதிமன்றத்துக்கு ஜூரிகளின் ஆதாயம் நீதிமன்றங்களுக்குக் கிடைப்பதில்லை. இந்தக் கேள்விகளுக்கு விடை தேடுவதில் நாம் அமர்வில் தானே அமரக்கூடிய விசாரணை நீதிபதி அல்லது விரல் விட்டு எண்ணக்கூடிய மேல்முறையீட்டு நீதிபதிகளின் மீதுதான் நாம் நமது நம்பிக்கையை வைத்தாக வேண்டும்.

ககோட்கரில்[174], வெறுமனே நிசிகாந்த்தின் கதையையும் மேற்குறித்த அவனது பாலியல் சம்பவங்களையும் படிப்பதனாலேயே வளரிளம்பருவ இளையோர் கெட்டுவிடுவார்கள், கீழ்மை அடைவார்கள், காமவெறி மிகுந்தவர்கள் ஆவார்கள் என்று நீதிமன்றம் நினைக்கவில்லை.[175] வாழ்க்கையில் அம்மாதிரி சந்தர்ப்பங்களை அவர்கள் சந்தித்திருப்பார்கள், எதிர்கொண்டிருப்பார்கள்[176] என்று நீதிமன்றம் கூறியது. இளையோர்க்கு பாலியல்புடன் தொடர்பே ஏற்பட்டுவிடக்கூடாது என்று எழுத ஆரம்பித்தால் ஆசிரியர்கள் அவர்களுக்காக மட்டுமே

எழுத வேண்டி வரும், முதிர்ந்தவர்களுக்கு அல்ல.[177] பாலியல், நேசம், காதல் போன்றவற்றை உள்ளடக்கிய இளையோர்க்குத் தீனிபோடக்கூடிய செவ்வியல் நூல்கள், நாவல்கள், கதைகள், இலக்கியப் பகுதிகள் ஏராளமானவை உள்ளன.[178]

அப்பாஸ் வழக்கில்[179] "நம்முள் மிக இயலாதவர்கள், மிகத் தாழ்ந்தவர்களின் பாதுகாப்பு, ஒழுக்கத்தில் ஆரோக்கியமாக இருப்பவர்கள் பார்க்கவோ படிக்கவோ முடியாததை நிர்ணயிக்கக்கூடிய நிலைக்குத் தாழ்ந்துவிடாத மாதிரியான அளவில் தரங்கள் நிர்ணயிக்கப்பட வேண்டும்" என்று தலைமை நீதிபதி ஹிதாயத்துல்லா குறிப்பிட்டார். கலையின் அல்லது மேதைமையின் அல்லது சமூக மதிப்பின் உய்யவைக்கும் தொடுகை இன்றி ஒழுக்கமுள்ள சராசரி மனிதன் வாழ்க்கையின் நிர்வாணமான சித்திரப்படுத்தலில் சங்கடமோ, அருவருப்போ அடையத் தொடங்காமல் இருக்குமிடத்தில் பிரிவுக் கோட்டினை வரைய வேண்டும். அஃதின்றி, இழிவானவர்கள் அப்படிப் பட்டவற்றில், ஒரு ஃபிரெஞ்சுக்காரன் எல்லாவற்றிலும் ஒரு பெண்ணின் கால்களையே காண்கிறான் என்று தவறாகக் குறிப்பிட்டது போல, சராசரி மனிதன் பார்க்கமுடிந்தவற்றைவிட அதிகமாகப் பார்க்கும் நிலையில் அக்கோடு இருக்கக்கூடாது.[180] ஒன்றிய அரசு திரைப்படச் சித்திரக் கலைக்காக தணிக்கைக் குழுவுக்கு அளித்திருக்கும் வழிகாட்டுதல்கள்மீது நீதிமன்றம் குறை கண்டது. இதனால் பொது திரைப்படம் வீட்டுத் திரைப்படங்கள் அளவுக்குக் குறுக்கப்பட்டு விட்டதாகத் தெரிவித்தது.[181]

ராஜ் கபூர் வழக்கில்[182] ஒருவேளை உலகத்தின் மிகச் சிறந்த ஓவியங்கள், சிற்பங்கள், பாடல்கள், நடனங்கள் ஆகியவற்றிலும், இந்தியாவின் ஒளிவீசும் பாரம்பரியமான கோனாரக்குகள், கஜூராஹோக்களிலும், உயர்ந்த இதிகாசங்களிலும், சுவைமிக்க பகுதிகளிலும், போலிகளும் தற்பெருமைக்காரர்களும் அரசு ஒழுக்கவாதிகளும் சட்டகங்களையும் வைதிக மாறுபாடுகளையும் புகுத்தினால் அவை சட்டத்தின் மூச்சினைத் திணற வைக்கும் என்று உச்சநீதிமன்றம் கூறியது.[183] அதாவது, வளரிளம் பருவ இளையோர் அல்லது இழிந்தவர்கள் நோக்குநிலையிலிருந்து மட்டுமே ஆபாசம் என்பது நிர்ணயிக்கப்படக் கூடாது. ஆபாசம் எது அல்லது எது அல்ல என்பதை நிர்ணயிப்பதில், போலிகள்,

தற்பெருமைக்காரர்கள், அரசு ஒழுக்கவாதிகள் அல்லது மீ-உணர்வு மிக்கவர்கள் ஆகியோரைப் புறக்கணித்துவிட வேண்டும்.

சமரேஷ் போஸின் வழக்கில்[184], பிரச்சினைக்குள்ளான கதை, ஒரு பிரபலமான வங்காளப் பத்திரிகையான சரோதிய தேஷ் என்பதில் வெளிந்தது. அதை பதினிறுதி வயது இளையர்கள், சிறுவர்கள், வளரிளம் பருவத்தோர், வளர்ந்த இளைஞர்கள், முதியவர்கள் அனைவரும் படித்தனர். அதற்கான தரம் வளரிளம் பருவத்தினர் பாலியலுடன் தொடர்பு கொள்ள முடியாத ஒன்றாக இருக்க முடியாது, அப்படியானால், வெறும் மதப்புத்தகங்களை மட்டும்தான் வெளியிட முடியும் என்று கூறியது நீதிமன்றம்.[185] ஆனால் இந்து மதத்தில் மதப்புத்தகங்களிலும் கூடப் பாலியல் உள்ளடக்கம் ஏராளமாக இருக்கிறது என்பதை ஒருவேளை நீதிமன்றம் மறந்து விட்டது போலும்.[186]

இதேபோல, பாபி ஆர்ட் வழக்கில்[187] உச்சநீதிமன்றம், "பிறழ்வு நிலையில் உள்ளவர்களைப் பாதுகாக்கவோ, மீ-உணர்வு நிலையினரைத் தணிக்கவோ நாம் தணிக்கை செய்வதில்லை" என்று உச்ச நீதிமன்றம் கூறியது.[188] ஆனந்த பட்வர்தனுக்கு எதிராக தலைமை இயக்குநர் வழக்கில்[189] திரைப்படம், ஒரு சராசரி, ஆரோக்கியமான, பொதுப்புத்தி நோக்குநிலையிலிருந்து தீர்மானிக்கப்பட வேண்டும் எனப்பட்டது.[190] குஷ்பூவில்[191] மதிநுட்பம் வாய்ந்த வாசகர்களுக்குள் பொறுப்புள்ள வாசகக் கலாச்சாரம் வளர்க்கப்பட வேண்டும் என்று கூறியது. (நீதிமன்றம் ஒருவேளை மிகுமுறைமை பேணும் என்று சொல்லவந்திருக்கலாம்.)[192]

இந்திய ஒன்றியத்துக்கு எதிராக அஜய் கோஸ்வாமி வழக்கில்[193] முதிர்ச்சியடைய இளம்வயதினர் பாலியல்ரீதியாகச் சுரண்டும் விஷயங்களை எதிர்கொள்ளக்கூடாது என்பதை உறுதிப்படுத்த வேண்டுகின்ற மனு ஒன்றை ஆராய்ந்தது. வழக்கின் விவரங்களைத் தீர்ப்பு தெளிவாக வெளிப்படுத்தவில்லை. பாலியல் ரீதியான உள்ளுறையைக் கையாளும் உள்ளடக்கம் செய்தித்தாள்களில் வருவதைப் பார்த்துப் புண்பட்ட மனிதர் ஒருவர் ஆபாசத்துக்கென வழிமுறைகள் உருவாக்கப்பட வேண்டும் என்று கேட்க முனைந்ததாகத் தோன்றுகிறது. உதாரணமாக, செய்தித்தாளின் கட்டுரைகளில் புகழ் ஓங்கிய

பாலியல் நிபுணர்கள் இயல்பாகவே சுயஇன்பம், விந்து வெளியேற்றம், உள்நுழைத்தல் போன்ற கருத்துகளைப் பற்றி மிகச் சிறிய வயதிலேயே சிறார்கள் படிக்கும்படியான விஷயங்கள் வெளியாக வேண்டுமா என்று நீதிமன்றம் வியப்பைத் தெரிவித்தது.[194] ஆனாலும் ஆபாசம் பற்றிப் போதிய அளவு சட்டங்கள் இருப்பதால் நீதிமன்றம் மனுவைத் தள்ளுபடி செய்தது.[195] அசாதாரணமான, மீ-உணர்வு கொண்டோரின் நோக்கிலிருந்து ஆபாசம் என்பதற்கான சோதனையை நிர்ணயிக்கக் கூடாது, இயல்பான பொதுப்புத்தியும் அறிவும் கொண்ட மனிதர் நிலையிலிருந்தே நிர்ணயிக்க வேண்டும் என்று நீதிமன்றம் கூறியது.[196] இந்த வழக்கில் எதிர்வினை ஆற்றிய செய்தித்தாள் நபர்கள் சிறார்களைப் பற்றித் தங்கள் கடமையை உணர்ந்திருந்தாலும், சிறார்களுக்குப் பொருத்தமாக இருக்காது என்று கண்ணியத்தின் ஏற்புடைய நிலைகளுக்குள் நன்கு அடங்கி வரக்கூடிய முதியோர்த் தொகைக்கான பொழுதுபோக்கினை அவர்களுக்கு இல்லாமல் செய்துவிடக்கூடாது என்று நீதிமன்றம் கருதியது.[197] பாலியல் ரீதியாகத் தூண்டக்கூடிய நிழற்படஙகளை அல்லது செய்திகளை வெளியிடக் கூடாது என்று ஒட்டுமொத்தத் தடை விதிப்பது, இறுதியில் சிறார்களுக்கும் வளரிளம் பருவத்தினருக்குமான விஷயங்களைக் கொண்ட வெளியீடுகளை மட்டுமே பிரசுரம் செய்வதில் கொண்டுவிடும், கண்ணியத்தின் இயல்புநிலைக்குள் கிடைக்கின்ற பொழுதுபோக்கின் பங்கினை முதியோர்க்கு இல்லாமற் செய்துவிடும் சூழலை உருவாக்கும் என்றது.[198] மீ-உணர்வாளர்கள் பிற வகைச் செய்தித்தாள்களுக்குச் சந்தா செலுத்தும் தேர்ந்தெடுப்பு இருக்கவே செய்கிறது.[199]

கிடைப்பு, நிபுணர் சாட்சியம், சமகாலப் படைப்புகள்

குறித்த பொருள் எந்த அளவுக்குப் பரவலாகக் கிடைக்கிறது என்பது ஹிக்லின் சோதனையின் விதிகளில் ஒன்று. பிரிட்டிஷ்கால இந்தியாவில், ஒரு புத்தகம் மலிவானதாக இருந்தால், அது அதிகப் பேருக்குக் கிடைக்கும் வாய்ப்பிருப்பதால் அதை ஆபாசமானது என்று மதிப்பிடும் வாய்ப்பிருந்தது. *இந்தியன் ஹோட்டல் அண்ட் ரெஸ்டாரண்ட்ஸ் அசோசியேஷனுக்கு எதிராக மகாராஷ்டிர அரசு*[200] என்ற வழக்கில் உச்சநீதிமன்றம் இந்தச் சோதனைப் பகுதியை விட்டுவிட்டதாகத் தெரிகிறது. மகாராஷ்டிராவில்

ஹோட்டல்களில் நடனமாடுவதைத் தடுத்த 1951இன் பாம்பே போலீஸ் சட்டத்தின் 33-ஏ, 33-பி பிரிவுகளை இவ்வழக்கு சவாலுக்கு அழைத்தது. 33-ஏ பிரிவின்படி எந்த ஒரு உணவகத்திலும், அனுமதியறையிலும், மதுக்கடையிலும் நடன நிகழ்வு நடத்துவது தடுக்கப்படுகிறது. ஆனால் 33-பி பிரிவு, மூன்று நட்சத்திர மற்றும் அதற்கு மேற்பட்ட தகுதியுடைய விடுதிகளுக்கு விதிவிலக்குகள் அளிக்கலாம் என்று கூறியது. நடனக்காரர்கள் மற்றும் பார் சொந்தக்காரர்களின் அடிப்படை உரிமையான பேச்சுரிமையை இந்த விதிகள் மீறினவா என்பது பற்றி நீதிமன்றம் எந்தக் கருத்தையும் தெரிவிக்கவில்லை.[201] ஆயினும் கேள்விக்குள்ளாக்கப்பட்ட விஷயம் ஐந்து நட்சத்திர விடுதிகளில் நடத்தப் படுகிறதா இல்லையா என்பதை வைத்து ஆபாசம் பற்றிய சோதனை செய்யப்பட இயலாது என்று நீதிமன்றம் கூறியது. உயர் ஒழுக்கங்களும் கண்ணியமான நடத்தையும் மேல்வகுப்பினருக்கே முற்றிலும் உரிய தனித்த பகுதிகள், ஆனால் கீழ்மையும் ஒழுக்கச் சீர்கேடும் கீழ்வகுப்பினருக்கு மட்டும் உரியது என் எண்ணத்திற்கு இந்த நீதிமன்றத்தின் நீதிசார்-மனசாட்சி இடம் கொடுக்காது என்று நீதிபதி நயினார் கூறினார்.[202]

ரஞ்சித் உதேசி வழக்கில் ஏதாவதொன்று ஆபாசமானதா இல்லையா என்பது நிபுணர்கள் கருத்தை நோக்காமல் நீதிமன்றத்தினால் மட்டும் நிர்ணயிக்கப்படுவதல்ல என்று நீதிமன்றம் கூறியதை நாம் பார்த்தோம். ஆனால் அந்த வழக்கில், *லேடி சாட்டர்லீயின் காதலன்* நாவலின் இலக்கியத் தரத்தைக் குற்றம் சாட்டப்பட்டவர் சார்பாக நாவலாசிரியர் முல்க் ராஜ ஆனந்தின் நிபுணத்துவக் கருத்தை நீதிமன்றம் ஏற்க மறுத்துவிட்டது. ஆனால் பிற்பாடு எடுக்கப்பட்ட முடிவுகளில், நீதிமன்றம் விட்டுக் கொடுத்து, ஆபாசம் பற்றிய கேள்விகளில் நிபுணர்கள் சான்றினை அளிக்க அனுமதி கொடுத்தது. *ககோட்கர்* வழக்கில்[203] குறிப்பாக நீதிபதிக்குப் பரிச்சயமில்லாத மொழியில் (அந்த வழக்கில், மராட்டி)[204] ஆபாச விஷயம் எழுதப் பட்டிருந்தால், நீதிமன்றம் நிபுணர்தம் சான்றினை நோக்க வேண்டும் என்றாயிற்று. *சமரேஷ் போஸ்* வழக்கில்[205] வேறு ஒரு மொழியில் அந்த விஷயம் எழுதப்பட்டிருந்தது என்ற தடை இல்லாமலும் ஒரு நீதிமன்றம் நிபுணர் கருத்தினை நோக்க முடியும் என்று உச்சநீதிமன்றம் கூறியது.[206]

துளஜாபூர்கர் வழக்கில்[207] ஒரு படைப்பு ஆபாசமானதா இல்லையா என முடிவு செய்யும்போது சமகாலப் புத்தகங்களை நோக்கலாகாது என்று நீதிமன்றம் கூறியது.[208] சமகாலப் படைப்புகள் அதிகபட்சமாக, சமுதாயத்தில் ஏற்கக்கூடியது எது என்பதைக் காட்டும். ஆபாசமானதை நிர்ணயிப்பதில் சமகாலப் புத்தகங்களை நோக்கலாகாது என்பது, நாம் பார்த்தவாறு, ஹிக்லின் சோதனையின் ஒரு பகுதியாகும். அது இன்னும் இந்தியாவில் புழக்கத்தில் இருக்கிறது என்றுதான் தோன்றுகிறது. எனவே ஹிக்லின் சோதனை முழுவதுமாகக் கைவிடப்பட்டு விட்டது என்று கூறுவது சரியன்று.

தனித்த பகுதிகள்

1969இல் இந்தியக் குற்றச் சட்டத்தில் 292ஆம் பிரிவில், ஆனந்த் பட்வர்தனிலும்[209], ஆவீக் சர்க்காரிலும்[210] திருத்தம் கொண்டுவரப் பட்டபிறகு, ஏதாவதொன்று ஆபாசமானதா என்று நோக்கும்போது தனித்த பகுதிகளைப் பார்க்கலாகாது என்ற முடிவுக்கு வந்தது. மாறாக, ஒட்டுமொத்தப் படைப்பும் முழுமையாக கவனிக்கப்பட வேண்டும். அதாவது, ஒரு நாவலில் சில பகுதிகளில் இழிசொற்கள் வருவதனால் மட்டுமே அது இழிந்ததாகிவிடாது. சில ஆண்டுகளுக்கு முன்னால் விருது பெற்ற ஆசிரியராகிய ரோஹிந்தன் மிஸ்திரி என்பவர் எழுதிய ‘ஸச் எ லாங் ஜர்னி’ என்ற நாவலை, அது சபிக்கும் வார்த்தைகள் சிலவற்றைக் கொண்டிருந்ததால் மும்பைப் பல்கலைக்கழகப் பாடத்திலிருந்து நீக்கப்பட்டதாகச் சொல்லப்பட்டது.[211] அந்தச் சபிக்கும் வார்த்தைகள் மகாராஷ்டிராவிலுள்ள அதிகாரமிக்க சிவசேனா என்ற அரசியல் கட்சியை நோக்கிச் சொல்லப்பட்டவையாக இருந்தன. சிவசேனா கட்சித் தலைவரின் பேரன் ஆதித்யா தாக்கரே அச்சமயம் மும்பை செயின்ட் சேவியர் கல்லூரியில் படித்துக் கொண்டிருந்தார். இந்தப் புத்தகம் பற்றிக் கேள்விப்பட்டதும் அவர் அதைப் பாடத்திட்டத்திலிருந்து நீக்குமாறு கிளர்ச்சியில் ஈடுபட்டார். பாடத்திட்டத்திலிருந்து அதை நீக்கும் முடிவினைத் துணைவேந்தர் எடுக்கக் காரணம் அதில் சில சபிக்கும் சொற்கள் இருந்தது சரியல்ல என்பதுதான். இதை உச்சநீதிமன்றத்தின் சோதனைகள் தெரிவிக்கின்றன. ஆனால் ஒரு புத்தகம், ஒரு சில சொற்கள், பத்திகள் அல்லது பக்கங்கள் அடிப்படையில்

மதிப்பிடப்படக் கூடாது, ஒட்டுமொத்தமாகத்தான் மதிப்பிடப்பட வேண்டும் என்பது நீதிமன்றக் கருத்து.

அமெரிக்க ஐக்கியநாட்டில் ஆபாசம்

அமெரிக்க ஐக்கியநாட்டில், வன்காமச்செயல் அடிப்படையிலான பாலியல் கிளர்ச்சித் தன்மை மட்டுமே முதல் திருத்தத்தின்கீழ் ஆபாசமாகக் கருதப்படுகிறது. ஆனால் எப்போதும் இப்படி இருந்ததில்லை. ஒரு சராசரி மனிதனுக்கு சமகாலச் சமுதாயத் தரநிலைகளைப் பயன்படுத்தும்போது, முழுப் படைப்பின் ஆதிக்கக் கருப்பொருள் கீழ்த்தரமான உணர்வுகளைத் தூண்டுவதாக இருந்தால், அதாவது அதன் நோக்கம் பாலியல் எழுச்சியூட்டுவதாக இருந்தால், அந்த விஷயம் ஆபாசமாகக் கருதப்படும் என்ற சோதனையை 'ராத்'தில் நீதிமன்றம் முன்வைத்தது என்பதைக் கண்டோம். ஓஹையோ அரசுக்கு எதிராக நைக்கோ ஜெகோபெலிஸ் வழக்கில்[212], ராத்-ஐப் படித்த விதத்தில், ஒத்திசைந்த தனது கருத்தில் நீதிபதி ஸ்டூவர்ட், வன்காமச் செயல் அடிப்படையிலான இழிகலை மட்டுமே ஆபாசமாகக் கருதப்படும் என்று எழுதினார். அக்கருத்தை ஏற்றாலும், தனக்கு வன்காமச் செயல் அடிப்படையிலான இழிகலை என்றால் என்ன என்று குறிப்பாக வரையறுக்க முடியவில்லை என்று கூறிவிட்டு, "அதைப் பார்க்கும்போது தெரிந்துகொள்வேன்" என்ற அடையாள வரியைச் சேர்த்தார்.[213]

கலிஃபோர்னியாவுக்கு எதிராக மில்லர் என்ற வழக்கு இன்றைக்கும் களத்தை ஈர்ப்பதாக உள்ள ஒன்று.[214] அதில் முறையீட்டாளர் வயதுவந்தோர்க்கான புத்தகங்களை விளம்பரப்படுத்த ஒரு வெகுமக்களுக்குக் கடிதமெழுதும் நிகழ்ச்சியை நடத்தினார். கடிதத்தில் அவர் அனுப்பியிருந்த சிற்றேடுகள் வாயிலாக, நான்கு புத்தகங்களையும்-அதாவது இண்டர்கோர்ஸ் (பாலியல் சேர்க்கை), மேன்-வுமன் (ஆணும் பெண்ணும்), செக்ஸ் ஆர்கீஸ் இல்லஸ் டிரேடட் (உதாரணப்படுத்தப்பட்ட பாலியல் கொண்டாட்டங்கள்) ஆகியவற்றையும், மேரிடல் இண்டர்கோர்ஸ் (திருமணப் பாலுறவு) என்ற திரைப்படத்தையும் இணைத்திருந்தார். இந்தச் சிற்றேடுகளில் வெளிப்படையான பாலியல் படங்கள் இருந்தன. தலைமை நீதிபதி பர்கர் நீதிமன்றத்தின் பெரும்பான்மைக்

கருத்தை எழுதினார். மில்லர் வழக்கில் பின்வரும் மூன்று சோதனைகள் ஏதாவதொன்று ஆபாசமா இல்லையா என்பதை நிர்ணயிக்க முன்வைக்கப்பட்டன:

மெய்ம்மைகளை முயற்சிப்பவர்க்கான அடிப்படை வழிகாட்டல்கள் இவ்வாறாக இருக்க வேண்டும்: (a) ஒரு சராசரி மனிதனுக்கு சமகாலச் சமுதாயத் தரநிலைகளைப் பயன்படுத்தும்போது, முழுப் படைப்பின் ஆதிக்கக் கருப்பொருள் கீழ்த்தரமான உணர்வுகளைத் தூண்டுவதாக இருக்க வேண்டும்; (b) அந்தப் படைப்பு பயன்படுத்தத்தக்க அரசுச் சட்டத்தில் வரையறுக்கப்பட்ட பாலியல் நடத்தையை வெளிப்படையாக அவமதிப்பான விதத்தில் சித்திரித்திருக்கவோ வருணித்திருக்கவோ வேண்டும்; (c) அந்தப் படைப்பு, முழுமையாக நோக்குமிடத்து, தீவிர இலக்கிய, கலை, அரசியல், அல்லது அறிவியல் மதிப்பு எதுவும் இல்லாதிருக்க வேண்டும்.

மேற்கண்ட சோதனையின் (b) பகுதியில் ஓர் அரசு எதைக் கட்டுப் படுத்தலாம் என்பதற்குப் பின்வரும் உதாரணங்களை நீதிமன்றம் அளித்தது.

(அ) இயல்பான அல்லது வக்கிரமான, மெய்யான அல்லது போலிசெய்யப்பட்ட, இறுதியான பாலியல் செய்கைகளின், வெளிப்படையாகப் புண்படுத்தும் விதமான முன்வைப்புகள் அல்லது வருணனைகள். (ஆ) சுயஇன்பம், வெளியேற்றும் செயல்கள், பிறப்புறுப்புகளின் மோசமான காட்சிப்படுத்தல்கள் ஆகியவற்றின் வெளிப்படையாகப் புண்படுத்தும் விதமான முன்வைப்புகள் அல்லது வருணனைகள்.

மில்லர் சோதனையின் சமகாலச் சமுதாயத் தரநிலைகள் என்பது விசாரணை நடைபெறும் வட்டாரச் சமுதாயத்தின் நிலைப்பாட்டிலிருந்து ஒரு விஷயம் ஆபாசமாக இல்லையா என்பதை நீதிமன்றம் நிர்ணயிப்பதை வேண்டுகிறது.[215] இது ஒரு தேசிய, அல்லது மாநில அளவிலான சோதனை அல்ல, வட்டார அளவிலான சோதனை.

மில்லர் பற்றிய கருத்துவேறுபாட்டில், நீதிபதி டக்ளஸ், ஆபாசம் பற்றிய சோதனையின் அகவயத்தன்மை பற்றி எழுதினார்:

> என்னை அதிர்ச்சிக்குள்ளாக்கும் விஷயம், என் அண்டை வீட்டினருக்கு வாழ்வாதாரமாக இருக்கக்கூடும். ஒரு பிரசுரம் அல்லது திரைப்படத்தினால் ஒருவர் கொதித்தெழுவதற்கான அடிப்படை, பிறர் பகிர்ந்து கொள்ளாத அவரது நரம்பியல் நோயை மட்டுமே எடுத்துக்காட்டலாம். நாம் துல்லியமாகக்கூட வரையறுக்க இயலாத இந்தச் சொல் ஆபாசம் என்பது வெறும் புரளியாக/ ஏமாற்றாக இருக்கலாம். நியாயமான விசாரணைகளுக்கும் அதைத் தொடர்ந்த செயல்பாடுகளுக்கும் அர்ப்பணித்துக்கொண்ட ஒரு தேசத்தில் தாங்கள் புரிந்துகொள்ள இயலாத, விளக்க முடியாத, பயன்படுத்த முடியாத தரநிலைகளை மீறுவதற்காக மனிதர்களைச் சிறைக்கு அனுப்புவது என்பது கொடுஞ்செயல் ஆகும்.

மில்லர் வழக்கிற்குத் தீர்ப்பு வழங்கிய அதே நாளில், *லூயிஸ் ஆர். ஸ்லேடனுக்கு எதிராக பாரிஸ் அடல்ட் தியேட்டர்-1* வழக்கிற்கும்[216] அமெரிக்க உச்சநீதிமன்றம் தீர்ப்பு வழங்கியது. இந்த வழக்கின் மனுதாரர்கள் அட்லாண்டா, ஜியார்ஜியா மாநிலங்களில் இரண்டு திரைப்பட தியேட்டர்களுக்குச் சொந்தக்காரர்கள். இந்தத் திரைப்படக் கொட்டகைகளில் வெளியிடப்பட்டிருந்த இரண்டு திரைப்படங்கள் ஆபாசமானவையா அல்லவா என்பதுதான் நீதிமன்றத்தின் முன்னிருந்த கேள்வி. மனமிசைந்து பார்க்கும் வயதுவந்தவர்களுக்கு மட்டுமே அவை வெளியிடப் படுகின்றன என்பதால் ஆபாசமான, கீழ்த்தரப் படங்கள் அரசியல்சட்டப் பாதுகாப்பைப் பெறுகின்றன என்ற வாதம் புறக்கணிக்கப் பட்டது. வணிகமயமாக்கப்பட்ட ஆபாசத்தின் அலையைத் தடுப்பதில் அரசுக்குப் பின்வரும் சட்டபூர்வ ஆர்வங்கள் உள்ளன என்ற கருத்து உரைக்கப்பட்டது. அதாவது, வாழ்க்கையின் தரத்திலும், ஒட்டுமொத்தச் சமுதாயச் சூழலிலும் மிகப்பெரிய நகரங்களின் முக்கிய இடங்களில் வணிகத்தின் சாயலிலும், சாத்தியமாயின், பொதுப் பாதுகாப்பிலும் கூட பொதுமக்கள் நலத்தைக் கருதவேண்டும். ஆபாச விஷயங்களுக்கும்

சமூகத்துக்கு எதிரான நடத்தைக்கும் இடையில் காரண-காரிய உறவு இருப்பதாக முடிவான நிரூபணம் எதுவும் இல்லை என்றாலும், ஒரு சட்டமன்றம், அப்படிப்பட்ட தொடர்பு இருப்பதாக அல்லது இருக்கலாம் என்று மிக நியாயமாக நிர்ணயிக்கலாம் எனப்பட்டது. ஏனெனில் நாகரிகச் சமூகங்களின் தொடக்கத்திலிருந்து சட்டமன்றவாதிகளும் நீதிபதிகளும் பல்வேறு நிரூபிக்க முடியாத யூகங்கள் அடிப்படையில் செயலாற்றி வந்துள்ளனர். ஒரு கட்டணத்துக்காகப் பொதுமக்களுக்குத் திறக்கப்படும் தியேட்டரைத் தனித்த ஓர் வீடு அல்லது படுக்கையறையுடன் ஒப்பிட முடியாது.

பாரிஸில் நீதிபதி டக்ளஸ் மற்றுமொருமுறை தனது மறுக்கும் கருத்தினை வெளியிட்டார். தான் ஒரு தணிக்கையாளராகச் செயல்பட விரும்பாத காரணத்தினால் ஆபாசக் குற்றத்தின் கீழ் நீதிமன்றத்திற்கு வந்த விஷயங்களைத் தான் படிக்கவோ பார்க்கவோ இல்லை என்று அவர் கூறினார். ஆபாசத்துக்கான சோதனையின் அகவயத்தன்மையை மீண்டும் ஒருமுறை அவர் வலியுறுத்தினார்.

> கலையும் இலக்கியமும் இரசனையைப் பிரதிபலிக்கின்றன; இரசனை என்பது, இசையை இரசிப்பதுபோல, துல்லியமான வரையறைகளுக்குள் ஒடுக்கப்பட முடியாதவை. முதல் திருத்தத்திற்கு ஆபாசம் என்பது விதிவிலக்கான ஒன்றல்ல என்று நான் எப்போதுமே கருதிவந்ததற்கு இது ஒரு காரணம். இரசனை சம்பந்தமான விஷயங்கள், நம்பிக்கை சார்ந்த விஷயங்களைப் போலவே, மனிதர்களின் தனித்த மனப்போக்குகளை அடிப்படையாகக் கொண்டுள்ளன. அவை வரையறுப்பதற்கு மிகவும் அந்தரங்கமானவை, பயன்படுத்துவதற்கு மிகவும் உணர்ச்சிபூர்வமானவை, தெளிவற்றவை...

ஜியார்ஜியாவுக்கு எதிராக ஜென்கின்ஸ்[217] என்ற வழக்கில் அமெரிக்க உச்சநீதி மன்றம் 'கார்னல் நாலெட்ஜ்' (சரீரசம்பந்தமான அறிவு) என்ற திரைப்படத்தில், அதன் விஷயம் பாலியல் உறவு, அதில் அறுதியான பாலியல் செயல்கள் இடம் பெற்றன என்றாலும், மில்லர் சோதனையின் அடிப்படையில் ஆபாசமானதன்று என்று கூறியது. ஏனெனில், அந்த அறுதியான பாலியல் செயல்கள் திரைப்படத்தில்

நிகழ்ந்த நேரத்தில், நடிகர்களின் உடல்கள்மீது காமிரா கவனத்தைக் குவிக்கவில்லை. கீழ்த்தரமாகவோ, அன்றி வேறான முறையிலோ நடிகர்களின் பிறப்புறுப்புகள் காட்டப்படவில்லை. ஆங்காங்கு நிர்வாணக் காட்சிகள் இடம் பெற்றாலும், ஆபாசத்தை வரையறுப்பதற்கு நிர்வாணம் மட்டும் போதுமானதன்று என்று நீதிமன்றம் கருதியது. ஆகவே கார்னல் நாலெட்ஜ் என்ற திரைப்படம் ஆபாசம் என்ற காரணத்துக்காகவோ, அதனால் பின்னர் பெறப்படும் வணிக இலாபத்துக்காகவோ (மில்லரில் தண்டனைக்குரியதாகக் காணப்பட்ட) வன்காமச் செயல் அடிப்படையிலான பொதுச் சித்திரிப்பைக் கொண்டிருக்கவில்லை.

ஆயினும், மில்லரில் வெளிப்படுத்தப்பட்ட வன்காமச்செயல் அடிப்படையிலான சித்திரிப்புகள் பற்றிய விதி ஒழுங்கற்ற விதத்திலும், தன்னிச்சையான முறையிலும் இண்டர்நெட்டில் பயன்படுத்தப்பட்டதால்,[218] அமெரிக்காவில் அப்படிப்பட்ட விஷயங்கள் இணையதளங்களில் பரவலாகக் காணக் கிடைக்கின்றன என்று தோன்றுகிறது.

ஆயினும், மில்லர் சோதனைக்குச் சில விதிவிலக்குகள் உள்ளன. முதலாவது, அமெரிக்க உச்சநீதிமன்றத்தின் *மில்லர் தரநிர்ணயம்*, வன்காமச் செயல்களின் கிளர்ச்சியியத்தைத்தான் ஆபாசம் என்று தடைசெய்கின்றன. மில்லரில், பிற பாலியல்ரீதியாக வெளிப்படையாகக் காட்டும், நாணமற்ற விஷயங்கள் ஆபாசமாகக் கருதப்படுவதில்லை. இருப்பினும் அவையும் சில சூழல்களில் ஒழுங்குபடுத்தப்படவே வேண்டும். பாலியல் வெளிப்படைத்தன்மை கொண்ட, ஆனால் ஆபாசமற்ற பேச்சுக்கு காலம், இடம், பேசப்படுமுறை ஆகிய கட்டுப்பாடுகளை விதிக்கும் சட்டங்களை அமெரிக்க உச்சநீதிமன்றம் பாராட்டியுள்ளது. உதாரணமாக, சில சந்தர்ப்பங்களில், வசிப்பிடங்கள், அல்லது பிற சில பகுதிகளை விட்டுக் குறித்த தொலைவுக்கு வெளியில்தான் வயதுவந்தோர்க்கான கொட்டகைகள் இருக்கவேண்டும் என்று பிரதேசச் சட்டங்கள் இருப்பதை நீதிமன்றம் உயர்த்திப் பிடித்துள்ளது.[219] இது நாணமற்ற-ஆபாசமற்ற பேச்சுமீதான ஒரு இடக்கட்டுப்பாடு என்று கருதப்படும். அப்படிப்பட்ட பேச்சு அண்டையயலார் மீது ஏற்படுத்தக்கூடிய இரண்டாம்நிலை விளைவுகள் காரணமாக இது

நியாயப்படுத்தப்படும். உதாரணமாக, ஒரு வயதுவந்தோர்க்குரிய அரங்கம் அண்மையில் இருப்பதனால் அங்குக் குற்றங்கள் அதிகரிக்கலாம் என்பது ஓர் இரண்டாம்நிலை விளைவு. மற்றொன்று, அதற்கு அண்டையிலுள்ள சொத்து மதிப்புகள் குறையலாம்.[220]

பேசிஃபிகாவுக்கு எதிராக எஃப்சிசி[221] என்பதில் ஜார்ஜ் கார்லின் என்ற விதூஷகர், ஏழு அசிங்கமான வார்த்தைகளைக் கொண்ட பன்னிரண்டு நிமிட தனிப்பேச்சினைப் பதிவு செய்துள்ளார். 1973இல் ஒரு நியூயார்க் வானொலிநிலையம் ஏறத்தாழப் பிற்பகல் 2 மணிக்கு இதை ஒலிபரப்பியது. தனது இளம் மகனுடன் காரில் இருந்த ஒருவர் இத்தனிப்பேச்சைக் கேட்டு, கூட்டாட்சித் தொடர்பியல் ஆணையத்துக்குப் புகார் செய்துள்ளார். அந்தப் பேச்சு, கேட்போராகச் சிறார்கள் சந்தேகமின்றி இருக்கக்கூடிய ஒரு நேரத்தில் (முன் பிற்பகல்) அது ஒலிபரப்பப் பட்டதால் ஆணையம் அதைத் தடைசெய்தது. அந்த ஒலிபரப்பு சிறியோரின் மற்றும் ஒப்புதலற்ற முதிர்ந்தோரின் நலன்களைக் கருத்தில் கொள்ளாததால் ஆணையத்தின் செயலை உச்சநீதிமன்றம் ஆதரித்தது. ஒப்புதலற்ற முதியோர்களுக்குத் தனிமை கொள்ள உரிமை உண்டு, வீட்டில் அவர்கள் தனியே விடப்பட வேண்டும், அங்கு தேவையற்ற தொடர்பியல் நிகழ்வுகளை அவர்கள் எதிர்கொள்ளாமல் இருக்க உரிமை உண்டு. வானொலித் தொடர்புகள் முன்- எச்சரிக்கைகளால் சுலபமாக பாதிக்கப்படக் கூடியவை அல்ல.

மில்லர் தரநிர்ணயம் வன்காமச் செயல் இழிவரைவுகளைக் குற்றமாக்கினாலும் ஒரு நபர் வன்காமச்செயல் இழிவரைவுகளை வைத்திருப்பதைக் குற்றமாக்க முடியாது என்று அமெரிக்க உச்சநீதிமன்றம் கூறியது. ஏனெனில் அவ்வாறு செய்வது அந்தரங்கத்துக்கான உரிமையை மீறுவதாகிறது. *ஜியார்ஜியாவுக்கு எதிராக ஸ்டேன்லி*[222] என்ற வழக்கில், மேல்முறையீட்டாளரின் வீட்டில் காவல் துறையினர் வேறெதையோ தேடும்போது, ஆபாசமான படங்களைக் கொண்ட எட்டு மி.மீ. திரைப்படச் சுருள்கள் மூன்றினைக் கைப்பற்றியது. மேல்முறையீட்டாளர் வசிக்கும் ஜியார்ஜியா மாநிலம், ஆபாச விஷயங்களை வைத்திருப்பதைக் குற்றம் ஆக்கியிருந்தது. இந்தச் சட்டவிதியை உச்சநீதிமன்றம் செல்லாதது ஆக்கியது. முதல் திருத்தம்

எதையாவது அர்த்தப்படுத்துகிறது என்றால், அது இதுதான்--தன் சொந்த வீட்டில் தனிமையில் அமர்ந்திருக்கும் ஒரு நபர், எவ்விதப் புத்தகங்களைப் படிக்க வேண்டும், எந்தப் படங்களைப் பார்க்க வேண்டும் என்று கூற அரசுக்கு எவ்வித உரிமையும் இல்லை என்று கூறியது. அரசாங்கத்துக்கு மனிதர்களின் மனங்களைக் கட்டுப்படுத்தும் அதிகாரத்தை அளிக்கக் கூடாது என்று நீதிமன்றம் கூறியது.

ஆனால் சிறார் சம்பந்தப்படும்போது, ஆபாசத் திரைப்படத்தில் அவர்கள் நடித்தாலும், அல்லது நுகர்வோராக இருந்தாலும், *மில்லர் தரநிர்ணயம்* அவர்களுக்குப் பொருந்தாது. *நியூயார்க்கிற்கு எதிராக கின்ஸ்பெர்க்*[223] என்ற வழக்கில், வயதுவராதோர்க்கு பாலியல்ரீதியாக வெளிப்படையான, ஆனால் ஆபாசமற்ற விஷயங்களை விற்பதைக் குற்றமாக்குகின்ற ஒரு சட்டவிதியை நீதிமன்றம் ஆதரித்தது. இந்த வழக்கில், மேல்முறையீட்டாளர்கள் பதினாறு வயதுப் பையன் ஒருவனுக்கு இரண்டு 'பெண்கள்'-பத்திரிகைகளை விற்றதற்காகக் குற்றம் சாட்டப்பட்டார்கள். ஆனால் *மில்லர்* தரநிலைப்படி பெரியவர்களுக்கு இவற்றை விற்பது குற்றமாகாது. சிறார்களின் பாதுகாப்பு, பராமரிப்பு ஆகியவற்றுக்குப் பொறுப்பான பெற்றோர்கள், ஆசிரியர்கள் நலத்துக்காக இந்தச் சட்டம் ஆதரிக்கப்படுகிறது எனப்பட்டது.

ஃபெர்பருக்கு எதிராக நியூயார்க்[224] என்ற வழக்கில், மன்ஹாட்டனில் இருந்த, பாலியல் ரீதியான பொருள்களைச் சிறப்பாக விற்பனை செய்யும் ஒரு புத்தகக்கடை உரிமையாளர்மீது சிறுவர்கள் சுய இன்பம் பெறுகின்ற சித்திரிப்புகளை ஏறத்தாழ முழுமையாகக் காட்டுகின்ற இரண்டு திரைப்படங்களைத் தன்னை வெளிக்காட்டிக் கொள்ளாத ஒரு போலீஸ் அதிகாரிக்கு விற்றதற்காகக் குற்றம் சாட்டப்பட்டது. *மில்லர்* தரநிர்ணயம் எல்லாவித சுயஇன்பச் செயல் சித்திரிப்புகளையும் ஆபாசமானது என்று கூறவில்லை. வெளிப்படையாகவே ஆபாசமானவை, *மில்லரின்கீழ்* பிற விதிகளையும் மீறுபவை என்பவைதான் குற்றம். ஆனால் ஒரு சிறுவன்-சிறுமியைப் பாலியல் செயலில் ஈடுபடுத்துவதை, சுயஇன்பச் செயலில் ஈடுபட்டிருப்பதைக் காட்டுவதை மேற்கண்ட சட்டவிதி குற்றமாக்குகிறது. சிறார் இழிவரைவுகளுக்கான *மில்லர்* சோதனை குறிப்பாக

மூன்று விதங்களில் அதை மாற்றியமைத்தது: முதலாவது, ஒரு சராசரி நபரின் கீழ்த்தர ஆசைகளுக்கு ஏற்ப அந்த விஷயம் அமைந்திருக்கிறதா என்று நீதிமன்றம் சோதனை செய்யத் தேவையில்லை; இரண்டாவது, அந்தப் பாலியல் நடத்தை வெளிப்படையாகப் புண்படுத்தும் நோக்கில் சித்திரிக்கப்பட்டிருக்கத் தேவையில்லை; மூன்றாவது, பிரச்சினைக்குள்ளான விஷயம் முழுமையாக நோக்கப்பட வேண்டிய தேவையில்லை.

மேலும் சிறார் இழிவரைவியலை வைத்திருப்பது அமெரிக்காவில் ஒரு குற்றமாகும். ஓஹையோவுக்கு எதிராக ஆஸ்பார்ன்[225] வழக்கில் ஸ்டேன்லிக்கு சிறார் இழிவரைவியலை வைத்திருந்தார் என்பது பொருந்தாது என்ற உச்சநீதிமன்றம் கூறியது. இதற்குக் காரணம், ஃபெறுபருக்குப் பிறகு, பெரும்பாலான சிறார் இழிவரைவியல் "தரைக்குக்கீழ்" (பலருக்கும் தெரியாமல், அந்தரங்கமாக) செயல்பட்டு வந்தது. வெறுமனே சிறார் இழிவரைவியலை உற்பத்தி செய்வது, விநியோகிப்பது ஆகியவற்றை மட்டும் தாக்குதலுக்குட்படுத்தி அந்தப் பிரச்சினையைத் தீர்ப்பது என்பது ஒருவேளை சாத்தியமென்றாலும், அது மிகக் கடினமானது. மேலும், பலியான சிறுவன்-சிறுமியின் துஷ்பிரயோகம் பற்றிய நிரந்தரப் பதிவாக அந்த இழிவரைவியல் ஆகிவிடுவதால், அது வரும் ஆண்டுகளில் சிறாரைத் தொல்லைப்படுத்தும் என்பதால், அது அழிக்கப்பட வேண்டும் என்பதை உறுதிப்படுத்துவதில் அரசுக்கு அக்கறை இருந்தது. மேலும் சிறார்-பாலியல் நாட்டமுள்ளவர்களால் பெரும்பாலும் சிறார் இழிவரைவியல் மற்ற சிறார்களை இத்துறையில் புகுத்துவதற்குப் பயன்படுத்தப்படுகிறது.

இந்தியாவில் மெய்ம்மை சார்ந்த கேள்விகளை முடிவுசெய்வது ஜூரிகள் அல்ல, நீதிபதிகள்தான் என்பதால், இந்தியாவின் நீதித் துறைக்கு, மில்லரின் சமகாலச் சமுதாயத் தரநிலைகள் அணுகுமுறை பொருந்தாது. பிற மாநிலங்களிலிருந்து வரும் கீழ்நிலைத்தர நீதிபதிகள்தான் இங்கு உயர்நீதி மன்றங்களின் தலைமை நீதிபதிகளாக நியமிக்கப்படுகிறார்கள். உதாரணமாக, தில்லி உயர்நீதிமன்றத்தின் மூத்த நீதிபதி ஒருவர், சென்னை உயர்நீதிமன்றத்தில் தலைமைநீதிபதியாகப் பணிபுரியச்

சென்றால், அங்கிருக்கும் சமுதாயத்தின் சமகாலச் சமுதாயத் தரநிலைகளைப் பற்றி எவ்வாறு அவரால் அறிய முடியும்? இந்தியாவின் பெரிய மாநிலங்களில், உயர்நீதிமன்ற நீதிபதிகள் ஓரிடத்திலிருந்து மற்றதற்கு மாற வேண்டிய அவசியம் நேரிடுகிறது. உதாரணமாக, பம்பாய் உயர்நீதிமன்றத்தின் கிளைகள் நாக்பூர், அவுரங்காபாத், கோவா ஆகிய இடங்களில் உள்ளன. நாக்பூரிலிருந்து அண்மையில் ஒரு நீதிபதி பம்பாய்க்கு வருகிறார் என்றால், அங்குள்ள சமகாலச் சமுதாயத் தரநிலைகள் எவ்விதம் இருக்கின்றன என்பதை எப்படி அவரால் அறிய முடியும்? மேலும் மகாராஷ்டிரா போன்ற ஒரு பெரிய மாநிலத்தில், பம்பாயில் அமர்ந்திருக்கும் ஒரு மேல்முறையீட்டுக்கான நீதிபதி, சதாராவிலுள்ள மாவட்ட நீதிபதி சமகாலத் தரநிலைகளைச் சரியாகப் பயன்படுத்தியிருக்கிறாரா என்பதை அறிவது எவ்வாறு இயலும்? இதைவிட மோசம், உயர்நீதி மன்ற நீதிபதி சதாராவில் ஆபாசம் என்றால் என்ன என்பது பற்றிய கேள்வியை அடிப்படையாக வைத்து சதாரா நீதிபதி அளித்த தீர்ப்பினை எவ்வாறு சரியாகக் கையாள முடியும்? கீழ்நிலை நீதிமன்ற அமைப்பில் நீதிபதிகள் அடிக்கடி இடம் விட்டு இடம் மாற்றப்படுவதால், ஒருவேளை சதாராவின் நீதிபதியே சதாராவில் வெகுநாட்களாக இல்லாமல் இருந்திருக்க வாய்ப்பு உண்டு என்பதால் இது விசித்திரமானதொரு தீர்வாக உள்ளது. இந்தியாவின் பல்வேறு பிரதேசங்களுக்கிடையிலான வித்தியாசங்களை தொலைக்காட்சியும் இண்டர்நெட்டும் அழித்துத் தட்டையாக்கிவிட்டன. எவ்விதமாயினும் மும்பையில் ஒரு தொலைக்காட்சியிலோ மடிக்கணினியிலோ பார்க்கக்கூடிய அதே நிகழ்ச்சியை நாட்டின் வேறு எந்தப்பகுதியிலும் தொலைக்காட்சி நிகழ்ச்சிகளிலோ, இண்டர்நெட் வாயிலாகவோ காண முடியும் அல்லவா? ஒரே விஷயம் மாநில அளவிலோ, தேச அளவிலோ பரப்பப்படும்போது வட்டாரச் சமுதாயத் தரநிலைகள் எவ்வாறு வேறாக இருக்க முடியும்?

★★★

இயல் 8
பார்ப்பவன் கண்ணிலுள்ளது ஆபாசம்

பாலியல் உணர்வுக்கு ஆட்படுதல் மோசமானதா?[1]

நாம் முன் இயலில் கண்டவாறு, பரந்த நிலையில் ஒரு வெளிப்பாட்டின் முழுநோக்கமும் வாசகர் அல்லது பார்வையாளரைப் பாலியல் ரீதியாக எழுச்சி கொள்ளச் செய்வதாக இருந்தால் அது ஆபாசம் என்று இந்திய உச்சநீதி மன்றத்தின் தீர்ப்புகள் வரையறுக்கின்றன. ஆனால் ஆபாசம் என்பதற்கான இந்தச் சோதனை (வரையறை) குறைந்தது இரண்டு காரணங்களால் பிரச்சினைக்குள்ளாகிறது.

முதலில் பாலியல் ரீதியாக எழுச்சிபெறச் செய்வது எது என்பது மிகவும் அகவயத் தன்மை உடையது. ஒருவருக்கு பாலியல் எழுச்சி பெறச் செய்வது அல்லது அடிப்படையில் தீங்கு விளைவிக்கக் கூடியதாக உள்ளது என்பது மற்றவருக்கு கலைப்பூர்வமானதாகவோ, மிகச் சாதாரணமானதாகவோ இருக்கலாம். *கலிஃபோர்னியாவுக்கு எதிராக கோஹன்*[2] வழக்கில் அமெரிக்க உச்சநீதிமன்ற நீதிபதி ஹார்லன் கூறியதுபோல, ஒருவருக்குக் கீழ்மை, அடுத்தவருக்குக் கவிதை என்பதாக இருக்கிறது. அமெரிக்க உச்ச நீதிமன்ற நீதிபதி டக்ளஸ் என்பவர், "ஒன்றை ஆபாசமாகக் கொள்ள, அது பாலியல் ரீதியாகத் தூண்டுவதாக இருக்க வேண்டும், ஆனால், அடடா, வயதாக ஆகப் பாலியல் ரீதியாகத் தூண்டப்படுவது எனக்குக் கடினமாக இருக்கிறது" என்று கூறி ஆபாசம் பற்றிய சட்டத்தை எதிர்த்ததாகக் கூறப்படுகிறது.[3]

இரண்டாவதாக, பாலியல் எழுச்சியினால் ஏற்படும் தீங்குதான் என்ன? வார்பர்கின் ஜூரியாகப் பொறுப்பேற்றபோது நீதிபதி ஸ்டேபில் கூறியதுபோல, அல்லது *ராத்*-இன் தீர்ப்பில் நீதிபதி பிரென்னன் கூறியதுபோல, பாலியல் உறவு என்பது மானிட உத்வேகங்களில் மிகவும் அடிப்படையான ஒன்று, அது இல்லாவிட்டால் இங்கு இன்று நம்மில் எவரும் இருந்திருக்க இயலாது. எனவே ஏதோ ஒன்று தன் வாசகர்களை அல்லது பார்வையாளர்களைப் பாலியல் ரீதியாக எழுச்சி கொள்ளச் செய்யும் நோக்கமுடையது என்பதனால் அது தீங்குபுரிவதாகாது. மனம் இசைந்த ஜோடிகள் தங்கள் பாலியல் உறவுக்கு அப்படிப்பட்ட விஷயங்களை உதவிகளாகக் கொள்ளலாம், அல்லது சன்ஸ்டீனின் வார்த்தைகளில், "அவற்றைச் சுய இன்பக் கருவிகளாகக் கொள்ளலாம்".[4] தொடர்ந்து எழும் கேள்வி: "அதனால் என்ன?" என்பது நீடிக்கிறது. சட்டத்தின் இந்த நிலை பாலியல் தன்மையை அசவுகரியமாக உணர்ந்த விக்டோரியாக் கால (பழங்கால) உணர்ச்சியைப் பிரதிபலிப்பதாக உள்ளது.

மக்களின் பாலுணர்ச்சியைத் தட்டி எழுப்பும் விதத்திற்காகவே வடிவமைக்கப்பட்ட பொருள்கள் தங்கள் வாசகர்களையோ பார்வையாளர்களையோ உடலுறவில் போதையையோ அதிக ஈடுபாடோ கொள்ள வைக்கும் என்பதற்காக அவற்றின் மீது அக்கறை காட்டுவதாகச் சட்டம் இயங்கலாம். ஆனால் எவரோ உடலுறவில் போதை கொள்வார் என்பதற்காகவே பாலுணர்ச்சியை எழுப்பும் பொருள்களைத் தடை செய்ய முடியுமா? ஆனால், நவீன உலகில் சட்டபூர்வமாகவே போதை கொள்ள வைக்கும் பொருள்கள் அதிகமாக உள்ளன. சிகெரெட்டுகள், மது, ஏன் சாக்கலேட்டுகள் கூட. இவை எளிய உதாரணங்கள். இவை மிதமிஞ்சி அருந்தப்படும்போது உழைக்கும் தொழிலாளர்களின் உற்பத்தித் திறனைப் பாதிக்கக் கூடும். அவர்கள் பிறவற்றிற்கிடையில், போதைப்பழக்கம், நுரையீரல் புற்று, நீரிழிவு போன்ற நோய்களுக்கு ஆட்படக்கூடும் என்பதால் அரசின் உடல்நலப் பராமரிப்பு அமைப்பிற்குச் சுமைதரக்கூடும். போதை ஏற்படுத்தும் என்று தெரிந்தும் சிகரெட்டுகள், மது, சாக்கலேட்டுகள் போன்றவற்றைப் பயன்படுத்துவதில் மக்களை நம்ப முடியுமானால், அதிக ஈடுபாடு கொள்வர் என்றோ, போதை கொள்வர் என்றோ பாலுணர்ச்சியைத் தட்டி எழுப்பும் பொருள்களைத் தடை செய்வது எப்படி நியாயமாகும்?

ஆபாசத்திற்கும் பாலியல் பிறழ்வு நடத்தைக்கும் காரணத் தொடர்புள்ளதா?

பாலியல் பிறழ்வு நடத்தையிலோ, அல்லது நீதிபதி பிரென்னன் 'வெளிப்படையான சமூகத்திற்கெதிரான நடத்தை' என்று கூறியதிலோ வாசகர்களோ பார்வையாளர்களோ ஈடுபடுவதற்குக் காரணமாக அமையக்கூடிய பாலுணர்வுத் தூண்டு பொருட்களோடு மட்டும் ஆபாசச் சட்டம் அக்கறை காட்டுகிறதா? உதாரணமாக, ஆபாசப் புத்தகங்களைப் படிப்பவர்கள் அல்லது ஆபாசத் திரைப்படங்களைப் பார்ப்பவர்கள் மட்டும் பெண்களைப் பாலியல்ரீதியாகத் துன்புறுத்துவார்கள் என்பது நியாயப்படுத்தக்கூடிய ஒரு விஷயமா? இப்போதெல்லாம் குறிப்பாக விமான நிலையங்கள், அல்லது விமானங்களில் பாலியல் பிறழ்வு நடத்தையில் ஆடவர்கள் ஈடுபடுவதாக எண்ணற்ற செய்திகள் அறிவிக்கப்பட்டுள்ளன. உதாரணமாக, பெண்களிடம் முறையற்ற பாலியல் பேச்சுகளில் ஈடுபடுவது,[5] அவர்களைத் தடவுவது,[6] ஏன் அவர்களைக் கெடுப்பது[7] போன்ற செயல்களில் ஆடவர்கள் குற்றம் சாட்டப்பட்டிருக்கிறார்கள். இப்படிப்பட்ட நிகழ்வுகள் வெறுமனே விமானநிலையங்கள், விமானங்களில் மட்டுமே நிகழ்வன அல்ல.[8]

ஆயினும், பாலியல் ரீதியான பிறழ்வு நடத்தைக்கும் ஆபாசத்துக்கும் காரணத் தொடர்புள்ளது என்ற வாதம் இடர்ப்படுத்துவதாக உள்ளது. குறைந்தபட்சம் மூன்று காரணங்களுக்காக.

முதலாவது, இப்படிப்பட்ட காரணத் தொடர்பு இருக்கிறது என்பதற்கான கண்கூடான சான்று ஏதாவது வேண்டும். ஆனால் கிடைக்கும் சாட்சிகள் எந்த முடிவுக்கும் வரஇயலாதவையாகவே உள்ளன.[9]

இரண்டாவது, அப்படிப்பட்ட காரணத் தொடர்பு இருக்கிறது என்று வைத்துக் கொண்டாலும்கூட, எல்லா ஆபாசப் பொருட்களையும் அல்லது நுகர்வோரைப் பாலியல் பிறழ்வு நடத்தையில் ஈடுபடத் தூண்டுகின்ற அல்லது ஈடுபடுவதை ஆதரிக்கின்ற பொருட்களை மட்டுமே தடைசெய்வதோ நியாயமானதா? உதாரணமாக, ஹிப்னாடிசத்தைப் பயன்படுத்திப் பாலியல் ரீதியாகப் பெண்களைத் துன்புறுத்தும் ஆபாசப்படம் இருப்பதாக வைத்துக் கொள்வோம். அது பாலியல் தூண்டுபொருள் என்பதில் நியாயமிருக்கிறது. ஆனால் பாலியல் பிறழ்வு நடத்தையினை விரும்பத்தக்கது

என்றோ, ஏற்கத்தக்கது என்றோ எவ்வகையிலும் சித்திரிக்காத, தைரியப்படுத்தாத, தூண்டாத ஓர் ஆபாசப் பொருளைத் தடை செய்வது ஏற்கக்கூடியதா?

மூன்றாவது, ஆபாசப் பொருளை நுகர்வோர் பாலியல் பிறழ்வு நடத்தையில் ஈடுபடும்போது அந்நடத்தையை ஆபாசப் பொருளுடன் தொடர்புபடுத்துவதா அல்லது அந்த நபருடனா? வன்முறையையோ, போரையோ பாராட்டுகின்ற திரைப்படங்களைப் பார்த்த பிறகு ஒரு நபர் வன்முறைச் செயல்களில் ஈடுபட்டால் அவரது செயல்களுக்குப் பொறுப்பாக அவரை ஆக்குகின்றோமே அன்றி, வன்முறைப் படங்களைத் தயாரித்தவர்களை அல்ல. அதே போல, ஓர் ஆபாசப்படத்தைப் பார்த்த பிறகு ஒரு நபர் பிறழ்வு நடத்தையில் ஈடுபட்டால், அந்தப் பொறுப்புக்கு அவர் மட்டுமே காரணம் அல்லவா?

ஆபாசம் பெண்களை இழிவுபடுத்துகிறதா?

கேதரின் மெக்கின்னன், ஆண்ட்ரியா ட்வோர்கின் போன்ற பெண்ணிய அறிஞர்கள் ஆபாசக்கலை பெண்களை இழிவு படுத்துகின்றன என்று வாதிட்டுள்ளனர்.[10] ஆடவர்களின் பாலியல் நிறைவுப் பொருளாக மட்டுமே ஆகவோ, அல்லது பெண்கள் உடல்சார் துன்புறுத்தலை ஏற்கின்றவர்கள் அல்லது அதற்கு மட்டுமே தகுதியானவர்கள் என்றோ பெண்களை அடிமைப் பொருள்களாகக் கருதுகின்ற ஒரு சமூகத்தை உருவாக்கும் விதமான பண்பாட்டினை ஆபாசக்கலை ஏற்படுத்துகிறது என்று கூறியுள்ளனர்.[11] "ஆடவர்கள் பாலியல்ரீதியாக எதை விரும்புகிறார்களோ அந்த நோக்கில் பெண்ணை ஆபாசக்கலை கட்டமைக்கிறது. அதில் பெண்கள் முக்கியமாக உடைமைப் பறிப்பு, கொடுமைக்கு ஆளாதல் ஆகியவற்றை விரும்புகிறார்கள். அவர்கள் அதில் கட்டப்படுகிறார்கள், அடிக்கப்படுகிறார்கள், சித்திரவதைப்படுத்தப்படுகிறார்கள், அவமானப்படுத்தப் படுகிறார்கள், கொலைசெய்யப் படுகிறார்கள், அல்லது வெறுமனே கைக்கொள்ளப்பட்டுப் பயன்படுத்திக்கொள்ளப் படுகிறார்கள்" என்று மெக்கின்னன் வாதிடுகிறார்.[12]

ஆனால் இந்த வாதம் பல காரணங்களால் பிரச்சினைக்குரிய தாகிறது. எல்லா ஆபாசப் புத்தகங்களும் அல்லது இழிகலைகளும் பெண்களை இழிவுபடுத்துவதில்லை, அவர்களை வெறும் பாலியல்

திருப்திக்கான பொருட்களாகக் காண்பதில்லை. சில இழிகலை நூல்கள் பெண்களை ஆதிக்கம் செய்பவர்களாகவும், ஆண்களை அடிமைப்பட்டவர்களாகவும் படைக்கின்றன. மேலும் பொதுவாக ஆண்கள் ஒருபால் இழிகலைக்கு[13] (இவற்றில் பெண்களே இருப்பதில்லை) என்பதோடு பெருமளவில் LGBT இழிகலைக்கு *(L- Lesbian, G-Gay, B-Bisexual, T-Transgender)* அவை பொருந்துவதில்லை. மேலும் அதிகளவில் இழிகலைகள் பெண்களை உடற்பயிற்சி முகமைகளாகப் படைக்கின்றன. அவர்கள் தங்கள் உடல்களைச் சொந்தக் கட்டுப்பாட்டிலும், சொந்தப் பாலியல் எதிர்காலத்திற்குள்ளும் வைத்திருக்கிறார்கள். இந்த அறிஞர்கள், மெக்கின்னன்-ட்வோர்கின் வாதத்தைத் தவறானது என்கிறார்கள். ஏனெனில் அது நல்ல அல்லது மேன்மையான (கற்புள்ள) பெண்கள் உடலுறவை விரும்பாதவர்கள் என்று கருதுவதோடு, இழிகலைகள் பெண்களைப் பாலியல் சுதந்திரம் பெற்றவர்களாகப் படைக்கின்றன என்கிறது.[14] இந்தியானாபோலிஸ் நகரத்திற்காக மெக்கின்னனும் ட்வோர்க்கினும் வரைவு செய்த ஆபாசக்கலை அவசரச் சட்டத்தை ஏழாம் சர்க்யூட் மேல்முறையீட்டுக்கான அமெரிக்க ஐக்கியநாட்டு நீதிமன்றம் சரியற்றது என்று தள்ளுபடி செய்தது. அவர்களின் வரைவு, இழிகலையில் பெண்கள் இழிவாகப் படைக்கப்படுகிறார்கள் என்று நோக்குநிலைகளை வேறுபடுத்துவதாக இருந்தது.[15] மேலும் பெண்களை இழிவு படுத்துவதாக ஒரு மரியாதைக்குரிய கலைஞர் கலையம்சம் கொண்டதான ஒரு படத்தை வரைகிறார் என்றால், அந்தக் கலையும் அதுபோன்ற இலக்கியமும் கூட தடை செய்யப்பட வேண்டும் அல்லவா? உதாரணமாக, 2016 அமெரிக்கக் குடியரசுத் தலைவர் பதவிக்கு ஹிலரி கிளிண்டன் போட்டியிட்டபோது, அவர் பெண் ஆனதால் தகுதியற்றவர் என்று அவரது தகுதியை விலக்கிய பேச்சையும் தடை செய்ய வேண்டும் அல்லவா? பெண்களை இழிவு படுத்துகிறது என்பதற்காக ஆபாசக்கலையைத் தடை செய்ய வேண்டும் என்பது ஒரு வழுக்கும் சரிவுப்பாதையில் நம்மைச் செலுத்துகிறது.

இன்னும், டீனா ஹீத் சுட்டிக்காட்டுவதுபோல, இந்தியக் கலாச்சாரத்தில் பெண்கள் வரலாற்று ரீதியாகவும், காலனியக் காலத்திலும் கூட, கற்பு, தூய்மை, சுய-பரித்தியாகம் போன்றவற்றின் வடிவங்களாகவும், மேற்கத்தியப் பெண்கள் சோம்பேறிகளாகவும், பயனற்றர்களாகவும், தளர்ந்த ஒழுக்கம்

உள்ளவர்களாகவும் நோக்கப்பட்டனர்.[16] இன்றும் இந்தப் பார்வை தொடர்கிறது. இந்தியப் பிரிமியர் லீக் கிரிக்கெட் குழுக்கள், அயல்நாட்டு (பெரும்பாலும் வெள்ளைப்) பெண்களையே விளையாட்டுகளுக்கிடையில் நடனமாடி உற்சாகப்படுத்தும் அழகிகளாக இறக்குமதி செய்வதைச் சிந்தித்துப் பாருங்கள். ஏனெனில் அயல்நாட்டுப் பெண்கள் தளர்ச்சியான ஒழுக்கமுள்ளவர்கள், இந்தியப் பெண்கள் நல்லொழுக்கமுள்ளவர்களாகவும் கருதப்படுகிறார்கள். இம்மாதிரிச் சிந்தனைகளின் மதிப்பு கேள்விக் குரியதாக உள்ளது. இதேபோல், இந்தியாவிலுள்ள போஹ்றி முஸ்லிம் சமுதாயத்தின் உறுப்பினர்கள் சிலர், பெண்களின் குறியை உருச்சிதைப்பது அல்லது காட்னா என்ற நடைமுறையைக் கையாளுகிறார்கள். *காட்னா* என்பது, ஆறேழு வயதுள்ள பெண்களின் யோனி லிங்கத்தின் ஒரு பகுதியை வெட்டிவிடுவதாகும். பெண்களின் பாலியல் தன்மை தடைப்படுத்தப்பட அல்லது விலக்கப்பட வேண்டியது, அதனால் பெண்களின் பாலியல் ஆசையைத் தடை செய்ய வேண்டும் அல்லது கட்டுப்படுத்த வேண்டும் என்று அந்தச் சமுதாயத்திலுள்ள பழமைவாதிகள் சிலபேர் கருதுவதால் இந்த நடைமுறை நீடிக்கிறது.[17] ஆகவே இனப்பெருக்கத்திற்காக மட்டுமன்றி, பெண்கள் உடலுறவை மகிழ்ச்சியோடு அனுபவிப்பவர்கள் என்று சித்திரிப்பதால் ஆபாசக்கலை மரபுரீதியான தந்தை(ஆண்) ஆதிக்கத்துக்குச் சவால் விடுகிறது என்பதாக நோக்கலாம்.

திரைப்படம் எடுக்கும்போது எவரேனும் துன்பம் அடைந்தார்களா?

ஆயினும், ஆபாச அல்லது இழிகலைத் திரைப்படங்களுக்கு எதிராகச் சில நியாயமான கவலைகள் உள்ளன. அவற்றில் ஒன்று, ஓர் இழிகலைச் சித்திரத் தயாரிப்பில் எவரும் துன்புறுத்தப்படக் கூடாது என்பது. இந்த வாதத்தின் பகுதிக் கருத்துகளாகப் பின்வருவனவற்றைக் காணலாம்.

முதலில், இப்படங்களில் நடிக்கவிருக்கும் வயதுக்குவந்த நடிகர்கள் அவ்விதம் நடிப்பதற்குத் தங்கள் அறிவறிந்த ஒப்புதலை அளிக்க வேண்டும். உதாரணமாக, உடலுறவில் ஈடுபட்டிருக்கும் ஓர் ஆண்-பெண் இணையர் பேச்சுரிமைக்கான சட்டத்தினால் பாதுகாக்கப் பட்டதாகச் சொல்ல முடியாது. ஏனெனில் மறைவான ஒரு ஒளிப்படக் கருவியினால் அவர்கள் படம்

பிடிக்கப்படுவதால் தங்கள் அந்தரங்கம் மீறப்படுகிறது என்பது அவர்களுக்குத் தெரியாது. அதே போல, ஒப்புதலுடனேயே ஓர் உடலுறவுக் காட்சி படம்பிடிக்கப் பட்டாலும், அதைப் பொதுவெளியில் ஒளிபரப்ப ஒப்புதல் தரப்படாமல் இருக்கலாம். பெரும்பாலும் பழிவாங்கும் இழிகலை என்பதில் இவ்வாறு நிகழ்கிறது. அதில் ஒரு தம்பதி, தங்கள் பாலியல் செய்கையை, அது எப்போதும் அந்தரங்கமாக வைக்கப்பட்டிருக்கும் என்ற நினைப்பில் தங்களுக்குள் மட்டுமே பகிர்வதற்கெனப் பதிவு செய்கிறார்கள். ஆனால் அவர்கள் பிரிந்த பிறகு, அவர்களில் ஒருவர் (வழக்கமாக ஆண்), மற்றவரை (வழக்கமாகப் பெண்) அவமானப் படுத்துவதற்காக அதைப் பொதுவெளியில் விடுவது வழக்கம். ஆகவே இம்மாதிரிப் படங்களில் நடிப்பவர்கள், பதிவு செய்வதற்கு மட்டுமல்ல, அதைப் பொதுமக்களிடையே ஒளி பரப்புவதற்கும் தங்கள் அறிவறிந்த ஒப்புதலைத் தரவேண்டியது அவசியம். அமெரிக்காவில் சில பாலியல் திரைப்படங்களில் பெண்கள் சித்திரவதைப் படுத்தப்படுகிறார்கள். அதற்கு அந்தப் பெண்கள் உண்மையிலே ஒப்புதல் தந்திருப்பார்களா என்று மெக்கின்னனும் ட்வோர்கினும் சக்தி வாய்ந்த கேள்வி ஒன்றினை எழுப்புகின்றனர். இரண்டு பேருமே, லிண்டா மார்ஷியானோ (லிண்டா லவ்லேஸ் என அறியப்பட்டவர்) என்ற பெண் ஆழமான நெஞ்சில் ஊடுருவப்படுவதற்கு, அதே பெயருள்ள படத்தில் நடிக்கும் போது அவரை வசியப்படுத்திச் செய்ய வைத்தார்கள் என்று குற்றம் சாட்டுகிறார்கள்.[18] இந்தியாவில் பாலியல் படப் பணியாளர்கள், தங்கள் விருப்பத்திற்கு மாறாகவே விபசாரத்தில் ஈடுபடச் செய்யப்படுகிறார்கள். இளம் வயதிலேயே அவர்கள் விபசாரத் தரகர்களால் ஏறத்தாழ அடிமைகளாக விற்றுவிடப்படுவதால் இவ்வாறு நேர்கிறது. இந்தியாவிலுள்ள பாலியல் தொழிலாளியான பெண் எவரேனும் ஒரு ஆபாசப் படத்தில் நடிப்பதற்குத் தன் ஒப்புதலை உண்மையாக அளித்திருப்பார் என்று கருத முடியுமா? ஏனெனில் அவரது சூழ்நிலையாலும் சந்தர்ப்பங்களாலும் ஒப்புதல் உற்பத்தி செய்யப்படுகிறது என்பதே உண்மை. ஆகவே இம்மாதிரிப் பாலியல் படங்களில் நடிக்கும் பெண்கள் உண்மையாகவே தங்கள் அறிவறிந்த ஒப்புதலை அளித்திருப்பார்கள் என்பதில் தீவிரமான சில சிக்கல்கள் உள்ளன. அவ்வித ஒப்புதலை அளிப்பவர்கள்கூட, தாங்கள் உண்மையில் எவ்விதச் சிக்கல்களில் மாட்டிக் கொள்ளப் போகிறார்கள் என்பதை அறியாமலே இருக்கலாம். ஏனெனில் அவர்கள் ஒருமுறை இத்துறையில் புகுந்து விட்டால் வெளிவருவது

என்பது அரிது. ஆனால் எந்த நடிகரும் நடிக்காத அனிமேஷன் திரைப்படங்களுக்கும், படங்களற்ற ஆபாசப் புத்தகங்களுக்கும் இந்தக் கவலையிலிருந்து விடுதலை கொடுத்துவிடலாம்.[19]

இரண்டாவதாக, தீவிர பாலியல் செய்கைகளை உள்ளடக்கிய சில காட்சிகள், தாங்கள் ஒப்புதல் அளித்திருந்தாலும், வயதில் முதிர்ந்த நடிகர்களுக்கே ஈடுபடுவதற்குத் தீங்கானவை ஆகலாம். சில பாலியல் சார்ந்த காட்சிகள் அவர்களை மெய்யான உடல்சார் தீங்குகளுக்கு உட்படுத்துபவை ஆகக் கூடும். அப்படிப்பட்ட செயல்களில் மெய்யாகவே ஈடுபடச் சட்டம் எந்த முதிர்ச்சி பெற்ற நடிகருக்கும் இசைவளிக்காது.

மூன்றாவதாக, சிறார்கள் தங்கள் அறிவறிந்த ஒப்புதலை அளிக்க முடியாது என்பதால் அவர்களைப் பாலியல் திரைப்படங்களில் நடிக்க வைக்க முடியாது.

பார்ப்பதற்கு ஒப்புதல்

ஆபாச மற்றும் இழிகலைப் பொருள்களில் உள்ள மற்றொரு வகைத் தீமை என்னவெனில், அதைப் பார்ப்பதற்கு ஒருவர் விரும்பாவிட்டாலும் அவரைக் காண வேண்டும் என்று வலுக்கட்டாயப் படுத்தலாம். ஆபாசப் படங்களைக் காண விரும்பாத வயது வந்த ஒருவரை, அதைக் காணுமாறு கட்டாயப் படுத்தலாகாது. ஒப்புதல் தர இயலாத சிறார்கள், மனக் குறைபாடுள்ளவர்கள் போன்றோரை அவர்கள் சட்ட பூர்வமான பாதுகாவலரின் ஒப்புதல் இன்றி அவ்விதப் படங்களைக் காண வைக்கலாகாது. டிரைப் என்பவர் பாலியல் ஆசை தொடர்பான இடப் பயன்பாட்டுச் சட்டங்கள் என்று அழைப்பவை வாயிலாக இத்தகைய புகார்கள் நேர் செய்யப்படலாம். அந்தச் சட்டங்கள், பாலியல் ரீதியாக வெளிப்படையான படங்கள் வெளியிடப்படும் நேரம், இடம் மற்றும் முறைகளைக் கட்டுப்படுத்துகின்றன.

எந்தக் கருத்துகளையும் கூறாமையால் ஆபாசம் தீங்கானதா?

சுதந்திரப் பேச்சுரிமை என்பது இலக்கிய, கலைசார்ந்த, அரசியல், அறிவியல் படைப்புகளைப் பாதுகாப்பதும், சிந்தனைகளைப் பரப்புவதற்கானதும் ஆகும், ஆனால் இழிவரைவியல் விஷயம் இவை எதற்கும் உதவவில்லை, அது வெறும் உடல்சார்ந்த

விளைவு ஒன்றை மட்டுமே உருவாக்க வடிவமைக்கப்பட்டது என்பது ஆபாசத்துக்கும் இழிவரைவியலுக்கும் எதிரான ஒரு வாதம்.[20] ஆனால் ஒரு விஷயம் எந்த ஒரு சிந்தனையையும் தொடர்புறுத்துகிறதா இல்லையா என்பது சிலசமயங்களில் சொல்வதற்கு மிகக் கடினமானது. இந்திய உச்சநீதிமன்றத்தைச் சேர்ந்த நீதிபதி ஹிதாயத்துல்லா, லேடி சேட்டர்லியின் லவர் என்ற நாவலைப் பாதுகாப்பதில் எந்த அர்த்தமும் இல்லை என்றார். ஆனால் அமெரிக்க உச்சநீதி மன்றத்தின் நீதிபதி ஸ்டூவர்ட், சில குறித்த சமயங்களில் விபசாரமும் நியாயப் படுத்தக்கூடியதுதான் என்ற எண்ணத்தை அது அளிப்பதால் அது முதல் திருத்தத்திற்குள் வருகிறது என்றார். பெண்கள் தங்கள் உடலின் மற்றும் பாலியல்பின் கட்டுப்பாட்டுக்குள் இருக்கிறார்கள் என்றோ, பெண்கள் ஆடவர்களின் பாலியல் திருப்திக்காகப் படைக்கப்பட்டவர்கள், ஆகவே அவர்கள் ஆடவர்களுக்கு அடிமைகளாக இருக்கிறார்கள் என்றோ இதுபோன்ற கருத்துகளைத் தெரிவிப்பதால் இழிவரைவுக்கலையும் சிந்தனைகளைத் தூண்டுகிறது என்று சிலர் சொல்லக் கூடும்.[21]

துணை விளைவுகள்

ஆபாசத்தைப் பொதுவெளியில் காட்டுவதற்கு எதிராகக் குறிப்பாக ஒரு நியாயமான வாதம் இருக்கிறது. ஒரு குறித்த பகுதியில் இப்படிப்பட்ட விஷயங்களைப் பொதுவெளியில் காட்சிப்படுத்துவதால் அங்கு இரண்டாம் நிலை அல்லது துணை விளைவுகள் உருவாகக்கூடும். அதாவது குற்றம் செய்பவர்கள், குண்டர்கள், போதை மருந்து விற்பவர்கள், விபசாரம் செய்பவர்கள் போன்ற சமூகத்தின் தீய சக்திகளை அது அந்தப் பகுதிக்குக் கவரக் கூடும். ஆனால் அந்தந்தப் பகுதிக்குரிய சட்டங்கள் வாயிலாக இது தீர்க்கப்படக் கூடியதுதான். வயதுவந்தோர்க்குரிய விஷயங்கள் பொதுநிலையில் வெளிப்படுத்தப்படக்கூடிய இடங்கள்மீது கவனம் செலுத்தி அல்லது அவற்றைத் தனிமைப்படுத்தி அவை நகரத்தின் வசிப்பிடங்கள், வணிகத்தலங்கள் இருக்குமிடங்களிலிருந்து தொலைவில் இருக்குமாறு பார்த்துக் கொள்ளலாம்.

★★★

இயல் 9
நீதிபதிகளுக்குப் புகழ்மின்னொளி

நீதிமன்றத்தை இழிவுபடுத்தும் வடிவத்தின் வாயிலாக நீதிமன்ற அவமதிப்பு என்பதை இந்த இயல் ஆராய்கிறது. வகைமாதிரியாக, ஒரு நீதிபதி நேர்மை யற்றவர் அல்லது ஒருதலைப் பட்சமானவர் என்று எவரேனும் ஒருநபர் கூறும்போது இந்த மாதிரி அவமதிப்பு நேர்கிறது.[1] மூன்று முதன்மை வாதங்கள் இந்த இயலில் முன்வைக்கப்படும். முதலாவதாக, இந்தியாவில் நிகழ்ந்த நீதிமன்றத்தை இழித்துரைப்பதன் வாயிலாக அவமதித்த வழக்குகள் இங்கிலாந்தில் இவற்றை ஒத்த, ஒப்பிடக்கூடிய வழக்குகளைப் பிரதிபலித்தன. தேசதுரோகம் போல் அன்றி, ஆனால் ஆபாசத்திற்கு இணையாக, காலனிய இந்தியாவில் நீதிமன்றங்களை இழிவுபடுத்துவது என்ற கொள்கை, காலனியத் தாயகமான இங்கிலாந்தில் நிகழ்ந்த கொள்கை போலவே இருந்தது. நீதிமன்ற அவமதிப்பு என்பது உள்ளார்ந்து ஒரு நிலைகுலைக்கும் வகையிலான பேச்சு. அது கடுமையாக பிரிட்டிஷ் இந்தியாவில் ஒடுக்கப்பட்டிருக்கும் என்று எவரும் கருதக்கூடும் என்பதால் இது வியப்புக்குரிய நிகழ்வு. ஆனால் அப்படி நிகழவில்லை. இரண்டாவதாக, இந்தியாவின் உச்சநீதிமன்றம் செய்யும் தற்காலத் தீர்ப்புகளை ஆராய்ந்த பிறகு, இந்திய நீதிமன்றங்களுக்கு அவற்றை இழிவுபடுத்துகின்ற அவமதிப்புகளுக்குத் தண்டனை அளிக்க மிகையான அதிகாரம் அவற்றிடம் உள்ளது என்று இந்த இயல் வாதிடும். எனவே நீதிமன்றத்தின் முன்னிலையில் நடக்கும் அவமதிப்புகளுக்கும், நீதிமன்றத்தின் தினசரி அலுவல்களின் கௌரவத்தையும்

கண்ணியத்தையும் வெளிப்படையாகவே கீழறுக்கும் விதமான அவமதிப்புகளுக்கும் மட்டும் இந்த அதிகாரத்தை வரையறுத்துக் கொண்டால் போதுமானது என்ற வாதத்தையும் முன்வைக்க முடியும். மூன்றாவது, 1950இல் அரசியல் சட்டத்தை அமுல்படுத்தியமை இந்த நாட்டின் சுதந்திரப் பேச்சு பற்றிய சட்டநெறிச் செயலாக்கத்தில் எவ்வித முக்கிய மாற்றத்தையும் கொண்டுவர வில்லை என்பதையும் இந்த இயல் காட்டும்: நீதிமன்றத்தை இழிவுபடுத்துவதன் வாயிலாக அதை அவமதிப்பதற்கு எதிரான சட்டம் என்பது எவ்விதத்திலும் மாற்றமின்றியும், சுதந்திரப் பேச்சுக்கான அடிப்படை உரிமையை அனுமதித்ததால் எவ்விதத்திலும் பாதிக்கப்படாமலும் இருந்தது.[2]

நீதிமன்றத்தை இழிவுபடுத்தல் - இங்கிலாந்தில்

பல ஆண்டுகளாகவே, நீதிமன்றங்களின் தலைமையைக் குறைவு படுத்துகின்ற அல்லது அவற்றின் தீர்ப்புகளுக்குக் கீழ்ப்படிய மறுக்கின்ற ஒரு சூழ்நிலையை உருவாக்கவல்ல மீக்கடுமையான கூற்றுகளைத் தடுக்க மட்டுமே, இங்கிலாந்தில் நீதிமன்றத்தை இழிவுபடுத்தல் என்பது மிக அரிதாகப் பயன்பட்டு வருகிறது. நன்னம்பிக்கையில் (அதாவது, வெறுப்பின்றி, நீதிபதிகள்மீது ஒருபுறச்சாய்வு அல்லது ஊழல் போன்ற நோக்கங்களைக் கற்பிக்காத) பேசப்படும் கூற்றுகள், உண்மையின்றி இருந்தாலும், நீதிமன்றத்தை இழிவுபடுத்தல் என்ற எல்லைக்குள் வரமாட்டா. முதலில், ஒரு நபர் நீதிபதிகளைப் பற்றிய விமரிசனத்தில் ஈடுபடும்போது மரியாதையாகவும் அல்லது நியாயமான பணிவோடும் இருக்க வேண்டுமே அன்றி, நிந்தனைசெய்யும் வசவாக இருக்கலாகாது. ஆயினும், பின்னால், நீதிமன்றங்களையும் நீதிபதிகளையும் பற்றிய உறைப்பான விமரிசனங்களும் நீதிமன்றங்களை இழிவுபடுத்தல் என்பதற்குப் புறத்தில் இருப்பதாகவே கருதப்பட்டன. காலப்போக்கில், நீதிமன்றங்களை இழிவுபடுத்தல் என்னும் குற்றமே 2013இல் நீக்கப்பட்டுவிட்டது.

நீதிமன்றங்களை இழிவுபடுத்தல் என்ற தொடர் முதன்முதலில் 1742இல் தீர்ப்பளிக்கப்பட்ட கார்வன் (அல்லது ஹால்)க்கு எதிராக ரோச்-சின் வழக்கில்தான்[3] முறைமன்றப் பெருந்தலைவர் ஹார்ட்விக் பிரபுவினால் ஆளப்பட்டது. வெறுப்புரையில் மூன்று

வகைகள் இருப்பதாக ஹார்ட்விக் குறிப்பிட்டார். அவற்றில் ஒன்றுதான் நீதிமன்றங்களை இழிவுபடுத்தல் என்பது.

அதற்குப் பிறகு நீதிமன்ற இழிவுபடுத்தல் பற்றி வந்த வழக்குகளில் முதலாவதான ஒன்று, 1765 அளவில் தீர்ப்பு வழங்கப்பட்ட, அல்மானுக்கு எதிராக ரெக்ஸ் என்ற வழக்கு.[4] லண்டன் பிக்காடிலியில் ஒரு வெளியீட்டாளர் ஒரு துண்டுப் பிரசுரத்தை வெளியிட்டார். அது, ஆட்கொணர்வு வழக்குகளில் ஒரே மாதிரியான முறை சார்ந்த செயல்முறையைப் பயன்படுத்தினார் என்று தலைமை நீதிபதி மான்ஸ்ஃபீல்டு என்பவரைக் குறை கூறியது. அதில் மிக மோசமான விஷயம், அது மான்ஸ்ஃபீல்டு எரிச்சல் தரும் விதமாக வலிய வந்து, மனம்போன போக்கில், சட்டத்துக்கு மாறாகச் செயல்பட்டார் என்று குற்றம் சாட்டியது தான்.[5] நீதிபதி வில்மாட் தீர்ப்பை எழுதினார், ஆனால் அது அறிவிக்கப்படாமலும், வெளிப்படையாகச் சொல்லப் படாமலும் போயிற்று. ஏனெனில் சில நாட்களில் அந்த வழக்கின்மீதான குற்றத்தரப்பு கைவிடப்பட்டது. வில்மாட்டின் தீர்ப்பு பல பத்தாண்டுகள் கழித்து அவர் மகனால் 1802இல் வெளியிடப்பட்டது.

நீதிமன்ற இழிவுபடுத்தல் சட்டத்தின் முழு நோக்கமே நீதிபதிகளைச் சுற்றி ஒரு புகழ்ச்சுடரொளியை வைத்துக் கொள்வதுதான், அது பொதுமக்களின் கண்களில் அவர்களை வெறுப்புக்குரியவர்களாகத் தென்படாமல் மறைக்கத் தான்.[6] அரசர் தனது அதிகாரத்தை நீதிபதிகளிடம் ஒப்படைக்கிறார், ஆகவே நீதிபதிகளின் நீதியைக் கேள்வி கேட்பது அரசரின் நீதியைக் கேள்விகேட்பதுதான் என்று அவர் விளக்கம் கூறினார். அது அரசரின் விவேகத்தையும் அவரது நீதிபதியைத் தேர்ந்தெடுத்த நன்முறையையும் குற்றம் சாட்டுவதாகும். அதன் விளைவு என்னவெனில், எல்லா நீதி நிர்ணயங்கள் மீதும் மக்கள் மனங்களில் பொதுவான அதிருப்தி ஏற்பட வைப்பதாகிறது, அவர்கள் அதற்குக் கீழ்ப்படிவதிலிருந்து அவர்கள் மனங்களை மாற்றுவதாகிறது.[7] நீதிமன்றங்களின் அதிகாரம் துண்டுப் பிரசுரக்காரர்களாலும், செய்தி எழுதுவோராலும் மிதிபடுவதாக இருந்தால், நீதிபதிகளின் பாதுகாப்புக்கென அளிக்கப்பட்ட அதிகாரம் அவர்கள் அழிவுக்கு விபசாரம் செய்யப்படுகிறது என்று மக்களுக்குச் சொல்வதாக இருந்தால், நீதிமன்றம் தனது

எல்லா அதிகாரத்தையும் இழந்து விடும் என்று வில்மாட் நினைத்தார்.⁸ தங்கள் அறைகளில் இருந்துகொண்டு நீதிபதிகள் இழுக்கான முறையில் ஆணைகளை இடுகிறார்கள் என்று சொல்வது கண்டிப்பாக இந்த நீதிமன்றத்தை அவமதிப்புக்குள் இழுக்காதா? இழுக்கும் அல்லவா?⁹ நீதிமன்றத்தை இழிவுபடுத்துவதன் வாயிலாக அதை அவமதிப்புச் செய்தவர்கள் மீது அவர்களைத் தண்டிக்கும் அதிகாரம் உடனடியாகச் செயல்படுத் தப்பட வேண்டும், அதாவது முறையான விசாரணை இன்றியே அவர்கள் தண்டிக்கப்பட வேண்டும்.¹⁰

அதன் பிறகு நூறாண்டுகளுக்கு, நீதிமன்றத்தை இழிவுபடுத்துவது, ஏறத்தாழ எப்போதுமே இங்கிலாந்தில் பயன்படுத்தப்படவில்லை. பஹாமா தீவுகளிலிருந்து (இது இங்கிலாந்தின் அக்காலக் காலனிகளில் ஒன்று) பிரிவி கவுன்சிலுக்கு ஓர் இரசிக்கத் தக்க வழக்கு வந்தது.¹¹ நாஸ்ஸா கார்டியன் என்ற செய்தித்தாளில் காலனிஸ்ட் என்ற புனைபெயரில் எவரோ ஒரு கடிதம் எழுதியிருந் தார். அக்கடிதம் பஹாமா தீவுகளின் தலைமை நீதிபதி ரோஜர் டி. யெல்வர்ட்டனின் நடத்தை பற்றிக் குறிப்பிட்டது. 1892 ஏப்ரலில், யெல்வர்ட்டன் ஒரு வழக்கில் தீர்ப்பளித்தார். வழக்கில் வெற்றிபெற்ற கட்சியினர், நன்றியுடன் அவருக்கு அன்னாசிப் பழங்களை அளித்தனர். யெல்வர்ட்டன் அதை ஏற்க மறுத்ததுடன், நீதிமன்றத்தில் வெளிப்படையாகவே, "நீதிமன்றத்தில் வழக்கிடும் கட்சிக்காரராக இருப்பவர், அல்லது அண்மையில் இருந்தவர், அல்லது இருக்கப் போகிறவராக உள்ளவர் எவரிடருந்தும் எவ்விதப் பரிசையும் பெறுவது தவறு" என்றார். பிறகு அவர் நாஸ்ஸா கார்டியன் ஆசிரியருக்கு இரண்டு கடிதங்கள் எழுதினார். அவை, அந்தக் காலனியைத் தன்பிடிக்குள் வைத்திருந்த ஒரு காய்ச்சலிலிருந்து விடுபட அந்த அடிமை நாட்டின் ஆரோக்கியம் மேம்படுவதற்கு ஆதிக்க நிர்வாகம் மேற்கொண்ட சில நடவடிக்கைகள் பற்றியது. இந்தப் பின்னணியில்தான் மேற்கண்ட காலனிஸ்டின் கடிதம் எழுதப்பட்டது. அது கேலியாகவும், நகைச்சுவையாகவும், மரியாதை இன்றியும் எழுதப்பட்டிருந்தது. யெல்வர்ட்டன் தலைமை நீதிபதி என்ற முறையில் பஹாமா தீவில் வாங்கிய மிக அதிகமான ஊதியத்தைப் பற்றி அது கூறியது:

திரு. யெல்வர்ட்டன் காப்பாற்ற வந்திருக்கிறார்... காய்ச்சலின் பயத்தினால் அவர் மனம் அமைதியின்றி பயந்திருக்கும் வேளையில் தலைமை நீதிபதியின் ஊதியத்தை அதிகப்படுத்துவதால் என்ன நன்மை?... ஆங்கில நீதித்துறையின் இந்த ஒளி மிக்கவரின் உடல்நலத்தையும் உயிரையும் காப்பதற்கு நம்மால் என்ன செய்ய முடியுமோ அவை எல்லாவற்றையும் செய்ய வேண்டும்... ஓராண்டுக்கு 1000 டாலர் நமது பணத்தைச் சட்டைப் பையில் போட்டுக் கொள்கின்ற நமது உச்ச எதிர்பார்ப்பைப் பூர்த்தி செய்கின்றதைவிட அதிகமாகப் பெற்றுக் கொள்ளும் மனிதருள் ஒருவராக திரு. யெல்வர்ட்டனைக் காண்கிறோம்.

இந்தக் கடிதம் அன்னாசிப் பழங்கள் சம்பவம் குறித்த குலுங்கச் சிரிக்க வைக்கும் கதைகளையும் குறிப்பிட்டது:

ஒவ்வொரு நாட்டின், ஒவ்வொரு காலத்தின் நீதியமர்வுகளின் காலக்குறிப்புகளையும் தேடிப் பாருங்கள். பைனாப்பிள்களைக் கூட ஏற்றுக்கொள்ள மறுத்த நமது தலைமை நீதிபதியின் மென்மையான மனச்சாட்சியை விட மிக மேன்மையான, சுய-மறுப்புச் செய்கின்ற, மிக மேலான மனச்சாட்சியை எவரேனும் வெளிப்படுத்திப் படைத்திருக்கிறார்களா பாருங்கள். யாரோ ஒரு குற்றங் கண்டு பிடிப்பவன் சொன்னானாம்- "ஒவ்வொருவருக்கும் அவரவர்க்கான விலை" என்று. இந்த நாட்டின் நீதியின் ஊற்றுக்கு ஒரு டஜன் அன்னாசிப் பழங்களைவிட அதிக விலை உண்டு என்பது நமக்கு மகிழ்ச்சியளிக்கிறது. இந்தக் காலனியின் ஒவ்வொரு நடுவர் அலுவலகத்தின் சுவர்களிலும் திரு. யெல்வர்ட்டனின் வெறுப்புடன் கூடிய துறத்தலைக் குறித்த மேன்மையான சொற்கள் பொன்னெழுத்துகளால் பொறிக்கப்பட வேண்டும். அது வரை, உருளைக் கிழங்குகளும் பட்டாணிகளும் அவை போன்றவையும், அதற்குமுன் வேண்டாம்- தங்கள் மோசமான செல்வாக்கினை இந்த நாட்டின் நீதிநிர்வாகத்தில் காட்டாமல் நிறுத்தி வைக்கட்டும்.

இந்தக் கடிதம், யெல்வர்ட்டன் விதிகளின்படி எடுத்துக் கொள்ள வேண்டிய விடுப்புக் காலத்தைவிட அதிகமாக எடுத்துக் கொள்கிறார் என்பதை கேலியாகக் குறிப்பிட்டது:

> சட்டம் ஆறுவாரங்கள் விடுப்பு எடுத்துக் கொள்வதை அனுமதிக்கிறது என்றும், திரு. யெல்வர்ட்டன் வேறு எதற்கு இல்லாவிட்டாலும் சட்டத்திற்குக் கீழ்ப்படிய வேண்டும் என்றும் இந்த நகரத்தின் மிகஅதிக எண்ணிக்கையிலான மக்கள் கேவலமான மனத்துடன் சொல்கிறார்கள். "இப்போது, ஒருவேளை தலைமை நீதிபதிக்கு பதிலாக ஒரு முட்டாள் அந்த இடத்தில் இருக்கிறான் என்றால், அந்த ஆள் பன்னிரண்டு மாதங்கள் அந்தப் பதவியில் ஒட்டிக் கொண்டிருப்பதற்கு ஆண்டுக்கு ஆயிரம் டாலர் போதுமா?" என்று நான் அந்தக் கேவலமான ஜனங்களிடம் கேட்பேன்.

தலைமை நீதிபதி யெல்வர்ட்டன் இந்த கேலியைக் கண்டு சிரிக்கவில்லை. *நாஸ்ஸா கார்டியனின்* ஆசிரியரான ஆல்பிரட் ஈ. மோஸலி என்பவரை ஆணையனுப்பி அழைத்து அந்தக் காலனிஸ்டு என்பவர் யார், அதை வெளிப்படுத்த வேண்டும் என்று கேட்டார். மோஸலி மறுத்துவிட்டார். அதற்கு நீதிபதி தான் விரும்புகின்ற காலம் வரை மோஸலி சிறையில் இருக்கவேண்டும் என்று தண்டித்ததோடு, வழக்குச் செலவுகளுடன் கூட 65 டாலர் அபராதமும் விதித்தார்.

ஆனால், இந்தக் கடிதம் ஓர் அவதூறு செயல்பாடடுக்கு அடிப்படையாக அமைந்திருக்கலாம், ஆனால் அது நீதியின் வழியிலோ அல்லது சட்டத்தின் சரியான நிர்வாகத்திலோ குறுக்கிடுவதற்கென அல்லது அவற்றைத் தடை செய்வதற்கென எழுதப்படவில்லை ஆதலின் அது அவமதிப்பை விளைவிப்பதாகாது. வாதங்களின் போது, நீதிபதி போவன் பிரபு, "அவமதிப்புக் குற்றத்தின் சாராம்சம், அது மக்களுக்கு எதிராக, மக்களின் நீதிக்குத் தடையாக இருக்கிறது என்பதல்லாமல், நீதிபதிக்கு எதிரானது அல்ல" என்று கூறினார்.

எனவே 1899இல் *செயின்ட் ஆபினுக்கு எதிராக மெக்லியாடின் வழக்கில்*[12], நாட்டில் (அதாவது இங்கிலாந்தில்) அவதூறு என்பது பழஞ்சொல் ஆகிவிட்டது என்று பிரிவி கவுன்சில்

குறிப்பிட்டது. இந்த வழக்கு மேற்கிந்தியத் தீவுகளில் உள்ள செயின்ட் வின்சென்ட்டின் உச்சநீதிமன்றத்திலிருந்து வந்த ஒரு மேல் முறையீட்டினால் எழுந்தது. இந்த வழக்கின் மேல்முறையீட்டாளர் கிரனடாவிலிருந்து அச்சிடப்பட்டு வரும் ஃபெடரலிஸ்ட் என்ற வாரப் பத்திரிகைக்காக செயின்ட் வின்சென்ட்டிலுள்ள ஒரு செய்தியாளர். 1897 மார்ச்சில் அப்பத்திரிகை செயின்ட் வின்சென்ட்டிலுள்ள தற்காலிகத் தலைமை நீதிபதிக்கு எதிராகக் கருத்துரைத்த ஒரு கடிதத்தையும் கட்டுரையையும் கொண்டிருந்தது. பிரிட்டிஷ் நீதிமன்ற அமர்வுகளின் மேன்மையான மரபினை அவரால் காப்பாற்ற இயலவில்லை என்றும், வழக்கில் ஈடுபட்டுள்ள வழக்கறிஞர்களின் கண்ணசைவுக்குத் தலையாட்டுவார் என்றும், இங்கு வருவதற்கு முன்னர் (இங்கிலாந்தில்) அவர் வாடிக்கையாளர் அற்ற ஒரு பாரிஸ்டராக இருந்தார் என்றும், அவ்வளவாக நல்ல மூளையைப் பெறாததால் லண்டனின் பல நீதிமன்றங்களில் ஏதாவது கேஸ் கிடைக்குமா என்று காலிப் பையுடன் மதபோதகர் போலச் சென்று வந்தவர் என்றும் கட்டுரை குறிப்பிட்டது. ஆனால் முறையீட்டாளர், அந்தக் கடிதம் அல்லது கட்டுரையின் அச்சாளரோ, வெளியீட்டாளரோ, ஆசிரியரோ அல்ல. அவர் வெறும் செய்தித்தாள் நிருபர்தான். கள்ளமின்றி அவர் செய்தித்தாளை செயின்ட் வின்சென்ட்டிலிருந்த யாரோ ஒருவருக்குக் கொடுத்து விட்டார். இது நீதிமன்ற அவமதிப்பு ஆகுமா என்பது கேள்வி.

மன்றத்திற்காகப் பேசிய மாரிஸ் பிரபு பின்வருமாறு கூறினார்: "நீதிமன்றத்தை அவமதித்ததற்காக ஒரு நபரைத் தண்டிக்கும் அதிகாரம் நீதிபதி சரியானவர் என்று குற்றத்திலிருந்து வெளிக் கொண்டு வருவதற்காக அல்ல, அது அபூர்வமாகக் கையாளப்பட வேண்டிய ஓர் ஆயுதம், அப்படிச் செய்யும்போது அது நீதி நிர்வாகத்தின் நலனுக்கென மட்டுமே எப்போதும் செய்யப்படு கிறது."[13] சுருக்க நடைமுறை என்ற விதத்தில்[14], அது கடமை உணர்ச்சியினாலும், பொதுத் தேவையின் அழுத்தத்தினாலும் மட்டுமே செயல்படுத்தப்பட வேண்டும். இகழ்ச்சியின் ஒரு வகை என்ற முறையில் நீதிமன்றத்தை இழிவுபடுத்தல் என்பது இங்கிலாந்தில் அறவே இல்லாதது, அது நிற (கருப்பு) மக்கள் தொகையினர் வாழும் சிறிய அடிமை நாடுகளில் மட்டுமே பயனளிப்பதாக இருக்கலாம் என்றும் நீதிமன்றம் கூறியது.[15]

வெறுமனே பத்திரிகையை செயின்ட் வின்சென்ட்டிலுள்ள ஒருவருக்குத் தந்ததால், முறையீட்டாளர் நீதிமன்றத்துக்கு அவமதிப்பான எந்தச் செயலையும் செய்யவில்லை. ஆகவே மேல்முறையீடு தக்கவாறு அனுமதிக்கப்பட்டது.

ஆனால் 1900இல், ஓராண்டு பின்னர், கிரேவுக்கு எதிராக ரெஜினா வழக்கில்[16] ஒரு நபர் இங்கிலாந்தில் நீதிமன்றத்தை இழிவுபடுத்தியதற்காக தண்டிக்கப்பட்டார். அதாவது, இப்படிப்பட்ட இகழ்ச்சிகள் இங்கிலாந்தில் காலாவதி ஆகிவிட்டன என்ற பிரிவி கவுன்சிலின் நம்பிக்கை பொய்யாகிவிட்டது. இந்த வழக்கு ஓர் ஆபாசத்தின் பின்னணியில் எழுந்தது. இந்த வழக்கில் விசாரிக்கப்படும் சாட்சியங்கள் எல்லாவற்றையும் வெளியிட வேண்டாம் என்று பத்திரிகையாளர்களிடம் தலைமை வகிக்கும் நீதிபதியான டார்லிங் எச்சரித்தார். இந்த அறிவுறுத்தலால் எரிச்சலடைந்த ஒருவர், ஹோவர்ட் அலெக்சாண்டர் கிரே, *பர்மிங்காம் டெய்லி ஆர்கஸ்* என்ற செய்தித்தாளில் 'கண்ணியத்தின் காவலர்' என்ற கட்டுரையை வெளியிட்டார். அதில் நீதிபதி டார்லிங்கை, குதிரைமயிர்ப் பின்னல் கொண்ட திமிர்பிடித்த சிறுமனிதர் என்றும் போலிப் பெருமையும் காலியான மண்டையும் கொண்ட சிற்றுலகம் என்றும் குறிப்பிட்டார் கிரே. மேலும் "திரு. நீதிபதி டார்லிங்கின் வாழ்க்கை வரலாற்றாளர்களில் ஒருவர் கோணல்புத்தியுடைய உறவினர் ஒருவர் அவருக்குச் செல்வத்தை விட்டுச் சென்றுவிட்டார் என்று கூறியுள்ளார்" என்ற கிரே, அந்த உயிலெழுதிய நபர், ஒரு பேருந்து நடத்துநராக வெற்றிகரமாக வந்திருக்கக் கூடியவரைப் பாழாக்கி விட்டார் என்றார்.[17] பின்வரும் வார்த்தைகளில் தன் அர்ச்சனையை முடித்தார் கிரே:

> எந்த ஒரு செய்தித்தாளும் தனது நல்தகுதிகள் இன்றி செயற்பட முடியாது. ஆனால் அமர்வும், நல்லவேளையாக திரு.நீதிபதி டார்லிங்கும் அந்த நிலையிலிருந்து தவிர்க்கப் பட்டிருக்கிறார்கள். திரு. நீதிபதி டார்லிங் மற்றொரு தொழிலில் ஒழுங்குபடுத்தலை மேற்கொள்வதற்கு முன்னால் தனது சொந்தத் தொழிலின் கடமைகளை சிறப்பாக உள்வாங்கிக் கொள்ளலாம்.[18]

நீதிமன்றத்தில், தனது கட்டுரைக்கு மன்னிப்புக் கேட்டு, தாராளமான ஒரு பிரமாணப் பத்திரத்தை கிரே எழுதினார். மிதமற்ற, முறையற்ற, மேன்மக்களுக்கு ஒவ்வாத, நீதிபதியின் தனிநபர்மை, பதவி இரண்டிற்கும் உரிய மரியாதையற்ற மொழியைத் தான் கையாண்டதாகக் கூறினார். நீதிமன்றத்திற்காகப் பேசிய தலைமை நீதிபதி கில்லோவனைச் சேர்ந்த ரஸல் பிரபு, இந்தக் கட்டுரை ஒரு விமரிசனம் அல்ல, மாறாக, ஒரு நீதிபதியை நீதிபதி என மதியாமல் நிந்தனை கொண்டு பேசும் கடும் சொற்கள் என்றார்.[19] இந்த மாதிரி மன்னிப்புக் கேட்காமல் இருந்திருந்தால் கிரேவுக்கு நீண்டகாலம் சிறைத்தண்டனை கிடைத்திருக்கக் கூடும். இப்போது அவரது மன்னிப்பைக் கருத்தில் கொண்டு நீதிமன்றம் அவருக்கு 100 பவுண்டு அபராதமும் வழக்குச் செலவாக 25 டாலரும் விதித்தது.

இங்கிலாந்தில் நீதிமன்றத்தை இழிவுபடுத்தல் என்பதன்கீழ்க் கடைசியாக இரண்டு குற்றச்சாட்டுகள் 1930இலும், 1931இலும் வெற்றிகரமாக நிகழ்ந்தன.[20] அதற்குப் பிறகு அறிவிக்கப்பட்ட வழக்குகள் காலனி நாடுகளில் செய்யப்பட்ட முடிவுகளை எதிர்த்து பிரிவி கவுன்சிலுக்குப் போடப்பட்டவை. உதாரணமாக, அட்டர்னி ஜெனரலுக்கு எதிராக அம்பார்ட் என்ற வழக்கில்[21] பிரிவி கவுன்சில் டிரினிடாட் மற்றும் டொபாகோவின் உச்சநீதிமன்றம் அனுப்பிய முறையீடு ஒன்றை ஆராய்ந்துகொண்டிருந்தது. முறையிட்டவர், போர்ட் ஆஃப் ஸ்பெயின் கெஜட் என்ற பத்திரிகையின் ஆசிரியரும் உரிமையாளரும் ஆவார். 1934இல் அந்தப் பத்திரிகையில் ஒரு கட்டுரை- மனித அம்சம்- என்பது வெளிவந்திருந்தது. அந்தச் சமயத்தில் இரு குற்றவழக்குகளில் தண்டனை அளிப்பது எவ்விதம் ஒத்துப் போகவில்லை என்று அதில் சுட்டிக்காட்டப் பட்டிருந்தது. நன்னம்பிக்கையில் ஒரு நீதிமன்றத்தை விமரிசனம் செய்தல் என்பது வெறுப்பு ஆகாது, ஆனால் முறையிட்டவர் நீதி நிர்வாகத்தில் பங்கேற்பவர்களின் மீது முறையற்ற உள்நோக்கங்களைச் சுமத்தாமல் இருக்கவேண்டும் என்று நீதிமன்றம் தெரிவித்தது. முறையீட்டை அனுமதித்து, இதில் எவ்வித வெறுப்பும் இல்லை என்று தெரிவித்த அட்கின் பிரபு இந்தப் புகழ்பெற்ற சொற்களை எழுதினார்: நீதி என்பது கன்னிமாடத்தில் மூடப்பட்ட கற்புப் போன்ற ஒரு நற்பண்பு அல்ல. அது சாதாரண மனிதர்களுடைய நுண்ணாய்வையும்,

வெளிப்படையான ஆனால் மரியாதை மிக்க வார்த்தைகளையும் கஷ்டமென்றாலும் ஏற்றுக் கொள்ளத்தான் வேண்டும்.

எக்ஸ்-பார்ட்டி பிளாக்பர்ன் (எண் 2), நகரத்தின் போலீஸ் கமிஷனருக்கு எதிராக ரெஜினா என்ற வழக்கில்[22] முறையீட்டவை முதன் முதலாக நீதிமன்றத்தை இழிவுபடுத்திய பிரச்சினை கொண்ட ஒரு வழக்கினை ஏற்றுக்கொண்டது. செயின்ட் மெரில்போனின் ஹெயில் ஷாம் பிரபுவாகவும் சட்ட ஆட்சித் தலைவராகவும்[23] ஆக இருக்கும் குவிண்டின் ஹாக், 1968இல் பாராளுமன்ற உறுப்பினராக இருந்தார். அவர் வாரப் பத்திரிகையான *பஞ்ச்* ல்ம்பதில் கேமிங் மடில் (விளையாட்டுக் குழப்பம்) என்ற கட்டுரை எழுதினார். அதில் அவர் அரசியின் அமர்வு டிவிஷனல் நீதிமன்றத்தின் தீர்ப்பு ஒன்றை அவர் விமரிசனம் செய்தார். ஆனால் அதை முறையீட்டு மன்றத் தீர்ப்பு என்று தவறாகச் சொல்லிவிட்டார். அந்தக் கட்டுரை, தன் குரலிலோ, விமரிசனப் பாங்கிலோ மரியாதை செலுத்துவதாக இல்லை. அதில், குருட்டுத்தனம்... மிகச் சிறந்த நீதிபதிகள் மீதும் சிலசமயங்களில் தாக்குகிறது. ஆங்கில நீதிமன்ற முடிவுகள் யதார்த்தத்துக்குப் புறம்பாகவும் முரண்பாடுள்ளவையாகவும் ....தவறாகவும் அமைந்துவிடுகின்றன. அதனால் சட்டம் இயற்றல் என்பது செய்யமுடியாத ஒன்றாகி விடுகிறது என்று கூறியிருந்தார்.

பொதுச் சட்ட உலகில் மிகச் சிறந்தவர் என அறியப்பட்ட நீதிபதி டெனிங் பிரபு, ஹாக்-இற்கு ஆதரவாக வழக்கை முடித்து, பின்வரும் புகழ்பெற்ற வார்த்தைகளை எழுதினார்:

> நமது சொந்த கௌரவத்தை உயர்த்திப் பிடிக்கும் வழியாக இந்த அதிகார எல்லையை இனிமேல் நாம் பயன்படுத்தமாட்டோம் என்பதை நான் உடனடியாகச் சொல்லிவிடுகிறேன். நமக்கு எதிராகப் பேசுபவர்களை ஒடுக்கவும் இதை நாம் பயன்படுத்த மாட்டோம். நாம் விமரிசனத்திற்கு பயப்படவில்லை, அதை வெறுக்கவும் இல்லை. ஏனெனில் இவற்றுக்கு மேலாக வேறொன்று அபாயத்தில் இருக்கிறது. அது பேச்சுரிமை அன்றி வேறொன்றும் இல்லை.[24]

ஆனால் டெனிங், நீதிமன்றங்களைக் குறைசொல்பவர்கள், பின்வருவனவற்றை மனத்தில் வைக்க வேண்டும் என்றார். "நீதிபதிகள் தமது அலுவலின் பண்பு காரணமாக, தாங்கள் விமரிசனங்களுக்கு பதில் சொல்லிக் கொண்டிருக்க முடியாது, மேலும் பொது முரண்பாடுகளுக்குள், அதிலும் அரசியல் முரண்பாட்டுக்குள் தலையை நுழைக்க முடியாது, அவர்கள் தங்களை நியாயப்படுத்திக் காத்துக் கொள்ள தங்கள் நடத்தையை மட்டுமே நம்பி யிருக்க வேண்டும்."

இந்த வழக்கிற்குப் பிறகு, இங்கிலாந்தில் நீதிமன்றங்கள் மீதும் நீதிபதிகள் மீதும் உறைப்பான விமரிசனங்கள் கூட வைக்கப்பட்டன. ஆனால் அவை நீதிமன்றங்களை இழிவு படுத்துகின்ற வடிவத்திலான வெறுப்பாக இல்லை. குவிண்டின் ஹாக்கின் விமரிசனம் கட்டுக்கடங்காத ஒன்றாகவும், இலக்குத் தவறியதாகவும், தரமற்ற ரசனையின் வெளிப்பாடாகவும் இருந்தாலும் அவர் நீதிமன்ற அவமதிப்புச் செய்யவில்லை என்று தீர்ப்பாயிற்று.

இங்கிலாந்தில் நீதிமன்ற இழிவுபடுத்தல் நீக்கப்படுகிறது

1974இல் நீதிமன்றத்தை இழிவுபடுத்தல் என்ற குற்றம் மிகவும் குறைக்கப்பட்டு ஒன்றுமில்லாமல் ஆக்கப்பட வேண்டும் என்று ஃபில்லிமோர் கமிட்டி பரிந்துரை செய்தது. அதில் வெறுமனே முறையற்ற அல்லது ஊழலான நீதிசார் நடைமுறையில் நீதி நிர்வாகத்தில் நம்பிக்கையைப் பாதிக்கும் நோக்கத்துடன் செய்திகள்... பிரசுரமாவதை மட்டுமே அடக்கலாம் என்று கமிட்டி கூறியது.[25] அப்புறம், அதிலும்கூட, பெரும்பாலான தாக்குதல்களை முற்றிலும் புறக்கணித்துவிடலாம். ஏனெனில் அவை வழக்கமாக, ஏமாற்றமடைந்த வழக்காடுவோர் அல்லது அவர்களின் நண்பர்களிடமிருந்துதான் வருகின்றன. இந்தச் சமயத்தில் அவர்கள்மீது நடவடிக்கை எடுப்பது, அவர்களுக்கு மேலும் விளம்பரம் அளித்து அவர்கள் தங்கள் சார்பான நோக்குகளை மேலும் பரப்ப மேடை அமைத்துக் கொடுப்பதாகவே ஆகும்.[26]

2012இல் ஐக்கிய நாட்டின் (இங்கிலாந்தின்) சட்ட ஆணையம் நீதிமன்றத்தை இழிவுபடுத்தல் என்ற குற்றத்தை நீக்கிவிடலாம்

என்று பரிந்துரை செய்தது. இன்றும் முழுவதும் படிக்கும் தகுதியுள்ள ஒரு ஆலோசனைக் கட்டுரையில்[27], நீதிமன்றத்தை இழிவு படுத்தல் என்ற குற்றம் முழுவதுமாக வழக்கொழிந்து போய்விட்டது என்று குறிப்பிட்டது. அது இறுதியாக எழுப்பப்பட்ட கடைசி சந்தர்ப்பம் 2012 மார்ச்சில் நடந்தது. அப்போது பாராளுமன்ற உறுப்பினர் பீட்டர் ஹைன் என்பவர் தனது புத்தகமான *அவுட்சைட் இன்*[28] (வெளிப்புறம் உள்ளே) என்பதில் நீதிபதி கிர்வானைப் பற்றிக் கூறியவற்றிற்காக அவரைக் குற்றப்படுத்த வேண்டுவதற்காக வடக்கு அயர்லாந்தின் தலைமை வழக்கறிஞர் அனுமதி பெற்றார். அப்போது ஹைன் தனது கருத்துரைகளைத் தெளிவுபடுத்தியதால் அந்த வழக்கின் குற்றம் சாட்டல் கைவிடப்பட்டது. டெய்லி மிரர் என்ற பத்திரிகை, ஸ்பைகேட்சர் வழக்கிற்குப்[29] பிறகு மூன்று சட்டத் தலைவர்களைத் தலைகீழாகப் படம்வரைந்து ‘அட முட்டாள்கள்!’ என்று தலைப்பிட்டிருந்தது. அதற்கு எதிராக நீதிமன்ற அவமதிப்பு நடவடிக்கை எதுவும் எடுக்கப்படவில்லை என்பதிலிருந்தே இங்கிலாந்தில் காணப்படும் தளர்ச்சியான அணுகுமுறை புலனாயிற்று.

ஒரு ஹாங்காங் வழக்கினைச் சட்டக் கமிஷன் ஆராய்ந்தது. அதில் குற்றவாளி சில நீதிபதிகளை ஆண்நாய்கள், பெண்நாய்கள், கழிசடைகள், பேச்சுரிமையின் பொது எதிரி, ஹாங்காங்கின் 60 லட்சம் மக்களின் பேராபத்து என்றும், பிரிட்டிஷ் வெள்ளைப் பேய்கள் , பன்றிகள் என்றெல்லாம் திட்டியதோடு எல்லாரையும் ஒழித்துவிடுவதாகவும் கூறியிருந்தார். அது தெற்காஸ்திரேலிய வழக்கு ஒன்றினையும் ஆராய்ந்தது. அதில் ஒரு வானொலிச் செய்தியாளர் தனது கேட்போரிடம் குறிப்பிட்ட நீதிபதியின் முகத்தை உடைத்துவிடுவதாகக் கூறினார். ஆனால் இப்படிப்பட்ட கருத்துகள், பிரிட்டிஷ் பத்திரிகைத் துறையின் பொதுப் பழக்கங்களைப் பார்க்கும்போது, அவற்றைக் கடுமையாக எடுத்துக்கொள்ள வாய்ப்பில்லை. அவ்வாறு கடுமையாக எடுத்துக் கொள்வதாயின், அவற்றை வேறு குற்றங்களோடு (உதாரணமாக, பொதுஒழுங்கைக் கெடுத்தமை) சேர்த்தாக வேண்டும். சட்டக் கமிஷன், நீதிபதி எலியாஸ் பிரபுவை மேற்கோள் காட்டி, ஆங்கில நீதிபதிகளுக்கு எதிராக எக்கச்சக்கமான வசவுகள், குறிப்பாக வான் (இணைய) வழியில் காணக் கிடைக்கும் என்றும், ஆனால் கடுமையாக எடுத்துக்

கொள்ள முடியாத அளவுக்கு அவை முட்டாள்தனமானவை என்றும் கூறியது.

ஆனால் வேடிக்கையான விஷயம், *எக்ஸ்-பார்ட்டி பிளாக்பர்னில்*, நீதிமன்றங்களின் விமரிசகர்களிடம் அவர்களது விமரிசனங்களுக்கு நீதிபதிகள் எதிர்வினை ஆற்ற முடியாது என்று வைத்த வேண்டுகோள், இப்போது செல்லாது என்று சட்டக் கமிஷன் கூறிவிட்டது. 1955இல் பிபிசி, ஒரு வானொலி நிகழ்ச்சியில் முன்னாளைய புகழ்பெற்ற நீதிபதிகளின் வாழ்க்கை வரலாறு என்ற எவ்விதத் தீங்குமற்ற ஒரு தலைப்பில் பேசுமாறு அப்போதிருந்த நீதிபதிகளைக் கேட்டிருந்தது. அதற்குச் சட்ட ஆட்சித் தலைவரான கில்முயிர் மறுத்து விட்டார்.[30] ஊடகத்தில் நீதிபதிகள் பேசுவதைத் தடுத்த கில்முயிரின் கடிதம், பின்னர் கில்முயிர் விதிகள் என்பதாகத் தொகுக்கப்பட்டது. இந்த விதிகள் 1987இல் தளர்த்தப் பட்டன. அதற்குப் பிறகு 1993இல் அந்த ஆண்டு ஹேம்லின் விரிவுரைகளில் சட்ட ஆட்சித் தலைவர் கிளாஷ்டெர்னின் மெக்கே என்பவர் பொதுமக்களுடன் எப்படித் தொடர்பு கொள்வது என்பதை நீதிபதிகள் தாங்களே தான் தீர்மானித்துக் கொள்ள வேண்டும் என்றார்.[31] இதைத் தொடர்ந்து அந்த ஆண்டில், நீதிபதி கார்லண்ட் என்பவர் *நியூ லா ஜர்னல்* என்ற பத்திரிகைக்கு ஒரு கடிதம் எழுதியபோது, பத்திரிகைகள் அவரைப் பற்றி ஏதோ தவறான செய்தியை வெளியிட்டன, அதற்காக சேனல் 4 அவரிடம் மன்னிப்புக் கேட்டது.

மேலும் நீதிமன்றத்தை இழிவுபடுத்தும் குற்றத்திற்கு எதிராக நீதிபதிகள் வெற்றிகரமாக சிவில் அவதூறு சட்டத்தைப் பயன்படுத்தினார்கள் என்று சட்டக்குழு குறிப்பிட்டது. 1992இல் நீதிபதி பாப்பில்வெல் ஒரு கொலைக்குற்ற வழக்கின் விசாரணையில் தூங்கி விட்டதாக டுடே செய்தியிதழ் மறைமுகக் குறிப்பு ஒன்றை வெளியிட்டது. அதற்கெதிராக நற்பெயர்க்கெடுப்பு வழக்கு ஒன்றை அவர் போட்டு அதில் வெற்றிபெற்றார்.

தொடர்ந்து, 2013இல் இங்கிலாந்துக்கும் வேல்ஸுக்குமான பொதுச் சட்டத்தின் கீழ் குற்றம் மற்றும் நீதிமன்றங்கள் சட்டத்தில்[32] நீதிமன்ற அவமதிப்பின் ஒரு வடிவமாக அதை இழிவுபடுத்தும் குற்றம் நீக்கப்பட்டது.

அமெரிக்கா இங்கிலாந்தின் 'முட்டாள்தனத்தைப்' புறக்கணிக்கிறது

அமெரிக்க அரசியல் சட்டத்தின்படி, நீதிமன்றத்தை இழிவுபடுத்தல் என்ற வடிவத்தில் நீதிமன்ற அவமதிப்பு என்பது கிடையாது. கலிஃபோர்னியாவுக்கு எதிராக பிரிட்ஜஸ்[33] வழக்கில், "நீதிமன்றத்துக்கு எதிராக, நீதிபதிகள் அமர்வின் கௌரவத்தைப் பாதுகாப்பது என்ற பெயரால், எவ்வளவுதான் சிறியதாக இருந்தா லும், வலுக்கட்டாயமான வாய்ப்பூட்டு பெரும்பாலும், அது மரியாதையை மேம்படுத்துவதற்கு எதிராக, மனக்கசப்பு, சந்தேகம், வெறுப்பு ஆகியவற்றைத்தான் தோற்றுவிக்கும்" என்று நீதிபதி பிளாக் கூறினார். இந்த வழக்கில் மாறான கருத்துத் தெரிவித்த நீதிபதி ஃப்ராங்க்ஃபர்ட்டர் கூட, நீதிமன்ற இழிவுபடுத்தல் அல்லது பொது கௌரவமின்மைக்குள் அதைக் கொண்டுவருதல் என்பது இங்கிலாந்து நீண்ட காலத்துக்கு முன்பே கைவிட்டுவிட்ட ஒரு முட்டாள்தனமாகும்" என்றார். அதற்கு அமெரிக்காவில் ஒருபோதும் இடமில்லை

இதேபோல ஹார்னிக்கு எதிராக கிரெய்க்[34] வழக்கில், பிரச்சினைக்குரிய செய்தித்தாள் கட்டுரைகள் பலமான, நிதானமற்ற மொழியைக் கையாண்டு ஒரு நீதிபதியைப் பற்றிய நியாயமற்ற விமரிசனத்தில் ஈடுபட்டாலும், அவரைப் பிரபலமற்றவர் ஆகவும், குறைவுபடுத்தவும் ஏதாவது ஒன்றைப் பிரசுரம் செய்ய முயற்சி செய்கின்ற ஒருவர்மீது வெறுப்புச் செலுத்த அவருக்கு அனுமதியில்லை என்று நீதிபதி டக்ளஸ் கூறினார். கட்டுரையில் கையாளப்பட்ட மொழியின் உணர்ச்சித் துடிப்பு மட்டுமே நீதிமன்ற அவமதிப்பு உள்ளதா என்பதை நிர்ணயிக்க ஒரே வழியாகாது. நீதி நிர்வாகத்துக்கு அதனால் ஓர் ஆபத்து நேரிடலாம் என்பதைவிட கண்டிப்பாக உடனடி ஆபத்து உண்டு என்ற நிலை இருக்க வேண்டும். பொதுக் கருத்து என்னும் புயலுக்கு ஆட்படுகின்ற நீதிபதிகளைக் காப்பாற்றுவதற்காக நீதிமன்ற அவமதிப்புச் சட்டம் உருவாக்கப்படவில்லை. நீதிபதிகள் மிகக் கடினமான தட்பவெப்ப நிலையிலும் வாழக் கூடிய வலிமைமிக்க மனிதர்கள் என்று கருதப்படுகிறார்கள் என்று நீதிபதி டக்ளஸ் தனது புகழ்மிக்க வாசகத்தினைக் கூறினார். இதனுடன் ஒத்துச் செல்கின்ற தனது கருத்தாக நீதிபதி மர்ஃபி, பொறுப்பற்ற

விமரிசனத்துக்கு மௌனமும் கடமையில் காட்டுகின்ற நிதானமான விசுவாசமும் தான் மிகச் சிறந்த விடைகள் என்றார்.

காலனிய நீதிமன்றத்தின் மீது அவதூறு

பாகுபடுத்தி நோக்கும் தகைமையின்மை

பிரிட்டிஷ் இந்தியாவில் கையாளப்பட்ட இராஜத்துரோகச் சட்டம், இங்கிலாந்திலுள்ள அதுபோன்ற சட்டத்தைவிட மிகவும் வேறுபட்டதாக இருந்தது என்பதை நாம் கண்டோம். இந்தியர்களை வேறுபடுத்தித் தாழ்த்துவதற்கான முறையில் அது வடிவமைக்கப் பட்டது. ஆனால் இதற்கு மாறாக, பிரிட்டிஷ் இந்தியாவின் ஆபாசச் சட்டம், இங்கிலாந்திலிருந்ததற்கு மிகவும் ஒத்ததாக இருந்ததையும் கண்டோம். ஏதாவதொன்று ஆபாசம் என்று கண்டுபிடிக்க, இரு நாடுகளிலும் ஹிக்லின் சோதனைதான் கையாளப்பட்டது. இந்த இரட்டைத்தரநிலைக் கடைப்பிடிப்பின் காரணம் வெளிப்படை. இராஜத்துரோகம் என்பது, ஒருநிலையில், தலைகீழாக்குவதும், அரசின் அடிப்படைகளைப் பயமுறுத்துவதும் ஆனது. ஆனால் ஆபாசம் ஒரு அரசியல் குற்றமல்ல, அதற்கு எதிராக இந்தியாவில் கடுமையாக தண்டனை அளிக்கும் முறையில் குற்றச்சட்டம் இருக்க வேண்டிய நியாயம் இல்லை.

நீதிமன்றத்தை இழிவுபடுத்துவது, ஆபாசத்தைவிட இராஜத்துரோகக் குற்றத்துக்கு நெருக்கமானது. காலனிய அரசின் அடிப்படை ஒடுக்கு முறை அமைப்புகளில் ஒன்றான நீதிமன்றத்தை இழிவுபடுத்துவது என்பது அதன் தலைமையதிகாரத்தையும் ஆற்றலையும் வேரறுப்ப தாகும். அப்படியிருப்பினும், காலனிய இந்தியாவில் நீதிமன்றத்தை இழிவுபடுத்தல் என்பது இங்கிலாந்தில் அதற்கொத்த சட்டத்துடன் குறிப்பிடத்தக்க அளவு ஒத்துச் செல்வதாக இருந்தது. ரோச், ஆதைன், கிரே, அம்பார்ட் போன்றவை திரும்பத்திரும்ப மேற்கோள் காட்டப்பட்டன. காலனிய நீதிபதிகளால் பின்பற்றப்பட்டன. பல வழக்குகளின் முடிவுகள், இந்தியாவையோ இந்தியர்களையோ வேறுபடுத்தி நோக்காத கருத்துடையனவான தீர்ப்புகளைக் கொண்டிருந்தன.

உதாரணமாக, முதன்முதலாக நீதிமன்றத்தை இழிவுபடுத்தும் ஒரு வழக்காக இந்தியாவில் தெரியவந்ததன் தீர்ப்பு, கல்கத்தா உயர்நீதிமன்றத்தில் 1869ஐ ஒட்டி, வில்லியம் டெய்லரின் வழக்கில்[35] வழங்கப் பட்டது. ஆங்கில வழக்கறிஞரான வில்லியம் டெய்லர் என்பவர், தனது வாடிக்கையாளர் ஒருவர் ஒரு வழக்கில் தராதிருந்த கட்டணத்தைத் திரும்பப் பெற வேண்டி வழக்கு பதிவு செய்தார். இந்த வழக்கினை ஆராய்ந்தவர் நீதிபதி துவாரகாநாத் மித்தர் என்பவர். கல்கத்தா உயர்நீதிமன்றத்துக்கு உயர்த்தப்பட்ட இரண்டாவது இந்திய நீதிபதி. தனது இந்திய வாடிக்கையாளருக்கு எதிராக டெய்லர் ஒரு மோசடிக் குற்றத்தைச் செய்துள்ளார் என்று அவர் கூறினார். இதனால் சினமுற்ற டெய்லர், தி இங்லீஷ்மேன் என்னும் செய்தித்தாளின் ஆசிரியருக்கு பல கடிதங்கள் எழுதினார். இவற்றில் மித்தரை அவர் கடுமையான சொற்களால் வைதிருந்தார். ஆதரிப்பதற்கு ஒரு சிறிய தினையளவு சான்றும் இல்லாமல் தனக்கு எதிராக முழுவதும் உண்மையற்ற, வெளிப்படையாகவே அபத்தமான, வேண்டுமென்ற செய்யப்பட்ட அவமதிப்பாகவும், அடிப்படையற்ற அவதூறினைச் செய்ததால் தனக்கு அளவிட முடியாத தவற்றினை இழைத்துவிட்டதாக மித்தரைப் பற்றிக் கூறினார். மித்தர் ஒரு மாவட்ட நீதிபதியாக இருந்தால் அவர் நிச்சயமாகப் பணியிடை நீக்கம் செய்யப்பட்டிருப்பார் என்றும், மேல் அமர்வுக்கு உயர்த்துதல் என்பது பொறுப்பிலிருந்து முற்றிலும் விடுதலை பெறுவதல்ல என்றும் கூறினார்.

கல்கத்தா உயர்நீதிமன்றத்தின்முன் டெய்லர் அவமதிப்புக் குற்றவாளியாக நிற்கவைக்கப்பட்டார். தலைமை நீதிபதி பார்ன்ஸ் பீகாக்கினால் தீர்ப்பு வழங்கப்பட்டது. இவர் டெய்லரின் நண்பர். தான் முன்னாட்களில் சமூக உறவும் நட்புறவும் கொண்டிருந்த ஒருவர் தொடர்புள்ள வழக்கில் முடிவுசெய்ய வேண்டியிருக்கிறதே என்ற வருத்தத்துடன்தான் உண்மையில் இவ்விசாரணையைத் தொடங்குவதாகக் கூறினார். நீதிபதியைப் பொறுத்தவரை... இந்த எழுத்துகள் வழக்கில் தோற்றுப்போன, ஏமாற்றமடைந்த ஒரு வழக்காடியின் இழிவுமிக்க பொழிவுகள், இவை நியாயமான விமரிசனங்கள் அல்ல என்றார் பீகாக். தனது தீர்ப்பில் அவர் மித்தரைப் புகழ்ந்தார். அவர் மேல்அமர்வுக்கு உயர்த்தப்படுவதற்கு

முன்பே அவரை எனக்குத் தெரியும். ஒரு சகாவாக அவருடன் அடிக்கடி அமர்ந்திருக்கிறேன் என்றார் பீகாக். "அவர் திறமையும் கற்றலும் நிரம்பியவர். மிகவும் எளிமையானவர், ஆனால் உயர்ந்த மனத்தைக் கொண்டவர், மேன்மையான, அன்பான, அமைதியான மனநிலையைக் கொண்டவர், சுயசார்புள்ளவர், தான் கருதும் கருத்து உண்மை என்றால் எப்போதும் அதை நிலைநிறுத்தத் தயங்காதவர், ஆனால் அது தவறென்று நிச்சயமானால் அதைக் கைவிடவும் தயங்காதவர்" என்று மித்தரைப் புகழ்ந்தார்.

டெய்லருக்கு ஒருமாத சாதாரண சிறைத்தண்டனையும் 500 ரூபாய் அபராதமும் விதிக்கப்பட்டது. ஆனால் அவர் முறைப்படியான மன்னிப்புக் கொடுத்ததும் சிறைக்குச் செல்லாமல் விடுவிக்கப் பட்டார். மேன்ஸ்ஃபீல்டை மேற்கோள் காட்டி, பீகாக் தனது தீர்ப்பைப் பின்வருமாறு முடிவுசெய்தார்:

> எனக்குப் பிராபல்யம் வேண்டும், ஆனால் அது என்னைத் தொடர்ந்து வருகின்ற பிராபல்யமாக இருக்கவேண்டுமே அன்றி, ஓடிப் பெறுகின்ற ஒன்றாக இருக்கலாகாது. அண்மையிலாவது பிறகாவது மேன்மையான வழிகளால் மேன்மையான இலக்குகளைத் தேடுவதற்கு நியாயம் வழங்குகின்ற பிராபல்யம் அது. அச்சகங்களிலிருந்து வெளிவருகின்ற எல்லாச் செய்தித்தாள்கள் புகழ்ந்தாலும் எனது மனச்சாட்சி தவறென்று சொல்வதை நான் செய்ய மாட்டேன். நான் செய்வது என்மீது அவதூறுகளின் முழுச் சேனையையே கொண்டுவந்தாலும், வெறுப்பு புனையக்கூடிய, அல்லது மிகுநம்பகத்தன்மை விழுங்கக்கூடிய அத்தனை பொய்களையும் கொண்டுவந்தாலும், நான் சரியென்று நினைப்பதைச் செய்யத் தவற மாட்டேன்.

இப்படியாகக் காலனிய இந்தியாவில் அவமதிப்பு வழக்குகளில் முதலாவதல்ல என்றாலும் முதல் சில வழக்குகளில் ஒன்று, நீதிமன்றத்தை இழிவுபடுத்தல்களில் அறிவிக்கப்பட்ட தீர்ப்புகளில் ஒன்று, ஒரு இந்தியச் சகாவின் கௌரவத்தைக் கறைப்படுத்திய ஒரு பிரிட்டிஷ்காரரைப் பிரிட்டிஷ் நீதிபதியே

தண்டித்ததைக் கொண்டதாக அமைந்துவிட்டது மிக வியப்புக்குரியதாகும்.

பல பத்தாண்டுகள் கழித்து, பம்பாய் உயர்நீதிமன்றத்தின்முன் காந்தி ஒரு நீதிமன்ற அவமதிப்பு வழக்கில் வந்தார்.[36] 1919 ஏப்ரலில், அகமதாபாத் மாவட்ட நீதிபதி, பி. சி. கென்னடி, பம்பாய் உயர்நீதிமன்றப் பதிவாளருக்கு ஒரு கடிதம் எழுதினார். அதில் அகமதாபாதிலுள்ள சில வழக்கறிஞர்கள் சத்தியாக்கிரக உறுதிமொழி எடுத்துக் கொண்டதைக் கவனப்படுத்தினார். அது வழக்கறிஞர்கள் என்ற முறையில் அவர்கள் கடமைக்கு முரண்பட்டதாகும். இதைத் தொடர்ந்து அந்த வழக்கறிஞர்களுக்கு நீதிமன்ற அவமதிப்புக்காக நோட்டீஸ் அனுப்பப்பட்டது. காந்தி இதைப் பற்றித் தமது யங் இந்தியா செய்தித்தாளில் எழுதினார். 1919 ஆகஸ்டு இதழில், மேற்கண்ட மாவட்ட நீதிபதியின் நடத்தை மன்னிக்க முடியாதது, அவர் அந்தப் பிரச்சினையில் தப்பெண்ணம் கொண்டுவிட்டார், மேலும் பிரிட்டிஷ் இந்தியாவின் நீதிபதிகள் போல்ஷ்வியத்தின் தீயை விசிறிவிட்டுக் கொண்டிருக்கிறார்கள் (அதாவது, சட்டம் ஒழுங்கற்றநிலையுடன் வன்முறையும் கூடிய ஒரு நிலைக்குப் பிரச்சாரம் செய்யும் கருவிகள் ஆகிக் கொண்டிருக்கிறார்கள்) என்று காந்தி எழுதினார். யங் இந்தியாவில் காந்தியின் கருத்துரைகள் குறித்தநிலையில் மட்டுமீறிய, கண்டிக்கத்தக்க பண்புடையனவாக உள்ளன, அவை ஒரு நீதிபதியைப் பற்றிய நிந்தனைச் சொற்கள் கொண்ட வசையாக உள்ளன என்று நீதிபதி ஆம்பெர்சன் மார்ட்டென் குறிப்பிட்டார். இதனால் காந்தி உயர்நீதிமன்றத்தின் பாரிஸ்டர் பதவியிலிருந்து நீக்கப்பட்டார், மேலும் லண்டனின் இன்ஸ் ஆஃப் கோர்ட் (பாரிஸ்டர்கள் சங்கம்)டிலிருந்து அவர் பெயர் நீக்கப்பட்டது.[37] என்றாலும், அவருக்குச் சிறைத் தண்டனையோ அபராதமோ விதிக்கப்படவில்லை.

இந்த வழக்கை விசாரித்த நீதிபதிகளில் ஒருவரான மாரிஸ் ஹேவார்ட், பின்னர் தனது சுயசரிதையின் வெளியிடப்படாத வரைவில், இந்த வழக்கு பம்பாய் ஆளுநரின் கவனத்தைப் பெற்று விட்டது என்றும், அவர் காந்தியைச் சிறைக்கு அனுப்புவது மக்கள் மத்தியில் கலகத்தை உருவாக்கும் என்று பயப்பட்டார் என்றும் எழுதினார்.[38] அந்த வழக்கைக் கேட்டுக்

கொண்டிருந்த நீதிபதிகளுக்கு அவர்கள் இந்த விஷயத்தில் என்ன செய்யப்போகிறார்கள் என்று கேட்டுக் கடிதம் எழுதினார். அதனால் நீதிபதி மார்ட்டெனுக்குக் கோபமும் ஏற்பட்டது. ஆனால் எங்களுக்கு காந்தியைச் சிறைக்கு அனுப்பும் எண்ணம் இல்லை என்று தனது சுயசரிதையில் எழுதினார் ஹேவார்ட்.

ஆர்வமூட்டும் செய்தி, *பேரரசருக்கு எதிராக சாகன்லால் ஈஸ்வர் தாஸ்*[39] என்ற வழக்கில் பம்பாய் உயர்நீதிமன்றம், நீதிமன்றத்தில் முறைசாரா/முறையற்ற உடை அணிந்திருப்பது அவமதிப்பாகுமா என்ற கேள்வியை ஆராய்ந்தது. இந்த வழக்கில், ஒரு கணிப்பாளர் (அதாவது, உள்ளூரைச் சேர்ந்த ஒரு ஜூரி) நாதியாடில் உள்ள அமர்வு நீதிமன்றத்திற்கு பெஹரான் (கழுத்துவரை மூடிய ஒரு மேல் சட்டை), குல்லாய், கழுத்துக்குட்டை மட்டுமே அணிந்து வந்தார். முறையற்ற உடை அணிந்திருந்ததற்காகவும், கோட்டு அணியாததற்காகவும் அமர்வு நீதிபதி அவருக்கு ரூ.3 அபராதம் விதித்தார். அவரோடு முரண்பட்ட பம்பாய் உயர்நீதி மன்ற தலைமை நீதிபதி பியூமாண்ட், “சரி, இது அவரவர் இரசனையைப் பொறுத்த விஷயம்” என்று எழுதினார். பெஹரான் எப்படியிருக்கிறது என்று பார்த்த பியூமாண்ட், கோட்டுடன் அணிவதைவிட இதைத் தனியாக அணிவதுதான் நன்றாக இருக்கிறது என்று கூறினார். அதுதான் தனது மிகச் சிறந்த உடை என்றும், அதை சிறப்பு நிகழ்ச்சிகளில்தான் அணிவது வழக்கம் என்றும், ஒரு கணிப்பாளராகக் கடந்த காலத்திலும் தான் அணிந்திருந்ததாகவும் அக் கணிப்பாளர் கூறினார். கணிப்பாளர்கள் எந்தவித உடை அணிவது என்று விதிகள் எதுவும் இல்லை என்பதையும், அக் கணிப்பாளரின் கூற்றையும் நீதிமன்றம் குறித்துக் கொண்டது. அவரது நோக்கம் தனது சொந்த வசதியைக் காப்பாற்றிக் கொள்வதே என்றும், நீதிமன்றத்தை அவமதிப்பது அல்ல என்றும் நீதிமன்றம் கருதியது.

1938 வாக்கில், பம்பாய் உயர்நீதிமன்றத்தின் தலைமை நீதிபதி பியூமாண்ட், காலனிய இந்தியாவில் நீதிமன்றத்தை இழிவுபடுத்துவது குறித்த மிக மிகத் தாராளமான தீர்ப்புகளில் ஒன்றை எழுதினார். பியூமாண்ட் குறிப்பாக ஒரு பிரபலமான நீதிபதியோ, இந்தியருக்குச் சார்பான நீதிபதியோ அல்ல என்பதால் இது கவனத்தை ஈர்ப்பதாக இருந்தது. காலனியக்

காலத்தில் பம்பாய் உயர்நீதிமன்றத்துக்கு ஓர் இந்தியத் தலைமை நீதிபதி கிடைப்பதைத் தடுப்பதற்கு அவரது முயற்சியின் ஒரு பகுதி காரணமாக இருந்தது.[40] ஆயினும் *துளசிதாஸ் யாதவ்-க்கு எதிராக அரசாங்க வழக்குரைப்பவர்*[41] என்ற வழக்கில் *பியூமாண்ட், கிரே, ஆபைன், அம்பார்ட்* ஆகியோரை மேற்கோள் காட்டினார். நீதித்துறையின் மேல் வைக்கும் நம்பிக்கையின் அளவு நீதிப்பணியின் பண்பைப் பொறுத்தது என்றும், விமரிசனத்தை மூச்சடைக்க வைக்கும் எளிய செயல்முறையினால் மட்டும் நீண்டநாட்களுக்குச் செயற்கையாக நம்பிக்கையை வளர்க்க முடியாது என்றும் அவர் கூறினார். மிக உயர்ந்த தீர்ப்பாயங்களும் பலமுறைகள் நீதிபதிகள் விமரிசனத்துக்கு அப்பாற்பட்டவர்கள் அல்லர் என்பதை விதித்துள்ளன. நீதிமன்றத்தை இழிவுபடுத்துவதைப் பொறுத்தவரை நீதிமன்றம்தான் உண்மையில் குற்றம் சாட்டுபவராகவும் தீர்ப்பளிக்கும் நடுவராகவும் இருக்கிறது. இதில் அவதூறு செய்யும் நபர்களுக்கு விசாரணையின் சாதாரண முறைகள் இல்லாமல் போகின்றன என்று அவர் கருத்துத் தெரிவித்தார். இந்தக் காரணங்களால், நீதிமன்றங்களை இழித்துரைக்கும் அவமதிப்புகளைத் தண்டிக்கும் அதிகாரம் மிகமிக அரிதாகவே பயன்படுத்தப்பட வேண்டும், அதுவும் ஒரு நீதிபதியின் மீது தரங்கெட்ட, முறையற்ற உள்நோக்கங்களைக் கற்பிக்கும் தாக்கதல்களின் போது மட்டுமே.

பேரரசருக்கு எதிராக தேவி பிரசாத் சர்மா[42] வழக்கில், பிரிவி கவுன்சில் *இந்துஸ்தான் டைம்ஸ்* இதழில் வெளிவந்த ஒரு கட்டுரையை ஆராய்ந்தது. அலகாபாதின் தலைமை நீதிபதி சர் இக்பால் அகமது எல்லா நீதித்துறை அதிகாரிகளையும் போர்நிதிக்குச் சந்தா சேகரிக்க வேண்டும் என்று கேட்டுக் கொண்டதாக அக்கட்டுரை சொல்லிற்று. இது மிகக் கடுமையான குற்றச்சாட்டு. ஏனெனில், ஐக்கிய மாகாணத்தில் நீதித்துறையின் கீழ்நிலை நடுவர்கள் அனைவரும், நீதிபதிகளின் நல்லெண்ணத்தை மட்டுமே சார்ந்துள்ள வழக்காடுபவர்கள் அனைவரையும் இரண்டாம் உலகப்போரில் ஈடுபட்டுள்ள அரசாங்கத்துக்கு நிதி வழங்குமாறு கெஞ்ச வேண்டிவரும். இது முற்றிலும் பொய் என்று பின்னர் தெரிய வந்தது. தலைமை நீதிபதி தனக்குக் கீழிருந்த நீதிபதிகளை இம்மாதிரி எதுவும் செய்யுமாறு கூறவில்லை. எனினும் சட்டக் குழுவின் சார்பாகப்

பேசிய நீதிபதி அட்கின், நீதித்துறை சார்ந்தவர்கள் இவ்வளவு கூருணர்வு கொண்டவர்களாக இருப்பது தகாது என்று கூறி, இந்த விஷயத்தை மிகவும் தாராள மனத்தோடு எடுத்துக் கொண்டார். இந்தக் கட்டுரைக்கு எதிராகத் தலைமை நீதிபதி ஒரு பொது அறிக்கையை வெளியிட்டிருந்தால் போதும், அது பிரச்சினையைத் தீர்த்திருக்கும் என்றார். நீதிபதிகளுக்கு, எப்போதுமே தங்கள் நற்பெயரைக் கெடுத்தது பற்றி ஒரு வழக்கைப் போடுகின்ற வாய்ப்புள்ளது என்றார் அட்கின்.

முறையற்ற உத்தேசங்கள்

ஒரு நபர் முறையற்ற உத்தேசங்கள் ஒரு நீதிபதிக்கு இருப்பதாகக் கூறினால், அதாவது ஒரு நீதிபதி ஒருதலைச்சார்பானவர் அல்லது நேர்மையற்றவர்[43] அல்லது அவர் இருதரப்பையும் நோக்காமல் முடிவு செய்தார் என்று குறைசொன்னால்,[44] அது நீதிமன்றத்தை இழிவுபடுத்துவதாகும் என்று வழக்கின் பின் வழக்காக பிரிட்டிஷ் இந்தியாவிலுள்ள நீதிமன்றங்கள் கூறிவந்தன. அக்காலப் பகுதியில் இங்கிலாந்தில் இருந்த சட்டத்துடன் ஒப்பிடும்போது இது வெகு தொலைவில் இல்லை.

இந்தப் பிரச்சினை பற்றி பம்பாய் உயர்நீதிமன்றத்தில் அளிக்கப்பட்ட முதல் தீர்ப்புகளில் ஒன்று என்.சி. கேல்கரைப் பற்றியது.[45] அவர் திலகரின் மிக நெருக்கமான கூட்டாளி. திலகர் நடத்திவந்த ஆங்கிலச் செய்தித்தாளான *தி மராட்டா* என்பதன் ஆசிரியரும் வெளியீட்டாளரும் ஆவார். 1908இல் திலகரே இராஜத்துரோகக் குற்றச்சாட்டுக்கு ஆளாகி பம்பாய் நீதிமன்றத்தின் நீதிபதி தவார் என்பவரால் மிகப் பெரிய தீவாந்திர தண்டனைக்கு ஆளாக்கப்பட்டார் என்பதைப் பார்த்தோம். அந்தத் தீர்ப்புக்குப் பிறகு 1908 ஜூலையில் *மராட்டா* இதழில் ஒரு கட்டுரை வெளிவந்தது. பிரிட்டனின் பாராளுமன்றத்தில் இந்திய பட்ஜெட் விவாதம் நடைபெறத் தொடங்கும் நாளுக்கு முன்னாள்தான் திலகரின் விசாரணை முடிவுபெற்றது முக்கியமானது என்று தவார் ஏதோ காரணத்தினால் நினைத்ததாக அதில் குறிப்பு காணப்பட்டது. இந்தக் காரணத்திற்காக தவார் மதிய உணவு இடைவெளிக்கு அரை மணி நேரம் மட்டுமே ஒதுக்கி, தலைமை வழக்கறிஞருக்கு மிக முக்கியமான குறிப்புகளை

அளித்ததாகவும், நடைமுறைகளை முடிப்பதில் வழக்கத்திற்கு மாறான அவசரத்தைக் காட்டியதாகவும் தெரிந்தது. ஜூரிகளுக்கு தவார் அளித்த செய்தி நம்ப முடியாத அளவு ஒருதலைச் சார்பாகவும், நியாயமற்றதாகவும் இருந்தது என்று குற்றம் சாட்டப்பட்டது. தவார் சிவப்பு அங்கி அணிந்த ஒரு அரைகுறை மருத்துவர் என்றும், குற்றம் சாட்டப்பட்டவரின் எதிரி என்றும், ஒரு திமிர் பிடித்த மின்மினிப் பூச்சி தனது சிற்றொளியை சூரியனுக்குக் காட்டியதுபோன்று நீதிபதிகளின் அமர்வில் அமரத் தகுதியுள்ளவர் என்றும் கட்டுரை குறிப்பிட்டது.

அந்தக் கட்டுரை நியாயமான விமரிசனத்தின் எல்லைகளைக் கடந்து விட்டதாகவும், எவ்வித நியாயமும் இன்றி நீதிபதியின் சுதந்திரத்தையும் நேர்மையையும் அது தாக்கியது என்றும், நீதிபதி என்ற தகுதியின்றி அவரை நிந்தனைச் சொற்கள் கொண்ட வசையால் தாக்கியது என்றும் கிரேயை மேற்கோள் காட்டித் தலைமை நீதிபதி பேசில் ஸ்காட் கூறினார். ஆனால் கேல்கர் மன்னிப்புக் கேட்காததால், அவருக்கு ரூ.1000 அபராதமும் நீதிமன்றச் செலவுகளுக்காக ரூ.200உம் பதினான்கு நாட்கள் சிறைத் தண்டனையும் விதிக்கப்பட்டதோடு, இவற்றைக் கட்டி முடித்து நீதிமன்றத்துக்கு மன்னிப்புக் கேட்கும் வரையில் சிறைத் தண்டனை தொடரவேண்டும் என்றும் உத்தரவிட்டார். மறுபடியும், பம்பாய் உச்சநீதிமன்றத்தை அவமதிக்கும் வழக்குகளில் முதலாவதான ஒன்று, காலனிய இந்தியாவில் இன உறவுகளின் விசித்திரமான படிமத்தைக் காட்டும் வழக்காகியது. இந்திய தேசியத் தலைவர் ஒருவரை ஒருசார்பான முறையில் விசாரணை நடத்தியதற்காக ஓர் இந்திய நடுவரை ஓர் இந்தியப் பத்திரிகை ஆசிரியர் கண்டனம் தெரிவித்தார். பிறகு ஒரு பிரிட்டிஷ் தலைமை நீதிபதி தனது இந்தியச் சகாவின் தற்காப்புக்கு முன்வந்து, அந்த இந்திய ஆசிரியரை அவமதிப்புக்கென தண்டித்தார்.

தாரித் காந்தி பிஸ்வாஸின் வழக்கில்[46] கல்கத்தா உயர்நீதிமன்றம் 1917 மே-யில் அமிர்த பஜார் பத்திரிகையில் வெளிவந்த இரண்டு கட்டுரைகளை ஆராய்ந்து வந்தது. இந்தக் கட்டுரைகளில், நீதிபதி ஆசுதோஷ் முகர்ஜி என்பவர் வழக்காடுபவருக்கு எதிராக ஒரு வழக்கில் தீர்ப்புக் கூறியதால், அந்த வழக்காடுபவர் அவரை கல்கத்தா உயர்நீதிமன்றத்தின் மேல்முறையீட்டு அமர்விலிருந்து

நீக்குவதில் வெற்றிபெற்று விட்டார் என்று குறிப்பாகக் கூறின. கிரேயைச் சுட்டிக்காட்டிய தலைமை நீதிபதி சேண்டர்சன், அந்தக் கட்டுரைகள் நீதிமன்றத்தின் மீதான நம்பிக்கையை அழிக்கத் திட்டமிட்டன என்பதோடு, அதன் தலைமையதிகாரத்தையும் குழிதோண்டிக் கெடுக்கவும் முனைந்தன என்று நோக்கினார். அவமதிப்பாளர் ரூ.300 அபராதம் கட்டவேண்டும் என்றதோடு, அதைக் கட்டும் வரை மாகாணச் சிறையின் பொதுமக்கள் பகுதியில் தங்கியிருக்க வேண்டும் என்றும் உத்தரவிட்டார்.

மற்றொரு பம்பாய் வழக்கில், நீதிபதி லல்லுபாய் ஷா என்ற இந்திய நீதிபதி, முஸ்லிமும், குரான் மொழிபெயர்ப்பாளரும் ஆகிய ஒரு வெள்ளை ஆங்கிலேயரான மார்மடுகே பிக்தால்[47] என்பவரை நீதிமன்ற அவமதிப்புக்கென தண்டித்தார். பிக்தால், பம்பாய் கிரானிகில் என்ற பிரபலமான செய்தித்தாளின் ஆசிரியர். 1922 ஏப்ரலில் அந்தச் செய்தித்தாளில் வழக்கினை முடிவுசெய்யும்போது நீதிபதிகள் வெளிப்புற முகமைகளின் பாதிப்புக்கு உள்ளாகிறார்கள் என்றும், ஒருசார்பாக இருக்கிறார்கள் என்றும் குறிப்பிட்டு ஒரு கட்டுரை வந்திருந்தது. பம்பாய் உயர்நீதிமன்றம் தீர்ப்பளித்த ஒரு வழக்கில், கிலாஃபத் இயக்கத்துடன் தொடர்பு கொண்டவர்கள் என்பதால் குறிப்பிட்ட சில கைதிகள் தண்டிக்கப்பட்டு தனியொதுக்கப் பட்டிருக்கிறார்கள் என்று குறிப்பாக அந்தக் கட்டுரை கூறியது. அந்தக் கட்டுரை நீதிபதிகளின்மீது முறையற்ற உத்தேசங்களையும், அரசியல் ஒரு-சார்பையும் சுமத்தியதும், நீதிபதிகள் தங்கள் துறையில் நேர்மையற்றவர்கள் என்று கூறியதும் மிக ஆபத்தானவை. ஷா, அந்தக் கட்டுரையின் இயல்பான, சாத்தியமான விளைவை நோக்கவேண்டியது தேவை என்றும், ஆசிரியர் ஏற்றுக் கொண்ட உள்நோக்கத்தை நோக்கவேண்டியதில்லை என்றும் கூறினார். அதேசமயம் நீதிமன்றங்கள் அல்லது நீதிபதிகள் மீது வைக்கப்படும் நியாயமற்ற விமரிசனங்கள், தண்டனை தரும் அளவுக்கு நீதிநிர்வாகத்தில் கடுமையாகக் குறுக்கிடுவதில்லை என்றும் கூறினார். நீதிமன்றங்களின்மீது பொதுமக்கள் வைக்கும் நம்பிக்கை, அவற்றின் தீர்ப்புகளின் தூய்மையையும் சரியான தன்மையையும் பொறுத்து அமைகின்றது என்றார் அவர். அப்படிப்பட்ட நம்பிக்கை இப்படிப்பட்ட தவறான அல்லது நியாயமற்ற விமரிசனத்தினால் ஆட்டம் காணாது என்றும்

கூறினார். பிக்தாலும் மெய்யாகவே மன்னிப்புக் கேட்டார். இருப்பினும் அப்படிப்பட்ட விமரிசனத்தின் போக்கு நீதிமன்றத்தின் கௌரவத்தைக் கீழிறக்குவதாகவும், இறுதியில் நீதியின் நிர்வாகத்தை சங்கடப்படுத்துவதாகவும் உள்ளது என்பதால் அவருக்கு ரூ.200 அபராதம் என்ற தண்டனை விதிக்கப்பட்டது.

பாலகிருஷ்ண குல்கர்ணிக்கு எதிராகப் பேரரசர்[48] என்ற வழக்கில், பம்பாய் உச்சநீதிமன்றம் ஒரு கட்டுரையின் பொருளைப் பற்றி விவாதித்தது. அக்கட்டுரை, சில குறிப்பிட்ட குற்றவாளிகள் கைது செய்யப்பட்ட அன்று விசாரித்த குற்ற நடுவர் கலெக்டர் அலுவலகத்தின் மாடிப்படிகளில் ஓடிச்சென்றார்... அவர்கள் மத்தியில் ஏதோ கிசுகிசு பேசப்பட்டது என்று மிகப் பெரிய வதந்தி நிலவியதாகக் குறிப்பிட்டது. அந்தக் கட்டுரையில், போலீஸ் சாகிபுகள் குற்ற நடுவரின் மேடைமீது நாற்காலிகளில் அமர்ந்து ஒருவருக்கொருவர் கண்ணடித்துக் கொள்கிறார்கள் என்றும் குறிப்பிடப் பட்டிருந்தது. வேறு சொற்களில் கூறினால், அக்கட்டுரை, நிர்வாகமும் நீதித்துறையும் சிறைவாசிகளைத் தண்டிக்க ஒன்றிணைந்து செயல்படுகின்றன என்று குற்றம் சாட்டியது. அந்தக் கட்டுரை மிகப் பெரிய நீதிமன்ற அவமதிப்புச் செய்ததாக நோக்கப்பட்டது. கிரேவை மேற்கோள் காட்டி, இப்படிப்பட்ட கருத்துகள் நீதிமன்றம் எதற்காக இருக்கிறதோ அதை இறுதியில் செய்யும் ஆற்றலை இழக்குமாறு செய்துவிடும் போக்கில் உள்ளன என்று நோக்கப்பட்டது. அதாவது முறையாகவும், பாரபட்சமற்றும், தங்கள் முன்னாலுள்ள மெய்ம்மைகளை மட்டுமே அடிப்படையாகக் கொண்டும் நீதியை நிர்வாகம் செய்யும் தகுதியைப் பாதிக்கின்றன எனப்பட்டது. மேலும், இப்படிப்பட்ட கருத்துகள் நீதிமன்றங்களின் ஆற்றலை வேரறுக்காவிட்டாலும், குற்ற நடுவரின் பாரபட்சமின்மை மீதோ அவரது பண்பின்மீதோ வைக்கப்படும் எந்தக் கருத்தும் விசாரணையின் போக்கில் நிச்சயமாக அவமதிப்பாகவே அமையும் எனப்பட்டது. இருப்பினும் இந்த வழக்கில் அவமதிப்பாளர் வெறும் எச்சரிக்கை மட்டும் தரப்பட்டு விடப்பட்டார்.

இதேபோல அப்துல் ஹாசன் ஜௌஹரின் வழக்கில்[49], அலகாபாத் நீதிமன்றம் 1926 பிப்ரவரியில் பிரசுரமான ஒரு

துண்டுப் பிரசுரத்தைப் பற்றி விவாதித்தது. ஆசிரியர் ஒரு காட்சியைக் கற்பனை செய்திருந்தார். அதில் உயர்நீதிமன்ற நீதிபதிகள் கடவுளின்முன் கொண்டுவரப்பட்டு ஒரு வழக்கில் தங்கள் நடத்தைக்கான காரணத்தை விளக்குமாறு கேட்கப்படுகிறார்கள். உயர்நீதிமன்றத்திற்கு முன்பு கீழ்க்கோர்ட்டில் அந்த வழக்கைத் தீர்மானித்த நடுவர் பிரசுரத்தில் கடுமையாக நடத்தப்பட்டு, தவறான, நீதிக்குப் புறம்பான நடத்தையைக் கொண்டவர் என்று குற்றம் சாட்டப்பட்டார். பிரசுரத்தின் முன்னுரையில், நமது மாகாணங்களில் நீதி மற்றும் சமன்மையின் விலையும் சந்தை மதிப்பும் பற்றிப் பேசப்பட்டது. பிரிட்டிஷ் இந்தியாவில் பணக்காரர்கள் மட்டுமே நீதியை வாங்க முடியும், ஏழைகளால் இயலாது என்ற மனப்பதிவைப் பிரசுரம் உருவாக்கியது. இப்படிப்பட்ட பேச்சுகளில் ஈடுபடும் எவரையும் பொதுமக்கள் பார்வையில் தண்டிக்க தனக்கு அதிகாரம் உண்டு என்று நீதிமன்றம் கூறியது. நீதித்துறையின் சுதந்திரம் மீது பொதுமக்களின் நம்பிக்கையைக் காப்பதற்கு இப்படிப்பட்ட தண்டனை தேவை. ஆனால் அதன் முடிவுகளின் மீதான, கொள்கை அடிப்படையிலான கேள்விகள் அல்லது பொதுப் பணிகளை நடத்துவதில் அது கையாளும் முறைகள் பற்றிய சட்டநேர்மையான விமரிசனங்களைத் தடுப்பதற்கோ கட்டுப்படுத்துவதற்கோ மேல் குறிப்பிட்ட தண்டனை அவசியமில்லை என்று நீதிமன்றம் உரைத்தது. அவமதிப்பாளர் மீது ஆறுமாத சாதாரணக் காவல், அரசாங்கச் செலவுக்காக ரூ.150 அபராதம் ஆகியவை விதிக்கப்பட்டன. அபராதத்தைக் கட்டாத பட்சத்தில் மேலும் ஆறுமாதம் சிறைத்தண்டனை அனுபவிக்க வேண்டும் என்றும் கூறப்பட்டது.

1920களில் லாகூர் உயர்நீதிமன்றம் *முஸ்லிம் அவுட்லுக்* என்ற பத்திரிகை[50] தொடர்பான ஓர் ஆர்வமூட்டும் வழக்கில் தீர்ப்புக் கூறியது. அந்தச் செய்தித்தாள் *ரங்கீலா ரசூல்* வழக்கில் தீர்ப்பு வழங்கியதற்காக நீதிபதி தலிப் சிங் மீது கடுமையான விமரிசனத்தை வைத்தது. 1924இல் *ரங்கீலா ரசூல்* என்ற பிரசுரம் லாகூரில் வெளியாயிற்று. அது முகமது நபியை விமரிசனம் செய்தது. அந்தப் பிரசுரத்தை வெளியிட்டவர், இந்துக்களுக்கும் முஸ்லிம்களுக்கும் இடையில் பகைமையை மூட்டியதற்காக இந்தியக் குற்றச்சட்டத்தின் பிரிவு 153-அ-வின் கீழ் குற்றம் சாட்டப்பட்டார். லாகூர் உயர்நீதிமன்றத்தின் நீதிபதி தலிப் சிங்

அவர் குற்றவாளி அல்ல என்று தீர்ப்பு வழங்கினார். (இந்தத் தீர்ப்பினால் இந்தியக் குற்றச் சட்டத்திலேயே பின்னர் திருத்தம் கொண்டுவர வேண்டியதாயிற்று.) இம் முடிவினால் சினம் கொண்ட முஸ்லிம் அவுட்லுக், 1927 ஜூன் மாதம் ஒரு கட்டுரையை வெளியிட்டது. அதில் நீதிபதி தலிப் சிங், தனது பதவியை இராஜிநாமா செய்யவேண்டும் என்று இருந்தது. தீர்ப்பு எழுதப்பட்ட சூழ்நிலை பற்றி விசாரணை செய்ய வேண்டும் என்றும், "காரணம், அந்தத் தீர்ப்பின் பிறழ்ச்சிக்கு ஓர் அசாதாரணக் காரணம் இருக்க வேண்டும் என்று முழு நம்பிக்கைக்குரிய சந்தேகம் இருப்பதாகவும், அதனை வெளிப்படுத்துவது பொது மக்கள் கடமை என்றும்" கூறப்பட்டிருந்தது. அதாவது அந்தக் கட்டுரை தீர்ப்பு எழுதிய சூழ்நிலைமீது விசாரணை வேண்டும் என்று கோரியமை, நீதிபதியின் உள்நோக்கங்களைச் சந்தேகத்துக்குரியதாக ஆக்கும் குற்றத்தைச் செய்கிறது. அதன் ஆசிரியர், அச்சாளர், வெளியீட்டாளர் மூவரும் தண்டிக்கப்பட்டனர்.

துஷார் காந்தி கோஷின் வழக்கில்[51] 1935இல் அமிர்த பஜார் பத்திரிகையில் வெளிவந்த ஒரு கட்டுரையைப் பற்றிக் கல்கத்தா உயர்நீதிமன்றம் விவாதித்தது. "தற்போதைய காலத்தில் தலைமை நீதிபதியும் பிற நீதிபதிகளும் நிர்வாகத்துறையுடன் விளையாடுவதில் ஒரு விசித்திர மகிழ்ச்சியைக் கொள்கிறார்கள் என்றும், அதனால் ஒருகாலத்தில் முழு நாட்டின் போற்றுதலையும் பெற்றிருந்த நீதித்துறையின் சுதந்திரம் பறிபோகிறது என்றும்" அந்தக் கட்டுரை சொல்லியது. நீதிபதிகள் நிர்வாகத்துறையை நோக்கிச் சார்கிறார்கள் என்று கருத்துக்கூறியதால், நீதிநிர்வாகத்தின் மீது முழுச் சமுதாயத்தின் நம்பிக்கையையும் அக்கட்டுரை வலுவற்றதாக்க முடியும். நீதிமன்றத்துக்கு வெளியில் நீதியாளர்களின் நடத்தையைப் பற்றித்தான் அக்கட்டுரை கருத்துரைத்தது என்பது முற்றிலும் ஏற்கப்படவில்லை. ஆசிரியர் மூன்று மாதத்துக்கும், அச்சாளரும் வெளியீட்டாளரும் முறையே ஒரு மாதத்துக்கும் வெறும் சிறைக்காவல் தண்டனை பெற்றனர். காலனிய இந்தியாவில் நீதிமன்றத்தை இழிவுபடுத்தியமை பற்றி எழுதிய ஒரு சிலருள் ஒருவரான நீதிபதி முகர்ஜி ஒரு மறுப்புரை இதற்கு எழுதினார். வழக்கின் சூழலை ஆராய்வது தேவை என்று கூறிய அவர், நீதியின் சாதாரணச் செயல்வழியைத் தடை செய்யவோ,

விசாரணையை ஒருதலைப் பட்சமாக்கவோ அந்த வெளியீட்டில் ஏதேனும் போக்கு காணப்படுகிறதா என்பதை நோக்க வேண்டும் என்றும் கூறினார். நீதிமன்றத்தின் சுதந்திரத்தைக் குறைவுபடுத்தும் பொதுக் கருத்துகள் நீதிநிர்வாகத்தில் மறைமுகமாகவோ, அன்றி ஓர் இலட்சிய அர்த்தத்தில் வெகு தொலைவாகவோதான் குறுக்கிடவும் தடைசெய்யவும் முடியும் என்றார் அவர். ஆனால் அவமதிப்பைச் செய்ததான பிரசுரத்திற்கு, அந்த அவமதிப்பை நிலைநாட்ட, நிலுவையிலுள்ள, அல்லது விசாரித்து முடித்துவிட்ட உண்மையான வழக்குடன்[52] நிஜமான தொடர்பு இருக்கவேண்டும் என்றும் அவர் நோக்கினார்.

ஏதோ சிறு காலனிய வேறுபாடு

ஆனால் இராஜத்துரோக வழக்குகள் போல, சில வழக்குகளில், காலனிய நீதிபதிகள், படித்த அல்லது செய்தித்தாள்களை வாசிக்கக் கூடிய இந்தியர்கள், ஆங்கிலேயர்களைப் போல புத்திக்கூர்மை நிறைந்தவர்கள் அல்ல, அவர்கள் ஏமாறக் கூடியவர்கள், செய்தித் தாள்களில் அச்சிட்டிருப்பதை அப்படியே நம்புபவர்கள் என்று நினைத்தனர். ஆகவே நீதிமன்றத்தை இழிவுபடுத்தும் பேச்சுகளைக் குறிவைப்பது தேவை என்று கருதினர். உதாரணமாக, *பித்தால்*[53] வழக்கில் நீதிபதி கிரம்ப், பல சமயங்களில் இந்தியாவில் அச்சிட்ட வார்த்தைக்குத் தேவையான அளவைவிட அதிக முக்கியத்துவம் அளிக்கப்படுகிறது என்றார். அதனால்தான் சராசரி வாசகருக்கு அவமதிக்கும் கட்டுரையில் கையாளப்படும் மொழியை வாசிப்பது கடினம், நீதிபதிகளின் நேர்மை, பாரபட்சமின்மை ஆகியவை பற்றிய சந்தேகங்கள் கொள்ளாமல் இருப்பதும் கடினம் என்றார்.

சத்யபோத அடாபட்டியின் வழக்கில்[54], நீதிபதி மார்ட்டென், பிரச்சினைக்குரிய செய்தித்தாள் ஒரு சிறிய வட்டாரப் பத்திரிகை, அதன் தினசரி சுற்று சில நூறு மட்டுமே இருக்கும், அதன் ஆசிரியர் நீதிமன்றத்தை இழிவுபடுத்தியமைக்குக் கடுமையாக தண்டிக்கப்பட வேண்டும் என்று கண்டார். இதற்குக் காரணம், பம்பாய் மாதிரியான பெருநகரங்களில் படித்தவர்கள் மத்தியிலும் பல சமுதாயத்தினர் இடையிலும் வசிப்பவர்கள், இப்படிப்பட்ட செய்திகளைப் பார்த்துத் தோளைக் குலுக்கிவிட்டுச் சென்றுவிடுவார்கள், ஆனால் மலைப் பகுதிகளில் உள்ள

அறியாமை மிக்க, அரைகுறையாகப் படித்த மக்களிடையே இப்படிப்பட்ட தாக்குதல்கள் உள்ளூர்களில் அல்லது உள் மாவட்டங்களில் கடுமையான தாக்கத்தை ஏற்படுத்தும் என்றார்.

ஜௌஹரில்[55], இதே போன்ற காரணத்துக்காக, அலகாபாத் நீதிமன்றம் அச்சாளரைக் கடுமையாக தண்டிக்கவேண்டும் என்றது. சாதாரணமாக, ஒரு அச்சாளர், கட்டுரையைப் புரிந்துகொள்ளாதவர் என்றோ, நீதித்துறை மீது வேண்டுமென்றே தாக்குதல் புரியாதவர் என்றோ தெரியும்போது நீதிமன்றத்தை இழிவுபடுத்தும் வழக்குகளில் அவருக்குக் கடுமையான தண்டனை வழங்கப் படுவதில்லை. ஆயினும், வெகுமக்களின் தொகுதி எழுத்தறியாதவர்களாக இருக்கும் ஒரு நாட்டில், தான் அச்சடிக்கும் விஷயத்தின் இயல்பைப் பற்றி அறியாமல் இருப்பது பொதுமக்கள் அபாயத்துக்கான கடுமையான மூலாதாரம் ஆகிவிடுவான். ஏனென்றால், படிக்காத, எழுத்தறியாத மக்களுக்கு அச்சில் வந்த விஷயங்கள் பிறவற்றைவிட அதிகமான சக்தியைப் பெற்றவை ஆகின்றன. அப்படிப்பட்ட மக்கள், கல்வி தருகின்ற முடிவுசெய்தலின் நடுவுநிலைமையையும் பெறுவதில்லை. எது சோம்பேறித்தனமானதும் முட்டாள்தனமானதும் ஆகும், எது வேண்டுமென்றே உண்மையைத் தவறாகக் காட்டுகின்ற உள்நோக்கம் கொண்டது என்பதை அந்த மக்கள் அறியாதவர்களாகவே உள்ளனர். செய்தித்தாள்களின் உள்ளடக்கம் அறியாமை மிக்க மக்களுக்கு வாய்மொழியாகவே சொல்லப்படுவதால் செய்தித்தாள்களில் வரும் திருத்தங்கள் அவர்களை எட்டுவதில்லை. எனவே அந்த அச்சாளர் ஒருவாரம் வெறும் காவல், அரசாங்கச் செலவுக்கென ரூ.50 தரவேண்டும் (இல்லாவிட்டால் மேலும் ஒருமாதம் சிறைத் தண்டனை) என்று உத்தரவிடப்பட்டார்.

திறனின்மை பற்றிய குற்றச்சாட்டுகள்

சில வழக்குகளில் நீதிபதி தகுதியற்றவர் என்று சொல்வதும் கூட நீதிமன்றத்தை இழிவுபடுத்தும் வகையில் அவமதிப்பாகும் என்று காலனிய நீதிமன்றங்கள் கருதின. உதாரணமாக, பேரரசருக்கு எதிராக முரளி மனோகர்[56] என்ற வழக்கில், ஒரு குறித்த வழக்கில் தலைமை நீதிபதியின் நடத்தையை

விமரிசனம் செய்த ஒரு செய்தித்தாளின் கட்டுரைகளை விவாதித்தனர். வழக்கறிஞர் ஒரு நீண்ட, கற்றறிந்த விவாதத்தை அந்த வழக்கில் முன்வைத்தார் என்றாலும், தலைமை நீதிபதி ஒரு மேம்போக்கான கவனத்தையும் அதில் செலுத்தவில்லை என்று அக்கட்டுரைகள் சொல்லின. தலைமை நீதிபதி முழு வழக்கையும் ஒரே வாக்கியத்தில் முடித்து விட்டார் என்றும், குற்றம் சாட்டப்பட்ட ஒரு நபரின் தவறின்மை பற்றிய ஒரு முன்யூகத்தையும் உள்ளடக்கிய குற்றச் சட்டவியலின் ஆரம்பக் கொள்கைகளைக் கூடப் பின்பற்றவில்லை என்றும் குறிப்பிட்டன. இந்தத் தீர்ப்பை ஒரு இளம் குற்ற நடுவர் சொல்லியிருந்தால், உயர்நீதிமன்றம் அவருக்கு கண்டனம் தெரிவித்திருக்கும் என்றும் அக்கட்டுரைகள் கூறின. கிரேவை மேற்கோள் காட்டி, அந்தத் தலைமை நீதிபதி தனது பணிக்குத் தகுதியற்றவர் என்று அவரது தலைமை அதிகாரத்தைச் சந்தேகமின்றிக் கீழ்ப்படுத்தும் வண்ணம் குற்றச்சாட்டுகளை மொழிந்து அந்தக் கட்டுரைகள் அமைந்திருந்ததாக நீதிமன்றம் கூறியது. நீதிபதிகள் பொது விமரிசனத்திற்கு அஞ்சவோ, ஆத்திரமடையவோ தேவையில்லை என்றாலும், இந்தக் கட்டுரைகள் உயர்நீதிமன்றத்தின் கௌரவத்தைக் குலைக்கவும், தலைமை நீதிபதியின் மேன்மையை நீதிபதி, தலைமையாளர் என்ற விதத்தில் கீழ்ப்படுத்தவும் சந்தேகமின்றிக் கணிப்புச் செய்து எழுதப்பட்டன. எனவே அவமதிப்பாளருக்கு ரூ.500 அபராதம் விதித்ததோடு அதைக் கட்டும்வரை சிறையிலிருக்கவேண்டும் என்றும் உத்தரவிட்டது.

பார்வை: அலகாபாதின் ஒரு வழக்கறிஞர்[57] என்ற வழக்கில், 1934 ஜூனில் *லீடர்* என்ற செய்தித்தாள் வெளியிட்ட ஒரு கட்டுரையைப் பற்றி அலகாபாத் உயர்நீதிமன்றம் அக்கறை காட்டியது. அது கபில் தேவ் மாளவீய என்ற வழக்கறிஞர் ஒருவரால் எழுதப்பட்டது. அதில் ஒப்பீட்டளவில் தகுதியற்ற வழக்கறிஞர் ஒருவர் எப்படி நீதிபதி ஆக்கப்பட்டார் என்பது பற்றி எழுதிவிட்டு, இது நமது நீதித்துறை வரலாற்றில் மிக அடிக்கடி நிகழ்கின்ற நிகழ்வுதான் என்று கூறியிருந்தார். ரோச், கிரே ஆகிய வழக்குகளை மேற்கோள் காட்டி, நீதிமன்றம், ஒப்பீட்டளவில் தகுதியற்ற வழக்கறிஞர் என்ற தொடர் குறிப்பாகப் புண்படுத்தும் ஒன்று எனக் கருதியது. அந்தத் தொடர், அந்த வழக்கறிஞர் திறமையிலோ... பண்பிலோ,...

அல்லது இரண்டிலுமோ குறைந்தவர் என்று அர்த்தப்படுவதாகக் கருதியது. இப்படிப்பட்ட வழக்கறிஞர்கள் அடிக்கடி நீதிபதிகள் ஆக்கப்படுவது உயர்நீதிமன்றத்தை அவப்புகழுக்கு ஆளாக்குவதாகவும் அதன் நீதி நிர்வாகத்தின்மீது பொதுமக்கள் நம்பிக்கையை ஆட்டங்காணச் செய்து அதன் கௌரவத்தைக் காயப்படுத்துவதாகவும் உள்ளது. நீதிமன்றத்தின் கூற்றுப்படி, அந்தக் கட்டுரை தேவையற்ற, புகழ் கெடுக்கின்ற அவதூறினை அண்மையில் நீதிமன்றத்தின் நீதிபதிகள் ஆக்கப்பட்டவர்கள் மீது தெளிப்பதாகவும் அமைந்துள்ளது என்று நீதிமன்றம் கூறியது. மாளவீய மன்னிப்புக் கேட்கவில்லை என்பது நீதிமன்றத்திற்கு எரிச்சலை உண்டாக்கியது. அவர் அபராதமாக ரூ.250 செலுத்தவேண்டும் என்றும், உடனாக ஒரு மாதம் வெறும் காவல் தண்டனை அனுபவிக்க வேண்டும் என்றும் உத்தரவிட்டது.

ஆனால் அந்தச் சமயத்தில் நீதிமன்ற இழிவுபடுத்தல் பற்றி இருந்த ஆங்கிலச்சட்டத்திற்கு இந்த வழக்குகள் வெகுதொலைவில் இல்லை. இந்த மாதிரி உறைப்பான விமரிசனங்களும்கூட நீதிமன்ற அவமதிப்பு என்பதன் எல்லைக்கு வெளியே எறியப்பட்டன என்பதை ஏற்கெனவே நாம் கண்டிருக்கிறோம்.

பார்வை: சட்டப் பரிந்துரையாளர்களின் ஒரு நிறுவனம்[58] என்ற வழக்கில், பம்பாய் உயர்நீதிமன்றத்தின் தலைமை நீதிபதி பியூமாண்ட், பம்பாயின் ஒரு சட்டப் பரிந்துரையாளர் நிறுவனம் மற்றொன்றுக்கு எழுதிய கடிதத்தைப் பற்றி அக்கறை கொண்டார். அந்தக் கடிதம் அப்போது நடந்துகொண்டிருக்கும் ஒரு வழக்கில் பியூமாண்ட்டின் நடத்தை பற்றிக் கருத்துரைத்தது. அவர் தனது கண்டுபிடிப்புகளுக்கு ஆதரவாக எவ்விதச் சாட்சியமும் இன்றியும் அஜாக்கிரதையாக நடந்துகொண்டார் என்று அது கூறியது. அவர்களின் வாடிக்கையாளர் விபசாரக் குற்றத்திற்கு ஆட்பட்டவர் என்று அவர் முன்னதாகவே முடிவுசெய்துவிட்டார் என்றது அது. அந்தக் கடிதத்தைப் படித்தபோது ஒரு நீதிபதி என்ற முறையில் அவர் நடத்தைமீது தொடர்ச்சியாகப் பல நோகடிக்கும் கூற்றுகளை பியூமாண்ட் கண்டார். வெறும் முரட்டுத்தனம் மட்டுமே அவமதிப்பைக் கட்டமைக்கப் போதுமானது அல்ல. ஆனால் இரு தரப்பிலும்

எந்தச் சாட்சியமும் இல்லாத சமயத்திலேயே அவர் வழக்கில் முன்முடிவு செய்துவிட்டார் என்ற குற்றச்சாட்டு அதில் காணப்பட்டது. இதனால் அவருக்கு அந்த வழக்கில் வெளிப்புறத்திலிருந்து கிடைத்த தகவல் ஏதோ உண்டு என்ற குறிப்பு இருப்பதாக பியூமாண்ட் கண்டார். சட்டத் துறையில் நாற்பதாண்டுகள் அனுபவம் பெற்ற பிறகு, நான் பரிந்துரைஞர் களின் ஆயிரக்கணக்கான கடிதங்களைப் படித்திருக்க வேண்டும். சில பரிந்துரைஞர்கள் தங்கள் எதிரிகளை வசைபாடுவார்கள், ஆனால் இதற்குமுன் ஒருபோதும் ஒரு பரிந்துரைஞர் ஒரு நீதிபதியை அவமதிப்பது தேவை என்று நினைத்ததாக எனக்கு ஞாபகமில்லை என்றார் பியூமாண்ட். ஒரு நீதிபதி ஒரு விஷயத்தைக் கவனத்தில் கொள்ளாத அளவுக்கு முட்டாளாகவும், மற்றொரு விஷயத்தில் நியாயம் செய்ய இயலாதவாறு ஒரு சார்பானவனாகவும் இருக்கிறான் என்று ஒரு பரிந்துரைஞர் மற்றொருவருக்குக் குற்றம் சாட்டினால், அதன் தவிர்க்க வியலாத முடிவு, பொதுமக்களுக்கு நீதித்துறை மீது இருக்கும் நம்பிக்கை ஆட்டம் கண்டுவிடும் என்றார் அவர். ஆனால், இந்த அவமதிப்பு நடவடிக்கைகள் ஒரு குறிப்பிட்ட நீதிபதியின் உணர்ச்சிகளைச் சமனப்படுத்திக் கொள்ளத் தொடங்கப்பட்டவை அல்ல என்று அவர் தெளிவுபடுத்தினார். இறுதியில் பிரச்சினைக்குரிய வழக்கறிஞர் மிக வெளிப்படையான தங்குதடையற்ற மன்னிப்புக் கேட்டதனால், அவருக்கு ரூ.1000 அபராதம் மட்டும் விதிக்கப் பட்டது.

உச்சநீதிமன்றத்தின் மீது அவப்புகழைப் பரப்புதல்

நீதிமன்றத்தை இழிவுபடுத்தும் சட்டம் காலனிய இந்தியாவில் இருந்தது போலவே மாறுபாடு பெரிதும் இன்றி அப்படியே சுதந்திர இந்தியாவிலும் நீடித்தது என்பதை நாம் காணப் போகிறோம். ஆகவே 1950இல் அரசியல் சட்டம் அமலாக்கப்பட்ட போது, ஒருபக்கம் பேச்சுரிமையும் வெளிப்பாட்டுரிமையும் பிரிவு 19(1)(அ) வில் அளிக்கப்பட்டிருந்தபோதிலும், அது இந்தியர்கள் நீதிமன்றங்களையும் நீதிபதிகளையும் விமரிசனம் செய்யும் திறனில் எவ்வித வேறுபாடும் காட்டவில்லை. காலனிய இந்தியாவில் நீதிமன்றத்தை இழிவுபடுத்தல் என்பதாகக்

கருதப்பட்டதற்கும், அதற்குப் பின் கருதப்பட்டதற்கும் வேறுபாடு எதுவும் இல்லை. ஆகவே இது பின்வரும் கேள்வியை எழுப்புகிறது: 1950இல் அரசியல் சட்டம் வழக்கிற்கு வந்தமை, அதற்கு முன்பு இந்தியாவில் இருந்த பேச்சுரிமையில் முக்கியமான, குறிப்பிடத்தக்க வேறுபாடு எதையும் உருவாக்கியதா இல்லையா?

நீதிமன்ற இழிவுபடுத்தல் என்னும் முறையில் நீதிமன்றங்களுக்கோ நீதிபதிகளுக்கோ உள்நோக்கங்களைக் கற்பிப்பதும், ஒரு நீதிபதியோ நீதிமன்றமோ நேர்மையற்றது, ஊழல்செய்தது, ஒருதலைப் பட்சமானது, ஒருசார்பானது என்று கூறுவதும் நீதிமன்ற அவமதிப்பாகும் என்று மீண்டும் மீண்டும் உச்சநீதிமன்றம் கூறிவந்துள்ளது. அப்படிப்பட்ட குற்றச்சாட்டுகள், வழக்கமாக வழக்கில் தோற்ற திருப்தியுறாத வழக்காடிகள், மகிழ்ச்சியுறா வழக்கறிஞர்கள் அல்லது அரசியல் தலைவர்களால் வைக்கப்படும். அவை விரிவாகவோ, குறிப்பிட்ட ஒன்றாகவோ இருக்க வேண்டியதில்லை. அவை குறிப்பிட்ட நீதிபதியையோ, நீதிமன்றத்தையோ பெயர் சுட்டித் தாக்கவேண்டியதும் கூட இல்லை.

1952இல் உச்சநீதிமன்றம், *பார்வை: தி டைம்ஸ் ஆஃப் இந்தியாவின் ஆசிரியர், அச்சாளர், வெளியீட்டாளர்*[59] வழக்கில், அந்த ஆண்டு அக்டோபரில் *தி டைம்ஸ் ஆஃப் இந்தியா*-வில் வெளிவந்த ‘ஒரு தொல்லை தரும் முடிவு’ என்ற கட்டுரையை ஆராய்ந்து கொண்டிருந்தது. அந்தக் கட்டுரை, உச்சநீதிமன்றம் அண்மையில் கல்கத்தா, பம்பாய் நீதிமன்றங்களில் காணப்பட்ட இரட்டை முறைக்கு முடிவுகட்டியது என்பதை விமரிசனம் செய்திருந்தது. இரட்டை முறை என்பது, ஆங்கில நாட்டில் சட்டத் தொழிலில், சொலிசிட்டர்-பாரிஸ்டர் என்பவர்களுக்கு இடையில் வேறுபாட்டினை வைத்திருந்தது போல, இந்தியாவிலும் காணப்பட்ட அட்டர்னி-அட்வகேட் என்ற வேறுபாட்டைக் குறிக்கும். அக் கட்டுரை, உச்சநீதிமன்றம் சட்டத்தை வளைத்து, தன் மனத்தை அயலான ஆலோசனைகளுக்கு இதில் இடமளித்துவிட்டது என்று குறிப்புரைத்தது.

உச்சநீதிமன்றத்தின் தீர்ப்புகளில் அயல் ஆலோசனைகளுக்கு ஒரு பங்கிருக்கிறது என்று குறிப்புரைத்ததால், நீதிபதிகளுக்கு முறையற்ற உள்நோக்கங்கள் இருப்பதாகக் கட்டுரை கூறியதென்று நீதிமன்றம் கருதியது. இது விமரிசனத்தின் நியாயமான, நன்னம்பிக்கைக்குரிய, எல்லைகளை மீறுவதாகும் என்று நீதிமன்றம் கூறியது. பொதுமக்கள் மனங்களில் நீதிபதிகள் அயல் ஆலோசனைகளால் செயல்படுவதாக ஒரு மனப்பதிவு ஏற்பட்டுவிட்டால், நீதி நிர்வாகத்தின்மீது முழுச்சமுதாயமும் வைத்திருக்கும் நம்பிக்கை வேரறுக்கப்படும் என்பதால் அந்தக் கட்டுரை உச்சநீதிமன்றத்தின் கௌரவத்தையும் மேன்மையையும் பாதிக்கின்ற ஒரு தெளிவான போக்கினைக் கொண்டிருந்தது என்று நீதிமன்றம் கண்டது.[60] ஆனால் அவமதித்தவர்கள் நிபந்தனையற்ற மன்னிப்புக் கேட்டுக் கொண்டதால், நீதிமன்றத்தின் தண்டனை நடவடிக்கைகள் கைவிடப் பட்டன.

டி. நாராயணன் நம்பியாருக்கு எதிர் ஈ. எம். சங்கரன் நம்பூதிரி பாடு[61] வழக்கில் உச்சநீதிமன்றம், கேரளத்தின் முந்தைய முதலமைச்சர் ஈ. எம். சங்கரன் நம்பூதிரிபாடு 1967 நவம்பரில், திருவனந்தபுரத்தில் நிகழ்ந்த ஒரு பத்திரிகையாளர் கூட்டத்தில் முன்வைத்த சில கூற்றுகளை ஆராய்ந்தது. நீதித்துறை என்பது ஒடுக்குமுறைக்குரிய கருவி என்று மார்க்ஸும் எங்கெல்ஸும் கருதினார்கள் என்றும் இந்தியாவிலுள்ள நீதிபதிகள் இதிலிருந்து வேறுபட்டவர்கள் அல்லர் என்றும் அவர் கூறியிருந்தார். இந்திய நீதிபதிகள் வர்க்க வெறுப்பு, வர்க்க நலன்கள், வர்க்க பாரபட்சங்கள் ஆகியவற்றால் மீதூரப் பட்டிருக்கிறார்கள் என்றும், அவரகள் ஒரு வழக்கை, நன்கு உடையணிந்த, பானை வயிறுடைய, பணக்காரனுக்குச் சார்பாகத்தான் தீர்ப்பளிப்பார்களே ஒழிய, ஏழையான, மோசமான உடையணிந்த, எழுத்தறிவற்ற நபருக்கு ஆதரவாக நீதி வழங்கமாட்டார்கள் என்றும் கூறினார். நீதித்துறை உழைப்பாளர்கள், விவசாயிகள், மற்றும் உழைக்கும் வர்க்கத்தின் பிற பிரிவினருக்கு எதிராகத் தன் ஆற்றலைப் பயன்படுத்துவதாகவும், சட்டமும் அதுவும் சுரண்டும் வர்க்கங்களுக்கு ஆதரவாகச் செயல்படுவதாகவும் அவர் கூறினார். நிர்வாகத் துறையிலிருந்து நீதித்துறை பிரிக்கப் பட்டிருந்தாலும், அதன் செல்வாக்கிற்கும் அழுத்தத்திற்கும் நீதித்துறை ஆட்பட்டிருப்பதாக அவர் கூறினார். நீதிபதிகள்

தங்கள் பதவிக்குத் தேர்ந்தெடுக்கப்பட வேண்டுமே ஒழிய நியமிக்கப்படக் கூடாது என்றார். உயர்நீதிமன்றமும், உச்சநீதிமன்றமும் விரும்பினால் என்னைத் தண்டிக்கலாம் என்று அவர் கூறி முடித்தார்.

நம்பூதிரிபாடின் பேச்சு பத்திரிகைகளில் வெளியாயிற்று. கேரள உயர்நீதிமன்றம் அவரை அவமதிப்புக்காக தண்டித்து ரூ.1000 அபராதம் விதித்தது. மேல்முறையீடு செய்யப்பட்டபோது, உச்சநீதி மன்றத்தின் தலைமை நீதிபதி ஹிதாயத்துல்லா, நீதிமன்ற அவமதிப்பை ஓர் ஒற்றை நீதிபதி அல்லது ஒற்றை நீதிமன்றத்துக்கு எதிராகத்தான் செய்யமுடியும் என்று நினைக்கலாகாது, ஒட்டுமொத்த நீதித்துறை, நீதி ஒழுங்குமுறை மீதும் செய்ய முடியும் என்றார்.[62] தங்கள் மனசாட்சிக்கோ தாங்கள் எடுத்துக் கொண்ட உறுதிமொழிக்கோ எதிராக நீதிபதிகள் உணர்வுபூர்வமாக ஒரு பார்வையைக் கொள்வதில்லை என்றாலும், நம்பூதிரிபாடு அப்படித்தான் அவர்கள் செய்வதாகக் கூறினார், அது ஒரு மிகப்பெரிய இகழ்ச்சியுரை ஆதலின் அக்குற்றத்துக்கு அவர் ஆளாகிறார் என்றார். கேரள உயர்நீதிமன்றத்தின் தீர்ப்பு ஏற்றுக் கொள்ளப்பட்டது, ஆனால், அபராதம் மட்டும் ரூ.50 எனக் குறைக்கப் பட்டது. அப்பேச்சை அவமதிப்பு என்று மதிப்பிட்டதில் உச்சநீதிமன்றம் தன் எல்லை கடந்து சென்றுவிட்டது எனலாம். காரணம், அந்தப் பேச்சு குறிப்பிட்ட ஒருதலை நோக்கு எதையும் கொண்டிருக்கவில்லை என்பதோடு, அந்தப் பேச்சாளர் நீதித்துறை மீது கருத்துரைத்தல் என்பதைவிட ஓர் அரசியல் பேச்சை நிகழ்த்திக் கொண்டிருந்தார்.

மகாராஷ்டிரா அரசுக்கு எதிராக பெர்ஸ்பெக்டிவ் பப்ளிகேஷன்ஸ்[63] வழக்கில், உச்சநீதிமன்றம் 'ஒரு கடனும் ப்ளிட்ஸும் பற்றிய கதை -தாக்கர்ஸே அவதூறு வழக்கு' என்ற கட்டுரையை விவாதித்தது. முதன்மை பெற்ற பம்பாய் டேப்லாய்டு பத்திரிகை ப்ளிட்ஸுக்கு எதிராக திரு. தாக்கர்ஸே என்பவர் கொண்டுவந்த அவதூறு வழக்கினைப் பம்பாய் உயர்நீதிமன்றத்தின் நீதிபதி தார்க்குண்டே விசாரித்தார். தார்க்குண்டே ப்ளிட்ஸுக்கு எதிராக வழக்கை முடித்து தாக்கர்ஸேவுக்கு மூன்று லட்சம் ரூபாய் இழப்பீடு வழங்கினார். தார்க்குண்டேயின் தந்தை, இரண்டு சகோதரர்கள் உள்ளிட்ட அவரின் உறவினர்கள் ஒரு நிறுவனத்தின் பங்குதாரர்களாக இருந்தனர். அந்நிறுவனம் அண்மையில்

பேங்க் ஆஃப் இந்தியாவிலிருந்து பத்துலட்சம் ரூபாய் கடன் பெற்றிருந்தது. அந்தக் கடனுக்கு ஒப்புதல் அளித்தவர்கள் தார்க்குண்டேயும் அவரது உறவினர் ஒருவரும் ஆவர். அவர்கள் அந்த வங்கியின் இயக்குநர்களாக இருந்தார்கள். தாக்கர்ஸேயின் உறவினர்களுக்கு கடன் வழங்கியதற்காக, பதிலுக்குப் பதில் என்ற ரீதியில் தாக்கர்ஸேவுக்கு ஆதரவாக உச்சநீதிமன்றத்தின் நீதிபதி தார்க்குண்டே தீர்ப்பு வழங்கினார் என்று அந்தக் கட்டுரை குற்றம் சாட்டியது. இந்த விஷயத்தைக் கட்டுரை மிக நேரடியாகச் சொல்லவில்லை, அது சாட்டுகளையும் குத்தல்களையும் கையாண்டது. அவதூறு வழக்கை நீதிபதி தார்க்குண்டே முடிவுசெய்ததில் காட்டிய உண்மையின்மை, நேர்மையின்மை, ஒருசார்புநோக்கு ஆகியவற்றை வாசகர்கள் மனத்தில் உடனடியான வலுவான பாரபட்சநோக்கின் தாக்கத்தை அந்தக் கட்டுரை தெளிவான உட்குறிப்புகளுடனும் குத்தல் வசைகளுடனும் வெளியிட்டது என்று நீதிமன்றம் முடிவு செய்தது.[64] இது உறுதியாகவே நீதிமன்றத்தின் அவமதிப்பு என்றும் கூறியது.

ஓ.பி. குப்தாவுக்கு எதிராக சி.கே. தஃப்தரி[65] வழக்கில் அண்மையில் ஒரு வழக்கில் தோற்றுப் போயிருந்த ஓ. பி. குப்தா என்ற அதிருப்தியுற்ற வழக்காடுபவர் வெளியிட்ட ஒரு நூலை உச்சநீதிமன்றம் விவாதித்தது. தனக்கு எதிராகக் கருத்துச் சொன்ன நீதிபதி ஜே.சி. ஷா என்பவரின் உள்நோக்கங்கள் பறறி அதில் சொல்லப்பட்டிருந்தது. தனது பாரபட்சம், ஒருசார்பு ஆகியவற்றை வளர்க்கும் விதமாக... ஷா நன்கு எடுத்துக்காட்டாக அமையும்படியான நேர்மையற்ற தீர்ப்பினை வழங்கினார், அந்தத் தீர்ப்பு முற்றிலும் பொய்ம்மைகளையே உள்ளடக்கியிருந்தது, அது மிகவும் கண்டிக்கத்தக்கதும், இழிவானதும் ஆகும் என்று அந்நூல் கூறியது. நீதிபதி ஷா நீதித்துறைக்குப் புறத்திலிருந்து வரும் கருத்துகளின் செல்வாக்குக்கு உட்படும் வழக்கமுள்ளவர் என்றும், தான் வெறுக்கும் கட்சிக்காரரை நேர்மையற்ற வழிகளால் பழி வாங்குபவர் என்றும் குப்தா கூறியிருந்தார். அவரது வழக்கறிஞர் வழக்காடிக் கொண்டிருந்த நிலையில், ஷா அறிவுக்கொவ்வாத, ஒருதலைச் சார்பான, சட்டத்துக்குப் புறம்பான கருத்துகளை முன் வைத்தார். ஒரு நேர்மையற்ற பாரபட்சமான நீதிபதிதான் இவ்வாறு செய்ய முடியும் என்று

முடித்தார் குப்தா. உச்சநீதிமன்ற வழக்கறிஞர் சங்க நூலகத்தில் ஒரு வழக்கறிஞரிடம் இந்தப் புத்தகத்தின் ஒரு பிரதியை அவர் விற்க முயன்றபோது பலரும் அதைப் பார்த்தார்கள்.

நமது நாட்டைப் போன்ற ஒன்றில் இத்தகைய தாக்குதல் நீதித்துறையின் மீது மக்கள் வைக்கும் நம்பிக்கையை வேரறுக்கும் இன்றியமையாத விளைவினை உண்டாக்கும் என்று நீதிமன்றம் கருதியது.[66] அவமதிப்புச் சட்டம் என்பது அரசியல் சட்டத்தின் பிரிவு 19(2)இன் வாயிலாக, சுதந்திரப் பேச்சுரிமையின் மீது விதிக்கப்பட்ட நியாயமான கட்டுப்பாடு என்று குறிப்பிட்டது.[67] குப்தா இரண்டுமாத வெறுங்காவல் தண்டனை விதிக்கப்பட்டார்.

ஆனால், *மகாராஷ்டிர அரசுக்கு எதிராக கோவிந்த ராம்*[68] வழக்கு இந்தத் தீர்ப்புமுறைகளுக்கு ஒரு விதிவிலக்காக உள்ளது. கோவிந்த ராம் பம்பாய் உயர்நீதிமன்றத்தில் ஒரு வழக்கறிஞர். நிலுவையிலுள்ள ஒரு வழக்கினை மாற்றக்கோரி, பம்பாயிலுள்ள கீழ்க்கோர்ட்டுக்கு ஒரு மனு தாக்கல் செய்திருந்தார். அந்த மனுவில், நிலுவையிலுள்ள அந்த வழக்கை விசாரிக்கும் குற்ற நடுவர் வழக்கின் எதிர்க்கட்சியுடன் நட்பு உறவில் இருப்பதாகவும், அந்தக் கட்சியினரின் விருந்தோம்பலைச் சிலமுறை ஏற்றுக் கொண்டதாகவும் குறிப்பிட்டிருந்தார். அந்தக் குற்ற நடுவர் வழக்கினை ஒருசார்பாக ஆக்கிவிட்டார் என்றும், அவரால் பாரபட்சமற்ற, நடுநிலையான முடிவினை எடுக்க முடியாதென்றும் அந்த மனு குறிப்பிட்டிருந்தது.

இது நீதிமன்ற அவமதிப்பாகக் கொள்ளப்படவில்லை. வெறுமனே ஒரு குற்றநடுவர் ஒரு கட்சியுடன் நட்பாக இருப்பதாகக் கூறுவதோ அல்லது அவர்களுடைய விருந்தோம்பலை ஏற்றுக் கொள்வதோ நீதிமன்ற அவமதிப்பாகாது. சில முறையற்ற உள்நோக்கங்கள் இருப்பதாகவும் அவை பொதுமக்கள் மனத்தில் அவநம்பிக்கை ஊட்டுவதாகவும், நீதிமன்றங்கள் மீது மக்களின் நம்பிக்கையை பாதிப்பதாகவும் இருந்தால் மட்டுமே அவமதிப்பாகும் என்றது.[69] ராம் இந்தக் குற்றச்சாட்டுகளை முன்வைத்தது அவருக்குப் பொறுப்புணர்வு இல்லை என்பதைக் காட்டுவதாக நீதிமன்றம் நோக்கினாலும், அவர் தண்டனையின்றி விடப்பட்டார்.[70]

ஒடிஸா உயர்நீதிமன்றத்திற்கு எதிராக பரதகண்டம்[71] என்ற வழக்கில் உச்சநீதிமன்றம், உயர்நீதிமன்றப் பதிவாளர் போன்ற கீழ்க்கோர்ட்டு அலுவலர்கள், மாநில அரசின் ஆளுநர் ஆகியோர் எழுதிய கடிதங்களை ஆராய்ந்துவந்தது. அந்தக் கடிதங்களை எழுதிய நீதிபதி உயர்நீதிமன்றத்தில் ஒழுங்குமுறை விசாரணைக்கு உட்பட்டிருந்தார். அந்தக் கடிதங்களை எழுதிய நீதிபதி, உயர்நீதி மன்றம் நல்லெண்ணமற்றது, ஒருசார்பு நோக்கும், பாரபட்சமும் நிறைந்தது என்று வருணித்திருந்தார். உயர்நீதிமன்றம் ஒடுக்குதலுக்கான எந்திரம் என்றும், தனது விசாரணையை நடத்தியபோது அது சூழ்ச்சியில் ஈடுபட்டதாகவும் எழுதியிருந்தார். அவரது வழக்கிலுள்ள பிற நடுவர்களைத் தலைமை நீதிபதி செல்வாக்கிற் குட்படுத்திய தாகவும் அவர்களால் சுதந்திரமாகத் தங்கள் சொந்த முடிவுகளை எடுக்க முடியவில்லை என்றும் குறிப்பிட்டார். தன்னை இடைநீக்கம் செய்த ஆணை மர்மமானது, வழக்கத்திற்கு மாறானது என்று வருணித்தார். நீதிமன்றம் அவருடைய வழக்கில் முன்முடிவு செய்துவிட்டதால் தான் உயர்நீதிமன்றத்தின் ஆணைக்குக் கீழ்ப்படிய முடியாது என்றும் கூறினார். கடிதத்தின் சில பகுதிகள் ஒரு கோபமுற்ற கீழ்நிலை அதிகாரியின் மரியாதையற்ற புகைச்சல்களாக இருப்பினும் நீதிமன்றத்தின் நீதிபதிகளைக் குற்றம் சாட்டுவது, குறிப்பாகத் தலைமை நீதிபதியைத் தப்பெண்ணங்கள், முறையற்ற உள்நோக்கங்கள், ஒரு சார்பு மற்றும் பாரபட்சம் உடையவராகச் சாட்டுவது நீதிமன்ற அவமதிப்பு ஆகும் என்று நோக்கப்பட்டது.[72] நீதிபதியை அவதூறுக்கு உட்படுத்தல் உள்ளிட்ட செயல்கள் நீதிமன்றத்தை இழிவுபடுத்தலாகும்.[73]

பி. சிவ சங்கருக்கு எதிராக பி. என். தூடா[74] வழக்கில் ஒன்றியத்தின் சட்ட அமைச்சர் பி. சிவ சங்கர், உச்சநீதிமன்றம் பொருளாதாரத்தில் நன்னிலையில் இருப்பவர்களுக்குச் சார்பாக பாரபட்ச நோக்கினை உச்சநீதிமன்றம் கொண்டுள்ளது என்று பேசிய பேச்சை ஆராய்ந்தது. உச்சநீதிமன்றம் மேட்டுக்குடி உறுப்பினர்களால் ஆக்கப்பட்டுள்ளதால், செல்வம் உள்ளவர்களுக்கு, அதாவது ஜமீன்தார்களுக்குச் சார்பாக வெளிப்படையான பரிவுணர்ச்சி கொண்டுள்ளது என்று தெரிவித்தார் அவர். இதன் விளைவாக, அந்த நீதிமன்றம் சொத்து வழக்குகளில் நிலவுரிமையாளர்களின் சார்பாகவே

தீர்ப்பு வழங்கியதாகவும், அதனால் அரசாங்கத்தின் திட்டமான ஜமீன்தார் ஒழிப்பு நிறைவேற்றப்படாமல் போனதாகவும் தெரிவித்தார். இதேபோல, அரசர்களுக்கான மானியம் நிறுத்தப்பட்ட போது, தேசிய எழுச்சிக்கு எதிராக, உச்சநீதிமன்றம் மகாராஜாக்களை ஆதரித்தது என்றார். கேசவானந்தர் போன்ற மகா-அதிபதிகளும், கோலக்நாத் போன்ற ஜமீன்தார்களும் உச்சநீதிமன்றத்தில் தவிர தேசத்தில் வேறெங்கும் பரிவு காட்டப்படவில்லை என்றார் அவர். வங்கிகளைத் தேசியமயமாக்கிய போது, வங்கி மேலாளர்கள் உயர் நஷ்டஈடு பெற்றதாகவும், மேலும், மற்றக் குற்றவாளிகளாகிய ஃபெரா சட்டத்தை மீறியவர்களுக்கும், மணப்பெண்ணை எரிப்பவர்களுக்கும், பிற்போக்காளர்களின் முழுக்கும்பலுக்கும் உச்சநீதிமன்றம் புகலிடம் அளிக்கப்பட்டுள்ளது என்றும் சிவ சங்கர் கூறினார். ஆனால் நம்பூதிரிபாடின் வழக்கில் போல் அல்லாது, உச்சநீதிமன்றம், சங்கர் சில சமயங்களில் மட்டுமீறிப் பேசினாலும் எந்த அவமதிப்பையும் செய்யவில்லை என்று முடிவெடுத்தது.[75]

நீதிபதி ஏ. எம். பட்டாச்சார்ஜிக்கு எதிராக சி. ரவிச்சந்திரன் ஐயர்[76] வழக்கில் பம்பாய் உயர்நீதிமன்றத்தின் முன்னாள் நீதிபதியாகிய ஏ. எம். பட்டாச்சார்ஜியின் இருப்பின்போது நடந்த சம்பவங்களைக் கருத்தில் கொண்டது. பட்டாச்சார்ஜி முஸ்லிம் சட்டமும் அரசியல் சட்டமும் என்ற நூலை எழுதி லண்டனில் வெளியிடுவதற்காக 80,000 பவுண்டு பணம் பெற்றதாக வதந்தி உலவியது. இதனுடன் ஒப்பிடக்கூடிய எந்த ஒரு புத்தகத்திற்கும் தரக்கூடிய தொகையை விட இது மிகவும் அதிகமானது. மகாராஷ்டிரா மற்றும் கோவாவின் பார் கவுன்சில், பம்பாய் பார் கவுன்சில், மேற்கு இந்தியாவின் வழக்கறிஞர் சங்கம் போன்ற பல தொழிலமைப்புகள் பம்பாய் உயர்நீதிமன்றத்தின் தலைமைநீதிபதி பதவி விலக வேண்டும் என்று தீர்மானங்கள் இயற்றின. இதனால் பட்டாச்சார்ஜி இராஜிநாமா செய்தார். ஆனால் பார் கவுன்சில்களும் வழக்கறிஞர் சங்கங்களும் நீதிபதிகள் பதவி விலகுமாறு தீர்மானங்கள் நிறைவேற்ற முடியுமா என்று காணுமாறு உச்சநீதிமன்றம் கேட்டுக் கொள்ளப்பட்டது.

ஒரு நீதிபதியின் நடத்தையை அரசியல் சட்டத்தின் 121ஆம் விதிப்படி பாராளுமன்றத்தில் விவாதிக்க முடியாது என்பதால், அதிலிருந்து பெறப்படும் உட்குறிப்பால், வேறு எந்த மன்றமும் கழகமும் மேடையும் ஒரு நீதிபதி தன் அலுவலகக் கடமைகளை ஆற்றுவதில் எவரும் தலையிட்டு விவாதிக்க முடியாது என்று கூறப்பட்டது. இதனால், பார் கவுன்சில்களும், வழக்கறிஞர் சங்கங்களும் ஒரு நீதிபதி தனது அலுவலக முறைமையில் நடந்து கொள்ளும் நடத்தை பற்றித் தீர்மானங்கள் நிறைவேற்ற இயலாது எனப்பட்டது.[77] பதிலாக, ஒரு தொழில்ரீதியான அமைப்பு ஒரு நீதிபதி தவறான நடத்தையில் ஈடுபட்டார் என்ற செய்தியைப் பெற்றால், அந்த நடத்தையைக் காட்டுகின்ற, அல்லது காட்ட முனைகின்ற அதுகுறித்த, அதிகாரபூர்வமான, ஒப்புக்கொள்ளக் கூடிய விஷயங்களைச் சேகரிக்க வேண்டும். அந்த அமைப்பின் அலுவலர்கள் அந்த நீதிபதியையோ அல்லது தலைமை நீதிபதியையோ அந்தரங்கமாகச் சந்திக்க வேண்டும்.[78] உயர்நீதி மன்றத்தின் தலைமை நீதிபதி அதன்பின் ஓர் அந்தரங்க விசாரணை நடத்திய பிறகு, தானே சுதந்திரமாக அந்தத் தகவல் சரியானதா என விசாரிக்க வேண்டும். அந்தத் தகவல்கள் உண்மை என்று தலைமை நீதிபதி திருப்தியடைந்தால், அவற்றை இந்தியாவின் தலைமை நீதிபதியின் பார்வைக்கு வைக்க வேண்டும். அவர் அந்தத் தகவல்கள் உண்மை என்று நம்பினால், சரியான முறையில் அந்த விஷயத்தில் நடவடிக்கை எடுப்பார்.[79]

கபில் சிபலுக்கு எதிராக ஹரி சிங் நாக்ரா[80] என்ற வழக்கில், உச்சநீதிமன்ற வழக்கறிஞர்களுக்கான ஒரு கலாச்சார-இலக்கியச் சங்கமான மெஹ்பில்-எ-வுகாலா என்பதன் நினைவுமலரில் வெளியான ஒரு கட்டுரையில் ஒரு முக்கிய மூத்த வழக்கறிஞரான கபில் சிபல் சொல்லிய கூற்றுகளை உச்சநீதிமன்றம் விசாரித்தது. நீதித்துறையில் இருக்கின்ற சிலபேரின் கேள்விக்குரிய நேர்மையை மதிப்புக்குறைவாகப் பேசினார் கபில் சிபல். நீதிபதிகளை ஒழுங்கு படுத்த வேண்டும், நீதித்துறை ஊழல் என்னும் நிகழ்வை நீக்குவதில் தோல்வியுற்று விட்டது, நீதிசார் முடிவுகளுக்கும், மிகத் தெளிவான நேர்மையற்ற தீர்ப்புகளுக்கும் பணம் சார்ந்து ஆதாயங்களை வாங்குவது நிகழ்கிறது, சில நீதிபதிகள் அரசியல் ஆளுமைகளோடு கொஞ்சிக் குலவி வெளிப்படையாகவே அரசாங்கத்தை ஆதரிக்கிறார்கள்... அதனால் பொதுமை நோக்கின் அனைத்து உணர்வையும்

இழக்கிறார்கள் என்று குற்றச்சாட்டுகளை அடுக்கினார் கபில் சிபல். இது நீதிமன்றத்தை இழிவுபடுத்தும் வகையிலான அவமதிப்பு ஆகாது என்று உச்சநீதிமன்றம் கூறிவிட்டது.[81] சட்டச் சமுதாயத்தின் பொதுமக்கள் இடையிலான பிம்பம் பாதாளத்தில் இருப்பதை அவர் கண்டு பொருமிய, இந்த நீதிமன்றத்தில் நீண்ட காலமாகப் பணிசெய்துவரும் ஒரு மூத்த வழக்கறிஞரின் அக்கறையை அது காட்டுகிறது என்றும் உச்சநீதிமன்றம் கூறியது.[82] அந்தச் செய்தி பொதுவான ஒன்று என்பதையும் குறித்துக்கொண்டது. அது எந்தக் குறித்த நீதிபதியையோ நீதிமன்றத்தையோ இலக்காகக் கொள்ளவில்லை. அந்தக் கட்டுரை, நிறுவன அமைப்பைப் பற்றிய ஒரு கருத்து வெளிப்பாடு மட்டுமே என்று கூறியது.[83] ஆனால் முன்னே நாம் நோக்கிய நம்பூதிரிபாடு மாதிரி வழக்குகளில், எந்தக் குறிப்பிட்ட நீதிமன்றத்தையோ, நீதிபதியையோ இலக்கு வைக்காமல் நீதித்துறை பற்றிச் சொல்லப்பட்ட பொதுக் கூற்றுகள்கூட நீதிமன்றத்தை இழிவுபடுத்தும் ஒரு வடிவமாக நோக்கப்பட்டன. ஆகவே, கபில் சிபல் நீதிமன்ற அவமதிப்புச் செய்யவில்லை என்ற தீர்ப்பில், அவரது மரியாதைக்குரிய தன்மை, சமூக அந்தஸ்து ஆகியவற்றோடு, அவர் சட்டத் தொழிலில் ஒரு மூத்த உறுப்பினர், என்பதும் சேர்ந்து, நீதிமன்றத்தின்மீது தாக்கத்தை ஏற்படுத்தின.

பார்வை: அருந்ததி ராய் வழக்கில்[84], நியாயமான விமரிசனம், நன்னம்பிக்கையின் மற்றும் பொதுநலத்தின் அடிப்படையில் செய்யப்பட்டால், அது அவமதிப்பு ஆகாது என்று உச்சநீதிமன்றம் கூறியது. ஆனால் நன்னம்பிக்கையின் மற்றும் பொதுநலத்தின் அடிப்படையில் கூறப்பட்டதா என்பதை நிர்ணயிக்க, நீதிமன்றம், கருத்துரைக்குக் காரணமான மனிதர், கருத்துரை செய்யப்பட்ட துறையில் அவரது அறிவு, அடைய நினைத்த நோக்கம் ஆகியவற்றை நோக்கவேண்டியிருக்கிறது. அதாவது, வழக்கறிஞர்களும் சட்ட வல்லுநர்களும் மட்டுமே நியாயமான விமரிசனம் என்ற தற்காப்பைப் பயன்படுத்த இயலும். நியாயமான விமரிசனம் என்ற பெயரால் எல்லாக் குடிமக்களும் நீதிமன்ற நடத்துகை பற்றிக் கருத்துரைக்க அனுமதிக்க முடியாது என்றும் நீதிமன்றம் கூறியது.[85] இந்த வழக்கில், அவமதிப்பாளர், புக்கர் பரிசு வென்ற ஆசிரியை அருந்ததி ராய். அவருக்குச் சட்டத்தில் சிறப்பான அறிவு ஒன்றும்

கிடையாது, ஏனெனில் உச்சநீதிமன்றத்தின் இயக்கம் குறித்து எவ்வித ஆய்வும் அவர் செய்ததில்லை, மரியாதைக்குரிய எழுத்தாளர் மட்டுமே, ஆகவே சென்ற வழக்கில் சிவசங்கருக்கு அளிக்கப்பட்ட அதே உரிமைகள் இவருக்குக் கிடைக்காது என்று உச்சநீதிமன்றம் கூறிவிட்டது.[86] இது ஒரு விசித்திரமான முடிவு. அடிப்படையில், உச்சநீதிமன்றம், சட்டவல்லுநர்களும் வழக்கறிஞர்களும் மட்டுமே நீதிமன்ற நடத்துகை குறித்த நியாயமான கருத்துரைகள் வழங்க உரிமையுள்ளவர்கள் என்று கருதியது. இதையே கபில் சிபலின் வழக்கிலும் கடைப்பிடித்தது. இந்த நோக்கு மிகவும் பிற்போக்கானது.

ஒரு நபர் நீதிமன்ற ஆணைகளைத் திரித்துரைக்கும்போது, அல்லது தவறாக விளக்கும்போது, அவர் நீதிமன்றத்தை இழிவுபடுத்தும் வகையில் அவமதிக்கிறார் எனப்படுகிறது. உதாரணமாக, இந்திய ஒன்றியத்துக்கு எதிராக நர்மதா பச்சாவோ எழுச்சி[87] வழக்கில் உச்சநீதிமன்றம், அருந்ததி ராய் எழுதிய 'தி கிரேட்டர் காமன் குட்' என்ற புத்தகத்தைப் பற்றி ஆலோசித்தது. அதில், நர்மதா அணையின் உயரத்தை அதிகரிக்கலாம் என்று உச்சநீதிமன்றம் வெளியிட்ட இடைக்கால ஆணை ஒன்றைப் பற்றி ராய் விமரிசனம் செய்திருந்தார். அப்படிச் செய்தால், எதிர்வரும் பருவகாலங்களில், பல கிராமங்கள் வெள்ளத்தில் மூழ்கிப்போகும் அபாயம் இருக்கிறது என்று அருந்ததி ராய் நம்பினார். அவர் எழுதினார்:

> நான் ஒரு குன்றின் மேல் ஏறி நின்றேன், உரக்கச் சிரித்தேன்... ஏன் சிரித்தேன்? (சர்தார் சரோவர் அணையை மேலும் கட்டுவதற்கு இருந்த சட்டபூர்வத் தடையை நீக்குவதற்கு முன்பே) தில்லியில் இருக்கும் உச்சநீதிமன்ற நடுவர்கள் பழங்குடியினச் சிறுவர்கள், விளையாட அவர்களுக்கு ஒரு பூங்கா கிடைக்குமா என்று விசாரித்தார்களாம். எவ்வளவு மென்மையான இதயம்? அரசாங்கத்தின் சார்பாக வாதாடிய வழக்கறிஞர்கள் உடனே விரைந்து, அவர்களுக்கு நிச்சயமாகப் பூங்கா கட்டப்படும், ஒவ்வொன்றிலும் சீசா பலகைகளும், சறுக்குமரங்களும், ஊஞ்சல்களும் இருக்கும் என்றும் உறுதிப்படுத்தினர். எல்லையற்ற வானத்தை நோக்கிவிட்டு, கீழே விரைந்தோடும் நதியையும் பார்த்தேன். ஒரு சிறு,

மிகச்சிறிய கண நேரம் இந்த எல்லா அபத்தங்களின் நினைத்தேன், யாவும் எனது கடுஞ்சினத்தைத் திரும்பக் கொண்டுவர, சிரித்தேன். யாரையும் நான் அவமதிக்கவிலலை.

இதை விசாரித்த உச்சநீதிமன்ற நீதிபதிகள் மூவரில் இருவருக்குச் சிரிப்பு வரவில்லை. தலைமை நீதிபதி ஆனந்தும், மற்றொரு நீதிபதி கிர்பாலும் உச்சநீதிமன்றத்தின் முன்னால் நடைபெற்ற செயல்முறைகளை முதல்நோக்கிலேயே தவறாகக் கூறியுள்ளார் என்று அபிப்பிராயப் பட்டனர்.[88] பேச்சுரிமையும் வெளிப்பாட்டுரிமையும் நீதிமன்றத்தின் ஆணைகளைத் திரிக்கவும் அரைகுறையான, ஒருசார்பான சித்திரத்தை வேண்டுமென்றே வரைந்துகாட்டவுமான உரிமையை உள்ளடக்கவில்லை. அவ்வாறு செய்வது நீதிமன்றத்தை இழிவுபடுத்தும் நோக்குக் கொண்டது என்று கூறினர்.[89] ராய் தமது இலக்கியப் புகழைப் பொதுமக்களுக்குத் தவறான கருத்துகளை அளிக்கப் பயன்படுத்தினார் என்றும் அவரது எழுத்துகள் நீதிமன்றம் பாரபட்சமானது என்ற எண்ணத்தை ஊட்டுவதாக உள்ளன என்றும் கருதப்பட்டது.[90] ஆயினும் அவர்மீது எந்த நடவடிக்கையும் எடுக்கப்படவில்லை. நீதிபதி பரூச்சா ராயின் சொற்களை ஒப்புக் கொள்ளவில்லை, ஆனால் அவருக்கு எதிராக எந்த நடவடிக்கையும் வேண்டாம் என்று முடிவுசெய்தார். ஏனெனில் நீதிமன்றத்தின் தோள்கள் அவரது கருத்துகளை உதறித் தள்ளும் அளவுக்கு அகலமானவை என்றார்.[91]

தற்காப்புகள்

நீதிமன்றத்தை இழிவுபடுத்தலின் வாயிலாக அவமதிப்புச் செய்யும் சட்டத்திற்குப் பல விதிவிலக்குகளும் தற்காப்புகளும் உள்ளன.

ஒரு நபர் ஒரு நீதிபதியின் சொந்த முறையிலான நடத்தையைப் பற்றி மோசமாகக் கருத்துரைக்கும்போது அது அவமதிப்பு ஆவதில்லை. அது பழிப்புரை என்ற அளவில் நடவடிக்கைக்குரியது என்று உச்சநீதிமன்றம் கூறியுள்ளது. அவமதிப்பு அதிகாரம் தனிப்பட்ட முறையில் தனிநபர்களாகத் தாக்குதலுக்குட்படும் நீதிபதிகளைக்

காப்பாற்ற இருப்பதல்ல என்று கூறியுள்ளது.⁹² தனிப்பட்ட இழிவுரையையும் அவமதிப்பையும் வேறுபடுத்தி நோக்கக் கவனம் கொள்ளவேண்டும் என்றும் கூறப்பட்டுள்ளது.⁹³ அவமதிப்பு என்று ஆக, அவமதிப்பாளரின் வார்த்தைகள் அந்த நடுவர் தனது அலுவல் சார்பான, நீதிமன்றச் சாத்தியப்பாட்டில் ஏதாவது செய்ததைக் குறிப்பிட வேண்டும். உதாரணமாக, யாரோ ஒரு நடுவர், முக்கியமான வழக்குகளைத் தீர்மானிக்கும்போது லஞ்சம் வாங்குகிறார் என்றோ, ஒரு நடுவர் எல்லா வழக்குகளிலும் உயர்சாதியினர் சார்பாகவே தீர்ப்பளிக்கிறார் என்றோ கூறும்போது அந்தக் கூற்றுகள் அவர் ஒரு நீதிபதி என்ற முறையில் நடந்துகொண்ட விதத்தைப் பற்றிக் கூறுகின்றன, எனவே அவை அவமதிப்பாகும். ஆனால் ஒரு நபர், குறிப்பிட்ட நீதிபதி வழக்கமாகத் தனது மனைவியையும் பிள்ளைகளையும் அடிக்கிறார், அல்லது அவர் இந்தியாவின் சர்வதேச மையத்துக்கோ விலிங்டன் கிளப்புக்கோ சந்தா செலுத்தவில்லை என்றாலோ, இந்தக் கூற்றுகள் தவறாக இருந்தாலும்கூட, அவை அவமதிப்பு அல்ல, ஏனெனில் அவை அவரது பதவியின் அதிகாரத்தினைப் பயன்படுத்திச் செய்த செயல் எதையும் குறிப்பிடவில்லை. அவர் தனது மனைவியை அடிக்கிறார் என்று தவறாகப் பிரச்சாரம் செய்யப்பட்டால், அது அவரது பதவியின் பிம்பத்தை மாசுபடுத்தும், மக்கள் அவர் ஒரு நடுவர் என்ற முறையில் வைத்திருக்கும் நம்பிக்கையைக் குறைக்கும் என்றாலும், இது அவமதிப்பு அல்ல, வசையுரை மட்டுமே ஆகும். அதற்கு நடவடிக்கை எடுக்கலாம்.

மேலும், சிறிய, முக்கியமற்ற அவமதிப்புகள் நீதிமன்ற அவமதிப்பு என்று கொள்ளப் போதியவை அல்ல என்று தெரிவிக்கப்பட்டுள்ளது. 1971இன் நீதிமன்ற அவமதிப்புச் சட்டத்தில் பிரிவு 13(1)இல், நீதிக்கு உரிய பாதையில் அடிப்படையில் குறுக்கிட்டால், அல்லது குறுக்கிட முயன்றால் அல்லது ஒரு நபரை நீதிமன்ற அவமதிப்புக் கென தண்டிக்க இயலாது எனக் கூறப்பட்டுள்ளது. அவமதிப்பு, வெளிப்படையாகவும், வஞ்சக்குறும்புடனும், பொருள் உள்ளதாகவும் (அதாவது முக்கியமானதாகவும்) இருந்தால் மட்டுமே தண்டிக்க முடியும் என்று கூறப்பட்டுள்ளது.⁹⁴ நீதிநிர்வாகத்துக்கு ஏற்பட்டுள்ள தீங்கின் அளவை நீதிமன்றம் கருத்தில் கொள்ளும். அது இலேசாகவும், பார்வைக்குத்

தென்படாததாகவும் இருந்தால் நீதிமன்றம் அவமதிப்புக்கெனத் தண்டிக்காது.[95] பார்வை: எஸ். மூலகாவ்கர்[96] வழக்கில், நீதிபதி கிருஷ்ண ஐயர், நீதிமன்றத்தை இழிவுபடுத்தல் என்ற வடிவத்தில் அவமதிப்பு என்பதில் முதல் விதி, அது நீதிமன்றத்தால் சிக்கனமாகப் பயன்படுத்தப்பட வேண்டும் என்பதுதான் என்றார். அது மிகச்சிறிய, மன்னிக்கக் கூடிய விஷயங்களைப் புறக்கணித்துவிட வேண்டும் என்றார். நாய்கள் குரைக்கலாம், ஆனால் வண்டி நிற்பதில்லை என்றார் அவர்.[97] நீதிமன்றங்கள் உணர்ச்சிக்கு அப்பால் இருக்கவேண்டும் என்று அறிவுரைத்தார்.[98] நீதிமன்றத்தை இழிவுபடுத்தல் என்ற வகையில் அவமதிப்புக்குத் தண்டிக்கும் அதிகாரம் மிக கவனிப்புடனும் எச்சரிக்கையுடனும் பயன்படுத்தப்பட வேண்டும் என்றார்.[99]

மிக அரிதாக, பெரிய கவனத்துடனும் எச்சரிக்கையுடனும் குறிப்பிடத்தக்க அளவு சாவதானத்துடனும் அதைப் பயன்படுத்த வேண்டும் என்றார்.[100]

2006க்கு முன்பு, நீதிமன்றத்தை இழிவுபடுத்தும் அவமதிப்பு வழக்குகளில் உண்மை என்பது ஒரு தற்காப்பாக அனுமதிக்கப் படவில்லை.[101] ஆனால் 1971 சட்டத்துக்கு 2006இல் கொண்டு வந்த ஒரு திருத்தத்தில் சில வரையறுக்கப்பட்ட சூழல்களில் உண்மை ஒரு தற்காப்பாகப் பயன்படலாம்.[102] பிரிவு 13(ஆ) இப்போது, உண்மையினால் நியாயப்படுத்துவதை ஒரு ஏற்கத்தக்க தற்காப்பாக நீதிமன்றம் கொள்ளலாம் (அதாவது நீதிமன்றத்தின் இச்சைப்படி அந்தத் தற்காப்பை அனுமதிக்கலாம்) எனக் கூறியது. ஆனால், அந்த உண்மையின் தற்காப்பு, பொதுமக்கள் நலனுக்கெனவும் அந்தத் தற்காப்பை எழுப்புவதற்கான வேண்டுகோள் நன்னம்பிக்கை அடிப்படையிலானதாகவும் இருத்தல் வேண்டும்.

சாதாரணமாக, நீதிமன்றத்தை இழிவுபடுத்துதல் வாயிலாக அவமதிப்பு என்பது அவமதிப்பாளர் நிபந்தனையற்ற மன்னிப்பினை நீதிமன்றத்துக்கு அளித்தால் அது மன்னிக்கப்படும். ஆனால் நீதிமன்றம் மன்னிப்பினை ஏற்றுக்கொள்ள முடியாத சூழ்நிலைகள் உள்ளன. மன்னிப்பு உண்மையானதாகத் தோன்றாவிட்டாலும்,[103] அது காலதாமதமாக அளிக்கப்பட்டாலும்[104] ஏற்கப்படாது. நியாயப்படுத்தலும்

மன்னிப்பும் ஒன்றாக ஏற்கப்பட முடியாது. இரண்டும் ஒன்றுக்கொன்று பொருந்தாதவை.[105] குறிப்பாக மன்னிப்பு மிகச் சீக்கிரத்தில் கேட்கப்பட வேண்டும். நீதிமன்றம் தண்டனை அளிக்கப் போகிறது என்று தெரிந்தபிறகு மன்னிப்புக் கடிதம் அளிக்கப்படலாகாது.[106] தண்டனையிலிருந்து தப்பிக்க ஒரு கருவியாக மன்னிப்பைப் பயன்படுத்தலாகாது.[107] ஆனால் பார்கவா குழுவின் பரிந்துரைகளின்படி, நம்பிக்கைக்குரிய ஒரு மன்னிப்பு, அது நிபந்தனைகள் கொண்டது, வரையறை கொண்டது என்பதற்காகப் புறக்கணிக்கப்பட முடியாது.[108]

உதாரணமாக, உத்தரப்பிரதேச அரசுக்கு எதிராக எல். டி. ஜயக்வால்[109] வழக்கில், நீண்டகாலப் புகழை உடைய ஒரு மூத்த வழக்கறிஞர், ஒரு நீதிபதிக்குக் கடிதம் எழுதினார். அவர் ஒரு ஊழல்மிக்க நீதிபதி என்றும் நீதியின் இருக்கையை அவர் மாசுபடுத்துவதாகவும் குறிப்பிட்டார். நீதிபதியை எதிர்த்து, அவர் ஊழல் மிக்கவர், சேவையில் இருக்கத் தகுதியில்லாதவர் என்றும் கூறி, நாட்டின் மிக உயர்ந்த தலைமைகளுக்குப் புகார் அளிக்கப்போவதாக மிரட்டவும் செய்தார். உங்களை மாதிரி நபர்கள் விரைவில் வெளியேற்றப்பட்டால் எங்களைப் போன்ற எல்லாருக்கும் நல்லது என்றார். இக் கடிதத்தின் நகல்கள் பிரதமர், இந்தியத் தலைமை நீதிபதி போன்ற உயர்தலைமையினருக்கு அனுப்பப்பட்டன. பிறகு ஜயக்வால் உச்சநீதிமன்றத்துக்கு ஒரு மன்னிப்புக் கடிதம் அளிக்க முயன்றார். அவமதிப்புக்கு நீதிவழங்கும்போது "அடித்துவிட்டு 'சாரி' கேட்கும்" சிந்தனைப் புலத்துக்கு உச்சநீதிமன்றத்தில் இடமில்லை என்று கூறிவிட்டது.[110] அலகாபாத் நீதிமன்றத்தில் ஜயக்வால் தனது நடத்தையை நியாயப்படுத்த முனைந்தார்.[111] அவர் பச்சாத்தாபம் அடையவோ, வருத்தம் தெரிவிக்கவோ, மன்னிப்புக் கேட்கவோ முற்படவில்லை. விஷயம் உச்சநீதிமன்றத்துக்குமுன் வந்த போதுதான் அவர் முதல்முறையாக மன்னிப்புக் கேட்டார். தான் இழிவுபடுத்திய நீதிபதியிடம் மன்னிப்புக் கேட்க உச்சநீதிமன்றம் வாய்ப்புத் தந்தது. அப்போது அவர் முறைப்படியான ஒரு மன்னிப்புக் கடிதம் கொடுத்தார். அதில் மாண்புமிகு உச்சநீதிமன்றம் பணித்தபடி அதை அளிப்பதாகக் குறிப்பிட்டிருந்தார். இந்தச் சூழலில், உச்சநீதிமன்றம், ஜயக்வால் வெறும் வெற்றுத்தாள் மன்னிப்பையே கேட்டார் என்றும் அது அவர் பேனாவிலிருந்து

வந்த வருத்தம், ஆனால் இதயத்திலிருந்து வந்ததல்ல என்றும் கூறியது.[112] அது வெற்று மன்னிப்பாக இருந்ததால், தண்டிக்கப் படாமல் விடுவது ஒரு அபாயகரமான முன்னுதாரணம் ஆகும் என்பதால், ஜயக்வால் தண்டிக்கப்பட்டார்.[113]

வினய் சந்திர மிஸ்ராவின் வழக்கில்[114] மிஸ்ரா ஒரு மூத்த வழக்கறிஞர். இந்திய பார் கவுன்சிலின் தலைவர். அலகாபாத் உயர்நீதிமன்றத்தில் ஒரு நாள் அவர் வழக்காட வந்தபோது, அவரது வழக்கின் சாதக அம்சங்கள் என்ன என்று நீதிபதி கேட்டார்.[115] இது அவருக்குக் கோபத்தை மூட்ட, கத்தலானார். நீதிபதியை இட மாற்றம் செய்வதாகவும், இன்னும் கேட்டால், பாராளுமன்றத்தில் வைத்துப் பதவி விலக வைப்பதாகவும் கூறினார். முன்னதாக, அவர் பல நீதிபதிகளை ஆட்டம் காண வைத்ததாகவும் கூறினார். இந்தச் சீற்றவெளிப்பாட்டினைத் தொடர்ந்து வந்த அவமதிப்பு வழக்கில், உச்சநீதிமன்றம் அவரது மன்னிப்புக் கேட்டலை ஏன் ஏற்றுக் கொள்ளவில்லை என்பதற்குப் பல காரணங்கள் கூறியது. முதலாவதாக, மிஸ்ராவின் மோசமான நடத்தையை வெளிப் படையாக, சுதந்திரமாக ஒப்புக்கொள்வதாக அது இல்லை. அது மதிநுட்பமிக்க அலங்கார நடையில் தனது படிமத்தைப் புதுப்பிக்கும் முறையில் சாதுரியமான, மறைமுக முறையில் அமைந்திருந்தது. இரண்டாவது, மிஸ்ராவின் நடத்தைப் பாங்கு, தொடக்கத்திலிருந்தே இணக்கமற்றதாகவும், சண்டையிடத் தயாராகவும் இருந்தது. தான் நீதிமன்றத்தில் சமர்ப்பித்த பிரமாணப் பத்திரங்களில், அவர் தான் அவமதிப்புச் செய்த நீதிபதிக்கு எந்த மரியாதையையும் காட்டவில்லை. அந்த ஆவணங்களில் நீதிபதிக்கு எதிராகக் குற்றச்சாட்டுகள் வைக்கப்பட்டிருந்தன. இந்த நீதிபதிக்கு எதிராக அவமதிப்பு நடவடிக்கைகளைத் தொடங்கவும் மிஸ்ரா கேட்டிருந்தார். மூன்றாவது, இப்படிப்பட்ட நடத்தைக்கு மன்னிப்பை ஒப்புக் கொள்வது நீதிமன்றத்தைப் பொறுத்தமட்டில் சட்டத்தின் மேன்மையை உயர்த்திப் பிடிப்பதில் தோல்வியடைந்ததற்குச் சமம் என்று நீதிமன்றம் கூறிவிட்டது.

சுதந்திர இந்தியாவில் காலனிய வேறுபாடு

காலனியக் கருத்தாகிய இந்திய மக்கள் படிப்பறிவற்றவர்கள், ஆகவே அச்சில் இருப்பதை அப்படியே தீவிரமாக எடுத்துக் கொள்ளக்கூடியவர்கள், எனவே அவமதிப்பு அதிகாரங்கள் மிகக் கடுமையாக இங்கே செயல்படுத்தப்பட வேண்டும் என்றே பல வழக்குகளில் உச்சநீதிமன்றமும் கருதியது.

மர்க்கடா வழக்கில்[116], உதாரணமாக, உச்சநீதிமன்றம், இந்தியாவில் அடித்தட்டு நிலையில், எழுத்தறிவற்ற மக்கள் பெருமளவு வசிக்கின்ற நாட்டுப் புறங்களின் பின்தங்கிய பகுதிகளில் அடிமட்டநிலை நீதி நிர்வாகம் கீழ்நீதிமன்றங்களால் மட்டுமே செய்யப்படுகிறது என்று கூறியது. பத்திரிகைகள் படிக்கின்ற, மாற்றக்காற்றுகளுக்கு உட்படும் நகர்ப்புற மேட்டுக் குடியினரை விட, அப்படிப்பட்ட அடித்தட்டு மக்கள், அவமதிப்புச் செல்வாக்குகளுக்கு ஆளாக வாய்ப்புகள் அதிகம். நீதிபதிகள் மூடிய மனத்துடன் வழக்குகளை விசாரிக்கிறார்கள், அல்லது முன்முடிவு செய்கிறார்கள் என்றவாறு இலேசான சந்தேகம் எழுத்தறிவற்ற கிராமத்தினர் மனங்களில் எழுந்தாலும் கூட, அவர்கள் நீதிநிர்வாகத்தில் நம்பிக்கை இழந்துவிடுவார்கள்.[117] ஹரிஜெயசிங் வழக்கில்[118], அச்சில் வருகின்ற எதையும் அறியாமை மிக்கவர்கள் நம்பிவிட வாய்ப்பிருக்கிறது, அதனால் பத்திரிகைகள் மீது கட்டுப்பாடு அவசியம் என்று நீதிமன்றம் கூறியது. இதே போல, அருந்ததி ராய் வழக்கில்[119], அவமதிப்பாளர் (அருந்ததி ராய்) இந்தப் பின்தங்கிய நாட்டின் மக்கள் மனங்களில், நீதிபதிகளின் நேர்மை, திறமை, நியாயம் ஆகியவற்றைக் கேள்விக்குள்ளாக்கும் விதமான மனப்பதிவை உருவாக்க முயற்சி செய்தார் எனப்பட்டது. இந்தக் காலனிய நினைப்புக்கு அடிப்படை உரிமையான பேச்சுச் சுதந்திரம் எவ்வித வேறுபாட்டையும் எழுப்பியதாகத் தெரியவில்லை.

இந்தியாவில் நீதிமன்ற இழிவுபடுத்தல் நீக்கப்பட வேண்டுமா?

இந்திய நீதிமன்றத்தை இழித்துரைக்கும் அவமதிப்புகளை தண்டிக்கின்ற அதிகாரத்தை நீக்குவதற்கான நகர்வு எதுவும் உள்ளதா? அப்படியென்ன நீதிமன்றம் மட்டுமே

தனியாக்கப்பட்டு, பொதுக் கருத்திலிருந்து பாதுகாக்கப்பட வேண்டும்? தாங்கள் செயல்படுவதற்குப் பொதுமக்கள் நம்பிக்கை தேவைப்படுகின்ற அரசாங்கத்தின் பல்வேறு கிளைகளும் (துறைகளும்) இருக்கத்தான் செய்கின்றன. உதாரணமாகப் போக்குவரத்துக் காவல்துறையினரோடு பொதுமக்கள் ஒத்துழைக்கத்தான் வேண்டும். ஆனால் அவர்களை அவமதிக்கின்றவர்களை உடனடியாகக் குற்றவாளிக் கூண்டில் நிறுத்தும் அதிகாரம் அவர்களுக்கு இல்லை. உதாரணமாக, மும்பையில் அண்மைக் காலத்தில் போக்குவரத்துக் காவல் துறையினர் வேகமாகச் செல்ல விரும்புகின்ற 'பைக்' காரர்களால் அவமதிக்கப்படுகின்ற நிகழ்வுகள் நடந்துள்ளன.[120] தங்களை இழிவுபடுத்துபவர்களை உடனடியாகக் குற்றம்சாட்டி தண்டிக்க முடியும் என்று போலீஸ்காரர்களே நினைக்காவிட்டால், நீதிபதிகளால் அவ்வாறு செய்ய எப்படி முடியும்? இந்தியாவின் குடியரசுத் தலைவரோ, பிரதமரோ, ரிசர்வ் பேங்க் கவர்னரோ, அட்டர்னி ஜெனரலோ, இந்தியாவின் செலவுக் கட்டுப்பாட்டாளர், பொதுத் தணிக்கையாளர் ஆகியோரோ ஊழலில் ஈடுபட்டவர்கள் என்று ஒரு நபர் போலியான குற்றச்சாட்டை முன்வைக்க முடியும் என்றால், அந்த நபருக்கு எதிராக உடனடியாக அவமதிப்புக் குற்றத்தைத் தொடங்குவதற்கு பதிலாக, ஏன் நீதிமன்றம் மட்டும் பொதுக்கருத்திலிருந்து இந்த மாதிரியாக தவிர்க்கப்பட வேண்டும்? இருப்பினும் ஒரு விடை இருக்கிறது-டிராஃபிக் காவலர்கள் உடனடியாகத் தவறுசெய்பவர்களைக் கைதுசெய்யலாம், பதவியில் உள்ளவர்கள் தங்களுக்கு எதிராகச் சொல்லப்பட்ட குற்றச்சாட்டினை ஒரு பத்திரிகையாளர் கூட்டம் கூட்டி மறுக்கலாம். ஆனால் இந்திய நீதிபதிகளுக்கு முறைசாரா ஒழுக்கவிதிகள் உள்ளன. அவர்கள் ஒரு பத்திரிகையாளர் கூட்டத்தைக் கூட்டித் தங்களுக்கு எதிராகச் சொல்லப்பட்ட வெறுப்புக் குற்றச்சாட்டுகளை அவை மறுக்க முடியாதவாறு செய்கின்றன.

நீதித்துறையைப் பற்றிப் பொதுமக்கள் மனத்தில் நல்லதொரு பிம்பத்தை உருவாக்கவும் பேணவும் வேண்டும் என்பதற்காகவே அவமதிப்புத்தொடர்பான அதிகாரங்கள் தேவையின்றி வடிவமைக்கப்பட்டு ஆளப்படுகின்றன. இந்திய நீதிமன்றங்களில் இழிவுபடுத்தும் அவமதிப்புகளைத் தண்டிக்கும் அதிகாரம் நீதிமன்றங்களையோ நீதிபதிகளையோ காப்பதற்குத்

தேவை என்பதால் அல்ல, பொதுமக்களைப் பாதுகாக்கவே என்பது இதற்கு ஆதரவாகச் சொல்லப்படும் முதன்மையான நியாயங்களில் ஒன்று. பொதுமக்கள் நீதிமன்றங்களின் மீது வைத்திருக்கும் நம்பிக்கையைக் காப்பாற்றவே அவமதிப்புச் செய்பவர்களைத் தண்டிக்கும் அதிகாரங்கள் பயன்படுத்தப் படுகின்றன என்று உச்சநீதிமன்றம் திரும்பத் திரும்பச் சொல்லி வருகிறது. ஆனால், நீதிமன்றத்தை இழிவுபடுத்தும் வடிவத்தில் அவமதிப்புச் சட்டத்தை வைத்திருப்பதற்கு இது பலவீனமான நியாயப்படுத்தலாக உள்ளது. நீதித்துறை மீது வைக்கப்படும் குற்றச்சாட்டுகளைத் தண்டிப்பது அதன்மீது பொது நம்பிக்கையை மேம்படுத்தாது. இந்திய நீதித்துறையில் வழக்குகள் முடிவுக்கு வர எவ்வளவு காலம் எடுத்துக் கொள்கின்றன என்பதை ஒரு பகுதி சார்ந்தே அதன்மீதான நம்பிக்கை அமைகிறது. எனவே நீதித்துறை வெளிப்படையான விமரிசனங்களைத் தடைசெய்யாமல் தங்களைச் சீர்திருத்திக் கொண்டால் அதன்மீது பொதுமக்கள் நம்பிக்கை உயரும். மேலும் நீதிமன்றம் எப்படி வேலை செய்கிறது என்பதைப் பொறுத்தே ஒரு நபர் அதன்மீது வைத்திருக்கும் நம்பிக்கையோ விசுவாசமோ அமைகிறதே அன்றி, பொதுமக்கள் அதைப்பற்றி என்ன சொல்ல அனுமதிக்கப் படுகிறார்கள் என்பதை வைத்து அல்ல. மேலும் நீதிமன்ற அவமதிப்புக்கான தண்டனை, நீதித்துறையில் நிலவும் ஊழலை உண்மையாக வெளிப்படுத்தச் செய்யும் பொறுப்பான கூற்றுகளை மூச்சடைக்கச் செய்யும் விளைவைக் கொண்டிருக்கக் கூடும்.

ஆனால் இந்திய நீதிமன்றங்கள் அவற்றை இழிவுபடுத்தும் அவமதிப்புகளைத் தண்டிக்க கொஞ்சமேனும் அதிகாரங்களை வைத்திருக்க வேண்டும் என்பதற்கு சில நல்ல காரணங்கள் உள்ளன. மிக முக்கியமாக, நீதிமன்றங்களின் அன்றாட நடப்புகளில் ஒழுங்கையும் கவுரவத்தையும் பேணுவதற்கு இப்படிப்பட்ட அதிகாரம் தேவைப்படுகிறது. இந்த நியாயத்தின்படி அவமதிப்புகளைத் தண்டிக்கும் அதிகாரத்தை நீதிமன்றம் வைத்திருக்க வேண்டும். நடந்து கொண்டிருக்கும் நீதிமன்ற நடவடிக்கைகளில் ஒரு நபர் குறுக்கிட முயற்சி செய்தாலோ ஒரு அமர்வின்போது நீதிபதியை நோக்கி யாராவது கூச்சலிட்டாலோ அல்லது ஒரு திறந்த அமர்வில் ஒரு நீதிபதி ஊழல் மிக்கவர் என்று எவரேனும் குற்றம் சாட்டினாலோ இது

அன்றாட நடைமுறைகளில் நீதிமன்றத்தின் கௌரவத்தையும் நேர்மையையும் பாதிப்பதாக உள்ளது. இப்படிப்பட்ட அவமதிப்புகளைத் தண்டிக்கும் அதிகாரம் நீதிமன்றங்களுக்கு நிச்சயமாக வேண்டும். ஒரு நபர் நீதிமன்ற நடவடிக்கைகள் நடந்து கொண்டிருக்கும்போது முழக்கங்களை கூச்சலிட்டால் அல்லது நீதிபதியின் மீது ஒரு காலணியை எறிந்தால் அல்லது திறந்த அமர்வில் நீதிபதி ஊழல் செய்தவர் என்று கூறினால் அந்த நபரை நீதிமன்றத்திலிருந்து வெளியேற்ற நீதிபதிக்கு அதிகாரம் வேண்டும் அல்லவா? அந்த நபரை இம்மாதிரி மீண்டும் ஏதாவது ஒன்றைச் செய்வதிலிருந்து தவிர்க்க தண்டனை அளிக்க முடிய வேண்டும். அதாவது நீதிமன்றங்களுக்கு தேவையற்ற குறுக்கீடுகளைத் தவிர்க்கவும் அவை மீண்டும் நிகழாதவாறு தவிர்க்கவும் நீதிமன்றங்களுக்கு அதிகாரம் வேண்டும். மேலும் ஒரு நபர் நீதிமன்ற ஆணைகளுக்குக் கீழ்ப்படியாதவாறு தூண்டினால், அதற்குப்பின் நீதிமன்ற ஆணைகள் மதிக்கப்படாமல் போகும் என்ற தெளிவான உடனடி அபாயம் உள்ளது. ஆக இதுவும் நீதிமன்ற அவமதிப்பு என்பதில் தொடர வேண்டும்.

நீதிமன்றத்திற்கு வெளியே நிகழும் பெரும்பாலான இழிவுபடுத்தல்கள் இந்தியாவில் நீதிமன்ற அவமதிப்புச் சட்டத்தின்கீழ் தண்டிக்கப்படுவது உடனடியாக நீக்கப்பட வேண்டும். இக் கருத்தைப் பற்றி நிச்சயம் விவாதிக்க இடம் இருக்கிறது. ஒருவேளை ஒரு நீதிபதி நேர்மையற்றவர் அல்லது ஊழல் மிக்கவர் என்ற பொய்யான கூற்று ஒன்றை ஒரு நபர் நீதிமன்றத்திற்கு வெளியில் கூறினால் அந்த நீதிபதி அந்த மனிதர் மீது சிவில் வழக்கு ஒன்றைப் பதிவுசெய்யவும், அந்த அவதூறுக்கான நடவடிக்கையின் மீது பிரிவுகள் 499 மற்றும் 500 இவற்றின் கீழ் இந்தியக் குற்றச் சட்டத்தில் நடவடிக்கை தொடங்கவோ இடமிருக்கிறது. அல்லது அவர் அந்தக் கூற்றைப் புறக்கணித்துவிட்டும் சென்றுவிடலாம். ஆங்கில நீதிபதிகளுக்காவது நீதிமன்ற அவமதிப்பை விளைவிப்பவர்கள் மீது இழிவுபடுத்தல் நடவடிக்கைகளைத் தொடங்குவதற்கான வாய்ப்பிருக்கிறது என்பது இங்கிலாந்தில் நீதிமன்றத்தை இழிவுபடுத்தும் விதி நீக்கப்பட்டதற்கு காரணங்களில் ஒன்று. அங்கிருந்த நீதிபதிகள் எவ்விதம் வெற்றிகரமாகத் தங்களை

அவமதித்தவர்கள் மீது வழக்குகள் போட்டு வெற்றி பெற்றார்கள் என்பதைச் சட்டக்குழு கூறியிருந்தது.

ஆனால் இந்த அணுகுமுறையை இந்தியாவில் கடைப்பிடிப்பதில் சில சிக்கல்கள் உள்ளன. உதாரணமாக ஒரு அவதூறுக்கான வழக்கு என்பது இங்கு நீதிபதிகளுக்குச் சரியான வாய்ப்பாக இல்லாமல் போகலாம். காரணம், அந்த வழக்கு முடிவதற்குப் பல பத்தாண்டுகள் இல்லை என்றாலும், பல ஆண்டுகளேனும் ஆகலாம். இந்தியாவில் சிவில் வழக்குகள் நடைபெறுவது இப்படித்தான். நீதிபதிகளை இழிவுபடுத்தும் அவதூறு வழக்குகள் அல்லது குற்ற வழக்குகளை நீதிபதிகள் தொடங்குவதற்கும் பல பிரச்சினைகளை எதிர்கொள்ள வேண்டியுள்ளது. உதாரணமாக இழிவு படுத்தும் நடவடிக்கை வழக்குகளில் குறிப்பிட்ட நீதிபதியையும் அவரது நடத்தையையும் பகிரங்கமாகச் சோதனை செய்யவேண்டிவரும். ஆனால் இதைத்தான் அந்த வெறுப்புக்கான நடவடிக்கைகள் தவிர்க்க விரும்புகின்றன. பிரதிவாதியும் அவமதிப்பவரும் ஆன நபர் தனது அவதூறுக் கூற்றை நிரூபிக்க வேண்டி எந்தவிதமான குற்றச்சாட்டையும் நீதிபதிக்கு எதிராக வைப்பார். இந்த நடவடிக்கையை எதிர்க்க அந்த நீதிபதி அதிகமான நேரத்தையும் ஆற்றலையும் செலவிட வேண்டி வரும். மேலும் அவருடைய உள்ளீடும் மிகக் குறைவாகவே இருக்கும். இழிவுபடுத்தல் என்னும் வடிவத்தில் நீதிமன்ற அவமதிப்பு தள்ளுபடி செய்யப்பட்டாலும் நீதிபதிகள் அமர்வுக்கான ஆள் எடுப்புகள் மேலும் குறைந்து போகும். கௌரவமிக்க வழக்கறிஞர்கள் நீதித் துறையில் சேர்வதில் இருக்கும் பிற பின்னடைவுகளோடு, தவிர்க்கவியலாமல் இழிவு படுத்தல் வழக்குகளையும் சந்திக்க வேண்டுமென்றால் அவர்கள் நீதிபதி பதவியை நாடிவர மாட்டார்கள். வருபவர்கள், மூத்த வழக்கறிஞர்களின் வருமானத்துக்குக் கேடாக வந்து சேரும் குறைந்த வருமான உறவினர் போலாவர்.

இயல் 10
நீதிபதி போஸ் நுண்ணறிவற்றவர் என்கிறார் நேரு

1959 ஜூன் மாதம். உச்சநீதிமன்றம் இன்னமும் தனது கோடைகால விடுமுறைக்காக மூடப்பட்டிருந்தது. நீதிமன்றத்தை இழிவுபடுத்தும் சொற்களைக் கையாண்டதாக இந்தியப் பிரதமரை ஒரு வழக்கில் மாட்டிவிடக் கூடிய ஒரு சம்பவம் நடந்தது. புதுதில்லியில் ஒரு பத்திரிகையாளர் சந்திப்பில் பிரதமர் நேரு, உச்சநீதிமன்றத்திலிருந்து ஓய்வுபெற்ற நீதிபதி, விவியன் போஸ், 'நுண்ணறிவுக் குறைபாடுள்ளவர்' என்று கூறினார். இங்கிலாந்தில் கிரே கூறியது போலவோ, கல்கத்தாவில் வில்லியம் டெய்லர் கூறியதுபோலவே அவ்வளவு கடுமையாக இந்த வார்த்தைகள் இல்லாவிட்டாலும், எதிர்வாதமற்ற பிளாக்பர்ன் காலத்திற்கு முன்னால், ஒரு நீதிபதியின் இயலுமையைப் பற்றித் தரக்குறைவாக நேரு கருத்துரைத்திருந்ததால், ஒருவேளை நீதிமன்றத்தை அது இழிவு படுத்துவதாக நோக்கப்பட்டிருக்கலாம்.[1] நேருவின் சொற்கள் கல்கத்தா வழக்கறிஞர் மன்றத்தினால் விதிவிலக்காகக் கொள்ளப்பட்டன என்றாலும், நேரு போஸிடம் நயமான, விரைந்த மன்னிப்பு ஒன்றையும் கேட்டுவிட்டார் என்பதால், ஒரு அரசியல்சட்ட நெருக்கடி உருவாகும் தருணம் தடுக்கப்பட்டது. இதற்குச் சில ஆண்டுகள் முன்னால்தான் நேரு சப்-ஜூடிஸ் விதியை மீறி, நீதி மன்ற அவமதிப்புச் செய்தார் என்று மெட்ராஸ் உயர்நீதி மன்றத்தினால் கண்டிக்கப் பட்டிருந்தார்.[2] இதைப் பற்றி அடுத்த இயலில் நோக்கலாம்.

இந்தச் சம்பவம், 1950களின் முந்த்ரா (முந்த்ரா என்பது ஆங்கிலமயப் பெயர், முந்தடா அதன் சரியான இந்தி வடிவம்) ஊழலின் பின்னணியில் எழுந்தது.[3] ஹரிதாஸ் முந்த்ரா ஒரு வணிகர். 1957இல் இந்திய ஆயுள் காப்பீட்டுக் கழகம் (எல்ஐசி) அவரது நிறுவனங்களில் தோராயமாக 1.26 கோடி ரூபாயை முதலிட்டது. அதுவரை எல்ஐசி ஈடுபட்ட ஒற்றைப் பெரிய பணப்பரிவர்த்தனை இதுதான். அந்தப் பங்குகள் திறந்த சந்தையில் சந்தைவிலையில் வாங்கப்படவில்லை. ஒரு தனிப் பரிவர்த்தனையில் வாங்கப்பட்டன. பங்குகளுக்குக் கொடுத்த விலை சந்தை மதிப்பை விட அதிகம். அவ்வாறு வாங்குவதற்கான அறிவுறுத்தல்கள், முன்னாள் எல்ஐசி தலைவரும் அரசாங்கத்தின் அப்போதைய தலைமை நிதிச் செயலருமான எச். எம். பட்டேலிடமிருந்து வந்தன. நிதியமைச்சர் டி. டி. கிருஷ்ணமாச்சாரியின் ஒப்புதலுடன் அந்த அறிவுறுத்தல்கள் தரப்பட்டிருக்கலாம் என்று தோன்றுகிறது. அந்தச் சமயத்தில் எல்ஐசியின் தலைவர் ஜி. ஆர். காமத், அதன் நிர்வாக இயக்குநர் எல். எஸ். வைத்தியநாதன்.[4]

பம்பாய் உயர்நீதிமன்றத்தின் தலைமை நீதிபதி சாக்ளா அந்த ஊழலை விசாரிப்பதற்கான ஒரே ஆணையராக நியமனம் செய்யப்பட்டார். அவரது அறிக்கைக்குப் பிறகு நிதியமைச்சர் கிருஷ்ணமாச்சாரி பதவி விலகினார். அதற்குப் பிறகு அரசாங்கம் 1958 மேயில், பட்டேல், காமத், வைத்தியநாதன் ஆகியோருக்கு எதிரான குற்றங்களை விசாரிக்க ஒரு விசாரணைக் கமிஷன் அமைத்தது. அதற்குத் தலைவர் நீதிபதி விவியன் போஸ். 1956இல் உச்சநீதிமன்றத்திலிருந்து அவர் ஓய்வு பெற்றுவிட்ட போதிலும், அச்சமயத்தில் போஸ் அரசியல் சட்டத்தின் பிரிவு 128இன் படி மேலும் சில ஆண்டுகளுக்கு உச்சநீதிமன்ற நீதிபதியாக இருந்துவந்தார்.[5] 1958 செப்டம்பரில் போஸ் தமது அறிக்கையைச் சமர்ப்பித்தார். இந்த மூன்று பேரின் மீதான குற்றச்சாட்டுகளும் நிரூபிக்கப்பட்டுவிட்டன என்பது தீர்ப்பு. முந்த்ரா உத்தரப்பிரதேசக் காங்கிரஸ் கட்சிக்கும் (ரூபாய் 1.50 லட்சம்) மையக் காங்கிரஸ் கட்சிக்கும் (ரூ.1 லட்சம்) தாராளமாக நிதியளித்ததன் பேரில் எல்ஐசியால் இந்த முதலீடு செய்யப்பட்டது என்று அவர் கண்டறிந்தார்.

நேருவுக்கு மனத்தாங்கல் ஏற்பட்டது.[6] 1959 ஜூன் 10 அன்று தில்லியில் நடைபெற்ற ஒரு பத்திரிகைக் கூட்டத்தில் பத்திரிகையாளர்கள் அவரிடம் இந்த ஊழலைப் பற்றிக் கேட்டனர். போஸ் கமிஷனின் கண்டுபிடிப்புகள் ஒரு கற்பனையான முன்வைப்பு என்றும் அந்த முடிவுக்கு வந்தவருக்கு அறிவுத்திறன் போதாது என்றும் கூறினார் நேரு. அவர் உயர்ந்த நீதிபதியாக இருந்தாலும் நான் அப்படித்தான் சொல்வேன் என்றார் நேரு.[7] ஒரு பத்திரிகை நேரு இப்படிக் கூறியதாகச் செய்தி வெளியிட்டது: "முந்த்ராவின் இந்த இரண்டரை லட்ச ரூபாய்க்காக இந்தப் பரிவர்த்தனை நடந்தது என்று நீங்கள் நம்பினால், அவ்வாறு சொல்லுகின்ற நபர், ஓர் உயர்நீதிமன்ற நீதிபதியாக இருந்தாலும் அவருக்கு அறிவுத் திறன் இல்லை"[8] பம்பாயின் டேப்லாய்டு வடிவப் பத்திரிகையான *பிளிட்ஸ்* உள்படப் பல பத்திரிகைகள், முதன்மையாக இந்தச் செய்தியை வெளியிட்டன.[9]

அச்சமயத்தில் உச்சநீதிமன்றம் தனது கோடை விடுமுறையில் இருந்தது. எனவே நேருவின் கருத்துக்கு உச்சநீதிமன்ற வழக்கறிஞர் அமைப்பு உடனடியாக எதிர்வினை ஆற்றவில்லை. ஆயினும் கல்கத்தா உயர்நீதிமன்றம் அலுவலில் இருந்தது. அதற்குப் பிறகு விரைவில் வெளிவந்த *கல்கத்தா வீக்லி நோட்ஸ்* சட்ட அறிக்கையில் நேருவின் கருத்துகளின் பண்புக்கும் இயல்புக்கும், அவர் பயன்படுத்திய மட்டுமீறிய மொழிக்கும், அசவுகரியமான உண்மைகளை எதிர்கொள்ள நேர்ந்தபோது அவர் வெளிப்படுத்திய வெளிப்படையான எரிச்சல், சினம் ஆகியவற்றிற்கும் பலமான கண்டனம் தெரிவிக்கப்பட்டிருந்தது. நேருவின் கருத்துகள் நாட்டின் முழு நீதித்துறையின் கௌரவத்தையும் மரியாதையையும் கீழ்ப்படுத்திவிட்டன என்று *கல்கத்தா வீக்லி நோட்ஸ்* முடித்திருந்தது. இது நீதிமன்றத்திற்கு அவதூறு செய்து நேரு நீதிமன்ற அவமதிப்பில் ஈடுபட்டார் என்ற வெளிப்படையான கருத்தாகும்.

அந்த மாதம், கல்கத்தா வழக்கறிஞர் மன்றம் நேருவின் கருத்துகளைக் கண்டித்து ஒரு கடுமையான தீர்மானம் நிறைவேற்றியது. அந்தத் தீர்மானம் இவ்வாறு கூறியது :

உச்சநீதிமன்றத்தின் ஓய்வு பெற்ற நீதிபதியும், நாக்பூர் உயர்நீதிமன்றத்தின் முன்னாள் தலைமை நீதிபதியுமான திரு. விவியன் போஸைக் கேவலப்படுத்தும் விதமாக பிரதமர் நேரு கூறிய இழிசொற்களுக்காக கல்கத்தா வழக்கறிஞர் மன்றம் தனது பலமான கண்டனத்தைத் தெரிவித்துக் கொள்கிறது. தனது தலைமையின் கீழ் ஒரு புகழ்பெற்ற நீதிபதி நடத்திய விசாரணை பற்றி இப்படிப்பட்ட கருத்துரையைப் பிரதமர் வழங்குவது பொது வாழ்க்கையில் நேர்மையின்மையை ஊக்குவிக்கும் என்பதால் இதனை வெகு கடுமையான சொற்களால் கண்டிக்கத் தகும் என்று இந்த மன்றம் உறுதியாகக் கருதுகிறது.

1959 ஜூன் 19இல் கல்கத்தா வழக்கறிஞர் நூலகக் கழகத்தின் மதிப்புக்குரிய செயலர் எஸ்.ஆர். தாஸ் குப்தா நேருவுக்கு மேற்கண்ட தீர்மானத்தின் நகல் ஒன்றை இணைத்துக் கடிதம் எழுதியிருந்தார். அந்தச் சமயத்தில் கேரளா, திருவனந்தபுரம் ராஜ்பவனில் தங்கியிருந்த நேரு ஜூன் 23ஆம் தேதி அக்கடிதத்தைப் பெற்றார், உடனே விரைந்து செயல்பட்டார். தாஸ் குப்தாவுக்கு 23 அன்றே எழுதிய கடிதத்தில் அவர் மன்னிப்புக் கேட்டார்:

ஒரு பத்திரிகைக் கூட்டத்தில் நான் பேசிய சில கருத்துகள் திரு. விவியன் போஸுக்கும் அல்லது வேறு எந்த நீதிபதிக்கும் இழிவுதரக்கூடியதாக விளக்கப்பட்டதற்கு நான் வருத்தம் தெரிவித்துக் கொள்கிறேன். திரு. விவியன் போஸை நான் மிகுந்த கௌரவமானவர் என மதிக்கிறேன். அவருக்கு எதிராக ஏதொன்றையும் சொல்வது நிச்சயமாக எனது நோக்கமல்ல... எனது கருத்துரைகள் கவனமின்றிச் செய்யப்பட்டவை... ஒரு கவனமற்ற கருத்தைக் கூட இவ்விதமாகச் சொல்லியிருக்கக்கூடாது என்பதை உணர்கிறேன். அதனால் மன்னிக்க வேண்டுகிறேன்.

ஜூன் 26 அன்று நேரு விவியன் போஸுக்கே ஒரு கடிதம் எழுதினார்.[10] அதில் தாம் விவியன் போஸுக்கு விரைவில் கடிதம் எழுதவேண்டும் என்று நினைத்திருந்ததாகவும், ஆனால் அச்சமயத்தில் பயணத்தில் அதிகமாக ஈடுபட்டிருந்ததால்

அவ்வாறு செய்ய இயலவில்லை என்று தெரிவித்தார். பின்வருமாறு கூறி, போஸிடம் அவர் மன்னிப்புக் கோரியிருந்தார்:

> தில்லியில் இந்த மாதத் தொடக்கத்தில் பத்திரிகையாளர் கூட்டத்தில் இது சம்பந்தமாக நான் பேசிய குறிப்புகளைப் பற்றி ஆழ்ந்த வருத்தத்தை உங்களுக்குத் தெரிவித்துக் கொள்கிறேன். இந்தக் குறிப்புரைகள் முறையற்றவை என்றும் அவற்றை நான் பேசியிருக்கக்கூடாது என்றும் நான் முழுமனதாக உணர்கிறேன். எனக்குக் கேள்விகள் கேட்கப்பட்டபோது அச்சமயத்தில் பலவிஷயங்களில் என் மனம் திரிந்து கொண்டிருந்ததால், என்னை அறியாமலே அதற்கு இப்படி விடை அளித்துவிட்டேன்... நான் செய்துவிட்ட இத்தகவற்ற செயலுக்கு என் மன்னிப்பைத் தாங்கள் நல்ல மனத்துடன் ஒப்புக் கொள்வீர்கள் என்று நம்புகிறேன்.

அதே ஜூன் 26 அன்று நேரு இந்தியாவின் தலைமை நீதிபதி எஸ்.ஆர். தாஸுக்குக் கடிதம் எழுதினார். அப்போது தாஸ் குப்தாவுக்கும், போஸுக்கும் எழுதிய கடிதங்களை அத்துடன் இணைத்திருந்தார்.[11] தலைமை நீதிபதியிடமும் பின்வருமாறு மன்னிப்புக் கேட்டிருந்தார்:

> ஒரு பத்திரிகையாளர் கூட்டத்தில் நான் ஈர்த்துச் செல்லப்பட்டு விட்டதால், நான் சொல்லக்கூடாத ஒன்றை என்னையறியாமல் சொல்லிவிட்டேன். என் செயலுக்கு எனது ஆழ்ந்த வருத்தத்தை உங்களுக்குத் தெரிவித்துக் கொள்கிறேன். நான் மிகவும் வருந்தக்கூடிய முறையற்ற செயல் அது. ஏனெனில் நான் எப்போதுமே குறிப்பாக, நீதித்துறையும், குறிப்பாக நமது உச்சநீதிமன்றத்தின் நடுவர்களும் மிகவும் உயர்ந்த மதிப்புக்கும் மரியாதைக்கும் உரியவர்கள் என்பதை நம்பி வந்துள்ளேன்.

நேருவின் உடனடியான எதிர்வினைக்கு விரும்பிய பலன் கிடைத்தது. ஜூன் 29 அன்று, தாஸ் குப்தா நேருவுக்கு எழுதினார். நேருவின் கடிதம் ஆழமாகப் போற்றப் பட்டது, ஆனால் அதைப் பத்திரிகைகளில் வெளியிட முடியுமா என்று கேட்டார்.[12] அதற்கு நேரு ஒப்புக் கொண்டார். அதே நாளன்று,

போஸ் நேருவுக்கு அவரது கடிதத்துக்கும் கல்கத்தா வழக்கறிஞர் மன்ற நூலகக் குழுவுக்குத் தம்மைப் பற்றி எழுதிய தாராளமான சொற்களுக்கும் நன்றி கூறி எழுதினார். போஸ், நேருவை மன்னித்துவிட்டு, மேலும் கூறினார்:

> நான் உங்கள் கருத்துகளைக் கடுமையாக எடுத்துக் கொள்ளவில்லை என்றும், அதற்காகக் கொஞ்சமும் கவலைப்படவோ வருத்தப்படவோ இல்லை என்றும் உங்களுக்குத் தெரிவிக்க விரும்புகிறேன். எந்த அளவு உங்களுக்கு மனத்தில் பளு இருக்கிறதென்று தெரியும். களைப்பாக இருக்கும்போது தற்காலிக எரிச்சலில் ஒருவர் தாம் அர்த்தப்படுத்த விரும்பாத ஒன்றை அந்தக் கணத்தில் கூறிவிடுகிறார் என்பதை முழுமையாகப் புரிந்துகொள்கிறேன். இந்த அளவு பொதுச் சர்ச்சை ஒன்றிற்குக் காரணமாக நான் இருந்துவிட்டேன் என்பதற்குத்தான் வருத்தப்படுகிறேன்.

பல பத்தாண்டுகளுக்கு முன்பு நாக்பூர் உயர்நீதிமன்றத்தில் அமர்வு நடுவராக இருந்த நீதிபதி விவியன் போஸ், அவமதிப்பு வழக்குகளில் மன்னிப்புகள் பற்றி மிகச் சிறந்த தீர்ப்பு ஒன்றை வழங்கியிருந்தார். ஒரு மன்னிப்பு நேர்மையானது என்று எப்போது கருதப்படலாம் என்பதற்கு அதில் சோதனைகளை வகுத்திருந்தார். நேருவின் மன்னிப்பு, இந்தச் சோதனையில் தேறிவிட்டது, அதை இங்கே குறிப்பிடலாம்:

> மன்னிப்பு என்பது குற்றவாளிகளின் குற்றங்களைத் தூய்மைப்படுத்த உருவாக்குகின்ற தற்காப்பு ஆயுதம் அல்ல. அது ஏற்கெனவே தவற்றுக்கு ஆளானவர்கள் தலைகள்மீது வீசப்படுகின்ற கூடுதல் அவமதிப்பும் அல்ல. தவறிழைத்ததற்கு வருந்துகின்ற நிஜமான வருத்தத்தின் சாட்சியாக, ஒரு தவறிழைக்கப்பட்டதன், காயம் ஏற்படுத்தியதன் ஆண்மை மிக்க மனசாட்சியாக, தவறிழைத்தவர் தனது எல்லைக்குள் செய்யக்கூடிய ஒரு சரிப்படுத்தலின் மனப்பூர்வமான விழைவாக இருக்க வேண்டும். அப்போதுதான் அது ஒரு நீதிமன்றத்தில் எவ்விதத்திலும் ஏற்கத் தகுதியான ஒன்றாகும். ஆனால் அப்படிப்பட்ட பலன் அதற்குக் கிடைப்பதன் முன்பாக,

அது எந்த அளவு முன்னதான சமயத்தில் வழங்கப்பட வேண்டுமோ அப்போது, பின்னர் அல்ல, மேல்முறையீடு செய்கின்ற நிலையில்தான் அந்த ஞானம் வந்தாலும் பரவாயில்லை, அந்த அளவு அது கேட்கப்பட வேண்டும். மேலும் வாதங்கள் தொடங்குவதற்கு முன்பாகவும், நீதிபதியின் முன்னர் தனது வழக்குத் தோற்றுப் போய்விடும் என்ற அறிவு அவருக்கு விடிவதற்கு முன்னரும் தயக்கம் இன்றியும், நிபந்தனை எதுவும் இன்றியும் கேட்கப்பட வேண்டும்... (இன்னார்) தமது மனத்தின் போக்கினைச் சுட்டிக்காட்டியுள்ளார். இப்படி இல்லாவிட்டால், கேட்கப்பட்ட மன்னிப்பு தனது நயத்தினை இழப்பது மட்டுமல்ல, அது மன்னிப்பாக இல்லாமலும் போகிறது; ஒரு தவறிழைக்கப்பட்டதற்கு அளிக்கப் படுகின்ற முழுமையான, வெளிப்படையான, ஆண்மைமிக்க ஒப்புதலாகவும் ஆகாமல் போகிறது. மாறாக, அது தன் கழுத்தை நெறிக்கப் போகும் நீதியின் கடுமையான கரத்தின்முன் அஞ்சி ஒடுங்குகின்ற ஒரு கோழையின் கெஞ்சுதலாக மாறிப்போகிறது. அப்போது அது, எந்தவித ஆதாரமும் இன்றிப் பிறரை அச்சுறுத்தத் தயங்காத, அவர்களின் நேர்மையைக் குறைப்படுத்தத் தயங்காத, ஆனால் தங்கள் பாதுகாப்புக்கு பங்கம் வர நேர்கையில் வாலைக்குழைத்துப் புலம்புகின்ற கோழைகள், கொடுமைக்காரர்களை எவ்விதம் வெறுப்புடன் நடத்துவோமோ அந்த விதமாக நடத்துவதற்குத் தகுதியாகிறது.[13]

ஜூன் 30 அன்று, நேரு "நீங்கள் எழுதியதற்கு நான் நன்றியுடையேன்" என்று கூறி மீண்டும் போஸுக்குக் கடிதம் எழுதினார். அதே நாளன்று, இந்தியத் தலைமை நீதிபதி எஸ். ஆர். தாஸ், நேருவின் கருத்துரைகள் அவரது மனத்திலும், உச்சநீதிமன்றத்தின் அவரது சகாக்கள் மனங்களிலும் அதிக அளவு வேதனையையும் கசப்பையும் உண்டாக்கிவிட்டதாக நேருவுக்குக் கடிதம் எழுதினார். "அமர்விலிருக்கின்ற அல்லது ஓய்வுபெற்றுவிட்ட, ஓர் உயர்நீதிமன்றத்தின் அல்லது உச்சநீதிமன்றத்தின் நீதிபதி ஒருவருக்கு எதிராக இவ்விதம் பொதுமன்றத்தில் சொல்லப்படும் கருத்துகள், நீதிமன்றங்களின் கௌரவத்தையும் மேன்மையையும்

மறைமுகமாக ஒருதலைச்சார்பாக பாதிப்பது திண்ணம்." மறுபடியும், நீதிமன்றத்தை அவமதிக்கும் கோட்பாட்டினை இது சுட்டிக்காட்டும் ஒன்றாகத் தோன்றுகிறது. தொடர்ந்து அவர் கூறினார்:

> அது மட்டுமன்றி, அது முதன்மையாகக் குறிப்பிட்ட நீதிபதிக்கும் அவருக்கு எதிராகக் கருத்துரைக்கும் மனிதருக்கும் இடையிலான விஷயம். நீங்கள் இதே வழியிலேயே திரு. விவியன் போஸுக்கும் எழுதியிருப்பீர்கள் என்பதில் மகிழ்ச்சி அடைகிறேன். நீங்கள் உயர்பண்புடைய முறையில் எப்படி எழுதினீர்களோ அதே உணர்வுடன் உங்கள் விளக்கத்தை அவர் ஏற்றுக் கொள்வார் என்று நம்புகிறேன்.

பிறகு தாஸ், தம் மனத்தில் பெருமளவு கவலை தருகின்ற விஷயம், அமர்வு நீதிபதிகள் விசாரணைக் குழுக்களில் விசாரிக்க அனுமதி தரப்பட வேண்டுமா என்று நேருவிடம் தெரிவித்தார். அப்படிப்பட்ட நீதிபதிகளின் கண்டுபிடிப்புகளை அரசாங்கம் புறக்கணிக்குமானால், ஒருபுறம், அந்த உயர் அதிகாரத்தின் தீர்ப்புகளை நிர்வாகம் தனது சொந்த நோக்கத்திற்காக வேண்டுமென்றே உதாசீனப்படுத்துவதாக ஆகும், மற்றொருபுறம், குறிப்பிட்ட நடுவரின் நிதானம் மற்றும் திறமையைப் பற்றிய ஆழ்ந்த நோக்கு அவசியம் என்று தோன்றுமானால், அது நீதிமன்றங்களின் கௌரவத்தையும் மேன்மையையும் குழிதோண்டிப் புதைப்பதோடு, அவற்றை வெறுப்பு, கேலி, அவமானத்திற்கும் உள்ளாக்கும். "நாட்டின் பெருநன்மைக்கு இரண்டு நிகழ்வுகளுமே விரும்பத்தக்கவை அல்ல, அப்படிப்பட்ட பேராபத்து தவிர்க்கப்பட வேண்டும்." உச்சநீதிமன்றம் கோடை விடுமுறை காரணமாகக் கூடவில்லை என்றும், ஆயினும் விரைவில் ஒரு முழு நீதிமன்றக் கூடுகையை (அதாவது நீதிமன்றத்தின் எல்லா நடுவர்களும் பங்கேற்கும் அந்தரங்கக் கூட்டத்தை)க் கூட்டுவதாகத் தாம் இருப்பதாகவும் அவர் கூறிமுடித்தார். அந்த முழு நீதிமன்றக் கூடுகைக்கு முன்னர் தலைமை நீதிபதி தம்முடனோ அல்லது உள்துறை அமைச்சருடனோ அந்தப் பிரச்சினை பற்றி விவாதிக்க முடியுமா என்று நேரு கேட்டார்.[14] பிறகு தாஸ் அதற்கு ஒப்புக் கொண்டார்.[15]

ஜூலை 7ஆம் நாளன்று தலைமை நீதிபதி தாஸ் தமக்கும் நேருவுக்கும் இடையில் நடந்த பரிமாற்றத்தின் நகல்களை இணைத்து போஸுக்குக் கடிதம் எழுதினார். அதில் அவர் கூறினார்:

தவறான புரிதல் தீர்ந்துவிட்டது என்பதில் நான் மகிழ்ச்சியடைகிறேன். பிரதமரின் குறிப்புணர்த்தல்களுக்கு அவரால் செய்யப்பட்டது போலவே நீங்கள் நன்முறையில் எதிர்வினையாற்றியிருக்கிறீர்கள்.

தலைமை நீதிபதிக்கு போஸ் ஜூலை 12ஆம் நாள் பதிலெழுதினார். அவரது செய்தி:

நான் ஒருபோதும் அவரது கருத்துகளைக் கடுமையாக எடுத்துக் கொள்ளவில்லை. அவரது சொந்த அரசாங்கத்தினால் உச்சநீதிமன்றத்தில் பதவிக்கு அமர்த்தப்பட்ட ஒருவர் நுண்ணறிவு குறைந்தவர் என்று அவரால் கருதும் அளவுக்கு அவர் இருக்க மாட்டார் என்று அவரது அறிவின்மீது நான் மிகப் பெரிய மதிப்பை வைத்திருக்கிறேன். ஒரு தற்காலிகமான எரிச்சலில் நாம் யாருமே சொல்லியிருப்பதுபோன்ற குறிப்பைத்தான் அவர் வெளிப்படுத்தினார். ஒரு பத்திரிகைக் கூட்டம் மிகத் தொல்லை கொடுக்கக்கூடிய ஒன்றாக முடியும், குறிப்பாக வெள்ளம் போலக் கேள்விக்கணைகளை ஒருவர்மீது தொடுக்கும்போது, அவரும் சோர்வாக இருந்தால், இப்படி நடப்பது சாத்தியம்தான். நான் நன்றாகப் புரிந்துகொண்டிருக்கிறேன், எப்போதுமே புரிந்துகொண்டுதான் இருக்கிறேன். எனினும் ஒரு மேன்மைப்பண்பு வாய்ந்தவர் என்ற முறையில் அவர் அதற்குத் தக்க அழகான ஈடுசெய்துவிட்டார்.

ஆனால் ஒரு விசாரணைக் கமிஷனுக்கு ஒரு நீதிபதியை நியமிக்கும்போது, அரசாங்கம் அதன் பரிந்துரைகளை ஏற்றுக்கொண்டுதான் ஆகவேண்டும் என்பது தனது பார்வை என்பதைத் தலைமை நீதிபதிக்கு போஸ் சுட்டிக்காட்டவே செய்தார்.

செயலர் தாஸ் குப்தா, தலைமை நீதிபதி தாஸ், நீதிபதி விவியன் போஸ் ஆகியோருக்கு எழுதிய கடிதங்கள் வாயிலாக நேரு ஒரு பெரிய நெருக்கடியைச் சமாளித்துவிட்டார். கல்கத்தா

வழக்கறிஞர் நூலகமும், தலைமை நீதிபதியும் நேருவின் வார்த்தைகள் நீதித்துறையின் கௌரவம், அந்தஸ்து, மாண்பு ஆகியவற்றைக் குறைவுபடுத்தும் தன்மை கொண்டவை என்பதைக் குறிப்புணர்த்தினர். நீதிமன்றத்தை இழிவு செய்ததன் வாயிலாக அதன் அவமதிப்பைப் பிரதமர் செய்து விட்டார் என்று தெளிவாகவே சொல்லமுடியும். மாறாக, ஜூலை 13 அன்று, *கல்கத்தா வீக்லி நோட்ஸ்* என்ற பத்திரிகை நேருவுக்கும் தாஸ் குப்தாவுக்கும் இடையில் பரிமாறிக் கொள்ளப்பட்ட கடிதங்களை வெளியிட்டு, இந்தக் கடிதப் பரிமாற்றம், துரதிருஷ்டவசமான முரண்பாடு ஒன்றினை மகிழ்ச்சியான, திருப்தியான இறுதிக்குக் கொண்டுவந்துவிட்டது என்று எழுதியது. அது பின்வரும் சொற்களால் நேருவின்மீது புகழ்மொழிகளைச் சொரிந்தது:

> எவ்வளவுதான் தற்செயலாக, சந்தர்ப்பவசமாக ஒரு தவறு தன்னால் இழைக்கப் பட்டிருந்தாலும், அதை ஒப்புக் கொள்ளுகின்ற தைரியமும், உண்மையான மேன்மைப் பண்பும் கொண்ட மெய்யான பெருமைமிக்க மனிதர் நேரு... கிழக்கிலும் மேற்கிலும் உள்ள மரபுகளில் உயர்ந்தவற்றைத் தனக்குள் கொண்டவர் அவர். இங்குக் குறிப்பிட்ட நிகழ்ச்சி அவரது மிக உயர்ந்த மன, ஒழுக்க ஆகிருதியை வெளிக்காட்டியுள்ளது.

இதேபோல, ஆகஸ்டு 11 அன்று, உச்சநீதிமன்றத்தின் கோடை விடுமுறை முடிவுக்கு வந்த பிறகு, உச்சநீதிமன்றத்தின் வழக்கறிஞர் சங்கம், நேருவின் கருத்துரைகளுக்காக அவர்மீது ஏதேனும் நடவடிக்கை தேவையா என்று ஆலோசிப்பதற்கு ஒரு சிறப்புப் பொதுக்குழுக் கூட்டத்தை நடத்தினர். இந்தக் கூட்டத்திற்கு அட்டர்னி ஜெனரல் எம். சி. சீத்தல்வாட் தலைமை தாங்கினார். கல்கத்தா வழக்கறிஞர் நூலகக் கழகத்திற்கு நேரு எழுதிய கடிதங்களை வைத்து நோக்கும்போது, அவர்மீது வேறு எந்த நடவடிக்கையும் தேவையில்லை என்று ஒரு தீர்மானம் ஒருமனதாக நிறைவேற்றப்பட்டது. ஆனால், உச்சநீதிமன்றத்தின் அல்லது உயர்நீதிமன்றங்களின் அமர்வு அல்லது ஓய்வுபெற்ற நீதிபதிகளுக்கு இப்படிப்பட்ட பணிகள் தரப்படும்போது, அவர்களின் அறிக்கைகளுக்கு நிர்வாகம் இழிவுபடுத்தக்கூடிய கருத்துரைகளைத் தருவதால் அவ்வாறு தருவது விரும்பத் தக்கதன்று என்று அந்தத் தீர்மானம் மேலும் கூறியது.

உச்சநீதிமன்ற நீதிபதிகளின் குறிப்பிடத்தக்க வரலாற்றாசிரியரான ஜார்ஜ் எச். காட்பாய்ஸ் ஜூனியர், இந்தச் சம்பவத்தை உயர்தன்மையுடைய ஒழுக்கத்திற்குச் சான்று என்று குறிப்பிட்டார். 1980களில், காட்பாய்ஸ் 1980களில் இந்திய உச்சநீதி மன்ற நீதிபதிகள் பற்றித் தாம் எழுதும் புத்தகத்திற்காக நீதிபதி போஸைச் செவ்வி கண்டார். போஸ் பற்றி அவர் வைத்திருந்த குறிப்புகளில், ஓர் உணர்ச்சிமயமான ஜனநாயகமான இந்தியா ஒரு முக்கியச் சோதனையில் வெற்றி பெற்றுவிட்டது என்று எழுதியிருந்தார். உச்சநீதிமன்றத்தின் நீதிபதிகளுடன் நேர்காணல்கள் நிகழ்த்தியபோது, நேரு இந்தச் சம்பவத்தைக் கையாண்ட முறையினால் நீதியமைப்பு பலமாகிவிட்டது என்று பழைய நீதிபதிகள் தெரிவித்தனர். ஜனநாயக நிறுவனங்கள் பாதுகாக்கப்பட்டு விட்டன. நேருவுக்கு தாஸ், போஸ், ஏன் சாக்ளா மீதுகூட எவ்விதக் கடுவெறுப்போ பகையோ இருப்பதாகத் தோன்றவில்லை என்பது குறிப்பிடத்தக்கதாக உள்ளது என்று காட்பாய்ஸ் குறிப்பிட்டார். தலைமை நீதிபதி தாஸ் 1959 அக்டோபர் 1 அன்று ஓய்வுபெற்றார். அவருக்கு ஒரு விடைநல்கு விருந்து நடத்தப்பெற்றது. அதில் நேரு பங்கேற்றார். இந்தச் சம்பவத்துக்குப் பிறகு, அரசாங்கத்தினால் போஸூக்கு மற்றொரு உயர்தரமான பணி-டால்மியா-ஜெயின் நிறுவனங்களைப் புலனாய்வு செய்யும் பணி-அளிக்கப் பட்டது.[16] பின்னர் சாக்ளாவும் அமெரிக்க ஐக்கியநாட்டுக்குத் தூதுவர் ஆக்கப்பட்டார். “நீதிபதிகள் அரசாங்கத்துக்கு அதிருப்தியூட்டினால் தண்டிக்கப்பட்ட காலங்களுக்கு முன்பாக இவை நடந்தன” என்று எழுதினார் காட்பாய்ஸ்.

இயல் 11

மனித இனத்தின்மீது பாரபட்சம்

விசாரணைநிலை விதி என்ற (வழக்கு இன்னமும் முடியவில்லை, விசாரணையிலிருக்கிறது என்ற விதி) வடிவத்திலுள்ள நீதிமன்ற அவமதிப்பினை இந்த இயல் ஆராய்கின்றது. அதாவது, நீதிமன்றத்தில் ஒரு வழக்கு நடந்துகொண்டிருக்கும்போது, அதை பாதிக்கின்ற வகையில் எதையும் பத்திரிகையில் வெளியிடக்கூடாது என்ற விதி இது. காலனிய இந்தியாவில் இருந்த இந்த விதி, இங்கிலாந்தில் இருந்த இதுபோன்றதொரு விதிக்கு இணையாகவே இருந்தது என்பதையும், அரசியலமைப்புச் சட்டத்தின் அமலாக்கம் இதில் எந்த மாற்றத்தையும் செய்யவில்லை என்பதையும் மீண்டும் நாம் ஒரு முறை காணப் போகிறோம். 1950இல் இந்தியாவில் அரசியலமைப்புச் சட்டம் அமலாக்கப்பட்டபோது இந்த விதியில் முக்கிய மாற்றங்கள் எதுவும் நிகழவில்லை. மாறாக, 1971இல் நீதிமன்ற அவமதிப்புச் சட்டம் அமலாக்கப்பட்ட போதுதான் இதில் மாற்றங்கள் ஏற்பட்டன. உதாரணமாக, 1971க்கு முன்னால், குற்றம் சாட்டப்பட்டவர் காவல்துறையினால் கைது செய்யப்பட்டவுடனே 'வழக்கு முடியாநிலை விதி'(விசாரணைநிலை விதி) என்பது செயல்படத் தொடங்கிவிடுகிறது என்ற நிலைப்பாட்டைக் காலனிய நீதிமன்றங்கள் கொண்டிருந்தன. அதாவது, காலனிய ஆட்சிக் காலத்தில் குற்றம் சாட்டப்பட்டவர் காவல் துறையினால் கைதுசெய்யப்பட்டவுடனே, அந்தக் குற்ற வழக்கின் தகுதி பற்றி பத்திரிகைகள் எதுவுமே கருத்துரைக்க இயலாது.

சுதந்திரத்திற்குப் பிறகும் இருபதாண்டுகளுக்குமேல் இந்த விதி நீடித்தது. 1971இல்தான் குற்ற விசாரணைகளில் நீதிமன்றத்தில் போலீஸ் குற்றப் பத்திரிகையைத் தாக்கல் செய்த பிறகு வழக்குமுடியாநிலை விதி செயல்படும் என்று ஆக்கப்பட்டது. அதாவது இப்போது, குற்றத்தைப் போலீஸ் புலனாய்வு செய்துகொண்டிருக்கும் சமயத்தில், அவர்கள் தங்கள் கண்டறிதல்களை நீதிமன்றத்தில் சமர்ப்பிக்கும் முன்புவரை, பத்திரிகைத் துறை சுதந்திரமாக ஒரு வழக்கைப் பற்றிய செய்திகளை வெளியிடலாம். இந்த மாற்றத்தைக் கொண்டுவந்தது, பார்கவா கூட்டு-பாராளுமன்றக் குழு என்பதுதானே ஒழிய, அரசியலமைப்பு மன்றமோ, இந்தியாவின் அரசியல் சட்டமோ அல்ல என்று காணப் போகிறோம். மேலும், வழக்குமுடியாநிலை விதி என்பது, காலனியக் காலத்தில் இருந்ததைவிட இப்போதும் கூட சாராம்சத்தில் ஒன்றும் வேறுபடவில்லை. உதாரணமாக, பயிற்சி பெற்ற நீதிபதிகள்கூட ஊடகங்களில் சொல்லப்படுவனவற்றால் பாதிக்கப்படுவர் என்ற நோக்கினைப் பல சமயங்களில் கூறியிருக்கிறது. இது பிரிட்டிஷ் இந்தியாவில் சில வழக்குகளில் பயன்படுத்தப்பட்ட நோக்குதான். ஓர் அரசியல் சட்டம் இருந்தும் கூட, ஊடகங்கள்மீது இன்றும் வாய்ப்பூட்டு ஆணைகள் என்ற வடிவத்தில் உண்மையில் முன்-கட்டுப்பாடுகளைச் சுமத்த முடியும்.

ஆங்கிலச் சட்டமும் விசாரணைநிலை விதியும்

நீதிமன்றத்தை இழிவுசெய்தல் கொள்கையைப் போலன்றி, இங்கிலாந்தில் கிடப்பிலிருக்கும் செயல்முறைகளைப் பற்றிக் கருத்துரைத்தவர்கள் மீது நடவடிக்கை எடுக்க விசாரணை நிலைவிதி மிக அதிகமான முறைகள் பயன்படுத்தப்பட்டிருக்கிறது.[1]

கிடப்பிலிருக்கும் ஒரு வழக்கினைப் பற்றி ஒருதலைச் சார்பாகக் கருத்துரைப்பது நீதிமன்ற அவமதிப்பாகும் என்று இங்கிலாந்திலுள்ள விசாரணைநிலை விதி கூறுகிறது. அவமதிப்புப் பற்றி ஆய்வேடு எழுதிய ஜேம்ஸ் ஃப்ரான்சிஸ் ஆஸ்வால்டின் சொற்களில், வழக்கு நிலுவையில் இருக்கும் காலத்தில், கட்சிக்காரர்களுக்கு, அல்லது அவர்களது வழக்கிற்கு,

எதிராகத் தவறான எண்ணத்தை உருவாக்கக்கூடிய எதுவும்[2] நீதிமன்ற அவமதிப்புக்குள் வரும். ஆனால் நிலுவையில் இருக்கும் வழக்குகள் மீதான எல்லாக் கருத்துரைகளும் அவமதிப்பு என்று கருதப்படுவதில்லை. அந்தக் கருத்துரை, கடுமையாக ஒரு வழக்கிற்குப் பாரபட்சமாக அமையும் என்பதற்கான நிஜமான வாய்ப்பு ஏதாவது இருக்கவேண்டும். தொழில்நுட்பச் சார்பான, அல்லது மிகச்சிறிதான கருத்துரைகளைத் தண்டிக்க முடியாது.[3] அந்த நடத்தை, ஒரு நடவடிக்கையை நடத்தும்போது மிகுதியான அளவு ஒரு கட்சிக்கு, அதனால் உரிய முறைப்படியான நீதிநிர்வாகத்தில் பாதிப்பை ஏற்படுத்துவதாக முன்கணிக்கப்பட்டதாக இருக்க வேண்டும்.[4]

விசாரணைநிலை விதியை மீற வேண்டுமென்றால், நீதி மன்றத்தில் விசாரணை நிலுவையில் உள்ள ஒரு வழக்கினைப் பற்றி ஒருவர் கருத்துரைக்க வேண்டும். ஒரு வழக்கு எப்போது தொடங்குகிறது, எப்போது முடிகிறது என்பதை நிர்ணயிக்க இங்கிலாந்தில் ஒரு பெரிய சட்டப்பகுதியே உருவாக்கப்பட்டுள்ளது. உதாரணமாக, சாதாரணமாக ஒரு நிலுவையிலுள்ள வழக்கின் மீது மட்டுமல்ல, அது உடனே நிகழக்கூடியதாக, அதாவது இதுவரை ஒருவழக்கு தொடங்கப்படவில்லை, ஆனால் எந்தக் கணத்திலும் தொடங்கப்படலாம் என்ற நிலையில் இருக்கிறது என்றால், அதன்மீது கருத்துரைப்பது விசாரணைநிலை விதியில் வருமா என்பது மிகச் சிக்கலான ஒரு கேள்வி. ஆனால் இந்த விஷயத்தைப் பற்றி ஆங்கிலச் சட்டம் 1981இன் நீதிமன்ற அவமதிப்புச் சட்டத்தின் வாயிலாக, சீர்திருத்தம் கொண்டு வந்துவிட்டது. அது நிலுவையில் இருக்கின்ற, உடனடியான போன்ற வார்த்தைகளைப் பயன்படுத்தாமல், செயல் நிலையிலுள்ள நடவடிக்கைகள் மீது எவர் கருத்துரைப்பதும் அவமதிப்பு என்று உறுதி செய்தது.[5] ஒரு வரையறுத்த தொடக்க நிலையின் நேரத்திலிருந்து - குற்ற வழக்கு செயல்நிலை அடைகிறது. பிடியாணை இன்றிக் கைது செய்தல், வருவதற்கான அழைப்பாணை அனுப்புதல் போன்றவை நிகழ்ந்ததிலிருந்து வழக்கு செயல்நிலை அடைகிறது.[6] 1981 சட்டம் முதலாக, உடனடி நிலையிலிருக்கின்ற, உதாரணமாக, ஒரு நபர் கைதுசெய்யப்பட இருக்கும் நிலை - வழக்குகள்

மட்டும் செயல்நிலை அடைந்தவை அல்ல எனப்பட்டது.[7] முறையீட்டுச் செயல்முறையின்போது நடைமுறைகள் தொடர்ந்து செயல்நிலையில் உள்ளன.[8] ஒரு வழக்கின் நிலுவைத்தன்மை விசாரணையின் முடிவோடு நிறைவடைய வேண்டும் என்ற பில்லிமோர் குழுவின் அறிக்கைக்கு இது முரணாகும்.[9] முறையீட்டு மன்றங்களின் நடுவர்கள் பொதுவாக தராதரமற்ற நிலையில் பாதிக்கப்பட வாய்ப்பில்லை என்று அந்தக் குழு கருதியது. மேலும் முறையீட்டு மன்ற நீதிபதிகளுக்கு பத்திரிகைகளிலும், சட்டச் சஞ்சிகைகளிலும், பிறவற்றிலும் வரும் பொறுப்பான கருத்துரைகள் சிலசமயங்களில் உதவிகரமாக இருக்கும் என்றும் கருதியது.[10] கேட்புக்கான ஆயத்தங்கள் செய்யப்பட்டால், அல்லது கேட்பு தொடங்கினால், சிவில் வழக்குகள் செயல்நிலையில் உள்ளன.[11]

இங்கிலாந்தில் இந்த விஷயத்தின்மீதான மற்றொரு கடினமான கேள்வி, அவமதிப்பாளர் குற்றம் செய்வதற்கான உள்நோக்கம் கொண்டவரா *(மென்ஸ் ரியா)* என்பது. இது விசாரணைநிலை விதியின் வடிவத்திலான அவமதிப்பைச் செய்வதை நிர்ணயிக்க உதவும். ஒருவரின் உள்நோக்கம் பற்றிக் கவலைப்படாமல் விசாரணைநிலை வழக்குப் போடலாம் என்பது இங்கிலாந்திலுள்ள சட்டம். அதாவது நடப்பிலுள்ள ஒரு வழக்கைக் கடுமையாக பாதிக்கும் கூற்றுகளைச் செய்தவர் மீது கடுமையான பொறுப்பு சுமத்தப் படுகிறது.[12] அதாவது நடக்கும் ஒரு வழக்கினை அதிகமாக பாதிக்கக் கூடிய ஒரு கருத்தை ஒரு நபர் கூறினால், அதற்கு அந்த வழக்கின் இறுதியில் எவ்வித முற்சார்பு விளைவும் உண்டா என்பதை அவர் உள்நோக்கமாகக் கொண்டிருந்தாரா இல்லையா என்பதைப் பற்றிய எண்ணமின்றி அவர் தண்டிக்கப்பட முடியும்

ஒரு பரந்த பார்வையில், ஜூரர்கள், சாட்சிகள், இன்னும் வழக்கின் கட்சிக்காரர்கள், ஆகியோரைப் பாதிப்பதாக அமைந்த கருத்துரையை மொழிவது நீதிமன்ற அவமதிப்பாகும். ஆனால் ஊடகங்கள் பத்திரிகைகள் இவற்றின் கருத்துரைகள் பயிற்சி பெற்ற, தொழில்முறை நீதிபதிகளைப் பாதிப்பதில்லை. அவர்கள் எதிர்ப்புச் சக்தி பெற்றவர்களாகக் கருதப்படுகிறார்கள். “நிலுவையில் இருக்கும் வழக்குகளைப் பற்றிய கருத்துரைகளின் பாதிப்புக்கு நீதிபதிகளைவிட ஜூரர்கள் அதிக வசப்படுவார்கள்

எனலாம்" என்று ஆஸ்வால்டு நம்பினார்.[13] அதேபோல், இங்கிலாந்தில் அவமதிப்புச் சட்டம் பற்றிய பலரும் அறிந்த கருத்துரையாளரான சி.ஜே. மில்லர், ஜூரியைப் பாதிக்கக்கூடிய ஒரு விஷயத்தைச் சரிவர மதிப்பிட நீதிபதிகளின் தொழில்முறை அனுபவம் கைகொடுக்கிறது என்றார்.[14]

ஆனால் நீதிமன்றத்தின் நியாயமான பாரபட்சமற்ற நடவடிக்கைகளைப் பற்றிய பத்திரிகை அறிக்கை நீதிமன்ற அவமதிப்பு ஆகாது.[15] எல்லாச் செயல்முறைகளும் யாவரும் அணுகும் விதத்தில் நீதிமன்றத்தில் வைக்கப்பட வேண்டும், பொதுமக்களில் எவரும் அதைக் காணச் சுதந்திரம் வேண்டும், பத்திரிகைத்துறையின் எந்த உறுப்பினரும் அங்கே நிகழ்ந்தது என்ன என்பதை நியாயமாகவும் துல்லியமாகவும் எழுதச் சுதந்திரம் வேண்டும்.[16] இந்த விதி வழக்குகளில் 'நீதி செய்யப்பட்டது' என்று உறுதி செய்ய உதவுகிறது.[17] நீதிபதிகள் தீர்ப்புரைப்பதில் பொதுமக்களின் நோக்கிற்கு இலக்காகிறார்கள் என்பதால் தீர்ப்புகள் தனிநபர் மனப்போக்கிற்கு ஆட்பட்டு தன்னிச்சையாக இல்லாமல் செய்கிறது. ஆனால், உதாரணமாக, சிறார்களைப் பொதுநோக்கிலிருந்து மறைத்தல்[18], இழிவான விஷயங்களை வெளியிடுவதிலிருந்து தடுத்தல் போன்றவை சில வழக்குகளில் மறைப்பு தேவையாகலாம்.[19] இதுபோன்றவற்றிற்கு இந்த விதிக்கு விலக்குகள் தேவை.

விசாரணைநிலை விதியும் காலனிய நீதிமன்றமும்

பெருமளவில், காலனிய இந்தியாவில் இருந்த விசாரணை நிலை விதி, இங்கிலாந்தில் இருந்த அதுபோன்ற விதிக்கு மிகவும் ஒத்ததாக இருந்தது.

பிரிட்டிஷ் இந்தியாவில் உயர்நீதிமன்றங்களில் முடிவுரைக்கப்பட்ட பல வழக்குகளில் விசாரணைநிலை விதி என்பது, ஒருவர் ஒரு நியாயமான விசாரணையை ஒருதலைப் பட்சமாக்க முடியாது, அல்லது நீதியின் போக்கில் குறுக்கிட முடியாது என்று கொள்வதாக இருந்தது.[20] மற்ற வழக்குகளில், வழக்கு இறுதியாகக் கேட்கப்படும் முன்பாகவே ஒரு கட்சிக்கு ஆதரவாக அல்லது எதிராகக் கருத்துரைத்தால் அந்த நபர் மனித இனத்தின்மீதே பாரபட்சம் செய்தவர் ஆகிறார் ஆகவே அவர் நீதிமன்ற

அவமதிப்பாளர் என்று நோக்கப்பட்டது.[21] அதாவது அவர் பொதுக் கருத்தை பாதிக்கிறார், அல்லது வழக்கு நடைமுறைகள் ஒருதலைப்படசமான ஒரு சூழலுக்குள் நடைபெற வேண்டும் என்ற நிலையை உருவாக்குகிறார்.[22] இந்த வரையறைகள் எல்லாம் ஆங்கிலப் பொதுச் சட்டத்தில் வேர் கொண்டவை.[23]

நிலுவையில் இருக்கும் ஒரு வழக்கின் தகுதி பற்றிய கருத்துரைகள் பொதுவாக நீதிமன்ற அவமதிப்பு என்று கருதப்பட்டன.[24] உதாரணமாக, ஒரு செய்தித்தாளில் ஒரு கட்டுரை வெளிவந்தது. அதில் நிலுவையிலிருக்கும் குற்ற வழக்கு பற்றிய சில செய்திகள் இருந்தன. அந்த வழக்கில் போலீஸ்காரர்கள் வலுக்கட்டாயமாகக் குற்றம் சாட்டப்பட்டவர்களிடம் வெள்ளைத்தாள்களில் கையெழுத்து வாங்கினர் என்றும் அவற்றில் பின்னர் குற்ற ஒப்புதல் பின்னர் எழுதிக் கொள்ளப்பட்டது என்றும் வாதியின் தரப்புக்குச் சாதகமாக சாட்சியம் சொல்லுமாறு சாட்சிகள் நிர்ப்பந்திக்கப் பட்டனர் என்றும் கூறப்பட்டிருந்தது. பம்பாய் உயர்நீதிமன்றம் இது நீதிமன்ற அவமதிப்பாகும், ஏனெனில் முறையற்ற வழியில் சாட்சியம் பெறப்பட்டது, அதனால் அது நம்பத்தகாதது என்று சொல்கிறது என்றது.[25] இன்னொரு வழக்கில் அவமதிப்பாளர், ஒரு வங்கி திவாலாகும் நிலையில் உள்ளது, அதை மூடும் நடவடிக்கைகள் செய்யப்பட்டுவருகின்றன என்று வங்கி வாடிக்கையாளர்களின் நலனுக்காகச் செய்தி வெளியிட்டிருந்தார். ஒரு வழக்கின் சரி-தவறுகளை விவாதித்தல் நீதிமன்ற அவமதிப்பாகிறது என்று கூறப்பட்டது.[26]

குற்றம் சாட்டப்பட்டவர் ஒருவரைக் குற்றவாளி எனவே கூறுவது நீதிமன்ற அவமதிப்பாகும்.[27] குற்றவாளி எனக் கருதப்பட்டவர் என்ற சொல்லை பத்திரிகை பயன்படுத்தினால் அது நீதிமன்ற அவமதிப்பிலிருந்து காக்கக் கூடும்[28]. கருதப்பட்டவர் என்ற சொல்லைப் பயன்படுத்தத் தவறியமை, தன்னளவில், முடிவானது. செய்தித்தாள் கட்டுரையில் அந்தப் பகுதியின் சூழலையும் கணக்கில் கொள்ளவேண்டியிருந்தது.[29] உதாரணமாக ஒரு செய்தித்தாள் குற்றம் செய்து விசாரணைக்கிருந்த பதினான்கு நபர்களை சிட்டகாங் கொள்ளைக்காரர்கள் என்று கருதப்படுபவர்கள் என்பதற்கு பதிலாக சிட்டகாங் கொள்ளைக்காரர்கள் என்றே குறிப்பிட்டது. ஆனால் இது

மட்டுமே விசாரணைநிலை விதியை மீறியதாகக் கருதப்படப் போதுமானது அல்ல என்று சொல்லப்பட்டது.[30] அதேபோல, ஒரு நிலுவை வழக்கில், குற்றம் சாட்டப்பட்டவரின் முந்தைய குற்றச் செயல் பதிவுகளைப் பிரசுரிப்பது நீதிமன்ற அவமதிப்பு என்று கருதப்பட்டது. குறிப்பாக இப்போது விசாரணையிலிருக்கும் வழக்கில் அவர் செய்த குற்றம் போலவே முந்தைய பதிவு ஒன்று இருப்பதாக வெளிப்பட்டால் அது நீதிமன்ற அவமதிப்பே ஆகும்.[31]

சலுகை பெற்றாலும், வழக்கு நிலுவையில் இருக்கும்போது விசாரணைகளில் ஒருசில பகுதிகளை அல்லது ஒரு வழக்கின் சாட்சியத்தின் எந்தப் பகுதியையும் வெளியிடுவது என்பது நீதிமன்ற அவமதிப்பாகக் கருதப் பட்டது.[32] உதாரணமாக, ஒரு வழக்கில் ஒரு உயிலின் உண்மைத்தன்மை (சரித்தன்மை) கேள்விக்குள்ளாயிற்று. உயிலை ஆதரித்த கட்சியினர், பொதுமக்கள் உயிலையும் அதன் உள்ளடக்கத்தையும் நம்புவதற்காக அதைச் செய்தித்தாளில் விளம்பரமாக வெளியிட்டனர். இந்த விஷயத்தில் நீதிமன்றம், ஆங்கிலத்திலுள்ள நீதிமன்ற அவமதிப்புப் பற்றிய சட்டப்பெரு நூலை நம்பியது. எந்தக் கருத்துரைகளும் இல்லாமல், ஒரு கட்சியினரின் வாதாடுதலை சுற்றுக்கு விடுதல் அவமதிப்பாகும் என்று அது கூறுகிறது.[33] ஆனாலும் மற்றொரு வழக்கில், ஒரு தரப்பினரின் கருத்து செய்தித்தாளில் வெளியானபோது அதை நீதிமன்ற அவமதிப்பாகக் கொள்ளவில்லை. ஏனெனில் பிரதிவாதியின் நடத்தை பற்றி அதைப் படிக்கும் எவரும் தவறான அபிப்பிராயம் கொள்ளமாட்டார்கள் என்றது. அந்தக் கட்டுரை, வாதியின் குற்றச்சாட்டுகளின் ஒரு சுருக்கத்தையே கொண்டிருந்தது. “அதைப் படிக்கும் எந்த நியாயமான மனிதரும் பிரதிவாதி, வாதியின் வழக்கைச் சந்திக்க ஆயத்தமற்றவர் என்ற முடிவுக்கு வர மாட்டார்கள்”.[34]

வழக்கின் பின் வழக்காக, வெறும் தொழில்நுட்ப ரீதியான அவமதிப்புகள் தண்டிக்கத்தக்கன அல்ல என்றும், தண்டிக்கத் தக்க அளவில் விசாரணைநிலை விதியின் மீறல் என்றால், அந்த அவமதிப்பு கோட்பாட்டளவிலோ, மேம்போக்காகவோ இருக்கலாகாது, அது கடுமையானதாகவும், முக்கியமானதாகவும் இருக்கவேண்டும் என்றும் காலனிய நீதிமன்றங்கள் கூறின.[35] பிரச்சினைக்குரிய கட்டுரையின் சாத்திய விளைவு என்ன

என்பதை நோக்க வேண்டும்.[36] ஆனால் மெய்யான தீங்கு ஏற்பட்டிருக்க வேண்டும் என்ற அவசியமில்லை.[37] அதாவது, அக் கட்டுரை, விசாரணையில் மெய்யாகவே பாரபட்சத்தை ஏற்படுத்தியிருக்க வேண்டும் என்ற அவசியமில்லை.

ஆங்கில விதியைப் போலவே, பல வழக்குகளில், பிரிட்டிஷ் இந்தியாவிலிருந்த காலனிய நீதிமன்றங்கள், விசாரணைநிலை விதி மீறலுக்குக் கடுமையான பொறுப்புணர்வு தேவை, அக்குற்றம் என்பதை நிறுவ, குற்றத்துக்கான உள்நோக்கம் தேவையில்லை என்று வைத்திருந்தன.[38] ஒரு கட்டுரை அவமதிப்பா இல்லையா என்பதை நிர்ணயிக்க, அதன் விளைவு என்னவாக இருக்க வேண்டும், உரிய நீதி நிர்வாகத்தில் அது பெருமளவு குறுக்கிடுமா, என்று காண வேண்டும். ஆசிரியரின் உள்நோக்கம் தேவையில்லை.[39] ஒவ்வொரு நபரும் தனது செய்கைகளின் இயல்பான, சாத்தியமான விளைவுகளை விரும்பி எதிர்நோக்கவே செய்கிறான்.[40]

விசாரணைநிலை விதி பிரிட்டிஷ் இந்தியாவில் காலனிய நீதிமன்றங்களால் ஒரு வழக்கு நிலுவையில் அல்லது உடனடி ஏற்பில் இருப்பதற்கு மட்டுமே பயன்படுத்தப்பட்டது.[41] ஒரு குற்ற வழக்கு குற்றம் சாட்டப்பட்டவர் கைதுசெய்யப்பட்டு காவலில் வைக்கப்பட்ட உடனே தொடங்குவதாகக் கருதப்படுகிறது. அவர் விசாரணைக்கு ஏற்கப்பட்டிருக்க வேண்டும், அல்லது விசாரிப்பதற்குரிய குற்ற நடுவர் முன்னால் கொண்டுவரப் பட்டிருக்க வேண்டும் என்ற அவசியம் இல்லை.[42]

ஆனால் வழக்கு நிலுவையில் இருப்பது தெரியாத, அல்லது தெரிவதற்கு வாய்ப்பில்லாத ஒரு நபர் விசாரணைநிலை விதியை மீறியதாகச் சொல்ல முடியாது.[43] உதாரணமாக, ஒரு வழக்கில், மாவட்டக் குற்ற நடுவர் மிதுனபூரில் கொலை செய்யப்பட்டார். குற்றம் சாட்டப்பட்டவர், விசாரணை செய்யப்பட்டு, மரணத்திற்கு தண்டிக்கவும் பட்டார். அந்தச் சமயத்தில் வழக்கின் தகுதி பற்றி கருத்துரைத்து ஒரு செய்தித்தாள், கட்டுரை வெளியிட்டது. அந்த வழக்கில் குற்றம் சாட்டப்பட்டவர் உயர்நீதிமன்றத்தில் அதற்குப் பிறகு மேல் முறையீடு செய்தார். பத்திரிகை ஆசிரியர் அவமதிப்பில் ஈடுபட்டதாகக் குற்றம் சாட்டப்பட்டார். கட்டுரை வெளியிடப்

பட்ட தேதியில் தீர்ப்புக்கு எதிரான எவ்வித முறையீடும் செய்யப்படவில்லை என்று ஆசிரியர் வாதிட்டார். இந்த வாதத்தைப் புறக்கணித்து, மேல்முறையீடு செய்யப்படும் என்ற வாய்ப்பை ஆசிரியர் மனத்தில் கொண்டிருக்க வேண்டும், கீழ்நிலை நீதிமன்றங்கள் விதிக்கும் மரண தண்டனைகள் உயர்நீதிமன்றத்தினால் உறுதிசெய்யப்பட வேண்டும் என்பது இந்த நாட்டில் படித்தவர்களின் பொது அறிவுக்குத் தெரிந்த விஷயம்தான் என்று நீதிமன்றம் கூறிவிட்டது.[44]

பிரிட்டிஷ் காலத்திய காலனிய நீதிமன்றங்கள், விசாரணை நிலை விதி என்பது ஜூரிகள், சாட்சிகள், கட்சிக்காரர்கள், நீதிபதிகள், ஏன் வழக்கறிஞர்களையும் கூட பாதுகாப்பதற்கு ஏற்படுத்தப்பட்டது என்று வெவ்வேறாக வாதிட்டுள்ளன. ஒரு கட்டுரையினால் பாதிக்கப்படவோ, பாரபட்சமாக நடக்கவோ நீதிபதிகள் நடப்பதற்கு வாய்ப்பில்லை என்றாலும், ஒரு நீதிபதிக்கு முன்னாலிருக்கும் வழக்கினைப் (மேல்முறையீட்டை எதிர்நோக்கியிருக்கும் ஒரு வழக்கு அல்லது ஜூரி அற்ற ஒரு சிவில் வழக்கு) பற்றித் தவறாகக் கருத்துரைப்பதும் விசாரணைநிலை விதியின் மீறல் என்றே கொள்ளப்பட வேண்டும் என்று சென்னை உயர்நீதிமன்றம் சில வழக்குகளில் கூறியிருக்கிறது.[45] மாறாக, ஒரு வழக்கில், ரங்கூன் உயர்நீதிமன்றம், குறிப்பிடப்பட்ட கட்டுரை, நிலுவையில் இருந்த மறுமதிப்பீட்டு வழக்கினைப் பற்றிக் கருத்துரைத்தது, மறுமதிப்பீட்டு வழக்குகள் நீதிபதிகள் மட்டுமே கேட்குமாறு உள்ளவை, சட்ட விதிகளைப் பற்றியே அக்கறை கொண்டவை, ஆகவே எந்தச் சாட்சியும் ஜூரியும் கணிப்பாளரும் அதன் செல்வாக்கிற்கு உட்பட வாய்ப்பில்லை என்று கூறியது.[46]

ஆல்பிரட் ஹென்றி வாட்சனுக்கு எதிராக அனந்த லால் சிங்[47] என்பவர் வழக்கில் ஸ்டேட்ஸ்மன் பத்திரிகை ஆசிரியருக்கு எதிரான அவமதிப்பு வழக்கினைக் கல்கத்தா உயர்நீதிமன்றம் கேட்கலாயிற்று. அந்தச் செய்தித்தாள் கட்டுரை, சரத் சந்திர போஸ் என்ற வழக்கறிஞரைச் சுட்டி எழுதியது. அவர் சிட்டகாங் குண்டுவைப்பு, வன்முறைச் செயல்களில் ஈடுபட்ட பதினான்கு பேரின் சார்பாக வாதாடினார். முன்னர் அவர் முழு நேர வழக்கறிஞராக இருந்தவர். அதிலிருந்து ஓய்வுபெற்று காங்கிரஸ் கட்சியில் சேர்ந்து பணியாற்றலானார். பயங்கரவாதிகளைப்

பாதுகாப்பது காங்கிரஸ் கட்சியின் வேலையில் ஒரு பகுதியா என்று கட்டுரை கேட்டது. தனது கட்சிக்காரர்களுக்காகக் கடமையாற்றுவதை ஒரு வழக்கறிஞர் தொடர்வதைத் தடுக்கும் விளைவுடைய, அல்லது அந்தக் கடமைகளை ஆற்றுவதில் அவருக்குச் சங்கடம் விளைவிக்கின்ற கட்டுரை, நீதிமன்ற அவமதிப்பினைச் செய்ததாகும் என்று நீதிமன்றம் கூறியது. ஒரு வழக்கறிஞர் தொழில்ரீதியாகச் செயல்படும்போது அதைப் பற்றிக் கருத்துரைகள் செய்து நீதியின் முறையான வழியில் குறுக்கிடுவது சாத்தியம் என்றும் அது கூறியது.

1971இன் நீதிமன்ற அவமதிப்புச் சட்டம்

நாம் முன்பே ஓர் இயலில் அரசியலமைப்பு மன்றத்தில் நீதிமன்ற அவமதிப்பு என்பது மிக அரிதாகவே விவாதத்திற்குள்ளானது என்பதைக் கண்டோம். அவமதிப்பு பற்றி ஏற்கெனவே இருக்கும் சட்டம் பேச்சுரிமைக்கு ஒரு விதிவிலக்காகத் தொடரும் என்று ஒப்புக் கொள்ளப்பட்டது. 1963இல்தான் அவமதிப்புச் சட்டத்தைச் சீர்திருத்தம் செய்ய முதல் முக்கிய பொதுக் கொள்கை விவாதம் நடைபெற்றது. அந்த ஆண்டு, இந்தியாவின் கூடுதல் தலைமை வழக்கறிஞர் எச். என். சான்யால் சட்ட அமைச்சருக்கு ஓர் அறிக்கையை அளித்தார்.[48] அதன் முக்கியப் பரிந்துரைகள் பின்வருமாறு:

1. **நிலுவை:** விசாரணை முடியவில்லை என்றால் மட்டும் அல்ல, மேல் முறையீடும் இறுதியாக முடியவில்லை என்றால், அல்லது மேல் முறையீடு செய்யப்படவில்லை என்றால் வரைவுக் காலம் வரை, நீதிமன்ற அவமதிப்பு வழக்குகளுக்கு நிலுவைக் காலம் எனப்படும்.[49] தண்டனை நடைமுறைகள், அதாவது ஓர் ஆணையை நிறைவேற்றும் செயல் போன்றவை நிலுவையில் இருக்கும் வழக்கின் ஒரு பகுதி ஆகாது.[50]

2. **உடனடிநிலை:** உடனடி விதி, அதாவது வழக்கு நிலுவையில் இல்லை என்றாலும் உடனடிநிலையில் இருந்தால், ஒருவர் அதைப் பற்றிக் கருத்துரைக்கக் கூடாது என்பது சிவில் வழக்குகளில் அடியோடு ஒழிக்கப்பட வேண்டும் என்று பரிந்துரைக்கப்பட்டது.[51] சான்யால் குழு குற்ற வழக்குகளுக்கு இதை நீக்கவேண்டும் என்று பரிந்துரைக்கவில்லை என்றாலும்,

ஒருவர் தன் தற்காப்பில் வழக்கு நடைமுறை உடனடிநிலையில் இருந்தது எனத் தெரிய நியாயமான அடிப்படை இல்லை என்று வாதிடலாம் என்றது.[52]

3. **நிலுவை பற்றிய அறிவு:** ஒரு வழக்கு நிலுவையில் இருக்கிறது என்பது பற்றிய அறிவின்மை தற்காப்பாக அமையும் என்று ஆலோசிக்கப்பட்டது.[53] சாதாரண விவேகத்துடன் நடக்கும் ஒரு நபர் மன்னிக்கப்படுவார். இதற்கு அர்த்தம் என்னவென்றால், வெளியீட்டின் சமயத்தில், அவமதிப்புக் குற்றம் சாட்டப்பட்ட நபர், வழக்கு நடவடிக்கை எதுவும் நிலுவையில் உள்ளது எனத் தெரியத் தனக்கு நியாயமான அடிப்படை ஏதுமில்லை என்று நிரூபிக்க வேண்டும்.[54] இது காலனியக்காலச் சட்டத்தின் மறுஆக்கம்.[55]

4. **நோக்கம்:** ஒரு நபரின் (உள்)நோக்கம் அவமதிப்பை நிறுவுவதில்லை என்று சான்யால் குழு ஏற்றுக்கொணடது.[56]

5. **நீதிபதிகள்:** இந்தியாவில் விசாரணைகள், பெரும்பாலும் ஜூரிகளின் உதவியின்றி, பயிற்சி பெற்ற நபர்களால் நடத்தப் படுவதால், நீதிபதிகள் நீதிமன்றத்துக்கு வெளியே சொல்லப் படுவனவற்றால் பாதிக்கப்பட வாய்ப்பில்லை என்று சான்யால் குழு கருதியது.[57] ஆனால் சில மேற்கு நாடுகளைக் காட்டிலும் இந்தியச் சாட்சிகள் பத்திரிகையில் என்ன சொல்லப்படுகிறது என்பதால் அதிகம் பாதிக்கப்படுவார்கள் என்ற அச்சம் வெளியிடப்பட்டது.[58]

அதற்குப் பிறகு, எம். பி. பார்கவா தலைமையில் ஒரு கூட்டு நடவடிக்கைக் குழு தனது அறிக்கையைப் பாராளுமன்றத்தில் 1970இல் அளித்தது.[59] அந்தக் குழு, உடனடி என்ற சொல் பொருள் தெளிவுடன் இல்லை, அது பேச்சுரிமை வெளிப்பாட்டுரிமையில் தேவையின்றித் தலையிட வாய்ப்புள்ளது என்று கூறியது. ஆகவே சான்யால் குழுவைப் போலன்றி, பார்கவா குழு அவமதிப்பு வழக்குகளிலிருந்து உடனடி என்ற விதி ஒட்டுமொத்தமாக விட்டுவிடப்பட வேண்டும் என்று பரிந்துரைத்தது.

நீதிமன்ற அவமதிப்புச் சட்டம் 1971இல் நிறைவேற்றப்பட்டது.[60] அதன் முக்கியக் கருத்துகள் பின்வருமாறு:

1. **நிலுவை:** குற்றப் பத்திரிகை தாக்கல் செய்த பிறகு, அல்லது நீதிமன்றம் ஒரு அழைப்பாணையோ பிடியாணையோ அனுப்புகின்ற வரை, ஒரு குற்றவழக்கு நிலுவையில் இருப்பதாகக் கருதப்படும்.[61] முக்கியமாக, ஐக்கியநாடுகளின் 1981 சட்டத்தைப் போலன்றி, உச்சநீதிமன்றம் போட்ட முந்திய சட்டத்தினைப் போலன்றி,[62] ஒரு நபரைக் கைது செய்தவுடன் ஒரு குற்றவழக்கு தொடங்குவது கிடையாது. இந்தியாவின் இந்தச் சட்டவிதி, பார்கவா குழுவின் பரிந்துரைகளினால் விளைவாக ஏற்பட்டதாகும்.[63] ஒரு புகார் கோப்பில் சேர்க்கப்பட்டவுடனே ஒரு சிவில் வழக்கு தொடங்குகிறது.[64] சான்யால் குழுவின் பரிந்துரைகளுக்கேற்ப, ஒரு வழக்கு, ஒரு மேல்முறையீடோ மறுநோக்கோ கேட்கப்பட்டு இறுதியாக முடிவாகும்வரை, அல்லது வரைவெல்லைக் காலம் முறையீடோ மறுநோக்கோ பதிவு செய்யப்படாமல் காலாவதி ஆகும் வரை ஒரு வழக்கு தொடர்கிறது.[65] ஆனால் மேல்முறையீடு கேட்கப்படும்போது, விசாரணை நிலை விதியளவில், ஒரு வழக்கு நிலுவையில் இருப்பதாகக் கருதப்படுமா என்று உச்சநீதிமன்றம் சந்தேகம் எழுப்பியுள்ளது.[66] நிறைவேற்றக் காலத்தில் வழக்கு நிலுவையில் இருப்பதாகச் சொல்லப்படுவதில்லை.[67]

2. **அறிவு:** விசாரணைநிலை விதி மீறலுக்காகக் குற்றம் சாட்டப்பட்ட ஒருவர் வழக்கு நடைமுறை நிலுவையில் இருப்பதாக நம்புவதற்குத் தனக்கு நியாயமான அடிப்படை எதுவும் இல்லை என்று தற்காப்புக்கு வாதிட முடியும்.[68] இதுதான் சான்யால் குழு செய்த பரிந்துரை.

3. **நோக்கம்:** சான்யால் குழுவின் பரிந்துரைகளின்படி, ஒரு விநியோகிப்பாளர், அந்தப் பிரசுரம் விசாரணைநிலை விதியை மீறிய விஷயத்தைக் கொண்டிருந்தது அல்லது கொண்டிருக்க வாய்ப்புள்ளது என்று நம்பத் தனக்கு நியாயமான அடிப்படை இல்லை என்ற தற்காப்பினைக் கைக்கொள்ளலாம்.[69]

4. **பிரசுரம்:** அவமதிப்பு, சிவில் என்றும் குற்ற (கிரிமினல்) அவமதிப்பு என்றும் நோக்கப்படுகிறது. சிவில் அவமதிப்பு என்பது பரந்த நிலையில், நீதிமன்றத்தின் எந்த ஆணையையும் மீறுவதாகும்.[70] குற்ற அவமதிப்பு, எழுத்து அல்லது பேச்சு பிரசுரமானதின் பின்னர் தான் நிகழும். ஆகவே அது

தனிப்பட்ட உரையாடல்களை விலக்க வேண்டும்.[71] "குற்ற அவமதிப்பு என்பது... எந்த நீதிமன்றத்தினதும் ஆன தலைமை அதிகாரத்தை இழிவுக்குள்ளாக்குவது அல்லது குறைப்பது" "எந்த நீதி நடைமுறையின் ஒழுங்கான வழிமுறையையும்... பாரபட்சமாக்கும் தன்மை கொண்டது" "நீதி நிர்வாகத்தில்... குறுக்கிடுவது அல்லது அந்த விளைவை எதிர்நோக்கியது".[72]

5. **நியாயமான, துல்லியமான அறிக்கை:** எந்தநிலையிலும், ஒரு நீதிமன்ற நடவடிக்கையின் நியாயமான, துல்லியமான அறிக்கையை ஒருவர் வெளியிடுவது விசாரணை நிலை விதியின் மீறல் ஆகாது.[73]

6. **தொழில்நுட்ப அவமதிப்பு:** தொழில்நுட்ப அவமதிப்புகள் தண்டிக்கத் தக்கவை அல்ல. நீதியின் உரிய வழிமறையில் பெருமளவு குறுக்கிட்டால், அல்லது குறுக்கிட முற்பட்டால் மட்டுமே ஒரு அவமதிப்பு தண்டனைக்குரியதாகும்.[74]

உச்சநீதிமன்றமும் விசாரணைநிலை விதியும்

இந்தியாவில் ஜூரி விசாரணைகள் கிடையாது என்பதால் விசாரணைநிலை விதி இந்தியாவுக்குப் பொருந்தாது என்ற வாதத்தை நீதிமன்றம் புறக்கணித்துள்ளது. மாறாக, கிடப்பிலிருக்கும் ஒரு வழக்கின் ஒரு தரப்புக்கு எதிராகத் தூற்றுவதோ, இழிவுபடுத்துவதோ, பாரபட்சமான சூழலை உருவாக்குவதோ, நீதிமன்ற அவமதிப்பு ஆகும் என்று அது சொல்லியுள்ளது. இது வழக்கில் ஈடுபட்டவர்களை முறையாகத் தங்கள் வழக்குகளைக் குற்றத்தாக்கல் செய்யாமல் தடுக்கலாம். மெய்யான வழக்காளர்களைத் தங்கள் வழக்குகளை நீதிமன்றத்திற்குக் கொண்டுவராமல் தடுக்கவும் செய்யலாம். மேலும், ஒரு வழக்கின் சாட்சியங்களைப் பாதிக்குமாறு எதையும் எவரும் வெளியிடுவதும், ஒரு குற்ற வழக்கில் சில குறிப்பிட்ட சந்தர்ப்பங்களில் குற்றம் சாட்டப்பட்டவரின் அடையாளத்தை வெளிப்படுத்துவதும் நீதிமன்ற அவமதிப்பாகும் என்று கூறியுள்ளது. இதேபோல ஒரு கிடப்பிலிருக்கும் வழக்கில் வாதி-பிரதிவாதி தரப்புகளுக்குள்ளாக சமாதானப்படுத்தும் பேச்சுகளை எந்தச் சார்புமின்றியும் கூட பிரசுரம் செய்வது முதல் நோக்கில் நீதிமன்ற அவமதிப்பாகும்.[75]

உத்தரப்பிரதேச அரசுக்கு எதிராக ஹீராலால் தீட்சித்[76] வழக்கில் உச்சநீதி மன்றத்தில் விசாரணை செய்யப்பட்டுவந்த வழக்கு நிலுவையில் இருக்கும் போது ஒரு துண்டுப் பிரசுரம் வெளியிடப்பட்டது. மாநிலத்தில் சில தடங்களில் வாகனங்களை இயக்குவதைத் தான் மட்டுமே செய்யும் என்று உத்தரப் பிரதேச அரசாங்கம் ஓர் அறிக்கை வெளியிட்டது. இந்த அறிக்கைக்கு எதிராக மாநிலத்தின் தனியார் வாகன உரிமையாளர்கள் நீதிப் பேராணை விண்ணப்பங்களை உச்சநீதி மன்றத்தில் தாக்கல் செய்தனர். இந்தப் பின்னணியில், அந்த வழக்குத் தொடர்பாக நமது போக்குவரத்துத் துறை என்ற துண்டுப் பிரசுரம் ஒன்று வெளியிடப்பட்டது. அந்தப் பிரசுரம் உச்சநீதிமன்றத்தில், வழக்கில் அப்போது ஈடுபட்டிருந்த உத்தரப் பிரதேச அரசாங்கத்தை வன்மையாகக் கண்டித்தது.[77] அந்தப் பிரசுரத்தில் சொல்லப் பட்டிருந்த செய்திகளால் எந்த ஜூரியோ அல்லது சாட்சியோ பாதிக்கப்படும் நிலையில் இல்லை. அந்தப் பிரசுரத்தில் வாதி உத்தரப் பிரதேச அரசாங்கம் என்பதால் அதில் சொல்லப்பட்டிருக்கும் எந்தக் கூற்றுகளாலும் அது தொல்லைப்படப் போவது இல்லை. அப்படியிருந்தும், அந்தப் பிரசுரம் அரசாங்கத்துக்கு எதிராக நீதிமன்றத்தைப் பாரபட்ச நோக்கிற்கு உட்படுத்தும் முயற்சி என்றும், தீர்ப்புக்காகக் காத்திருக்கும் பிரச்சினைக்கு எதிராகப் பொதுமக்கள் உணர்வுகளைக் கிளர்ந்தெழச் செய்வது என்றும் கூறி, உச்சநீதிமன்றம், அது விசாரணைநிலை விதியை மீறிவிட்டது என்று கூறியது.[78] அந்தப் பிரசுரம் விநியோகிக்கப்பட்ட விதம், அதில் கையாளப் பட்ட மொழி, பிரசுரத்தின் வெளியீட்டு நேரம் ஆகியவற்றைக் காணும்போது, அதன் நோக்கம் மனுச்செய்தவர்களுக்கு ஆதரவாக நீதிபதிகளின் மனங்களைத் திருப்ப முயற்சி செய்வது ஒன்றாக மட்டுமே இருக்கமுடியும்.[79]

இதேபோல, *பார்வை: பி.சி.சேன்*[80] என்ற வழக்கில் கொத்துக்கடலையினால் செய்யப்பட்ட இனிப்புப் பண்டங்களை விற்போர் மீது சில கட்டுப்பாடுகளைச் சுமத்தி மேற்கு வங்க அரசு ஓர் ஆணை பிறப்பித்திருந்தது. இந்த ஆணைக்கு எதிராக கல்கத்தா உயர்நீதிமன்றத்தில் ஒரு மனு தாக்கல் செய்யப்பட்டது. இந்தப் பின்னணியில் அந்த அரசின் முதலமைச்சர் அகில இந்திய வானொலியில் அந்த ஆணையை நியாயப்படுத்தும் வகையில் ஓர் உரையாற்றினார். இந்த வழக்கிலும் ஜூரிகள் இல்லை.

சாட்சியங்களும் இல்லை. அப்படியிருந்தும் முதலமைச்சர் நீதிமன்ற அவமதிப்பில் ஈடுபட்டதாக உச்சநீதிமன்றம் கருதியது.

ஜூரிகளின் உதவியின்றித் தனியொரு நீதிபதி ஒரு வழக்கை விசாரணை செய்யும்போது, நீதிமன்ற அவமதிப்பு எதுவும் ஏற்படுவதற்கில்லை என்ற வாதத்தைக் குறிப்பாக நீதிமன்றம் புறக்கணித்தது.[81] விசாரணை நடத்தும் நீதிபதி செய்தித்தாள்களிலோ பிற ஊடகங்களிலோ வரும் கருத்துரைகளால் பாதிப்படைய மாட்டார் என்று சொல்வதற்கில்லை.[82] செய்தித் தாள்களில் நீதிபதி படித்தவற்றால் 'பிரக்ஞையின்றியும்' கூட (நனவிலியில்) பாதிப்படைந்திருக்க மாட்டார் என்று சொல்வது ஒரு மிகைக் கூற்று[83] எனப்பட்டது. ஆக, விசாரணைநிலை விதியின் மீறல் ஒரு விசாரணை நிகழும்போது மட்டுமல்ல, கவனத்திலிருக்கும் பிரச்சினை சட்டம் பற்றியதோ, தண்டனை பற்றியதோ அல்லாமல் இருக்கும்போது கூட, ஒரு மேல்முறையீட்டிலும் நிகழலாம் எனப்பட்டது.[84]

ஊடகங்களில் பார்ப்பவற்றின் அல்லது கேட்பவற்றின் செல்வாக்கிற்கு நீதிபதிகள் உட்படமாட்டார்கள் என்று வைத்துக் கொண்டாலும் விசாரணை நிலைக் கூற்றுகளின் மெய்யான அபாயம்,[85] அவை வழக்குப் போடுபவர்களையோ, உள்ளார்ந்து வழக்குப் போடும் நிலையில் உள்ளவர்களையோ பாதிக்கக்கூடும் என்பதுதான். அவமதிப்பு என்பதில், கட்சிக்காரர்களை செயல்களுக்குத் தூண்டுவது, வழக்கைக் கேட்பதற்கு முன்பாகவே ஒரு கட்சிக்கு ஆதரவாகவோ எதிராகவோ மனித இனத்தையே சிந்திக்கச் செய்வது,[86] பழிதூற்றுதல்...அல்லது வசை மூலமாக ஒரு கட்சியைத் தடுத்தல், பொது ஏளனம், மறைமுக அவதூறு, கண்டனம் அல்லது பழிப்பு மூலமாக நீதிமன்றத்திற்குக் காத்திருக்கும் வழக்கில் பிரச்சினையைப் பாரபட்சமாக்கல் ஆகியவை அடங்கும்.[87] இது ஏன் எனில், அப்படிப்பட்ட கூற்றுகள், விவாதங்கள் நிகழும்போது கட்சிகளைத் தடுப்பது, அல்லது ஏதாவதொரு கட்சிக்கு பாதகமாக பாதிக்கப்படும் கட்சியே சமரசம் செய்து கொள்ள வைப்பது, அல்லது இதேபோன்ற பிரச்சினைகளைக் கொண்ட பிற கட்சிக்காரர்கள் நீதிமன்றத்தை அணுகாத வண்ணம் செய்வது ஆகிய பாதிப்புகளை ஏற்படுத்தக்கூடும்.[88] குறிப்பாக ஒருவரின் தனிப்பட்ட நடத்தை அவரது சாதி, சமுதாயம், தொழில், பணி ஆகியவற்றிலுள்ளவர்

களின் கருத்துகளால் பெருமளவு பாதிக்கப்படும் நிலையில் இருக்கின்ற இந்தியாவில் இது நிகழும் வாய்ப்பு மிகுதி.[89] நீதிமன்றமும் சாட்சிகள் மனத்தில் அந்தக் கூற்றின் தாக்கத்தை கவனிக்க வேண்டியிருந்தது.[90] நடந்துகொண்டிருக்கின்ற வழக்குகளில் கட்சிக்காரர்கள் அல்லது அவர்களின் வழக்கறிஞர்கள் அளிக்கின்ற கூற்றுகளுக்குத்தான் தீவிர கவனம் அளிக்கப்பட வேண்டும் என்று நீதிமன்றம் கூறியது.[91]

சில சூழ்நிலைகளில், குற்றச் செயல்களில் ஈடுபட்டதாகக் குற்றம் சாட்டப்பட்டவர்களின் அடையாளத்தை வெளிப்படுத்துவது, விசாரணை நிலை விதியை மீறியதாகும் என்று உச்சநீதிமன்றம் கூறியது. உதாரணமாக அடையாளம் காணும் அணிவகுப்பு நடப்பதற்கு முன்பாக, சந்தேகத்துக்குரியவர்களின் நிழற்படங்களைப் பத்திரிகைகளில் வெளியிடுதல் விசாரணையை மிகக் கடுமையாக பாதிக்கும் என்று உச்சநீதிமன்றம் கூறியது.[92] மற்றொரு வழக்கில், அதாவது மல்டி ஸ்கிரீன் மீடியா (தனி) லிமிடெட்க்கு எதிராக வித்யாதர்[93] என்பவர் வழக்கில் ஒரு பிரபலமான தொலைக்காட்சிக் குற்றத்தொடர்- அதற்கு கிரைம் பெட்ரோல் தஸ்தக் என்று பெயர்- நடந்துகொண்டிருக்கும் குற்றவழக்கில், நிஜவாழ்க்கை அடிப்படையிலான சில சம்பவங்களை வெளியிடுவது என்று முடிவு செய்தது. தொலைக்காட்சியில் காட்டப்படும் கதைமாந்தருக்கும் உண்மையிலேயே குற்றத்தில் ஈடுபட்டவர்களுக்கும் நேரடியான ஒப்புமை எதுவும் இல்லாமல் உறுதிப்படுத்த வேண்டும், இல்லையேல், இயன்ற வரையில், அவர்களின் அடையாளங்களை மறைப்பதற்கான நடவடிக்கை எடுக்கவேண்டும் என்று உச்சநீதி மன்றம் தொடரை உருவாக்குபவர்களுக்குக் கட்டளையிட்டது.[94]

உள்ளரங்க விசாரணைகளும் வாய்ப்பூட்டு ஆணைகளும்

இந்தியாவிலுள்ள நீதிமன்றங்களுக்கு உள்ளரங்க (அதாவது ஒளிவுமறைவான) விசாரணைகள் நடத்த அதிகாரம் இருக்கிறது. இவ்வாறு நடக்கும் போது வழக்கிற்குத் தொடர்பற்ற எவரும், திறந்த அவையில் நடக்கும் வழக்கிற்கு மாறாக, இதன் செயல்முறைகளை அறிவிக்கும் நிருபர்களும் கூட நீதியவைக்குள் அனுமதிக்கப்பட மாட்டார்கள். இம்மாதிரி அதிகாரங்களை

நீதிமன்றங்கள் சட்டவிதி அனுமதித்தால் மட்டுமே, அல்லது விதிவிலக்கான சூழல்களில் மட்டுமே பயன்படுத்த முடியும்.

மகாராஷ்டிர அரசுக்கு எதிராக நரேஷ் ஸ்ரீதர் மீரஜ்கர்[95] வழக்கு, பம்பாய்ச் சிறுவடிவச் செய்தித்தாளான பிளிட்ஸுக்கு எதிராக கிருஷ்ணராஜ் தாக்கர்ஸே தொடர்ந்த அவதூறு வழக்கின் பின்னணியில் எழுந்தது. இதை முன்னரே நோக்கினோம். விசாரணையின்போது தனது சாட்சியத்தை முன்னரே அளித்திருந்த சாட்சி ஒருவர், பாய்சந்த் கோடா என்பவர், மீண்டும் சாட்சியமளிக்குமாறு அழைக்கப்பட்டார். இந்த வழக்கை விசாரித்த நீதிபதி தார்க்குண்டேயிடம் சென்றமுறை தான் அளித்த சாட்சியத்தால் தனது வியாபாரத்தில் இழப்பு ஏற்பட்டதாக கோடா தெரிவித்தார். ஆகவே இம்முறை தனது சாட்சியத்தைப் பத்திரிகைகள் வெளியிடாமல் இருக்கவேண்டும் என்று ஆணை பிறப்பிக்குமாறு அவர் கேட்டுக் கொண்டார். தார்க்குண்டே இந்த விண்ணப்பத்தை ஏற்று, பத்திரிகைகளுக்கு கோடாவின் சாட்சியத்தை வெளியிட வேண்டாம் என்று வாய் மொழியாக ஆணையிட்டார். *பிளிட்ஸ்* நிருபர் மீரஜ்கர் உள்பட, சில பத்திரிகையாளர்கள் தார்க்குண்டேயின் ஆணையை எதிர்த்து உச்சநீதிமன்றத்தில் ஒரு மனு தாக்கல் செய்தனர். ஒன்பது நீதிபதிகள் கொண்ட அமர்வு இந்த வழக்கை விசாரித்தது.

பெரும்பான்மையினர் சார்பாகப் பேசிய தலைமை நீதிபதி கஜேந்திர கட்கர், கோடாவின் சாட்சியத்தை நிரந்தரமாக வெளியிடத் தடை எதையும் நீதிபதி தார்க்குண்டே விதிக்கவில்லை என்றார். விசாரணை நடைமுறைகள் நடந்து கொண்டிருந்தபோது மட்டுமே தார்க்குண்டேயின் ஆணை செல்லும் என அவர் கூறினார்.[96] பொதுமக்களின் நுட்பஆய்வு நீதிபதிகளின் ஏறுமாறான நடத்தைக்குத் தடையாகவும், நீதிநிர்வாகத்தில் நியாயம், புறவயத்தன்மை, ஒருசார்பின்மை ஆகியவை இருப்பதாகப் பொதுமக்கள் நம்பிக்கை உருவாகுவதற்கும் பயன்பட்டதால், பொதுவாக எல்லா நீதிமன்ற நடவடிக்கைகளும் வெளிப்படையாகவே நடைபெற வேண்டும் என்று கருதப்படுகிறது.[97] ஆனால் இதற்குச் சில விதிவிலக்குகள் உண்டு என்று நீதிபதி கஜேந்திர கட்கர் கூறினார். நீதியின் தன்மை அப்படிப்பட்ட நடைமுறையைக் கடைப்பிடிக்க வேண்டினால், ஒரு வழக்கை அந்தரங்கமாக நடத்துவதற்கு

பம்பாய் உயர்நீதிமன்றத்திற்கு உள்ளார்ந்த நீதிமுறை உண்டு எனப்பட்டது.[98] ஆனால் இந்த அதிகாரம் மிக எச்சரிக்கையோடு செயல்படுத்தப்பட வேண்டும். வெளிப்படையாக வழக்கை நடத்தினால் நீதியின் எல்லைகள் தோல்வியுறும் என்பது சந்தேகமின்றி நிரூபிக்கப்படக் கூடியதென நீதிமன்றம் திருப்தியடைய வேண்டும்.[99] இந்தக் குறித்த வழக்கில் நீதிபதி தார்க்குண்டேயின் ஆணை நியாயமானதா இல்லையா என்பதைத் தலைமை நீதிபதி சற்றும் நோக்கவில்லை.[100] ஆனால் சாட்சி ஒருவர் உண்மை பேசுவதை மிகையான வெளிப்படுத்தல் தடுக்கும் என்றால், முழு விசாரணையையும் அந்தரங்கமாக நடத்துவதற்கு பதிலாக, அந்தக் குறித்த சாட்சியின் சாட்சியத்தை மட்டும் வெளிப்படுத்தக் கூடாது என்று நீதிமன்றம் தெரிவிக்கலாம்.[101] அதாவது உள்ளரங்க விசாரணை ஒன்று, முழுதையாகவோ பகுதியாகவோ நடத்தப்படலாம்.[102] உள்ளரங்க விசாரணைகள் அனுமதிக்கப்படுவதற்குப் பலப்பல சட்டவிதிகள் துணையாக உள்ளன என்றும் நீதிமன்றம் குறிப்பிட்டது.

பஞ்சாப் அரசுக்கு எதிராக கர்த்தார் சிங்[103] என்ற வழக்கில், 1987இன் பயங்கரவாத மற்றும் சீர்குலைப்புச் செயல்கள் (தடுப்புச்) சட்டத்தின் 16ஆம் பிரிவு, அரசியல்சட்டத்துக்கு ஒத்துச்செல்கிறதா என்ற சவாலை உச்சநீதிமன்றம் எடுத்துக்கொண்டது. இம்மாதிரி பயங்கரவாதம் போன்ற விஷயங்களைக் கொண்ட வழக்குகளை உள்ளரங்க வழக்குகளாக நடத்த நீதிமன்றங்களுக்கு அனுமதி உண்டு. ஆனால் இந்தச் சவாலைப் புறக்கணித்து, உச்சநீதிமன்றம் மிக விதிவிலக்கான சமயங்களில் மட்டுமே உள்ளரங்க விசாரணை நடத்தப்பட வேண்டும் என்றது.[104] விதிவிலக்கான வழக்குகளில், கனமான காரணங்கள் இருக்கும்போது, குறிப்பாகச் சாட்சி கூற இருப்பவர்களின் உயிர்கள் ஆபத்திலிருக்கும்போது, குற்றம் சாட்டப் பட்டவருக்குச் சாட்சிகளின் பெயர்கள், முகவரிகள் முதலிய அடையாளத் தகவல்கள் அளிப்பது தவிர்க்கப்பட வேண்டும் என்றும் கூறியது.[105]

பாலியல் பலாத்கார வழக்குகளில் விசாரணையை உள்ளரங்கில் நடத்துவது நீதிமன்றத்திற்கு உசிதமானது மட்டுமல்ல, அதன் கடமையே அதுதான் எனப்பட்டது.[106] குழந்தைகள் பாலியல் துஷ்பிரயோகம் அல்லது வன்முறை சம்பந்தப்பட்ட

வழக்குகளில் பலியாட்கள் மற்றும் சாட்சியங்களைக் குற்றம் சாட்டப்பட்டவரிடமிருந்து மறைக்கவேண்டி ஒரு திரை அல்லது அதுபோன்ற ஒன்று பயன்படுத்தப்படலாம் என்று உச்சநீதிமன்றம் கூறியது.[107] இதனால் தங்கள் சாட்சியத்தை அளிக்கும்போது அசவுகரியமாக அவர்கள் உணராமலிருக்க முடியும்.

செபிக்கு (SEBI) எதிராக சஹாரா இந்தியா ரியல் எஸ்டேட்[108] வழக்கில், பத்திரிகைகளுக்கு வாய்ப்பூட்டு அல்லது ஒத்திப்போடல் ஆணைகள் அரசியல் சட்டத்தின் 19(2) பிரிவின்படி ஒரு சரியான முன்தடை நடவடிக்கையாக இருக்கும் என்று உச்சநீதிமன்றம் கூறியது. ஒத்திப்போடல் ஆணையை நீதிமன்றம் ஒரு சமன்படுத்தும் கருவி என்று குறிப்பிட்டது. அது 19(1) பிரிவின்கீழ் குற்றம் சாட்டப்பட்டவருக்கு அளிக்கப்பட்ட சுதந்திரப் பேச்சுரிமையை, 21ஆம் பிரிவின்படி அவர் குற்றமற்றவர் என்று கருதுவதற்கான உரிமையைச் சமன்படுத்துகின்ற ஒன்றாகும். இம்மாதிரி ஆணைகள் தண்டிப்பதற்கானவை அல்ல, தடுப்பாணைகள் ஆகும்.[109] பிறவற்றின் ஊடாக, இப்படிப்பட்ட ஆணைகளை இடுவதற்கு நீதிமன்றம் பின்வரும் பாதுகாப்புகளைப் பிறப்பித்தது.

ஒத்திப்போடும் ஆணை காலஅளவில் வரையறுக்கப் பட்டதாக இருக்க வேண்டும். பத்திரிகை உள்ளடக்கத்தைத் தொல்லைக்குள்ளாக்குவதாக இருக்கலாகாது. விண்ணப்பிப்பவர், நிலுவையிலிருக்கும் விசாரணைக்கு பெருமளவு ஒருசார்புத்தன்மையின் அபாயம் இருப்பதாகவும் வெளிப்படையான நீதியின் யூகத்தினை அது இடம்மாற்றிவிடும் என்றும் காட்ட வேண்டும். அதாவது, விசாரணையின் நியாயத்திற்கு அல்லது நீதியின் முறையான நிர்வாகத்திற்கு மெய்யான, பெரிய அளவிலான அபாயம் இருக்க வேண்டும். வேறு எந்த நியாயமான மாற்றும், உதாரணமாக, இட மாற்றம், விசாரணையை ஒத்திப் போடுதல் போன்ற எதுவும் இல்லாத நிலையில்தான் ஒரு ஒத்திவைப்பு ஆணை பிறப்பிக்கப் படலாம். விகிதாசாரம், தேவை ஆகிய கொள்கை அடிப்படைகளை நீதிமன்றம் கருத்தில் கொள்ளவேண்டும்.

★★★

இயல் 12

ஆதரவற்ற பெண்மணிக்கு எதிராக நிந்தனை சேர்ந்த நையாண்டி

1837இல் தாமஸ் பேபிங்டன் மெக்காலே தலைமை தாங்கிய சட்டக்குழு தயாரித்த இந்தியக் குற்றவியல் சட்ட வரைவில் அவதூறு என்பது ஒரு குற்றவியல் தண்டனைக்குரிய தவறாக்கப் பட்டது.[1] அந்த விஷயத்தைப் பற்றிய சமகால ஆங்கிலப் பொதுச் சட்டத்தைவிட மெக்காலேயின் வரைவு ஒருநோக்கில் நன்றாகவும், ஒருநோக்கில் மோசமாகவும் இருந்தது.[2] அச்சமயத்திலிருந்த ஆங்கிலப் பொதுச் சட்டத்தைவிட நன்றாக இருந்தது என்பதற்கு இரண்டு காரணங்கள். முதலாவது காரணம், குற்றவியல் அவதூறுக்கு எதிராக உண்மையை முற்றுமுழுதான பாதுகாப்பாக அது ஆக்கியது. உதாரணமாக, மற்றொருவரை அவதூறு செய்ததாகக் குற்றம் சாட்டப்பட்ட ஒருவர், தனது தற்காப்புக்காக, அந்த அவதூறு வார்த்தைகள் உண்மையே என்று வாதிடலாம். அச்சமயத்திலிருந்த ஆங்கிலப் பொதுச் சட்டத்தில், குற்றவியல் அவதூறுக்கு உண்மைகூறல் ஒரு தற்காப்பாக அமையவில்லை.[3] ஆனால் சிவில் அவதூறு வழக்குகளில் அது முற்றுமுழுதான தற்காப்பாக இருந்தது.[4] மெக்காலே தலைமை யேற்றிருந்த சட்டக்குழு, உண்மையை ஒரு முற்றுமுழுதான தற்காப்பாக ஆக்கினால், எவரும் ஒரு மனிதரைப் பற்றிய உண்மையை வெளிப்படுத்தலாம் என்று நினைத்தது. சான்றாக, ஒருவரைப் பற்றிய உண்மையைக் கூறும் வகையில், "ஒரு வேசியைத் தனது மனைவியாக மாகாணத்தின் மிக கவுரவம் வாய்ந்த சீமாட்டிகளின் சமூகத்தில் அவர் அறிமுகப்படுத்துகிறார்" என்று எழுதலாம். அல்லது உள்நாட்டு மக்களைக் கொண்டு

சென்று உண்மையில் அவர்களை அடிமைகளாக விற்கும் ஒரு கப்பல் கேப்டனைப் பற்றி "உள்நாட்டு மக்களை அதிக உழைப்பின்றி பெரிய ஊதியம் தருகின்ற வேறொரு நாட்டிற்குக் குடிபெயருமாறு செய்கிறார்" என்று எழுதலாம்.[5]

1843இல் இங்கிலாந்தில் அவதூறு எழுத்துக்கான சட்டம் அமல் படுத்தப்பட்டது. பொது நன்மைக்காக அந்தக் கூற்றுகள் வெளியிடப் பட்டிருந்தால் மட்டுமே உண்மையை ஒரு தற்காப்பாக தண்டனைக்குரிய அவதூறு எழுத்து வழக்குகளில் ஏற்கப்பட்டது.[6] சில ஆண்டுகள் கழித்து, ஆங்கில அவதூறு எழுத்துச் சட்டத்துடன் இந்தியச் சட்டத்தையும் ஒத்துப் போகச் செய்வதற்காக, இந்தியச் சட்ட ஆணையம் இந்தியக் குற்றச்சட்டத்திற்கான மெக்காலேயின் வரைவில் ஒரு மீள்பார்வை செய்யவேண்டுமென வலியுறுத்தியது.[7] அவ்விதம் ஒத்துப்போகச் செய்வதில் 1848இல் இந்தியச் சட்ட ஆணையம் பொதுநன்மைக்கு என்றால் மட்டுமே குற்ற அவதூறு சட்டத்திற்கு உண்மையை ஒரு தற்காப்பாகப் பயன்படுத்தலாம் என்று கூறியது. உதாரணமாக ஒரு நபர், வேறொரு நபரின் நடத்தையில் தவறிருப்பதைக் காட்டி, அது நீண்டகாலமாகச் சரிசெய்யப்பட்டு விட்டது, மறந்துவிடப்பட்டது என்றால் அது பொதுநன்மைக்கான விஷயமாக இருக்காது என்று ஆணையம் கருதியது. இதன் விளைவாக தண்டனைக்குரிய குற்ற அவதூறுக்கு விதிவிலக்கு என்று மெக்காலே வரைந்த வரைவு மாற்றம் செய்யப் பட்டது. "இப்போது உண்மையான எந்த ஒன்றையும் சாட்டுவது புகழ்கெடுத்தல் ஆகாது... பொதுநன்மைக்காக என்றால் அந்தக் குற்றச்சாட்டு செய்யப்படவோ, வெளியிடப்படவோ வேண்டும்" என்று அது மாற்றப்பட்டது.

மெக்காலேயின் வரைவு குற்ற அவதூறு மீதான ஆங்கிலப் பொதுச் சட்டத்தினை மேம்படுத்தியது ஆகும். பொது ஆங்கிலச் சட்டத்தில், ஒருவரை இழிபெயருக்கு ஆட்படுத்துவதாக இருந்தால் அவருக்குக் கோட்பாட்டு ரீதியாக எத்தனை ஆண்டு வேண்டுமானாலும் எல்லையற்ற சிறைத் தண்டனை விதிக்கலாம்.[8] மெக்காலேயின் வரைவில் அது (அபராதத்துடன் கூட) இரண்டாண்டுகள் சிறைத் தண்டனை என்பதாக மாற்றப்பட்டது. இந்தியக் குற்றச் சட்டத்தின் வரைவில் மெக்காலே வகுத்தது போலவே அவதூறு சட்டமும் சில

நற்பெயர்க் கெடுப்பு வழக்குகளில் அதிகபட்சமாக இரண்டாண்டு சிறைத்தண்டனை விதித்தது.[9]

ஆனால் 1950இல் அரசியல் சட்டம் அமலுக்கு வந்தாலும், இந்தியக் குற்றச்சட்டத்தில் குற்றம்சார் அவதூறு வழக்கில் உண்மை இன்னமும் முழுமையான தற்காப்பாக ஆக்கப்படவில்லை.

★★★

ஆனாலும் சிலவிதங்களில், மெக்காலேயின் வரைவு, ஆங்கிலப் பொதுச் சட்டத்தினைவிட மோசமானதாக இருந்தது. இதற்குக் காரணங்கள் பல இருந்தன.

முதலில் அது சொல்வழி அல்லது வாய்மொழிவழி நற்பெயர்க் கெடுப்பினை (பேச்சினை) ஒரு குற்றமாக்கியது. இங்கிலாந்தில் நற்பெயர்க்கெடுப்பு என்பது எழுத்தில் வந்தால் மட்டுமே ஒரு நபரை அதற்காக தண்டிக்க முடியும்.[10] இந்தியச் சட்ட ஆணையம், பேச்சு வழி அவதூறினைத் தண்டனைக்குரியதாக ஆக்குவதற்கு ஆதரவான தனது முடிவுக்காக ஆங்கிலப் பொதுச் சட்டத்தைக் குறை கூறியது. எழுத்துவழி அவதூறைவிட, பேச்சுவழி அவதூறுக்கு அமைதியைக் கெடுப்பதில் அதிகச் செயற்பாடு இருப்பதை அது கண்டுபிடித்தது. எழுத்துவழி அவதூறு, ஒருவேளை ஒருவர் பார்வைக்காக மட்டும் கிடைக்கக் கூடியதாக ஒரு கடிதத்தில் இடம் பெறலாம். ஆனால் பேச்சுவழி அவதூறு, பல ஆயிரம் பேர் கூடிய கூட்டத்தில் யாவர் காதிலும் விழக்கூடும். மேலும் ஒன்று அதிகமாகப் பரவலாக்கப் படாவிட்டால் மட்டும் நற்பெயர்க் கெடுப்பு முக்கியமற்றது என்று ஆகிவிடாது. ஒரு நபர் மட்டுமே கேட்கக் கூடியதான ஒரு கேடுவிளைவிக்கின்ற கிசுகிசுப் பேச்சு, ஒரு பெரிய துன்மார்க்கத்தைக் காட்டுவதாக இருக்கலாம், அது அதிக ஆழமான துயரத்தை உருவாக்கலாம், அது இருபது பதிப்புகளில் வெளிவந்து பார்க்கப்பட்ட ஒரு நையாண்டியை விட அதற்கு மிகக் கடுமையான தண்டனை தேவைப்படலாம். உதாரணமாக ஒரு பெண்மணியின் பெயரை ஒரு அச்சுவழி வசையில் சேர்ப்பதைவிட அவள் கற்பைப் பற்றி அவள் கணவனின் காதில் சொல்லி அவன் மனத்தில் சந்தேகத்தை விதைப்பது மிகப் பெரிய இழிசெயலைக் காட்டலாம், தீவிரமான துயரத்திற்குக் காரணமாகலாம் என்று ஆணையம் நம்பியது. மேலும், அவதூறு

பேச்சுவடிவத்தில் இருப்பதைவிட எழுத்தில் இருக்கும்போது ஒருவர் தன் பெயரைக் காப்பாற்றிக் கொள்வது எளிது (ஒரு செய்தித்தாளில் எதிர்வினை புரிந்தும் அதைச் செய்யலாம்) என்று ஆணையம் நம்பியது.

ஆக, 1860இல், இந்தியக் குற்றச்சட்டம், பேச்சுவழி இழிவுபடுத்தலை ஒரு தண்டனைக்குரிய குற்றமாக்கியது. 1950இல் இந்திய அரசியல் சட்டம் வந்தும்கூட, பேச்சுவழி இழிவுரை இன்றுவரை இந்தியச் சட்டத்தில் ஒரு தண்டனைக்குரிய குற்றமாகவே உள்ளது.

இரண்டாவது, இங்கிலாந்தில் அந்தச் சமயத்தில் தண்டனைக்குரிய அவதூறு வழக்குகளில் வெற்றிபெற, அரசாங்கத் தரப்பு, குற்றம் சாட்டப்பட்டவரின் சொற்கள் அமைதிக்கு பங்கம் விளைவிக்கக் கூடிய முறையில் இருந்தன என்பதை நிறுவியாக வேண்டும். அப்படி நிரூபிக்க வேண்டிய அவசியம் இல்லை என்று மெக்காலேயின் வரைவு கூறியது.[11] எழுத்துவழி இழிமொழி, அமைதிக்கு ஊறு விளைவிப்பதால் அது தண்டனைக்குரியது என்ற கொள்கை, இந்தியக் குற்றச்சட்டத்தின் ஏற்பாடுகளுக்குள் எவ்விதச் செல்வாக்கையும் பெறவில்லை என்று சர் ஜேம்ஸ் ஃபிட்ஸ்ஜேம்ஸ் ஸ்டீஃபன் கூறினார்.[12] மெக்காலேயும் சட்ட ஆணையமும் மிக மோசமான நற்பெயர்க் கெடுப்புக் குற்றம் சாட்டல்கள் கூட- அதாவது, எச்சரிக்கையாகத் தன் பெயரை மறைத்துக் கொள்ளும் ஒருவனால் வெளியிடப்படும் ஆதரவற்ற பெண்மணிக்கு எதிரான நிந்தனை கலந்த நையாண்டி கூட- வன்முறைச் செயல்களை உருவாக்கும் போக்கு அற்றவையாக இருக்கலாம் என்று நம்பினர். மேலும் அவதூறாக இல்லாத சொற்கள்கூட, சான்றாக, ஒரு அதிகாரிக்கான தனிப்பட்ட கடிதத்தில்- அதை அவரும் அல்லது இரண்டுமூன்று பிற நபர்கள் மட்டுமே காணலாம்- அவரது வீரத்தின்மீதான பழியுரை இருந்தால், அவை அமைதியைக் கெடுக்கும் தன்மை கொண்டனவாக இருக்கலாம். ஆகவேதான் சட்டத்திற்குப் புறம்பான வன்முறைச் செயல்களை உருவாக்கும் தன்மையைப் பற்றிய கவலையின்றி, அவதூறினை ஒரு தண்டனைக்குரிய குற்றமாக அவர்கள் ஆக்க முடிவு செய்தனர்.

இந்தியாவின் அரசியல் சட்டம் 1950இல் வந்தும்கூட, குற்றம்சார் அவதூறின் ஒரு பகுதியாக அமைதிக்கு பங்கம் விளைவித்தல் ஆக்கப்படவில்லை.

மூன்றாவதாக, நீதிமன்றத்தில் சாட்சிகளோ வழக்கறிஞர்களோ உரைக்கும் கூற்றுகளின்மீது முழுச் சலுகையை மெக்காலேயின் வரைவு வழங்கவில்லை.[13] இங்கிலாந்தில், ஒரு சாட்சி, ஒரு வழக்கில் தனது சான்றினை அளித்துக் கொண்டிருக்கும்போது, ஒரு அவதூறினைக் கூறினால், அல்லது ஒரு வழக்கறிஞர் தனது வாடிக்கையாளருக்காக வழக்கில் வாதிடும்போது ஒரு அவதூறினை உரைத்தால், இரண்டுமே முழுச் சலுகையினால் பாதுகாக்கப் பட்டவை. அந்த வார்த்தைகள் வன்மத்துடன் பேசப் பட்டிருந்தால் கூட, அவை சிவில் அல்லது கிரிமினல் அவதூறு சட்டத்தின்கீழ் நடவடிக்கை எடுக்கப்படக் கூடியவை அல்ல என்பது அர்த்தம். ஆனால் இந்த விதிவிலக்கு மெக்காலேயின் இந்தியக் குற்றச் சட்டத்தின் வரைவில் அவரால் புகுத்தப்படவில்லை. இதன் விளைவாக காலனிய இந்தியாவின் உயர்நீதிமன்றங்களில் ஏறத்தாழ முழுக் கருத்தொருமிப்பு இருந்தது. சாட்சிகளும் வழக்கறிஞர்களும் பொதுக்குடிமக்களுக்குரிய அவதூறு வழக்குகளில் முழுச் சலுகையினால் பாதுகாக்கப்பட்டிருந்தனர்.[14] ஆனால் குற்ற அவதூறு வழக்குகளில் அவர்களுக்குப் பகுதியளவு சலுகை மட்டுமே இருந்தது.[15] அதாவது, ஒரு சாட்சியோ வழக்கறிஞரோ ஒரு வழக்கில் அவதூறு கூற்றுகளைப் பேசினால் அவர்கள் தண்டிக்கப்படலாம், ஆனால் அவர்கள் தங்கள் சொற்கள் உடனடி வஞ்சக எண்ணத்தால் தூண்டப்பட்டவை அல்ல என்பதை அவர்கள் காட்ட வேண்டும். அவதூறான செய்தியின் உண்மையில் நம்பிக்கை இன்மை என்பது வழக்கமாக உடனடி வன்மத்தைக் காட்டுவதாகும்.[16] உடனடி வன்மம் இல்லை என்பதைக் காட்டுவதற்கு ஒரு சாட்சி அல்லது வழக்கறிஞர் தான் நன்னம்பிக்கையின் அடிப்படையிலும்[17] உத்தேசத்தில் எந்தவித முறையற்ற உள்நோக்கம் அற்ற நிலையிலும்[18] செயல்பட்டதாகக் காட்ட வேண்டும். உடனடி (அச்சமயத்துக்குரிய) வன்மம் என்பது வெளியீட்டின் சமயத்தில் வாதியை நோக்கிய கெட்ட எண்ணம் அல்லது துவேஷம் அல்லது வேறெந்த மறைமுகமாக அல்லது முறையற்ற உள்நோக்கமும் இருப்பதாகும். புகாரளிக்கப்பட்ட சொற்களை வெளியிட்டதன் ஒரே அல்லது தலையாய உள்நோக்கமாகவும் அது இருக்க வேண்டும். ஆனால்

நீதிமன்றங்களில் வழக்கறிஞர்கள் செய்த கூற்றுகள் யாவும் நன்னம்பிக்கையின் அடிப்படையில் செய்யப்பட்டவை, அவை வாடிக்கையாளர்களின் வேண்டுதலின் பேரில் செய்யப்பட்டன, அரசின் (குற்ற)வழக்கறிஞர்தான் உடனடி வன்மம் என்பதை நிரூபிக்க வேண்டும் என்ற யூகம் இருப்பதாக ஒரு பார்வையை உயர்நீதிமன்றங்கள் பலவும் கொண்டிருந்ததாகத் தெரிகிறது.[19]

அரசியல் சட்டம் ஒருபுறம் இருப்பினும குற்ற அவதூறு வழக்குகளில் வழக்கறிஞர்களும் சாட்சிகளும இன்னமும் தாங்கள் நீதிமன்றத்தில் அளிக்கும் வாசகங்களுக்கு ஒரு பகுதியளவு சலுகையையே அனுபவித்து வருகின்றனர்.

★★★

2009இல் இங்கிலாந்து அவதூறு, இராஜத் துரோகம், இராஜத்துரோக அவதூறு ஆபாச அவதூறு என்னும் பொதுக்குற்றங்கள் பற்றிய சட்டத்தை நீக்கிவிட்டது.[20] ஆனால் அண்மையில் இந்திய உச்சநீதி மன்றம் இந்தியக் குற்றச்சட்டத்தின் 499ஆம் பிரிவின் அரசியல் சட்டத்துக்கு ஒத்த தன்மையை மறுத்த சவாலைப் புறக்கணித்து விட்டது. பிற காரணங்களுக்கிடையில், பிரிவு 19(2)இல் பேச்சுரிமைக்குப் பட்டியலிடப்பட்ட விதிவிலக்குகளில் குறிப்பான ஒன்றாக நற்பெயர் கெடுக்கும் பேச்சு இருப்பதாலும், பிரிவு 21இல் வாழ்க்கைக்குரிய உரிமைகளில் கௌரவத்துடன் வாழ்தல் என்பது ஒன்றாக இருப்பதால், மற்றவரின் கௌரவத்தைக் கெடுப்பது என்பது பேச்சுரிமையின் ஒருபகுதியாக ஏற்றுக் கொள்ளப்படாத தாலும் களங்கப் பேச்சு என்பது தண்டனைக்குரிய குற்றம் என்பது நியாயமானது என்று நீதிமன்றம் கூறிவிட்டது.[21] நீதிமன்றத்தின் இந்தத் தீர்ப்பு அதன் வாதிடும் முறைக்காக மட்டுமல்ல[22], அது எழுத்தப்பட்ட பாணிக்காகவும்[23] கொஞ்சம் கடுமையான விமரிசனத்துக்கு உள்ளாயிற்று. ஆக, பிரிவு 19(1) (அ) ஒரு புறம் இருந்தாலும், இந்தியாவில் அவதூறு என்ற குற்றம், மேற்கண்ட அதன் தனிப் போக்கான முரண்பாடுகளுடன் இன்னமும் அதிகமாகப் பயன்பாட்டில் உள்ள இந்தியச் சட்டப்புத்தகங்களில் தண்டனைக்குரியதாகவே நீடிக்கிறது.

★★★

நீதிபதிகளை அன்றி, பொதுத்துறை அதிகாரிகளுக்கு எதிராகச் செய்யப்படும் கூற்றுகளால் பாதிக்கப்படாமலிருக்க வரையறையோடு கூடிய சலுகையை அளிக்கலாம் என்று உச்சநீதிமன்றம் குறிப்பிட்டுள்ளது.

தமிழ்நாடு அரசுக்கு எதிராக ஆர். ராஜகோபால்[24] வழக்கில், மனுதாரர் தமிழ்நாட்டில் நக்கீரன் என்ற வாரப் பத்திரிகைக்கு ஆசிரியராகவும், அச்சாளராகவும், வெளியீட்டாளராகவும் இருந்தவர். இந்தப் பத்திரிகை ஆட்டோ சங்கர் என்ற குற்றவாளி பற்றிய தன்வரலாற்றுத் தொடரை வெளியிட்டது. ஆட்டோ சங்கர் பல கொலைகள் செய்ததற்காக மரணதண்டனை பெற்றவன். அவனது தன்வரலாறு மூலமாக அவனுக்கு இந்திய ஆட்சிப்பணி, காவல்துறை ஆகியவற்றிலுள்ள அதிகாரிகளுடன் நெருங்கிய தொடர்பிருந்ததாகத் தெரிய வந்தது. சிறைத்துறைப் பொது ஆய்வாளர் தன்வரலாற்றை அந்த நபர் பிரசுரிக்காமல் இருக்க தடைசெய்தார். ஆனால் அரசுக்கு எதிராகவோ, அதிகாரிகளுக்கு எதிராகவோ அவதூறான செய்திகள் இருப்பின் அதற்கு முன் கட்டுப்பாடு விதிக்க இயலாது என்று உச்சநீதிமன்றம் கூறியது. குறிப்பாக அப்படிச் செய்ய அரசாங்கத்துக்கு அதிகாரம் தருகின்ற எந்தச் சட்டமும் இல்லை.[25]

மேலும், அமெரிக்க உச்சநீதிமன்றம், *சலிவனுக்கு எதிராக நியூயார்க் டைம்ஸ்*[26] என்ற வழக்கில் பின்பற்றப்பட்ட சோதனையைச் சுட்டிக்காட்டியது. மேலும் மனுதாரர் வஞ்சத்துடன் செயல்பட்டார் என்று காட்ட முடிந்தால் ஒழிய, அரசாங்க அதிகாரிகள் தங்கள் அலுவல்சார் கடமைகளைச் செய்வது பற்றிய எந்த விஷயத்திலும் நடவடிக்கை எடுக்க உரிமை இல்லை என்றும் உச்சநீதிமன்றம் கூறியது. அதாவது ஒரு அரசாங்க அதிகாரி, அவரது கடமையாற்றல் பற்றிப் போலியான அவதூறு ஒன்றை ஒரு நபர் வெளியிட்டால் அந்த நபர்மீது வழக்குத் தொடர முடியாது. அப்படி எதிர்த்து வெற்றிபெற வேண்டுமானால், அந்த அரசாங்க அதிகாரி அந்தக் கூற்று பொய்யானது என்று நிரூபித்தால் மட்டும் போதாது, மேலும் அவதூறு கூறிய நபர் உண்மை பற்றி எவ்விதப் பொறுப்புமற்ற அலட்சியத்துடன் ஈடுபட்டார் என்றும் நிரூபிக்க வேண்டும். அதாவது, அந்த நபர் மெய்ம்மைகளை நியாயமாகச் சரிபார்க்காமல் கூறினார், அல்லது வன்மத்தினாலோ குரோதத்தினாலோ தூண்டப்பட்டு அவ்வாறு செய்தார் என்று

நிரூபிக்க வேண்டும்.[27] அதாவது, ஒரு அரசு அதிகாரி தனது அலுவல் பணிகளை நிறைவேற்றுவது பற்றி எவரேனும் பழிகூறினால், அவருக்கு வரையறைக்குட்பட்ட முன்னுரிமை கிடைக்கும் என்று நீதிமன்றம் குறிப்பு அளித்தது.[28]

அதேசமயம், நீதிமன்ற அவமதிப்பினைச் செய்யும் நபர்களை மட்டும் தண்டிக்க நீதித்துறைக்கு அதிகாரம் உண்டு என்று நீதிமன்றம் கூறியது.[29] நீதிமன்றத்தின் மீது பழிகூறும் விதத்தில் அவமதிப்புச் செய்யும் எவருக்கும் அவர்கள் கூற்றுக்காக வரையறுக்கப்பட்ட முன்னுரிமை கிடையாது என்பதை ஏற்கெனவே பார்த்திருக்கிறோம். அதாவது, ஒரு நீதிபதி பொதுமக்களுக்கான கடமையை ஆற்றுவது பற்றிப் போலியான பழியை எவரேனும் சுமத்தினால், உடனே அந்த நீதிபதி அந்த ஆளுக்கு எதிராக அவமதிப்பு நடவடிக்கைகள் வாயிலாக அவரைத் தண்டிக்கலாம், அதற்கு எவ்விதத் தரவிதியோ தடைவிதியோ குறுக்கே நிற்காது. இது மிகவும் விசித்திரமானது. ஏனெனில் நீதித்துறையைப் பொறுத்தமட்டில் இந்தியாவில் *நியூ யார்க் டைம்ஸின்* தரவிதியை நீர்த்துப் போகச் செய்கிறது.

★★★

சுருக்கமாகச் சொன்னால், அரசியலமைப்புச் சட்ட ஆக்கம், எந்தவிதத்திலும் குற்றம்சார்ந்த அவதூறு பற்றிய சட்டத்தில் எவ்வித மாற்றத்தையும் ஏற்படுத்தவில்லை. இதற்குக் காரணம்: குற்றம்சார் அவதூறுக்கு எவ்விதத்திலும் உண்மை முழுமையான பாதுகாப்பல்ல; வாய்மொழி அவதூறும் குற்றமென தண்டிக்கத் தக்கது; அவதூறுசார் பழிச்சொல்லுக்கு அமைதியைக் கெடுக்கும் எண்ணம் இருக்கவோ, அது பொறுப்புள்ளதாக, அற்பமற்றதாக இருக்கவோ வேண்டும் என்ற அவசியம் இல்லை; சாட்சிகளுக்கும் வழக்கறிஞர்களுக்கும் குற்றமென தண்டிக்கத் தக்க அவதூறு வழக்குகளில் முழுமையான தனியுரிமை இல்லை; இந்தியக் குற்றச் சட்டத்தின் பிரிவு 499- அதாவது அவதூறு பற்றிய குற்றச் சட்டம், இன்னும் சட்டவிதிப் புத்தகங்களில் மாற்றப்படாமல்தான் உள்ளது; *நியூ யார்க் டைம்ஸின்* தரவிதி அரசு அதிகாரிகளுக்குப் பொருந்தலாம் ஆனால் நீதிபதிகளுக்குப் பொருந்தாது; அரசியல் சட்டத்தில் பேச்சுரிமை என்பது அடிப்படை உரிமையாக அங்கீகரிக்கப்பட்ட பிறகும் இப்படித்தான் இருக்கிறது.

★★★

இயல் 13
கும்பல் மிக்க அரங்கத்தில் 'நெருப்பு' என்று கூச்சலிடல்

இந்த இயல் இந்தியாவில் வசைமொழி அல்லது வெறுப்புப் பேச்சு பற்றியதாக அமைகிறது. வெறுப்புப் பேச்சு என்பது, பரந்த பார்வையில், வெவ்வேறு சமுதாயங்களுக் கிடையில், குறிப்பாக இந்துக்கள்-முஸ்லிம்கள் இடையில், வன்முறை சார்ந்த மோதல்களைத் தூண்டும் வகையிலான எந்தப் பேச்சையும் குறிக்கும். இந்தியக் குற்றச் சட்டத்தில் (ஐபிசியில்) வெறுப்புப் பேச்சு என்பதைக் குறித்த விஷயங்கள் 1890இலும் 1920இலும் சேர்க்கப்பட்டன என்பதைக் காணப் போகிறோம். இவற்றுக்குக் காரணம் இஸ்லாமையோ முகமது நபிகளையோ அவமதிக்கும் விதமாக இந்துக்களால் எழுதப்பட்ட நூல்கள். அச்சமயத்தில் மதக்கலவரங்களைத் தூண்டும் களமாக இருந்த லாகூரில் எழுதப்பட்டன. பிரிட்டிஷ் நிர்வாகம் வெறுப்புப் பேச்சினைக் குற்றவியல் சட்ட அடிப்படையில் தண்டிக்கப்படக்கூடிய குற்றமாக அறிவித்து எதிர்வினை புரிந்தது. அரசியலமைப்பினை அமுல்படுத்திய நிகழ்வு, வெறுப்புப் பேச்சினைப் பற்றிய இந்தியக் குற்றவியல் சட்ட வரைவுகளை எவ்விதத்திலும் வரையறுக்கவோ கட்டுப்படுத்தவோ இல்லை என்பதைக் காணலாம். ஒருவகையில், சுதந்திர இந்தியாவில் இந்த வரைவுகள் மேலும் பலம்பெற்றுள்ளன. இதைத்தான் இந்தியாவிற்கு அடித்தளமிட்ட தந்தையரும் எதிர்பார்த்தனர். நேரு-லியாகத் உடன்படிக்கைச் சமயத்தில் ஏற்பட்ட இந்து- முஸ்லிம் கலவரங்களின் போது நிகழ்ந்த வெறுப்புப்

பேச்சு அடிப்படையில்தான் முதல் திருத்தம் அமைந்தது என்பதை நாம் அறிவோம். அப்போது சுதந்திரப் பேச்சுக்கான உரிமைக்கு ஒரு விதிவிலக்காக 'பொது ஒழுங்குமுறை' அறிமுகப்படுத்தப்பட்டது.

காலனிய இந்தியாவில் வசைமொழி

வரலாற்று ரீதியாகப் பார்க்கும்போது இங்கிலாந்தில் இராஜத்துரோகச் சட்டத்தின் ஒரு பகுதியாகவே வசை என்பது இருந்துவந்தது. பத்தொன்பதாம் நூற்றாண்டில் இங்கிலாந்தின் குற்றச் சட்டம் பற்றிய தனது அதிகாரபூர்வ நூலில் ஸ்டீஃபன், "(நம் அரசியாரின்) வெவ்வேறு வகுப்பினருக்கிடையில் தீய எண்ணங்களையும் பகைமையையும் மேம்படுத்துகின்ற ஒருவர் இராஜத்துரோகத்தில் ஈடுபடுபவர் ஆகிறார்"[1] என்று கூறுகிறார். ஆயினும், இந்தியக் குற்றச்சட்டம் பற்றிய மெக்காலேயின் வரைவு இராஜத்துரோகத்தின் பகுதியாக வசைப்பேச்சினைக் கருதவில்லை. அதேபோல், அரசப்பிரதிநிதியின் மன்றத்தின் சட்ட உறுப்பினர் என்ற முறையில், தானே 1870இல் பிரிவு 124 (அ) வின்கீழ் இராஜத்துரோகத்தைத் தண்டிப்பதற்குரிய குற்றமாக்கி, இந்தியக் குற்றச்சட்டத்தைத் திருத்திய ஸ்டீஃபனும், அதன் எல்லைக்குள்ளாக வசைப்பேச்சு என்பதைக் கொண்டுவரவில்லை. நாம் ஏற்கெனவே பார்த்ததுபோல, 1898இல் இராஜத்துரோகம் என்பதன் வரையறையே திருத்தப்பட்டபோதுதான், பம்பாய், கல்கத்தா, அலகாபாத் உயர்நீதிமன்றங்களின் தீர்ப்புகளை ஒரேமாதிரியாக ஒழுங்குபடுத்தும்போதுதான், வசைப்பேச்சினைக் குற்றமாக்கி, ஒரு புதிய சேர்க்கையாக, இந்தியக் குற்றச் சட்டத்தில் பிரிவு 153 (அ) புகுத்தப்பட்டது.[2] அதன்பிறகு, "நம் அரசியாரின் குடிமக்களின் வெவ்வேறு வகுப்புகளுக்கிடையில் பகைமை அல்லது வெறுப்பு சார்ந்த உணர்ச்சிகளைத் தூண்டுவது" ஒரு குற்றமாகியது.[3]

வசை அல்லது வெறுப்புப் பேச்சினை இந்தியக் குற்றச் சட்டத்தின்கீழ் ஒரு குற்றமாக்கித் திருத்தம் அறிமுகம் செய்யும்போது அரசப்பிரதிநிதியின் மன்றத்தில் இருந்த சட்ட உறுப்பினர் சாமர்ஸ், ஒருசீரான மக்கள் தொகையைக் கொண்ட இங்கிலாந்திலேயே வசையுரை தண்டிக்கத்தக்கதாக

இருக்கும்போது, வெவ்வேறு இனங்களும் மதங்களும் தொடர்ந்த தொடர்பில் இருந்துவரும் இந்தியாவில் அது இன்னும் அதிகமாகத் தேவைப்படுகிறது என்று கூறினார்.⁴ இந்தியாவில் அந்தக் காலத்தில் நிகழ்ந்துவந்த கிளர்ச்சிகளைப் பற்றிக் குறிப்பிட்டு, அவை இன-மதப் பகைமையின் தீயை விசிறும்போது பொதுமக்களின் அமைதிக்கு ஆபத்து விளைவிக்கின்றன என்பதை அரசாங்கம் ஏற்றுக்கொண்டுவிட்டது என்றார் அவர்.⁵

அவர் குறிப்பிட்டவற்றுள் ஒன்று, லேக் ராம் என்பவர் லாகூரில் 1897இல் கொல்லப்பட்ட சம்பவம். லேக் ராம் ஆரியசமாஜத்தின் முக்கிய உறுப்பினர். 1892ஐ ஒட்டி, அவர் ஒரு துண்டுப் பிரசுரத்தை எழுதினார். அதில் இஸ்லாம் மிகக் கடுமையான சொற்களால் விமரிசனம் செய்திருந்தார். இஸ்லாமின் அஹமதியா பிரிவை உருவாக்கிய மீர்ஸா குலாம் அகமது என்பவர், இப்படிப்பட்ட வசைச் சொற்களைக் கூறிய ஆறாண்டுகளுக்குள் லேக் ராம் உயிரிழப்பார் என்று 1893இல் தீர்க்கதரிசனமாகக் கூறியிருந்தார். 1897 மார்ச்சில் லேக் ராம் கொலை செய்யப் பட்டார்.⁶ இந்தியக் குற்றச் சட்டத்தின் 153-அ பிரிவைச் சேர்ப்பதை நியாயப்படுத்துவதற்குக் குறிப்பாக லாகூரில் நடந்த லேக்ராம் கொலையைச் சட்ட உறுப்பினர் சாமர்ஸ் குறிப்பிட்டார். அதேபோல, பிரிட்டிஷ் இந்தியாவில் அந்தச் சமயத்தில் நடந்த சம்பவங்களையும், உதாரணமாக, மேற்கு இந்தியாவில் பசுக் கொலைக் கலகங்கள், பெஷாவர் மாவட்டத்திலும் சின்னாரிலும் பூனாவிலும் நிகழ்ந்த சம்பவங்களை அவர் கூறினார். ஆனால் இவற்றில் சில சம்பவங்களுக்கும் வசைப் பேச்சுக்கும் சம்பந்தமே இல்லை.⁷

மன்றத்திலிருந்த பலபேரும் திருத்தத்திற்கு ஆதரவாகப் பேசினார்கள். இதற்கு முன்பாக மெட்ராஸில் குற்றநடுவராகப் பணிபுரிந்திருந்த நிகல்சன், இந்தச் சட்டம் இந்தியாவின் வெவ்வேறுபட்ட மத வேற்றுமைகளையும், சாதிகளுக்கிடையில் நீண்ட நாட்களாக உள்ள, மிக எளிதாகப் பற்றக்கூடிய சண்டைகளையும் சமாளிப்பதற்கு நடுவர்களுக்கு மிகவும் உதவியாக இருக்கும் என்றார். ஆனால், சில குரல்கள், பெரும்பாலும் இந்தியர்களின் குரல்கள், இந்தத் திருத்தத்திற்கு எதிராக எழுந்தன. மன்றத்தின் உறுப்பினருள் ஒருவரான சயானி,

பிரிவு 153-அ சமூகச் சீர்திருத்தவாதிகள் மதங்களை விமரிசனம் செய்யமுடியாமல் தடுத்துவிடும் என்றார். உதாரணமாக, அது விதவை மறுமணத்தை முன்வைப்பவர்களைத் தடுக்கும், மரக்கறி உணவியக்கம், பிரம்ம சமாஜம், ஒற்றைக் கடவுளியக்கம், சிலைவணக்க எதிர்ப்பியக்கம், பிரார்த்தனா சமாஜம் ஆகியவற்றிற்கும் குறுக்கே நிற்கும். இவற்றில் எதுவும் வெறுப்பையோ வசையையோ தூண்டுபவை அல்ல. சிட்னாவிஸ் என்ற மற்றொரு உறுப்பினர், இந்துக்களும் முஸ்லிம்களும் இந்தியாவில் பெரும்பாலும் சமாதானமாகவும் அமைதியாகவும் வாழ்ந்து வந்தார்கள், இந்தத் திருத்தத்திற்குக் காரணமான அண்மைக்கால எழுச்சிகள் மத வெறியின் திடீர் வெளிப்பாடுகள், இவற்றிற்கு எதிராகக் குற்றச் சட்டங்கள் எந்தப் பலனையும் அளிக்காது என்று கூறினார்.

இந்தியக் குற்றச் சட்டத்தின் 153-அ பிரிவு 1898இல் நடைமுறைப்படுத்தப் பட்டாலும், பல பத்தாண்டுகளுக்கு அது உறக்கநிலையில்தான் இருந்தது. இந்தச் சட்டத்தைப் பயன்படுத்திய முதல் அதிகாரபூர்வத் தீர்ப்பு 1926இல், கல்கத்தா உயர்நீதிமன்றத்தில் ஒரு வழக்கில் அளிக்கப்பட்டது.[8] கல்கத்தாவில் அச்சிடப்பட்ட ஃபார்வேர்ட் என்ற பத்திரிகை, முஸ்லிம்கள் பிற மதத்தவர்களுக்கு எதிராக வன்முறையில் ஈடுபட வேண்டும் என்று கூறிய உருதுப் பிரசுரம் ஒன்றின் மொழிபெயர்ப்பை வெளியிட்டது. இதில் நாம் அக்கட்டுரையைப் பிரசுரம் செய்த செய்தித்தாளின் போக்கினை மட்டுமல்ல, அந்தக் கட்டுரையை எழுதியவர், அல்லது பிரசுரித்தவரின் உள்நோக்கத்தையும் காண வேண்டும் என்று நீதிபதி ரேன்கின் கூறினார். அவர் ஓர் உதாரணத்தை அளித்ததோடு, செய்தித்தாள்கள் பெரும்பாலும் மத வன்முறை தொடர்பான சம்பவங்களைப் பற்றிய செய்திகளை வெளியிடுகின்றன என்றார். உதாரணமாக, ஒரு செய்தித்தாள் ஓர் இந்து, முஸ்லிம் ஒருவரால் மோசமாகத் தாக்கப்பட்டார் அல்லது கொலை செய்யப்பட்டார் என்ற செய்தியை வெளியிடலாம். இதைப் படிக்கும் சிலர் பதிலுக்கு முஸ்லிம்களுக்கு எதிராக வன்முறையில் ஈடுபடத் தூண்டப்படலாம். ஆனால் இதனால் அந்தச் செய்தித்தாள் கட்டுரை இந்தியக் குற்றச் சட்டத்தின் 153அ பிரிவுத் தவறுக்குள் வரும் என்பதல்ல. இந்தச் சம்பவத்தில் ஃபார்வேர்ட் பத்திரிகை வகுப்பு வெறுப்பினைத் தூண்டும்

அல்லது மேம்படுத்தும் நோக்கத்துடன் அல்லாமல், சாதாரண முறையில் ஒரு முழுமையாக நியாயமுள்ள, அர்த்தபூர்வமான செய்திக் கதையைத்தான் வழங்கியுள்ளது என்று நீதிபதி நோக்கினார். அந்தச் செய்திக் கதையைப் படிப்பவர்களில் சிலபேர் அந்தக் கணத்தின் முட்டாள்தனத்தினால் பிற மக்கள் வகுப்பினரைச் சேர்ந்தவர்களுக்கு எதிராக நியாயமற்ற உணர்வுகளைப் பெறுவார்கள் என்பது அப்பத்திரிகை பிரிவு 153அ -வின் கீழ் தண்டனைக்கு ஆளாக்கப்படக் கூடியது என்று ஆகாது.[9]

ஆனாலும் 1927இல் லாஹூரில் முடிவுசெய்யப்பட்ட வழக்கு ஒன்று விஷயங்களை அதிகமான சிக்கலுக்குள்ளாக்கி விட்டது.[10] தீர்க்கதரிசி முகமதுவை வசைபாடி உருதுமொழியில் ஓர் இந்துவால் எழுதப்பட்ட பிரசுரம் அது. அந்தப் பிரசுரத்தின் தலைப்பு, *ரங்கீலா ரஸூல்*, அதாவது 'பலவண்ண தீர்க்கதரிசி'. மீண்டும், அது ஆர்ய சமாஜத்தில் உறுப்பினராக இருந்த பண்டித சமுபாடி என்பவரால் எழுதப்பட்டது.[11] இந்தப் பிரசுரம் 1924இல் வெளியிடப்பட்டது. காந்திஜி அதை வன்மையாகக் கண்டித்தார். *யங் இந்தியா* பத்திரிகைக் கட்டுரையில், "இந்தத் தலைப்பே மிகவும் கீழானது, அதன் உள்ளடக்கம் தலைப்புக்கேற்ப அமைந்துள்ளது, தீர்க்கதரிசியை வசைபாடுவதும் நையாண்டி செய்வதும் எவ்விதத்திலும் மரியாதைக் குரியதல்ல, அது விளைவிக்கக் கூடிய தீங்கு வெளிப்படையானது" என்று காந்தி கூறினார்.[12] இதை எழுதியவரின் உள்நோக்கம் உணர்ச்சிகளைத் தூண்டுவது மட்டுமே என்று அவர் நம்பிக்கை தெரிவித்தார்.

இந்த வழக்கு, லாஹூர் உயர்நீதிமன்றத்திற்கு வந்தது. அதன் நீதிபதி தலீப் சிங் முஸ்லிம் அல்லாதவர். "இந்தப் பிரசுரத்தின் தொனி சந்தேகமின்றிக் கெடு நோக்கம் கொண்டதாகவும், முஸ்லிம் சமூகத்தின் ஒருவேளை மத உணர்வுகளைப் புண்படுத்தும் வகையிலும் உள்ளது" என்றாலும் "இது முஸ்லிம் மதத்தை நிறுவியவர் மீது நிந்தனைச் சொற்கள் கொண்டதொரு நையாண்டியாக இருந்தாலும், இதில் முகமதிய மதத்தைத் தாக்குகின்ற வகையிலோ, முகமதியர்களைப் பகைமைக்கோ வெறுப்புக்கோ உரியவர்களாக்குகின்ற வகையிலோ எதுவும் இல்லை" என்று அவர் கூறினார். தற்காலத்தில் உள்ள ஒரு குறிப்பிட்ட சமூகத்தைப் பிறர் தாக்குவதைத் தடுப்பதுதான்

பிரிவு 153அ-வின் நோக்கம் என்றும் ஒரு தாக்குதல் எவ்வளவு தீயநோக்கம் கொண்டதாகவும் இழிசுவை கொண்டதாகவும் இருப்பினும் மறைந்துவிட்ட மதத் தலைவர்களை விவாதத்திற் குள்ளாக்குவதைத் தடுப்பது அதன் நோக்கமல்ல என்றும் அவர் நம்பினார். தீர்க்கதரிசி போன்ற மதத்தலைவர்கள் மீதான தாக்குதல்கள் பிரிவு 153அ-வின்கீழ் கொண்டுவரப்பட்டால், ஒரு பொறுப்பான வரலாற்றாசிரியர் தனது வரலாற்றுப் படைப்பில் முகமதுவின் வாழ்க்கையை ஆராய்ந்து, அவர் பண்பின்மீது குறை கண்டாலும் அது தவறானதாகிவிடும் என்றும் கூறினார்.

நீதிபதி தலீப் சிங்கின் தீர்ப்பு பிரிட்டிஷ் இந்தியாவின் வடமேற்கு மாகாணங்களில் ஒரு கொந்தளிப்பை ஏற்படுத்தியது.[13] அப்பகுதியிலிருந்த முஸ்லிம்களிடையில் பரவலாக அமைதியின்மை காணப்பட்டது. பலபேர் நீதிபதி சிங் பதவி விலக வேண்டும் என்று கூறினார்கள். *முஸ்லிம் அவுட்லுக்* என்ற பத்திரிகை, சிங் தனது தீர்ப்பை வழங்குவதில் புறநோக்கங்களால் தூண்டப்பட்டார் என்று கூறியதற்காக நீதிமன்ற அவமதிப்புச் செய்ததாகக் குற்றம் சாட்டப்பட்டது என்பதை நாம் முன்னரே நோக்கினோம்.

லாஹூர் உயர்நீதிமன்றத்தின் மற்றொரு வழக்கு ஏறத்தாழ ரங்கீலா ரஸூல் வழக்கின் தீர்ப்பை அடியொற்றிச் சென்றது.[14] 1927 மே-யில், *ரிசாலா-இ-வர்த்தமான்* என்ற உருது சஞ்சிகை 'சயர்-இ-தோஜக்' அதாவது, 'நரகத்திற்கு ஒரு பிரயாணம்' என்ற கட்டுரையை வெளியிட்டது. அதை எழுதியவர் தேவி சரண் சர்மா என்ற ஓர் இந்து. அக்கட்டுரையில், ஆசிரியர் கனவில் சொர்க்கத்திற்கும் நரகத்திற்கும் சென்று வருகிறார். நரகத்தில் அவர் தீர்க்கதரிசி முகமது துன்பத்திற்குள்ளானதைக் காண்கிறார். இம்முறை, இந்த வழக்கு பிராட்வே, ஸ்கெம்ப் என்ற இரு பிரிட்டிஷ் நீதிபதிகளால் ஆராயப்பட்டது. பொதுவாகக் குற்ற வழக்குகளை ஒரு நடுவரே நோக்கித் தீர்ப்பளிப்பது வழக்கம் என்பதால் இது மாறுபட்டதாக இருந்தது. வழக்கினை நோக்குவதில் வேண்டுமென்றே இந்திய நீதிபதிகளை நிர்வாகம் ஒதுக்கி வைத்ததாகவும் கூறப்பட்டது. வழக்கை நோக்கும்போது, நீதிபதி பிராட்வே, "இந்தக் கட்டுரை மோசமான சுவை கொண்டதாகவும், கெடுநோக்கம் கொண்டதாகவும், இஸ்லாமின் புனித தீர்க்கதரிசியின் வாழ்க்கையில் நடந்த சில சம்பவங்கள்மீது

வெறுப்பூட்டும் நையாண்டியாகவும் உள்ளது" என்று கூறினார். இந்தியக் குற்றச்சட்டப் பிரிவு 153அ-வின்படி அது குற்றம் ஆகிறது என்றார். சர்மா ஓராண்டு கடுங்காவல் சிறைத் தண்டனை விதிக்கப்பட்டார்.

அதேசமயம், ஒரு மதம் அல்லது அதை நிறுவியவர் மீது கருத்துரைக்கும் வகையிலான, நியாயமிக்க, விமரிசனபூர்வமான, வலுவான தாக்குதல், அந்த மதத்தினைப் பின்பற்றுவோர் அதைக் கைவிடும்படியான நோக்கம் கொண்டதாயினும், அது பிரிவு 153அ-வின் படி தடுக்கப்படக் கூடியதல்ல என்று நீதிபதி பிராட்வே தெரிவித்தார். ஒரு மதம் அல்லது அதை நிறுவியவர் மீது தீநோக்கம் கொண்ட, அல்லது அவதூறான தாக்குதல் மட்டுமே இந்தச் சட்டத்தின்கீழ் வரும். அதாவது, ஒரு மதத்தலைவர் மீதான விமரிசனம் அவர் நிறுவிய மதத்தின்மீதான தாக்குதலிலிருந்து எளிதில் பிரித்தறியக்கூடியது அல்ல என்றாலும், அந்தத் தலைவர் இறந்தவர் அல்லது உயிரோடிருப்பவர் என்றாலும், அவர்மீதான ஒவ்வொரு விமரிசனமும் இச்சட்டப் பிரிவின்கீழ் வராது.

இதேபோல, 1927இல் அலகாபாத் உயர்நீதிமன்றம், விசித்ர ஜீவன் என்ற பெயர் கொண்ட ஒரு இந்திப்புத்தகம் பற்றிய வழக்கை முடிவுசெய்தது. தீர்க்கதரிசி முகமது, விபசாரம், தகாப்புணர்ச்சி போன்ற நடவடிக்கைகளை அனுமதித்தார் என்று அவரை நிந்தித்தது இந்தப் புத்தகம். இப்புத்தகத்தைத் தடைசெய்ய அரசாங்கம் தீர்மானித்தது. இந்த வழக்கை முடிவு செய்த மூன்று நடுவர்களும் அரசாங்கத்தின் முடிவுக்கு உடன்பட்டனர்.[15]

லாஹூர் உயர்நீதிமன்றத்தில் *ரிசாலா-இ-வர்த்தமான்* வழக்கில் வழக்காற்றுத் திருத்தம் வழங்கப்பட்ட போதிலும், அந்தக் குற்றச்சட்டம் 1927இல் திருத்தப்பட்டது. ஒரு புதிய பிரிவு, 295அ அதில் புகுத்தப்பட்டது. அதன்படி, எந்த ஒரு வகுப்பினர்மீதும் மத உணர்வுகளைப் புண்படுத்தும் வகையிலோ,[16] அந்த மதத்தையோ, மத நம்பிக்கைகளையோ வசைகூறும் வகையிலோ வேண்டுமென்றே தீய உள்நோக்கத்துடன் யார் செயல்படுவதும் குற்றம் ஆக்கப்பட்டது.[17]

இந்தப் பிரிவு பாராளுமன்றத்தில் சூடான விவாதத்திற் குள்ளாகியது. இதன் எதிர்ப்புக் குறிப்பில், பாராளுமன்றச்

சிறப்புக் குழுவின் சில உறுப்பினர்கள்[18]- என். சி. கேல்கர் போன்றோர்- அது மதவெறியர்களை ஆதரிக்கக் கூடியது என்றனர். இந்தியாவில் பின்பற்றப்படும் எல்லாப் பெரு மதங்களும் சமாதானத்தைக் கற்பிப்பதையே அடிப்படை நோக்கமாகக் கொண்டவை. மதங்கள்மீது கெடுநோக்குடைய, மோசமான தாக்குதல்களுக்கு எதிராக வன்முறையில் ஈடுபடுவது இந்த நோக்கத்தைக் கெடுக்கக்கூடியது என்று அவர்கள் வாதிட்டனர். சமூக சீர்திருத்தவாதிகளுக்கும், அசலான போதனைகளின் உண்மை அர்த்தத்துடன் நெருக்கமான புரிதலைக் கொண்டுவர முயலுவதற்கு, மதங்களை ஜனரஞ்சகமாகப் புரிந்து கொள்வதன் பரிணாமத்திற்கு உதவி செய்பவர்களுக்கும் எதிராக இந்தப் புதிய விதியைப் பயன்படுத்துமாறு அதிகாரிகளைத் தூண்டுவதாகும் என்றும் அவர்கள் கூறினர். வசைப் பேச்சினைக் கையாளுவதற்கு இருக்கும் குற்றச்சட்ட விதிகளே போதுமானவை என்றும், *ரிசாலா-இ-வர்த்தமான்* வழக்கு அதை உறுதிப்படுத்தியுள்ளது என்றும் அவர்கள் உரைத்தனர்.

சிறப்புக் குழுவின் பிற உறுப்பினர்கள் சிலர்- எம். ஏ. ஜின்னா தலைமையில், இந்த விதி போதிய அளவு கடுமையானதாக இல்லை என்று வாதிட்டனர். மிகுந்த அளவு ஜின்னாவின் முயற்சியினால்தான் பிரிவு 295அ-வின் கீழ்வரும் குற்றங்கள் ஜாமீன் அளிக்கக்கூடியவை அல்ல என்று ஆக்கப்பட்டன.[19]

தெளிவான இப்போதைய அபாயம்

அமெரிக்காவின் அரசியல் சட்டம் பதினெட்டாம் நூற்றாண்டின் பிற்பகுதியில் உருவாக்கப்பட்டது என்றாலும், இருபதாம் நூற்றாண்டின் தொடக்கத்தில்தான் சுதந்திரப் பேச்சுக்கான முதல் முக்கிய வழக்கு தீர்மானிக்கப்பட்டது. வழக்கு *அமெரிக்க ஐக்கிய நாட்டுக்கு எதிராக ஷெங்க்*[20] என்பது. அப்போது பெரும்போருக்கு அனுப்பப்பட இருந்த அமெரிக்க இராணுவப் பணியாளர்களுக்கு[21] ஆயிரக்கணக்கான துண்டுப் பிரசுரங்களை விநியோகிக்க முயற்சி செய்தார். அந்தப் பிரசுரங்கள் இராணுவப் பணியில் கட்டாயமாகச் சேர்க்கப்பட்டவர்கள் ஒரு குற்றவாளிபோலத்தான் நடத்தப்படுவார்கள் என்பது போன்ற செய்திகளைச் சொல்லின. "அச்சுறுத்தலுக்கு அடிபணிய

வேண்டாம்" என்று அமெரிக்க ஆயுதப் படையினர்க்கு ஆலோசனை கூறிய ஷெங்க், "உங்கள் உரிமைகளை நிலைநாட்டுங்கள்" என்றார். இது பேச்சுரிமையின் கீழ் வருமா வராதா என்பதைத் தீர்மானிக்க வேண்டிய நீதிபதி ஆலிவர் வெண்டல் ஹோம்ஸ், பின்வரும் புகழ்பெற்ற தீர்ப்பை எழுதினார்:

> ஒவ்வொரு செயலின் பண்பும் அது செய்யப்படும் சூழ்நிலையைப் பொறுத்தது... மிகவும் கடுமையாகப் பேச்சுரிமையை நடைமுறைப் படுத்துவதும்கூட ஒரு மனிதனைப் போலியாக ஒரு அரங்கிற்குள் தீயை உமிழ்ந்து ஒரு குழப்பத்தை ஏற்படுத்துவதைத் தடைசெய்யாது... ஒவ்வொரு விஷயத்திலும் பயன்படுத்தப்படும் சொற்கள் அந்தச் சந்தர்ப்பத்திற்கேற்றவாறு உள்ளனவா, உண்மையிலேயே காங்கிரஸ் தடுக்கவேண்டிய உரிமை கொண்ட முக்கியமான தீமைகளைக் கொண்டுவரும் படியான தெளிவான நிகழ்கால அபாயத்தைத் தெளிவாக உணர்த்துவனவாக உள்ளனவா என்பதுதான் கேள்வி.[22]

தெளிவான நிகழ்கால அபாயம் என்ற சோதனையில் மூன்று உட்பகுதிகள் உள்ளதாகத் தோன்றியது. ஒன்று, சொற்களின் பண்பு மிக முக்கியமானது என்று ஹோம்ஸ் கூறினார். ஓர் அரங்கத்தில் ஒருவர் "பாப்கார்ன்"[23] என்று சத்தமிட்டால், அது முதல் திருத்தத்தின் கீழ் தடைசெய்யப்படாது. என்ன சொற்கள் பேசப்பட்டன, அவை எப்படி உச்சரிக்கப்பட்டன என்பது முக்கியமானது. உதாரணமாக "நெருப்பு" என்ற சொல்லைக் கூச்சலிடுதல். இரண்டாவது எந்தச் சூழ்நிலையில் அந்தச் சொற்கள் உச்சரிக்கப்பட்டன என்பதும் முக்கிய மானது என்று ஹோம்ஸ் கூறினார். ஒருவன் அமைதியான நிலவொளியில் கடற்கரையில் தன்னைச் சுற்றி எவரும் இல்லாத போது, "நெருப்பு" என்று கத்தினால், அதுவும் தடை செய்யப்படக் கூடிய ஒன்றல்ல. ஆனால், மற்றொரு வழக்கில் ஹோம்ஸ் கூறியதுபோல,[24] ஒரு சிறுமூச்சுகூட ஒரு நெருப்பைப் பற்றவைக்கப் போதுமானது எனக்கூடிய சூழ்நிலைகள் உள்ளன. மூன்றாவது, ஹோம்ஸ், உள்நோக்கம் என்பதை வலியுறுத்தினார். ஒருவன் ஓர் அரங்கில் நெருப்புப் பிடித்திருப்பதாக உண்மையிலேயே நினைத்து "நெருப்பு"

என்று கூச்சலிடுகிறான், ஆனால் உண்மையில் அங்கு தீப்பிடிக்க வில்லை. அப்போதும் அவனது பேச்சு அமெரிக்க அரசியல் சட்டத்தின் முதல் திருத்தத்தின்படி தடைசெய்யக் கருதப்பட மாட்டாது.[25]

அமெரிக்காவில் உளவுச் சட்டம் 1918இல் திருத்தப்பட்டது. அதன்படி அப்போதைய பெரும்போரில் தேவையான பொருள்கள் உற்பத்தியைத் தடுப்பதற்கு எவர் தூண்டினாலும் அது சட்டத்துக்குப் புறம்பானது.[26] இப்போது, அமெரிக்கா ரஷ்யாவுடன் போரிடவில்லை, ஜெர்மனியுடன்தான் போரில் இருந்தது. போல்ஷ்விக் புரட்சிக்குப் பிறகு ரஷ்யா போரை விட்டுவிட்டது. 1918இல் சோவியத் ஒன்றியத்திலுள்ள நகரங்களுக்கு அமெரிக்கா தன் படைகளை சிவப்புகளுக்கு எதிராக வெள்ளைகளுக்கு ஆதரவாக அனுப்பியது (வெள்ளைகள் பழைய ஆட்சி முறைக்கு ஆதரவாக இருந்தவர்கள்).[27] ஜேகப் ஆப்ராமும் இன்னும் சிலரும் ரஷ்யாவிலிருந்து புலம் பெயர்ந்து வந்தவர்கள், அவர்கள் தங்களை அராஜகவாதிகள் என்று சொல்லிக் கொண்டார்கள்.[28] ஆப்ராமும் பிறரும் ரஷ்யாவில் அமெரிக்காவின் தலையீடு ரஷ்யப் புரட்சியை நசுக்குவதற்காக என்று நினைத்தார்கள். அவர்கள் ஆயிரக்கணக்கான சுற்றறிக்கைகளை நியூயார்க்கில் விநியோகம் செய்தார்கள். அது பொதுவாக வேலைநிறுத்தத்தில் ஈடுபடுமாறும், ஆயுதத் தொழிற்சாலைகள் ஆயுதங்களை உற்பத்தி செய்ய வேண்டாம் என்றும் வேண்டியது.[29] அவர்களின் நோக்கம் அமெரிக்காவின் போர் முயற்சியைத் தடுப்பதல்ல, சோவியத் ஒன்றியத்தில் போல்ஷ்விக் ஆட்சியைக் கவிழ்க்காமல் இருக்கச் செய்வதுதான். *அமெரிக்காவுக்கு எதிராக ஆப்ராம்ஸ்*[30] என்ற வழக்கில் அவர்கள் கைதுசெய்யப்பட்டு குற்றவாளிகள் ஆக்கப்பட்டனர். ஆனால் உச்சநீதிமன்றம் அவர்கள் நம்பிக்கைகளை ஆதரித்தது. இந்தச் சமயத்திலும், நீதிபதி ஹோம்ஸ், நீதிபதி பிராண்டீஸுடன் இணைந்து ஒரு புகழ்பெற்ற மறுப்புரையை வெளியிட்டார். தெளிவான நிகழ்கால அபாயம் என்பதை அவர் தெளிவான உடனடி அபாயம் என்ற சொற்களால் கூறினார். ஒரு நபரின் பேச்சு உடனடியாகக் கிளர்ச்சி அல்லது வன்முறையைத் தூண்டினால் அன்றி, அது பாதுகாப்பானதாகக் கருதப்படும். அப்போது பின்வரும் புகழ்பெற்ற சொற்களைக் கூறினார். “சந்தையின் போட்டியில் ஒரு சிந்தனையின் பலம் ஏற்றுக்

கொள்ளப்படுவதில்தான் இருக்கிறது. அதுதான் உண்மைக்குச் சிறந்த சோதனை" என்று தனது தீர்ப்பைக் கூறி முடித்தார்.[31]

ஒரு கும்பல்மிக்க அவை, அதில் நெருப்பில்லை என்று தெரிகின்றபோது ஒருவனுக்கு நெருப்பு என்று கத்துவதற்கு உரிமை கிடையாது. ஏனெனில் அவனுடன் வாதிட முடியாது. ஆனால் போதிய நேரம் இருந்து வாதிட்டு அவன் கூறுவது தவறு என்று நிரூபிக்க முடியுமானால், ஹோம்ஸின் அணுகுமுறை, அவன் என்ன விரும்புகிறான் என்பதைச் சொல்ல அவனுக்கு உரிமை அளிக்கவே வேண்டும் என்றுதான் கூறும்.[32]

ஹோம்ஸ்-பிராண்டீஸ் அணுகுமுறை அமெரிக்க உச்சநீதி மன்றத்தினால் ஓஹையோவுக்கு எதிராக பிராண்டன்பர்க்[33] என்ற வழக்கில் அமெரிக்க உச்சநீதிமன்றத்தினால் ஏற்றுக் கொள்ளப்பட்டது. இந்த வழக்கில் முறையீட்டாளர் கூ க்ளக்ஸ் க்ளான் என்ற அமைப்பின் தலைவர். அந்த அமைப்பு வெள்ளை இனம் உயர்ந்தது என்பதில் நம்பிக்கை கொண்டது. அது வெளிப்படையாகவே செமிடிக், கத்தோலிக்க, கருப்பர் குழுக்களுக்கு எதிரானது.[34] முக்காடணிந்த நபர்கள் சிலுவைகளை எரிக்கும் கூட்டத்தில், "உண்மையில், நான் கருப்பன் ஆப்பிரிக்காவுக்குத் திருப்பி அனுப்பப்பட வேண்டும், யூதன் இஸ்ரேலுக்கு அனுப்பப்பட வேண்டும் என்று நம்புகிறேன். நாங்கள் பழிவாங்கும் கூட்டமல்ல, ஆனால் காக்கேசிய இனமாகிய வெள்ளை இனத்தவரை ஒடுக்க நமது ஜனாதிபதி, நமது காங்கிரஸ் அவை, நமது உச்சநீதிமன்றம் ஆகியவை முனைந்தால் கொஞ்சம் பழிவாங்கும் நடவடிக்கைகளில் நாங்கள் ஈடுபட நேரிடும்" என்று பேசுகின்ற அவையில், அந்த நபர் கலந்துகொண்டார். குற்றம் செய்வதன் கடமை, தேவை, உரிமை ஆகியவற்றை முன்வைக்கின்ற குற்றக் குழுவினர் கூட்டவையைத் தடுக்கும் ஓஹையோ மாநிலச் சட்டத்தின்படி அவர் கைதுசெய்யப்பட்டார். நீதிமன்றம், செயலுக்கு ஆதரவாக வாதிடுதலுக்கும், தூண்டுவதற்கும் இடையில் வேறுபாட்டை நோக்கியது. முன்னது பேச்சுரிமையின்கீழ் பாதுகாக்கப்பட்டது. பின்னது அவ்வாறன்று.[35] தூண்டுதலினின்றும் வேறான கருத்து-முன்வைத்தலையே தடுக்கின்ற ஓஹையோ சட்டம் வீழ்த்தப்பட்டது.[36]

சுதந்திர இந்தியாவில் ஆதரவாக வாதிடுதலும் தூண்டுதலும்

இந்திய உச்சநீதிமன்றமும், அமெரிக்க உச்சநீதிமன்றம் போலவே பல சந்தர்ப்பங்களில், குற்றங்களைத் தூண்டுவது தான் தடுக்கப்பட்டுள்ளது, ஆதரவாகப் பேசுதல் அவ்வாறல்ல என்று கருதியுள்ளது.

பஞ்சாப் மாநிலத்துக்கு எதிராக பல்வந்த் சிங்[37] என்ற வழக்கில், பல்வந்த் சிங்கும் பூபீந்தர் சிங்கும் அரசாங்கப் பணியாளர்கள். 1984 அக்டோபர் 31 (அதுதான் பிரதமர் இந்திரா காந்தி கொல்லப்பட்ட தினம்) அன்று, அவர்கள் தங்கள் அலுவலகங்களிலிருந்து வெளிவந்து, மக்கள் கூடியிருக்கும் ஓரிடத்தில், காலிஸ்தான் ஜிந்தாபாத் போன்ற இந்தியாவுக்கு எதிரான முழக்கங்களை எழுப்பினர். பிறவற்றுக்கிடையில், அவர்கள் வசைப்பேச்சில் ஈடுபட்டதற்காக அவர்கள் கைதுசெய்யப்பட்டனர். உச்சநீதி மன்றம் அதை மறுத்துவிட்டது. வேறெந்த வெளிப்படையான செயலும் இன்றித் தற்செயலாக ஓரிருமுறை முழக்கங்களை எழுப்புவது வெறுப்புப் பேச்சினை உருவாக்கப் போதுமானது ஆகாது என்று கூறியது. அவர்கள் ஊர்வலம் எதையும் தலைமை தாங்கிச் செல்லவில்லை, ஒழுங்கின்மையை உருவாக்கத் தூண்டும் நோக்கம் அவர்களுக்கு இல்லை, அவர்களது முழக்கங்கள் எவ்வித எதிர்வினையையும் உருவாக்க வில்லை, அல்லது சட்டம் ஒழுங்குப் பிரச்சினையை ஏற்படுத்தவில்லை. இவையெல்லாம் நீதிமன்றம் முடிவுக்கு வரும் முன்பாகக் கருத்தில் கொண்டவை.

மதம், மொழி போன்ற எளிதில் வெடிக்கக்கூடிய விஷயங்கள் தொடர்பானவை என்றாலும், அரசாங்கக் கொள்கையை நிதானமான முறையில் விமரிசனம் செய்தல் தடுக்கப்பட்ட பேச்சாகக் கருதப்படுவதில்லை. உதாரணமாக, மைசூர் அரசுக்கு எதிராக டாக்டர் வி.கே. ஜாவலி[38] என்ற வழக்கில் அரசாங்கத்தின் இந்தி மொழிக் கொள்கையை விமரிசனம் செய்த ஒரு அரசாங்க அதிகாரியின் பேச்சை உச்சநீதிமன்றம் ஆராய்ந்தது. அந்தப் பேச்சில், பள்ளிகளிலும் கல்லூரிகளிலும் பயிற்று மொழியாகவும், நீதிமன்றங்களில் அலுவலக மொழியாகவும் வட்டார மொழியே இருக்கவேண்டும் என்று அந்த அலுவலர் கூறியிருந்தார். வெவ்வேறு மாநிலங்களில் வெவ்வேறு

மொழிகள் கற்பிக்கப் படலாம், ஆனால் கன்னடம் முதலில் இருக்கவேண்டும், இந்தி அதற்குப் பின்னர்தான் என்றார். பொது ஒழுங்கு என்ற சொற்களை மிக தாராளமாக, விரிவாகப் பொருள்கொண்டாலும்கூட, எவ்விதத்திலும் இந்தப் பேச்சு அதைக் கெடுப்பதாகக் கொள்ள முடியாது என்று நீதிமன்றம் கூறிவிட்டது.[39]

இந்திய ஒன்றியத்துக்கு எதிராக கஜானன் விஸ்வேஸ்வர் பிர்ஜுர்[40] என்ற வழக்கில் உச்சநீதிமன்றம், இந்தியாவில் மார்க்சிய இலக்கியத்தின் வெளியீட்டாளர் மற்றும் விநியோகஸ்தர் ஒருவரால் கொண்டுவரப்பட்ட வழக்கினை ஆராய்ந்தது. 1978இல் சீன மக்கள் குடியரசிலிருந்து அவர் மா சேதுங்கின் எழுத்துகளை உள்ளடக்கிய நூல்களை இறக்குமதி செய்தார். 1878இன் கடல் சுங்கவரிச் சட்டம், பிறவற்றுக்கிடையில் படைவீரர்களை வன்முறை இழைக்கவோ ஆணைகளை மீறத் தூண்டவோ செய்கின்ற புத்தகங்களை அல்லது செய்தித்தாள்களை இறக்குமதி செய்வதைத் தடுக்கிறது. மேற்கண்ட மாவோ பற்றிய புத்தகங்கள் மத்திய அரசின் இந்தச் சட்டத்தின்கீழ் பறிமுதல் செய்யப்பட்டன. ஏறத்தாழ பதினைந்து ஆண்டுகள் கழித்து 1994இல் உச்சநீதி மன்றம் இந்த வழக்கை இறுதி முடிவுக்குக் கொண்டுவந்தது. பொதுவுடைமை உலகில் மிகப் பெருமாற்றங்கள் நிகழ்ந்துள்ளன. அதனால் இன்று மாவோவின் எழுத்துகளை இன்று இறக்குமதி செய்தாலும் எவரும் கைப்பற்றவோ பறிமுதல் செய்யவோ கவனிக்கவும் மாட்டார்கள் என்று நீதிமன்றம் கூறியது.[41] கருத்து ஒருபோதும் அழிக்கப்பட முடியாதது என்று கூறி பறிமுதல் ஆணையை நீக்கியது.

இந்திய ஒன்றியத்துக்கு எதிராக ஸ்ரேயா சிங்கால்[42] வழக்கில், பிறவற்றுக்கிடையில், 2000ஆம் ஆண்டின் தகவல் தொழில்நுட்பச் சட்டத்தின் 66-அ பிரிவின் அரசியல் சட்ட நேர்த்தன்மை பற்றி உச்சநீதிமன்றம் ஆராய்ந்தது. எந்த ஒரு கணினி அல்லது தொடர்புக் கருவி மூலமாகவும் படுமோசமாக பாதிக்கின்ற, இடைவிடாமல் தொல்லை, வசதிக்குறைவு, ஆபத்து, தடை, அவமதிப்பு, காயப்படுத்தல், குற்றம்சார்ந்த பயமுறுத்தல், பகைமை, வெறுப்பு அல்லது மனக்கசப்பு ஆகியவற்றை உண்டாக்கும் வகையில் தவறான தகவல்களை அனுப்புதல்,

அல்லது வெறுமனே தொல்லை அல்லது தொந்தரவைத் தருவதற்காகவோ... செய்தியைப் பெறுபவரைச் செய்தி எங்கிருந்து வருகிறது என்று தெரியாமல் ஏமாற்றுவதற்காகவோ செய்தல் ஆகிய குற்றங்களுக்கு மூன்றாண்டுகள் சிறைத் தண்டனையும் அபராதமும் விதிக்கலாம் என்று அந்தப் பிரிவு கூறியது. "ஒரு விஷயம் எவ்வளவு பிரபலமற்றதாக இருந்தாலும், அதை விவாதிப்பதும் அல்லது ஆதரிப்பதும்கூட பிரிவு 19(1)(அ)இன் கருத்தில் உள்ளது, ஆகவே தடுக்க முடியாது. அப்படிப்பட்ட விவாதமோ ஆதரவோ தூண்டுதல் என்ற நிலைக்குச் சென்றால்தான் பிரிவு 19(2) நுழைகிறது" என்று நீதிபதி நாரிமன் கூறினார்.[43]

இந்தியச் சடடத்தின்கீழ், விவாதத்திற்குள்ளாகும் பேச்சிற்கும், பொது ஒழுங்கின்மைக்கும் இடையில் நெருக்கமான காரண காரியத் தொடர்பு இருக்கவேண்டும். அதாவது, ஒரு கும்பல் மிக்க அரங்கில் ஒருவன் போலியாக நெருப்பு என்ற கூக்குரல் இடுவதைப் போல, அந்தப் பேச்சுக்குப் பொது ஒழுங்கின்மையை ஏற்படுத்தும் உடனடியான, தவிர்க்க வியலாத விளைவு இருக்கவேண்டும் என்ற தேவையில்லை. ஆனால், அந்தப் பேச்சுக்கும் பொது ஒழுங்கின்மைக்கும் இடையில் ஏதோ ஒரு நெருக்கமான காரணத் தொடர்பு இருக்க வேண்டும்.

டாக்டர் ராம் மனோகர் லோஹியாவுக்கு எதிராக மத்தியச் சிறையின் கண்காணிப்பாளர்[44] என்ற வழக்கில், உச்சநீதி மன்றம், 1932ஆம் ஆண்டின் உத்தரப் பிரதேசச் சிறப்பு அதிகாரச் சட்டத்துக்கு அரசியல் சாசன அனுமதிப்பு உண்டா என்பதை ஆராய்ந்தது. எந்த ஒரு கடனுக்கும் பணம் செலுத்தாமையை அல்லது செலுத்துவதைத் தள்ளிப்போடுதலைத் தூண்டுவது தண்டனைக்குரிய குற்றம் என்று அந்தச் சட்டம் கூறியது. உயர்த்தப்பட்ட நீர்ப்பாசன வரிகளை அரசாங்கத்துக்குச் செலுத்தவேண்டாம் என்று ராம் மனோகர் லோஹியா பிரச்சாரம் செய்து பேசிவந்தார். இந்தப் பிரிவு சட்டப்படி செல்லுகை அற்றது என்று கூறியதோடு, அதற்கும் பொது ஒழுங்கிற்கும் எந்தச் சம்பந்தமும் இல்லை என்றும் கூறியது.

பிஹார் அரசுக்கும் காமேஸ்வர் பிரசாதுக்கும் இடையிலான வழக்கில்[45] பிஹார் அரசாங்கத்தின் 1956ஆம் ஆண்டு

பணியாளர்கள் நடத்தை விதிகளின் விதி 4-அ ஏற்புடையதா என்பதைப் பற்றி உச்சநீதிமன்றம் ஆராய்ந்தது. ஒரு அரசாங்கப் பணியாளர், எந்தவித எதிர்ப்பு ஊர்வலத்திலும் பங்கேற்கலாகாது அல்லது தனது பணியின் நிலைமைகள் தொடர்பான எந்த விஷயத்திற்கும் சம்பந்தப்பட்ட எவ்வித வேலை நிறுத்தத்திலும் ஈடுபடக்கூடாது என்று அந்த விதி கூறியது. கிளர்ச்சிகளில் பலவகை உண்டு. சத்தமும் ஒழுங்கின்மையும் நிரம்பியதாகவும், உதாரணமாக, ஒரு கும்பல் கல்லெறிவதாகவும், வன்முறைசார்ந்து இருக்கலாம். அல்லது ஒரு குழுவின் உறுப்பினர்கள் தங்கள் அவதிகள் மீது கவனத்தை ஈர்க்க அவர்கள் பட்டை (பேட்ஜ்) அணிந்து அமர்ந்திருப்பதுபோல அமைதியாகவும் ஒழுங்காகவும் இருக்கலாம்.[46] கிளர்ச்சி ஊர்வலங்களைப் பொறுத்தவரை அந்த விதியை நீதிமன்றம் நீக்கியது. காரணம், எவ்வளவு குற்றமற்ற முறையில் பொது அமைதியைக் கெடுக்கச் சாத்தியமற்றதாக இருந்தாலும், எல்லா வகையான பொதுக்கிளர்ச்சிகளையும் அந்த விதி தடை செய்தது.[47]

பிஹார் அரசுக்கு எதிராக கேதார் நாத் சிங்[48] வழக்கில், இந்தியக் குற்றச்சட்டத்தின் 505ஆம் பிரிவின் அரசியல் சட்ட நேர்மையை உச்சநீதிமன்றம் ஆராய்ந்தது. அந்தப் பிரிவு ஒரு பேச்சாளரின் உரை ஆயுதப் படையைச் சேர்ந்தவர் தனது கடமையை மதிக்காமலிருக்கவோ அதில் தவறவோ செய்தால், அல்லது பொதுமக்களுக்கு பயத்தையோ அச்சத்தையோ தூண்டவோ செய்தால் அது தண்டனைக்குரிய குற்றம் ஆக்கியது. அப்பேச்சினால் ஒரு நபர் அரசுக்கு எதிராகக் குற்றம் செய்யலாம், அல்லது பொது அமைதிக்கு பங்கம் விளைவிக்கலாம், அல்லது ஒரு சமுதாயத்தைச் சேர்ந்த மக்களுக்கு எதிராக மற்றொரு சமுதாயத்தைச் சேர்ந்தவர்கள் பாதகம்செய்ய தூண்டவோ நேரிடலாம். இந்தப் பிரிவு அரசின் பாதுகாப்பு மற்றும் பொது ஒழுங்கின்மீது நேரடி விளைவை ஏற்படுத்துவதாக இருக்கிறது என்பதால் அதன் அரசியல் சட்ட நேர்மை ஏற்கப்பட்டது. [49]

ஹெக்லரின் தடையாணை

மிகப் பெரும்பாலான வழக்குகளில், வெறுமனே பொது ஒழுங்கினைச் சிதைக்கும் மனப்போக்கினைக் கொண்ட எந்தப் பேச்சும் தடைசெய்யப் பட்டதாக உச்சநீதிமன்றம் கூறியிருக்கிறது. எந்தச் சமயத்தில், ஆனால், ஒரு பேச்சு பொது ஒழுங்கினைச் சிதைக்கும் போக்கு உடையதாகச் சொல்ல முடியும்? இதை நிர்ணயிக்க, பல தீர்ப்புகளில் உச்சநீதிமன்றம் சில சோதனைகளை விதித்திருக்கிறது. இவற்றுள் முதலாவது, பொது ஒழுங்கின்மைக்கு ஒரு பேச்சு வழிசெய்யுமா என்பதைக் காண அந்த நீதிமன்றம், ஒரு நியாயமான (பகுத்தறிவுள்ள) கேட்பாளன் இடத்தில் (மீ-உணர்ச்சி கொண்டவன் அல்ல) தன்னை நிறுத்திக் கொண்டு கேட்க வேண்டும். கேட்பவர்கள் திடீரென்று பொது ஒழுங்கின்மையில் ஈடுபடுவார்கள், அதனால் அப்படிப்பட்ட பேச்சினைத் தடைசெய்யவேண்டும் என்ற கருத்து, அரசியல் சட்டத்தில் ஹெக்லரின் தடையாணை எனப்படும்.[50] இந்தச் சொல்லை உருவாக்கியவர் அமெரிக்க அறிஞர் ஹாரி கால்வன் ஜூனியர்.[51] சிலவகைப் பேச்சுகளை ஏற்றுக்கொள்ள முடியாத குறுக்கிடுவோர்கள் ('ஹெக்லர்'கள்) எதிர்பாராத வகையில் குறுக்கிட்டுக் குழப்பம் உண்டாக்குவார்கள் என்பதால் அந்தப் பொதுப் பேச்சின் மீதான தடை இது. ஒரு நியாயமான குறுக்கீட்டாளனின் காதுகள் வழி பொது ஒழுங்கு அளக்கப்பட வேண்டும் என்பது உச்சநீதிமன்றத்தின் கருத்து. அதேசமயம், கேட்பவரின் சமூக வகுப்பு என்பதும் முக்கியம் என்றது. ஒரு பேச்சு கீழ்த்தட்டு மக்களுக்காக வடிவமைக்கப் பட்டது என்றால் (வசைப் பேச்சுகள் பொதுவாக இப்படித்தான் அமையும்) நியாயமற்ற குறுக்கீட்டாளர்கள்கூட அதைத் தடுக்க முடியும். மேலும், அந்தப் பேச்சு சிறுபான்மையரின் மத நம்பிக்கைகள் போன்ற உணர்ச்சிகரமான விஷயங்கள் பற்றியது என்றால் அப்போது நீதிமன்றம் நியாயமான குறுக்கீட்டாளர்கள் நோக்குநிலையிலிருந்து மட்டும் அதைப் பார்த்தால் போதாது.

நியாயமான குறுக்கீட்டாளர்கள் என்ற சிந்தனை முதன் முதலில் முலாய் சிங் யாதவுக்கு எதிராக உத்தரப் பிரதேச மாநிலம்[52] என்ற வழக்கில் நீதிபதி வி. ஆர். கிருஷ்ணய்யரால் எடுத்துரைக்கப் பட்டது. அரசியல் தலைவரும் பகுத்தறிவாளருமான ஒருவரால்,

இராமாயணம்-மெய்யானதொரு வாசிப்பு என்ற நூல் எழுதப்பட்டது. உத்தரப் பிரதேச அரசாங்கம் அதன்மீது தடை விதித்தது. அந்தத் தடையை நீக்கிய நீதிபதி கிருஷ்ணய்யர், ஒரே படைப்புக்குப் பலபேரின் எதிர்வினைகள் பலவிதமாக இருக்கமுடியும். பிடிவாதமான பார்வைகளைக் கொண்ட ஒரு சில 'பைத்தியங்'களின் நோக்கு நிலையிலிருந்து ஒரு படைப்பினை எடைபோடக் கூடாது. குறிப்பிடத்தக்க எடுத்துரைப்பு ஒன்றில் நீதிபதி கிருஷ்ணய்யர் பின்வருமாறு கூறினார்:

> பூர்வகுடிகளைச் சங்கடப்படுத்தக்கூடிய ஒரு விஷயம், வளர்ந்த சமுதாயங்களில் சிரிப்பை ஊட்டலாம். ஒரு மதத்துக்கு, இனத்துக்கு, நாட்டுக்கு, காலத்துக்கு- மரபுக்குக் கடுமையாக வேறுபட்டிருப்பது மற்றொன்றிற்கு மிகவும் புனிதமான ஒன்றாக இருக்கலாம்... கலிலியோவிலிருந்து டார்வின் வரை, தோரூ, ரஸ்கினில் இருந்து கார்ல் மார்க்ஸ், எச்.ஜி.வெல்ஸ், பெர்னாட் ஷா, பெர்ட்ரண்ட் ரஸல் வரை, பல பெரிய சிந்தனையாளர்களை அவர்களது சிந்தனைகளுக்காகவும் கூற்றுகளுக்காகவும் மறுத்திருக்கிறார்கள். அதேபோல இந்தியர்களிலும் ஒரு கணம் மனுவிலிருந்து நேரு வரை. இன்றும் இங்குமங்குமாக, அவர்களது எழுத்துகளால் பாதிக்கப்படுகின்ற மறுப்போரைக் காணமுடியும். ஆனால் அவர்களது மாபெரும் எழுத்துகளைப் பற்றிச் சில பைத்தியங்கள் முரண்பாடான பார்வைகளைக் கொண்டிருக்கிறார்கள் என்பதற்காக அவற்றைக் கைப்பற்றுகின்ற அதிகாரத்தை எந்தப் பழமைவாத அரசாங்கமும் கொண்டிராது.[53]

இந்திய ஒன்றியத்திற்கு எதிராக ரமேஷ்[54] வழக்கில், தமஸ் என்ற தொலைக்காட்சித் தொடரைத் தடுக்கவேண்டுமா என்பது பற்றி உச்சநீதிமன்றம் ஆராய்ந்தது. பிரிவினைக்கு முந்திய லாஹூரில் இந்துக்களுக்கும் முஸ்லிம்களுக்கும் சீக்கியர்களுக்கும் இடையில் நிகழ்ந்த மதக் கலவரக் காட்சிகளை அந்தத் தொடர் காட்டியது. அந்தத் தொடரைத் தொலைக்காட்சியில் ஒளிபரப்ப அனுமதித்தபோது, உச்சநீதி மன்றம், நாக்பூர் உயர்நீதிமன்றத்தில் நீதிபதி விவியன் போஸ் முன்வைத்த சோதனையைக் கடைப்பிடித்தது. சொற்களின் விளைவினை

நியாயமான, பலமான மனம் கொண்ட, திடமான, தைரியமான மனிதர்களின் தரத்திலிருந்து தீர்மானிக்க வேண்டுமே ஒழிய, பலவீனமான, ஊசலாடுகின்ற மனங்கள் கொண்டவர்களின், அல்லது ஒவ்வொரு எதிரான பார்வையிலும் அபாயத்தைக் கண்டுபிடிக்கின்றவர்களின் தரத்திலிருந்து அல்ல என்று விவியன் போஸ் கூறியிருந்தார்.⁵⁵

பி. ஜகஜீவன் ராமுக்கு எதிராக எஸ். ரங்கராஜனின்⁵⁶ வழக்கில் இவ்வாறே, திரைப்படத் தணிக்கை பற்றிய பிரச்சினை ஒன்றை ஆராய்ந்தது. தணிக்கைக் குழு, ஒரே ஒரு கிராமத்திலே என்ற தமிழ்ப்படத்திற்கு யூ (அனைவரும் காணலாம் என்ற) சான்றிதழ் அளித்திருந்தது. கல்வி நிறுவனங்களில் சாதி அடிப்படையில் இட ஒதுக்கீடு செய்வதைக் கண்டித்து, மாறாகப் பொருளாதார அடிப்படையில் இட ஒதுக்கீடு அமைய வேண்டும் என்று அந்தப் படம் விமரிசனம் செய்திருந்தது. உச்சநீதிமன்றம் தணிக்கைக் குழுவின் முடிவை ஆதரித்தது. தணிக்கைக் குழு ஒரு திரைப்படத்தைச் சாதாரண பொதுப்புத்தியும் அறிவுநுட்பமும் உடைய பார்வையாளனின் நோக்கிலிருந்து காணவேண்டுமே ஒழிய, அசாதாரணமான, மீ-உணர்ச்சி கொண்ட ஒருவனின் நோக்கிலிருந்து காணக்கூடாது என்று நீதிமன்றம் கூறியது.⁵⁷ படத்தின் முக்கியக் கருப்பொருளைக் காணவேண்டுமே அன்றி தனித்த பகுதிகளிலிருந்து அங்கொன்றும் இங்கொன்றுமான வாக்கியங்களை வைத்து மதிப்பிடலாகாது.⁵⁸ ஒரு ஜனநாயகத்தில் எல்லாரும் ஒரேவிதப் பல்லவியைப் பாடத் தேவையில்லை என்று நீதிமன்றம் கூறியது.⁵⁹ ஹெக்லரின் தடை இந்தப் படத்தில் முற்றிலுமாகப் புறக்கணிக்கப்பட்டது. ஒருசில கிளர்ச்சிகள் அல்லது ஊர்வலங்களுக்காகவும் வன்முறைக்காகவும் பயந்து அரசியல் சாசன ரீதியாகப் பாதுகாக்கப்பட்ட ஒரு படம் பொதுப் பார்வைக்குத் தடுக்கப் படலாகாது என்று நீதிமன்றம் கூறியது. அப்படிச் செய்வது சட்டத்தின் விதியை மறுப்பதற்கும், மிரட்டலுக்கும் பயமுறுத்தலுக்கும் அடிபணிவதாக ஆகும் என்றது.⁶⁰ எதிர்ப்பான பார்வையாளரைக் கையாள முடியவில்லை என்று ஓர் அரசாங்கம், தனது இயலாமையை வைத்து வாதிட முடியாது என்றது நீதிமன்றம்.⁶¹

கர்நாடக அரசுக்கும் பரகூர் ராமச்சந்திரப்பாவுக்குமான வழக்கில்⁶² உச்சநீதிமன்றம் இந்தச் சிந்தனையை மட்டுப்படுத்திக்

கொண்டது. தர்மகாரண என்ற புத்தகம் வீரசைவப் பிரிவினரின் உணர்ச்சிகளைப் புண்படுத்துகிறது என்று அந்தப் புத்தகத்தின் அனைத்துப் பிரதிகளையும் கர்நாடக அரசு கைப்பற்றுமாறு ஆணையிட்டது. அந்த ஆணையின் நேர்த் தன்மையை உச்சநீதிமன்றம் ஆராய்ந்தது. அந்தப் புத்தகத்தின் 12ஆம் இயலில், வீரசைவப் பிரிவின் நிறுவனரான சென்ன பசவேஸ்வர என்பவர், திருமணத்திற்குப் புறம்பான உறவில் பிறந்தவர் என்று வாதிடப்பட்டிருந்தது. மொழி, கலாச்சாரம், மதம் இவற்றில் பரந்த வேறுபாடுகளைக் கொண்ட நாடு இந்தியா. இதில் பிறரின் மதநம்பிக்கைகளில் தேவையற்ற, தரக்குறைவான விமரிசனமோ குறுக்கீடோ செய்வது ஏற்றுக் கொள்ளப்பட இயலாதது என்று நீதிமன்றம் கூறியது.[63] முற்போக்கான எண்ணம் கொண்டவர்களுக்கு நகைக்கக் கூடிய குற்றச்சாட்டாக இருக்கக்கூடிய ஒன்று, பழமைவாத அல்லது மீ-உணர்ச்சியுடையவர்களுக்குக் கடுமையான மீறல் கருத்தாக இருக்கலாம் என்றது நீதிமன்றம்.[64] பழமைக் கருத்துடைய ஒரு சில பைத்தியங்கள்தான் 12ஆம் இயலினால் பாதிக்கப்படுவார்கள் என்ற நீதிபதி கிருஷ்ணய்யரின் கருத்தினை அது ஏற்றுக் கொள்ளவில்லை. அதற்கு பதிலாக இந்தியா பெரிய அளவில் மொழி, மத வேற்றுமைகளைக் கொண்ட நாடு, அதனால் அவற்றில் பலவீனமானவர்களுக்குக் கூடுதலான கவனிப்பையும் சலுகையையும் வழங்க வேண்டும் என்றது.[65] இதனைக் குழந்தை-கையுறை அணுகுமுறை என ஒருவாறு கூறலாம். இந்தத் தீர்ப்பின் அடிப்படை, மத, மொழிச் சிறுபான்மையினர் தங்கள் மதத்தையும் மொழியையும் பற்றிய கருத்துகளில் மீ-உணர்ச்சி கொண்டவர்களாக இருப்பார்கள், எனவே அவர்களைக் குழந்தை-கையுறைகளைக் கொண்டு (பாதுகாப்பாக) அணுகவேண்டும், ஆகவே அவர்களின் மதத்தையோ மொழியையோ இலக்காகக் கொள்ளும் எந்தப் பேச்சையும் எச்சரிக்கையுடன் நுட்ப ஆய்வுக்குட்படுத்த வேண்டும்.

புத்தகங்களைத் தடைசெய்தல்

பொது ஒழுங்கில் அத்துமீறல் ஏற்படுமென்றால் அப் பேச்சுகளுக்கு முன்-தடைகளைச் சுமத்தக் குற்றவியல்

நடுவர்களுக்கும் மாநில அரசாங்கங்களுக்கும் அனுமதி அளிக்கும் குற்ற நடைமுறைச் சட்டங்கள் இந்தியாவில் உள்ளன. அப்படிப்பட்ட சட்டங்கள் அரசியல் சாசனப்படி சரியானவை என்று உச்சநீதிமன்றம் ஆதரவளித்துள்ளது. காரணம், அந்தச் சட்டவிதிகளில் தவறான கையாளலுக்கு எதிராகப் பல நடைமுறைப் பாதுகாப்புகள் உள்ளன என்பது ஒன்று, மற்றது முன்-தடைகளைச் சுமத்தும்போது ஒரு குறிப்பிட்ட காலச் சட்டகத்துக்குள் அவை வரவேண்டும் என்று சட்டவிதிகள் கட்டுப்படுத்துகின்றன. உதாரணமாக, குற்ற நடைமுறைச் சட்ட விதிகளின் பிரிவு 144ஐத் திரும்பத் திரும்ப உச்சநீதி மன்றம் ஆதரித்துள்ளது. இந்த விதி, பிறவற்றினூடாக, குற்ற நடுவர்கள் பொதுக்கூட்டங்கள் நடத்துவதைத் தடுக்கும் ஆணையிடுவதற்கு வழிசெய்கிறது. அது தவறாகக் கையாளப் படாமல் இருப்பதற்கு எண்ணற்ற நடைமுறைப் பாதுகாப்புகளை அச்சட்டம் கொண்டிருப்பதாலேயே அது ஆதரிக்கப்படுகிறது.[66]

நாட்டுவிரோதம், வசைப்பேச்சு போன்ற பட்டியலிடப்பட்ட இனங்களில் மீறுமானால் அத்தகைய புத்தகங்களைப் பறிமுதல் செய்யலாம் என்று மாநில அரசாங்கங்களுக்குக் குற்ற நடைமுறைச் சட்டத் தொகுப்பு இடமளிக்கிறது.[67] அவை எந்த அடிப்படையில் எழுந்தன என்பதைப் போதிய அளவு விளக்கவில்லையானால் இந்த ஏற்பாடுகளின்கீழ் தரப்பட்ட ஆணைகளை நீதிமன்றம் ஏறத்தாழ எல்லாவற்றையும் செல்லாமல் ஆக்கியுள்ளது.

உத்தரப்பிரதேச மாநிலத்திற்கும் ஹர்நாம் தாஸுக்கும்[68] இடையிலான வழக்கில் ஹர்நாம் தாஸ் இரண்டு ஹிந்தி புத்தகங்களுக்கு ஆசிரியர். *Sikh Mat Khandan Part I, Bhoomika Nazam Sikh Mat Khandan* ஆகியவை அந்தப் புத்தகங்கள். 1953இல் பிரசுரமானவை. இந்தியக் குற்ற நடைமுறைச் சட்டத்தின் பிரிவு 153-அ வின் கீழ் அவற்றின் பிரசுரம் தண்டிக்கத்தக்கது என்று கூறி உத்தரப்பிரதேச அரசாங்கம் அந்தப் புத்தகங்களைக் கைப்பற்றியது.

ஒரு புத்தகத்தைப் பறிமுதல் செய்யவேண்டுமானால், ஓர் அரசாங்கம் இரண்டு நிபந்தனைகளைப் பூர்த்தி செய்ய வேண்டும். (1) முதலில், கைப்பற்ற வேண்டிய புத்தகம்

இந்தியக் குற்றச் சட்டத்தின்கீழ் சொல்லப்பட்ட விதிகளின் படி தடைசெய்யப்படக் கூடியதா என்பதைப் பற்றி ஒரு கருத்தை அரசாங்கம் உருவாக்கிக் கொள்ள வேண்டும். (2) அரசாங்கத்தின் கருத்துக்கான அடிப்படைகள் அந்த ஆணையில் சொல்லப்பட்டிருக்க வேண்டும். இந்த வழக்கில் ஆணையின் கருத்துக்கான அடிப்படைகளை அரசாங்கம் உருவாக்கிக் கொள்ளத் தவறிவிட்டது.[69] அரசாங்கம் ஆணையில் அதற்கான காரணங்களை எடுத்துரைக்காவிட்டால் வினவலுக்குள்ளான புத்தகத்தின் உள்ளடக்கங்களை ஆராய்ந்து பார்த்து கைப்பற்றுவதற்கான அடிப்படைகள் ஏதேனும் உண்டா என்று நோக்குவது நீதிமன்றத்தின் வேலை அல்ல என்று கூறிவிட்டது.[70]

சங்கராஜ் தாமோதர் ரூபாவாடேக்கு எதிர் மகாராஷ்டிர அரசு[71] வழக்கில் அமெரிக்காவின் மகாலெஸ்டர் கல்லூரியின் மதக்கல்விப் பேராசிரியர் ஜேம்ஸ் லெய்ன் எழுதிய *சிவாஜி-இஸ்லாமிய இந்தியாவின் இந்து அரசன்* என்ற நூலைப் பறிமுதல் செய்யுமாறு மகாராஷ்டிர அரசு உத்தரவிட்டது. மராட்டிய பிம்பமான சத்ரபதி சிவாஜியைப் பற்றித் தொல்பொருள் ஆய்வின் ஆதாரம் கொண்டு எழுதிய வாழ்க்கை வரலாற்று நூல் இது. மகாராஷ்டிரத்தின் முக்கியக் குறியீடு சிவாஜி. காலனிய இந்தியாவுக்கு முற்பட்ட காலத்தில் முஸ்லிம் ஆட்சியை எதிர்த்து நிற்கமுடிந்த ஒரு சில இந்து அரசர்களுள் சிவாஜியும் ஒருவர். அதனால் அவர் பெயராலேயே மகாராஷ்டிராவில் ஒரு கட்சி சிவசேனா என்று தன் பெயரை வைத்துக் கொண்டது. 1968இல் சின்னங்கள் மற்றும் பெயர்கள் (முறையற்ற பயன்பாட்டைத் தடுத்தல்) தடுத்தல் சட்டத்தின் பட்டியலில் சிவாஜியின் பெயரும் சேர்க்கப்பட்டது. அதாவது அவர் பெயரை எவரும் வியாபாரம், பெருவணிகம் போன்றவற்றில் பயன்படுத்த முடியாது. இந்தப் பட்டியலில் உள்ள ஒரே ஒரு இந்திய அரசன் சிவாஜி மட்டுமே.

லெய்னின் புத்தகம், வரலாற்று ஆராய்ச்சியின் அடிப்படையில் எழுதப்பட்டிருந்தாலும் கூட மகாராஷ்டிராவில் சில பேரால் இழிவுபடுத்துவது என்று நோக்கப்பட்டது. சிவாஜியின் வீரச்செயல்கள் சிலவற்றுக்கான மாற்று வடிவங்களை லெய்ன் எழுதியிருந்தார். உதாரணமாக, சிவாஜி, அஃப்சல் கானைக் கொன்றமை, பிராமண உலக ஒழுங்கின்படி முன்னரே

திட்டமிட்டுச் செய்த வன்முறை என அவர் கூறினார். சிவாஜியின் பெற்றோர் மீதும் ஐயப்பாடு உண்டு. அவர் மராட்டியர் அல்ல, ஒருவேளை ராஜபுத்திரராக இருக்கலாம் என்பர். மேலும் ஆதிக்கத்தின் தாகத்தினால் தூண்டப்பட்ட அதிகாரவெறி பிடித்தவராக சிவாஜி சித்திரிக்கப்பட்டார்.

மக்கள் பலபேர் இந்தப் புத்தகத்துக்கு எதிராகத் தெருக்களில் ஊர்வலம் சென்றனர். அவர்களின் செயல்கள் முட்டாள்தனத் தின் எல்லைக்குச் சென்றன. சான்றாக, லெய்ன் தனது புத்தகத்தின் நன்றியுரைப் பகுதியில் புகழ்மிக்க புனேயின் பண்டார்க்கர் கீழ்த்திசை ஆய்வு நிறுவனத்தின் பெயரை வெறுமனே சேர்த்திருந்தார். அங்குச் சில ஆய்வுச் செய்திகள் அவருக்குக் கிடைத்திருந்தன. சினமுற்ற கலகக்காரர்கள் அந்த நிறுவனத்திற்குள் புயலெனப் புகுந்து விலைமதிப்பற்ற பழஞ்சுவடிகளை அழித்தனர். அதேபோல புனேயிலிருந்த சமஸ்கிருத அறிஞர் சசிகாந்த் பஹூல்கருக்கும் லெய்ன் நன்றி கூறியிருந்தார். கோபமுற்ற கலகக்காரர்கள் அவர் முகத்தில் கரிபூசினர். இந்த எதிர்ப்புச் செயல் ஆழமான விசாரணைக்குகந்த, இனவாத அர்த்தங்களை உடையது. தனிநபர் ஒருவரும் இந்த நூலின் ஆசிரியருக்கும் பிறருக்கும் எதிராக முதல் தகவல் அறிக்கை வடிவத்தில் குற்றப் புகாரும் அளித்தார்.

இந்தச் சமயத்தில் மகாராஷ்டிர அரசு தனது ஆணையில் ஏன் இந்தப் புத்தகம் பறிமுதல் செய்யப்பட்டது என்பதற்கான விரிவான காரணங்களைக் கூறியிருந்தது. ஆனால் அவற்றை ஆராய்ந்த நீதிமன்றம் அவை போதுமானவை அல்ல என்று கூறியது. ஒரு நூலைப் பறிமுதல் செய்வதென்பது மிகவும் கடுமையான செயல். அது தனிமையின் உரிமைக்குள் குறுக்கிடுவதும் ஆகும்.[72] நீதிமன்றத்திற்காகப் பேசிய நீதிபதி டி. கே. ஜெயின், மேற்சுட்டிய நீதிபதி விவியன் போஸின் சோதனையைப் பயன்படுத்தினார். மேலும் அந்தப் புத்தகத்தின் வாசகர்கள் வகுப்பே அந்த எழுத்தின் எதிர்கால விளைவுகளைத் தீர்மானிக்கும் தன்மை கொண்டது எனவும் கூறப்பட்டது.[73] பறிமுதல் செய்யும் அரசின் ஆணை கிடப்பில் போடப்பட்டது.[74]

இந்திய உச்சநீதிமன்றமும் அமெரிக்க ஐக்கியநாட்டு அரசியல் அமைப்பின் முதல் திருத்தமும்

அமெரிக்க ஐக்கியநாட்டு அரசியல் சட்டத்தின் முதல் திருத்தச் சட்டத்துடன் இந்திய உச்சநீதிமன்றத்துக்கு அவ்வளவாக ஒத்துப்போகும் உறவு இல்லை. பிரிவுகள் 19(1) மற்றும் 19(2) ஆகியவை அயர்லாந்து நாட்டின் அரசியல் சட்டத்தினால் தூண்டப்பட்டவையே அன்றி, அமெரிக்கச் சட்டத்தினால் அல்ல. ஆனால், இந்திய அரசியல் சட்டத்தை உருவாக்கியவர்கள் திரும்பத்திரும்ப அயர்லாந்து நீதிமன்றங்களின் தீர்ப்புகளை அல்ல, அமெரிக்க உச்சநீதிமன்றத்தின் தீர்ப்புகளையே மேற்கோள் காட்டினர். அதேசமயம் இரண்டு நாடுகளிலும் பேச்சுரிமைக்கு அளிக்கப்படும் அரசியல் சட்டப் பாதுகாப்பில் காணப்படும் ஒற்றுமையின்மைகளைப் பற்றியே ஆலோசனைகள் செய்தனர். சான்றாக, மகாராஷ்டிர அரசுக்கு எதிராக பாபுலால் பராட்டே[75] வழக்கில், அமெரிக்க முதல் திருத்தத்திற்கும் இந்தியாவின் பிரிவு 19(1)(அ)வுக்கும் பாடபேதங்கள் இருப்பதால் ஷெங்க்கில் கூறப்பட்ட தெளிவான உடனடி அபாயம் என்பது இந்தியாவுக்குப் பொருந்தாது எனப்பட்டது.[76] மேலும் மது லிமாயேவின் வழக்கில்[77] இரண்டு திருத்தங்களிலும் உள்ள பாட வேற்றுமைகள்[78] காரணமாக அமெரிக்கத் தீர்ப்புகள் இந்தியாவில் தவறாகப் பயன்படுத்தப்படலாம்[79] என்று உச்சநீதிமன்றம் கூறியது.

ஆனால் லாலாய் சிங் யாதவின் வழக்கில், நீதிபதி கிருஷ்ணய்யர் "அமெரிக்காவின் தெளிவான உடனடி அபாயம் என்ற கோட்பாடு இந்தியாவுக்குப் பொருந்தாது என்றாலும், ஹோம்ஸ், ஜே.வின் ஒளியூட்டும் கூர்நோக்குகள் நிர்வாகிக்கும் நீதிபதிக்கும் ஏற்புடையனவாக அமைகின்றன" என்றார்.[80] எஸ். ரங்கராஜன் வழக்கில்[81] அமெரிக்க முதல் திருத்தத்திற்கும், இந்திய அரசியல் சட்டத்தின் (19)(2) பிரிவுக்கும் இடையில் காணப்படும் பாட வேற்றுமைகள் காரணமாக அமெரிக்க உச்சநீதிமன்றத்தின் முடிவுகள் ஏற்றுக் கொள்ளத் தக்கதாக இல்லை[82] என்று உச்சநீதிமன்றம் கூறியது. இருப்பினும், அந்த வழக்கில் தெளிவான உடனடி அபாயம் என்ற சோதனையை நீதிமன்றம் ஏற்றுக் கொள்வதாகவே தோன்றியது. ஒரு வெடிமருந்துப் பீப்பாய்க்குள் புகுந்துவிட்ட சிறுதீப்பொறி போல, பிரச்சினைக்குள்ளான பேச்சு பிரிக்கமுடியாதவாறு

எதிர்நோக்கப்பட்ட செயலுடன் தொடர்பு கொண்டதாக இருக்கிறதா என்றுதான் நீதிமன்றமே கேட்டது.[83]

அதற்குப் பிறகு ஸ்ரேயா சிங்கால் வழக்கில்[84] நீதிபதி ஆர். எஃப். நாரிமன் (ஒருவேளை ஹார்வர்டு சட்டப் புலத்தில் எல்.எல். எம். பட்டத்திற்குப் படித்துவிட்டு இந்திய உச்சநீதிமன்றத்தில் நுழைந்த முதல் நடுவர் இவராகவே இருக்கலாம்) அமெரிக்க நாட்டில் பேச்சுரிமைச் சட்டம் பற்றி மிக விரிவாக விவாதித்தார். இந்தியப் பேச்சுரிமைச் சட்டத்துக்கும், அமெரிக்கப் பேச்சுரிமைச் சட்டத்துக்கும் இடையில் நான்கு முக்கியமான வேற்றுமைகள் இருக்கின்றன என்று சுட்டிக் காட்டப்பட்டது. (1) அமெரிக்க அரசியல் சட்டத்தில் சுதந்திரப் பேச்சுக்கான பாட உரிமை முழுமையானது. இந்தியாவில் அவ்வாறு இல்லை. (2) அமெரிக்க அரசியல் சட்டம் குறிப்பாகப் பத்திரிகைச் சுதந்திரம் பற்றி எடுத்துரைக்கிறது. ஆனால் வெளிப்பாட்டு உரிமை என்பது பற்றி எந்தக் குறிப்பும் இன்றி விட்டுவிடுகிறது. ஆனால் இந்திய அரசியலமைப்பு வெளிப்பாட்டுச் சுதந்திரம் பற்றிக் குறிப்பிடுகிறது, பத்திரிகைச் சுதந்திரம் பற்றி எதுவும் கூறவில்லை. (3) அமெரிக்காவில் பேச்சினைச் சுருக்கியுரைக்க முடியும், ஆனால் இந்தியாவில் அதன்மீது காரணார்த்தமான கட்டுப்பாடுகள் சுமத்தப்படலாம். (4) இந்தியாவில் பிரிவு 19(2) இன் கீழ் குறிப்பாகப் பேச்சுரிமைக்குப் பட்டியலிடப்பட்ட எட்டு கட்டுப்பாடுகள் உள்ளன. அவை அமெரிக்க அரசியல் சட்டத்தில் இல்லை.[85] முதல் மூன்று வேற்றுமைகளும் அவ்வளவாக முக்கியமானவை அல்ல.[86] பிரதிஅளவில் முழுமையான உரிமை என்றாலும் சுதந்திரப் பேச்சுக்கு அமெரிக்காவில் கட்டுப்பாடுகளும் உண்டு. இந்தியாவில் பேச்சுரிமை என்பது பத்திரிகைச் சுதந்திரத்தையும் உள்ளடக்கியுள்ளது. அமெரிக்காவில் பேச்சுரிமை என்பது வெளிப்பாட்டுரிமையையும் உள்ளடக்கியது. அமெரிக்காவில் சுதந்திரப் பேச்சிலும், இந்தியாவில் சுதந்திரப் பேச்சுக்கான கட்டுப்பாடுகளிலும், சுருக்கங்கள் என்பவை குறுகியதாக ஆக்கப்பட்டு, சுருக்கமான முறையில் விளக்கப்பட வேண்டும், அதன்வழி முழுமையாகத் தேவையான செய்திகள் மட்டுமே பெறப்பட வேண்டும்.[87] ஆகவே நான்காம் வேறுபாடு மட்டுமே முக்கியமானது. அமெரிக்காவில், பேச்சுரிமையைக் குறுக்க சட்டத்திற்குக் கட்டாயமான தேவை ஒன்று இருக்கவேண்டும்.

இந்தியாவில் அப்படிப்பட்ட சட்டங்கள் பொதுமக்களின் நலன்களுக்கு உகந்ததாக இருக்கும் வரையில் செல்லுபடியாகும்.[88] அமெரிக்க நீதிமன்றங்களில் பேச்சுரிமைக்கு அளிக்கப்பட்ட தீர்ப்புகள் சுதந்திரப் பேச்சின் மற்றும் வெளிப்பாட்டின் உள்ளடக்கத்தின்மீதும், அதை மீறுவதற்காக வகுக்கப்பட்ட சோதனைகளிலும் அதிகச் செயல்தூண்டும் (வசமாக்கும்) மதிப்பினைக் கொண்டிருந்தன.[89]

அமெரிக்க ஐக்கிய நாட்டில் வெறுப்புப் பேச்சு

அமெரிக்க ஐக்கிய நாட்டில் வசைப்பேச்சுக் கொள்கையின் வரலாறு இல்லினாய் மாநில மக்களுக்கு எதிராக ப்யூஹர்னாய்[90] வழக்கிலிருந்து தொடங்குகிறது எனலாம். அமெரிக்காவின் வெள்ளை வட்டக்குழு என்ற வெள்ளைக்காரர் மட்டுமே உயர்ந்தோர் என்ற கொள்கையுடைய அமைப்பின் தலைவராக ஜோசப் ப்யூஹர்னாய் இருந்தார். வெள்ளை மக்களிடம், அவர்கள் சொத்துகளிடம் (அண்டையிடங்கள்), நபர்களிடம் நீக்ரோக்கள் மேலும் அத்துமீறல், அலைக்கழித்தல், படையெடுப்பு ஆகியவற்றைச் செய்வதைத் தடுத்து நிறுத்தவேண்டும் என்று சிகாகோவின் நகரத் தலைவருக்கும் நகர்மன்றத்துக்கும் விண்ணப்பிக்கும் மனுக்களை அவர் அந்த அமைப்பின் ஆர்வலர்கள் வாயிலாக விநியோகித்தார். அந்தப் பிரசுரம், “நீக்ரோக்களின் கலப்பினமாக வெள்ளையினம் மாறுவது நம்மை ஒன்றிணைக்கவில்லையானால், நீக்ரோக்களை ஆக்கிரமித்தல்... பாலியல் வன்செயல்கள், கொள்ளைகள், கத்திகள், துப்பாக்கிகள், நீக்ரோக்களின் மரிஜுவானாக்கள் ஆகியவை நிச்சயமாகச் செய்யும்” என்று கூறியது. இல்லினாய்ஸின் ஒரு சட்டவிதி எந்த ஒருவரும், குடிமக்களின் ஒரு வகுப்பினரை, அவர்கள் எந்த இனத்தினர், நிறத்தினர், நம்பிக்கையினர், மதத்தினர் ஆயினும் அவர்களைத் துன்மார்க்கர்கள், குற்றவாளிகள், கற்பிழந்தவர்கள், நற்பண்பற்றவர்கள் என்று சித்திரிப்பதோ, அவர்களை வெறுப்பு, பரிகாசம், அவதூறுக்கு ஆளாக்குவதோ சட்டத்துக்கு மாறானது என்று கூறுகிறது. அதன்கீழ் அவர் குற்றம் சாட்டப்பட்டார். நீதிமன்ற ஜூரிகள் 5-4 என்ற வகையில் பிளவுபட்டனர். அவர்களின் சார்பாக, நீதிபதி ஃப்ராங்ஃபர்ட்டர் அந்தச் சட்டவிதியின் அரசியல்சட்ட நியாயத்தை நிலைநாட்டினார்.

ஆனால், அமெரிக்க உச்சநீதிமன்றத்தின் பியூஹர்னாய்த் தீர்ப்பு இன்றைக்கு நல்லதொரு சட்டமாக ஏற்கப்பட முடியாது.[91] அமெரிக்காவின் தேசிய சமதர்மக் கட்சிக்கு எதிராக ஸ்கோகீ கிராமத்தின் வழக்கில்[92] அது இல்லினாய் உச்சநீதிமன்றத்தினால் முற்றிலுமாகவே புறக்கணிக்கப் பட்டது. இந்த வழக்கின் பிரதிவாதிகள், அமெரிக்க தேசிய சமதர்மக் கட்சியினர், நாஜி அனுதாபிகளாக இருந்தவர்கள். இல்லினாய் அரசின் ஸ்கோகீ கிராமத்தில் அவர்கள் ஒரு பேரணியை நடத்த இருந்தனர். அதில் இந்த உறுப்பினர்கள் ஸ்வஸ்திகா முத்திரை அல்லது கைச்சுற்று கொண்ட சீருடைகளை அணிந்து வருவதாக இருந்தது. ஸ்கோகீயில் வாழும் 70000 மக்களில் 40500 பேர் யூத மதத்தைச் சேர்ந்தவர்கள் அல்லது அந்தத் தோற்றமூலத்தைக் கொண்டவர்கள். அவர்களிலும் ஏறத்தாழ 5000 முதல் 7000 வரை, ஜெர்மானியச் சித்திரவதை முகாம்களிலிருந்து உயிருடன் பிழைத்து வந்தவர்கள். ஸ்கோகீ கிராம மக்கள் இது பற்றி குக் கவுண்டியின் சர்க்யூட் நீதிமன்றத்தில் ஒரு புகார் அளித்து இவர்கள் பேரணி நடத்தக்கூடாது என்ற தடை உத்தரவை வாங்கினர். இல்லினாய் உச்சநீதிமன்றம் இந்தத் தடை உத்தரவை இல்லாமற் செய்தது. ஒரு சுதந்திர நாட்டின் கொள்கைகளுக்கு ஸ்வஸ்திகா சின்னத்தை விளம்பரக் காட்சிப் படுத்துவது எதிரானது என்றாலும், அதைக் காட்சிப் படுத்துபவர்களின் நம்பிக்கைகளைப் பொதுமக்களுக்கு எடுத்துக் காட்டும் குறியீட்டு அரசியல் பேச்சாகும் என்றது. இதனால் காண்பவர்களிடையே வன்முறைசார் எதிர்வினையை அது தூண்டக்கூடும் என்பதனாலேயே அமைதியான முறையில் இந்த ஊர்வலத்தை நடத்துவதைத் தடைசெய்ய முடியாது என்றது. குறிப்பாக, பிரதிவாதிகள் தங்கள் ஊர்வலத்திற்கு முன்னதாகவே நோட்டீஸ் அனுப்பியிருந்தார்கள். அதனால் ஸ்வஸ்திகா சின்னத்தைக் காண அல்லது சீருடையாளர்களைக் காண விரும்பாதவர்கள் தங்கள் பார்வையைத் திருப்பிக் கொள்ளலாம். தங்கள் செய்தியைப் பற்றிய முன்-அறிவிக்கை அளிப்பவர்கள் தன்னிச்சையாகக் கேட்பவர்களிடம் மோதலை விரும்புவதாகச் சொல்ல முடியாது என்று கூறப்பட்டது.

ஆர்வமூட்டும் விஷயம், 1980கள் தொடங்கி, அமெரிக்காவின் பல பல்கலைக்கழகங்கள் தங்கள் வளாகங்களுக்குள் வெறுப்புப் பேச்சினைத் தடை செய்யத் தொடங்கின. ஆயினும் இந்த ஒழுங்குமுறைகளை நீதிமன்றங்கள் வீழ்த்தின. உதாரணமாக,

1990 ஜூனில் ஸ்டான்ஃபோர்டு பல்கலைக்கழகம் தன் வளாகத்தில், சிறு குழுவாக இருக்கும் நபர்களை அவர்களின் பாலினம், இனம், நிறம், ஊனம், மதம், பாலியல் விருப்பம், அல்லது தேசிய-இன ஆதிநிலை ஆகியவற்றின் அடிப்படையில் புண்படுத்தவோ, வெறுத்து ஒதுக்கவோ நோக்கம் கொண்டதாக இருந்தால் அந்தப் பேச்சு தனிப்பட்ட பழிதூற்றுதல் என்பதன் வாயிலாகத் தொல்லை கொடுத்தல் என்பதாகும் என்ற ஒரு புதிய விதியை அறிமுகப்படுத்தியது. இந்த விதி, ஸ்டான்ஃபோர்டு பல்கலைக் கழகத்துக்கு எதிராக ராபர்ட் ஜே. கோரி[93] என்ற வழக்கில் நீதிமன்றத்தால் இல்லாமற் செய்யப்பட்டது.

அமெரிக்க உச்சநீதிமன்றத்தினால் செயிண்ட் பால் நகரத்துக்கு எதிராக ஆர்.ஏ.வி[94] என்ற வழக்கு பியூஹர்னாயின் மரணத்துக்கு வழியமைத்தது. இந்த வழக்கில் வாதியும் பிறரும், வாதி வசித்த தெருவிலேயே எதிர்வரிசையில் வசித்த கருப்பர் குடும்பம் வசித்த வீட்டின் வேலியிட்ட முற்றத்தில் ஒரு சிலுவையை ஒட்டித் தயார்செய்து எரித்தனர். இப்படிக் கருப்பர் குடும்பத்தின் முற்றத்தில் சிலுவையை எரிப்பதற்கு அந்தக் குடும்பம் அங்கு வரவேற்கப் படவில்லை, அதன் உறுப்பினர்கள் கடுமையான அபாயத்தில் இருக்கிறார்கள், அண்மையில் வெள்ளையின மேன்மை பேசும் வெறியர்கள் இருக்கிறார்கள் என்ற அச்சமும் பயமுறுத்தலுமான செய்தியை அறிவிப்பது என்று அர்த்தம். மனுச்செய்தவர் மீது எத்தனை குற்றங்களை வேண்டுமானாலும் சுமத்தலாம் (உ-ம். அத்துமீறல்). ஆனால் மின்னசோட்டாவிலுள்ள செயின்ட் பால் நகரம் அவன்மீது பிறவற்றுக்கிடையில், அவன் செய்தது ஒரு நடத்தைக்கேடு என்பதாக ஆக்கும் ஒரு சட்டத்தின்கீழ் அவனைக் குற்றம்சாட்ட முடிவுசெய்தது. ஒரு குழுவின்மீது இனம், நிறம், மதம், பால் எந்த வகையிலாயினும் பொது அல்லது தனிப்பட்ட சொத்தின் இடத்தில் எரியும் சிலுவை அல்லது ஸ்வஸ்திகா போன்ற குறியீடு எதையும் வைப்பது குற்றம். அமெரிக்க உச்சநீதிமன்றத்தின் கடந்தகால பழமைச்சின்னமான நீதிபதி ஸ்கேலியா நீதிமன்றத்தின் பெரும்பான்மைக் கருத்தை வாசித்தார். வெவ்வேறு நோக்குநிலைகளுக்கிடையில் வேறுபடுத்திக் காண்கிறது என்ற அடிப்படையில் அந்தச் சட்டவிதி நீக்கப்பட்டது. இனச் சமத்துவத்திற்கு ஆதரவாக வாதிடுபவர்கள் சண்டையிடும்

வார்த்தைகளைப் பயன்படுத்தலாம் என அனுமதித்தது. ஆனால் அதற்கு எதிராக வாதிடுபவர்கள் அம்மாதிரி வார்த்தைகளைப் பேச அனுமதியில்லை. உதாரணமாக, ஒரு நீதிமன்றத்தில் கத்தோலிக்கருக்கு எதிரான எல்லா மதவெறியர்களும் தவறாக வளர்க்கப்பட்டவர்கள் என்று கூறுவதை அது அனுமதித்தது. ஆனால் போப்பாண்டவரை ஆதரிப்பவர்கள் யாவரும் என்று கூற அனுமதிக்கவில்லை. செயின்ட் பாலுக்கு அப்படி ஒரு தரப்பினர் மட்டும் சுதந்திரமாக வாதிட, ஆனால் எதிர்த்தரப்பினர் மட்டும் விதிகளின்படிதான் வாதிட வேண்டும் என்று அனுமதிக்கும் உரிமையில்லை என்றார் ஸ்கேலியா.

ஃபெல்ப்ஸுக்கு எதிராக ஸ்னைடர்[95] என்ற வழக்கில், அமெரிக்க ஆயுதப் படையைச் சேர்ந்த ஒருவர் கடமையின் காரணமாக ஈராக்கில் கொல்லப்பட்டார். அவரின் தந்தை அவருக்காக ஒரு இறுதிச் சடங்கை நடத்தினார். இறுதிச் சடங்கு வழிபாடு நடப்பதற்கு அருகில் வெஸ்ட்பரோ பாப்டிஸ்டு தேவாலயத்தைச் சேர்ந்தவர்கள் மறியல் செய்தனர். அவர்களிடம் “கடவுள் அமெரிக்க ஐக்கியநாட்டை வெறுக்கிறார், 9/11க்காக நன்றி கூறுவோம்” “அமெரிக்கா நாசமாகிவிட்டது” “அமெரிக்க ஐக்கியநாட்டுக்காகப் பிரார்த்தனை செய்யாதீர்கள்” “ஈடிகளுக்காக கடவுளுக்கு நன்றி” “இறந்த சிப்பாய்களுக்காக கடவுளுக்கு நன்றி” “நரகத்திற்குச் செல்லட்டும் போப்பாண்டவர்” “சாமியார்கள் பையன்களைக் கற்பழிக்கிறார்கள்” “அடிமைப் பையன்களை கடவுள் வெறுக்கிறார்” “நீ நரகத்திற்குப் போக இருக்கிறாய்” “கடவுள் உன்னை வெறுக்கிறார்” என்பது போன்ற வாசகங்கள் எழுதிய அட்டைகள் இருந்தன. அந்தச் சிப்பாய் ஒருபாலினச் சேர்க்கையன் அல்ல.[96] சிப்பாயின் தந்தை தேவாலயத்தை நிறுவியவர் மீது வழக்குப் போட்டார். ஜூரிகள் அவருக்கு ஈடுசெய்யும் விதமாகவும் தண்டனைக்குரிய அபராதமாகவும் பல மில்லியன் டாலர்களை வழங்கினர். ஆனாலும், நீதிமன்றம் சார்பாகப் பேசிய நீதிபதி ராபர்ட்ஸ், இந்தத் தீர்ப்புடன் மாறுபட்டார்.

பார்வைக்கு வைக்கப்பட்டிருந்த வாசகங்களின் ஒட்டுமொத்த அழுத்தமும் முக்கிய விஷயமும் பரந்த நிலையில் பொது வாகச் சமூகத்திற்கான செய்திகளாக இருந்தனவே ஒழிய முழு அளவில் தனிப்பட்ட கவனத்திற்கு உரியவையாக

இல்லை. இறுதிச் சடங்கில் கலந்துகொண்டவர்களுக்கு ஏற்பட்ட துன்பத்திற்குக் காரணம், அந்தச் செய்திகளின் நோக்கு நிலையினால் ஏற்பட்டனவே ஒழிய மறியல் செய்தவர்களின் எவ்வித மோசமான நடத்தையினாலும் ஏற்பட்டவை அல்ல. அந்தப் பேச்சுகள் ஒரு பொது இடத்தில் பொது அக்கறைக்கான விஷயங்களைக் கொண்டிருந்ததால், முதல் திருத்தத்தில் கூறப்பட்டுள்ள சிறப்புப் பாதுகாப்புக்கு அவை உரியவை. அவை வருத்தம் ஏற்படுத்துபவை அல்லது வெறுப்பை எழுப்புபவை என்ற காரணத்தினால் அவற்றைத் தடுக்கலாகாது. பொதுப் பிரச்சினைகளில், பொதுவிவாதங்கள் மூச்சடைக்கச் செய்யப்படக் கூடாது என்பதால் காயமுண்டாக்கும் பேச்சுகள்கூட அமெரிக்காவில் பாதுகாக்கப்படும் என்று எடுத்துரைக்கப்பட்டது.

ஆகவே தனது அரசியல் சட்டம் வெறுப்புப் பேச்சுக்கு அளிக்கும் பாதுகாப்பில் அமெரிக்கா மற்ற நாடுகளிலிருந்து தனித்துக் காணப்படுகிறது.[97] உலகமுழுவதும், வெறுப்புப் பேச்சு முக்கியமாகக் கட்டுப்படுத்தப்படுகிறது. அமெரிக்க ஐக்கிய நாட்டுக்குள்ளும், வசைப்பேச்சுக்கு அது அளித்துள்ள பாதுகாப்பினை எதிர்ப்போர் இல்லாமல் இல்லை. மிகவும் அண்மையில், நியூ யார்க் பல்கலைக்கழக சட்டப்புலத்தின் பேராசிரியரான ஜெரெமி வால்ட்ரன் அமெரிக்காவின் வசைப் பேச்சுக் கொள்கை பற்றி மிகவும் தாக்கி ஒரு புத்தகத்தை வெளியிட்டுள்ளார்.[98] நியூசிலாந்தில் பிறந்த இவர், அமெரிக்காவுக்கு வருமுன்னர் ஆக்ஸ்ஃபோர்டில் போதித்து வந்தார். வசைப்பேச்சின் தீமை என்ற தனது புத்தகத்தில் ஒரு சமூகம் வெறுப்புப் பேச்சினை அனுமதிக்கும்போது, பலங்குறைந்த சிறுபான்மையினரின் கௌரவத்தையும் அந்நாட்டுக்குத் தாங்கள் சொந்தமென்ற உணர்ச்சியையும் காயப்படுத்துகிறது. அவர்களை அச்சத்தில் வாழவைக்கிறது. ஒரு வேடிக்கையான செய்தி, வால்டேர் பேச்சுரிமை பற்றிச் சொல்லியதாகக் கூறப்படும் ஒரு கூற்றினை, "நீ சொல்வதை நான் ஏற்கவில்லை, ஆனால் அதை நீ கூறும் உரிமையைப் பாதுகாக்க மரணம்வரை போராடுவேன்" என்பதை அவர் உண்மையில் கூறவேயில்லை என்பதைச் சுட்டிக்காட்டுகிறார். ஆங்கிலேயரான பியாட்ரிஸ் ஹால் என்பவர்தான் வால்டேரின் சிந்தனைகளை இச் சொற்றொடரால் தொகுத்தவர். இதற்கு

மாறாக, வால்டேர், வெறுப்புப் பேச்சினை ஒருபோதும் சகித்துக் கொண்டிருக்கவே மாட்டார் என்று வால்ட்ரன் சொல்கிறார். பதினேழாம் பதினெட்டாம் நூற்றாண்டைச் சேர்ந்த அறிவொளி இலக்குகளின்படி பொது ஒழுங்கு என்பது சண்டைசச்சரவின்மை என்பதை மட்டும் குறிக்கவில்லை, மக்கள் ஒருமுழ தூரத்தில் மரியாதையோடு ஒருவருக்கொருவர் தொடர்புகொண்டு வாழ்ந்ததையும் குறிக்கிறது. ஆனால் தனது வாதத்தை வால்ட்ரன் மிக அதிகமான தளர்ச்சிகளோடு முன்வைப்பதால், அவற்றில் சில அவரது வாதத்தை மிகவும் பலவீனப்படுத்துகின்றன.[99]

சுதந்திர இந்தியாவில் வெறுப்புப் பேச்சு

அரசியல் சட்டம் அமுல்படுத்தப்பட்ட பிறகு, இந்தியாவில் வெறுப்புப் பேச்சு தொடர்பான சட்டங்கள் மிகவும் வலுப்பெற்றே வந்துள்ளன. 1969இலும் 1972இலும் வெறுப்புப் பேச்சு பற்றிய வரையறையை மேலும் விரிவு படுத்தும் விதமாகப் பிரிவு 152அ திருத்தப்பட்டுள்ளது. இப்போது அது ஒற்றுமையின்மை, அல்லது வெறுப்பு, தீய எண்ணம், பகையுணர்வு ஆகிய உணர்வுகளை உருவாக்கும் விதமாக மதம், இனம், பிறந்த இடம், வசிப்பிடம், மொழி, சாதி அல்லது சமுதாயம் அல்லது வேறு எந்த அடிப்படையிலும் தூண்டுவதைக் குறிக்கிறது. காலனிய ஆட்சிக் காலத்தில் 153அ, 295அ பிரிவுகள் இரண்டும் நடவடிக்கை எடுக்கத்தக்க குற்றங்கள் அல்ல. ஆனால் 1970களில் இந்தப் பிரிவுக் குற்றங்கள் நடவடிக்கை எடுக்கத் தக்கவை ஆக்கப்பட்டன. இந்தியக் குற்றச் சட்டத்தின் பிரிவு 295அ-வின் அரசியல்சட்டப்படியான நேர்மைத்தன்மையை உச்சநீதிமன்றம் ஏற்றுக் கொண்டது.[100] ஆனால் மாஸ்டர் தாராசிங்கின் வழக்கில் இந்தியக் குற்றச்சட்டத்தில் 153அ-பிரிவை செல்லத் தகாதது ஆக்க வேண்டும் என்ற பஞ்சாப் உயர்நீதிமன்றத்தின் முடிவுக்கு எதிர்வினையின் ஒரு பகுதியாகத் தான் அரசியல் சட்டத்தின் முதல் திருத்தம் கொண்டுவரப்பட்டது என்பதைக் கண்டோம். 1988இல் இந்தியாவுக்குள் சல்மான் ருஷ்டீயின் சாத்தானின் செய்யுட்கள் நூலை இறக்குமதி செய்வதற்கு ராஜீவ் காந்தி அரசு தடை விதித்தது.[101]

153அ, 295அ ஆகிய பிரிவுகளை அன்றியும் இந்தியக் குற்றச் சட்டத்தில் குறிப்பாக வெறுப்புப் பேச்சினை இலக்காகக்

கொண்ட வேறு பல முன்னேற்பாடுகள் உள்ளன.¹⁰² அதற்குப் பொதுவாக உச்சபட்சமாக மூன்று ஆண்டு சிறைத்தண்டனை விதிக்கலாம்.¹⁰³ சுதந்திர இந்தியாவில் மேலும் பல சட்டங்கள் வெறுப்புப் பேச்சுக்கு எதிராக இயற்றப்பட்டுள்ளன. உதாரணமாக, 1955இன் குடியுரிமைச் சட்டத்தின் பாதுகாப்பின் கீழ், தீண்டாமை அடிப்படையில் ஒரு பட்டியலின உறுப்பினரை அவமானப் படுத்துவது அதிகபட்சம் ஆறுமாத சிறைத்தண்டனை தரக்கூடிய குற்றம்.¹⁰⁴ 1989இன் பட்டியல் சாதியினர் (எஸ்சி), பட்டியல் மலைவாழினத்தவர் (எஸ்டி) (கொடுஞ் செயல் தடுப்புச்) சட்டம் வெறுப்புப் பேச்சு தொடர்பான பல குற்றங்களைப் பட்டியல் இடுகிறது. இந்தச் சட்டத்தின்கீழ் எஸ்சி, எஸ்டி சாதி மக்களை வேறு சாதியினர் ஒருவர், பொதுஇடத்தில் அவமானப்படுத்தும் நோக்கத்தில் வசைகூறுவதோ, மிரட்டுவதோ குற்றம்;¹⁰⁵ பொது இடத்தில் சாதிப் பெயரைச் சொல்லித் திட்டுவது குற்றம்;¹⁰⁶ பொதுவாக எஸ்சி-எஸ்டி உறுப்பினர்கள்மீது பகைமை, வெறுப்பு, தீய எண்ணம் ஆகியவற்றை உருவாக்குவது குற்றம்;¹⁰⁷ எஸ்சி-எஸ்டி மக்களால் போற்றப்படுகின்ற, மறைந்துவிட்ட ஒருவரை அவமானப்படுத்துவது குற்றம்;¹⁰⁸ அல்லது எஸ்சி-எஸ்டி இனப் பெண்மணி ஒருவரை அவர் இந்த இனத்தைச் சேர்ந்தவர் என்பதை நன்கறிந்து பாலியல் தொடர்பான வார்த்தைகளைப் பயன்படுத்துவது குற்றம்.¹⁰⁹ இந்தியாவில் உயர்பதவிகளுக்குத் தேர்ந்தெடுக்கப்படுவதற்கு விரும்பும் ஒருவர் வெறுப்புப் பேச்சில் ஈடுபட்டால் அவர் தகுதிநீக்கம் செய்யப்படலாம்.¹¹⁰ அண்மையில் உச்சநீதிமன்றம் ஒரு தேர்தல் வேட்பாளர், தன் சொந்த மதத்தை வைத்தோ, வாக்காளரின் மதத்தை வைத்தோ வாக்களிக்கச் சொல்வது அவர் ஊழல் நடவடிக்கையில் ஈடுபடுவதாகும் என்றும் அதனால் அவர் தகுதி நீக்கம் செய்யப்படலாம் என்றும் கூறியுள்ளது.¹¹¹ ஒரு மத நிறுவனம் வெறுப்புப் பேச்சினை மேம்படுத்துவதற்காகப் பயன்படுத்தப்பட்டால், அதன் மேலாளருக்கு அதிகபட்சமாக ஐந்து ஆண்டுகள் சிறைத்தண்டனை விதிக்கப்படலாம்.¹¹² ஒரு கேபிள் இயக்குநர், வெறுப்புப் பேச்சில் ஈடுபடும் சாத்தியமுள்ள ஒரு தொலைக்காட்சிச் சேனலையோ, ஒரு நிகழ்ச்சியையோ ஒளிபரப்பக் கூடாது என அரசாங்கம் தடுக்கலாம்.¹¹³

★★★

இயல் 14

ஒரு நாட்டின் மிக கம்பீரமான அடையாளம்

அரசியல் சட்டத்தின் பிரிவு 19 (1) (அ)இல் சுதந்திரமான பேச்சுக்கு அளிக்கப்பட்டுள்ள உரிமையில், மகாத்மா காந்தியின் கொடும்பாவியையோ, அல்லது இந்திய தேசியக் கொடியையோ, அல்லது அரசியல் சட்டத்தின் நகலையோ எரிப்பதற்கான உரிமை அடங்குமா? இங்கு சுதந்திரப் பேச்சு எந்த நோக்கத்திற்காகப் பயன்படுத்தப்படுகிறது என்பதைப் பொறுத்து விடை அமைகிறது. 1960களில் தாமஸ் ஐ. எமர்சன் என்ற அறிஞர் ஒருவர் யேல் சட்டச் சஞ்சிகையில் 'முதல் திருத்தத்தைப் பற்றிய பொதுக் கோட்பாடு ஒன்றினை நோக்கி'[1] என்ற கட்டுரையை எழுதினார். சுதந்திரப் பேச்சினைப் பேணுகின்ற ஓர் ஒழுங்கமைவு கட்டாயம் தேவை என்பதற்கு நான்கு காரணங்களைக் குறிப்பிட்டார். (1) தனிமனிதரின் சுய-பூர்த்தியை உறுதி செய்ய, (2) உண்மையைக் கண்டுபிடிக்க ஒரு வழிவகையாக, (3) சமூகத்தின் உறுப்பினர்கள் அரசியல், முடிவுசெய்கின்ற, சமூகச் செயல்களில் பங்கேற்பதை உறுதி செய்கின்ற ஒரு வழிவகையாக, (4) சமூகத்தின் உறுதிப் பாட்டையும் மாற்றத்தையும் சமன்செய்யும் ஒருவித முறையாக- சுதந்திரப் பேச்சு தேவை என்று அவர் கூறினார். உச்சநீதிமன்றம் முடிவுரைத்த செல்வாக்கு மிகுந்த வழக்குகள் சிலவற்றில், குறைந்தபட்சம் அதன் இரண்டு நீதிபதிகள்-நீதிபதி மேத்யூ[2], நீதிபதி ஈ. எஸ். வேங்கடராமையா[3] ஆகியோர் எமர்சனின் கட்டுரையைப் பயன்படுத்தினர்.

எமர்சனின் இந்தக் கருத்துகள் ஒவ்வொன்றும் ஒவ்வொரு வகையான பேச்சினைப் போற்றுகின்றன. தனிமனிதர்கள் சுயபூர்த்தி அடைய உதவுவதன் மூலம், பேச்சுரிமை பற்றிய முதல் கருத்தாக்கம் கலை இலக்கியத்தைப் பாதுகாக்கிறது. உண்மையைக் கண்டுபிடிக்க உதவுவதன் வாயிலாக, இரண்டாவது கருத்தாக்கம் அறிவியலையும் அறிவியல் ஆய்வுகளையும் பாதுகாக்கிறது. உதாரணமாக, பேச்சுரிமை பற்றிய இந்தக் கருத்தாக்கத்தின்படி, ஒரு விஞ்ஞானி வெறும் காற்றிலிருந்து மனிதன் கடவுளால் உருவாக்கப்பட்டான் என்பதை ஏற்றுக் கொள்ளாமல் குரங்குகளிலிருந்து பரிணமித்தான் என்று வாதிடுவது முழுமையாகச் சட்டபூர்வமானது. ஜனநாயகத் தீர்ப்பினை உருவாக்கும் செயல்முறையை வலுப்படுத்துவதால் மூன்றாவது கருத்தாக்கம் அரசியல் பேச்சினை, அதாவது ஓர் அரசியல் விஷயத்தை உணர்த்துவதையோ, அரசியல் செய்தியளிப்பையோ செய்வதற்கென வடிவமைக்கப்பட்ட பேச்சினைப் போற்றுகிறது. இறுதியாக, நிலைத்தன்மைக்கும் மாற்றத்திற்கும் இடையில் ஒரு சமநிலையைப் பேணுவதற்கு உதவுவதன் வாயிலாக, மாற்றம் திடீரென்று ஒரு வன்முறையில் நுழைக்கப்படாமல், மெதுவாக ஏற்படுவதற்கு-திருப்தியும் நிறைவும் அற்றவர்கள் வன்முறை சார்ந்த இரத்தப் புரட்சியை உருவாக்குவதற்குப் பதிலாகத் தங்கள் ஆவேசத்தை மெதுவாக வெளியிடுவதற்கு ஒரு பாதுகாப்பு வால்வாகப் பேச்சுரிமை பயன்படுவதற்கு அது பற்றிய நான்காம் கருத்தாக்கம் வாய்ப்பளிக்கிறது.

காந்தியின் கொடும்பாவி எரிப்பதோ, தேசியக் கொடியை அல்லது அரசியல் சட்டத்தின் ஒரு பிரதியை எரிப்பதோ பேச்சுரிமை பற்றிய எமர்சனின் கருத்துகளில் இரண்டையேனும், அதாவது முதலாவதையும் நான்காவதையும் பூர்த்தி செய்வதாகக் கருத முடியும். உதாரணமாக, சரியோ தவறோ, இந்திய தேசியக் கொடியை எரிக்கும் ஒருவன், இந்தியாவையும் அதன் மக்களையும் பற்றிய ஒரு தீவிரக் கருத்தினை முன்வைக்கிறான். சிலபேருக்கு, சுயபூர்த்தியை அடைவதற்கு உதவுகின்ற ஒரு சுயவெளிப்பாட்டு வடிவமாக இருக்கக்கூடும். மேலும் ஒரு தீவிர மறுப்பை வெளிப்படுத்தும் வடிவமும் அதுதான்-பேச்சுரிமை ஒரு பாதுகாப்பு வால்வாகப் பயன்படுகிறது என்ற கருத்தை ஆதரிக்கின்ற வடிவம்.

ஆனால் இந்திய தேசியக் கொடியையோ, தேசிய கீதத்தையோ, அதன் தேசிய கௌரவத்தையோ எவ்விதத்திலும் அவமதிக்கும் எந்தப் பேச்சினையும் மிக அதிகமாக எதிர்க்கும் விதமாக உச்சநீதிமன்றம் செயல்பட்டுள்ளது. தேசியக் கொடி, தேசியகீதம் போன்ற இந்தியாவின் இலச்சினைகளும் அடையாளங்களும் கொஞ்சமும் மரியாதையும் கௌரவமும் குறையாமல் போற்றப்பட வேண்டும் என்று தனது தீர்ப்புகள் சிலவற்றில் உச்சநீதிமன்றம் கூறியிருக்கிறது. ஆனால் இந்தியக் குடிமக்கள், மரியாதையுடனும் கௌரவத்துடனும், தங்கள் தேசபக்தியைக் காட்டுகின்ற முறையில் இந்த தேசிய அடையாளங்களை சுதந்திரமாகப் பயன்படுத்தலாம் என்றும் அது கூறியிருக்கிறது.

தேசிய கீதம்

கேரள அரசுக்கு எதிராக பிஜோ இம்மானுவேல்[4] என்ற வழக்கு உச்சநீதிமன்றத்தினால் தீர்ப்புரைக்கப்பட்ட ஒரு விநோதமான வழக்கு. இந்த வழக்கில் நீதிபதி ஓ. சின்னப்ப ரெட்டி எழுதிய தீர்ப்பு உச்சநீதிமன்றத்தில் எழுதப்பட்ட சிறந்த தீர்ப்புகளில் நிச்சயமாக ஒன்று எனக்கருதப்படும். கேரளாவின் மூன்று பள்ளிச் சிறார்கள்-பிஜோ, பினு மோள், பிந்து எம்மானுவேல் ஆகியோர், பள்ளித் துணை ஆய்வாளரின் அறிவுறுத்தலின் பேரில் தலைமை ஆசிரியையால் பள்ளியிலிருந்து வெளியேற்றப்பட்டார்கள். தாங்கள் மூவரும் ஜெஹோவாவின் சாட்சிகளாக இருப்பதால், தேசியகீதத்தைப் பாடமாட்டோம் என்று மறுத்துவிட்டார்கள். ஆனால் அது பாடப்படும்போது அவர்கள் மரியாதையுடன் அசையாமல் நின்றார்கள். இந்த வழக்கில் நீதிபதி ரெட்டி வருணித்த மெய்ம்மைகள் முழுமையாக இங்கு எடுத்துரைக்கப்படத் தக்கவை.

> (இந்தப் பிள்ளைகள்) பள்ளிக்கு வருகிறார்கள். தினமும், காலைக் கூட்டத்தின் போது, ஜனகணமன என்னும் தேசியகீதம் பாடப்படும்போது, அவர்கள் மரியாதையுடன் நிற்கிறார்கள், ஆனால் வேறொன்றும் செய்வதில்லை. அவர்கள் பாடுவதில்லை. ஏனெனில் அது அவர்கள் மதத்தின் விதிகளுக்கு எதிரானது. தேசிய கீதத்தின் வார்த்தைகளோ, சிந்தனைகளோ அல்ல, பாடுகின்ற செயல்தான். இப்படித்தான் அவர்களும் அவர்களுக்கு

முன்னால் இந்தப் பள்ளியில் படித்த அவர்களின் மூத்த சகோதரிகளும் செய்துவந்திருக்கிறார்கள். யாரும் கண்டுகொள்ளவில்லை. எவரும் கவலைப்படவில்லை. எவரும் இதை தேசபக்திக்கு எதிரானது என்று சிந்திக்கவில்லை. தங்கள் மதநம்பிக்கைகளுக்கேற்ப அவர்கள் விடப்பட்டார்கள். 1985 ஜூலை வரை இப்படித்தான் இருந்தது. அப்போது யாரோ ஒரு தேசபக்தர் இதை கவனித்துவிட்டார். தேசியகீதத்தை இந்தப் பிள்ளைகள் பாடாமலிருப்பது தேசபக்திக்கு எதிரானது என்று அவர் நினைத்தார். அவர் ஒரு எம்.எல்.ஏ. ஆகவே சட்டசபையில் இது பற்றிக் கேள்வி எழுப்பினார்... உண்மையில் இந்தப் பிள்ளைகள் மற்றவிதங்களில் நன்றாகவே நடந்துகொண்டதாலும், தேசியகீதம் பாடப்படும் போதும் அவமரியாதையுடனே நடக்காததாலும் இது எவர்மீதான வழக்கும் அல்ல. மரியாதையான மௌனத்துடன் அவர்கள் எப்போதும் எழுந்து நிற்கவே செய்தார்கள்... இவை உணர்வு சம்பந்தப்பட்ட பிரச்சினைகள்... இவற்றை விட்டு விடுவது நலம் என்றாலும் இவை கூருணர்வு கொண்டவை, உணர்ச்சியை எழுப்ப வல்லவை.[5]

இந்த மாணவர்களைப் பள்ளியை விட்டு வெளியேற்ற வேண்டும் என்ற முடிவுக்கு வருவதற்குக் கேரள அரசாங்கம் இரண்டு சுற்றறிக்கைகளை நம்பியது. ஒன்று, 1961 செப்டம்பர் நாளிட்டது, “விதிப்படியாக, முழுப் பள்ளிக்கூடமும் தேசியகீதம் பாடுவதில் பங்கேற்கவேண்டும்” என்று கூறியது. மற்றது, 1970 பிப்ரவரி நாளிட்டது, “பாடங்களைத் தொடங்குவதற்கு முன்பு ஒவ்வொரு நாளும் எல்லாப் பள்ளிகளிலும் காலைக்கூட்டம் நடத்தப்பட வேண்டும். எல்லா மாணவர்களும், ஆசிரியர்களும் அதில் பங்கேற்க வேண்டும். தேசியகீதம் பாடப்பட்டபிறகு, முழுப் பள்ளிக்கூடமும், ஒரே குரலாக, தங்கள் வகுப்புகளுக்குச் செல்வதற்கு முன்பு தேசிய உறுதிமொழியை ஏற்கவேண்டும்” என்று கூறியது. மாறாக, இந்தப் பிள்ளைகள், தங்கள் மதத்தில் கொண்ட உண்மையான நம்பிக்கை, உறுதிப்பாட்டின் படி, அவர்கள் தங்கள் கடவுளான ஜெஹோவாவின் வழிபாடுகள் அன்றி வேறு சடங்குகளில் பங்கேற்க அனுமதிக்கப்படவில்லை என்பதால் தேசியகீதத்தைப் பாடாமல் இருந்தது சரி என்று வாதித்தனர்.[6]

கேரள உயர்நீதிமன்றம், தனித்தனியான இரு அமர்வுகளில் பிள்ளைகளுக்கு எதிராகத் தீர்ப்பு வழங்கியது ஒரு வேடிக்கையான செய்தி.⁷ ஏனெனில் இந்திய தேசியகீதத்தின் சொற்கள் எந்த வித மதப்பிரிவுக்கும் எதிரான புண்படுத்தலையோ வசையையோ கொண்டிருக்கவில்லை என்று அது கூறியது. "ஆனால் விஷயம் அது அல்ல, மனுவின் நோக்கம் தேசியகீதத்தின் வார்த்தைகள் அல்லது உணர்ச்சிகள் மீதானது அல்ல. இந்தியாவில் 'ஜனகணமன' என்னும்போது, அல்லது பிரிட்டனில் 'கடவுள் அரசியைக் காக்க' என்னும்போது, அமெரிக்காவில் 'நட்சத்திரங்கள் ஒளிவீசும் கொடி' என்னும்போது... அந்த மதத்தினர் தேசியகீதத்தைப் பாடுவதில்லை.⁸

நீதிமன்றம் ஆஸ்திரேலியா, கனடா, அமெரிக்க ஐக்கியநாடு ஆகியவற்றின் பல உதாரணங்களைக் காட்டியது. ஒருவர் கட்டாயம் தேசியகீதத்தைப் பாடியாக வேண்டும் என்றோ, பாடுவதில் பங்கேற்காமல் மரியாதையுடன் எழுந்து நிற்பது தேசியகீதத்துக்கு அவமரியாதை என்றோ சட்டம் விதிக்கவில்லை.⁹ தேசியகீதம் பாடப்படும்போது, தான் பாடாமல் மரியாதையுடன் எழுந்துநிற்பது 1971இன் தேசிய கௌரவத்திற்கு அவமரியாதைத் தடுப்புச் சட்டத்தை மீறவில்லை. அந்தச் சட்டம் தேசியகீதத்தைப் பாடுவதைத் தடுப்பது, அல்லது தேசியகீதம் பாடும் அவையில் தொல்லை விளைவிப்பது ஆகியவற்றைத்தான் தண்டிக்கத்தக்க குற்றம் என்று கூறுகின்றன.¹⁰

கேரள அரசு நம்பியிருந்த சுற்றறிக்கைகள் வெறும் துறைசார்ந்த அறிவுறுத்தல்கள் மட்டுமே, அவற்றுக்குச் சட்டவிதிகளின் அனுமதித்தன்மை இல்லை என்றும் கூறப்பட்டது. ஆகவே இவை அரசியல் சட்டத்தின் பிரிவு 13 கூறும் அர்த்தத்தில் இவை சட்டம் அல்ல, எனவே அச்செயல்கள் அடிப்படை உரிமைகளில் குறுக்கிடும் தன்மை கொண்டவை அல்ல என்றும் சொல்லப்பட்டது.¹¹ எவ்வாறாயினும், மத விசுவாசத்தின்.... அடிப்படையில் மனச்சாட்சி சார்ந்த மறுப்பிற்குமுன் ஒரு மாணவர் கண்டிப்பாக தேசியகீதத்தைப் பாடித்தான் ஆகவேண்டும் என்ற கட்டாயத்தை அந்தச் சுற்றறிக்கைகள் முன்வைக்கவில்லை. அப்படி அவை செய்தால், அவை அரசியல் சட்டத்தின் பிரிவுகள் 19(1)(அ) மற்றும் 25(1) ஆகியவற்றை

மீறியதாகும்.[12] ஆகவே பள்ளியிலிருந்து மாணவியரை நீக்குதல் என்பது அரசியல் சட்டத்தின் பிரிவு 19(1)(அ) வின் கீழ் அவர்களின் பேச்சுரிமை, வெளிப்பாட்டுரிமையை மறுத்ததாகும் எனவும், அரசியல் சட்டத்தின் பிரிவு 25(1) இன்படி[13] தங்கள் விருப்பப்படியான மதத்தைப் பின்பற்றவும், அதில் ஈடுபடவும், அதைப் பற்றிய பிரச்சாரத்தில் ஈடுபடவுமான உரிமையை மறுத்ததாகும் எனவும் நீதிமன்றம் கூறியது. பள்ளி, அந்த மாணவியரைச் சேர்த்துக்கொள்ள வேண்டும் என்று அறிவுறுத்தப்பட்டது. ஓர் உணர்ச்சிமயமான வேண்டுதலோடு நீதிபதி ரெட்டி தமது தீர்ப்பினை நிறைவு செய்தார்: "நாம் இதைத்தான் கூற விரும்புகிறோம்: நமது மரபு சகிப்புத்தன்மையை போதிக்கிறது; நமது தத்துவம் சகிப்புத்தன்மையைப் உபதேசிக்கிறது; நமது அரசியல் சட்டம் சகிப்புத்தன்மையை நடைமுறைப்படுத்துகிறது; அதை நாம் நீர்த்துப்போக வைக்க வேண்டாம்."[14]

ஆனால், அண்மையில், இதற்கு மாறாக, *இந்திய ஒன்றியத்துக்கு எதிராக சியாம் நாராயண் சவுக்ஸியின் வழக்கில்*[15] தேசியகீதம் பற்றிய ஒரு பொதுநல வழக்கில் உச்சநீதிமன்றம் நீண்டநாள் பாதிப்புகளை ஏற்படுத்தக்கூடிய இடைக்கால விதிப்புகளை அறிவித்தது. நீதிபதி தீபக் மிஸ்ராவின் இந்த ஆணைக்குப் பிறகு, ஒருவரும் வியாபார நோக்கத்தில் தேசிய கீதத்தைச் சுரண்டலுக்குட்படுத்தவோ, நாடகப்படுத்தவோ, ஏன்-சுருக்கவோ கூட முடியாது. எந்தப் பொருளின்மீதும் தேசியகீதத்தை அச்சிடவோ, அதன் அந்தஸ்தினை அவமதிப்பதாகவோ, அவமரியாதைக்குச் சமமாகவோ இருக்கக்கூடிய வகையில் காட்சிப்படுத்தவோ கூடாது. ஏனெனில் அது சம்பந்தப்பட்ட நெறிமுறைகள் தேச அடையாளம், தேச ஒற்றுமை, அரசியல் சாசனரீதியான தேசபக்தி ஆகியவற்றுடன் சம்பந்தப் பட்டுள்ளன. இந்தியாவிலுள்ள ஒவ்வொரு திரைப்பட அரங்கும் திரைப்படம் தொடங்கும் முன்னர் தேசியகீதத்தை ஒலிக்கச்செய்ய வேண்டும். அரங்கிலுள்ள அனைவரும் தங்கள் மரியாதையைக் காட்டும் வகையில் எழுந்து நிற்க வேண்டும். திரைப்பட அரங்குகளின் நுழைவாயில், வெளியேற்ற வாயில் இரண்டும் தேசிய கீதம் ஒலிக்கும்போது மூடப்பட்டிருக்க வேண்டும். உச்சநீதிமன்றத்தின் இந்த ஆணை சில விமரிசனங்களுக்கு உட்பட நேர்ந்தது.[16] இந்தியன்

எக்ஸ்பிரஸின் பக்கங்களில் பிரதாப் பானு மேத்தா வாதிட்ட மாதிரியாக, தேசியகீதத்துக்கு ஒருவரை எழுந்துநிற்குமாறு கட்டாயப்படுத்துவது, தேசியகீதத்தை மதிப்பதை உளமாறச் செய்வதற்கு மாறாகச் செயற்கையாக்குவது போல உள்ளது.[17] 2016இல் சான் ஃபிரான்சிஸ்கோவில் கோலின் கேபர்நிக் என்ற விளையாட்டு வீரர், கால்பந்து விளையாட்டு நடப்பதற்கு முன்பாக அமெரிக்க தேசிய கீதம் இசைக்கப்பட்டபோது எழுந்து நிற்க மறுத்துவிட்டார். கருப்பின மக்களின் உயிர்களும் முக்கியம் என்ற இயக்கத்தின் பகுதியாக ஆப்பிரிக்க அமெரிக்கர்கள் மீது காவல்துறையின் மிருகத்தனத்துக்கு எதிராகத் தமது எதிர்ப்பைத் தெரிவிக்க வேண்டி அவர் அப்படிச் செய்தார்.[18] பிறரும் அவரது உதாரணத்தைப் பின்பற்றினர்.[19] அந்நாட்டில், நீதிபதி ராபர்ட் எச். ஜேக்சன் புகழ்வாய்ந்ததொரு கூற்றை எழுதினார்: "கட்டாயப்படுத்திக் கருத்தொருமை காணச் செய்வது, மயானத்தின் ஒருங்கிசைவையே ஏற்படுத்தும்."[20] இந்தியர்கள் எதிர்ப்புத் தெரிவிக்க அப்படிப்பட்டதொரு வாய்ப்பினை நீதிபதி மிஸ்ராவின் ஆணை மறுக்கிறது. மேலும் நீதிமன்றம் திரைப்பட அரங்குகளில் மட்டும் தேசியகீதத்தை இசைக்கச் சொன்னது ஏன், கிரிக்கெட் விளையாட்டு தொடங்கும் முன்பாக விளையாட்டு அரங்குகளிலும், நாடகம் தொடங்கும் முன்பாக நாடக அரங்குகளிலும் ஏன் தேசியகீதத்தை இசைக்கச் சொல்லவில்லை என்று நமக்குக் கேட்கத் தோன்றுகிறது.

தேசியக் கொடி

நவீன் ஜிந்தாலுக்கு எதிராக இந்திய ஒன்றியம்[21] என்னும் வழக்கில் அரசியல் சட்டத்தின் 19(1)(அ) குறிப்பிடும் அர்த்தத்தில் இந்தியக் குடிமக்கள் தேசியக் கொடியைப் பறக்கவிடுவது அவர்கள் அடிப்படை உரிமைகளில் ஒன்றா என்பதை ஆராய்ந்தது. மனுதாரரான நவீன் ஜிந்தால், ஒரு பொது வரையறைக் குழுமத்தின் கூட்டு மேலாண்மை இயக்குநராக இருந்தார். மத்தியப் பிரதேசத்தில் ராய்கட்டில் தனது குழுமத் தொழிலகத்தின் அலுவலக வளாகத்தில் அவர் தேசியக் கொடியைப் பறக்கவிட்டார். இந்தியக் கொடி விதிகளின்கீழ் சில அலுவலர்கள் இதற்கு எதிர்ப்பினை எழுப்பினர்.[22] உச்சநீதிமன்றத்தில் இந்த வழக்கு நடந்துகொண்டிருக்கும்போதே,

மத்திய அரசாங்கம் கொடி விதிகளைத் திருத்தியமைத்தது. 2002இன் கொடிவிதிகள் என்பது உருவாக்கப்பட்டது.[23] இதன்படி, சில நிபந்தனைகளுக்கு உட்பட்டு, யாவற்றுக்கும் மேலாக, கொடியை மரியாதையுடனும் கௌரவத்துடனும் கையாண்டால் தனிக் குடிநபர் எவரும் தேசியக் கொடியைப் பறக்கவிடலாம் என்று விதி எளிதாக்கப்பட்டது. இதற்கு முன் இருந்த விதியின்படி இந்தியக் குடிமக்கள் சில குறிப்பிட்ட நாட்கள் அல்லது நிகழ்வுகளின்போது மட்டுமே (உதாரணமாக, சுதந்திர தினம்) கொடியைப் பறக்கவிடலாம் என்று விதி இருந்தது என்று தோன்றுகிறது. புதிய விதியின்படி இது மாற்றப்பட்டது.

தங்கள் சொந்தக் கொடிக்கு வணக்கம் செலுத்தவேண்டி, நினைவுக்கெட்டாத காலம் முதலாக, மக்கள் தங்கள் உயிர்களை அளித்துள்ளார்கள் என்று நீதிமன்றம் கூறியது.[24] மிக உயர்ந்த தியாகத்தையும் மக்கள் செய்யும் அளவுக்கு தேசியக் கொடி எனப்படும் ஒரு சிறிய துணியில் என்ன இருக்கிறது என்று கேட்டது நீதிமன்றம். பின்னர் அது பின்வரும் பதிலை அளித்தது: வாதத்துக்கிடமின்றி, தேசியக் கொடி என்பது ஒட்டுமொத்த தேசம் அதன் இலட்சியங்கள், ஆசைகள், நம்பிக்கைகள், சாதனைகளுக்காக நிற்கும் அடையாளம்.[25] லெப்டினன்ட் கமாண்டர் கே. வி. சிங்கின் *நமது தேசியக் கொடி* என்ற புத்தகத்தை மேற்கோள் காட்டி, தேசியக் கொடி என்பதே ஒரு நாட்டின் மிக கம்பீரமான அடையாளம் என்று நீதிமன்றம் கூறியது.[26] வெவ்வேறான பதினெட்டு நாடுகளில் கொடி பற்றிய சட்டங்களையும், அரசியல் சட்ட மன்றத்தில் இந்தியத் தேசியக் கொடி பற்றி நடந்த விவாதங்களையும் அது சுட்டிக்காட்டியது. நிச்சயமாகக் கொடி நமது சமூகத்தில் மிகவும் போற்றி வணங்கப்படும் பொருள்களில் ஒன்று என்றும், அதனால் அது மிகமேலான மரியாதையுடனும் கௌரவத்துடனும் கையாளப்பட வேண்டும் என்றும், ஆகவே அதன் பயன்பாட்டின்மீது சில கட்டுப்பாடுகளைச் சுமத்துவது தேவை என்றும் கூறியது.[27] ஆகவே சாராம்சத்தில், இந்தியக் குடிமக்களுக்கு தேசியக் கொடியைப் பயன்படுத்தவும் பறக்கவிடவும் உரிமை உண்டு, ஆனால் அதை சேதப்படுத்தலாகாது, அழிக்கலாகாது போன்ற விதிகளைக் கடைப்பிடிக்க வேண்டும்.[28]

கொடியைப் பறக்கவிடும் உரிமை ஒரு முழுமை பெற்ற உரிமை அல்ல, அது அரசியல் சட்டத்தின் பிரிவு 19(1)(அ)வின் விதிகளின்கீழ் கட்டுப்படுத்தப்பட்ட ஒன்று என்று கூறப்பட்டது.[29] அமெரிக்க உச்சநீதிமன்றம் கொடியை எரிக்கும் உரிமையை அளித்தது என்று குறிப்பிட்ட இந்திய உச்சநீதிமன்றம், தான் அந்த அணுகுமுறைக்கு உடன்படவில்லை என்று கூறியது.[30] பேச்சுரிமை என்பது இந்திய தேசியக் கொடியை எரிக்கும் உரிமையை உள்ளடக்கியதல்ல என்று குறிப்பிட்ட நீதிமன்றம், குறிப்பாக, அமெரிக்காவிலும் இந்தியாவிலும் இருக்கும் பேச்சுரிமை இரண்டு அரசியலமைப்புகளிலும் பேச்சுரிமை என்பது எவ்விதம் வரையறுக்கப் பட்டுள்ளது என்பதை அடிப்படையாகக் கொண்டது என்றது. வேடிக்கையான செய்தி, பேச்சுரிமை பற்றிய எமர்சனின் நான்கு கருத்தாக்கங்களை உச்சநீதிமன்றம் ஏற்று மேற்கோள் காட்டியது.[31] ஆனால் மேற்காட்டிய எமர்சனின் பேச்சுரிமை பற்றிய கருத்துகள் கொடியை எரிப்பதை ஏற்றுக் கொள்கின்றன. அவற்றை ஏற்றுக் கொண்டாலும், கொடியை எரிக்கும் உரிமையைத் தான் ஏன் ஏற்கவில்லை என்பதைப் பற்றி நம் உச்சநீதிமன்றம் எதுவும் கூறவில்லை.[32]

முடிவாக, குடிமக்களுக்கு அரசியல் சட்டத்தின் பிரிவு 19(1)(அ) வின் கீழ், மரியாதையுடனும் கௌரவத்துடனும் சுதந்திரமாகக் கொடியைப் பறக்கவிட உரிமை உண்டு, ஆனால் அதன் செய்தி உடன்பாடானதாக இருக்கவேண்டும், கொடியைப் பறக்கவிடுதல் என்பது குடிமகனின் தேசத்தின் பெருமிதம் சார்ந்த பற்றுறுதியையும் உணர்ச்சிகளையும் எடுத்துக்காட்ட வல்ல வெளிப்பாடாக இருக்க வேண்டும்.[33] தேசியம், தேசபக்தி, தாய்நாட்டுப் பற்று ஆகியவற்றை உள்ளடக்கும் விதமாக அந்த வெளிப்பாடு இருக்கும் பட்சத்தில், இவ்வித உணர்ச்சிகளை வெளிப்படுத்தும் விதமாக தேசியக் கொடியைப் பயன்படுத்துதல் என்பது ஓர் அடிப்படை உரிமையாகும்.[34] ஆனால் வணிக நோக்கத்திற்காகக் கொடியைப் பயன்படுத்தலாகாது.[35]

★★★

1950இன் அடையாளச் சின்னங்கள் மற்றும் பெயர்கள் (முறையற்ற பயன்பாட்டைத் தடுத்தல்) சட்டம், அதன் பட்டியலில் குறிப்பிடப்பட்ட பெயரையோ அடையாளச்

சின்னத்தையோ ஒருவர் பயன்படுத்துவது, அல்லது ஒரு வியாபாரம், வணிகம், சிறப்பார்வத் தொழில், வாழ்க்கைத் தொழில், காப்புரிமைப் பெயர், வணிகச் சின்னம், அல்லது வடிவமைப்பு ஆகியவற்றில் வண்ணத்தில் போலிசெய்தல் ஆகியவை தண்டிக்கத்தக்க குற்றம் என்று கூறுகிறது. அந்தப் பட்டியல், இந்திய தேசியக் கொடியையும், சத்ரபதி சிவாஜி, மகாத்மா காந்தி, பண்டித ஜவஹர்லால் நேரு, இந்திரா காந்தி, இந்தியாவின் பிரதமர் ஆகியோரையும் குறிப்பிடுகிறது. அதாவது, இந்தச் சட்டத்தின் கீழ், உள்ளாடைகளையோ, செய்தித் தாள்களையோ, அல்லது சட்டச் சேவைகளையோ கூட பண்டித ஜவஹர்லால் நேரு அண் சன்ஸ் என்ற பெயரின்கீழ் ஒருவர் விற்க முற்பட்டால், அவர் குற்றவாளி ஆக்கப்படுவார். விசித்திரமாக, இந்தச் சட்டம், சில மதப் பிரிவுகளையும் இந்தப் பட்டியலில் குறிப்பிடுகிறது. இதன்படி, இராமகிருஷ்ண மடம், மிஷன் ஆகியவற்றின், மற்றும் ஸ்ரீ சத்ய சாய் மத்திய அறக்கட்டளையின் இலச்சினைகளும் கூட பாதுகாக்கப்பட்ட தேசிய அடையாளங்கள் ஆகும். இது விசித்திரமானது. ஏனெனில் இந்தியா நிறுவப்பட்ட எந்த மதத்தையும் கொண்டிராத ஒரு மதச்சார்பற்ற நாடு. இவ்வாறு மதப்பிரிவுகளின் இலச்சினைகளுக்கு அதிகாரபூர்வ ஏற்பும் பாதுகாப்பும் அளிப்பது அதன் மதச்சார்பற்ற தன்மைக்கு எதிராக நிற்கிறது. வேடிக்கையான விஷயம் என்னவெனில், ரிலையன்ஸ் இண்டஸ்ட்ரீஸ் வணிகத்தின் தொலைத்தொடர்புப் பிரிவான ரிலையன்ஸ் ஜியோ, அனுமதி ஏதுமின்றி, அதன் சேவைகளை இந்தியாவில் விளம்பரப்படுத்தும்போது பிரதமர் நரேந்திர மோதியின் படத்தைப் பயன்படுத்தியதாம். இது சரியான செய்தி எனில் அந்தச் சட்டத்தின்கீழ் அந்தக் கம்பெனி ஒரு தண்டத்தொகை செலுத்த வேண்டியிருக்கும்.[36]

1971இன் தேசிய கவுரவத்துக்கு அவமதிப்பைத் தடுத்தல் சட்டம், இந்திய தேசியக் கொடியையோ இந்திய அரசியல் சட்டத்தையோ எவரும் எரிப்பது, சேதப்படுத்துவது, உருக்கெடுப்பது, மிதிப்பது போன்றவற்றையோ, வேறு எவ்வித அவமரியாதை செய்வதையோ தண்டிப்பதற்கான குற்றம் ஆக்குகிறது. இந்தியாவின் கொடி விதிகளின் சில பகுதிகளை உள்ளடக்கும் வகையில் இந்தச் சட்டம் 2002இல் திருத்தப்பட்டது.

இதனால், பிறவற்றுள், பின்வருவன எவற்றையும் செய்வது தேசியக்கொடியை அவமதிப்பதாகக் கொள்ளப்படுகிறது :

> ...(ஆ) எந்த ஒரு நபரையோ பொருளையோ வணங்கும்விதமாகக் கொடியைக் கீழே தாழ்த்துவது... (ஈ) அரசாங்க அல்லது ஆயுதப்படைகளின் அல்லது பிற துணை-இராணுவங்களின் இறுதிச் சடங்குகளில் அன்றி வேறு எங்கும் அதைப் போர்த்தும் துணியாகப் பயன்படுத்துவது... (உ) இந்திய தேசியக் கொடியை (1) உடையின், சீருடையின், அல்லது எவரின் கீழ் ஆடையின் ஒரு பகுதியாகப் பயன்படுத்துவது ; (2) குஷன்கள், கைக்குட்டைகள், துடைப்புத் துணிகள், கீழ் உள்ளாடைகள் அல்லது வேறு எந்த உடைப்பகுதியாகவும் பயன்படுத்துவது; ...(ஊ) இந்திய தேசியக் கொடி மீது எவ்வித எழுத்துகளையும் எழுதுவது; ...(ஐ) தெரிந்தே இந்திய தேசியக் கொடியை மண்ணை அல்லது தரையைத் தொடவிடுவது, நீரில் இழுத்துச் செல்வது, ...(ஒ) இரயில், படகு, விமானம் அல்லது வேறு எந்தப் பொருள் அல்லது வாகனங்களின் முகடு, உச்சி, பக்கங்கள் அல்ல்து பின்புறம் கொடியைச் சுற்றுவது... (ஔ) தெரிந்தே கொடியினைத் தலைகீழாக (சிவப்பு கீழிருக்குமாறு) பறக்கவிடுவது.

இந்திய தேசியக் கொடியை எவ்விதப் போர்வை/அணியாகவும் பயன்படுத்தக் கூடாது என்பது முக்கியமான விஷயம். இதன்படி சர்வதேச விளையாட்டுகளில் இந்தியக் கிரிக்கெட் இரசிகர்கள் தங்கள் குழுவினரை உற்சாகப்படுத்துவதற்காக தேசியக் கொடியைச் சுற்றிக் கொள்வது, அணிந்துகொள்வது தவறாகிறது. மேலும் இந்திய தேசியக் கொடியின்மீது எதையும் பொறிக்கலாகாது என்பதும் மீறப்படுகிறது. இதன்படி, ஒரு தேசபக்தர்கூட, கொடியின்மீது "இந்தியாதான் உலகில் சிறந்த நாடு" என்றோ ஒரு ஹாக்கி விளையாட்டில் பார்வையாளர் ஒருவர் கொடியின்மீது "இந்தியாவுக்கு வெற்றி" என்றோ எழுதலாகாது. மேலும் விசித்திரமானது, இந்திய அரசியல் சட்டத்தின் பிரிவு 19(1)(அ)வைக்கூட, அதாவது எல்லாக் குடிமக்களுக்கும் சுதந்திரமான பேச்சு, வெளிப்பாட்டு உரிமை உண்டு என்பதைக்கூட கொடியின்மீது எழுதலாகாது.

இதேபோல, சட்டத்தின் பிரிவு 3, தேசியகீதத்தைப் பாடுவதைத் தடுப்பதையும், தேசியகீதம் பாடப்படுகின்ற எந்தக் கூட்டத்திலும் வேண்டுமென்றே தொல்லை உண்டாக்குவதையும் தண்டிக்கத்தக்க குற்றமாக்குகிறது. கொச்சியில் 2008இல் அரசியல்வாதி சசி தரூர் ஓர் அவையில் தேசியகீதம் பாடும்போது குறுக்கிட்டு, அமெரிக்காவில் தேசியகீதம் பாடும்போது மார்பில் கையை வைத்துக் கொண்டு பாடுவதைப்போல இந்த அவையினரும் செய்யவேண்டும் என்றார். தேசிய கீதத்தை தரூர் அவமதித்தார் என்று ஒரு குற்றப் புகார் அளிக்கப்பட்டது. ஏறத்தாழ ஐந்தாண்டுகள் கழித்துதான், 2013இல் கூடுதல் முதன்மைக் குற்றவியல் நடுவர் தரூரை விடுவித்தார்.[37] இன்னும் அண்மையில் நடந்த ஒரு சம்பவம். கால் ஊனமுற்ற ஒருவர், தன் ஊனத்தினால் நிற்கமுடியவில்லை ஆயினும், தேசிய கீதம் ஒலித்தபோது எழுந்து நிற்கவில்லை என்று பார்வையாளர்களால் அடிக்கப் பட்டார்.[38]

இந்தச் சட்டம், முன்பிருந்த சென்னை மாகாணத்தில் 1957இல் ஆக்கப்பட்ட தேசிய கவுரவத்துக்கு அவமதிப்புகளைத் தடுத்தல் சட்டத்தை அடிப்படையாகக் கொண்டதாகவோ அல்லது அதனால் தூண்டப்பட்டதாகவோ தோன்றுகிறது. மத்திய அரசின் சட்டம் கூறுவனவற்றோடு, தமிழ்நாட்டுச் சட்டத்தில் எவரும் மகாத்மா காந்தியின் உருவ பொம்மையை எரிப்பதோ அவரைக் குறிக்கும் சிலையை சேதப்படுத்துவதோ அழிப்பதோ தண்டைக்குரிய குற்றம் ஆக்கப் பட்டுள்ளது.

2002இன் தேசியக் கொடி விதித்தொகுப்பு, இந்திய தேசியக் கொடி எவ்விதம் மதிக்கப்பட வேண்டும் என்பது பற்றி எண்ணற்ற விதிகளை, சிலசமயம் தேவையற்ற விவரங்களுடனும் கூட, கொண்டுள்ளது. இந்திய தேசியக் கொடி கையினால் நூற்கப்பட்ட, அல்லது கையினால் நெய்யப்பட்ட கம்பளி / பருத்தி / பட்டு / கதர் துணியினால் செய்யப்பட்டிருக்க வேண்டும் என்று அது சொல்கிறது.[39] ஆனால் சில முக்கியமான தேசிய, கலாச்சார, விளையாட்டு நிகழ்வுகளின்போது காகிதக் கொடிகளைப் பொதுமக்கள் அசைக்கலாம்.[40] பேச்சாளரின் மேடைமீது கொடியை வைப்பதாயின் பேசுபவர் பார்வையாளரை நோக்கும் நிலையில் அவரது வலப்புறம், அல்லது பேசுபவருக்குப் பின்னால்,

சுவரில் நிற்குமாறு, அல்லது மேலே (உயரத்தில்) வைக்கப்பட வேண்டும்.[41] கொடி சேதப்பட்ட அல்லது அழுக்கடைந்த நிலையில் இருந்தால் மட்டுமே தனிப்பட்ட முறையில் அது எரிக்கப்படலாம் அல்லது அழிக்கப்படலாம்.[42] இந்தியப் பள்ளிகளில் மாணவர்கள் பின்வரும் விசுவாச உறுதிமொழி எடுத்துக் கொள்ளவேண்டும் என்றும் அது சொல்கிறது. "நான் தேசியக் கொடிக்கும், அது அடையாளமாக நிற்கின்ற இறைமை மிக்க, சமதர்ம, மதச்சார்பற்ற, ஜனநாயகக் குடியரசுக்கும் நான் விசுவாசமாக இருப்பேன் என உறுதி கூறுகிறேன்."[43] மோட்டார் கார்களின்மீது எப்போது கொடி பறக்கவிடப்படலாம் என்பதற்கு விரிவான விதிகளை அது கூறுகிறது. மற்ற பிறரில், இந்தியாவின் தலைமை நீதிபதி, உச்சநீதிமன்றத்தின் நீதிபதிகள், உயர்நீதிமன்ற தலைமை நீதிபதிகள், உயர்நீதிமன்றத்தின் நீதிபதிகள் ஆகியோர் தங்கள் கார்களில் தேசியக் கொடியைப் பறக்கவிடலாம்.[44] எப்போது கொடியை அரைக்கம்பத்தில் பறக்கவிட வேண்டும் என்பதையும் அது கூறுகிறது.[45] இந்தியாவின் தலைமை நீதிபதி மரணமடைந்தால் கொடி அரைக்கம்பத்தில் பறக்க விடப்படலாம். ஆனால் உச்சநீதிமன்ற நீதிபதி ஒருவரோ, உயர்நீதிமன்றத் தலைமை நீதிபதியோ, அல்லது பிற உச்சநீதிமன்ற நீதிபதியோ மறைந்தால் அரைக்கம்பத்தில் பறக்கவிடப்படக் கூடாது. ஆனால் இந்தியாவின் கொடி விதித்தொகுதியின் விதிகள், தேசியக் கொடியின் மரியாதைக்குரிய கையாளலை உறுதிப்படுத்தும் விதத்தின் அளவில் மட்டுமே கையாளப்பட்டால் போதும் என்று உச்சநீதிமன்றத்தில் நவீன் ஜிந்தாலின் வழக்கில் மொழியப்பட்டதை நாம் கண்டிருக்கிறோம்.

★★★

இயல் 15

பத்திரிகைத் துறையைக் கவரும் முறைகள்

பிரிவு 19(1)(அ)வில் அளிக்கப்பட்டுள்ள பேச்சுச் சுதந்திரத்திற்கான பொது உரிமை என்பது பத்திரிகைத் துறையின் உரிமைகளையும் உள்ளடக்கியது என்ற அம்பேத்கரின் தரிசனத்தை உச்சநீதிமன்றம் மீண்டும் மீண்டும் ஒப்புக் கொண்டுள்ளது.[1] இந்தத் தெளிவுக்கூற்று விவாதத்திற்கு அப்பாற்பட்டது. ஆனால், அரசியல் சட்டத்தின் கீழ் பத்திரிகை உரிமைகளின் எல்லை என்ன என்பது விவாதப் பொருளின் மூலமாக இறுதியில் உருவாகிவிட்டது. ஆண்டாண்டுகளாக, அரசாங்கங்கள் செய்தித்தாள்களின் செயல்பாட்டைக் கட்டுப்படுத்தும் விதமான சட்டங்களை அமுல்படுத்தியுள்ளன. இவற்றுள் பத்திரிகையாளர்கள், பிற பணியாளர்களின் நலன்களை உழைப்பின் இயல்பால் ஒழுங்குபடுத்தும் சட்டங்கள், ஊடகத் தனியுரிமைகளைத் தகர்க்கும் விதமாக ஊடக அறக்கட்டளைகளுக்கு எதிரான சட்டங்கள், அயல்நாட்டு அச்சுத்தாள்கள் போன்ற கச்சாப் பொருள்களைப் பெறுவதற்கான செய்தித்தாள்களின் உரிமைகள் மீது கட்டுப்பாடுகளை விதித்தல் போன்றவை அடங்கும். இந்தச் சட்டங்களைப் பத்திரிகைகள் இந்திய உச்சநீதிமன்றத்தில் எதிர்த்து வருகின்றன. பத்திரிகைகளைப் பொறுத்தவரை நீதிமன்றம் அவற்றின் சுற்று, வாசகர் எண்ணிக்கை, அல்லது வருவாய்களை (குறிப்பாக விளம்பர வருவாய்களை) நேரடியாக பாதிக்கின்ற வகையில் செய்தித்தாள்கள் மீது நேரடியாகவும் தவிர்க்கவியலாமலும் மிக அதிகமான, தடைசெய்கின்ற சுமையைச் சுமத்துகின்ற

எந்தச் சட்டமும் அரசியல் சட்டத்தின் பிரிவு 19 (1) (அ)-வை மீறுவதாகும் என்ற அடிப்படையைக் கையாண்டு வருகிறது.

உழைப்பாளர் கட்டுப்பாடுகள்

எக்ஸ்பிரஸ் பத்திரிகைகள் X இந்திய ஒன்றியம்[2] என்ற வழக்கில், உச்சநீதிமன்றம் பத்திரிகையாளர்களின் பணிநிலைமைகளை மேம்படுத்துவதற்கான ஒரு சட்டத்தைக்[3] கொண்டுவர நினைத்திருந்தது. (ஒவ்வொரு நான்கு வாரங்களுக்கும் 140 மணிநேரம் என்ற) பத்திரிகையாளர்கள் உழைக்கும் நேரத்தினை உச்சமாக வைத்தது. பத்திரிகையாளர்களுக்குத் தற்செயல் விடுப்பு, மருத்துவ விடுப்பு ஆகிய உரிமைகளைக் கொடுத்தது. அவர்களுடைய ஊதியங்களை நிலைப்படுத்த ஒரு ஊதியக்குழு அமைக்கப்பட்டது. அந்தச் சட்டத்தின்கீழ் கொண்டுவரப்பட்ட ஊதியக் குழு, பின்வருமாறு அவர்கள் ஊதியங்களை உறுதிசெய்தது. பத்திரிகைகளின் மொத்த வருமானத்தின் அடிப்படையில் ஏ, பி, சி, டி, ஈ என ஐந்து தனித்தனி வகைகளாக அவற்றைப் பிரித்தது. அதேபோல வெவ்வேறு வகையினரான பத்திரிகையாளர்களையும் அவர்களின் பணிமூப்பு அடிப்படையில் குழு1, குழு2, குழு3... என்பதுபோல ஐந்து வகைகளாகப் பிரித்தது. பத்திரிகை வகை, பத்திரிகையாளர் வகை அடிப்படையில் ஊதிய அளவுகோல் ஒன்று உருவாக்கப் பட்டது. உதாரணமாக, ஈ-வகைப் பத்திரிகைகளில் (இவற்றின் மொத்த வருவாய் இரண்டரை லட்சம் ரூபாயும் அதற்குக் குறைவும்) அதன் குழு-4 பணியாளர்களுக்குத் (மெய்ப்புத் திருத்துவோர்) தரவேண்டிய குறைந்தபட்ச ஊதியம் மாதத்திற்கு 90 ரூபாய் என ஆக்கப்பட்டது. ஏ-வகைப் பத்திரிகைகளில் (இவற்றின் மொத்த வருவாய் 25 லட்சமும் அதற்கு மேலும்) அதன் குழு-1 வகைப் பணியாளர்களுக்கு (அதாவது, ஆசிரியர்கள்) தரவேண்டிய ஊதியம் மாதத்திற்கு 1000 ரூபாய் ஆக வைக்கப்பட்டது. வழக்கின் மனுதாரர்களில் ஒன்றாகிய, முக்கியம் வாய்ந்த தி இந்தியன் எக்ஸ்பிரஸ் பத்திரிகை, இந்தச் சட்டத்திற்கு முன்னர், ஆண்டு தோறும் தனது பணியாளர்களுக்கு 9.77 லட்சம் ரூபாய் ஊதியம் வழங்கியதாகவும், இந்தச் சட்டம் அமல்படுத்தப்பட்டால், அது 15.21 லட்சம் ரூபாய் தரவேண்டி வரும் என்றும் புகார் செய்தது.[4]

இந்தியாவில் பேச்சுச் சுதந்திரம் என்பது பத்திரிகைச் சுதந்திரத்தை உள்ளடக்கியது என்றாலும், பொதுச் சட்டங்களிலிருந்து எவ்விதப் பாதுகாப்பையும் பத்திரிகைகள் கோர முடியாது. ஆயினும் பேச்சுச் சுதந்திரத்தினைப் பறிக்கின்ற அல்லது கட்டுப் படுத்துகின்ற பொதுச் சட்டங்கள் அரசியலமைப்புக்கு மாறானதாகக் கருதப்படும்.[5] பத்திரிகைகளின் சுற்றினைக் கட்டுப்படுத்துகின்ற நேரடியான, தவிர்க்கவியலாத விளைவினை உண்டாக்குகின்ற, பத்திரிகைத் துறையைத் தனிமைப்படுத்தி அதன்மீது மிகையான, அதைத் தடுக்கின்ற சுமைகளைச் சுமத்துகின்ற சட்டங்கள் அரசியல் சட்டத்திற்குப் புறம்பானவை. மேலும் பேச்சுச் சுதந்திரத்தைப் பயன்படுத்தவோ, மாற்று ஊடகங்களைத் தேடவோ உதவும் கருவிகளைத் தேடுவதில் பத்திரிகைகளுக்கு உள்ள உரிமை மீது தண்டம் விதிப்பதோ, செய்தித் தாள்களைத் தொடங்குவதைத் தடைசெய்வதோ, அல்லது அரசாங்க உதவியைத் தேடும் அளவுக்குப் பத்திரிகைகளை விரட்டுவதோ அரசியல் சட்டத்திற்குப் புறம்பானது என்று அறிவிக்கப்பட வேண்டும் என்ற உதவியை மிக அடிப்படையாக இந்த வழக்கின் தீர்ப்பு அளித்தது.[6]

அரசியல் அமைப்பு ரீதியாக அந்தச் சட்டம் சரியானது என ஏற்கப்பட்டுள்ளது. அது பத்திரிகையாளர்களின் நிலைமைகளைச் சீர்படுத்தக் கொண்டு வரப்பட்ட ஒன்று என்பதை நீதிமன்றம் உறுதிசெய்தது. பத்திரிகைகளை மட்டும் சட்டம் தனித்துத் தேர்ந்தெடுத்தது என்பதில் பிரச்சினை இல்லை. ஏனெனில் அரசாங்கம் ஒவ்வொன்றாக ஒவ்வொரு தொழிலையும் கவனிப்பது அதன் கொள்கைக்குப் பொருத்தமாகவே இருக்கும். சட்டத்தை அமல் படுத்தியதிலும் அது பத்திரிகைகள் மீது அதிக நிதிச்சுமையை ஏற்படுத்தியது என்பதைத் தவிர வேறுவித நோக்கம் எதுவும் இல்லை. ஆனால் பத்திரிகைகளுக்கு அது நிர்ணயித்த ஊதியத்தைத் தருகின்ற அளவு நிதி இயலுமை இருக்கிறதா என்று கருத்தில் கொள்ளாத காரணத்தால் ஊதியக்குழுவின் முடிவு நீதிமன்றத்தால் ஒத்திவைக்கப்பட்டது.

நிறுவனத்துக்கு (அறக்கட்டளைக்கு) எதிரான ஒழுங்குமுறைகள்

இந்திய ஒன்றியத்துக்கு எதிராக சகல் பேப்பர்ஸ் (பிரைவேட்) லிமிடெட் வழக்கில்,[7] தேவை என்றால், அதாவது

பத்திரிகைகளுக்கிடையில் நியாயமற்ற போட்டியைத் தவிர்க்க வேண்டி, அவற்றின் விலை, பக்கங்கள், விளம்பரத்துக்கான இடம் ஆகியவற்றை ஒழுங்குபடுத்துகின்ற அதிகாரத்தினை அரசாங்கத்துக்கு அளித்த சட்டம்[8] தேவையா என்று உச்சநீதி மன்றம் ஆராய்ந்து வந்தது. 1960இல் அரசாங்கம் ஓர் ஆணையைப் பிறப்பித்தது.[9] அதன்படி சில செய்தித்தாள்கள் தங்கள் பக்கங்களை வாரத்துக்கு இருபத்துநான்கிற்குக் கீழ் குறைக்கவேண்டும் அல்லது பத்திரிகை விலையை 7 நயாபைசாவிலிருந்து 8 நயாபைசாவுக்கு உயர்த்த வேண்டும். விளம்பரத்துக்கு இதழ்கள் ஒதுக்குகின்ற இடத்தின் அளவையும் அந்தச் சட்டம் கட்டுப்படுத்தியது.[10] இந்த வழக்கின் வாதி, சகல் என்ற நன்கறியப்பட்ட செய்தித் தாள் ஒன்றை மராட்டி மொழியில் புனேயிலிருந்து வெளியிட்டு வந்தார். வாரத்துக்கு ஆறு நாளுக்கு சகலின் பக்கங்கள் முப்பத்துநான்கு இருந்தன. ஆகவே சட்டத்தின்படி அது பத்திரிகை விலையை ஒரு நயாபைசா கூட்டவேண்டும் அல்லது பக்கங்களை இருபத்து நான்கு அளவுக்குக் குறைக்க வேண்டும் என்று ஆகியது. மேலும் சகல் பத்திரிகையில் 40 சதவீத இடம் விளம்பரத்துக்கு அளிக்கப் பட்டது. அதையும் சட்டம் பாதித்தது.

அதிகமான விலை கொடுத்து மக்கள் வாங்க மாட்டார்கள் என்பதால் தனது பத்திரிகையின் விலையை உயர்த்த முடியாது என்று சகல் வாதிட்டது. அதேசமயம் பக்கங்களைக் குறைத்தால் செய்தியை வெளியிடும் தன்மையை அது பாதிக்கும் என்றும் கூறியது. அரசாங்கமோ, தனது நோக்கம் பத்திரிகைகளின் தனியுரிமையையும் நியாயமற்ற போட்டியையும் தவிர்ப்பதற்குத்தான் என்று கூறித் தனது நிலையை நியாயப்படுத்தியது.

அரசியல் சட்டத்தின்கீழ், பேச்சுக்கான சுதந்திரத்தின் உரிமை என்பது பேச்சின் உள்ளடக்கத்தை மட்டுமல்ல, சுற்றின் அளவையும் உள்ளடக்கியது என்று உச்சநீதி மன்றம் நோக்கியது. அதாவது, ஒரு குடிநபருக்கு பிரிவு 19 (2)க்குக் கட்டுப்பட்டுத் தனது பார்வைகளைப் பரப்பவும், எந்த வகுப்பினர், எவ்வளவு எண்ணிக்கையினரையும் தேர்ந்தெடுக்கவும் உரிமை உண்டு.[11] இந்தச் சட்டம் பத்திரிகை விலையைக் கட்டுப்படுத்தியதன் வெளிப்படையான நோக்கம் பத்திரிகையை

வாங்க முடியாததாக்கி அதன் சுற்றினைக் குறைப்பதாக உள்ளது[12] என்றும் அது நோக்கியது. பத்திரிகையின் பக்க அளவைக் குறைப்பது அதன் செய்திகளையும் பார்வைகளையும் வெளியிடும் திறனைக் கட்டுப்படுத்துவதாகும், அது பிரிவு 19 (1) (அ) வுக்கு எதிரானது என்றும் கூறியது.[13] நிறுவனங்களுக்கு எதிரான இந்தக் குறைகூறப்பட்ட சட்டம் செய்யக் கருதியது போல, பொதுமக்களின் நல்லார்வத்துக்கு எதிராக அரசாங்கம் பேச்சுச் சுதந்திரத்தைத் தடை செய்யலாகாது என்றும்,[14] நியாயமற்ற நடைமுறைகளைக் கொண்டுவருவது கண்டிக்க வேண்டிய ஒன்றாகும் என்றும், அது சுற்றின் உரிமை மீது கட்டுப்பாடுகள் விதிக்க அடிப்படை இல்லை என்றும் கூறியது.[15] ஆகவே அந்தச் சட்டம் நீக்கப்பட்டது.[16]

இந்திய ஒன்றியத்திற்கு எதிராக பென்னட் கோல்மன் அண்ட் கம்பெனி வழக்கில்,[17] செய்திஅச்சுத்தாள் இறக்குமதிக்கென இந்திய அரசாங்கம் விதித்த இறக்குமதிக் கொள்கையை கவனிக்க எடுத்துக் கொண்டது. இந்தக் கொள்கை 1955இன் அத்தியாவசியப் பொருள்கள் சட்டத்தின் 3ஆம் பிரிவின்கீழ் 1972-73இன் இறக்குமதிக் கொள்கையாகவும், 1962இன் செய்திஅச்சுத்தாள் கட்டுப்பாட்டு ஆணையாகவும் இந்திய அரசாங்கத்தால் கொண்டுவரப்பட்டது. இறக்குமதி செய்த செய்தியச்சுத் தாளை ஒவ்வொரு ஊடகக் குழுவுக்கும் குறிப்பிட்ட அளவு அடிப்படையில் கட்டுப்பாட்டாளர் பகிர்ந்தளிப்பார் என்று சட்டம் கருதியது. மேலும் ஓர் ஊடகக் குழு தனக்களிக்கப்பட்ட பகுதியளவான இறக்குமதி செய்யப்பட்ட செய்தியச்சுத் தாளை புதிய செய்தித்தாள் தொடங்கவோ, ஏற்கெனவே உள்ள செய்தித்தாளின் புதியதொரு பதிப்பைக் கொண்டுவரவோ பயன்படுத்த இயலாது என்றும் அச்சட்டம் கூறியது. மேலும் அச்சட்டம், ஒரு செய்தித்தாள் அதிகபட்சமாகப் பத்துப் பக்கங்களைக் கொண்டிருக்கவேண்டும் என்றும், தனது சுற்றினைக் குறைத்துப் பக்கங்களை அதிகப்படுத்தலாகாது என்றும் விதித்தது. செய்தித்தாள்களுக்கிடையிலான மாற்றிக்கொள்ளலும் தடுக்கப்பட்டது. அதாவது, X, Y என்ற இரண்டு பத்திரிகைகள்கொண்ட ஒரு ஊடகக்குழுவுக்கு இருபது பக்கத்திற்கான நியூஸ் பிரிண்ட் அளவை அளித்தது என்று வைத்துக் கொள்வோம். அந்த ஊடகக் குழு X என்ற பத்திரிகைக்கு 15 பக்கத்திற்கான அச்சுத்தாளையும்,

Y என்ற பத்திரிகைக்கு 5 பக்கத்திற்கான அச்சுத்தாளையும் வழங்கமுடியாது. அதாவது இரண்டு பத்திரிகைகளுமே பத்துப் பத்துப் பக்கங்களுடன் வெளிவர வேண்டும்.

சிறிய நாளிதழ்கள், பெரிய நாளிதழ்களோடு போட்டியிடும் வண்ணமாக இந்தப் பத்துப்பக்க விதி அளவைக் கொண்டுவந்ததாக அரசாங்கம் தனது நிலைப்பாட்டை நியாயப்படுத்த முனைந்தது. இந்தக் கொள்கையினால்தான் ஆனந்தபஜார் பத்திரிகை, டெக்கான் ஹெரால்டு போன்ற பத்திரிகைகள் எழுச்சியுற முடிந்தது என்றும் அரசாங்கம் கூறியது.[18]

இந்தக் கொள்கையினால் சுமத்தப்பட்ட பக்க அளவின் பலனும் விளைவும், புதிய செய்தித்தாள்களையோ புதிய பதிப்புகளையோ கொண்டுவரச் செய்யப்பட்ட தடையும் செய்தித்தாள்களின் வளர்ச்சியையும் சுற்றையும் அரசாங்கம் நேரடியாகக் கட்டுப்படுத்த முனைந்தது என்றும், அதன் நேரடி விளைவு, செய்தித்தாள்களின் சுற்றையும், அவை விளம்பரத்துக்கு ஒதுக்கிய பக்கங்களின் அளவையும் கட்டுப்படுத்துவதாகவும் இருந்தது என்றும் நீதிமன்றம் கருதியது. அதனால் அந்தக் கொள்கையின் நேரடி விளைவு செய்தித்தாள்களுக்கு நஷ்டத்தை உண்டாக்குவதாகவும், பேச்சு மற்றும் வெளிப்பாட்டுச் சுதந்திரத்தில் குறுக்கிடுவதாகவும் அமைந்துவிட்டது.[19] நீதிமன்றத்தில் அக்கொள்கையின் அறக்கட்டளைக்கு எதிரான பார்வையும் விருப்பத்திற்குரியதாக இல்லை. புதிய, இளைய செய்தித்தாள்களுக்கு உதவுகின்ற நோக்கம் என்பது பெரிய நாளிதழ்களின் பேச்சு, வெளிப்பாட்டுச் சுதந்திரங்களின் கழுத்தை நெறிப்பதாக அமைந்துவிடக்கூடாது என்று நீதிமன்றம் கூறியது.[20]

நீதிமன்றம் சட்டநெறித்துறையில் தனது பேச்சுச் சுதந்திரத்திற்கான அபூர்வமான மறுப்புரைகளில் ஒன்றை நீதிபதி மேத்யூ அளித்தார். கொள்கையின் அறக்கட்டளைக்கு எதிரான நோக்கங்கள் புகழத்தக்கவை என்று கொள்கையைப் பாராட்டினார். சில அமைப்புகளிடம் செய்தித்தாள்கள் குவிந்திருப்பது என்பது பெரிய செய்தித்தாள்களின் உரிமையாளர்கள் வைத்திருக்கும் சிந்தனைகளுக்கு எதிரான சிந்தனைகள் மக்களுக்குத் தெரியாமல் போய்விடச் செய்யும்

என்றார்.[21] ஊடகங்கள் சில கைகளில் குவிந்திருப்பதைக் குறை கூறினார் அவர். ஏனெனில் பெரிய ஊடகக் குழுமங்களின் சொந்தக்காரர்களும் நிர்வாகிகளும்தான் எந்த நபர்கள், எந்த மெய்ம்மைகள், எந்த மெய்ம்மைகளின் எந்த வடிவங்கள், எந்தச் சிந்தனைகள் பொதுமக்களைச் சென்றடைய வேண்டும் என்பதை நிர்ணயிக்கிறார்கள்.[22] செய்தியச்சுத் தாள்கள் இறக்குமதி மீதான அரசாங்கக் கொள்கை ஒரு சிறு குழு ஆதிக்கத்தின் கீழ் சந்தை இருப்பதைத் தடுக்கவே வடிவமைக்கப்பட்டது, ஆகவே பேச்சுச் சுதந்திரத்தை மேம்படுத்தவே அது உதவும் என்றார்.[23] பிரிவு 19(1) (அ) வரம்பற்ற வளவளப்பைப் பாதுகாக்க உண்டானதல்ல என்று அவர் எழுதினார்.[24]

பென்னட் கோல்மனில் நீதிபதி மேத்யூ எழுதிய தீர்ப்பு மிகக் கட்டாயமாகப் படிக்க வேண்டிய ஒன்று. நாம் ஒரு எண்ணியல் (டிஜிடல்) உலகில் இன்று வாழ்கிறோம் என்பது உண்மை. ட்விட்டர், முகநூல், யூ-ட்யூப், வலைப்பூப் பதிவுகள் போன்ற புதிய ஊடக வடிவங்கள் எது செய்தி ஆகிறது, யார் பத்திரிகையாளர் என்பவற்றின் அர்த்தங்களை மாற்றிவிட்டன. அதேசமயம், இன்று மிகப் பெரிய, செல்வமுள்ள குழுமங்களும் தனிமனிதர்களும் மட்டுமே செய்தியின் மீதும் ஊடகத்தின்மீதும் மிக அதிக அளவிலான அதிகாரத்தைக் கொண்டிருக்கிறார்கள். இந்தியாவின் மிகப் பெரும் பணக்காரரான முகேஷ் அம்பானி தனது ரிலையன்ஸ் இண்டஸ்ட்ரீஸ் லிமிடெட் நிறுவனம் ஊடகக் கூட்டமைப்பான நெட்வொர்க்-18ஐக் கையகப் படுத்துகிறது என்று அறிவித்தார். நெட்வொர்க்-18, சிஎன்பிசி, டிவி18, சிஎன்என்-ஐபிஎன் போன்ற தொலைக்காட்சிச் சேனல்களை உள்ளடக்கியது. எனவே பலரும் இனிமேல் செய்தி சுதந்திரமானதாக-சார்பற்றதாக இருக்கப் போவதில்லை என்ற கவலையைத் தெரிவித்தார்கள்.[25] அச்சமயத்தில்தான் அம்பானி ஒருதலைச்சார்பு முதலாளித்துவத்தில் ஈடுபட்டுள்ளார் என்ற குற்றச்சாட்டினை ஆம் ஆத்மி தலைவர் அர்விந்த் கேஜ்ரிவால் என்ற நீள்வசைகள் வாயிலாக வைத்ததைப் பெருமளவு எல்லா ஊடகங்களும் வெளியிட்டுவந்தன.[26] அதனால் அந்த ஊடகங்களிடம் தனக்குச் சார்பான செய்திகளை வெளியிட வைக்கவே அம்பானி அவ்வாறு செய்ததாகச் சிலர் கூறினர். *கேரவான்* இதழின் பக்கங்களில், கிருஷ்ன் கவுசிக், இந்தியாவின் ஐந்து பெரிய ஊடகக் குழுமங்கள் ஏதாவது

ஒரு வகையில் அம்பானிக்குக் கடன்பட்டதாகவோ அல்லது கட்டுப்பட்டதாகவோ இருந்தன என்று வாதிட்டார்.[27] இன்னும் மோசம், 2013இன் பிற்பகுதியில், ஒரு கூட்டுக்குழுமப் பெரு முதலாளியின் மூத்தமகன் தனது ஆஸ்டன் மார்ட்டன் ரேபிட் காரை ஓர் ஆடி காரின் மீது மும்பையில் பேத்தார் சாலையில் மோதி தொடர்ந்து பல மோதல்களுக்குக் காரணமானான் என்பது ஏறத்தாழ உண்மையான சம்பவம் என்று கருதப்பட்டது. ஆனால் இந்தியாவில் மையநீரோட்ட ஊடகங்கள் எதுவும் இதைக் கண்டுகொள்ளவில்லை.[28] இந்தியாவின் செய்திக் குழுமங்கள் சிலசமயங்களில் அரசியல்வாதிகளின் கைகளில் உள்ளன, அல்லது சில குறிப்பிட்ட அரசியல் கட்சிகளைக் கருத்தியல் ரீதியாகச் சார்ந்துள்ளன. எனவே பென்னட் கோல்மனில் நீதிபதி மேத்யூவின் மறுப்புரை, செல்வவளமிக்க தனியாரின் தனியுரிமைகள் செய்தியைக் கட்டுப்படுத்தலாகாது என்ற நியாயமான அக்கறையைத் தன்னுள் கொண்டுள்ளது.

அதேசமயம், ஒரு செய்தித்தாளின் பக்கங்களை வரையறை செய்வதோ, ஒரு செய்தி அலைவழி (சேனல்) உருவாக்கக்கூடிய நிகழ்ச்சிகளை வரையறை செய்வதோ, அல்லது ஒரு ஊடகக் குழுமம் நடத்தக்கூடிய செய்தித்தாள்கள் அல்லது அலைவழிகளைக் கட்டுப்படுத்துவதோ இந்திய ஊடகத்துறையில் சில குழுமங்கள் செய்யும் தனியாட்சிகளைத் தகர்ப்பதற்கு உதவுமா என்பது ஐயத்திற்குரியது. இந்தியாவின் பொதுக் குழுமச் சட்டம், தி காம்பெடிஷன் ஆக்ட் 2002 என்பது ஊடகக் கூட்டுக்குழுமங்களுக்கும் பொருந்தக்கூடியதுதான். குறிப்பாக எதையும் சொல்லாத, பொதுவான இம்மாதிரிச் சட்டம், நேரடியாகவும் தவிர்க்கவியலாமலும் பேச்சுச் சுதந்திரத்தின்மீது ஒரு தடைச் சுமையை உருவாக்குகிறது. அதனால் உச்சநீதிமன்றம் கூறியவாறு, சுற்று, சந்தா, வாசகர்/பார்வையாளர் நிலை, விளம்பர வருவாய்கள் போன்றவை பாதிக்கப்படுகின்றன. சகல் நாளிதழ்களிலும் பென்னட் கோல்மனிலும் இழித்துரைக்கப்பட்ட ஒரு சட்டத்தின் பண்பை விட இந்தச் சட்டம் அரசியல் சட்டத்தின் கூட்டுச் சேர்ப்பில் ஒன்றாக இருக்கும் தகுதி படைத்துள்ளது.

இறக்குமதித் தீர்வைகளும் வரிகளும்

இந்திய ஒன்றியத்துக்கு எதிராக இந்தியன் எக்ஸ்பிரஸ் நியூஸ்பேபப்பர்ஸ் குழுமம் வழக்கில்[29] அயல்நாட்டிலிருந்து இறக்குமதியாகும் செய்தியச்சுத் தாளுக்குத் தீர்வை ஒன்றை விதிக்கலாம் என்று உச்சநீதிமன்றம் கருதியது. இந்தத் தீர்வை 1962இன் சுங்கவரிகள் சட்டத்தின்கீழ் விதிக்கப்பட்டது. இந்தியன் எக்ஸ்பிரஸ், இந்த இறக்குமதித் தீர்வையை விதிப்பது செய்தித்தாள்களின் விலைகளை அதிகரிப்பதையும் அதன் சுற்றைக் குறைப்பதையும் உருவாக்கும் என வாதிட்டது.[30]

ஒரு வரி நியாயமான எல்லைக்குள் இருப்பின், அது அரசியல் சட்டத்தின்கீழ் பேச்சுரிமையில் குறுக்கிடுவதாகக் கூறமுடியாது என்று நீதிமன்றம் கருதியது.[31] குறிப்பாக பத்திரிகைத் துறையை பாதிக்கின்ற சட்டவிதிகளின் நேர்த்தன்மையை நிர்ணயிப்பது பற்றிய ஒரு சோதனை நிகழ்த்தப்பட்டது. வெளிப்படையாகப் பறிமுதல் செய்யும் தன்மை அல்லது பறிமுதல் செய்வதன்மேல் வண்ணத்திரை பூசும் தன்மை என்பதன் அடிப்படையில் சாதாரண வரிவிதிக்கும் சட்டவிதியின் நேர்மையைச் சோதிக்கலாம் என்பது பொதுவழக்கு. ஆனால் செய்தியச்சுத் தாள்களின் மீதான வரிகளில், வரியினால் தெளிவாகவும் நேரடியாகவும் உண்டாகக்கூடிய தனித்த, கண்கூடான சுமையினை மட்டும் அந்தச் செய்தித்தாள் காட்டினால் போதுமானது.[32] ஆறுமாதத்திற்குள்ளாக செய்தியச்சுத்தாள் மீது இறக்குமதித் தீர்வை பற்றிய கேள்வியை முழுமையாக அரசாங்கம் மறுபரிசீலனை செய்யவேண்டும் என்று நீதிமன்றம் ஆணையிட்டது.

பல ஆண்டுகளாகவே அரசாங்கங்கள் பத்திரிகைத் துறையைத் தங்கள் கட்டுப்பாட்டில் வைத்துக் கொள்ள பல உத்திகளைக் கையாண்டு வருவதாக நீதிபதி வேங்கடராமையா ஓர் ஆர்வமூட்டும் தீர்ப்பினை எழுதினார். இந்த உத்திகளில், பணத்தை இரகசியமாக வழங்குதல், வெளிப்படையான பணக் கொடைகளும் உதவிகளும், நில அளிப்புகள், அஞ்சல் சலுகைகள், அரசாங்க விளம்பரங்கள், செய்தியிதழ்களின் ஆசிரியர்கள்-உரிமையாளர்களுக்குப் பட்டங்களை வழங்குதல், அமைச்சரவையிலும் உள்ளரசியல் மன்றங்களிலும்

பத்திரிகை அதிபர்களுக்கு இடமளித்தல் போன்றவை அடங்கும். பத்திரிகைகளின் செல்வாக்கைப் பெறுவதற்கு அரசாங்கம் தன் சக்தியையும் பிரயோகிக்கலாம். உதாரணமாக தணிக்கைக்கு முந்திய சட்டங்கள், கைப்பற்றுதல், செய்தித்தாள் கொண்டுசேர்த்தல்களிலும், பாதுகாப்பு (பணம் கட்டுதல்) களிலும் குறுக்கிடுதல், செய்தித்தாள்களின் விலைகளையும் பக்கங்களையும் விளம்பரத்திற்கான இடத்தையும் நிர்ணயிப்பதில் கட்டுப்பாடு விதித்தல், அரசாங்க விளம்பரங்களை வழங்காதிருத்தல், அஞ்சல் கட்டணங்களை அதிகரித்தல், செய்தியச்சுத்தாள்களின்மீது வரிவிதித்தல், செய்தியச்சுத் தாள்கள் இறக்குமதியை நெறிப்படுத்தல் வாயிலாக அதை நியாயத்துக்கு மாறாக விலையதிகரித்தல் முதலியவை இதில் அடங்கும்.[33]

அந்தரங்கமும் பத்திரிகைத் துறையும்

பத்திரிகையாளர்கள் சிறைக் குற்றவாளிகளிடம், குறிப்பாகச் சிலசமயம் மரண தண்டனை விதிக்கப்பட்ட குற்றவாளிகளிடம் நேர்முகம் அளிக்குமாறு கேட்டது பற்றி உச்சநீதிமன்றத்தில் தொடர்ச்சியாகச் சில வழக்குகள் வந்தன. அந்த நேர்முகங்களுக்குச் சிறை அதிகாரிகளோ அல்லது அவர்களின் ஒழுங்குமுறைகளோ அனுமதி அளிக்கவில்லை என்றும், அது தங்கள் பேச்சுச் சுதந்திர உரிமைக்கு எதிரானது என்றும் பத்திரிகையாளர்கள் கருதினர். இந்த வழக்குகளில், பிரிவு 19(1) (அ)வுக்கு ஒருவித சுற்றிவளைத்த முறையிலான அணுகுமுறையை நீதிமன்றம் மேற்கொண்டது. பொதுவாகப் பத்திரிகை உறுப்பினர்களுக்குச் சிறைக் கைதிகளை நேர்காண உரிமை இல்லை என்றும், அப்படி நேர்காணல் நடத்த வேண்டுமெனில் அது கைதியின் ஒப்புதல், சிறை நிர்வாகத்தின் அனுமதி, சிறை ஒழுங்குமுறைகளின் ஏற்புடைமை ஆகியவற்றிற்கு உட்பட்டது என்றும் தெரிவிக்கப்பட்டது. சுதந்திரப் பேச்சுக்கான பத்திரிகைகளின் உரிமை என்பது இரகசியத்தன்மையைக் (அந்தரங்கக்) காப்பது என்பதற்கு வழிவிடவேண்டும் என்ற கொள்கை அடிப்படையை இந்தத் தீர்ப்புகளில் உச்சநீதிமன்றம் கையாண்டிருப்பதை அவற்றின் ஆய்வு காட்டுகிறது. இந்தத் தீர்ப்புகள், பத்திரிகை நிழற்படக்காரர்கள் எந்த ஒருவரின் அந்தரங்கத்திலும்

குறுக்கிடுவதற்குப் பேச்சுச் சுதந்திரம் உரிமை வழங்கவில்லை எனக் குறிப்பாகக் கூறுவதால், இன்று அவற்றுக்கு வெகு-தொலைவுக்குச் செல்லும் அர்த்த உட்குறிப்புகள் உள்ளன.

இப்படிப்பட்ட வழக்குகளில் முதலாவது இந்திய ஒன்றியத்திற்கு எதிராக பிரபா தத் என்பவருடையது.[34] பிரபா தத், இந்துஸ்தான் டைம்ஸ் பத்திரிகையின் தலைமைச் செய்தியாளர். மரணதண்டனை விதிக்கப்பட்டிருந்த பில்லா, ரங்கா என்ற இரு குற்றவாளிகளைத் தான் நேர்காண தில்லி நிர்வாகம் அனுமதிக்க ஆணை பிறப்பிக்க வேண்டுமென அவர் உச்சநீதிமன்றத்தை நேராக அணுகியிருந்தார். 1978இல் தில்லியில் சஞ்சய் சோப்ரா, கீதா சோப்ரா என்ற இரு உடன்பிறந்தோரை இந்தக் குற்றவாளிகள் ஜஸ்பீர் சிங்கும் (பில்லா) குல்ஜீத் சிங்கும் (ரங்கா) கொலை செய்திருந்தனர். கீதா கொலைசெய்யப்படும் முன்பாகப் பாலியல் வன்புணர்வுக்கு உட்படுத்தப்பட்டிருந்தார். இந்தக் கொடூரமான நிகழ்வு தில்லி முழுவதும் அக்காலத்தில் அதிர்ச்சி அலைகளை உருவாக்கியிருந்தது.[35]

பிரிவு 19(1) (அ) என்பது முழுமையான சுதந்திரமல்ல, அது கட்டுப்பாடற்ற முறையில் பத்திரிகைகள் தகவல்பெறும் வழிகளைக் கையாள எந்த உரிமையையும் அளிக்கவில்லை என்று உச்சநீதிமன்றம் தெரிவித்தது.[36] இந்த வழக்கில் மனுதாரர் கோரியது எவ்விதப் பார்வையையோ கருத்தையோ முன்வைப்பதற்கான உரிமை அல்ல. அவர் கேட்டது, மரண தண்டனை அளிக்கப்பட்ட இரு கைதிகளின் நேர்காணல் வாயிலாகத் தகவல் பெறும் உரிமை.[37] அந்தக் கைதியே விரும்பினால் அன்றி, அவரை நேர்காண்பதற்கு பிரபா தத்துக்கு உரிமை இல்லை என்று நீதிமன்றம் கருதியது.[38] சிறைக் கண்காணிப்பாளரே நியாயமானது என்று கருதினால், மரணதண்டனை விதிக்கப்பட்ட கைதிகளை நேர்காணல் செய்ய அவர் அனுமதிக்கலாம் என்று சிறைவிதிக் குறிப்புகளில் கூறப்பட்டிருந்தது. கனமுள்ள காரணங்களுக்காக எழுத்துமூலமாக நேர்காணலைப் பதிவு செய்வதைச் சிறைக் கண்காணிப்பாளர் மறுக்கமுடியும் என்றும் நீதிமன்றம் கருதியது.[39] ஆனால் அதேநாளன்று மாலை 4 மணிக்கு இந்துஸ்தான் டைம்ஸ், டைம்ஸ் ஆஃப் இந்தியா, இந்தியா டுடே, பிரஸ் டிரஸ்ட் ஆஃப் இந்தியா,

யுனைடெம் நியூஸ் ஆஃப் இந்தியா ஆகியவற்றின் பிரதிநிதிகள் குற்றவாளிகளைச் சந்திக்கலாம் என்று கண்காணிப்பாளருக்கு உத்தரவிடப்பட்டது. நீதிமன்றத்திலிருந்த சில வழக்கறிஞர்கள் மரணதண்டனை நிறைவேற்றப்படும் சமயத்தில் பத்திரிகைப் பிரதிநிதிகள் உடனிருக்கலாமா என்று கேட்டனர். சிறைக் கண்காணிப்பாளருக்கு விண்ணப்பம் அளிக்க வேண்டும் என்றும் அவர் அந்த விண்ணப்பத்தின் தகுதி அடிப்படையில் அனுமதி அளிக்கலாம் என்றும் நீதிமன்றம் கூறியது.[40] இதன் பிறகு, வேடிக்கையான விஷயம், பத்திரிகை நேர்காணலுக்கு பில்லா ஒப்புக் கொண்டான். ரங்கா மறுத்துவிட்டான். இந்த நேர்காணலில் பில்லா தொடர்ந்து தான் குற்றவாளி அல்ல என்று சொல்லிக் கொண்டே இருந்தான்.[41]

மகாராஷ்டிர அரசுக்கு எதிராக ஷீலா பர்சே[42] என்று ஒரு வழக்கு. ஷீலா பர்சே பம்பாயிலிருந்த ஒரு சுதந்திரப் பத்திரிகையாளர். மகாராஷ்டிரா சிறைகளில் வைக்கப்பட்டிருந்த பெண் கைதிகளை நேர்காண அவர் விரும்பினார். 1982 மே மாதம், அந்த மாநிலத்துச் சிறைகளின் இன்ஸ்பெக்டர்-ஜெனரல், பம்பாய் செண்ட்ரல் ஜெயில், யேரவாடா செண்ட்ரல் ஜெயில் (புனே), கோலாப்பூர் மாநில ஜெயில் ஆகிய சிறைகளில் கைதிகளை ஷீலா நேர்காணலாம் என்று அனுமதி அளித்தார். ஷீலா பர்சே, நேர்முகங்களை ஒலிநாடாவில் பதிவுசெய்ய விரும்பினார். ஆனால் அவருக்குக் குறிப்புகள் எடுத்துக் கொள்ள மட்டுமே அனுமதி தரப்பட்டது. அவர் மறுப்புத் தெரிவித்ததும், அப்படிப்பட்ட அனுமதி ஆய்வாளர்களுக்கு மட்டுமே வழங்கப்பட்டது என்று கூறி சிறை-ஐஜி அவருக்களித்த அனுமதியைத் திரும்பப் பெற்றுக் கொண்டார். விசாரணைக்குட்பட்டிருந்த பெண்களிடம் பர்சே நேர்முகம் கண்டு அவற்றின் அடிப்படையில் ஒருதரப்பான, பொறுப்பற்ற, கவனக் குறைவான கதைகளை அவர் வெளியிட்டதாக சிறை நிர்வாகிகள் அறிந்துகொண்டனர் என்று தோன்றுகிறது.[43] பர்சே உச்சநீதி மன்றத்துக்கு ஒரு கடிதம் எழுதினார். அது எழுத்து மூலமான மனுவாக (ரிட் பெட்டிஷனாக) மாற்றிக் கொள்ளப்பட்டது. 1980களின் தீவிரமாகக் கையாண்ட, கடிதவாயிலான தீர்ப்புவழங்கல் எல்லையை இது காட்டுகிறது.[44]

குடிமக்களுக்குச் சிறைக்குள் புகவோ தகவல் சேகரிக்கவோ எவ்வித உரிமையும் இல்லை என்றாலும், சிறையின் உள்நிலைமைகள் பற்றி வெளியுலகிற்குத் தெரியவரும் என்பதால் சிறைக்கைதிகள் பத்திரிகையாளர்களால் நேர்காணப்பட உரிமையிருக்கிறது என்று நீதிமன்றம் கூறியது.[45] நேர்காணலுக்கு அனுமதி அளிக்க வேண்டும், அவற்றை ஒலிநாடாவில் பதிவு செய்ய வேண்டும் என்று ஏற்புடைய அதிகாரிக்கு பர்சே மற்றொருமுறை விண்ணப்பிக்குமாறு கூறப்பட்டார். ஆனால் நேர்காணலுக்குக் கைதிகள் ஒப்புதல் அளிக்க வேண்டும் என்பதை நீதிமன்றம் மீண்டும் வலியுறுத்தியது.[46] தகுதியுடைய அதிகாரி சிறப்பு அனுமதி அளித்தால் தான் டேப்ரிகார்டரில் பதிவு செய்யலாம் என்றும் வலியுறுத்தப் பட்டது.[47]

செய்தியிதழ்களின் சொத்துரிமை

இந்திய ஒன்றியத்துக்கு எதிராக எக்ஸ்பிரஸ் நியூஸ்பேப்பர்ஸ் பிரைவேட் லிமிடெட் வழக்கில்[48] இந்தியன் எக்ஸ்பிரஸ் உரிமையாளர்கள் முன்வைத்த ஒரு கோரிக்கையை உச்சநீதிமன்றம் கருத்தில் கொண்டிருந்தது. இந்தியன் எக்ஸ்பிரஸ் தனது அலுவலகத்தைப் புதுதில்லி, பஹதூர்ஷா ஜஃபர் சாலை, 9-10 எண்ணிட்ட கட்டடத்தில் நடத்திவந்தது. அந்தக் கட்டடம் 1958ஆம் ஆண்டின் குத்தகைக்கான எழுத்துப் பத்திரத்தின் பதிவு அடிப்படையில் அளிக்கப்பட்டது. குத்தகைப் பத்திரத்தின் சில நிபந்தனைகளை மீறியதற்காக அந்தப் பத்திரிகை தன் ஒப்பந்தத்தை முடித்துக்கொண்டு மறுகுத்தகைக்கு ஏன் அந்த வளாகத்தைப் பெறலாகாது என்று அரசாங்கம் கேட்டு ஒரு ஷோ-காஸ் (காரணம் காட்ட வேண்டிய கேட்பு) மனுவினை அனுப்பியது. இந்தியன் எக்ஸ்பிரஸ் நேரடியாக உச்சநீதிமன்றத்தை அணுகியது. உச்சநீதிமன்றத்தை நேரடியாக அணுகவேண்டுமானால் அந்தக் காரணம்-காட்டுக் கேட்புமனு அரசியல் சட்டத்தின்கீழ் ஓர் அடிப்படை உரிமையை மீறியது என்று நிறுவியாக வேண்டும். ஆகவே, பிற விஷயங்களுக் கிடையில், அந்தக் கேட்புமனு அரசியல் சட்டத்தின் பிரிவு 19(1) (அ) வின் கீழ் அளிக்கப்பட்ட பேச்சுச் சுதந்திர உரிமையை மீறிவிட்டது என்று பத்திரிகை வாதிட்டது. மேலும், அந்தச் செயல், எக்ஸ்பிரஸ் குழுமத்தின் மீது பொதுவாகவும், அதன்

இயக்குநர்கள் குழுவின் தலைவரான ராம்நாத் கோயங்கா மீது குறிப்பாகவும் தனிப்பட்ட பழிவாங்கும் செயல் என்றும் கூறியது.[49] தன் பக்கங்களில் அரசாங்கத்தைக் குறை கூறியதற்காக இந்தியன் எக்ஸ்பிரஸ் மீது அரசாங்கம் இந்த நடவடிக்கை எடுத்துள்ளது என்றும் சமர்ப்பிக்கப்பட்டது.

நீதிமன்றத்தின் மூன்று நீதிபதிகள் தனித்தனியே மூன்று தீர்ப்புகளை எழுதி அந்த வழக்கைத் தள்ளுபடி செய்தனர். ஆனால் ஒரே ஒரு நீதிபதி, ஏ. பி. சேன் மட்டும் பிரிவு 19(1) (அ) வின் கீழ் மனுதாரர்களின் கோரிக்கையை ஏற்றுக் கொண்டார். அரசாங்கத்தின் கேட்புமனு, இந்தியன் எக்ஸ்பிரஸ் பத்திரிகையின் குரலை அடக்கும் நோக்கம் கொண்டது என்றும் அதனால் தர்க்கரீதியாக அது பத்திரிகைத் துறையின் சுதந்திரத்துக்கு நேரடி மற்றும் உடனடியான அச்சுறுத்தலாக இருக்கிறது எனவும், அது அரசியல் சட்டத்தின் பிரிவு 19(1) (அ), 14 ஆகியவற்றை மீறிவிட்டது எனவும் நீதிபதி சேன் தெரிவித்தார்.[50] நீதிபதி வேங்கடராமையா, அந்த நோட்டீஸ் பிரிவு 14ஐ மட்டுமே மீறியது என்று கூறினார், பிரிவு 19(1) (அ) மீறல் பற்றி ஒன்றும் கூறவில்லை.[51] நீதிபதி ஆர். பி. மிஸ்ரா, ஒரு வணிகத்தை நடத்துவதற்கான நிலச்சொத்துரிமையும், கட்டடம் கட்டும் உரிமையும் பிரிவுகள் 19(1) (அ) அல்லது 19(1) (எ)-ஆகியவற்றில் அளிக்கப்படவில்லை என்று கூறினார்.[52]

★★★

நன்றிகள்

இந்தப் புத்தகத்தை இயலச் செய்தமைக்கு நான் பல பேருக்கு நன்றியுடையேன். நிக் ராபின்சன், மார்க் டுஷ்னெட், மித்ரா ஷராபி, ஜிம் ஜாஃபி, வசூஜித் ராம், பிரதாப் பானு மேத்தா, மாதவ் கோஸ்லா ஆகியோருக்கு இந்தப் புத்தகத்தின் இயல் அமைப்பு பற்றிக் கருத்துரைத்தமைக்கு நன்றிகூற வேண்டும். தங்கள் ஓய்வற்ற கால அட்டவணையில் நேரத்தை விடுவித்து எனக்கு அபூர்வமான ஆய்வுப் பொருள்கள் கிடைக்க உதவிய பெர்னான் ரெஸ்ட்ரபோ, சன்தீப் ரானடே, வியோமா ஜா, அருண் நடேசன், பிரணய சித்தளே ஆகியோர்க்கு என் நன்றிகள். இந்தப் புத்தகம் தொடர்பாக என்னுடன் பேசியதற்கும் தகவல்பகிர்வுக்கும் டேவிட் கென்னி, நீதி நாயர், ராம் குஹா ஆகியோருக்கு நன்றிகள். திருமதி உமா நாராயண் இன்றி இந்தப் புத்தகம் எழுதப்பட்டிருக்கவே இயலாது, ஆகவே அவருக்கு சிறப்பு நன்றிகள் உரியன. எனக்கு முதுநிலையில் உள்ள திரு. டேரியஸ் கம்பட்டா அவர்களின் அறிவுரை, நூலக உதவி, ஆய்வு மூலங்கள் அளிப்பு ஆகியவற்றால் நான் பெரிதும் பயன் பெற்றுள்ளேன். அவருக்கும் என் நன்றி உரியது. இந்தப் புத்தகத்தின் மூலங்களையும் மேற்கோள்களையும் ஒன்றுவிடாமல் சரிபார்த்த என் ஆய்வு உதவியாளர்கள் ஸ்ரேயஸ் நார்லா, சாட்சி பல்லா இருவருக்கும் அவர்களின் இடைவிடாக் கடின உழைப்புக்காக நன்றி. பேராசிரியர் கே. எல். தாஸ்வானிக்கும் பலப்பல நன்றிகள். இந்தப் புத்தகத்தின் சில பொருண்மைகளை மும்பை செண்ட் சேவியர் கல்லூரியில் சேவியர் அரசியல் அறிவியல் சங்கத்தின் ஆதரவிலும், இளம் பாரதிய ஃபவுண்டேஷன் ஆதரவிலும் அளித்திருந்தேன். அதன்

அமைப்பாளர்களுக்கும் பங்கேற்றோர்க்கும் நன்றிகள் உரியன. இந்தப் புத்தகத்தை முன்வைக்க அழைத்த ராகுல் மஸ்கருக்கும் ஹமுரபி டேப்லட்டிலுள்ள குழுவினர்க்கும் நன்றிகள் உரியன. இந்தப் புத்தகத்தைச் சாத்தியமாக்கிய மேரு கோகலேவுக்கும், எனது செம்மைப்பதிப்பாளர் பிரேமாங்கா கோஸ்வாமிக்கும், சலோனி மித்தலுக்கும் பெங்குவினின் ஒட்டுமொத்தக் குழுவினருக்கும் நன்றிகள் உரியன. இறுதியாக, நல்ல சமயங்களிலும் மோசமான சமயங்களிலும் அன்பும் ஆதரவும் ஊக்கமும் அளித்துப் பாராட்டிய எனது குடும்பத்தினருக்கும், சம்பந்தி வீட்டினருக்கும் ஆய், பாபா ஆகியோருக்கும், என் தந்தைக்கும் கல்பனாவுக்கும் நன்றிகள் உரியன.

குறிப்புகள்

Chapter 1: The Music of an English Band

1. Ramachandra Guha, *India After Gandhi: The History of the World's Largest Democracy* (New York: Ecco, 2007), p. 5.
2. The Privy Council's jurisdiction was abolished by the Abolition of Privy Council Jurisdiction Act, 1949, which came into force on 10 October 1949.
3. A few provisions of the Constitution came into force at once on 26 November 1949. The rest came into force on 26 January 1950. See, Article 394, which dealt with the commencement of the Constitution.
4. Constituent Assembly Debates of India, vol. XI, p. 977 (25 November 1949).
5. Article 395.
6. Speech of Prime Minister Nehru at the inauguration of the Indian Law Institute on 12 December 1957. S. Gopal (ed.), *Selected Works of Jawaharlal Nehru*, 2nd Series, (New Delhi: Jawaharlal Nehru Memorial Fund, 1989), available at: http:// nehruportal.nic. in/writings (last visited 25 May 2017), vol. 40, p. 303. Interestingly, the government's Statement on Industrial Policy, adopted in 1991, which signaled economic liberalization, adopted the motto of 'continuity with change'. See, Statement on Industrial Policy, Government of India, Ministry of Industry, available at: http://dipp. nic.in/sites/default/ files/chap001_0_0.pdf (last visited 18 June 2017).
7. Granville Austin, *The Indian Constitution: Cornerstone of a Nation* (New Delhi: Oxford University Press, 1966), p. xxi. Sandipto Dasgupta called this a tension between constitutional 'aspirations' and 'necessities'. Sandipto Dasgupta, 'A Language Which Is Foreign to Us: Continuities and Anxieties in the Making of the Indian Constitution', vol. 34, *Comparative Studies of South Asia, Africa and the Middle East 228* (2014), p. 229.
8. Article 17.
9. Article 15.
10. Article 18(2) of the Constitution says: 'No citizen of India shall accept any title from any foreign State.'
11. First Schedule.
12. Article 326.
13. H.M. Seervai, *Constitutional Law of India: A Critical Commentary* (Bombay: N.M. Tripathi, 1993–97), vol. 1, p. 164.
14. Seervai, *Constitutional Law of India*, vol. 1, p. 167.
15. Constituent Assembly Debates, vol. XI, p. 663 (18 November 1949). See further, Dasgupta, 'A Language Which Is Foreign to Us'; Arvind Elangovan, 'The Making of the Indian Constitution: A Case for a Non-nationalist Approach', *History Compass*, vol. 12, pp. 1–10 (2014).
16. Abhinav Chandrachud, *An Independent, Colonial Judiciary: A history of the Bombay High Court during the British Raj, 1862- 1947* (New Delhi: Oxford University Press, 2015). Likewise, members of the Indian Civil Service, who had loyally served the colonial government, now served the government in independent India. Arudra Burra, 'The Indian

Civil Service and the Raj: 1919- 1950', available on SSRN: https://papers.ssrn.com/sol3/papers.cfm?abstract_id=2052658 (last visited 20 December 2016).
17. See, Arudra Burra, 'What is "Colonial" About Colonial Laws?', *Am. U. Int'l L. Rev.* 138 (2016); Dasgupta, 'A Language Which Is Foreign to Us'.
18. *Constituent Assembly Debates,* vol. XI, p. 616 (17 November 1949).
19. As distinguished from Asian communitarian values.
20. In fact, Ramachandra Guha lists the 'retention of archaic laws' as one of his 'eight major threats to freedom of expression in contemporary India'. Ramachandra Guha, *Democrats and Dissenters* (Gurgaon: Penguin Random House India, 2016), p. 25. He notes—and this is a point which will be made in great detail in this book—that colonial era restraints on speech were not merely retained but also strengthened in independent India. Ibid, p. 27.
21. This was so even though the charge they were facing was sedition.
22. Though sedition was not specifically made an enumerated exception to free speech, the 'security of the State' was made an exception in 1950. Thereafter, the First Amendment made 'public order' an exception to free speech, which has protected sedition from constitutional challenges thereafter.
23. One might argue that a person is less justified preaching sedition against a democratically elected government over a colonial one. However, merely because a government is democratically elected does not mean that citizens must lose their rights to free speech and to criticize the government.
24. Jury trials have mostly been abolished in India, so there is no question of sympathetic juries hearing sedition cases.
25. This was done with the enactment of a new Code of Criminal Procedure in 1973, which replaced the British era code of 1898.
26. *Brij Bhushan v. State of Delhi,* AIR 1950 SC 129. In *R. Rajagopal v. State of Tamil Nadu,* (1994) 6 SCC 632 (at paragraphs 22, 26(6)), the Supreme Court held that prior restraints could not be imposed for defamatory statements made against the government or government officials, because there was no law authorizing such restraints to be imposed. Prior restraints were found to be constitutionally valid in *Sahara India Real Estate Corporation Ltd. v. SEBI,* (2012) 10 SCC 603.
27. Lawrence Liang, '*A Sholay* We Don't Know', *Indian Express,* 16 February 2015, available at: http://indianexpress.com/article/ opinion/columns/a-sholay-we-dont-know/ (last visited 13 September 2016).
28. See, 'Censor Board says no long 'kisses' in Bond film . . . ', *Indian Express,* 19 November 2015, available at: http://indianexpress.com/ article/entertainment/entertainment-others/censor-board-says-no- kisses-in-bond-film-spectre-twitterati-posts-jokes/ (last visited 13 September 2016). Similarly, it also trimmed a kissing scene between actors Sushant Singh Rajput and Kriti Sanon in Bollywood film Raabta. See, Charu Thakur, 'Sushant-Kriti's Raabta: CBFC Trims Kissing Scene, Says No to Abusive Language', *India Today,* 7 June 2017, available at: http://indiatoday.intoday.in/story/sushant- singh-rajput-kriti-sanon-kissing-scene-raabta-cbfc/1/972603.html (last visited 13 June 2017).
29. The Bombay High Court in *Phantom Films Pvt. Ltd. v. Central Board of Film Certification,* Writ Petition (L) No. 1529 of 2016, decided on 13 June 2016 (DB), set aside the Censor Board's order.
30. 376 US 254 (1964).

31. See, Jean Drèze, 'The New Abnormal in Kashmir', *The Hindu*, 25 November 2016, available at: http://www.thehindu.com/ opinion/lead/The-new-abnormal-in-Kashmir/ article16695599. ece (last visited 5 December 2016); Jean Drèze, 'Kashmir's Hidden Uprising', *Indian Express*, 5 December 2016, available at: http:// indianexpress.com/article/opinion/columns/kashmir-valley- shutdown-hidden-uprising-indian-army-militants-4410627/ (last visited 5 December 2016).
32. HCA/D63/A1/D, British Library, letter dated December 8, 1918, from Norman Macleod to his son, Torquil.
33. M.R. Jayakar, *The Story of My Life* (Bombay: Asia Publishing House, 1958), vol. 1, p. 227, available at: https://archive.org/stream/ in.ernet.dli.2015.238020/2015.238020. The-Story#page/n253/ mode/2up (last visited 18 June 2017); Thomas Joseph Strangman, *Indian Courts and Characters* (London: W. Heinemann, 1931), pp. 112–13.
34. Sharada Dwivedi and Rahul Mehrotra, *Fort Walks* (Mumbai: Eminence Designs Pvt. Ltd., 1999), p. 19.
35. Ibid.
36. 'Policy Guidelines for Downlinking of Television Channels', 5 December 2011, issued by the Ministry of Information and Broadcasting, available at: http://mib.nic.in/sites/default/files/ Downlinking_Guidelines05.12.11.pdf (last visited 18 June 2017).
37. This was not an entirely new exception to free speech. As we shall see later on, the colonial-era Defence of India (Criminal Law Amendment) Act, 1915, allowed the government to regulate speech which was likely to 'prejudice His Majesty's relations with Foreign Powers'.
38. See, Rajeev Dhavan, *Publish and Be Damned: Censorship and Intolerance in India* (New Delhi: Tulika Books, 2008); Gautam Bhatia, *Offend, Shock, or Disturb: Free Speech under the Indian Constitution* (New Delhi: Oxford University Press, 2016); Madhavi Goradia Divan, *Facets of Media Law* (Lucknow: Eastern Book Company, 2015); Seervai, *Constitutional Law of India*; Soli J. Sorabjee, *Law of Press Censorship in India* (Bombay: N.M. Tripathi, 1976); Lawrence Liang, 'Speech and Expression'; Sujit Choudhry et al, *The Oxford Handbook of the Indian Constitution* (New Delhi: Oxford University Press, 2016).
39 DatedO2r8dMer arch 2013, available at: http://mib.nic.in/sites/default/ files/OrdersofMIBforprohibitionoftransmissionofFTVChannell. pdf (last visited 18 June 2017).
40. See, 'Obscenity Case Filed against Akshay Kumar', NDTV, 6 April 2009, available at: http://www.ndtv.com/india-news/obscenity- case-filed-against-akshay-kumar-390760 (last visited 14 November 2016); 'Akshay's Unbuttoning Act: Twinkle Arrested, Released', *Times of India*, 10 April 2009, available at: http://timesofindia. indiatimes.com/india/Akshays-unbuttoning-act-Twinkle-arrested- released/articleshow/4382598.cms (last visited 14 November 2016); Koffee with Karan, Season Five, episode aired on 13 November 2016; *Abigail Stepen Rosa v. State of Maharashtra*, (2013) SCC OnLine Bom 907. There is, of course, a distinction between being charged with obscenity and being convicted for it. However, as discussed later, it takes an enormously long time for criminal cases to be decided in India, which means that a charge of obscenity is likely to stick for some time.
41. Bob Woodward and Scott Armstrong, *The Brethren: Inside the Supreme Court* (New York: Simon and Schuster, 1978); Nadine Strossen, 'Obscenity and Indecency Law: Why *Howl* is Still Silenced', 37 *Seattle University Law Review lxi* (2013); Jeffrey Rosen, 'Zoned Out', *New Republic*, 31 March 1997, available at: https://newrepublic.com/article/74075/ zoned-out (last visited 17 September 2016).

42. 403 US 15 (1971).
43. Strossen, 'Obscenity and Indecency Law', lxiv.
44. See, Fali S. Nariman, *The State of the Nation* (New Delhi: Hay House India, 2013), pp. 351–52.
45. 'Report of the Committee on Contempt of Court' (Phillimore Committee Report), December 1974, p. 69.
46. This is known as a 'First Information Report'.
47. Ramachandra Guha points out that such cases are often filed in remote towns in India, where the values of the local police and magistrates may be very different from those of judges in urban India. Ramachandra Guha, *Democrats and Dissenters* (Gurgaon: Penguin Random House India, 2016), p. 29.
48. 'Shashi Tharoor Exonerated in National Anthem Case', The Hindu, 7 July 2013, available at: http://www.thehindu.com/todays-paper/ shashi-tharoor-exonerated-in-national-anthem-case/article4890798. ece (last visited 30 May 2016); Mahir Haneef, 'Shashi Tharoor Acquitted in Anthem Case', *Times of India*, 7 July 2013, available at: http://timesofindia.indiatimes.com/india/Shashi-Tharoor-acquitted- in-anthem-case/articleshow/20950253.cms (last visited 30 May 2016).
49. Article 12.
50. 'M.F. Hussain Passes Away in London', *Times of India,* 9 June 2011, available at: http://articles.timesofindia.indiatimes.com/2011-06- 09/india/29637594_1_hindu-goddesses-mf-husain-indian-artist (last visited 18 June 2017); 'Eminent Painter Maqbool Fida Hussain Passes Away in London', *Indian Express* , June 9 2011, available at: http://www.indianexpress.com/news/excellent/801368/ (last visited 18 June 2017).
51. *Maqbool Fida Hussain v. Raj Kumar Pandey,* (2008) Cri LJ 4107.
52. See: 'Protests at Delhi's Ramjas College', *Times of India*, 22 February 2017, available at: http://timesofindia.indiatimes.com/ city/delhi/protests-at-delhis-ramjas-college-students-clash/ articleshow/57290420.cms (last visited 7 March 2017); 'Akhil Bharatiya Vidyarthi Parishad Holds Protest March . . . ', *Times of India,* 2 March 2017, available at: http://timesofindia.indiatimes. com/city/delhi/akhil-bharatiya-vidyarthi-parishad-holds-protest-march-in-delhi-university/articleshow/57430647.cms (last visited 7 March 2017); 'Here's What Happened . . . ', *India Times,* 24 February 2017, available at: http://www.indiatimes.com/news/here-s-what-happened-at-ramjas-college-that-led- to-the-clashes-between-abvp-aisa-and-delhi-police-272175. html (last visited 7 March 2017).
53. However, Roy was later sentenced for being in contempt of court in a subsequent case, which will be discussed in this book.
54. (2015) 5 SCC 1 (decided by two judges).
55. See, e.g., order dated 2 March 2015, passed by a Division Bench of the Bombay High Court in Criminal Writ Petitions No. 815 and 816 of 2015.
56. *Ambikesh Mahapatra v. State of West Bengal,* (2015) SCC OnLine Cal 631.

Chapter 2: The Wounded Vanity of Governments

1. See further, Siddharth Narrain, 'Disaffection and the Law': The Chilling Effect of Sedition Laws in India', *Economic and Political Weekly*, 19 February 2011, vol. 46, No. 8, p. 33; Walter Russell Donogh, *A Treatise on the Law of Sedition and Cognate Offences in British India* (Calcutta: Thacker, Spink & Co., 1911), available at: https://archive.org/details/

onlawofsedition00dono (last visited 15 August 2016); Aravind Ganachari, 'Combating Terror of Law in Colonial India: The Law of Sedition and the Nationalist Response' in M. Vardalos et al (eds.), *Engaging Terror: A Critical and Interdisciplinary Approach* (Boca Raton, Florida: Brown Walker Press, 2009), p. 93 (available on Google Books); Fendall Currie, *The Penal Code Act XLV* of 1860 (London: John Flack & Co., 1875) (5th Edition), available at https://babel.hathitrust.org/cgi/ pt?id=hvd.hl2tyv;view=1up;seq=7 (last visited 15 August 2016); Janaki Bakhle, 'Savarkar (1883-1966), Sedition and Surveillance: The rule of law in a colonial situation', *Social History*, vol. 35, Issue No. 1, February 2010, p. 51; Sukeshi Kamra, 'The "Vox Populi", or the Infernal Propaganda Machine, and Juridical Force in Colonial India', *Cultural Critique*, vol. 72, Spring 2009, pp. 164–202.

2. The IPC avoided the distinction between a 'felony' and a 'misdemeanour'. This, colonial legislators believed, was one of the many improvements of the English common law by statute in British India. Another example was the fact that the word 'hearsay' was not used in the Indian Evidence Act, 1872.

3. See, *Rasiklal v. Kishore*, (2009) 4 SCC 446 (paragraphs 9–12); *Ratilal Bhanji Mithani v. Assistant Collector of Customs*, AIR 1967 SC 1639.

4. Where the words were spoken, not written, the offence was called 'speaking of seditious words'. Sir James Fitzjames Stephen, *A Digest of the Criminal Law*, 5th edition (London: Macmillan and Co., 1894), available at: https://catalog.hathitrust.org/Record/007703960 (last visited 7 September 2016), p. 70.

5. Where the words were written, not spoken, the offence was called 'publication of a seditious libel'. Stephen, *Digest*, p. 70.

6. In fact, this definition of sedition was adopted in the authoritative digest on criminal law prepared by Sir James Fitzjames Stephen. Sir James Fitzjames Stephen, *A History of the Criminal Law of England* (London: Macmillan and Co., 1883), vol. 2, available at: https://babel.hathitrust.org/cgi/pt?id=hvd.hl57k3;view=1up;seq=315 (last visited 15 August 2016). Stephen relied on Articles 91 and 93 of his Digest on Criminal Law, corresponding with Articles 96 and 98 of the 5th edition of the Digest. See, Stephen, Digest. See further, Criminal Libel Act, 1819, available at: https://books. google.co.in/books?id=si9bAAAA QAAJ&pg=PA44&lpg=PA4 4&dq=Seditious+and+Blasphemous+Act&source=bl&ots= xqhS Vz1fel&sig=WrvHeWlXUG-wfA6Uezw6v2kq28U&hl=en&sa =X&ved=0ahUKE wibgpii__7OAhUKNo8KHQwxBaIQ6AEIS zAI#v=onepage&q=Seditious&f=false (last visited 8 September 2016); Section 102, Criminal Code (Indictable Offences) Bill, 1879, [prepared pursuant to the 'Report of the Royal Commission Appointed to Consider the Law Relating to Indictable Offences', whose report is available at: http://www.lareau-legal. ca/ EnglishDraftCodeONE.pdf (last visited 8 September 2016)], available at: https:// catalog.hathitrust.org/Record/100472695 (last visited 8 September 2016).

7. For an account of the law of seditious libel in England in the seventeenth and eighteenth centuries, see, Philip Hamburger, 'The Development of the Law of Seditious Libel and the Control of the Press', 37 *Stanford Law Review* 661 (1984–85). Hamburger argues, contrary to historians like Stephen, that the law of seditious libel emerged in the eighteenth century once other methods used by the Crown like treason, *Scandalum Magnatum*, heresy, and licensing, were forced out by public opinion. See further, Michael Lobban, 'From Seditious Libel to Unlawful Assembly: Peterloo and the Changing Face of Political Crime c1770- 1820', 10 *Oxford Journal of Legal Studies* 307 (1990).

8. Reform Act, 1832. See, 'Representation of the People Acts', *Encyclopaedia Britannica*, available at: https://www.britannica.com/ topic/Representation-of-the-People-Acts (last visited 14 June 2017).
9. Stephen, *A History of the Criminal Law of England*, vol. 2, pp. 301, 373. According to Michael Lobban, prosecutions for unlawful assembly and other public order offences were on the rise while prosecutions for seditious libel were in decline. Lobban, 'From Seditious Libel to Unlawful Assembly', *Oxford Journal of Legal Studies*, (Autumn, 1990), vol. 10, No. 3, pp. 307-352.
10. See, Stephen, Digest, p. 70. Stephen himself called misdemeanours 'minor' offences as distinguished from felonies. Stephen, *A History of the Criminal Law of England*, vol. 2, p. 193. However, Stephen was also of the opinion that the distinction between felonies and misdemeanours had become meaningless in England because there were some misdemeanours which were punishable as though they were felonies. Ibid, p. 193.
11. See, Section 103, Criminal Code (Indictable Offences) Bill, 1879; W. Shirley Shirley, A *Sketch of the Criminal Law* (London: Stevens and Sons, 1880), p. 23; H.C. Trapnell, 'The Indian Press Prosecutions', 14 *Law Quarterly Review* 72 (1898).
12. See, *H.N. Rishbud v. State of Delhi*, AIR 1955 SC 196. See further, Sections 2(c) and 156(1), Code of Criminal Procedure, 1973.
13. Stephen, *A History of the Criminal Law of England*, vol. 2, p. 193. Under the Criminal Libel Act, 1819, one of the so-called 'Six Acts' enacted following the Peterloo Massacre, punishment for a second conviction attracted an enhanced sentence for a 'High Misdemeanour'. See, Section 4, Criminal Libel Act, 1819, H.B. Bignold, *Imperial Statutes in Force in New South Wales* (Sydney: The Law Book Company of Australasia, Ltd., 1913-14), available at: https://babel.hathitrust.org/cgi/pt?id=coo.31924024528857; view=1up;seq=617 (last visited 22 April 2017). In August 1819, the radical leader Henry Hunt presided over a public meeting attended by around 60,000 persons including women and children at St Peter's Fields in Manchester. The protesters wanted political reforms, including the right to vote which, back then, was exercised by a tiny fraction of the population. The demonstration was dispersed by cavalry, which left many hundred injured and wounded. The massacre was referred to as the 'Peterloo' massacre deriving its name from 'Waterloo'. It took place on account of a fear among privileged elites that there would be a popular revolution in England akin to the one which had taken place in France. 'Peterloo Massacre', *Encyclopaedia Britannica*, available at: https://www.britannica.com/event/Peterloo-Massacre (last visited 9 September 2016); 'Peterloo Massacre', *BBC History Features,* available at: http://www.bbc.co.uk/manchester/content/articles/2007/08/15/160807_peterloo_memorial_feature.shtml (last visited 9 September 2016). The Treason Felony Act, 1848 [Section 3, 11–12 Vict. Cap. 12, 'An Act for the better Security of the Crown and Government of the United Kingdom'] made certain kinds of treason or extreme forms of sedition [any speech or writing which has as its aim the deposition of the Crown, levying war against the Crown, intimidating both or either Houses of Parliament, stirring a foreigner to invade] punishable with a maximum sentence of transportation for life. The Treason Felony Act, 1848, is available at: http://www.legislation.gov.uk/ukpga/ Vict/11-12/12/contents/enacted (last visited 22 April 2017).
14. Stephen, *History,* vol. 1, p. 305. Since Fox's Libel Act, 1792 ['An Act to Remove Doubts Respecting the Functions of Juries in Cases of Libel', 32 Geo. 3, c. 60], juries in England had enjoyed vast powers in deciding the criminality of seditious libels, and judges had been relegated to the task of merely giving an opinion or directions to the jury on the case.

See, Lobban, 'From Seditious Libel to Unlawful Assembly'. See, Joseph R. Fisher, The Law of the Press (London: W. Clowes, 1891), available at: https://catalog.hathitrust.org/Record/010449962 (last visited 9 September 2016), p. 248.
15. They were T.B. Macaulay, J.M. Macleod, G.W. Anderson and F. Millett.
16. Minute by the Hon'ble T. B. Macaulay, 2 February 1835, available at: http://www.columbia.edu/itc/mealac/pritchett/00generallinks/ macaulay/txt_minute_education_1835.html (last visited 11 February 2017).
17. 14 October 1837.
18. 'Whoever, by words, either spoken or intended to be read, or by signs, or by visible representations, attempts to excite feelings of disaffection to the government established by law in the territories of the East India Company, among any class of people who live under that government, shall be punished with banishment for life or for any term from the territories of the East India Company, to which fine may be added, or with simple imprisonment for a term which may extend to three years, to which fine may be added, or with fine. *Explanation.* Such disapprobation of the measures of the government as is compatible with a disposition to render obedience to the lawful authority of the government, and to support the lawful authority of the government against unlawful attempts to subvert or resist that authority, is not disaffection. Therefore the making of comments on the measures of the government, with the intention of exciting only this species of disapprobation, is not an offence within this Clause.' See: *A Penal Code Prepared By The Indian Law Commissioners* (Calcutta: G.H. Huttman, 1837), available at: https://babel.hathitrust.org/ cgi/pt?id=mdp.35112105126397;view=1up;seq=7 (last visited 15 August 2016).
19. In other words, sedition in India was given the maximum sentence under the Treason Felony Act in the United Kingdom.
20. Thomas Babington Macaulay, *Speeches and Poems: With the Report and Notes on the Indian Penal Code* (New York: Hurd and Houghton, 1867), vol. 2, available at: https://babel.hathitrust.org/cgi/pt?id=uva. x000460004;view=1up;seq=1029 (last visited 30 June 2017), p. 477.
21. Norton.
22. Cochrane.
23. Hudlestone.
24. See, *Copies of the Special Reports of the Indian Law Commissioners,* East India House, May 1848, Session 18 November 1847–5 September 1848, vol. XXVII, available at: https://babel.hathitrust. org/cgi/pt?id=hvd.32044106497787;view=1up;seq=134 (last visited 10 December 2016), p. 7, paragraph 22.
25. The bill was introduced on 2 August 1870. On 16 August 1870, it was introduced to a Select Committee. On 30 August 1870, the report of the Select Committee was presented to the Council. On 18 November 1870, the final report of the Select Committee was presented to the Council. On 25 November 1870, the final report was considered by the Council and the Bill was passed.
26. See, Abstract of the Proceedings of The Council of The Governor General of India (Calcutta: Office of the Superintendent of Government Printing, 1906), vol. 9, available at: https://babel. hathitrust.org/cgi/pt?id=chi.78206105;view=1up;seq=407 (last visited 15 August 2016).

27. Abstract of the Proceedings of The Council of The Governor-General of India (Calcutta: Office of the Superintendent of Government Printing, 1906), vol. 9, p. 442, available at: https:// babel.hathitrust.org/cgi/pt?id=chi.78206105;view=1up;seq=407 (last visited 7 September 2016).
28. After all, the law codes of British India were prepared by followers of Jeremy Bentham, who wished to enact similar codes back home in England. For them, the colony of British India was a laboratory where they could test out how a law code would function. They hoped that the Anglo-Indian codes would later serve as models or precedents for similar law codes to be drawn up in England itself. For example, James Fitzjames Stephen made a speech at the Law Amendment Society in England in 1872, speaking of his experiences with codification in British India and the lessons which might be learned therefrom in England. James Fitzjames Stephen, 'Codification in India and England', *Law Magazine and Review,* vol. 1, issue 11, December 1872, pp. 963–90. Stephen used the Indian Evidence Act, 1872, as a precedent for drawing up a model Evidence Act for England. See, Abhinav Chandrachud, 'Summaries and Secondary Evidence: Transnational Legislative Borrowing in Colonial India', 10 *NUJS Law Review* 83 (2017). Kolsky has pointed out that codification was 'an international endeavour in which lawmakers in distant geographical locations routinely cited each other's work'. Elizabeth Kolsky, 'Codification and the Rule of Colonial Difference', *Law and History Review,* vol. 23, Issue 3, Fall 2005, pp. 631–84, p. 632. For more on the codification of criminal law in England, see, Lindsay Farmer, 'Reconstructing the English Codification Debate: The Criminal Law Commissioners, 1833-45', *Law and History Review,* vol. 18, Issue No. 8, Summer 2000, pp. 397–426; Michael Lobban, 'How Benthamic Was The Criminal Law Commission', *Law and History Review,* vol. 18, Issue No. 2, Summer 2000, pp. 427–32.
29. In fact, Stephen himself was involved in preparing a Draft Criminal Code for England in 1878. See, Stephen, *A History of the Criminal Law of England,* vol. 1, at p. vi.
30. On 25 November 1870, Stephen moved that the final report of the Select Committee be taken up for consideration.
31. *Abstract of the Proceedings of the Council of the Governor General of India* (Calcutta: Office of the Superintendent of Government Printing, 1899), p. 89.
32. Section 166, Code of Criminal Procedure, 1861, available at: https:// babel.hathitrust.org/cgi/pt?id=hvd.hl3x90;view=1up;seq=111 (last visited 6 September 2016); Section 465, Code of Criminal Procedure 1872/1874, available at: https://babel.hathitrust.org/ cgi/pt?id=hvd.hl3x91;view=1up;seq=507 (last visited 6 September 2016); Section 196, Code of Criminal Procedure, 1882, available at: https://archive.org/stream/newcodecriminal00crangoog#page/ n6/mode/2up (last visited 6 September 2016); Section 196, Code of Criminal Procedure, 1898, available at: http://bombayhighcourt.nic.in/libweb/oldlegislation/CRIPC1898/cripc1898.html (last visited 6 September 2016). For the schedules of the 1898 Act, see further, http://bdlaws.minlaw.gov.bd/pdf_part.php?id=75 (last visited 10 September 2016); Criminal Procedure Code, 1898 (on file with the author, with thanks to Uma Narayan).
33. Section 196, Code of Criminal Procedure, 1973. 34. (1891) ILR 19 Cal 35.
35. See further, Chandrachud, *An Independent, Colonial Judiciary.*
36. Sir Andrew Scoble moved a bill on 9 January 1891 in the legislative council of British India to raise the age of consent for women from ten to twelve. This was done because an eleven-year-old-girl called Phulmani Bai had died from lacerations received as a result of

sexual intercourse. See, Stanley A. Wolpert, *Tilak and Gokhale: Revolution and Reform in the Making of Modern India* (University of California Press 1962), pp. 45–49.
37. P. 36.
38. P. 44.
39. P. 47.
40. (1897) ILR 22 Bom 112.
41. See further, Chandrachud, *An Independent, Colonial Judiciary.*
42. See, Chandrachud, *An Independent, Colonial Judiciary.* See further, Trapnell, 'The Indian Press Prosecutions', p. 87.
43. Pp. 134–35.
44. Pp. 136–37.
45. P. 137.
46. P. 138.
47. P. 142.
48. P. 141.
49. Trapnell, 'The Indian Press Prosecutions', p. 78.
50. See further, Chandrachud, *An Independent, Colonial Judiciary.*
51. *Gangadhar Tilak v. Queen Empress,* (1898) 22 ILR (Bom) 528.
52. See, Chandrachud, *An Independent, Colonial Judiciary.*
53. This was the Criminal Procedure Code, 1882. The provisions which are discussed in this paragraph were substantially retained in the Code of Criminal Procedure, 1898.
54. Section 275. See, Section 275, Code of Criminal Procedure, 1898.
55. Section 276. See, Section 276, Code of Criminal Procedure, 1898.
56. Sections 312–13. See, Section 313, Code of Criminal Procedure, 1898.
57. For more on juries in colonial India, see, Kalyani Ramnath, 'The Colonial Difference between Law and Fact: Notes on the Criminal Jury in India', *The Indian Economic and Social History Review,* vol. 50, Issue No. 3, (2013), pp. 341–63.
58. Trapnell, 'The Indian Press Prosecutions', p. 85.
59. (1897) 22 ILR Bom 152 (FB) (decided by three judges). 60. P. 156.
61. Pp. 156–57.
62. P. 158. However, the harsh sentence imposed by the sessions judge was reduced to one year's rigorous imprisonment for the editor, and three months' simple imprisonment for the proprietor.
63. (1898) ILR 20 All 55 (decided by three judges). 64. P. 68.
65. On 21 December 1897, law member Chalmers introduced a motion in the Governor-General's Council to refer the Bill to a Select Committee. On 4 February 1898, the report of the Select Committee was then presented by Chalmers to the Council. The Select Committee Report is in G.K. Roy, *Law Relating to Press and Sedition* (Simla: Station Press, 1915), available at: https://archive.org/ stream/lawrelatingtopre00royguoft#page/14/mode/2up (last visited 30 June 2017).
66. *Abstract of the Proceedings of the Council of the Governor General of India* (Calcutta: Office of the Superintendent of Government Printing, 1898) (on file with the author, with thanks to Sandeep Ranade), pp. 379–380.

67. See, Profile of P. Ananda Charlu, website of the Indian National Congress, available at: http://www.pci.inc.in/organization/875-P.-Ananda-Charlu/profile (last visited 25 December 2016).
68. See, Sarojanand Jha, 'Kings of Raj Darbhanga', *Mithila Times*, available at: http://www.mithilatimes.com/kings-of-raj-darbhanga/ (last visited 25 December 2016).
69. *Abstract of the Proceedings of the Council of the Governor General of India* (Calcutta: Office of the Superintendent of Government Printing, 1899) (on file with the author, with thanks to Sandeep Ranade).
70. A 'maidan' is an open field.
71. The version which was finally passed in 1898 was mildly different from the draft which was originally introduced by Chalmers to the Council. For example, hate speech was taken out of the ambit of sedition. The word 'ill will', which had been used by Chief Justice Petheram of the Calcutta High Court in *Bangobasi*, and which was initially adopted in Chalmers' draft, was dropped. The maximum sentence of imprisonment was also reduced from ten years in Chalmers' draft, to three years as it had been in Macaulay's draft.
72. *Annie Besant v. The Advocate General of the Government of Madras*, AIR 1919 PC 31; In re: *Amrita Bazar Patrika Press Ltd.*, (1920) ILR 47 Cal 190; *Jiwan Singh v. King Emperor*, AIR 1925 Lah 16; *Sachin Das v. Emperor*, AIR 1936 Cal 524. In one case it was held that the natural meaning of the words used could be disregarded if there was 'express evidence to show that the natural meaning was neither intended nor understood'. *Thakin Ba Sein v. Emperor*, AIR 1937 Rangoon 161.
73. *Arjan Singh v. Emperor*, AIR 1930 Lah 153; *Satyendra Nath Mazumdar v. Emperor*, AIR 1931 Cal 337a.
74. *Arjun Arora v. Emperor*, AIR 1937 All 295.
75. *Emperor v. Bal Gangadhar Tilak*, (1908) 10 Bom LR 848; *Thakin Lay Maung v. The King*, AIR 1938 Rangoon 169.
76. *Joy Chandra Sarkar v. Emperor*, (1911) ILR 38 (Cal) 214.
77. *Munshi Singh v. Emperor*, AIR 1935 Oudh 347.
78. *Emperor v. Maniben Liladhar Kara*, AIR 1933 Bom 65; *Emperor v. Narayan Vasudev Phadke*, AIR 1940 Bom 379.
79. *Emperor v. Ganesh Damodar Savarkar*, (1910) 12 Bom LR 105.
80. *Emperor v. Bal Gangadhar Tilak*, AIR 1916 Bom 9.
81. *Emperor v. Bal Gangadhar Tilak*, AIR 1916 Bom 9.
82. *In re: The 'Zamindar' Newspaper*, AIR 1934 Lah 219. But see, *Raj Pal v. The Crown*, (1922) ILR 3 Lah 405.
83. *Satya Pal v. Emperor*, AIR 1930 Lah 309.
84. *Sat Parkash v. Emperor*, AIR 1941 Lah 165.
85. See, *Emperor v. Bhaskar Balvant Bhopatkar*, (1906) 8 Bom LR 421; *Satya Pal v. Emperor*, AIR 1930 Lah 309.
86. *Munshi Singh v. Emperor*, AIR 1935 Oudh 347; *Ram Saran Das v. Emperor*, AIR 1930 Lah 892.
87. See, *Emperor v. Bhaskar Balvant Bhopatkar*, (1906) 8 Bom LR 421; *Emperor v. Ganesh Balvant Modak*, (1910) 12 Bom LR 21.

88. *Annie Besant v. The Advocate General of the Government of Madras,* AIR 1919 PC 31. The Privy Council preferred to defer to high court judges who, it believed, were better placed to determine the character of the readers.

89. *Emperor v. Bhaskar Balvant Bhopatkar,* (1906) 8 Bom LR 421.

90. See, e.g., *Emperor v. Bal Gangadhar Tilak,* AIR 1916 Bom 9.

91. *Emperor v. Bal Gangadhar Tilak,* (1908) 10 Bom LR 848; *Emperor v. Shankar Shrikrishna Dev,* (1910) 12 Bom LR 675; *Emperor v. Bal Gangadhar Tilak,* AIR 1916 Bom 9; *Kidar Nath v. Emperor,* AIR 1929 Lah 817.

92. *Bal Gangadhar Tilak v. Emperor,* AIR 1916 Bom 9. 93. *Reg. v. Burns* (1886) 16 Cox 355.

94. *Joy Chandra Sarkar v. Emperor,* (1911) ILR 38 (Cal) 214. However, the truth of the work could help mitigate the sentence. See, *Santa Singh v. Emperor,* AIR 1927 Lah 710.

95. *In re: Amrita Bazar Patrika Press Ltd.,* (1920) ILR 47 Cal 190.

96. See, *Krishna Chandra Pangoria v. Emperor,* AIR 1937 All 466.

97. See further, *Chandrachud, An Independent, Colonial Judiciary.*

98. See, (1908) SCC OnLine Bom 48 (paragraphs 114-125).

99. Section 56, IPC. Based on Act XXIV of 1855, available at: http://lawmin.nic.in/legislative/textofcentralacts/1855.pdf (last visited 7 September 2016). See further: Act XXVII of 1870, available at: https://babel.hathitrust.org/cgi/pt?id=hvd. hl466i;view=1up;seq=690 (last visited 7 September 2016). However, under the Criminal Libel Act, 1819, a second conviction for seditious libel in England entailed a maximum sentence of seven years' transportation, and this was Tilak's second conviction.

100. For more on Broomfield, see Chandrachud, *An Independent, Colonial Judiciary.*

101. See, *Young India,* 23 March 1922, Mahatma Gandhi, *Young India, 1919-1922* (Madras: S. Ganesan, 1924), p. 1053, available at: https://archive.org/details/in.ernet.dli.2015.211536 (last visited 14 June 2017).

102. Available at: https://babel.hathitrust.org/cgi/pt?id=mdp.39015076724304;view=1up;seq=262 (last visited 5 September 2016).

103. 9 February 1922, *Young India,* available at: https://babel.hathitrust. org/cgi/pt?id=mdp.39015069951682;view=1up;seq=90 (last visited 5 September 2016).

104. *Niharendu Dutt Majumdar v. King Emperor,* (1942) FCR 38. 105. (1868) 11 Cox. C.C. 44, p. 45.

106. P. 49.

107. P. 50.

108. P. 51.

109. (1947) 60 *Law Weekly* 462.

110. Pp. 464–65.

111. P. 466.

112. *Kedar Nath Singh v. State of Bihar,* AIR 1962 SC 955 (decided by five judges). Followed in *Balwant Singh v. State of Punjab,* (1995) 3 SCC 214 (paragraphs 7–8).

113. Section 73(a), Coroners and Justice Act, 2009. One of the last cases in England involving the offence of seditious libel was *Regina v. Chief Metropolitan Stipendiary Magistrate,* Ex parte Choudhury, (1991) 1 Q.B. 429. The court in this case refused to issue a summons against the author and publisher of the book '*Satanic Verses*', Salman Rushdie and Viking Penguin.

114. See, June Eichbaum, 'The Antagonism Between Freedom of Speech and Seditious Libel', *Hastings Constitutional Law Quarterly,* vol. 5, Issues 1 & 2 (Winter 1978), pp. 445–60. See, 'U.S. Congress Passes Sedition Act', History Channel, available at: http://www.history.com/ this-day-in-history/u-s-congress-passes-sedition-act (last visited 11 July 2017).
115. The Code of Criminal Procedure 1898 made sedition a non- cognizable offence. The Law Commission, in its 41st Report published in September 1969, recommended that all offences against the State specified in Chapter VI of the Indian Penal Code, except sedition and another offence, should be made cognizable. Paragraph 47.4, Law Commission of India, 41st Report, September 1969, vol. 1, Government of India, Ministry of Law, available at: http://lawcommissionofindia. nic.in/1-50/Report41.pdf (last visited 19 November 2016) (Chairman, K.V.K. Sundaram). Thus, Bill No. XLI of 1970 introduced in the Rajya Sabha for enacting the Code of Criminal Procedure, 1970, still made Section 124-A a non-cognizable offence. However, the Code of Criminal Procedure, 1973 (which was enacted in January 1974) made sedition a cognizable offence for the first time in India's history.

Chapter 3: 'He Who Destroys a Good Book, Kills Reason Itself'

1. At the time, he was known as Lord Mornington. See, 'Mysore Wars', *Encyclopaedia Britannica,* available at: https://www.britannica.com/ topic/Mysore-Wars (last visited 27 December 2016).
2. 'No paper to be published (at all) until it shall have been previously inspected by the secretary to the government, or by a person authorised by him for the purpose, in order that nothing may be published tending to convey information to the enemy, or to excite alarm and commotion within our own dominions.' Clause 4. See, letter from Wellesley (Earl of Mornington) to Sir Alured Clarke, dated 26 April 1799, in Robert Rouiere Pearce, *Memoirs of the Most Noble Richard Marquess Wellesley* (London: Richard Bentley, 1847), 2nd Edition, vol. 2, p. 282, available at: https://babel.hathitrust.org/cgi/pt?id=umn.319510 024129316;view=1up;seq=326 (last visited 26 December 2016). The regulations were imposed on 13 May 1799. Ibid, p. 288. See further, Sir John Malcolm, *The Political History of India* (London: J. Murray, 1826), vol. 2, p. 295, available at: https://catalog. hathitrust.org/Record/001266403 (last visited 26 December 2016); *The Monthly Review,* November 1806, p. 322, available at: https://catalog.hathitrust.org/Record/000552933 (last visited 26 December 2016).
3. See, John Keay, *India: A History* (New York: Grove Press, 2000), pp. 393–402.
4. Rules were enacted for guiding the secretary to the government. The secretary was to pay special attention towards preventing the publication of the following matters: '1. All observations on the state of public credit, or the revenues, or the finances, of the Company. 2. All observations respecting the embarkation of troops, stores, or specie; or respecting any naval or military preparations whatever. 3. All intelligence respecting the destination of any ships, or the expectation of any, whether belonging to the Company or to individuals. 4. All observations with respect to the conduct of government, or any of its officers, civil or military, marine, commercial, or judicial. 5. All private scandal, or libels on individuals. 6. All statements with regard to the probability of war or peace between the Company and any of the native powers. 7. All observations tending to convey information to an enemy, or to excite alarm or commotion within the Company's

territories. 8. The republication of such passages from the European newspapers, as may tend to affect the influence and credit of the British power with the native states. *'Cobbett's Political Register* v. 9 (1806), available at: https://babel.hathitrust.org/cgi/pt?id=uc1. b3494131;view=1up;seq=217 (last visited 26 December 2016), pp. 374–75.

5. Pearce, *Memoirs*, p. 281.
6. Wellesley instructed the Bengal government to enforce the regulations in his letter dated 26 April 1799. Tipu Sultan died on 4 May 1799. The regulations were brought into force on 13 May 1799. See further, S.M. Mitra, *Anglo-Indian Studies* (London: Longmans, Green & Co., 1913), p. 166.
7. Clause 3.
8. Clause 5.
9. The regulations were repealed on 28 August 1818. Pearce, *Memoirs*, p. 288. See further, Arpan Banerjee, 'Political Censorship and Indian Cinematographic Laws: A Functionalist-Liberal Analysis', *Drexel Law Review*, vol. 2, pp. 557–626 (2009–10), p. 583, citing Margarita Barns, *The Indian Press* (1940).
10. The regulations were: 'First: Animadversions on the measures and proceedings of the Honourable Court of Directors or other public authorities in England connected with the Government of India; or disquisitions on political transactions of the local administration; or offensive remarks levelled at the public conduct of the members of the Council, or the judges of the Supreme Court, or of the Lord Bishop of Calcutta. Second: Discussions having a tendency to create alarm or suspicion among the native population of any intended interference with their religious opinions or observances. Third: The republication from English or other newspapers of passages coming under any of the above heads, or otherwise calculated to affect the British power or reputation in India. Fourth: Private scandal and personal remarks on individuals tending to excite dissension in society.' Alexander Andrews, *The History of British Journalism* (London: R. Bentley, 1859), vol. 2, p. 154, available at: https://catalog.hathitrust.org/ Record/000915324 (last visited 26 December 2016).
11. J.R. Mudholkar, *Press Law*, Tagore Law Lectures (Calcutta: Eastern Law House, 1975), p. 15.
12. See, Hamburger, 'The Development of the Law of Seditious Libel and the Control of the Press'; Isaac M. Morehouse, 'Areopagitica: Milton's Influence on Classical and Modern Political and Economic Thought', *Libertarian Papers*, 1, 38 (2009).
13. It was so named in order to distinguish it from the 'Short Parliament' which had been in session between April–May 1640.
14. See, Vincent Blasi, 'Milton's *Areopagitica* and the Modern First Amendment', Yale Law School, available at: http://digitalcommons. law.yale.edu/cgi/viewcontent. cgi?article=1007&context=ylsop_papers (last visited 14 August 2016); 'Court of Star Chamber', *Encyclopaedia Britannica*, available at: https://www.britannica.com/topic/Court- of-Star-Chamber (last visited 14 August 2016); Jane H. Ohlmeyer, 'English Civil Wars', *Encyclopaedia Britannica*, available at: https://www. britannica.com/event/English-Civil-Wars (last visited 14 August 2016).
15. *Areopagitica, Encyclopaedia Britannica*, available at: https://www. britannica.com/topic/Areopagitica (last visited 14 August 2016).
16. The full text of *Areopagitica* is available at the following link: https:// www.dartmouth. edu/~milton/reading_room/areopagitica/text. html (last visited 14 April 2017). I have

modernized the following spellings which Milton used: consider'd, reform'd, civill, attain'd, looke, hee, Booke and it selfe.

17. Sir James Fitzjames Stephen, *A History of the Criminal Law of England* (London: Macmillan and Co., 1883), available at: https:// babel.hathitrust.org/cgi/pt?id=hvd.hl57k3;view=1up;seq=325 (last visited 14 August 2016), pp. 309–10.
18. Enacted under the Defence of India Act, 1939.
19. It had no short title. Its long title was as follows: 'A Rule, Ordinance and Regulation, for the good order and civil government of the Settlement of Fort William in Bengal, made and passed by the Honourable the Governor-General in Council of and for the Presidency of Fort William in Bengal, the 14th day of March, in the year of our Lord 1823'. See, The Oriental Herald and Colonial Review (London: J.M. Richardson, 1824) (available on Google Books). A similar law was enacted in Bombay in 1829, called 'A Regulation for restricting the establishment of Printing Presses and the circulation of Printed Books and Papers', Accounts and Papers Relating to East India Company and East Indies (1829) (available on Google Books).
20. The Supreme Court of Calcutta was not a Supreme Court in the sense that the Supreme Court of India today is. In other words, it was not the highest appellate court in India. There were two other Supreme Courts in British India—the Supreme Courts of Bombay and Madras. These Supreme Courts eventually merged into the high courts of 1862.
21. Likewise, Section 36 of the Regulating Act, 1773, allowed any person in India to challenge the laws ('rules, ordinances and regulations') enacted by the governor-general, before the Privy Council, which was, essentially, akin to judicial review of legislative action (though the governor-general's laws might have been considered a species of delegated legislation).
22. The memorial was submitted on 31 March 1823.
23. Sophia Dobson Collet (ed.), *The Life and Letters of Raja Rammohun Roy* 2nd edition, 1914, available at: https://archive.org/stream/ lifelettersofraj00collrich (last visited 14 August 2016).
24. *The Monthly Repository of Theology and General Literature,* January to December 1824 (Hackney: Sherwood, Jones and Co., 1824), available on Google Books.
25. Act XI of 1835. See, William Theobald, *The Legislative Acts of the Governor General of India in Council* (Calcutta: Thacker, Spink & Co., 1868), available at: https://catalog.hathitrust.org/ Record/010469468 (last visited 1 July 2017).
26. Act XV of 1857. This was a temporary law, which was to remain in force only for a period of one year.
27. Section 10, Act XIX of 1876. For the text of the law, see G.K. Roy, *Law Relating to Press and Sedition* (Simla: Station Press, 1915).
28. A 'news-sheet' was defined to mean 'any document other than a newspaper containing public news or comments on public news'. A newspaper was defined as a 'periodical work containing public news or comments on public news'.
29. Act IX of 1878. See further, Act XVI of 1878.
30. Some of the statutes seen above did not have short titles either. For example, the 1823 statute of John Adam did not have a short title either. However, many statutes at this time did, in fact, have short titles, e.g. the Indian Penal Code, Indian Contract Act, Indian Evidence Act, etc.

31. See further, Husain B. Tyabji, *Badruddin Tyabji: A Biography* (Bombay 1952), p. 126; Ganesh L. Chandavarkar, *A Wrestling Soul: Story of the Life of Sir Narayan Chandavarkar* (Popular Book Depot 1955), p. 45.
32. Section 2 defined a 'newspaper' as a periodical work etc. 'printed wholly or partially in any oriental language'. Thus, even a bilingual newspaper, printed partly in English and partly in an Indian language, fell within its ambit.
33. Section 3. This power could be exercised after obtaining the prior sanction of the local government.
34. Section 8.
35. Sections 13 and 16.
36. Section 2, Seditious Publications Act, 1882 (Act III of 1882). See further, Chandrachud, *An Independent, Colonial Judiciary.*
37. Interestingly, G.K. Gokhale was among some who wrote a minute of dissent protesting against the enactment of this law. Gokhale believed that some of its provisions were 'far too drastic', and that the law should have been enacted for a limited time only.
38. Section 3.
39. Section 4.
40. Section 17.
41. Act No. XIV of 1922, available at: http://lawmin.nic.in/legislative/ textofcentralacts/1922.pdf (last visited 26 December 2016).
42. Section 3.
43. Section 10.
44. Section 3. A hearing was required to be given before making the order absolute.
45. Section 5.
46. Act No. XIV of 1922, available at: http://lawmin.nic.in/legislative/ textofcentralacts/1922.pdf (last visited 26 December 2016).
47. See, e.g., Section 3, 'A Regulation for Restricting the Establishment of Printing Presses and the Circulation of Printed Books and Papers', *Accounts and Papers Relating to East India Company and East Indies* (1829) (available on Google Books); Section 7, Act XV of 1857.
48. *Abstract of the Proceedings of the Council of the Governor General of India* (Calcutta: Office of the Superintendent of Government Printing, 1877), available at: https://babel.hathitrust.org/cgi/pt?id= chi.78206403;view=1up;seq=96 (last visited 22 July 2017), at p. 74; Aravind Ganachari, 'Combating Terror of Law in Colonial India: The Law of Sedition and the Nationalist Response' in M. Vardalos et al (eds.), *Engaging Terror: A Critical and Interdisciplinary Approach* (Boca Raton, Florida: Brown Walker Press, 2009), p. 93 (available on Google Books). Ganachari believes that a Marathi play, Narayan Bapuji Kanitkar's *Malharraoche Natak*, was also responsible for the law.
49. Section 3.
50. See, e.g., Section 12, Indian Press Act, 1910; Section 16, Indian Press (Emergency Powers) Act, 1931.
51. Section 2.
52. Section 4(3).
53. Section 8.
54. Section 9.
55. Section 2(2)(vi).

56. Section 8.
57. Section 10. 58. Rule 38(1)(a). 59. Rule 38(5). 60. Rule 34(6)(e).
61. Clauses 1 and 2. Pearce, *Memoirs*, p. 282.
62. 'A Rule, Ordinance and Regulation for Preventing the Mischief Arising from the Printing and Publishing Newspapers, and Periodical and other Books and Papers by Persons Unknown.' *The Oriental Herald and Journal of General Literature* (London: Longman, Rees, et al, 1826) (available on Google Books).
63. Section 1.
64. Section 2.
65. Section 7.
66. Section 14.
67. Section 15. This was not akin to a licence. The certificate only evidenced the fact that the notice had been received.
68. Section 2.
69. Section 7.
70. Section 8.
71. Under Section 2, Metcalfe's 1835 law was repealed.
72. Section 3.
73. Section 5.
74. Section 9. Under Section 18, the government was to maintain a catalogue of books so received.

Chapter 4: Munshi's Coup in the Constituent Assembly

1. See further, Granville Austin, *The Indian Constitution: Cornerstone of a Nation* (New Delhi: Oxford University Press, 1966) p. 78.
2. It was set up by the Constituent Assembly on 24 January 1947. B. Shiva Rao (ed.), *The Framing of India's Constitution: Select Documents* (Delhi: Universal Law Publishing Co. Pvt. Ltd., 2012 reprint) (hereinafter, 'BSR'), vol. 2, p. 56.
3. It was set up on 27 February 1947. BSR, vol. 2, pp. 64–65.
4. BSR, vol. 1, p. 5. 5. BSR, vol. 1, p. 43. 6. BSR, vol. 1, p. 58.
7. Article 9, draft prepared by K.T. Shah dated 23 December 1946, BSR, vol. 2, p. 49.
8. Article 5(1)(a), draft prepared by K.M. Munshi dated 17 March 1947, BSR, vol. 2, p. 75. Munshi was a Bombay advocate who had served as home minister of Bombay State as part of the Congress government there in the late 1930s. See, K.M. Munshi, *Bombay High Court: Half a Century of Reminiscences* (Bombay: Bharatiya Vidya Bhavan 1963), p. 32.
9. Article 3, draft prepared by Harnam Singh dated 18 March 1947, BSR, vol. 2, p. 81.
10. Article II-I, Clause 12, draft prepared by Dr B.R. Ambedkar dated 24 March 1947, BSR, vol. 2, p. 87.
11. BSR, vol. 2, p. 121.
12. Debates of the Constituent Assembly of India (hereinafter, 'CAD'), vol. 7, p. 716, 1 December 1948.
13. These were Damodar Swarup Seth, CAD, vol. 7, p. 712 and Professor Shibban Lal Saksena, CAD, vol. 7, p. 763.

14. CAD, vol. 7, p. 780.
15. BSR, vol. 4, p. 38. Interestingly, Rau had travelled to the US, UK, Ireland and Canada, to discuss provisions of the draft Constitution with jurists in those countries. However, Rau's notes suggest that the right to free speech was not a substantial topic of discussion.
16. Thus, Munshi's draft Article 5 provided as follows: '(1) Every citizen within the limits of the law of the Union and in accordance therewith has: (a) the right of free expression of opinion;(2) The press shall be free subject to such restrictions imposed by the law of the Union as in its opinion may be necessary in the interest of public order or morality.' BSR, vol. 2, p. 75.
17. This was also true of the other rights to freedom. See, Austin, *The Indian Constitution*, p. 88. We do know, however, that K.T. Shah was opposed to the right to assemble peaceably and without arms being given only to citizens.
18. BSR, vol. 2, p. 75.
19. BSR, vol. 2, p. 75.
20. BSR, vol. 2, p. 87.
21. Ambedkar very categorically stated in his notes on his draft that the fundamental rights in his draft were 'borrowed from the constitutions of various countries particularly from those wherein the conditions are more or less analogous to those existing in India.' BSR, vol. 2, p. 97.
22. Article 4(iv). It provided as follows: 'The right of free expression of opinion, as well as the right to assemble peaceably and without arms, and to form associations or unions, is hereby guaranteed for purposes not opposed to public order or morality.' BSR, vol. 1, p. 59.
23. Article 40(6)(1)(i).
24. Minutes of the meeting of the Sub-Committee dated 25 March 1947, BSR, vol. 2, p. 120.
25. CAD, vol. 7, p. 714.
26. CAD, vol. 7, p. 775.
27. CAD, vol. 7, p. 40.
28. Before making this speech, Ambedkar had probably gone through an article written by B.N. Rau in The *Hindu* on 15 August 1948, where Rau had essentially said the same thing, and quoted from the US case of *Gitlow v. New York*. See, Sir Benegal Rau, *India's Constitution in the Making* (Madras: Vasanta Press, 1963), pp. 391–92.
29. CAD, vol. 7, p. 763.
30. CAD, vol. 7, p. 769.
31. 'Satyam Bruyat Priyam Bruyat Na Bruyat Satyamapriyam'.
32. CAD, vol. 7, p. 771. See further, speech delivered by Deshbandhu Gupta, CAD, vol. 7, p. 776–77.
33. See, minutes of the Advisory Committee dated 21 April 1947, BSR, vol. 2, p. 288.
34. However, the provisions of Sections 153A and 295A of the Indian Penal Code make promoting enmity or hatred between different groups or insulting the religion of a group by outraging its religious beliefs punishable. These provisions were later protected by the 'public order' exception to free speech, enacted by the First Amendment in 1951.
35. William Blackstone, *Commentaries on the laws of England* (Chicago: American Bar Association, 2009 reprint), p. 374.
36. K.T. Shah's comments on the draft report dated 10 April 1947, BSR, vol. 2, p. 153, p. 157.

37. Sir Alladi was a prominent Madras advocate, who had served as Advocate General of Madras between 1928–44. See, V. Sudhish Pai, *Legends in Law: Our Great Forebears* (New Delhi: Universal Law Publishing Co. Pvt. Ltd., 2013) pp. 201–17.
38. BSR, vol. 2, p. 143.
39. See, Ramachandra Guha, *India After Gandhi: The History of the World's Largest Democracy* (London: Pan Macmillan Ltd., 2007), pp. 8–9.
40. Guha, *India After Gandhi*, pp. 11–12.
41. Sarvepalli Gopal, *Jawaharlal Nehru: A Biography* (New Delhi: Oxford University Press, 1979), vol. 2, p. 13.
42. BSR, vol. 2, pp. 157–58.
43. Nehru to Patel, letter dated 30 September 1947, Durga Das (ed.), *Sardar Patel's Correspondence: 1945-1950* (Ahmedabad: Navajivan Trust, 1972), vol. 4, p. 398.
44. Nehru to Patel, letter dated 6 October 1947, ibid, p. 399.
45. Patel to Nehru, letter dated 11 October 1947, ibid, p. 401.
46. Desai to Patel, letter dated 8 October 1947, ibid, pp. 416–17.
47. Patel to Desai, letter dated 16 October 1947, ibid, pp. 417–18.
48. The Bill was passed as the Press (Special Powers) Act, 1947, available at: http://lawmin.nic.in/legislative/textofcentralacts/1947.pdf (last visited 23 May 2017). It was to be in force until 31 December 1949.
49. P.N. Chopra (ed.), *The Collected Works of Sardar Vallabhbhai Patel* (New Delhi: Konark Publishers Pvt. Ltd., 2015), vol. 12, p. 238.
50. BSR, vol. 2, p. 49. 51. BSR, vol. 2, p. 158.
52. Minutes of the meeting of the Sub-Committee dated 17 April 1947, BSR, vol. 2, p. 201.
53. Accepting a slight modification in terminology suggested by K.M. Panikkar.
54. BSR, vol. 2, p. 232.
55. BSR, vol. 2, p. 231.
56. BSR, vol. 2, p. 232.
57. Munshi, *Bombay High Court*, p. 34. However, according to Munshi, the order was withdrawn within three to four days, and the order had ceased to be in force when the matter reached the Bombay High Court.
58. See further, Austin, *The Indian Constitution*, p. 90. 59. BSR, vol. 2, p. 164.
60. See, BSR, vol. 2, pp. 167–68.
61. Article 358 provided that during the operation of a proclamation of Emergency, nothing in Article 19 was to restrict the power of the State to make any law or to take any executive action which the State would have been competent to make but for Article 19. Under Article 359, during the operation of a proclamation of Emergency, the President could by order declare that the right to move a court for enforcement of the rights conferred by Part III of the Constitution (i.e., the fundamental rights), would remain suspended either while the Emergency was in force or for a shorter period.
62. All the rights in India's bill of rights contained in Part III of the Constitution are called 'fundamental rights'. By contrast, only some hierarchically superior rights in the US are considered 'fundamental'.
63. CAD, vol. 7, p. 731.
64. III and IV Federal Court Reports.

65. LR 74 IA 89.
66. See, speeches by Seth Govind Das, CAD, vol. 7, pp. 750–51, Pandit Thakur Das Bhargava, CAD, vol. 7, p. 735; and Rohini Kumar Chaudhari, p. 762.
67. See, Gopal, *Jawaharlal Nehru*, vol. 2, pp. 18–42. See further, V.P. Menon, *The Story of the Integration of the Indian States* (Bombay: Orient Longmans, 1956); Guha, *India After Gandhi*, pp. 35–58.
68. Sections 203 and 220, Government of India Act, 1935. The text of this statute is available at: http://lawmin.nic.in/legislative/ textofcentralacts/GOI%20act%201935.pdf (last visited 8 November 2016). A 'court of record' is a court whose records are permanently maintained and have evidentiary value. A 'court of record' inherently has the power to punish contempts of court. See, *Supreme Court Bar Association v. Union of India*, (1998) 4 SCC 409.
69. Articles 91 and 164 of the October 1947 Constitution, and Articles 108 and 192 of the February 1948 Constitution. Both drafts are available in BSR, vol. 3.
70. CAD, vol. VIII, p. 379.
71. CAD, vol. VIII, p. 657.
72. CAD, vol. XI, p. 394.
73. Additionally, Pandit Thakur Das Bhargava argued that contempt could be committed not merely by speech but by conduct as well, and so the words 'contempt of court' did not deserve a place as an enumerated exception to free speech. CAD, vol. XI, p. 396.
74. CAD, vol. XI, p. 398.
75. CAD, vol. XI, p. 400.
76. CAD, vol. XI, p. 401.
77. CAD, vol. XI, p. 399.
78. CAD, vol. 7, pp. 735/739/787. On that occasion, Bhargava had also wanted to insert the word 'reasonable' into the exceptions to the right to free speech, but his amendment was negatived.
79. CAD, vol. XI, p. 395.
80. CAD, vol. XI, p. 400.
81. Austin, *The Indian Constitution*, p. 93. 82. BSR, vol. 4, p. 755.
83. Austin, *The Indian Constitution*, p. 87.
84. Ambedkar himself was a product of Columbia University.

Chapter 5: Prasad and Mookerjee Trigger an Amendment

1. See further, Granville Austin, *Working a Democratic Constitution: A History of the Indian Experience* (New Delhi: Oxford University Press, 1999), p. 42 (n. 13). For more on Mookerjee, see, Guha, *India After Gandhi*, pp. 250–54.
2. For more on the first amendment, see the work of Arudra Burra, e.g., 'Arguments from Colonial Continuity: The Constitution (First Amendment) Act, 1951', available at SSRN: https://papers.ssrn. com/sol3/papers.cfm?abstract_id=2052659 (last visited 20 December 2016) (cited with permission from the author); 'What Self-styled Nationalists Could Learn from the Hindu Right's Own Past Record on Free Speech', *Scroll.in,* available at: http://scroll.in/article/802327/ what-self-styled-nationalists-could-learn-from-the-hindu-rights- own-past-record-on-free-speech (last visited 9 September 2016).

3. A few provisions of the Constitution came into force at once on 26 November 1949. The rest came into force on 26 January 1950. See, Article 394, which dealt with the commencement of the Constitution.
4. In Shaila Bala Devi's case (infra), the restriction was actually imposed before the Constitution came into force.
5. It is remarkable that both cases were finally decided within such a short time of the cases being filed. The impugned orders in these cases were of March 1950, while the judgments were delivered in May 1950.
6. AIR 1950 SC 124 (all paragraph number references contained herein are from the SCC Online version).
7. AIR 1950 SC 129.
8. C.K. Mathew, 'First Amendment to Constitution of India', vol. 51, Issue No. 9, EPW, 7 May 2016, available at: http://www.epw.in/ journal/2016/19/commentary/first-amendment-constitution-india. html (last visited 20 May 2016).
9. Justice Fazl Ali invoked his judgment in *Brij Bhushan*, decided on the same day, in support of his dissent.
10. Paragraph 5.
11. Paragraph 10.
12. For more on prior restraints, see, *Sahara India Real Estate Corporation Ltd. v. SEBI*, (2012) 10 SCC 603 (paragraphs 26 and 29) (decided by five judges).
13. Paragraph 12.
14. Paragraph 13.
15. See further, *Srinivasa Bhat v. State of Madras*, AIR 1951 Mad 70: (1951) 64 LW 82: (1950) SCC OnLine Mad 304.
16. *Amar Nath Bali v. The State*, AIR 1951 Punj 18. Paragraph 4.
17. Patrick French, 'Essential Politician: The Importance of Being Arun Jaitley', *Hindustan Times*, available at: http://www.hindustantimes. com/india/an-eyewitness-to-history-we-were-a-partition-family- says-arun-jaitley/story-ylaSOHqv0z7ctw0d5EWpbN.html (last visited 30 May 2016).
18. *Bharati Press v. Chief Secretary*, AIR 1951 Pat 12:(1950) ILR 30 Pat 31:(1950) SCC Online Pat 82, p 39. All page number references are from the ILR/SCC Online version.
19. Page 40.
20. Prasad eventually became the chief justice of the Rajasthan High Court in 1959.
21. Page 58.
22. Guha, *India After Gandhi*, p. 320.
23. *Master Tara Singh Gopi Chand v. State*, AIR 1951 Punj 27.
24. Guha, *India After Gandhi*, p. 174.
25. The text of the Nehru-Liaquat Pact, dated 8 April 1950, is available at: http://www.commonlii.org/in/other/treaties/INTSer/1950/9. html (last visited 21 July 2016). Interestingly, Clause (C)(7) of the Pact also required both countries to curb hate speech, i.e., to '[t]ake prompt and effective steps to prevent the dissemination of news and mischievous opinion calculated to rouse communal passion by press or radio or by any individual or organisation.'
26. Nehru to Patel, letter dated 26 March 1950. Durga Das (ed.), *Sardar Patel's Correspondence*, vol. 10, p. 13.

27. Patel to Nehru, letter dated 28 March 1950, ibid, p. 20.
28. Mookerjee to Nehru, letter dated 6 April 1950, ibid, pp. 130–31; Syama Prasad Mookerjee papers ('Mookerjee papers'), Nehru Memorial Museum and Library, New Delhi ('NMML'), (V–VII), File 8.
29. Nehru to Mookerjee, letter dated 10 April 1950. Mookerjee papers, NMML, (V–VII), File 8. A few weeks later, in April 1950, the US Commission on Human Rights met at Lake Success in New York to discuss a draft international covenant on human rights. India's delegate, one Mrs Mehta, said that 'India as well as other States had suffered from abuse of the right of expression and felt strongly that the covenant should contain some provision to prevent the spreading of deliberately false or distorted reports which might undermine friendly relations between peoples and States.' 6th Session, Commission on Human Rights, 24 April 1950, available at: http://repository. un.org/bitstream/handle/11176/282424/E_CN.4_SR.167-EN. pdf?sequence=1&isAllowed=y (last visited 16 February 2017).
30. 'Press a Necessary Part of Democracy: Sardar Patel', *Hindustan Times,* 13 May 1950; P.N. Chopra and Prabha Chopra (eds.), *The Collected Works of Sardar Vallabhbhai Patel* (New Delhi: Konark Publishers Pvt. Ltd., 2015), vol. 15, pp. 137–38.
31. Speech in Parliament dated 19 April 1950, Mookerjee papers, NMML.
32. Address by Syama Prasad Mookerjee delivered at a public reception held in Calcutta on 21 May 1950; Speech by Syama Prasad Mookerjee at the Calcutta University Institute on 11 June 1950. Mookerjee papers, NMML.
33. Durga Das (ed.), *Sardar Patel's Correspondence,* vol. 10, p. 139.
34. Nehru to Patel, letter dated 29 June 1950, ibid, p. 356.
35. See further, Austin, *Working a Democratic Constitution,* p. 42.
36. Ibid.
37. Durga Das (ed.), *Sardar Patel's Correspondence* 1945-50 (Ahmedabad: Navajivan Publishing House, 1974) vol. X, pp. 356– 57. Interestingly, Patel had also been irked by the fact that the Hindu Mahasabha (whose president was Mookerjee) was raising funds for the legal defence of those accused of assassinating Mahatma Gandhi. See, Chopra and Chopra (eds.), *Collected Works,* vol. 13, pp. 137, 170, 187. However, in a letter to Patel, Mookerjee had denied that the Hindu Mahasabha was raising funds for their defence. Letter from Mookerjee to Patel dated 16 June 1948, Durga Das (ed.), ibid, vol. 6, pp. 82–83. Patel, however, was not convinced. Letter from Patel to Mookerjee dated 10 September 1948, Durga Das (ed.), ibid, vol. 6, pp. 86–87.
38. Austin, *Working a Democratic Constitution,* pp. 42–45.
39. Speech dated 7 August 1950. Syama Prasad Mookerjee, 'The Bengal Situation: Text of Speech' (Delhi: All India Refugee Association, 1950), pp. 15–17. See further, Tathagata Roy, *The Life and Times of Dr Syama Prasad Mookerjee: A Complete Biography* (Kindle Edition: Ocean Books Pvt. Ltd., 2008), p. 5502.
40. Speech delivered by Syama Prasad Mookerjee at Deshbandhu Park, Calcutta, on 3 September 1950. Mookerjee papers, NMML. See further, Roy, ibid, p. 5523.
41. Extract from the *Organiser* dated 2 October 1950. Mookerjee papers, NMML.
42. Presidential speech by Syama Prasad Mookerjee at the Annual Function of the RSS at New Delhi on 3 December 1950. Mookerjee papers, NMML.
43. Speech dated 6 December 1950. Mookerjee papers, NMML.

44. Speech dated 28 March 1951. Roy, *The Life and Times of Dr Syama Prasad Mookerjee*, p. 6193.
45. Speech dated 21 October 1951. Roy, ibid, p. 5897.
46. The proposal was to replace the existing Article 19(2) with the following clause: 'Nothing in sub-clause (a) of clause (1) shall affect the operation of any existing law in so far as it imposes, or prevent the State from making any law imposing, in the interests of the security of the State, friendly relations with foreign States, public order, decency or morality, restrictions on the exercise of the right conferred by the said sub-clause, and, in particular, nothing in the said sub-clause shall affect the operation of any existing law in so far as it relates to, or prevent the State from making any law relating to, contempt of court, defamation or incitement to an offence.'
47. See, speech of Syama Prasad Mookerjee, Parliamentary Debates, 1951, Third Session (Second Part) (15 May 1951 to 6 June 1951) (hereinafter, 'PD'), vol. 12, column 8839.
48. PD, vol. 12, column 8828.
49. PD, vol. 12, column 9075.
50. PD, vol. 12, column 9630.
51. That is, Nehru.
52. PD, vol. 12, columns 8845–46.
53. Bindra to Mookerjee, letter dated 20 May 1951. Mookerjee papers, NMML.
54. See, speech of B.R. Ambedkar, PD, vol. 12, column 9016.
55. Rule 25 of the Defence of India (Consolidation) Rules, 1915, enacted under the Defence of India (Criminal Law Amendment) Act, 1915, made it an offence to engage in speech 'with intent to prejudice or which is likely to prejudice His Majesty's relations with foreign powers'. Further, Wellesley's 1799 regulations on free speech required the government to consider prohibiting 'All statements with regard to the probability of war or peace between the Company and any of the native powers.' Cobbett's Political Register, v. 9 (1806), available at: https://babel.hathitrust.org/cgi/ pt?id=uc1.b3494131;view=1up;seq=218 (last visited 26 December 2016), pp. 374–75. The Foreign Relations Act, 1932, also dealt with speech on relations with foreign powers.
56. PD, vol. 12, column 8828.
57. PD, vol. 12, column 9077.
58. Sardar Patel passed away on 15 December 1950, prior to the enactment of the First Amendment. Durga Das (ed.), *Sardar Patel's Correspondence*, vol. 10, p. 472.
59. PD, vol. 12, column 9761.
60. PD, vol. 12, column 8841.
61. PD, vol. 12, column 8992.
62. Ibid.
63. PD, vol. 12, column 9628.
64. PD, vol. 12, column 9629.
65. Nehru to Patel, letter dated 20 February 1950, Durga Das (ed.), *Sardar Patel's Correspondence*, vol. 10, p. 5.
66. PD, vol. 12, column 8823.
67. PD, vol. 12, column 9797.
68. Ibid.
69. PD, vol. 12, column 9798.

70. See, Chopra and Chopra (eds.), *Collected Works*, vol. 15, pp. 121, 131.
71. Letter from Sardar Patel to Kanjibhai Kapadia (editor, *Swadesh)*, 23 April 1950, ibid., p. 121.
72. Letter from Sardar Patel to Achyut Patwardhan (editor, *Janata*), 27 April 1950, ibid., p. 124.
73. Letter from Sardar Patel to Kishorelalbhai Mashruwala, 28 April 1950, ibid., p. 130.
74. 'Press a Necessary Part of Democracy: Sardar Patel', *Hindustan Times*, 13 May 1950, ibid., p. 137.
75. Letter from Nehru to the editor of the *Janata*, 25 April 1950, ibid., p. 131.
76. Enclosed in a letter from Nehru to Patel, dated 25 April 1950. Durga Das (ed.), *Sardar Patel's Correspondence*, vol. 10, pp. 147–48.
77. See, Gyan Prakash, *Mumbai Fables* (Noida: Harper Collins Publishers India, 2011), pp. 161–71.
78. *Blitz*, 26 May 1951, p. 4.
79. See, 'Freedom is in Peril', *Blitz,* 2 June 1951, p. 1.
80. As Nehru later wrote in a letter to Justice Vivian Bose, '*Blitz* is one of the periodicals which have developed a habit of making irresponsible statements and false allegations.' Nehru to Bose, letter dated 29 July 1958. Gopal, *Selected Works of Jawaharlal Nehru*, vol. 43, p. 258.
81. PD, vol. 12, column 9692.
82. PD, vol. 12, column 9717.
83. Austin observed that while the Select Committee Report in support of the amendment itself was merely two pages long, the dissenting minutes annexed to it occupied sixteen pages. Austin, *Working a Democratic Constitution*, p. 48.
84. Syama Prasad Mookerjee, dissenting minute in the Select Committee Report, *Gazette of India,* 2 June 1951, No. 16, Part II, Section 2, Report of the Select Committee dated 25 May 1951 (hereinafter, 'Select Committee Report'), pp. 383–384.
85. K.T. Shah, Naziruddin Ahmad and Hukam Singh, dissenting minute in the Select Committee report, p. 387. See further, speech of Kameshwara Singh, PD, vol. 12, column 8864; Syamnandan Sahaya, PD, vol. 12, column 8924–25.
86. Syama Prasad Mookerjee, dissenting minute in the Select Committee report, pp. 383–86.
87. K.T. Shah, Naziruddin Ahmad and Hukam Singh, dissenting note in the Select Committee report.
88. PD, vol. 12, column 8815.
89. K.T. Shah, Naziruddin Ahmad and Hukam Singh, dissenting note in the Select Committee report, p. 388.
90. K.T. Shah, Naziruddin Ahmad and Hukam Singh, dissenting note in the Select Committee report, p. 388.
91. See, speech of Deshbandhu Gupta, PD, vol. 12, column 8946.
92. See, Austin, *Working a Democratic Constitution,* pp. 43–45.
93. Austin, ibid, p. 44.
94. PD, vol. 12, columns 8879–80.
95. PD, vol. 12, column 9021.
96. Ibid.

97. See, Nehru's letter dated 25 May 1951 to Rajendra Prasad, stating that some differences of opinion were resolved by inserting the word 'reasonable' before 'restrictions' in Article 19(2). S. Gopal (ed.), *Selected Works of Jawaharlal Nehru*, 2nd Series, (New Delhi: Jawaharlal Nehru Memorial Fund, 1989), vol. 16 (Part 1), p. 191, available at: http://nehruportal.nic.in/selected-works-jawahar-lal- nehru-second-series-16-part-i-0#page/288/mode/2up (last visited 24 May 2017).
98. Deshbandhu Gupta, PD, vol. 12, column 9742.
99. H.N. Kunzru, dissenting minute in the Select Committee Report, pp. 382–83; Syama Prasad Mookerjee, dissenting minute in the Select Committee Report, pp. 383–86; K.T. Shah, Naziruddin Ahmad and Hukam Singh, dissenting minute in the Select Committee Report, p. 390. See further, speech of Syama Prasad Mookerjee, PD, vol. 12, column 9853.
100. PD, vol. 12, column 9623.
101. Nehru's letter dated 22 May 1951 to T.T. Krishnamachari, Gopal, *Selected Works of Jawaharlal Nehru*, vol. 16 (Part 1), p. 189.
102. PD, vol. 12, column 8838.
103. PD, vol. 12, column 9714–9715.
104. K.T. Shah, Naziruddin Ahmad and Hukam Singh, dissenting minute to the Select Committee Report; H.V. Kamath, PD, vol. 12, columns 8915, 9843; Syamnandan Sahaya, PD, vol. 12, columns 8930–31; Sarangdhar Das, PD, vol. 12, column 9034; Acharya Kripalani, PD, vol. 12, column 9723; Prof. S.L. Saksena, PD, vol. 12, columns 9838–39. See further, proposals of S.N. Mishra, PD, vol. 12, column 9739 (suggesting 'in the interests of the prevention of disorder' instead); K.T. Shah, PD, vol. 12, column 9840 (suggesting 'internal peace and the security and integrity of the State' instead); and Naziruddin Ahmad, PD, vol. 12, column 9841 (suggesting 'prevention of public danger to public order').
105. Dissenting minute to the Select Committee Report, pp. 384–85.
106. PD, vol. 12, column 8843.
107. Prof. S.L. Saksena, PD, vol. 12, columns 9838–39.
108. See, K.T. Shah, PD, vol. 12, column 9839 (suggesting 'amicable and peaceful relations with friendly foreign States, who have made treaties with . . . India in that behalf on a basis of reciprocity.'); H.V. Kamath, PD, vol. 12, column 9843 (suggesting 'peaceful relations with foreign States').
109. PD, vol. 12, columns 9015–17.
110. Syama Prasad Mookerjee, dissenting minute to the Select Committee Report, p. 385; and speech of Syama Prasad Mookerjee, PD, vol. 12, column 9860; K.K. Bhattacharya, PD, vol. 12, column 9843; Pandit Kunzru, PD, vol. 12, column 9844.
111. PD, vol. 12, 9662.
112. Syama Prasad Mookerjee, dissenting minute to the Select Committee Report, pp. 383–86; K.T. Shah, Naziruddin Ahmad and Hukam Singh, joint dissenting minute to the Select Committee Report; Naziruddin Ahmad, dissenting minute to the Select Committee Report; Pandit Kunzru, PD, vol. 12, column 8898; Prof. S.L. Saksena, PD, vol. 12, column 9838–39; K.T. Shah, PD, vol. 12, column 9840; Naziruddin Ahmad, PD, vol. 12, column 9841; Sarangdhar Das, PD, vol. 12, column 9842; Sardar Hukam Singh, PD, vol. 12, column 9842; K.K. Bhattacharya, PD, vol. 12, column 9843; H.V. Kamath, PD, vol. 12, column, 9843; Goenka, PD, vol. 12, column 9843; Pandit Kunzru, PD, vol. 12, column 9844. See further, speech of K.T. Shah, PD, vol. 12, column 9646; speech of S.N.

Mishra, PD, vol. 12, column 9740 (suggesting that the incitement restriction be subjected to the clear and present danger test).
113. PD, vol. 12, column 9722.
114. PD, vol. 12, column 9079, 9792.
115. Pandit Thakur Das Bhargava, PD, vol. 12, column 9715; Pandit Kunzru, PD, vol. 12, column 9781 (but see, Pandit Kunzru, PD, vol. 12, column 9844).
116. PD, vol. 12, column 9762–63, 9768.
117. PD, vol. 12, column 9868.
118. G. Durgabai, dissenting minute in the Select Committee Report, p. 381; Syama Prasad Mookerjee, dissenting minute in the Select Committee Report, pp. 383–86.
119. Prof. S.L. Saksena, PD, vol. 12, columns 9838–39; Syama Prasad Mookerjee, PD, vol. 12, column 9843.
120. PD, vol. 12, columns 9861–62.
121. Section 3(2) provided as follows: 'No law in force in the territory of India immediately before the commencement of the Constitution which is consistent with the provisions of Article 19 of the Constitution as amended by sub-section (1) of this section shall be deemed to be void, or ever to have become void, on the ground only that, being a law which takes away or abridges the right conferred by sub-clause (a) of clause (1) of the said article, its operation was not saved by clause (2) of that article as originally enacted.'
122. See, e.g., Syama Prasad Mookerjee, dissenting minute in the Select Committee Report.
123. AIR 1951 SC 270.
124. PD, vol. 12, columns 8841–42. See further, Pandit Thakur Das Bhargava, PD, vol. 12, columns 8873–74.
125. AIR 1952 SC 329 (paragraph number references are from the SCC Online version).
126. Paragraph 4.
127. 283 US 697 (1931).
128. 249 US 47 (1919).
129. PD, vol. 12, column 9778.
130. Lawrence Liang, *Reasonable Restrictions and Unreasonable Speech*, in Sarai Reader 2004, p. 434.
131. The first Congress sent twelve amendments for ratification to the States. Gordon S. Wood, *Empire of Liberty: A History of the Early Republic, 1789-1815* (New York: Oxford University Press, 2009) (Kindle Edition), p. 69. The first two amendments were never ratified. The original first amendment created a formula for fixing the size of the lower house (the House of Representatives) based on population. The original second amendment dealt with changing remuneration for members of Congress. See, NCC Staff, 'Why Didn't the Original 12 Amendments Make it into the Bill of Rights?', *Constitution Daily*. See further, Akhil Reed Amar, *The Bill of Rights: Creation and Reconstruction* (Yale 2000); Stephen H. Klitzman, 'Book Review: The Fourteen Transformative Words of the First Amendment: From Fear To The "Courage To Be Free"', *Freedom For The Thought That We Hate: A Biography Of The First Amendment,* Anthony Lewis (Basic Books, New York, NY, 2007), 16 *CommLaw Conspectus* 567 (2008).
132. Section 3.

133. For e.g., incitement to overthrow the State, to commit murder or violent crimes, to encourage a person to interfere with the supply and distribution of food, essential commodities, or services, or to encourage mutiny in the armed forces or police forces.
134. Section 4.
135. Section 5.
136. Section 10.
137. Section 23.
138. Repealing and Amending Act, 1957.
139. This was preceded by the Prevention of Publication of Objectionable Matter Ordinance, 1975.
140. Section 8.
141. Section 5.
142. Sections 19–23.
143. Section 24.
144. Section 1(3).
145. Prevention of Publication of Objectionable Matter (Repeal) Act, 1977.
146. The central government or state government, for the purpose of securing the defence of India and civil defence, the public safety, the maintenance of public order or the efficient conduct of military operations, by order require that 'all matter, or any matter relating to a particular subject or class of subjects, shall, before being published in any document or class of documents, be submitted for scrutiny to an authority specified in the order'. Rule 48(1)(a).

Chapter 6: The Anti-DMK Amendment

1. See, Speech of E. Sezhiyan, Lok Sabha Debates, Third Series, 1963/1884 (Saka), Lok Sabha Secretariat, New Delhi (hereinafter, 'LS'), vol. 18, column 13436.
2. The state was to comprise of Madras, Mysore, Kerala and Andhra. Austin, *Working a Democratic Constitution,* p. 51.
3. Guha, *India After Gandhi,* p. 285.
4. See, http://dmk.in/history (last visited 1 June 2017).
5. Guha, *India After Gandhi,* p. 285.
6. Ibid.
7. Ibid.
8. Aiyar was a prominent Madras advocate and politician. He served as Advocate General of Madras, and Dewan of Travancore State. See, 'C.P. Ramaswami Aiyar', C.P. Ramaswami Aiyar Foundation, available at: http://cprfoundation.org/Sir-CPR.html (last visited 28 December 2016). See further, Ramachandra Guha, 'The Strange Case of Sir C.P. Ramaswamy Iyer', *The Hindu,* 25 May 2008, available at: http://www.thehindu.com/todays-paper/tp-features/ tp-sundaymagazine/The-strange-case-of-Sir-C.P.-Ramaswamy-Iyer/article15401680.ece (last visited 28 December 2016).
9. Sarvepalli Gopal, *Jawaharlal Nehru—A Biography* (New Delhi: Oxford University Press, 2015 reprint), vol. 3, p. 181. The National Integration Committee consisted of six members: C.P. Ramaswami Aiyar (chairman), the chief minister of Madras (Kamaraj Nadar), the chief ministers of Andhra Pradesh, Orissa and Maharashtra, and the leader of

the Praja Socialist Party, Asoka Mehta. See, speech of Bibudhendra Misra (deputy minister in the Ministry of Law), Rajya Sabha, 25 January 1963, Rajya Sabha Debates (hereinafter, 'RS'), columns 4945–46.
10. Austin, *Working a Democratic Constitution*, p. 51.
11. Gopal, *Jawaharlal Nehru*.
12. LS, vol. 12, columns 5760–61.
13. Ibid.
14. See, speech of N.K. Manoharan, LS, vol. 12, column 5798–99.
15. LS, vol. 12, column 5761.
16. LS, vol. 12, column 5839.
17. Swamy's profile is available at: http://164.100.47.132/LssNew/ biodata_1_12/735.htm (last visited 28 December 2016).
18. RS, 25 January 1963, column 4878.
19. LS, vol. 12, column 5773.
20. Manoharan was a member of the DMK, who defected to AIADMK in 1974, and returned to the DMK in 1980. He died holding the post of DMK Deputy General Secretary. See, 'Nanjil Manoharan Dead', *The Hindu*, 2 August 2000, available at: http://www. thehindu.com/2000/08/02/stories/04022232.htm (last visited 28 December 2016).
21. LS, vol. 12, column 5800.
22. See further, speech of Sezhiyan, LS, vol. 18, column 13436.
23. LS, vol. 18, column 13451. Reddy had said, in his dissenting minute to the Joint Committee Report, that '[t]he Bill in the main seems to be directed against the secessionist activities in Madras which pose a serious threat to the hegemony of the Congress in that province.' Dissenting Minute dated 16 March 1963, *Gazette of India*, Extraordinary, Part II, Section 2, 18 March 1963.
24. Annadurai was a DMK leader who eventually served as chief minister of Madras state from 1967–69. See, 'Remembering C.N. Annadurai', *India Today Education,* available at: http://indiatoday. intoday.in/education/story/c-n-annadurai/1/586291.html (last visited 28 December 2016).
25. RS, 25 January 1963, column 4911.
26. See, speeches of R.N. Reddi, LS, vol. 12, column 5773; D.C. Sharma, LS, vol. 12, column 5784.
27. LS, vol. 18, column 13468.
28. Ibid.
29. RS, column 4850.
30. LS, vol. 12, column 5761.
31. Austin says that the oath was initially drafted by future Prime Minister of India, Lal Bahadur Shastri. Austin, *Working a Democratic Constitution*, p. 52.
32. LS, vol. 18, column 13410.
33. Cass Sunstein has argued that a constitutionally recognized right to secede is incompatible with the principle of constitutionalism. However, he does not seem to argue that there should be no First Amendment right to peacefully demand secession whatsoever. Cass R. Sunstein, 'Constitutionalism and Secession', *University of Chicago Law Review,* pp. 633–70 (1991).
34. Austin, *Working a Democratic Constitution*, p. 63.

35. See, Austin, *Working a Democratic Constitution*, pp. 63–68.
36. RS, 9 May 1963, column 2836.
37. LS, vol. 12, column 5832. 38. LS, vol. 18, 13411.
39. Dwivedy's profile is available at: http://odisha.gov.in/e-magazine/ Orissareview/2015/ Dec/engpdf/23-28.pdf (last visited 28 December 2016).
40. LS, vol. 12, column 5780.
41. M.S. Gurupada Swamy, RS, 25 January 1963, column 4882.
42. In fact, Rajya Sabha member M.N. Govindan Nair said that he was shocked that C.N. Annadurai was not made a member of the Joint Committee. RS, 25 January 1963, column 4943.
43. The Lok Sabha debates record that the Bill was passed in the Lok Sabha by a vote of 300-0. LS, vol. 18, column 13503. However, in the Rajya Sabha, C.N. Annadurai of the DMK said that this was not, in fact, correct, that initially, seven members of the DMK in the Lok Sabha had opposed the Bill as had one member of the R.S.P., Kerala. RS, 9 May 1963, column 2843–44.
44. Surendranath Dwivedy, LS, vol. 12, column 5777; Manoharan, LS, vol. 12, column 5798; Subbaraman, LS, vol. 18, column 13447; Narasimha Reddy's dissenting minute dated 16 March 1963 to the Joint Committee Report; C.N. Annadurai, RS, 25 January 1963, column 4894. However, some, like R.N. Reddi, said that while there was an upsurge of unity in India after the Chinese invasion, it was not clear how long this would last. LS, vol. 12, column 5773. See further, speech of M.S. Gurupada Swamy, RS, 25 January 1963, column 4877.
45. Manoharan, LS, vol. 12, column 5798.
46. RS, 25 January 1963, column 4893.
47. LS, vol. 18, column 13440. Similarly, C.N. Annadurai said, 'Correct us if we are erroneous. Convince us if you have got solid facts. Convert us to your point of view. Instead of that you are compelling (us).' RS, 25 January 1963, column 4897.
48. 319 US 624 (1943).
49. LS, vol. 18, column 13439.
50. LS, vol. 18, column 13432. 51. 250 US 616 (1919).
52. LS, vol. 18, column 13433.
53. See, speeches of A.K. Sen, LS, vol. 18, column 13470; D.C. Sharma, LS, vol. 18, column 13442.
54. See, Khadilkar, LS, vol. 18, column 13426; Bhupesh Gupta, RS, 25 January 1963, column 4853–54; M.S. Gurupada Swamy, RS, 25 January 1963, columns 4879–81; A.D. Mani, RS, 25 January 1963, column 4918; B.D. Khobaragade, RS, 25 January 1963, column 4927.
55. RS, 25 January 1963, columns 4927–28.
56. RS, 25 January 1963, column 4948.
57. RS, 9 May 1963, column 2843.
58. LS, vol. 12, column 5810. See further, Dissenting Minute of Syed Nausherali, 15 March 1963. *Gazette of India*, Extraordinary, Part II, Section 2, 18 March 1963.
59. See, Khadilkar, LS, vol. 18, column 13424.
60. The researcher was Narayan Rao and the paper was entitled 'A critical study of the Constitution (Amendment) Bill'.

61. LS, vol. 18, column 13414.
62. LS, vol. 18, columns 13464, 13466. Law Minister Sen rebutted this argument by saying that this party only wanted home rule, not secession. LS, vol. 18, column 13474.
63. Sections 3–4, 10.
64. Section 13.
65. Section 2(1)(o).
66. Hasan Suroor, 'India "censoring" maps', *The Hindu*, 1 October 2012, available at: http://www.thehindu.com/news/international/india- censoring-maps-economist/article3949371.ece (last visited 24 May 2016); 'Map of Kashmir lands Economist in censor trouble', *Hindustan Times*, 24 May 2011, available at: http://www.hindustantimes.com/ delhi/map-of-kashmir-lands-economist-in-censor-trouble/story- 0Dk3GPzysf2UhtI69cTS3K.html (last visited 24 May 2016); Sanjoy Majumder, '*Economist* accuses India of censorship over Kashmir map', *BBC News*, 24 May 2011, available at http://www.bbc.com/ news/world-south-asia-13529512 (last visited 24 May 2016).
67. Majumder, ibid.

Chapter 7: Prudes and Prigs

1. Colin Manchester, 'A History of the Crime of Obscene Libel', *Journal of Legal History*, vol. 12, Issue No. 1, 1991, pp. 40–41.
2. Sir Charles Sedley's case, 1 Keble 620. See further, Laurence Tribe, *American Constitutional Law*, 1st Edition (New York: The Foundation Press, Inc., 1978), p. 657.
3. Manchester, 'A History of the Crime of Obscene Libel', p. 43.
4. Ibid, p. 43.
5. 'An Act for the Punishment of Idle and Disorderly Persons, and Rogues and Vagabonds, in that Part of Great Britain Called England': 5 Geo. 4, c. 83: available at: https://babel.hathitrust.org/ cgi/pt?id=nyp.33433035257009;view=1up;seq=530 (last visited 12 September 2016).
6. Section 4.
7. Section 28. The statute is available at: http://www.legislation.gov. uk/ukpga/1847/89/pdfs/ukpga_18470089_en.pdf (last visited 2 October 2016).
8. Section 486, Macaulay's draft.
9. Chapter XIV of the draft bore the title: 'Of Offences Affecting the Public Health, Safety, and Convenience'. Later, Chapter XIV of the IPC would bear the title 'Of Offences Affecting the Public Health, Safety, Convenience, *Decency and Morals*' (emphasis supplied).
10. Act 1 of 1856, available at: http://lawmin.nic.in/legislative/ textofcentralacts/1856.pdf (last visited 12 September 2016).
11. C. Allen.
12. Proceedings of the Legislative Council of India, vol. 1, pp. 582–86, relating to 14 July 1855 (on file with the author).
13. Section 1.
14. Section 7.

15. Deana Heath, *Purifying Empire: Obscenity and the Politics of Moral Regulation in Britain, India and Australia* (Cambridge: Cambridge University Press, 2010), p. 198.
16. Heath, *Purifying Empire*, p. 200.
17. 'An Act for more effectually preventing the Sale of Obscene Books, Pictures, Prints, and other Articles', 20 & 21 Vict., c. 83, available at: https://babel.hathitrust.org/cgi/pt?id=hvd.hl5jfi;view=1up;seq=233 (last visited 12 September 2016). Interestingly, Deana Heath points out that the Mutiny in 1857, also called the Revolt or the First War of Indian Independence, precipitated its enactment, because it 'strengthened the resolve of Evangelical interventionists to purify the home society to make it worthy of its imperial mission'. Heath, Purifying Empire, p. 64, quoting from M.J.D. Roberts, 'Morals, Art and the Law: The Passing of the Obscene Publications Act, 1857', Victorian Studies, 28, 4 (1985), pp. 609–29.
18. See, Colin Manchester, 'Lord Campbell's Act: England's First Obscenity Statute', *Journal of Legal History*, vol. 9, Issue 2, September 1988, pp. 223-241; the *Encyclopaedia Britannica* entry on the 'Obscene Publications Act', available at: https://www.britannica.com/event/Obscene-Publications-Act (last visited 12 September 2016).
19. Section 1. A person had to file a complaint with a magistrate that some obscene material was being kept at a premise for sale, distribution etc. The magistrate was then empowered to issue a warrant to a police officer for entry into such premise in order to search for and seize the obscene material. The police officer was to then procure the obscene material and bring it before the magistrate. The magistrate was then to issue a summons to the occupier of the premise to show cause why the material should not be destroyed. The magistrate could then order destruction of the material.
20. It was originally enacted as follows: 'Whoever sells or distributes, imports or prints for sale or hire, or wilfully exhibits to public view, any obscene book, pamphlet, paper, drawing, painting, representation, or figure, or attempts or offers so to do, shall be punished with imprisonment of either description for a term which may extend to three months, or with fine, or with both. *Exception*. This Section does not extend to any representation sculptured, engraved, painted, or otherwise represented, on or in any Temple, or on any car used for the conveyance of idols, or kept or used for any religious purpose.'
21. Like the 1851 English statute ('An Act for Further Improving the Administration of Criminal Justice', 1851; 14 & 15 Vict., c. 100, available at: https://babel.hathitrust.org/cgi/pt?id=hvd.hl4ds4;view=1up;seq=53 [last visited 12 September 2016]), it criminalized the public sale or exhibition of any obscene material. Like the Vagrancy Act, 1824, the maximum sentence of imprisonment was three months. Like other misdemeanours in England, Section 292 was made a bailable offence.
22. After the Judicature Acts of 1873 and 1875, this court was reorganized as the Queen's Bench Division of the high court. See, http://www.parliament.uk/about/living-heritage/transformingsociety/laworder/court/overview/judicatureacts/ (last visited 21 November 2016).
23. (1868) L.R. 3 Q.B. 360.
24. The contents of the pamphlet were not set out in the judgment. The pamphlet is available at: https://catalog.hathitrust.org/Record/001935730 (last visited 12 September 2016).
25. Priests were instructed that they could ask women the following questions: 'If the penitent be a girl, let her be asked—Has she ornamented herself in dress so as to please the male sex? or, for the same end, has she painted herself; or, bared her arms, her shoulders, or her bosom? Whether she has frequented church in order that she might show herself to be

looked at in the porch, or at the window? . . . Whether she is not attached to someone? Whether she has not allowed him to take liberties with her? Whether she has not allowed him to kiss her?' Priests were also instructed as follows: '(In the act of sexual intercourse) if one withdraws without the consent of the other, he certainly sins grievously . . . because generally from such withdrawal there is danger of spilling the seed'; 'if it be done from behind, or when the parties are on their sides, or standing, or sitting, or when the husband lies underneath . . . it is a *mortal sin,* if there should therefrom arise to either party a danger of pollution, or of losing the seed, a thing which often happens . . . '; 'A widow sins grievously when she derives venereal pleasure from copulation formerly had, because such is unlawful to her, in consequence of her state'; sex between married couples in a 'consecrated place' is not a sin 'if kept secret' and if the 'church is not polluted'.

England has had a history of discriminating against Catholics. In fact, the first chief justice of the Bombay High Court in 1862, Sir Mathew Richard Sausse, was a Catholic, at a time when Catholics could not serve as chief justices of important courts in England. See, Abhinav Chandrachud, *An Independent, Colonial Judiciary.*

26. P. 371.
27. P. 371.
28. P. 367.
29. P. 372.
30. See, Sir Zelman Cowen, *Cowen's Individual Liberty and the Law* (Calcutta: Eastern Law House, 1977) (Tagore Law Lectures), pp. 168–96, at Chapter 8 quoting from Gelhorn's *Individual Freedom and Governmental Restraints,* 1956, p. 54. See further, J.E. Williams, 'Obscenity in Modern English Law', *Law and Contemporary Problems* vol. 20, Issue no. 4, 1955, 630-647, p. 636.
31. Heath, *Purifying Empire,* p. 65.
32. Heath argues that for some British colonialists, obscenity, particularly obscenity emanating from England, was problematic because it undermined British authority in India. Some were worried that it undermined 'Englishness', others that it made Indian men lust after white women. Heath, *Purifying Empire,* pp. 78, 89, 150–51. However, the colonial government did not find these concerns particularly persuasive. Rather than launching prosecutions in all cases, informal techniques were used to curb obscenity, e.g. the police would issue warnings to publishers not to carry obscene materials. These techniques, Heath says, often did the trick. Heath, *Purifying Empire,* p. 169.
33. See, Heath, *Purifying Empire,* pp. 151–52, 166–69.
34. Heath, *Purifying Empire,* pp. 171–80 (quoting from R.D. Karve). For Heath, by the 1890s, India had 'the most liberal obscenity law in the empire'.
35. (1895) ILR 20 Bom 193.
36. P. 195.
37. P. 195.
38. P. 195.
39. (1912) ILR 39 Cal 377.
40. 37 Ind. Cas. 521 (Mad). 41. AIR 1928 Pat 649.
42. AIR 1947 Lah 383.
43. Heath, *Purifying Empire,* p. 81.

44. See, *Indarman*, (1881) ILR 3 All 837; *Sreeram Saksena v. Emperor*, AIR 1940 Cal 290. Further, some high courts looked at evidence which was led before the trial court in order to determine whether the work in question was obscene or not. See, *Mantripragada*, 37 Ind. Cas. 521 (Mad); *Kherode*, (1912) ILR 39 Cal 377; *Harnam Das*, AIR 1947 Lah 383.
45. See, *Indarman*, (1881) ILR 3 All 837; *Emperor v. Hari Singh*, (1906) ILR 28 All 100; *Mantripragada*, 37 Ind. Cas. 521 (Mad).
46. (1881) ILR 8 All 837.
47. *Indarman*, (1881) ILR 3 All 837; *Vishnu Krishna Puranik*, (1913) 15 Bom LR 307.
48. (1954) 2 Q.B. 16.
49. Ibid, p. 19.
50. (1954) 1 W.L.R. 1138.
51. It was published in the US in 1952 as *The Tightrope*. Paul Robertshaw, *Summary Justice* (London: Cassell, 1998), p. 55.
52. P. 1139.
53. P. 1139.
54. P. 1139.
55. Pp. 1139–40.
56. P. 1140.
57. P. 1140.
58. P. 1140.
59. P. 1141.
60. P. 1143.
61. P. 1143.
62. Pp. 1142–43.
63. 7 & 8 Eliz. 2 Ch. 66. Available on legislation.gov.uk. The Obscene Publications Act, 1857 was repealed under Section 3(8) of this Act.
64. Section 4(1).
65. Section 4(2).
66. 209 F. 119, 121 (S.D.N.Y. 1913).
67. 354 US 476 (1957).
68. According to Tribe, it was Judge Learned Hand who first advocated that the Hicklin test be abandoned in *United States v. Kennerly*, 209 F. 119, 121 (S.D.N.Y. 1913). Tribe, *American Constitutional Law*, p. 659 (note 22).
69. 360 US 684 (1959).
70. See, Kathleen M. Sullivan and Gerald Gunther, *First Amendment Law*, 3rd edition (2007: Foundation Press, New York), p. 106.
71. See, Gopal, *Selected Works of Jawaharlal Nehru*, vol. 49, p. 685 onwards.
72. AIR 1965 SC 881 (decided by five judges). Once again, all paragraph number references for AIR citations will be from the SCC Online version.
73. Paragraph 23.
74. M. Hidayatullah, 'Thoughts on Obscenity', (1977) *Southern Illinois University Law* Journal 283, p. 285. Justice Hidayatullah believed that his judgment in the Ranjit Udeshi case, among others, stood out in his career. He discussed the case in his autobiography, M. Hidayatullah, *My Own Boswell* (Bombay: N.M. Tripathi Pvt. Ltd., 1992), p. 224.

75. Hidayatullah, 'Thoughts on Obscenity', p. 285.
76. Ibid, p. 285.
77. Hidayatullah, 'Thoughts on Obscenity', p. 285.
78. Ibid, p. 285.
79. AIR 1965 SC 881 at paragraph 16.
80. M. Hidayatullah, 'Thoughts on Obscenity', pp. 288–289.
81. Paragraph 20.
82. Paragraph 21.
83. M. Hidayatullah, 'Thoughts on Obscenity', p. 292.
84. Paragraph 13.
85. Paragraph 13.
86. Paragraph 22.
87. Paragraph 3.
88. Paragraph 28.
89. Paragraph 7.
90. The Indian Penal Code (Amendment) Act, 1969, available at: http:// lawmin.nic.in/legislative/textofcentralacts/1969.pdf (last visited 12 September 2016), p. 208. The amended portion was as follows: 'For the purposes of sub-section (2), a book, pamphlet, paper, writing, drawing, painting, representation, figure or any other object, shall be deemed to be obscene if it is lascivious or appeals to the prurient interest or if its effect, or (where it comprises two or more distinct items) the effect of any one of its items, is, if taken as a whole, such as to tend to deprave and corrupt persons who are likely, having regard to all relevant circumstances, to read, see or hear the matter contained or embodied in it.'
91. Exception, Section 292, IPC.
92. (1969) 2 SCC 687 (decided by three judges).
93. Paragraph 9.
94. Paragraph 11.
95. Paragraph 12. See further, *K.A. Abbas v. Union of India,* (1970) 2 SCC 780, at paragraph 50. It was held that how a theme is handled by a film producer is important. 'We may view a documentary on the erotic tableaux from our ancient temples with equanimity or read the *Kamasutra*', said Chief Justice Hidayatullah, 'but a documentary from them as a practical sexual guide would be abhorrent.'
96. (1985) 4 SCC 289 (decided by two judges).
97. Paragraph 29.
98. Paragraph 35.
99. Paragraph 35.
100. (2015) 6 SCC 1 (decided by two judges).
101. Paragraph 141–42.
102. (1996) 4 SCC 1 (decided by three judges).
103. Paragraph 27.
104. Paragraph 27.
105. Paragraph 29.
106. Paragraph 30.
107. (2014) 4 SCC 257 (decided by two judges).

108. The Hicklin test was only understood in this judgment as permitting courts to rely on isolated passages of a work, and to consider obscenity from the standpoint of even immature persons. While some like Gautam Bhatia have strongly argued that the Hicklin test has been finally abandoned by the Supreme Court in Aveek Sarkar, the fact that the court only understood Hicklin to have two constituent ingredients casts some doubt on how far this may actually be correct. The Hicklin test, as we have seen, includes more ingredients than these. Further, these two ingredients of the Hicklin test were repeatedly rejected by courts in India from the colonial period onwards. *Aveek Sarkar* cannot, therefore, be considered the judgment which first broke away from the Hicklin test.
109. Paragraph 23.
110. Paragraph 24.
111. Paragraphs 27.
112. Paragraph 28.
113. (2010) 5 SCC 600 (decided by three judges).
114. Paragraph 28.
115. Paragraph 28.
116. Paragraph 45.
117. Paragraph 29.
118. Paragraph 31.
119. Paragraph 44.
120. Paragraph 46.
121. Paragraph 47.
122. 274 US 357 (1927).
123. Section 14.
124. Section 14(2).
125. Section 15(2).
126. On the Chittagong Armory Raid, see, Goutam Neogi, 'Remembering the Legendary Heroes of Chittagong', *Press Information Bureau*, available at: http://pib.nic.in/feature/feyr98/fe0898/f1808989.html (last visited 4 June 2017).
127. Rajagopalachari to Patel, letter dated 29 April 1948. Das (ed.), *Sardar Patel's Correspondence,* vol. 6, p. 151.
128. Under Section 7 of the then prevalent Cinematograph Act, 1918, appeals from the centrally constituted censor board lay before the provincial governments. The provincial governments could also suspend a film's certificate. Available at: http://lawmin.nic.in/legislative/textofcentralacts/1918.pdf (last visited 4 June 2017).
129. Patel to Rajagopalachari, letter dated 4 May 1948. Das (ed.), *Sardar Patel's Correspondence,* vol. 6, p. 152.
130. The Censor Board can issue a 'U' certificate for unrestricted public exhibition, or a 'UA' certificate for unrestricted public exhibition subject to the condition that parents must determine whether the film is fit for viewing by children below the age of twelve. Section 5A.
131. The Censor Board can issue an 'A' certificate where the film is fit for viewing by adults. Section 5A.
132. The Censor Board can issue an 'S' certificate where the film is fit for viewing by a class of professionals. Section 5A.

133. Section 4.
134. Section 5B.
135. Section 5B(2).
136. Section 5E. But see, section 173, Finance Act, 2017. See further, *Union of India v. K.M. Shankarappa*, (2001) 1 SCC 582.
137. Section 5C.
138. (1970) 2 SCC 780 (decided by five judges).
139. Paragraph 8.
140. Hidayatullah, *Some Thoughts on Obscenity*, p. 294.
141. Paragraphs 19, 41.
142. Paragraph 20.
143. See further, *S. Rangarajan v. P. Jagjivan Ram*, (1989) 2 SCC 574 (decided by three judges).
144. (1980) 1 SCC 43 (at paragraph 15).
145. Kira Cochrane, 'Sex, Violence and Swearing on Film: 100 Years of the BBFC', *The Guardian,* 26 July 2012, available at: https://www. theguardian.com/film/2012/jul/26/sex-violence-swearing-film- 100-years-bbfc (last visited 30 December 2016).
146. Ibid.
147. 343 US 495 (1952) (per Clarke J).
148. Ibid, 506.
149. See, website of the Motion Picture Association of America, at: http:// www.mpaa.org/film-ratings/ (last visited 30 December 2016).
150. See, 'A Brief History of Film Censorship', *National Coalition Against Censorship,* http://ncac.org/resource/a-brief-history-of- film-censorship (last visited 30 December 2016).
151. Section 33(1)(wa), Bombay Police Act, 1951.
152. Rule 120, Rules For Licensing And Controlling Places Of Public Amusements (Other Than Cinemas) And Performances For Public Amusement, Including Cabaret Performances, Discotheques, Games, Pool Game Parlours, Amusement Parlours Providing Computer Games, Virtual Reality Games, Cyber Cafes, Games With Net Connectivity, Bowling Alleys, Card Rooms, Social Clubs, Sports Clubs, Melas And Tamashas Rules, 1960.
153. Rule 123.
154. See, 'Amol Palekar Moves HC Against 'Pre-censorship' by Police', *The Hindu,* 20 September 2016, available at: http://www. thehindu.com/news/cities/mumbai/amol-palekar-moves-hc- against-precensorship-by-police/article9126650.ece (last visited 20 September 2016). The case is Civil Writ Petition (L) No. 24043 of 2016, along with Civil Application (L) No. 25405 of 2016.
155. See, Cable Television Networks (Regulation) Act, 1995. Cable operators are required to be registered in India (Sections 3–4). Radio station operations require a licence from the Ministry of Information and Broadcasting. See, Grant of Permission Agreement for Operating FM Radio Broadcasting Service in Phase III on Migration from Phase II, available at: http://www.mib.nic. in/writereaddata/html_en_files/fm/gopafinalphase3net. pdf (last visited 30 December 2016). See further, *In re: Destruction of Public and Private Properties,* (2009) 5 SCC 212 (paragraphs 32(vii) and 33); Divan, *Facets of Media Law,* p. 292. In fact, up to the 1990s, only the government-run Doordarshan provided content on television in India. See, Sevanti Ninan, 'History of Indian Broadcasting Reform', *Cardozo*

Journal of International and Comparative Law, vol. 5, Issue 2, Fall 1997, pp. 341–64; Nikhil Sinha, 'Doordarshan, Public Service Broadcasting and the Impact of Globalization: A Short History', *Cardozo Journal of International and Comparative Law*, volume 5, Issue 2, Fall 1997, pp. 365–86.

156. There is a self-regulatory body for broadcasters in India called the 'Indian Broadcasting Foundation'. It was set up in June 2011, and relates only to non-news channels. Membership of this body is voluntary, and presently includes the likes of Star India Pvt. Ltd. and Viacom 18 Media Pvt. Ltd. Its members are subject to 'Content Guidelines'. These guidelines require each broadcaster to have a 'Standards & Practices' department to self-censor content so as to bring it in line with the content code of the body. The guidelines are available at: https://www. ibfindia.com/sites/default/files/Guidelines--Term%20of%20 broadcas%20changes.pdf (last visited 15 February 2017). See further, Akhil Arora and Gopal Sathe, 'Behind the Scenes With Indian TV Channels' Self-Censors', 19 August 2016, *Gadgets 360*, available at: http://gadgets.ndtv.com/tv/features/behind- the-scenes-with-indian-tv-channels-self-censors-874695 (last visited 15 February 2017); Shilpa Jamkhandikar, 'TV Fights a Bleeping Battle with Censors in India', 1 June 2012, available at: http://in.reuters.com/article/india-television-censor-bollywood- tv-idINDEE84T03L20120601 (last visited 15 February 2017). Those who 'downlink' foreign channels in India are also required to follow these guidelines. 'Policy Guidelines for Downlinking of Television Channels', Ministry of Information and Broadcasting, 5 December 2011, available at: http://mib.nic.in/WriteReadData/documents/Downlinking_Guidelines05.12.11.pdf (last visited 15 February 2017). See further, 'Policy Guidelines for Uplinking of Television Channels From India', 5 December 2011, Ministry of Information and Broadcasting, available at: http://digitalindiamib.com/finalUplinkingGuidelines05.12.2011.pdf (last visited 15 February 2017).
157. Rule 6, Cable Television Networks Rules, 1994.
158. Ibid.
159. See, Abhinav Chandrachud, 'The Bigg Debate', *Indian Express*, 24 November 2010, available at: http://indianexpress.com/ article/opinion/columns/the-bigg-debate/ (last visited 14 November 2016). The Indian Broadcasting Foundation has published a 'Content Code' for its members. The code contains guidelines for erogenous zoning. All content is to be categorized into Category 'G' programmes (suitable for public viewing by one and all) and Category 'R' programmes (unsuitable for children and young viewers). Category 'R' programmes can only be shown between 11 p.m. and 5 a.m. The code is available at: https:// www.ibfindia.com/sites/default/files/Guidelines--Term%20 of%20 broadcas%20changes.pdf (last visited 15 February 2017). The guidelines of this body also provide that 'the restrictions on the broadcast of programmes unsuitable for minors should be relaxed on a gradual and progressive basis after 8 p.m. The assumption is that after 8 p.m. parents are expected to share responsibility for what their children are permitted to watch on television'.
160. Section 11, Cable Television Networks (Regulation) Act, 1995.
161. Section 16, Cable Television Networks (Regulation) Act, 1995.
162. Section 20, Cable Television Networks (Regulation) Act, 1995; Clause 6, 'Policy Guidelines for Downlinking of Television Channels', Ministry of Information and Broadcasting, 5 December 2011, available at: http://mib.nic.in/WriteReadData/documents/Downlinking_Guidelines05.12.11.pdf (last visited 15 February 2017); Clause 8, 'Policy Guidelines for Uplinking of Television Channels From India', 5 December 2011,

Ministry of Information and Broadcasting, available at: http:// digitalindiamib.com/ finalUplinkingGuidelines05.12.2011. pdf (last visited 15 February 2017). Additionally, complaints against content which is broadcast by the members of the Indian Broadcasting Foundation can be heard by the 'Broadcasting Content Complaints Council'. Complaints can be filed before this council by outsiders like ordinary viewers, NGOs or even the Information and Broadcasting Ministry. The council has the power to issue a warning to the broadcaster, to issue a direction to the broadcaster not to carry similar content again, to require the broadcaster to carry an apology, or to even impose monetary penalties on the broadcaster ranging from Rs 1 lakh to Rs 30 lakh. The guidelines of the body are available at: https://www. ibfindia.com/sites/default/files/Guidelines--Term%20of%20 broadcas%20changes.pdf (last visited 15 February 2017).
163. Order dated 2 November 2016.
164. Order dated 28 March 2013.
165. See further, Clause III, Content Code of the Indian Broadcasting Foundation.
166. (1992) 3 SCC 637 (decided by two judges).
167. Paragraph 22.
168. Paragraph 23.
169. Paragraph 19.
170. They can broadcast exact news bulletins of All India Radio. They are also permitted to broadcast some news stories, dealing with non-political matters such as sporting events, traffic and weather, etc. See, Grant of Permission Agreement, for Operating FM Radio Broadcasting Service in Phase III on Migration from Phase II. See further, Siddharth Narrain et al, 'A Broad Overview of Broadcasting Legislation in India', available at: http:// indiatogether.org/uploads/ document/document_upload/2139/blawbackgrounder.pdf (last visited 30 December 2016). AM radio stations are run entirely by the government.
171. 'Grant of Permission Agreement . . . For Operating FM Radio Broadcasting Service in Phase III on Migration from Phase II'.
172. All India Radio is a radio public broadcasting service carried out by the Prasar Bharati (Broadcasting Corporation of India) under the Prasar Bharati (Broadcasting Corporation of India) Act, 1990. The All India Radio Broadcast Code is available at: http://allindiaradio. gov.in/Information/AIR%20Code/Pages/default.aspx (last visited 15 February 2017). Interestingly, a 'live television broadcast' of an 'sporting (event) of national importance' has to be shared with Prasar Bharati mandatorily. Sports Broadcasting Signals (Mandatory Sharing With Prasar Bharati) Act, 2007.
173. See, Information Technology Act, 2000 and the Information Technology (Intermediaries Guidelines) Rules, 2011.
174. (1969) 2 SCC 687.
175. Paragraph 9.
176. Paragraph 9.
177. Paragraph 12.
178. Paragraph 12.
179. (1970) 2 SCC 780.
180. Paragraph 49.
181. Paragraph 51. 182. (1980) 1 SCC 43.
183. Paragraph 9.

184. (1985) 4 SCC 289.
185. Paragraph 35.
186. See, Wendy Doniger, *The Hindus: An Alternative History* (New Delhi: Penguin/Viking, 2009).
187. (1996) 4 SCC 1.
188. Paragraph 27.
189. (2006) 8 SCC 433 (decided by two judges).
190. Paragraph 21.
191. (2010) 5 SCC 600.
192. Paragraph 50.
193. (2007) 1 SCC 143 (decided by two judges).
194. Paragraph 8.
195. Paragraph 55.
196. Paragraph 71.
197. Paragraph 78.
198. Paragraph 78.
199. Paragraph 81.
200. (2013) 8 SCC 519 (decided by two judges).
201. Paragraph 104.
202. Paragraph 123. 203. (1969) 2 SCC 687.
204. Paragraph 4.
205. (1985) 4 SCC 289.
206. Paragraph 29. 207. (2015) 6 SCC 1.
208. Paragraph 92.
209. (2006) 8 SCC 433, at paragraphs 20–21.
210. (2014) 4 SCC 257, at paragraphs 20, 23.
211. See, Jason Burke, 'Mumbai University Drops Rohinton Mistry Novel after Extremists Complain', *Guardian,* 19 October 2010, available at: https://www.theguardian.com/world/2010/oct/19/ mumbai-university-removes-mistry-book (15 September 2016); Vinaya Deshpande, 'Rohinton Mistry Protests Withdrawal of Book', The Hindu, 20 October 2010, available at: http://www.thehindu. com/news/national/rohinton-mistry-protests-withdrawal-of-book/ article838537.ece (last visited 15 September 2016).
212. 378 US 184 (1964).
213. Some have attributed this line to Stewart's law clerk at the time, Alan Novak. See, Peter Lattman, 'The Origins of Justice Stewart's "I Know It When I See It", *Wall Street Journal,* 27 September 2007, available at: http://blogs.wsj.com/law/2007/09/27/the-origins-of-justice-stewarts-i-know-it-when-i-see-it/ (last visited 17 September 2016)
214. *Marvin Miller v. State of California,* 413 US 15 (1973).
215. However, the test of whether something has serious literary, artistic, political or scientific value is not to be judged from the standpoint of the community. See, *Pope v. Illinois,* 481 US 497 (1987).
216. 413 US 49 (1973).
217. 418 US 153 (1974).

218. Jennifer M. Kinsley, 'The Myth of Obsolete Obscenity', *Cardozo Arts and Entertainment Law Journal* (2015), vol. 33, p. 607.
219. *Coleman A. Young v. American Mini Theaters, Inc.* 427 US 50 (1976); *City of Renton v. Playtime Theaters, Inc.*, 475 US 41 (1986).
220. In *Renton*, the court found that the ordinance in question was 'by its terms . . . designed to prevent crime, protect the city's retail trade, maintain property values and generally "protec[t] and preserv[e] the quality of [the city's] neighborhoods, commercial districts, and the quality of urban life", not to suppress the expression of unpopular views'.
221. *Federal Communications Commission v. Pacifica Foundation*, 438 US 726 (1978). However, the Internet has been held to be not as invasive as radio or television. *Janet Reno v. American Civil Liberties Union*, 521 US 844 (1997).
222. *Robert Eli Stanley v. State of Georgia*, 394 US 557 (1969).
223. *Sam Ginsberg v. State of New York*, 88 S.Ct. 1274 (1968).
224. *New York v. Paula Ira Ferber*, 458 US 747 (1982).
225. *Clyde Osborne v. Ohio*, 495 US 103 (1990).

Chapter 8: Obscenity Lies in the Crotch of the Beholder

1. See further, 'Pornography and Censorship', *Stanford Encyclopaedia of Philosophy*, revised up to 1 October 2012, available at: http://plato. stanford.edu/entries/pornography-censorship/index.html#note-1 (last visited 10 October 2016); Ronald Dworkin, 'Is There A Right To Pornography?', 1 *Oxford Journal of Legal Studies* 177 (1981).
2. 403 US 15 (1971).
3. Nadine Strossen, 'Obscenity and Indecency Law': Why Howl Is Still Silenced', *Seattle University Law Review*, vol. 37, Fall 2013, p. lxi, p., lxiv.
4. Cass Sunstein, 'Words, Conduct, Caste', *University of Chicago Law Review*, vol. 60, Issue 3, p. 795, p. 808, available at: http:// chicagounbound. uchicago.edu/cgi/ viewcontent. cgi?article=5760&context=uclrev (last visited 17 September 2016).
5. See, Bharti Jain, 'IGI Official Suspended for "Harassing" Woman', *Times of India*, 27 March 2015, available at: http://timesofindia. indiatimes.com/city/delhi/IGI-official-suspended-for-harassing- woman/articleshow/46718762.cms (last visited 17 September 2016).
6. See, Claire Cohen, 'Indian Girl Confronts Man who "Touched" Her on Flight', *The Telegraph*, 3 February 2015, available at: http://www. telegraph.co.uk/women/11386191/Indian-girl-confronts-man- who-touched-her-on-flight.html (last visited 17 September 2016).
7. See, Lia Eustachewich, 'Creep Found Guilty of Sexually Assaulting Sleeping Woman on Plane', *New York Post*, 20 April 2016, available at: http://nypost.com/2016/04/20/creep-found- guilty-of-groping-sleeping-woman-on-plane/ (last visited 17 September 2016).
8. See, e.g., Megha Sood, 'People Nab Man Accused by Woman of "Flashing" at Her in Lift, Cops Book Him for Molestation', *Indian Express*, 7 May 2014, available at: http:// indianexpress.com/article/ mumbai/people-nab-man-accused-by-woman-of-flashing-at-her- in-lift-cops-book-him-for-molestation/ (last visited 17 September 2016).
9. See, Sunstein, 'Pornography and the First Amendment', *Duke Law Journal*, No. 4 (1986) 589, p. 598.

10. Catherine A. MacKinnon, 'Pornography, Civil Rights, and Speech', *Harvard Civil Rights-Civil Liberties Law Review*, vol. 20, Issue 1 (Winter 1985), pp. 1–70; Andrea Dworkin, 'Against the Male Flood: Censorship, Pornography, and Equality', *Harvard Women's Law Journal*, vol. 8, pp. 1–30 (1985); See further, Sunstein, 'Pornography and the First Amendment', p. 592.
11. See further, 'Sex before Kissing: How 15-year-old Girls are Dealing with Porn-addicted Boys', *Fight the New Drug*, 1 April 2016, available at: http://fightthenewdrug.org/sex-before-kissing- 15-year-old-girls-dealing-with-boys/ (last visited 20 September 2016).
12. MacKinnon, 'Pornography, Civil Rights, and Speech', p. 17.
13. Sullivan and Gunther, *First Amendment Law*, p. 127; Jeffrey G. Sherman, 'Love Speech: The Social Utility of Pornography', Stanford Law Review, (1995), vol. 47, pp. 661-705. But see, MacKinnon, 'Pornography, Civil Rights and Speech', p. 22. MacKinnon claims that the argument applies equally when women are replaced with men, children or transsexuals, but her argument is not very convincing when women are replaced by men.
14. See, Robin West, 'The Feminist-Conservative Anti-Pornography Alliance and the 1986 Attorney General's Commission on Pornography Report', *American Bar Foundation Research Journal* (1987), Issue 4, pp. 681-712; Nan D. Hunter and Sylvia A. Law, 'Brief Amici Curiae of Feminist Anti-Censorship Taskforce, et al., in *American Booksellers Association v. Hudnut, University of Michigan Journal of Law Reform* (Fall 1987/Winter 1988), vol. 21, Issues 1 and 2, pp. 69-136; Carlin Meyer, 'Sex, Sin, and Women's Liberation: Against Porn-Suppression', *Texas Law Review* (1994), vol. 72, Issue 5, pp. 1097–1202; Sullivan and Gunther, *First Amendment Law*, pp. 126–27.
15. *American Booksellers Association v. Hudnut*, 771 F.2d 323 (7th Cir. 1985), affirmed by the US Supreme Court in 106 S. Ct. 1172 (1986). The first anti-pornography ordinance drawn up by MacKinnon and Dworkin was passed in the city of Minneapolis, Minnesota, but the mayor vetoed it. Dworkin, 'Against the Male Flood', p. 13.
16. Heath, *Purifying Empire*, p. 192.
17. 'Indian Women Who are Fighting to Stop Genital Mutilation', *BBC News*, 23 December 2015, available at: http://www.bbc. com/news/world-asia-india-35129466 (last visited 23 September 2016); Manoj Mohanka, 'Female Genital Mutilation: India's Well Kept Secret', *Quint*, 15 April 2015, available at: https://www. thequint.com/opinion/2015/04/10/female-gender-mutilation- indias-well-kept-secret (last visited 23 September 2016); Masooma Ranalvi, 'The Resistance Against Female Genital Mutilation in India is Growing', *Wire*, 18 June 2016, available at: http://thewire.in/39127/the-resistance-against-female-genital- mutilation-is-growing/ (last visited 23 September 2016).
18. See, MacKinnon, 'Pornography, Civil Rights and Speech', p. 32; Dworkin, 'Against the Male Flood', p. 12.
19. Thus, while banning the pornographic comic strip *Savita Bhabhi*, the Indian government could not cite concerns about the lack of informed consent of the women involved. See, 'What Has Savita Bhabhi Done To Deserve This', *DNA*, 30 June 2009, available at: http://www.dnaindia.com/speak-up/report-what-has-savita-bhabhi- done-to-deserve-this-1269904 (last visited 18 September 2016); G. Seetharaman, 'Four Years after Ban, Savita Bhabhi Gets a New Lease of Life', *Economic Times*, 12 May 2013, available at: http://articles. economictimes.indiatimes.com/2013-05-12/news/39187209_1_websites-savitabhabhi-com-kirtu-com (last visited 18 September 2016).

20. Frederick Schauer, 'Speech and Speech—Obscenity and Obscenity: An Exercise in the Interpretation of Constitutional Language', *Georgetown Law Journal*, vol. 67, pp. 899—933, p. 922 (1979).
21. Sunstein argues that pornography conveys only implicit ideas. Sunstein, 'Pornography and the First Amendment', pp. 607-608. However, much legitimate literature conveys ideas subtly.

Chapter 9: A Blaze of Glory for Judges

1. See, C.J. Miller, *Contempt of Court* (Oxford: Oxford University Press, 2000), p. 567. Miller finds that the statutory test of liability for contempt of court under the 1981 Act in the UK does not apply to contempt in the form of scandalizing the court, Ibid, p. 571. C.J. Miller, *Contempt of Court* (London: Elek Books Ltd., 1976), p. 182.
2. See further, Vinod A. Bobde, 'Scandalizing the Court', (2003) 8 SCC J-32; T.R. Andhyarujina, 'Scandalising the Court—Is it Obsolete?', (2003) 4 SCC J-12; Michael Chesterman, 'Contempt: In the Common Law, but Not the Civil Law', (1997) *International and Comparative Law Quarterly* 46(3) 521–60; Rajeev Dhavan, *Publish and Be Damned: Censorship and Intolerance in India* (New Delhi: Tulika Books, 2008), pp. 74–100.
3. (1742) 2 Atk. 291, 469. Stephen chose not to discuss the law of contempt in his digest on criminal law or treatise on the history of the English criminal law, saying that 'contempt of Court seems to me hardly to be a branch of criminal law'. Stephen, *Digest*, p. 52.
4. Reported in Sir John Eardley Wilmot, *Notes of Opinions and Judgments Delivered in Different Courts* (London: T. Cadell, Jun. and W. Davies, 1802), available at: https://babel.hathitrust.org/ cgi/pt?id=osu.32437121662304;view=1up;seq=7 (last visited 9 October 2016).
5. Douglas Hay says that these words, however, were not actually contained in the pamphlet, and might have been contained in a later edition. Douglas Hay, 'Contempt by Scandalizing the Court:A Political History of the First Hundred Years', *Osgoode Hall Law Journal* vol. 25, No. 3, p. 431 (1987).
6. P. 270.
7. Pp. 255–56.
8. P. 259.
9. P. 268.
10. P. 255.
11. *In the Matter of a Special Reference from the Bahama Islands,* (1893) AC 138 (PC).
12. (1899) A.C. 549.
13. P. 561.
14. The summary procedure was known as 'committal' or 'attachment'. See, Law Commission Consultation Paper No. 207, 'Contempt of Court: Scandalizing the Court, A Consultation Paper', 10 August 2012, available at: http://www.lawcom.gov.uk/wp-content/ uploads/2015/06/cp207_Scandalizing_the_Court.pdf (last visited 9 October 2016).
15. P. 561.
16. (1900) 2 QB 36.

17. See, 'Neath MP Peter Hain Faces Contempt of Court Action over Memoir', *Wales Online,* 27 March 2012, available at: http:// www.walesonline.co.uk/news/wales-news/neath-mp-peter-hain- faces-2046111 (last visited 8 October 2016).
18. See, 'A Very Public Wigging', *Guardian,* 22 November 1999, available at: https://www.theguardian.com/world/1999/nov/22/ law.theguardian (last visited 8 October 2016)
19. P. 40.
20. See, Law Commission Consultation Paper No. 207. 21. [1936] AC 322.
22. [1968] 2 QB 150.
23. See, Louis Blom-Cooper, 'Lord Hailsham of St Marylebone', *The Guardian,* 15 October 2001, available at: https://www.theguardian. com/news/2001/oct/15/guardianobituaries. conservatives (last visited 16 October 2016); Paul Lewis, 'Lord Hailsham Dies at 94; A Tory With a Lighter Side', *New York Times,* 16 October 2001, available at: http://www.nytimes.com/2001/10/16/world/lord-hailsham-dies-at-94-a-tory-with-a-lighter-side.html?_r=0 (last visited 16 October 2016).
24. [1968] 2 QB, p. 155.
25. 'Report of the Committee on Contempt of Court' (Phillimore Committee Report), December 1974, p. 70.
26. Ibid, p. 69.
27. See further, The Law Commission (LAW COM No 335): 'Contempt of Court: Scandalizing the Court', 12 December 2012, available at: https://www.gov.uk/government/uploads/system/ uploads/attachment_data/file/246860/0839.pdf (last visited 9 October 2016).
28. In the words of the Law Commission, Hain had 'criticised Lord Justice Girvan's handling of a judicial review application.' Law Commission, Consultation Paper No. 207, 'Contempt of Court: Scandalising the Court: A Consultation Paper', available at: http://www.lawcom.gov.uk/wp-content/uploads/2015/06/cp207_ Scandalizing_the_Court.pdf (last visited 31 December 2016), p. 2.
29. In the 1980s, Peter Wright, a former member of the British secret service, M.I.5, wrote an autobiographical book called *Spycatcher,* which chronicled illegal activities carried out by his colleagues at the secret service during his time there. The House of Lords, by a majority of three to two, issued an interim injunction restraining newspapers from publishing the contents of the book in the U.K. Outraged by this, a newspaper called the *Daily Mirror* published upside down photographs of the three judges who had constituted the majority, along with the caption 'You Fools!' However, no action was taken against the newspaper for contempt of court. See, Anil Diwan, 'Contempt of Court and the Truth', *The Hindu,* 29 April 2011, available at: http://www.thehindu.com/ todays-paper/tp-opinion/Contempt-of-court-and-the-truth/ article14865592.ece (last visited 11 June 2017); Eric Barendt, *Freedom of Speech* (Oxford: Oxford University Press, 2009 reprint), pp. 139-140.
30. See, Owen Bowcott, 'Senior Judge Cautions Colleagues over Courting Publicity', *Guardian,* 16 March 2012, available at: https:// www.theguardian.com/law/2012/mar/16/judge-courting-publicity (last visited 9 October 2016); Gerry R. Rubin, 'Judicial Free Speech versus Judicial Neutrality in Mid-Twentieth Century England: The Last Hurrah for the Ancien Regime?', *Law and History Review,* vol. 27, Issue 2, Summer 2009, pp. 373-412.
31. The Rt. Hon. The Lord Mackay of Clashfern, *The Administration of Justice* (London: Sweet & Maxwell, 1994), pp. 25-26, available at: https://socialsciences.exeter.ac.uk/media/

universityofexeter/ schoolofhumanitiesandsocialsciences/law/pdfs/The_ Administration_ of_Justice.pdf (last visited 13 June 2017).

32. Section 33(1).
33. 62 S.Ct. 190 (1941).
34. 67 S.Ct. 1249 (1947).
35. 44 Ind. Cas. 930 (1869) (DB).
36. *In re: Mohandas Karamchand Gandhi and Mahadeo Haribhai Desai,* (1920) 22 Bom LR 368 (FB). The transcript of this case was reported in 'Was It Contempt of Court', Young India, 10 March 1920, available at: https://babel.hathitrust.org/cgi/pt?id=mdp.39015069951674;view=1up;seq=216 (last visited 12 October 2016).
37. See further, Abhinav Chandrachud, *An Independent, Colonial Judiciary.*
38. British Library, Sir Maurice Henry Weston Hayward Papers, Mss Eur D839/6.
39. AIR 1933 Bom 478.
40. See, Abhinav Chandrachud, *An Independent, Colonial Judiciary.* 41. AIR 1938 Bom 197 (DB).
42. (1944) 46 Bom LR 11 (PC).
43. See further, *Emperor v. Mudvedkar,* AIR 1922 Bom 261.
44. See, *Advocate General v. Shri Ramanatha Goenka,* AIR 1942 Mad 711a.
45. *In re: N.C. Kelkar,* (1908) 10 Bom LR 1040. See further, *Government Pleader v. Jagannath M. Samant,* (1908) 10 Bom LR 1169, a case in which an advocate who was in the chair when a resolution was passed denouncing Justice Davar for making 'unchecked and unconnected and unmeaning assertions' against Tilak, was penalized. This, however, was not a contempt case, but a case in exercise of the high court's disciplinary jurisdiction against advocates. See further, *Government Pleader v. Vinayak Balvant Chaukar,* AIR 1922 Bom 361, in which advocates who praised those who were on trial were penalized. These cases can also more easily be considered extensions of the sedition jurisprudence of colonial courts in British India.
46. 21 CWN 1161 (decided by five judges).
47. *In re: Marmaduke Pickthall,* (1923) 25 Bom LR 15.
48. AIR 1922 Bom 52 (DB).
49. *In re: Abdul Hasan Jauhar,* (1926) SCC OnLine All 136 (FB).
50. *In the matter of Muslim Outlook,* Lahore, AIR 1927 Lah 610. 51. AIR 1935 Cal 419.
52. Mukerji found that scandalizing statements about even disposed of cases could undermine the administration of justice, as they could be the subject-matter of appeal, revision, or some subsequent proceedings, e.g., execution proceedings.
53. (1923) 25 Bom LR 15.
54. AIR 1922 Bom 426.
55. (1926) SCC OnLine All 136 (FB).
56. AIR 1929 Pat 72.
57. AIR 1935 All 1 (DB). 58. AIR 1942 Bom 331. 59. (1953) SCR 215.
60. Paragraph 2.
61. (1970) 2 SCC 325. The SCC version of the law report wrongly spells 'Namboodiripad' as 'Namboodripad' in the cause title.
62. Paragraph 6.

63. AIR 1971 SC 221.
64. Paragraph 9.
65. (1971) 1 SCC 626.
66. Paragraph 56.
67. Paragraph 59.
68. (1972) 1 SCC 740.
69. Paragraph 9.
70. Paragraph 13.
71. (1974) 1 SCC 374.
72. Paragraph 32.
73. Paragraph 49.
74. (1988) 3 SCC 167. See further, *Asharam M. Jain v. A.T. Gupta,* (1983) 4 SCC 125. In this case, the contemnor accused the chief justice of the Bombay High Court of being dishonestly vindictive towards the contemnor. *Rajendra Sail v. Madhya Pradesh High Court Bar Association,* (2005) 6 SCC 109.
75. Paragraph 22.
76. (1995) 5 SCC 457.
77. Paragraph 27.
78. Paragraph 34. If the information relates to a judge of the Supreme Court, the chief justice of India must be approached directly. Paragraph 41.
79. Paragraph 40.
80. (2010) 7 SCC 502.
81. Paragraph 18.
82. Paragraph 24.
83. Paragraph 24.
84. (2002) 3 SCC 343.
85. Paragraph 28.
86. Paragraph 29.
87. (1999) 8 SCC 308.
88. Paragraph 5. See further, paragraph 7.
89. Paragraph 6.
90. Paragraph 6.
91. Paragraph 13. See further, *In re: P.C. Sen,* AIR 1970 SC 1821; *In re: Misreporting of Court Proceedings by Newspapers,* (2012) 13 SCC 580.
92. *Brahma Prakash Sharma v. State of Uttar Pradesh,* AIR 1954 SC 10, paragraph 8.
93. *Brahma Prakash Sharma v. State of Uttar Pradesh,* AIR 1954 SC 10, paragraph 13; *Perspective Publications v. State of Maharashtra,* AIR 1971 SC 221, paragraph 17(4); *In re: S. Mulgaokar,* (1978) 3 SCC 339, Para 29.
94. *E.M. Sankaran Namboodiripad v. T. Narayanan Nambiar,* (1970) 2 SCC 325, paragraph 12.
95. *Baradakanta v. Orissa High Court,* (1974) 1 SCC 374, paragraph 49. 96. (1978) 3 SCC 339.
97. Paragraph 27.
98. Paragraph 32.
99. *Perspective Publications v. State of Maharashtra,* AIR 1971 SC 221, paragraphs 17(1)–(2);

100. *Rama Dayal Markarha v. State of Madhya Pradesh,* (1978) 2 SCC 630, paragraph 11.
101. See, e.g., *M.G. Kadir v. Kesri Narain,* AIR 1945 All 67. See further, *re: Ram Mohan Lal Agarwala,* AIR 1935 All 38. In this case, the Allahabad High Court was considering certain passages contained in an election manifesto prepared by an advocate who was standing for bar council elections in Allahabad. In it, he had said that subordinate court judges 'accept bribes openly in the Courts'. This was found to be in contempt of court. Interestingly, the advocate tried to argue that his statement about subordinate court judges accepting bribes was true, but the court held that truth could not be considered a defence to contempt.
102. See further, 'Report of the Committee on Contempt of Court' (Phillimore Committee Report), December 1974, p. 70.
103. See, *In re: Nand Lal Balwani,* (1999) 2 SCC 743; *Pravin C. Shah v. K.A. Mohd. Ali,* (2001) 8 SCC 650. *The case of Jaswant Singh v. Virender Singh,* (1995) Supp (1) SCC 384, paragraphs 33–35, is an example of an apology which was found to be genuine. See further, *Emperor v. Jagannath,* AIR 1938 All 358.
104. Sub-judge, *First Class v. Jawahar,* AIR 1940 Nag 407 (per Vivian Bose J); *K.A. Mohammed Ali v. C.N. Prasannan,* (1994) Supp (3) SCC 509. See further, *M.G. Kadir v. Kesri Narain,* AIR 1945 All 67.
105. *M.Y. Shareef v. Judges of the Nagpur High Court,* AIR 1955 SC 19, paragraph 10.
106. *Mulk Raj v. State of Punjab,* (1972) 3 SCC 839, paragraph 9.
107. *M.B. Sanghi, Advocate v. High Court of Punjab and Haryana,* (1991) 3 SCC 600, paragraphs 2, 12. In this case, the apology was offered only in the event that the high court found the contemnor guilty of contempt. Justice Agrawal took note of this in paragraph 13.
108. Explanation to Section 12(1), Contempt of Courts Act, 1971. The Bhargava committee found that courts were, in many cases, refusing to accept an apology on the ground that the contemnor reserved his rights to dispute the contempt charges. Joint Committee of the Houses of Parliament (headed by M.P. Bhargava, Chairman), report dated 20 Feb 1970. It recommended that this should not be so, if the apology is bona fide.
109. (1984) 3 SCC 405. See further, *K.A. Mohammed Ali v. C.N. Prasannan,* (1994) Supp (3) SCC 509; *In re: Nand Lal Balwani,* (1999) 2 SCC 743; *Leila David (6) v. State of Maharashtra,* (2009) 10 SCC 337. In *Balwani and Leila David,* the contemnors started shouting slogans in open court and flung their footwear at the court.
110. Paragraph 1.
111. Paragraph 5.
112. Paragraph 5.
113. Paragraph 6.
114. *Re: Vinay Chandra Mishra,* AIR 1995 SC 2348: (1995) 2 SCC 584, paragraph 44.
115. Mishra was appearing at the admission stage of a case. He had expected that admission would be a matter of course, and that a judge would not ask any questions at that stage.
116. *Rama Dayal Markarha v. State of Madhya Pradesh,* (1978) 2 SCC 630.
117. Paragraph 14.
118. *Re: Harijai Singh,* (1996) 6 SCC 466, paragraph 10.
119. *In re: Arundhati Roy,* AIR 2002 SC 1375: (2002) 3 SCC 343, paragraph 15.
120. See, Saurabh Vaktania, 'Mumbai: Traffic Cop Asks Biker for Personal Details, Gets Beaten with stick', *Mid-Day,* 24 August 2016, available at: http://www.mid-day.com/articles/

mumbai-traffic-cop-asks-biker-for-personal-details-gets-beaten-with- stick/17555170 (last visited 1 November 2016); 'Traffic Cop Beaten up by Man in Mumbai over Barricades', *Mumbai Mirror,* 12 October 2016, available at: http://mumbaimirror. indiatimes.com/mumbai/crime/Traffic-cop-beaten-up-by-man- in-Mumbai-over-barricades/articleshow/54806184.cms? (last visited: 1 November 2016).

Chapter 10: Nehru Calls Justice Bose Unintelligent

1. This was much before the Supreme Court's judgment in *Subramanian Swamy v. Arun Shourie,* (2014) 12 SCC 344, in which the court held that a Commission of Inquiry, even if headed by a sitting Supreme Court judge, is not a 'court' within the meaning of the Contempt of Courts Act, 1971.
2. *E.V. Ramaswami v. Jawaharlal Nehru,* AIR 1958 Mad 558. The petitioner was being tried in the Court of Sessions in Tiruchirapalli for having made speeches inciting the public to kick, stab and kill Brahmins and to set fire to their houses. Nehru had visited Tiruchirapalli and made a speech there against the Dravida Kazhagam agitation. He had said of the leader of the agitation: 'Apart from actually talking in an unabashed manner about murder, inviting people to murder others—a thing unheard of in any civilised society—he has dared to insult the National Flag and National Constitution. These are unforgivable offences . . . '. The contempt petition against Nehru was dismissed as the petitioner had not averred that Nehru had any knowledge of the pendency of his case. The court also held that there was nothing in Nehru's speech which interfered with the course of justice as Nehru had spoken in general terms.
3. See, Chapter 9, Motilal Setalvad, *My Life, Law and Other Things* (Bombay: N.M. Tripathi, 1970).
4. See, 'LIC's First Leadership', *The Hindu,* 12 March 2007, available at: http://www.thehindu.com/todays-paper/tp-features/tp- metroplus/lics-first-leadership/article2241999.ece (last visited 18 October 2016).
5. Bose served an additional term as a judge between 9 September 1957 and 30 September 1958. See, George H. Gadbois, Jr., *Judges of the Supreme Court of India, 1950-1989* (New Delhi: Oxford University Press, 2011), p. 36.
6. The following paragraphs have been written on the basis of letters and materials found in the papers of George H. Gadbois Jr., file on Justice Vivian Bose, on file with the author. Gadbois had interviewed 92-year-old Bose in Bangalore in 1983, where he obtained this information. Bose's grand-niece, Julie G. Mott, made copies of these letters and materials in 1985, whilst she was researching the Bose side of her family. Mott was a professor of English at a high school in California. Gadbois had intended to write a paper on this episode, possibly for the *Economic and Political Weekly* (EPW), entitled 'Vintage Ethics'. Mott was, at one time, intended to be the co-author of the paper. Gadbois referred to these letters in his book at pp. 36–37. I am deeply grateful to Professor Gadbois for making his files available to me.
7. See, 'The Vivian Bose Enquiry Board', *Calcutta Weekly Notes,* 22 June 1959, vol. 63, No. 30, p. 99.
8. *Nagpur Times,* 12 June 1959.
9. Gadbois Papers, file on Vivian Bose, on file with the author.

10. The letter was sent to Bose at an address in Simla, which was presumably where Bose was residing after retirement, or where he was staying during the summer.
11. Interestingly, the letter was addressed to Das at 1 Safdarjung Road, New Delhi, which was presumably the residence of the chief justice of India at the time. The address of the chief justice of India now is 5, Krishna Menon Marg, New Delhi.
12. Nehru agreed to this request in his letter to Das Gupta dated 30 June.
13. *Sub-judge, First Class v. Jawahar Lal Ramchand Parwar*, AIR 1940 Nag 407. Interestingly, the Respondent in this case was also named Jawahar Lal.
14. Nehru to Das, 4 July 1959.
15. Das to Nehru, 8 July 1959.
16. See, 'Public Inquiry Into Dalmia–Jain Enterprises Opposed', *Statesman*, 2 October 1958, p. 1.

Chapter 11: Prejudicing Mankind

1. US courts have generally applied the clear and present danger test to determine whether a statement published by the press during an ongoing trial can be held in contempt of court. This is a very lenient test. See, Law Commission of India, 200th Report on Trial by Media, August 2006, available at: http:// lawcommissionofindia.nic.in/reports/rep200. pdf (last visited 26 November 2016), p. 59. See, *Bridges v. California*, 314 US 252 (1941); *Pennekamp v. Florida*, 328 US 331 (1946); *Craig v. Harney*, 331 US 367 (1947); *Wood v. Georgia*, 370 US 375 (1962). See further, Michael Chesterman, 'OJ and the Dingo: How Media Publicity Relating to Criminal Cases Tried by Jury is Dealt with in Australia and America', American Journal of Comparative Law, vol. 45, Issue 1, Winter 1997, pp. 109–48; Craig Cleaver, 'Ruling Without Reasons: Contempt of Court and the Sub Judice Rule', South African Law Journal, vol. 110, Issue 3, August 1993, pp. 530–42; Justice Lockhart, 'Contempt of Court—The Sub Judice Rule', University of New South Wales Law Journal, vol. 10, Issue 2 (1987), pp. 1–7.
2. James Francis Oswald, *Contempt of Court: Committal, and Attachment and Arrest Upon Civil Process*, 2nd edition (London: William Clowes and Sons, 1895), p. 58.
3. Oswald, *Contempt of Court*, p. 60. *Hunt v. Clarke*, (1889) 58 L.J. Q.B. 490, is also an authority for the proposition that technical contempts should not be punished.
4. C.J. Miller, *Contempt of Court* (London: Elek Books Ltd., 1976), p. 69.
5. Section 2(3).
6. Schedule 1 to the 1981 Act. See further, Miller, *Contempt of Court* (2000), p. 267. However, this is earlier than what the Phillimore Committee had recommended. The Phillimore Committee had suggested that a criminal case should be considered as pending 'the moment when the suspected man is charged or a summons served'. Phillimore Committee Report, p. 52.
7. Miller, *Contempt of Court* (2000), p. 268.
8. Miller, *Contempt of Court* (2000), p. 273; Miller, *Contempt of Court* (1976), p. 107.
9. Phillimore Committee Report, at p. 55. See further, Miller, *Contempt of Court* (2000), p. 273.
10. Phillimore Committee Report, p. 55.
11. *Halsbury's Laws of England*, 5th edition, vol. 22 (2012), at paragraph 22.
12. The 1981 Act imposes limitations on the strict liability rule: (1) It specifies that the 'strict liability rule applies only to a publication which creates a substantial risk that the course

of justice in the proceedings in question will be seriously impeded or prejudiced'. Section 2(2). (2) It provides that the rule applies only to 'publications' (Section 2(1). The term 'publication' is defined to mean: 'any speech, writing, programme included in a cable programme service or other communication in whatever form, which is addressed to the public at large or any section of the public.'), a term which excludes ordinary, day-to-day conversations between people. (The Phillimore Committee spoke of 'publications' as things 'which are intended to be distributed or addressed to the public at large and not those intended only for private circulation'. It did not, for example, include 'an address to a private meeting to which the press is not invited'. Phillimore Committee Report, p. 36.) (3) It says that a publisher cannot be guilty of contempt if he did not know, at the time of publication, 'having taken all reasonable care', that the case was 'active' (Section 3). (4) It says that a distributor is not liable for anything if he did not know that it contained contemptuous matter, and had no reason to believe that it contained such matter, once again 'having taken all reasonable care'. (Section 3.) Miller, *Contempt of Court* (2000), p. 28; Section 1. See further, *Halsbury's Laws of England*, at Paragraphs 18–19.

13. Oswald, *Contempt of Court*, p. 61.
14. Miller, *Contempt of Court* (1976), p. 106. Miller said that different considerations apply to lay/stipendiary magistrates. See further, Miller, *Contempt of Court* (2000), p. 336.
15. See, Oswald, *Contempt of Court*, p. 63.
16. See, *Scott v. Scott* [1913] A.C. 417.
17. Ibid, p. 437.
18. Miller, *Contempt of Court* (1976), p. 209.
19. Miller, *Contempt of Court* (1976), p. 209.
20. *In re: G.W. Claridge*, MANU/MH/0010/1912; *Ketra Moni Dasi v. Shamal Dhone Dutt*, MANU/WB/0647/1913; *In re: Ganesh Shankar Vidyarthi*, AIR 1929 All 81; *District Magistrate v. Hamid Ali*, AIR 1940 Oudh 137; *In re Subrahmanyan*, A.I.R. 1943 Lah. 329; *Emperor v. Mahashe Khushal*, AIR 1945 Lah 206.
21. *S.A. Dange v. S.T. Sheppard*, AIR 1930 All 483. See further, *Guru Charan v. Baburao*, AIR 1931 All 420; *Superintendent andRemembrancer of Legal Affairs v. Murali Manohar*, AIR 1941 Pat 185; *In re Subrahmanyan*, AIR 1943 Lah. 329; *Emperor v. Mahashe Khushal*, AIR 1945 Lah 206.
22. *Sathappa Chettiar v. C. Ramachandra Naidu*, AIR 1932 Mad 26. See further, *Emperor v. Mahashe Khushal*, AIR 1945 Lah 206; *Emperor v. Tushar Kanti Ghosh*, AIR 1946 All 298; *Superintendent and Remembrancer of Legal Affairs v. Murali Manohar*, AIR 1941 Pat 185 (per Dhayle J.).
23. The idea that contempt comes into being when a person 'prejudices mankind' comes from Lord Chancellor Hardwicke's judgment in the classic St James Evening Post case, i.e., *Roach v. Garvan* (or Hall), 2 Atk. 291, 469, where he said 'nor is there any thing of more pernicious consequence, than to prejudice the minds of the public against persons concerned as parties in causes, before the cause is finally heard'. The idea that contempt comes into being when an 'atmosphere of prejudice' is brought about came from the judgment of Chief Justice Alverstone in *Rex v. Tibbits*, (1902) 1 K.B. 77.
24. *Rajah Velugoti v. N.V. Rama*, AIR 1938 Mad 248.
25. Government Pleader, *High Court v. Shankar Dattatraya Javdekar*, AIR 1938 Bom 198.
26. *P.S. Tuljaram Rao v. Sir James Taylor*, AIR 1939 Mad 257.

27. *Ananta Lal Singh v. Alfred Henry Watson*, AIR 1931 Cal 257. See further, *Sathappa Chettiar v. C. Ramachandra Naidu*, AIR 1932 Mad 26; *Superintendent and Remembrancer of Legal Affairs v. Murali Manohar*, AIR 1941 Pat 185.
28. See, *Sathappa Chettiar v. C. Ramachandra Naidu*, AIR 1932 Mad 26.
29. *Ananta Lal Singh v. Alfred Henry Watson*, AIR 1931 Cal 257.
30. *Ananta Lal Singh*, ibid.
31. *S.A. Dange v. S.T. Sheppard*, AIR 1930 All 483.
32. *In re: Kalidas J. Jhaveri*, MANU/MH/0095/1919; *Bennett Coleman v. G.S. Monga*, AIR 1936 Lah 917; *In re: Vidya Sagar Kapur*, AIR 1938 Lah 815. The Bennett Coleman case is an interesting one. Here, a magazine called the *Illustrated Weekly of India* had come out with a crossword competition. The winner was to receive a prize. The magazine was sued by a person who believed he had solved the puzzle, though the magazine claimed that his was not the correct solution. The plaintiff then gave a copy of his plaint to several newspapers, along with his photograph, with the object that these should be published. One newspaper published the plaint and the photograph. This was held to be in contempt of court.
33. *Guru Charan v. Baburao*, AIR 1931 All 420.
34. *Atindra Narayan Roy v. Hemanta Kumari Devi*, AIR 1934 Cal 606.
35. *Legal Remembrancer v. Matilal Ghose*, 20 Ind. Cas. 81 (FB); *Government Advocate of Burma v. Saya Sein*, AIR 1930 Rangoon 124; *Ananta Lal Singh v. Alfred Henry Watson*, AIR 1931 Cal 257; *Babu Guru v. Babu Rao*, AIR 1931 All 420; *Government Pleader, High Court v. Shankar Dattatraya Javadekar*, AIR 1938 Bom 198; *Superintendent and Remembrancer of Legal Affairs v. Murali Manohar*, AIR 1941 Pat 185; *In re Subrahmanyan*, A.I.R. 1943 Lah. 329; *Emperor v. Mahashe Khushal*, AIR 1945 Lah 206. But see, *Tushar Kanti Ghose v. Governor*, AIR 1933 Cal 118, where the court held that 'all comment in the press', not just comments substantially prejudicing the case, 'whether by way of approval or disapproval, of the judgments of courts of session or of commissioners in capital sentence cases, made pending their disposal by this Court, is reprehensible, and may entail most disagreeable consequences on those responsible for it'.
36. *In re: G.W. Claridge*, MANU/MH/0010/1912.
37. *Tushar Kanti Ghose v. Governor*, AIR 1933 Cal 118. In this case, it was held that 'actual prejudice', though 'an important consideration . . . is not the only consideration.' See further, *In re: Subrahmanyan*, AIR. 1943 Lah. 329; *Emperor v. Mahashe Khushal*, AIR 1945 Lah 206.
38. *Legal Remembrancer v. Matilal Ghose*, 20 Ind. Cas. 81 (FB); *Hargovan B. Kotak v. Chimanlal Vadilal Shah*, AIR 1942 Bom 86; *In re: Subrahmanyan*, AIR. 1943 Lah. 329; *Emperor v. Mahashe Khushal*, AIR 1945 Lah 206. But see: *Ketra Moni Dasi v. Shamal Dhone Dutt*, MANU/WB/0647/1913.
39. *Legal Remembrancer v. Matilal Ghose*, 20 Ind. Cas. 81 (FB).
40. *Emperor v. Mahashe Khushal*, AIR 1945 Lah 206.
41. For 'imminent', see: *Tushar Kanti Ghose v. Governor*, AIR 1933 Cal 118; *In re Subrahmanyan*, AIR. 1943 Lah. 329.
42. *Superintendent and Remembrancer of Legal Affairs v. Murali Manohar*, AIR 1941 Pat 185; *In re: Subrahmanyan*, AIR. 1943 Lah. 329; *Emperor v. Mahashe Khushal*, AIR 1945 Lah 206; *Emperor v. J. Choudhury*, AIR 1947 Cal 414.
43. *Government Advocate of Burma v. Saya Sein*, AIR 1930 Rangoon 124; *Emperor v. Mahashe Khushal*, AIR 1945 Lah 206; *Emperor v. J. Choudhury*, AIR 1947 Cal 414.

44. *Tushar Kanti Ghose v. Governor,* AIR 1933 Cal 118.
45. *Sathappa Chettiar v. C. Ramachandra Naidu,* AIR 1932 Mad 26; *Rajah Velugoti v. N.V. Rama,* AIR 1938 Mad 248.
46. *Government Advocate of Burma v. Saya Sein,* AIR 1930 Rangoon 124. 47. AIR 1931 Cal 257.
48. The report was dated 28 February 1963.
49. Paragraph 4, p. 32.
50. Paragraph 4, p. 32.
51. Paragraph 3, p. 35.
52. Paragraph 4, p. 35.
53. Paragraphs 3.1, p. 31.
54. Paragraph 3.3, p. 31.
55. The Sanyal committee thought it necessary to make this recommendation in the light of recent, post-independence decisions in which courts had held that want of knowledge of the pendency of a case would not exonerate a contemnor.
56. Paragraph 2, p. 37. However, it recommended an exception to this rule, that a distributor should be able to prove that 'he had no reasonable grounds for believing that the publication he had distributed contained offending matter'. This exception was not to apply to editors, printers or publishers. Paragraphs 3.1–3.2, p. 37.
57. Paragraph 1.3, p. 34.
58. Paragraph 1.1, p. 28.
59. Joint Committee of the Houses of Parliament (headed by M.P. Bhargava, Chairman), report dated 20 Feb 1970.
60. Two statutes had been enacted before this, one in 1926, the other in 1952. However, neither statute had touched upon the sub judice rule.
61. Section 3, *Explanation* (a)(B). But see, *M.P. Lohia v. State of W.B.*, (2005) 2 SCC 686 (paragraph 10). In this case, the Supreme Court cautioned the editor of a newspaper who published an article on a case where the investigation was still ongoing, which suggests that the charge-sheet had not been filed. See further, *Vineet Narain v. Union of India,* (1998) 1 SCC 226, where the court thought it fit to hold a trial in camera in order to protect the accused from media scrutiny, even though the investigation was still ongoing. See further, *Sahara India Real Estate Corporation Ltd. v. SEBI,* (2012) 10 SCC 603 (paragraph 33), where the Supreme Court followed *A.K. Gopalan v. Noordeen* (1969) 2 SCC 734, without noticing that the rule contained therein has been modified by Explanation (a)(B) to Section 3 of the Contempt of Courts Act, 1971.
62. In *A.K. Gopalan and another v. Noordeen,* (1969) 2 SCC 734, the Supreme Court held that ordinarily, a criminal case can only be considered imminent once a person is arrested (at paragraph 6). It relied on an unreported Supreme Court judgment in *Surendra Mohanty v. State of Orissa,* Cri. App. 107/56 dated 23.1.1961. It was held that in some cases where investigation by the police would be lengthy, such as those where 'an investigation involving prolonged examination of account books of companies' is involved, 'proceedings may not be said to be imminent as soon as the accused is arrested.' However, it was held that once an accused is arrested on a charge of murder, the proceeding should be treated as imminent (at paragraph 10).
63. See, Law Commission of India, 200th Report on Trial by Media, Free Speech and Fair Trial Under Code of Criminal Procedure Code, 1973, August 2006, p. 4. Available at: http://

lawcommissionofindia. nic.in/reports/rep200.pdf (last visited 15 November 2016). The Law Commission in its 200th report has disagreed with this position, and has expressed the view that the sub judice rule must apply from the date of arrest. See, Law Commission of India, 200th Report on Trial by Media, p. 224.
64. Section 3, Explanation (a)(A).
65. Section 3, Explanation (a) (B).
66. *Vidya Dhar v. Multi Screen Media (P) Ltd.*, (2013) 10 SCC 145 (paragraph 15). In this case, the Supreme Court held that once the trial is complete and the accused have been convicted and arrested, 'there is no further possibility of any bias against them at the time of hearing of the appeal'.
67. Section 3, Explanation (b).
68. Section 3(1). See further, *In re: P.C. Sen,* AIR 1970 SC 1821. In this case, the chief minister of a state made a speech against the backdrop of a pending case. There was no direct reference to the pending case in the speech. The chief minister was aware that a case had been filed, but he did not know its details. The Supreme Court held that it was his duty to acquaint himself with the facts of the case before making any statement, since he knew that a case had been filed.
69. Section 3(3).
70. Section 2(b). Civil contempt is any 'wilful disobedience' of 'any judgment, decree, direction, order, writ or other process of a court', or 'wilful breach of an undertaking given to a court'.
71. Section 2(c).
72. Section 2(c)(i)–(iii).
73. Section 4. The Phillimore committee's recommendations (which, of course, came after the Contempt Act was enacted in India) that the report must be published 'contemporaneously and in good faith', is not a part of the statutory rule in India.
74. Section 13(a).
75. *Sahara India Real Estate Corporation Ltd. v. SEBI,* (2012) 12 SCC 611.
76. (1955) 1 SCR 677: AIR 1954 SC 743. Paragraph number references are from the SCC Online version of this judgment.
77. Paragraph 6.
78. Paragraph 6.
79. See further, *Sammbhu Nath Jha v. Kedar Prasad Sinha,* (1972) 1 SCC 573 (paragraph 14).
80. AIR 1970 SC 1821. All paragraph number references are from the SCC Online version of this judgment.
81. Paragraph 14.
82. Paragraph 15.
83. Paragraph 16.
84. Paragraph 16. See further, *State of Maharashtra v. Rajendra Jawanmal Gandhi,* (1997) 8 SCC 386 (paragraph 37), wherein it was held that a judge must guard himself against being influenced by the media.
85. Paragraph 15.
86. Paragraph 8.
87. Paragraph 14.
88. See paragraphs 12, 14, 15.

89. Paragraph 15.
90. Paragraph 15.
91. Paragraph 8. See further, *Sammbhu Nath Jha v. Kedar Prasad Sinha*, (1972) 1 SCC 573 (paragraph 10).
92. *Sidhartha Vashisht v. State (NCT of Delhi)*, (2010) 6 SCC 1 (paragraph 297). In this case it was held that 'statements which outrightly hold the suspect or the accused guilty even before such an order has been passed by the court' are in contempt of court.
93. (2013) 10 SCC 145.
94. Paragraph 16.
95. AIR 1967 SC 1. All paragraph references are from the SCC Online version of the case.
96. A more weighty question was involved in this case, viz., whether a high court's order could violate a fundamental right (in this case, the fundamental right to free speech).
97. Paragraph 17. See further, paragraph 30.
98. Paragraph 20.
99. Paragraph 21.
100. Paragraph 21. See further, paragraph 29.
101. Paragraph 21.
102. Paragraph 30.
103. Paragraph 36.
104. (1994) 3 SCC 569.
105. Paragraph 269.
106. Paragraph 290.
107. *State of Punjab v. Gurmit Singh*, (1996) 2 SCC 384 (paragraph 24).
108. *Sakshi v. Union of India*, (2004) 5 SCC 518, paragraph 34(2). The court also issued directions that questions proposed to be asked by the defence advocates in cross-examination must be given in writing to the judge, who can then ask those questions himself in a clear and non-embarrassing manner, and that breaks can be given to victims of child sexual abuse or rape during the trial, as and when required.
109. (2012) 10 SCC 603 (decided by five judges). 110. Paragraphs 33, 34, 35, 40, 42, 43, 46, 48, 50.

Chapter 12: 'Scurrilous Satire against a Friendless Woman'

1. Sections 469–78 of Macaulay's draft of the IPC, with revisions, eventually became Section 499 of the IPC. Stephen believed that some of the words contained in Section 499 of the IPC were attributable to Macaulay. Sir James Fitzjames Stephen, *A digest of the criminal law (crimes and punishments)* (London: Macmillan, 1894), vol. 3, available at: https://babel.hathitrust.org/cgi/pt?id=hvd. hl57k4;view=1up;seq=335 (last visited 16 December 2016). Interestingly, Stephen did not think that Section 499 had much of an effect in India. 'Practically, I do not think these sections have had much effect. Conversation in India is certainly not more insipid, as far as my experience goes,' wrote Stephen, 'than in other parts of the world, and people talk scandal much as they do elsewhere.' Ibid.
2. Stephen believed that the rules contained in Section 499 of the IPC, dealing with criminal libel, were 'far more severe than the law of England' in some matters, but 'singularly liberal'

in others. Ibid. From the very beginning, criminal defamation was made bailable and non-cognizable.
3. As the Law Commission noted, it was not a defence under the French Code or the Code of Louisiana either. See, 'Note R' prepared by the Indian Law Commission on the 1837 draft, in, *A Penal Code* (Calcutta: Bengal Military Orphan Press, 1837), available at: https://babel.hathitrust.org/cgi/pt?id=nyp.33433003025818;view=1up;seq=252 (last visited 16 June 2017).
4. The defence of truth in civil defamation cases was established by 1787. *Criminal Libel,* Law Commission, Working Paper No. 84, 1982.
5. 'Note R'. The Commission believed that making truth a defence to defamation would prevent people from initiating false criminal defamation cases. This was because, in the Commission's view, 'no respectable person will venture to institute a prosecution for defamation in a case in which he knows that the truth of the defamatory matter is likely to be proved.' If such a person were to refrain from initiating a prosecution, on the other hand, 'many people', thought the Commission, would 'probably disbelieve the scandalous report: many (would) doubt about its truth'.
6. English Libel Act, 1843, 6 & 7 Vict., c. 96, available at: http://www.legislation.gov.uk/ukpga/1843/96/pdfs/ukpga_18430096_en.pdf (last visited 16 December 2016). See further, 'Criminal Libel', Law Commission, Working Paper No. 84, 1982.
7. 'Second Report on the Indian Penal Code', 16 May 1848, available at: *Reports From Commissioners,* Session 18 November 1847—5 September 1848, vol. XXVIII https://babel.hathitrust.org/cgi/ pt?id=hvd.32044106497787;view=1up;seq=134 (last visited 16 December 2016).
8. See 'Criminal Libel', UK Law Commission, Working Paper No. 84, 1982.
9. 'Criminal Libel', Law Commission, Working Paper No. 84, 1982.
10. See, Sir James Fitzjames Stephen, *A Digest of the Criminal Law (Crimes and Punishments)* (London: Macmillan, 1894). Stephen said: 'Words spoken can in no case be a libel, although they may convey defamatory matter.' See further, *Criminal Libel,* Law Commission, Working Paper No. 84, 1982, p. 38. However, reading out a written libel was criminally punishable in England. Stephen, ibid. Interestingly, in England, under the Defamation Act, 1952, which only applied to civil defamation, it was considered publication in permanent form for a person to broadcast defamatory statements through wireless telegraphy. Criminal Libel, Law Commission, Working Paper No. 84, 1982.
11. Eventually, it was no longer necessary under English common law for the prosecution to establish that the words in question were likely to provoke a breach of the peace. Though tendency to provoke a breach of the peace was formally an ingredient of the offence in the nineteenth century, convictions took place without satisfying this ingredient during that time. Criminal Libel, Law Commission, Working Paper No. 84, 1982. Later, this ingredient was formally done away with since *R. v. Wicks* (1936). However, even so, English common law required that defamation had to be sufficiently serious, not trivial, in order to warrant action. This ingredient was brought about by the House of Lords in *Gleaves v. Deakin,* (1980) A.C. 477. Criminal Libel, Law Commission, Working Paper No. 84, 1982; Halsbury's Laws of England, 4th Edition, vol. 28 (London: Butterworths, 1979), p. 137.

However, the breach of the peace test was not completely discarded under English law. Consider that if A wrote a letter to B making defamatory statements about B himself, then this would not be considered defamation under civil law. In other words, in civil defamation cases, it was necessary for the defamatory words to be published to a third party. However, this could be considered defamation under criminal law if the letter was sent with the object of provoking a breach of the peace. See, *Criminal Libel,* Law Commission, Working Paper No. 84, 1982, p. 45; *Halsbury's Laws of England,* 4th Edition, vol. 28 (London: Butterworths, 1979), p.137. This rule exists in India as well under Section 504 of the IPC. See further, *Queen Empress v. Taki Husain,* (1884) ILR 7 All 205 (per Syed Mahmood J.). Likewise, defamation of deceased persons was criminally punishable in England so long as the statement in question was published with intent to provoke a breach of the peace. Criminal Libel, Law Commission, Working Paper No. 84, 1982, p. 47.

See further, *Emperor v. Parwari,* (1919) ILR 41 All 311; *Queen Empress v. Taki Husain* (1884) ILR 7 All 205.

12. Stephen, *A History of the Criminal Law of England,* vol. 3, p. 319.
13. For absolute privilege in such cases in England, see, *Criminal Libel,* Law Commission, Working Paper No. 84, 1982.
14. This view was, importantly, taken by the Privy Council in *Baboo Gunnesh Dutt Singh v. Mugneeramchowdhry,* (1873) 11 Beng L.R. 321. See further, *Chunni Lal v. Narsingh Das,* (1917) 40 All. 341; *Ma Mya Shwe v. Maung Maung,* (1924) ILR 2 Rang 333; *Ma Hla Khin v. U Khin Maung,* 154 Ind. Cas. 535.
15. This view was taken by the Calcutta High Court in *Satis Chandra Chakravarti v. Ram Dayal De,* AIR 1921 Cal 1, which was decided by a Bench of five judges; Bombay High Court in *Bai Shanta v. Umrao Malik,* AIR 1926 Bom 141 (FB); Madras High Court in *Elavarthi Peddabba Reddi v. Iyyala Varada Reddi,* AIR 1929 Mad 236 and *Tiruvengada Mudali v. Tripurasundari Ammal,* AIR 1926 Mad 906 (FB); Patna High Court in *Saukhi Gope v. Uchit Rai,* AIR 1948 Pat 56; the Rangoon High Court in *Rasool Bhai v. The King,* (1938) SCC OnLine Rang 47 and *Mull Chand v. Buga Singh,* AIR 1931 Rang 81; the Sind High Court in *Ghanshamdas Gianchand v. Nenumal,* AIR 1934 Sind 114; and Nagpur High Court in *Surajmal v. Ramnath,* AIR 1928 Nag 58.
16. *Criminal Libel,* Law Commission, Working Paper No. 84, 1982.
17. This was under the ninth exception to defamation under Section 499 of the IPC. See, *Isuri Prasad v. Umrao Singh,* (1900) ILR 22 All 234; *Mt. Champa Devi v. Pirbhu Lal,* AIR 1926 All 287.
18. *Halsbury's Laws of England,* 4th Edition, vol. 28 (London: Butterworths, 1979), p. 76.
19. *Emperor v. Purshottamdas Ranchhoddas,* (1907) 9 Bom LR 1287; *Nirsu Narayan Sinha v. King Emperor,* AIR 1926 Pat 499 (DB); *M. Banerjee v. Anukul Chandra Mitra,* (1928) ILR 55 Cal 85; *Tulsidas Amanmal v. S.F. Billimoria,* AIR 1932 Bom 490; *Muhammad Taqi v. M.A. Ghani,* AIR 1945 Lah 97; *T.F.R. Mcdonnell v. Emperor,* 92 Ind. Cas. 737 (DB).
20. Section 73, Coroners and Justice Act, 2009.
21. *Subramanian Swamy v. Union of India,* (2016) 7 SCC 221.
22. See, Gautam Bhatia, 'A Blow against Free Speech', *The Hindu,* 16 May 2016, available at: http://www.thehindu.com/opinion/ lead/A-blow-against-free-speech/article14321176. ece (last visited 18 December 2016).
23. See, Tunku Vardarajan, 'Judgment by Thesaurus', *Wire,* 16 May 2016, available at: http:// thewire.in/36348/judgment-by-thesaurus/ (last visited 18 December 2016).
24. (1994) 6 SCC 632.

25. Paragraphs 22, 26(6). This suggests that such a prior restraint can perhaps be imposed, if a law empowering the government to do so is enacted at some future date.
26. 376 US 254.
27. Paragraph 26(3).
28. It is not clear whether this standard will apply in cases under Section 499 of the IPC where a public official is the complainant, though it stands to reason that this standard ought to apply in such cases as well.
29. Paragraph 26(3).

Chapter 13: Shouting Fire in a Crowded Theatre

1. 'Seditious Intention', Article 98, Stephen's Digest, available at: https://babel.hathitrust.org/cgi/pt?id=uc2.ark:/13960/ t3514444d;view=1up;seq=124 (last visited 18 June 2017).
2. Originally, the amended definition of sedition was to include hate speech. However, subsequently, hate speech was put into a separate provision altogether.
3. It was made punishable with two years' imprisonment, or fine, or both. Under Section 196 of the Code of Criminal Procedure, 1898, no prosecution could be launched, however, without a complaint made by or under the authority of the government. Likewise, in Section 196 of the Code of Criminal Procedure, 1973, a prosecution under Section 153A cannot be launched without the sanction of the central or state government.
4. Another member of the Council, Sir Griffith Evans, agreed that if hate speech was part of the law of England, it was 'much more necessary in a country like India with its discordant elements and hostile races and religions'.
5. *Abstract of the Proceedings of the Council of the Governor-General of India* (Calcutta: Office of the Superintendent of Government Printing, 1898) (on file with the author, with thanks to Sandeep Ranade). Another member of the Council, Mr Rivaz, also referred to 'recent events' as a justification for the amendment. Nicholson and Chitnavis too spoke of 'recent agitation(s)'.
6. Richa Raj, 'A Pamphletandits (Dis)contents: ACase Study of *Rangila Rasul* and the Controversy Surrounding it in Colonial Punjab, 1923- 29', *History and Sociology of South Asia*, vol. 9(2), p. 146, available at: http://journals.sagepub.com/doi/pdf/10.1177/2230807515572213 (last visited 18 February 2017); Asif M. Basit, 'A Murder in British Lahore—Closing the Case of Lekh Ram', *The Review of Religions*, August 2015, available at: http://www.reviewofreligions.org/12030/ a-murder-in-british-lahore-closing-the-case-of-lekh-ram/ (last visited 18 February 2017); Sadia Saeed, 'Politics of Exclusion: Muslim Nationalism, State Formation and Legal Representations of the Ahmadiyya Community in Pakistan', Doctoral Dissertation submitted to the University of Michigan, 2010, available at: https:// deepblue.lib.umich.edu/bitstream/handle/2027.42/78803/sadia_1. pdf?sequence=1 (last visited 18 February 2017).
7. For instance, Chalmers referred to the 'Poona murders' as justification for the introduction of the law against hate speech. The Poona murders, however, had nothing to do with hate speech. In 1897, an article called 'Shivaji's utterances' had appeared in Tilak's Marathi newspaper Kesari. Following the article, the Chapekar brothers in Poona murdered the Plague Commissioner and Collector, Walter Charles Rand, an unpopular official responsible for taking some insensitive decisions while dealing with the plague epidemic in Poona. The government believed that the article had incited the murder.

See, Chandrachud, *An Independent, Colonial Judiciary*. However, even according to the government, the article was not hate speech but 'sedition', so this example was not really relevant.
8. *P.K. Chakravarty v. The King-Emperor*, AIR 1926 Cal 1133 (decided by two judges). Followed in *Hemendra Prasad v. King Emperor*, AIR 1927 Cal 215.
9. However, the intent was to be seen from the words used in the article itself.
10. *Raj Paul v. Emperor*, AIR 1927 Lah 590.
11. Raj, 'A Pamphlet and Its (Dis)Contents'.
12. *Young India*, 19 June 1924, available at: https://babel.hathitrust.org/ cgi/pt?id=mdp.39015069951211;view=1up;seq=207;size=150 (last visited 19 February 2017).
13. Neeti Nair, 'Beyond the *Communal* 1920s: The Problem of Intention, Legislative Pragmatism, and the Making of Section 295A of the Indian Penal Code', *Indian Economic and Social History Review*, 50, 3, (2013), pp. 317-340, available at: http://journals.sagepub.com/doi/pdf/10.1177/0019464613494622 (last visited 18 February 2017).
14. *Devi Sharan Sharma v. Emperor*, AIR 1927 Lah 594. See further, *Chamupati v. Emperor*, AIR 1932 Lah 99 (decided by three judges).
15. *Kali Charan Sharma v. Emperor*, AIR 1927 All 649. Colonial courts also took the view that the word 'classes' in Section 153-A was not limited to religious groups. However, a class had to be sufficiently well defined. See, Emperor v. Phadke, AIR 1940 Bom 379 (decided by two judges); *Emperor v. Maniben*, AIR 1933 Bom 65 (decided by two judges); *Satya Ranjan Bakshi v. Emperor*, AIR 1929 Cal 309 (decided by two judges); *In re: Nawa I Waqat*, AIR 1948 Lah 161; *Jonnalagadda v. Emperor*, AIR 1936 Mad 835; *M.L. Gautam v. Emperor*, AIR 1936 All 561.
16. These words were inserted by the Select Committee of the Legislative Council so as to protect insults to a religion or religious beliefs 'in good faith', 'with the object of facilitating some measure of social reform by administering such a shock to the followers of the religion as would ensure notice being taken of any criticism so made'. Select Committee Report, published in the Gazette of India dated 17 September 1927, p. 251 (on file with the author, with thanks to Mrs Uma Narayan).
17. The words 'religious beliefs' were inserted by the Select Committee of the Legislative Council in order to make it clear that insulting the founder of a religion was punishable, contrary to what Justice Dalip Singh had held in the *Rangila Rasul* case.
18. They were: A. Rangaswami Iyengar, Arthur Moore, K.C. Roy, N.C. Chunder, N.C. Kelkar.
19. Jinnah wrote a minute of dissent in the Select Committee arguing that the offence must be made non-bailable. The Select Committee had made it bailable. Three other members of the Select Committee joined him in this view. They were: Abdul Haye, Zulfiqar Ali Khan, and J. Crerar.
20. 249 US 47 (1919).
21. Alex McBride, 'Landmark Cases', available at: http://www.pbs.org/ wnet/supremecourt/capitalism/landmark_schenck.html (last visited 2 July 2016).
22. See, Sullivan and Gunther, *First Amendment Law*, p. 15.
23. Holmes did not use the word 'crowded' to qualify the word 'theatre'. However, the Holmes quote is often remembered as 'shouting fire in a crowded theatre', and the US Supreme Court has referred to it as such. See, Carlton F.W. Larson, 'Shouting "Fire" in a Theater: The Life and Times of Constitutional Law's Most Enduring Analogy', *William and Mary Bill of Rights Journal*, vol. 24, pp. 181-212 (2015).

24. *Frohwerk v. US*, 249 US 204 (1919).
25. At the time, however, it was presumed that a person knew and intended the natural consequences of his speech. Thus, a person falsely shouting fire in a crowded theatre was presumed to have intended the consequences caused by his utterance, even though he might not have intended them in fact. This approach began to change with Holmes' opinion in *Abrams*, as we shall see below. Tribe, *American Constitutional Law*, p. 608.
26. Gunther and Sullivan, *First Amendment Law*, p. 18.
27. Friedman, *American Law in the 20th Century*, p. 142 (Kindle Edition).
28. Toni Konkoly, 'Famous Dissents', http://www.pbs.org/wnet/ supremecourt/personality/ landmark_abrams.html (last visited 2 July 2016).
29. Gunther and Sullivan, *First Amendment Law*, p. 18. 30. 250 US 616 (1919).
31. Sullivan and Gunther, *First Amendment Law*, p. 21. See further, Whitney v. California, 274 US 357 (1927) and Brandenburg v. Ohio, 395 US 444 (1969).
32. It was this approach to the clear and present danger test which appealed most to US constitutional scholar Lawrence Tribe in his classical treatise on *American constitutional law*. Tribe, *American Constitutional Law*, p. 611.
33. 395 US 444 (1969).
34. Friedman, *American Law in the 20th Century*, p. 144 (Kindle Edition).
35. See, Gunther and Sullivan, *First Amendment Law*, p. 46.
36. See further, *Hess v. Indiana*, 414 US 105 (1973); *NAACP v. Claiborne Hardware Co.*, 458 US 886 (1982).
37. (1995) 3 SCC 214 (paragraphs 8, 9, 12).
38. AIR 1966 SC 1387 (decided by five judges).
39. Paragraph 23. See further, *Ram Bahadur Rai v. State of Bihar and others*, (1975) 3 SCC 710.
40. (1994) 5 SCC 550 (decided by two judges).
41. Paragraph 1.
42. (2015) 5 SCC 1 (decided by two judges).
43. Paragraph 13.
44. AIR 1960 SC 633 (decided by five judges).
45. AIR 1962 SC 1166 (decided by five judges).
46. Paragraph 13.
47. Paragraph 16.
48. AIR 1962 SC 955 (decided by five judges).
49. Paragraph 29.
50. The 'heckler's veto' is commonly associated with 'fighting words', i.e. words which, when spoken, tend to result in violence directed against the speaker himself, rather than others. Sullivan and Gunther, *First Amendment Law*, p. 51.
51. Harry Kalven, Jr., *The Negro and the First Amendment* (Columbus: Ohio State University Press, 1965). See, Owen Fiss, 'Free Speech and Social Structure', 71 *Iowa Law Review* 1405, p. 1416 (1986).
52. (1976) 4 SCC 213 (decided by three judges).
53. Paragraphs 16, 19.
54. (1988) 1 SCC 668 (decided by two judges).
55. Paragraph 13.

56. (1989) 2 SCC 574 (decided by three judges).
57. Paragraph 21.
58. Paragraph 26.
59. Paragraph 35. See further, paragraph 34.
60. Paragraph 51.
61. Paragraph 51.
62. (2007) 5 SCC 11 (decided by two judges). *Lalai Singh Yadav's* case was considered by the court in this case.
63. Paragraph 9.
64. Paragraph 12.
65. Paragraph 19.
66. *Babulal Parate v. State of Maharashtra*, AIR 1961 SC 884 (decided by five judges); *Madhu Limaye v. Sub-Divisional Magistrate, Monghyr*, (1970) 3 SCC 746.
67. Sections 95–96 of the Criminal Procedure Code deal with these powers. Under Section 95, where it appears to the state government that any newspaper, book or document contains material prohibited under Sections 124-A (sedition), 153-A (hate speech), 153-B (hate speech), 292 (obscenity), 293 (obscenity), or 295-A (hate speech) of the IPC, it may declare, by notification in the Official Gazette, every copy of such materials to be forfeited to the government. Thereafter, police officers have powers to seize offending materials. Magistrates may issue search warrants to police officers to enter premises and seize offending materials. An order under Section 95 may be challenged, under Section 96, within two months of its publication in the Official Gazette, before a Special Bench of three judges of the high court (where the high court consists of three judges or more).
68. AIR 1961 SC 1662 (decided by five judges).
69. Paragraph 4.
70. Paragraphs 8, 10, 11, 12, 13. Justice Das Gupta dissented on this point, at paragraph 25.
71. (2010) 7 SCC 398. See further, Manzar Sayeed Khan v. State of Maharashtra, (2007) 5 SCC 1.
72. Paragraph 28.
73. Paragraph 37(ix).
74. The court laid down nine guidelines for determining when forfeiture orders could be considered legal: (i) The State government must mandatorily state its grounds of opinion. If the grounds are totally absent, the order will be void. The court too must confine itself only to the grounds set out in the order. (ii) Grounds of opinion must mean 'conclusion of facts'. A mere recitation of an opinion or reproduction of the Section will not suffice. (iii) The validity of the order will depend on the merits of the grounds. (iv) Stray sentences from a book cannot be taken out of context by the State government to justify a forfeiture order. (v) The intention of the author must be gathered from the language, contents and import of the offending material. If its material is based on 'folklore, tradition or history', then 'something in extenuation could perhaps be said for the author'. (vi) If the book is calculated to promote feelings of enmity or hatred among different groups, however, it is no defence that the book 'contains a truthful account of past events or is otherwise supported by good authority'. In the words of the court, '[a]dherence to the strict path of history is not by itself a complete defence to a charge under Section 153-A IPC'. This is perhaps the most questionable part of the Supreme Court's judgment. After all, as George Orwell said in 1984, '[f]reedom is the freedom to say that two plus two make four. If that

is granted, all else follows.' If a book speaks the truth, then the author's intent should not matter. (vii) In order to pass an order of forfeiture, the relevant offence under the IPC need not be 'proved', and elements of the offence like mens rea need not be established. Thus, even if it may not be possible for the government to prosecute the author, it can still forfeit his books. (viii) The onus of rebutting the prima facie opinion of the government is on the Applicant. (ix) The court also held that the effect of the words must be judged from the standpoint of the reasonable heckler.

75. AIR 1961 SC 884.
76. Ibid, paragraphs 23–24. 77. (1970) 3 SCC 746.
78. Paragraph 17.
79. Paragraphs 10, 11.
80. (1976) 4 SCC 213 (paragraph 13).
81. (1989) 2 SCC 574 (decided by three judges).
82. Paragraph 9.
83. Paragraph 45.
84. (2015) 5 SCC 1 (decided by two judges).
85. Paragraph 15.
86. Paragraphs 16–17.
87. Paragraph 17.
88. Paragraph 17.
89. Paragraph 18.
90. 343 US 250 (1952).
91. Gunther and Sullivan, *First Amendment Law*, p. 67. 92. 373 N.E. 2d 21.
93. No. 740309 (California Superior Court, Santa Clara, 1995). See further, Gunther and Sullivan, *First Amendment Law*, pp. 86–87.
94. 505 US 377 (1992).
95. 562 US 443 (2011).
96. Justice Alito's dissent brings this out.
97. See further, Ivan Hare and James Weinstein (eds.), *Extreme Speech and Democracy* (Oxford: Oxford University Press, 2009).
98. Jeremy Waldron, *The Harm in Hate Speech* (Cambridge, MA: Harvard University Press, 2012).
99. Firstly, Waldron defines hate speech as speech targeting vulnerable minorities. His definition is as follows: 'the use of words which are deliberately abusive and/or insulting and/or threatening and/or demeaning directed at members of vulnerable minorities, calculated to stir up hatred against them.' However, Waldron does not consider it hate speech for a member of a minority group to launch a vicious speech attack on a majority group. Likewise, Waldron is not concerned with non-vulnerable minorities, which in India would presumably translate into typically well-off minority groups like Parsis or Jains. Waldron's argument in India would mean that hate speech directed by Hindus against Muslims would be punishable, but that hate speech directed by Muslims against Hindus, or by Hindus against Parsis or Jains, would not—an argument which appears to be untenable.
Secondly, Waldron focuses his attention on the written word over the spoken word. The written word, he says, is permanent and has a lasting effect on the well-being of vulnerable

minorities, whereas the spoken word, though harmful, is ephemeral. Words 'blurted out', 'when the spirits are high and the flagons are low' [These are the words of Robert H. Jackson, one-time US Solicitor General] should not be considered hate speech. In today's digital age where media like YouTube make even the verbal word permanent, Waldron's distinction between the written and verbal is perhaps a little strained. Recognizing this, Waldron later scales this argument back, and says that there may be some verbal speech, like vicious racial epithets, which acquire a character of permanency and which he would brand hate speech as well.

Thirdly, for Waldron, hate speech is concerned with protecting the dignity of vulnerable minorities, but not protecting them against feeling offence. For him, 'dignity' means 'a person's basic entitlement to be regarded as a member of society in good standing, as someone whose membership of a minority group does not disqualify him or her from ordinary social interaction'. When the dignity of vulnerable minorities is attacked through hate speech, Waldron believes that it cultivates among them 'a traumatic sense of not being trusted, not being respected, not being perceived as worthy of ordinary citizenship, a sense of being always vulnerable to discriminatory and humiliating exclusions and insults'. Dignity does not translate into honour or self-esteem. He distinguishes between indignity and offence by distinguishing hate speech from blasphemy. For him, blasphemy does not translate into hate speech. In other words, for Waldron, it is hate speech to say 'Members of Religion Y do not belong to India and should leave', but it is not hate speech to say 'The Gods and religious beliefs of Religion Y are silly'. According to Waldron, even the Danish cartoons insulting Islam would not be considered hate speech. It is here that Waldron's argument seems most tenuous. The line between indignity and offence is a very fine one, and it is hard to formulate any doctrinal or legislative rule on its basis.

100. *Ramji Lal Modi v. State of U.P.,* AIR 1957 SC 620 (decided by five judges).
101. Manoj Mitta, 'Reading *Satanic Verses* Legal,' 25 January 2012, *Times of India,* available at: http://epaper.timesofindia.com/ Repository/getFiles.asp?Style=OliveXLib:LowLevelEntit yT oPrint_TOINEW&Type=text/html&Locale=english-skin- custom&Path=CAP/2012 /01/25&ID=Ar01101 (last visited 19 February 2017). The publisher, Viking/Penguin, did not come out with an Indian edition of the book, and the government banned its import into India from abroad.
102. The Supreme Court in *Pravasi Bhalai Sangathan v. Union of India,* (2014) 11 SCC 477, has set out a catalogue of statutory provisions under which hate speech is prohibited in India, though many of these provisions do not specifically target hate speech in particular.
103. Under Section 153-B, it is an offence punishable with three years' imprisonment to say that any class of persons cannot, by reason of their membership in such class, 'bear true faith and allegiance to the Constitution of India' or 'uphold the sovereignty and integrity of India' or that such persons should be 'denied or deprived of their rights as citizens of India'. Sections 296 and 298 of the IPC attract a maximum sentence of one year for disturbing a religious assembly or uttering a word etc. with deliberate intent to wound religious feelings. Under Section 505, it is an offence punishable with three years' imprisonment to incite hate crimes, or to make a statement containing a 'rumour or alarming news' intending to promote feelings of enmity, hatred or ill will as aforesaid.
104. Section 7(1)(d), Protection of Civil Rights Act, 1955.
105. Section 3(1)(r).
106. Section 3(1)(s).
107. Section 3(1)(u).

108. Section 3(1)(v).
109. Section 3(1)(w)(ii).
110. Under Section 8 of the Representation of the People Act, 1951, a person convicted of certain offences, including some offences dealing with hate speech (Sections 153-A or 505 of the IPC or the Protection of Civil Rights Act, 1955), is disqualified from holding office in Parliament or a state legislature for a period of six years from his release from imprisonment, or where he is sentenced only with a fine, for a period of six years from the date of his conviction. Under Section 123(3A) of the said Act, it is considered a 'corrupt practice' to, among other things, promote 'feelings of enmity or hatred between different classes of the citizens of India on grounds of religion, race, caste, community, or language', which would result in the disqualification of the election of a member of Parliament or a state legislature. Under Section 125 of the said Act, it is also an electoral offence for any person in connection with any election to, among other things, 'promote on grounds of religion, race, caste, community or language, feelings of enmity or hatred, between different classes of the citizens of India', punishable with a maximum term of three years' imprisonment.
111. *Abhiram Singh v. C.D. Commachen,* (2017) 2 SCC 629 (decided by seven judges).
112. Under Section 3(g) of the Religious Institutions (Prevention of Misuse) Act, 1988, a religious institution cannot be used for promoting disharmony or feelings of enmity, hatred or ill will between different religious, racial, language or regional groups, castes or communities. The manager of a religious institution which violates this provision can be sentenced to imprisonment for a maximum term of five years.
113. Under Section 19 of the Cable Television Networks (Regulation) Act, 1995, an authorized officer may prohibit any cable operator from transmitting any programme or channel if it is likely to promote, on grounds of religion, race, language, caste or community or any other ground whatsoever, disharmony or feelings of enmity, hatred or ill will between different religious, racial, linguistic or regional groups, castes or communities.

Chapter 14: The Most Solemn Symbol of a Country

1. Thomas I. Emerson, 'Toward a General Theory of the First Amendment', 72 *Yale Law Journal* 877 (1963).
2. This was in his dissent in *Bennett Coleman & Co. v. Union of India,* (1972) 2 SCC 788 (decided by five judges).
3. He was not, as yet, the chief justice of India, when he wrote the judgment in *Indian Express Newspapers (Bombay) Pvt. Ltd. v. Union of India,* (1985) 1 SCC 641 (decided by three judges).
4. (1986) 3 SCC 615.
5. Paragraph 1.
6. Paragraph 2.
7. That is, both the single judge and the Division Bench.
8. Paragraph 2.
9. Paragraph 10.
10. Paragraph 11.
11. Paragraph 17.

12. Paragraphs 14–15.
13. Paragraphs 17, 25, 27.
14. Paragraph 27.
15. (2017) 1 SCC 421 (decided by two judges).
16. See, Pratap Bhanu Mehta, 'Unconstitutional Patriotism: Order on National Anthem Shows What Is Wrong with the Court', *Indian Express,* 3 December 2016, available at: http://indianexpress. com/article/opinion/columns/national-anthem-cinema-halls-supreme-court-order-unconstitutional-patriotism-4407560/ (last visited 2 January 2017); Upendra Baxi, 'Unfair to Justices', *Indian Express,* 12 December 2016, available at: http:// indianexpress.com/article/opinion/columns/supreme-court- national-anthem-cinema-halls-unfair-to-justices-4422239/ (last visited 2 January 2017); Pratap Bhanu Mehta, 'Prof Baxi versus St Baxi', *Indian Express,* 14 December 2016, available at: http:// indianexpress. com/article/opinion/columns/supreme-court- national-anthem-cinema-halls-indian-judiciary-4425814/ (last visited 2 January 2017).
17. Mehta, 'Unconstitutional Patriotism'.
18. See, Nick Allen, 'Colin Kaepernick: NFL Black Lives Matter protests recall rebellious spirit of 1960s sporting greats', *The Telegraph,* 18 September 2016, available at: http://www.telegraph. co.uk/news/2016/09/18/colin-kaepernick-nfl-black-lives-matter- protests-recall-rebellio/ (last visited 2 January 2017).
19. See, Des Bieler, 'National anthem singer kneels while wearing 'Black Lives Matter' shirt', *The Washington Post,* 22 October 2016, available at: https://www.washingtonpost.com/news/early-lead/ wp/2016/10/22/national-anthem-singer-kneels-while-wearing- black-lives-matter-shirt/?utm_term=.eb121759e645 (last visited 2 January 2017).
20. *West Virginia State Board of Education v. Barnette,* 319 US 624 (1943).
21. (2004) 2 SCC 510.
22. Paragraph 3.
23. Paragraph 19.
24. Paragraph 7.
25. Paragraph 7.
26. Paragraph 8.
27. Paragraph 26.
28. Paragraph 26.
29. Paragraphs 34, 35, 53.
30. Paragraph 71, 83.
31. Paragraph 48.
32. On flag burning, see further, Kabir Duggal and Shreyas Sridhar, 'Reconciling Freedom of Expression and Flag Desecration: a Comparative Study', *Hanse Law Review,* vol. 2, pp. 141–58 (2006), available at: http://hanselawreview.eu/wp-content/ uploads/2016/08/Vol2No1Art10.pdf (last visited 2 January 2017).
33. Paragraph 90.
34. Paragraph 77.
35. Paragraph 77.
36. See, Dipak K. Dashl, 'Jio Could Face Rs 500 Fine for Using PM Modi's Pic in Ad', *Times of India,* 3 December 2016, available at: http://timesofindia.indiatimes.com/india/Jio-coukld-face-Rs- 500-fine-for-using-PM-Modis-pic-in-ad/articleshow/55761435.

cms (last visited 2 January 2017); 'Reliance Could be Fined Rs 500', *Indian Express*, 3 December 2016, available at: http:// indianexpress.com/article/india/reliance-could-be-penalised-for- using-pm-modis-photograph-in-jio-advertisements/ (last visited 2 January 2017).

37. 'Shashi Tharoor Exonerated in National Anthem Case', *The Hindu*, 7 July 2013, available at: http://www.thehindu.com/todays-paper/ shashi-tharoor-exonerated-in-national-anthemcase/article4890798. ece (last visited 30 May 2016); Mahir Haneef, 'Shashi Tharoor Acquitted in Anthem Case', *Times of India*, 7 July 2013, available at: http://timesofindia.indiatimes.com/india/Shashi-Tharoor- acquitted-in-anthem-case/articleshow/20950253.cms (last visited 30 May 2016).
38. 'Writer and Disability Campaigner Thrashed . . . ', *Indian Express*, 20 October 2016, available at: http://indianexpress.com/ article/india/india-news-india/writer-and-disability-campaigner- thrashed-in-goa-theatre-for-not-standing-up-during-national-anthem-3093030/ (last visited 3 December 2016).
39. Paragraph 1.2.
40. Paragraph 2.2(x).
41. Paragraph 2.2(v).
42. Paragraph 2.2(xiii).
43. Paragraph 2.3(viii).
44. Paragraph 3.44.
45. Paragraph 3.50.

Chapter 15: Methods of Influencing the Press

1. See, *Express Newspapers v. Union of India*, AIR 1958 SC 578 (paragraph 119); *Sakal Papers Pvt. Ltd. v. Union of India*, AIR 1962 SC 305 (paragraph 24); *Bennett Coleman & Co. v. Union of India*, (1972) 2 SCC 788 (paragraph 31); *Indian Express Newspapers (Bombay) Pvt. Ltd. v. Union of India*, (1985) 1 SCC 641 (paragraph 23); *Printers (Mysore) and another v. Assistant Commercial Tax Officer and others*, (1994) 2 SCC 434 (paragraph 10).
2. AIR 1958 SC 578 (decided by five judges).
3. Working Journalists (Conditions of Service) and Miscellaneous Provisions Act, 1955.
4. K.M. Munshi, champion of free speech in the Constituent Assembly, appeared on behalf of some of the petitioners.
5. Paragraph 139.
6. Paragraph 139.
7. AIR 1962 SC 305 (decided by five judges).
8. Section 3, Newspaper (Price and Page) Act, 1956 and the Daily Newspaper (Price and Page) Order, 1960.
9. Paragraph 20.
10. 'N.P.' presumably stood for 'Naye Paise' to distinguish it from the old paise which was 1/64th of a rupee. See, 'Republic India Coinage', RBI Monetary Museum, available at: https://www.rbi.org.in/ currency/museum/c-rep.html (last visited 2 January 2017).
11. Paragraph 24.
12. Paragraph 24.
13. Paragraph 31.

14. Paragraphs 34–36.
15. Paragraph 42. See further, paragraphs 43–45.
16. Paragraph 48.
17. (1972) 2 SCC 788 (decided by five judges).
18. Paragraph 64. Lawyers who now have legendary status in India's legal profession, appeared for the newspapers. M.K. Nambiar appeared for *The Hindu*, Nani Palkhivala for the Bennett Coleman *(Times of India)* group, and C.K. Daphtary for the *Hindustan Times*. Paragraph 58.
19. Paragraph 43. See further, paragraphs 62, 66, 67, 71, 77, 88, 89.
20. Paragraph 64.
21. Paragraph 155.
22. Paragraph 157.
23. Paragraph 159.
24. Paragraph 159.
25. See, e.g., Megha Bahree, 'Reliance Takes Over Network18: Is This The Death Of Media Independence?', *Forbes Business*, 30 May 2014, available at: http://www.forbes.com/sites/meghabahree/2014/05/30/ reliance-takes-over-network18-is-this-the-death-of-media-independence/#1e220e6d4543 (last visited 29 May 2016); Vikram Johri, 'The Reliance Effect: When Is Corporate Ownership of Media Especially Dangerous?', Newslaundry.com, 30 November 2015, available at: https://www.newslaundry.com/2015/11/30/the-reliance-effect-when-is-corporate-ownership-of-media-especially- dangerous (last visited 2 January 2017). See further, Rahul Bhatia, 'The Network Effect', *Caravan Magazine*, 1 December 2013, available at: http://www.caravanmagazine.in/reportage/network- effect (last visited 2 January 2017).
26. See, Ashish K. Mishra, 'Inside the Network18 Takeover', *Live Mint*, 25 June 2014, available at: http://www.livemint.com/Companies/ rqT2Oi8fwv4XVjJcHzlcVN/Inside-the-Network18-takeover.html (last visited 29 May 2016); Vikram Johri, 'The Reliance Effect'.
27. Krishn Kaushik, 'The Big Five: The Media Companies That The Modi Government Must Scrutinise To Fulfill Its Promise Of Ending Crony Capitalism', *Caravan*, 19 January 2016, available at: http://www.caravanmagazine.in/vantage/the-big-five-the- media-companies-that-the-modi-government-must-scrutinise- to-fulfill-its-promise-of-ending-crony-capitalism (last visited 29 May 2016).
28. Naazneen Karmali, 'The Curious Incident of Mukesh Ambani's Aston Martin In the Night Time', *Forbes*, 2 January 2014, available at: http://www.forbes.com/sites/naazneenkarmali/2014/01/02/the- curious-incident-of-mukesh-ambanis-aston-martin-in-the-night- time/#2eb232cf85fe (last visited 29 May 2016); Arunabh Saikia, 'The Car Crash That Never Was', *newslaundry.com*, 12 December 2013, available at: http://www.newslaundry.com/2013/12/12/the- car-crash-that-never-was/ (last visited 29 May 2016).
29. (1985) 1 SCC 641 (decided by three judges).
30. Paragraph 4.
31. Paragraph 65.
32. Paragraph 69.
33. Paragraph 32.

34. (1982) 1 SCC 1. In *Sheela Barse,* the Supreme Court indicated that the order in *Prabha Dutt* had been authored by the chief justice of India at the time.
35. See, Prakash Patra, 'With Billa, hours before the hanging', *Telegraph,* 9 March 2015, available at: http://www.telegraphindia. com/1150309/jsp/frontpage/story_7610.jsp#.V0UdepN96LI (last visited 30 May 2016).
36. Paragraph 2.
37. Paragraph 2.
38. Paragraph 2.
39. Paragraph 3.
40. Paragraph 10.
41. See, Prakash Patra, 'With Billa, Hours before the Hanging'.
42. (1987) 4 SCC 373.
43. See, paragraph 3.
44. See, *M.C. Mehta v. Union of India,* (1987) 1 SCC 395.
45. Paragraph 13.
46. Paragraph 14.
47. Paragraph 14.
48. (1986) 1 SCC 133 (decided by three judges).
49. Paragraph 3.
50. Paragraph 76.
51. Paragraph 201.
52. Paragraph 207.